"अलेक्झांडर ड्युमास यांच्या इतक्याच ताकदीचे दुसरे कथाकार म्हणजे जेफ्री आर्चर."

– द वॉशिंग्टन पोस्ट

"आर्चर म्हणजे शब्दांचा जादूगार."

– टाइम मॅगझिन

"खुबीने रचलेली गुंतागुंतीची कथानके, ओघवती रेशमी लेखन शैली."

– द न्यूयॉर्क टाइम्स

"जगातील दहा सर्वोत्कृष्ट कहाणीकारांपैकी एक म्हणजे जेफ्री आर्चर."

– लॉस एंजलिस टाइम्स

"आर्चर त्यांच्या कथेची गुंफण अशा काही खुबीने करतात, की त्यांची कथा अखेरच्या पानापर्यंत वाचकाला मंत्रमुग्ध करून, त्याचा श्वास रोखून ठेवते. ...त्याला खिळवून ठेवते."

– बोस्टन ग्लोब

"आर्चर यांच्या इतक्या असामान्य प्रतिभेचा दुसरा कथाकार आजवर जन्माला आलेला नाही... ते खरोखरच एकमेवाद्वितीय आहेत."

– लॅरी किंग

मित्राचा खून केल्याच्या आरोपावरून तुरुंगात जाणाऱ्या व आश्चर्यकारकरित्या बाहेर येऊन खऱ्या गुन्हेगारांना धडा शिकवणाऱ्या डॅनची उत्कंठावर्धक कथा.

अ प्रिझनर ऑफ बर्थ

लेखक

जेफ्री आर्चर

अनुवाद

लीना सोहोनी

मेहता पब्लिशिंग हाऊस

Please contact us at **Mehta Publishing House,** Pune 411030.
Email : production@mehtapublishinghouse.com
Website : www.mehtapublishinghouse.com

- *या पुस्तकातील लेखकाची मते, घटना, वर्णने ही त्या लेखकाची असून त्याच्याशी प्रकाशक सहमत असतीलच असे नाही.*

A PRISONER OF BIRTH by JEFFREY ARCHER
This Edition First Published 2008 by Pan Books
an imprint of Pan Macmillan Ltd, London

© Jeffrey Archer 2008

Translated into Marathi Language by Leena Sohoni

अ प्रिझनर ऑफ बर्थ / अनुवादित कादंबरी

TBC

अनुवाद : लीना सोहोनी
Email : author@mehtapublishinghouse.com

मराठी अनुवादाचे व प्रकाशनाचे हक्क मेहता पब्लिशिंग हाऊस, पुणे ३०.

प्रकाशक : सुनील अनिल मेहता, मेहता पब्लिशिंग हाऊस,
१९४१, सदाशिव पेठ, माडीवाले कॉलनी, पुणे - ४११०३०.

मुखपृष्ठ : फाल्गुन ग्राफिक्स

प्रकाशनकाल : जानेवारी, २०१२ / एप्रिल, २०१३ / ऑक्टोबर, २०१७ /
पुनर्मुद्रण : सप्टेंबर, २०२०

P Book ISBN 9788184983159
E Book ISBN 9789387319189
E Books available on : play.google.com/store/books
www.amazon.in

जोनाथन आणि मारिअन यांना —

उपोद्घात

"होय." बेथ म्हणाली.

तिने चेहऱ्यावर आश्चर्याचे भाव आणण्याचा खूप प्रयत्न केला; पण ते तितकंसं खरं वाटणं शक्य नव्हतं, कारण दोघांचं लग्न होणार हे तिने तर शाळेत, सहावी-सातवीत असतानाच ठरवून ठेवलं होतं. पण आता रेस्टॉरंटमध्ये इतक्या गर्दीत मध्यभागी डॅनी तिच्यासमोर चक्क गुडघे टेकून बसला आणि त्याने तिला लग्नाची मागणी घातली, तेव्हा मात्र बेथ खरंच थक्क झाली.

"होय." बेथ परत म्हणाली. एव्हाना डायनिंग हॉलमधल्या सर्वांचे डोळे त्या दोघांकडे लागले होते. सगळे जेवायचे थांबले होते; पण डॅनीला त्याचं काहीच नव्हतं. तो अजूनही गुडघे टेकून बसला होता. तेवढ्यात कुठून कोण जाणे, त्याने एक छोटीशी डबी काढून हातात घेतली होती. ती त्याने उघडताच त्यात चमचमणाऱ्या हिऱ्याची एक अंगठी बेथला दिसली. बेथला अपेक्षाच नव्हती. त्यातला तो हिरा इतका मोठा असेल अशी! खरंतर डॅनीने आपला पूर्ण दोन महिन्यांचा पगार खर्च करून ती अंगठी घेतल्याचं बेथच्या भावाने तिला आधीच गुपचूप सांगून टाकलं होतं.

डॅनी अखेर एकदाचा उठून उभा राहिला आणि परत एकदा बेथ बुचकळ्यात पडली. कारण त्याने खिशातून मोबाइल काढून त्यावर एक नंबर पंच केला. बेथला तो नंबर कुणाचा होता याची पूर्ण कल्पना होती.

"ती हो म्हणाली." डॅनी फोनवरच्या व्यक्तीला विजयी मुद्रेने सांगत होता. बेथच्या चेहऱ्यावर हसू फुटलं. तिने ती अंगठी उजेडात धरून त्या हिऱ्याकडे नीट निरखून पाहिलं. "तू का नाही येत आमच्याबरोबर?" डॅनी त्या फोनवरच्या व्यक्तीला म्हणत होता. बेथने त्याला थांबवण्याचा प्रयत्न केला; पण डॅनी म्हणाला, "ग्रेट! मग फुलहॅम रोडच्या बाजूच्या रस्त्यावर असलेल्या वाईन बारमध्ये भेटू. गेल्या वर्षी आपण चेलसीच्या गेम्स संपल्यावर जिथे गेलो होतो ना, तोच बार. सी यू देअर, भेट."

बेथने त्यावर काहीही प्रतिकार केला नाही. काही झालं, तरी बर्नी हा केवळ तिचा सख्खा भाऊच नव्हता तर तो डॅनीचा जिवलग दोस्तपण होता. डॅनीने बहुतेक लग्नात आपला बेस्ट मॅन होण्याविषयी त्याला आधीच विचारलं पण असेल.

डॅनीने फोन बंद केला आणि शेजारून चाललेल्या वेटरला बिल मागितलं. तेवढ्यात हेड वेटर पलीकडून पळत आला. ''आज आमच्यातर्फे!'' तो हसून म्हणाला.

आजची रात्र चित्तथरारक गोष्टींनी भरलेली असणार होती.

❖

'डनलॉप आर्म्स' नामक बारमध्ये बेथ आणि डॅनी शिरले, तेव्हा बर्नी आधीच कोपऱ्यातल्या टेबलापाशी बसलेला होता. त्याच्यासमोर टेबलावर शॅम्पेनची बाटली आणि तीन ग्लास ठेवलेले होते.

''फॅन्टॅस्टिक न्यूज!'' बेथ आणि डॅनी खुर्चीत बसण्यापूर्वीच तो म्हणाला.

''थँक्स मेट.'' डॅनी आपल्या मित्राचे हात हातांत घेऊन प्रेमभराने दाबत म्हणाला.

''मी तर मॉम आणि डॅडना फोनसुद्धा केला.'' बर्नी म्हणाला. एकीकडे त्याने शॅम्पेनची बाटली उघडून तीन ग्लास भरले. ''गंमत म्हणजे त्यांना विशेष आश्चर्यपण वाटलं नाही. पण खरं सांगू, तुमचं हे 'सीक्रेट' सगळ्या जगाला आधीपासूनच माहिती होतं.''

''आता तेपण येणार आहेत की काय इकडे?'' बेथ म्हणाली.

''नाही, नाही,'' बर्नी म्हणाला, ''आत्तातरी तुम्हा दोघांच्यामध्ये तिसरा फक्त मीच आहे. टू लाँग लाईफ आणि या वेळचा चषक वेस्ट हॅमच्या टीमलाच मिळो ही प्रार्थना.''

''वेल, निदान या दोन्हींतली एक गोष्ट तरी या खेपेला शक्य आहे.''

''तुला जर शक्य असतं ना बर्नी, तर तू अख्ख्या वेस्ट हॅमच्या टीमशीच लग्न केलं असतंस!'' बेथ आपल्या भावाकडे प्रेमाने बघून हसत म्हणाली.

डॅनी म्हणाला, ''मी मात्र बेथशी आणि टीमशी एकनिष्ठ राहणार.''

''फक्त शनिवारची दुपार सोडून.'' बर्नीने त्याला आठवण करून दिली.

''आणि तू जेव्हा डॅडकडून कामाचा चार्ज घेशील, तेव्हा त्यापैकी काही शनिवार दुपारींवर तुला पाणी सोडावं लागेल हं!'' बेथ म्हणाली.

डॅनीच्या कपाळावर आठी उमटली. तो लंच-ब्रेकमध्ये बेथच्या वडिलांना भेटायला गेला होता. त्याने त्यांच्यापाशी बेथसाठी रीतसर मागणी घातली होती.

लंडनच्या ईस्ट-एंड भागात काही जुने रीतिरिवाज पाळावेच लागत. डॅनी आपला जावई होणार या बातमीचं मि. विल्सन यांनी अगदी उत्साहात स्वागत केलं होतं. पण त्यांचं आणि डॅनीचं पूर्वी ज्या एका बाबतीत बोलणं झालं होतं, त्या बाबतीत मात्र त्यांनी आपलं मत अचानक बदललं होतं.

"आणि हे बघ डॅनी, तू आमच्या म्हातारबुवांकडून कामाचा चार्ज घेशील, तेव्हा मी तुला 'गव्हर्नर' वगैरे म्हणून हाक मारीन, असं जर तुला वाटत असेल ना, तर ते विसर लेका." बर्नी हसत म्हणाला. पण डॅनी त्यावर काहीच बोलला नाही.

"मला वाटतंय तोच आहे का तो माणूस?" बेथ म्हणाली.

तिने दाखवलेल्या दिशेने डॅनीने पाहिलं. बारच्या काउंटरपाशी माणसे उभी होती.

"दिसतोय तरी तसाच." डॅनी म्हणाला.

"कुणासारखा?" बर्नीने विचारलं.

"तो नाही का... द प्रिस्क्रिप्शन सीरियलमध्ये डॉ. बेरेसफोर्डचं काम करणारा नट."

"लॉरेन्स डेव्हनपोर्ट." बेथ कुजबुजली.

"मी त्याच्याकडे जाऊन त्याची सही मागू का?" बर्नी म्हणाला.

"ए... मुळीच नाही हं!" बेथ म्हणाली, "अर्थात मॉम एकही एपिसोड चुकवत नाही हं."

"मला वाटतं, तू त्याच्यावर भाळली आहेस." बर्नी तिला चिडवत म्हणाला. त्याने तिन्ही ग्लास परत भरले.

"अजिबात नाही!" बेथ जरा मोठ्याच आवाजात म्हणाली. त्याबरोबर बारपाशी उभ्या असलेल्या त्या माणसांपैकी एकाने मागे वळून पाहिलं, "शिवाय माझा डॅनी त्या लॉरेन्स डेव्हनपोर्टपेक्षा कितीतरी देखणा आहे दिसायला."

"तू स्वप्नं बघत राहा हं!" बर्नीचं चिडवणं चालूच होतं, "हे बघ, या डॅनीने लेकाने आज घोटून दाढी केली आहे आणि केसही धुतले आहेत, म्हणून तो काही रोज-रोज तसं करणार नाही, हे लक्षात घे. एक विसरू नकोस, तुझा भावी नवरा ईस्ट-एंड भागातच काम करणार, पॉश शहर भागात नव्हे."

"हे बघ, डॅनीने जर मनात आणलं ना, तर त्याला कोणतंही काम करता येईल." बेथ त्याचा हात प्रेमाने हातात घेऊन म्हणाली.

"त्याने काय व्हावं असं तुझ्या मनात आहे? बिझनेस टायकून का भंगार गोळा करणारा?" बर्नी म्हणाला. एका हाताने त्याने डॅनीच्या पाठीवर थाप मारली.

"डॅनीने गॅरेजसाठी काय काय बेत आखले आहेत, माहीत आहे...?"

"शूऽऽ" डॅनी म्हणाला आणि त्याने आपल्या मित्राचा ग्लास भरला.

"ते तर केलेच पाहिजेत." बर्नी म्हणाला, "बरं... आधी मला हे सांगा, तुम्ही दोघं राहणार कुठे?"

"कोपऱ्यावर एक बेसमेंट फ्लॅट विक्रीसाठी खुला झालाय." डॅनी म्हणाला.

"अरे, पण पुरेसे पैसे साठवले आहेस का?" बर्नीने विचारलं, "कारण बेसमेंट फ्लॅट काही स्वस्त नसतात, अगदी ईस्ट-एंडच्या भागातसुद्धा!"

"आम्ही दोघांनी मिळून निदान डिपॉझिट भरण्यापुरते पैसे तरी जमवले आहेतच." बेथ म्हणाली, "आणि एकदा डॅनीने डॅडींकडून कामाचा चार्ज घेतला, की..."

"लेट्स ड्रिंक टु दॅट." असं म्हणून बर्नीने बाटली उचलली, पण ती रिकामी होती. "मी आणखी एक ऑर्डर करतो."

"नाही हं," बेथ ठामपणे म्हणाली, "मला उद्या कामाला वेळेवर जायचंय म्हटलं. तुम्हा दोघांना नसलं म्हणून काय झालं?"

"काम गेलं खड्ड्यात!" बर्नी म्हणाला, "माझा जिवलग दोस्त आणि माझी छोटी बहीण यांची एंगेजमेंट रोज रोज थोडीच होतेय? अजून एक बाटली." तो वेटरकडे बघून ओरडून म्हणाला.

बारमन हसला. त्याने काउंटरच्या खालच्या फ्रीजमधून शॅम्पेनची अजून एक बाटली काढली. बारपाशी उभ्या असलेल्या एका माणसाने ती हातात घेऊन तिच्यावरचं लेबल मोठ्यांदा वाचलं. "पॉल रॉजर." असं म्हणून तो क्षणभर थांबला आणि मग मुद्दाम मोठ्यांदा म्हणाला, "वायाच आहे या असल्या माणसांवर!"

ते ऐकताच बर्नी ताडकन जागच्या जागी उठून उभा राहिला, पण डॅनीने त्याला ओढून खाली बसवलं.

"जाऊ दे रे, लक्ष नको देऊ तू त्यांच्याकडे!" तो बर्नीला समजावत म्हणाला, "त्यांची तेवढी लायकीपण नाहीये."

बारमन जवळजवळ पळतच त्यांच्या टेबलापाशी आला. म्हणाला, "पोरांनो, जाऊ दे. इथे आत्ता उगाच काही गडबड-गोंधळ व्हायला नको." त्याने शॅम्पेनच्या बाटलीचं बूच उघडलं, "त्यांच्यातल्या एकाचा आज वाढदिवस आहे आणि खरं सांगू? त्यांनी जरा जास्तच झोकली आहे."

बारमन सर्वांच्या ग्लासात शॅम्पेन भरत असताना बेथने बारपाशी असलेल्या चौघांकडे नीट निरखून पाहिलं. त्यांच्यातला एक तिच्याकडेच रोखून बघत होता. तिचं लक्ष गेलेलं बघताच त्याने डोळा मारला, आपलं तोंड उघडलं आणि आपली जीभ मुद्दाम सावकाश आपल्या ओठांवरून फिरवली. बेथने आपली नजर घाईने दुसरीकडे वळवली. 'नशीब डॅनी आणि बर्नी आपापसांत गप्पा मारतायत...' तिच्या मनात आलं.

"मग... दोघं हनिमूनला कुठे जाणार आहात?"

"सेंट ट्रोपेझ." डॅनी म्हणाला.

"ए... आणि या वेळी तू नाही हं आमच्याबरोबर यायचंस!" बेथ म्हणाली.

"रांड दिसायला चांगली आहे की!" बारपाशी असलेल्या त्या चौघांपैकी एकजण खूप मोठ्या आवाजात म्हणाला, "पण तोंड उघडत नाही तोवरच बरी दिसते."

बर्नी परत एकदा त्वेषाने उठून उभा राहिला. त्यांच्यातले दोघं आता आव्हानात्मक नजरेने त्याच्याकडे बघत होते.

"हे बघ, ते प्यायलेले आहेत. तू दुर्लक्ष कर त्यांच्याकडे." बेथ म्हणाली.

तेवढ्यात त्या अचकट-विचकट बोलणाऱ्या माणसाला दुसरा माणूस म्हणाला, "तसंच काही सांगता येत नाही. मला रांडेनं तोंड उघडलेलं आवडतं कधी-कधी."

बर्नीने रिकामी बाटली त्वेषाने उचलली. डॅनीने आपली सर्व शक्ती पणाला लावून त्याला खाली खेचलं.

"चला, आपण जाऊ या इथून." बेथ म्हणाली, "चार मवाली गुंडांमुळे माझ्या एंगेजमेंट पार्टीचा विचका व्हायला नकोय मला."

डॅनी लगेच जायला उठला, पण बर्नी मात्र जागच्या जागी खिळल्यासारखा बसून राहिला. शॅम्पेनचे घुटके घेत राहिला. "चल ना बर्नी, वेळच्या वेळी आपण इथून निघून गेलेलं बरं. उगीच नंतर पश्चात्ताप करायची वेळ यायला नको." डॅनी म्हणाला. बर्नी नाराजीने उठून आपल्या मित्रामागून निघाला; पण त्याची नजर मात्र त्या चारही गुंडांवर खिळूनच होती. त्या चौघांची आता आपल्याकडे पाठ आहे, हे पाहून बेथचा जीव भांड्यात पडला. ते चौघं एकमेकांशी बोलण्यात गुंग होऊन गेले होते.

डॅनीने रेस्टॉरंटचं मागच्या बाजूचं दार उघडलं आणि तो बाहेर पाऊल टाकणार, एवढ्यात त्या गुंडांपैकी एकजण मोठ्यांदा ओरडला, "चालले का पळून?" मग खिशातून पैशाचं पाकीट काढून तो म्हणाला, "तुमची तिच्याबरोबर मजा मारून झाली की मग आहोतच मी आणि माझे मित्र मिळून तिचा समाचार घ्यायला."

"शेण खा," बर्नी म्हणाला.

"मग आपण सगळेच बाहेर जाऊन याचा काय तो सोक्षमोक्ष लावून टाकू ना."

"मग चल ना मठ्ठा, डोक्यात दगड भरलेत का तुझ्या?" बर्नी म्हणाला. डॅनीने त्याला अक्षरशः ढकलत मागच्या दारातून बाहेरच्या गल्लीत ढकललं. त्याने बर्नीला पुढे काही बोलण्याची संधीच दिली नाही. बेथपण घाईने त्यांच्याबरोबर बाहेर पडली आणि तिने आपल्यामागे धाडकन दार लावून घेतलं. ती गल्लीतून भराभरा पुढे चालत सुटली. डॅनीने बर्नीचं कोपर घट्ट पकडलं. ते सगळे चार पावलंच चालून

गेले असतील नसतील, इतक्यात बर्नीने डॅनीचा हात हिसडून टाकला आणि म्हणाला, "चल, आत जाऊन त्यांची खोड जिरवू या."

"आज नको." डॅनी म्हणाला. त्याने बर्नीचा हात मुळीच सोडला नाही आणि तसाच त्याला खेचत गल्लीच्या दुसऱ्या टोकाला जाऊ लागला.

बेथ चालत मुख्य रस्त्यापाशी जाऊन पोहोचली. बर्नीनं ज्या माणसाला मठ्ठ म्हटलं होतं, तो माणूस हात पाठीमागे घेऊन तिथे उभा होता. तो तिला पाहून दात विचकून हसला आणि त्याने परत जीभ कोपऱ्यावरून फिरवण्यास सुरुवात केली. एवढ्यात त्याचा मित्र कोपऱ्यावरून धावत आला. तो धापा टाकत होता. बेथने मागे वळून पाहिलं. तिचा भाऊ जमिनीवर पाय घट्ट रोवून पवित्रा घेऊन उभा होता. तो हसत होता.

"चल पटकन, आपण परत आत जाऊ." बेथ डॅनीकडे बघत ओरडली; पण तिचं लक्ष गेलं तर उरलेले दोघं बारच्या दारात, दार अडवून उभे होते.

"खड्ड्यात जाऊ दे त्यांना!" बर्नी म्हणाला, "हे बघ, त्यांना चांगला धडा शिकवायची गरज आहे."

"नको, नको." बेथ विनवणीच्या स्वरात म्हणाली. एवढ्यात गल्लीतून एकजण पळत त्यांच्यावर चाल करून आला.

"त्या मठ्ठाला तू सांभाळ, तोपर्यंत उरलेल्या तिघांकडे मी बघतो." बर्नी म्हणाला.

त्या मठ्ठ माणसाने डॅनीच्या हनुवटीला एका बाजूने जोरात ठोसा मारला. त्यामुळे तो भेलकांडला आणि तोल जाऊन पडला. पण तो स्वत:ला सावरून झटकन उठला व त्याने पुढचा ठोसा चुकवला. आता त्याने त्या मठ्ठाला एक ठोसा हाणला. तो इतका अनपेक्षित होता की, मठ्ठ माणूस कोलमडला; पण तो लगेच धडपडत उठला आणि डॅनीवर चाल करून गेला.

दरवाजा अडवून उभे असलेले दोघं मात्र या मारामारीत भाग घ्यायला राजी नव्हते. ते नुसतेच बघत उभे होते. ही मारामारी आता लवकरच संपेल असं बेथला वाटलं. इतक्यात तिच्या भावाने, बर्नीने त्या माणसाला इतका जोरदार फटका मारला की, तो कोलमडला. बेथ नुसती बघत राहिली. तो माणूस धडपडत उठून उभा राहू लागला. तेवढ्यात बर्नी ओरडून बेथला म्हणाला, "एक काम कर बेथ. ताबडतोब टॅक्सी घेऊन ये. हे सगळं फार वेळ चालणार नाही. आपल्याला कसंही करून इथून जावं तर लागेलच ना!"

आता बेथनं आपलं लक्ष डॅनीकडे वळवलं. त्याने त्या मठ्ठ माणसाला चारी मुंड्या चीत केलं आहे की नाही, ते पाहण्यासाठी तो माणूस जमिनीवर आडवा-तिडवा पडला होता आणि डॅनी त्याच्या उरावर बसला होता. त्याने त्या माणसावर

व्यवस्थित कब्जा केला होता, हे तर उघडच होतं. बेथ पळतच गल्लीच्या दुसऱ्या टोकाला गेली. तिथे मुख्य रस्ता होता. ती टॅक्सीचा शोध घेऊ लागली. तिला फार वेळ वाट पाहावी लागली नाही. एक टॅक्सी समोर येऊन थांबली.

बेथने ज्या क्षणी टॅक्सी थांबवली, त्याच क्षणी बर्नीने ज्या माणसाला मघाशी पाडलं होतं, तो माणूस तिला जवळजवळ ढकलून पुढे गेला आणि अंधारात दिसेनासा झाला.

"कुठे जायचंय?" टॅक्सी ड्रायव्हर म्हणाला.

"बेकन रोड, बो." बेथ म्हणाली, "आणि हे पाहा, माझे दोन मित्र आत्ता येतीलच एवढ्यात." ती टॅक्सीचं दार उघडून आत शिरू लागली.

ड्रायव्हरने मागे वळून गल्लीच्या टोकाला जे काही दृश्य दिसत होतं, ते निरखून पाहिलं आणि म्हणाला, "मला वाटतं तुमच्या मित्रांना टॅक्सीची गरज नाही पडणार बाई. ते दोघं जर माझे मित्र असते ना, तर मी आधी घाईघाईने ॲम्ब्युलन्स बोलवली असती."

खटला

१

"मला गुन्हा मान्य नाही."

डॅनी कार्टराईटला आपले पाय थरथरत असल्याची जाणीव झाली. एखादी बॉक्सिंगची मॅच आपण हरणार असल्याचं जेव्हा कधी आतून वाटायचं, तेव्हासुद्धा अगदी अशीच थरथर जाणवायची त्याला. आरोपपत्रावर तशी लेखी नोंद करण्यात आली आणि कोर्टाने डॅनीला खाली बसण्यास सांगितलं.

डॅनी आपल्या खुर्चीत कोसळला. निदान पहिला राउंड तरी संपला होता. त्याने मान वर करून पंचांकडे पाहिलं. ते कोर्टरूमच्या विरुद्ध टोकाला हिरव्या लेदरच्या उंच खुर्चीत एखाद्या सिंहासनावर बसल्यासारखे बसले होते. त्यांच्या समोरच्या टेबलावर विविध प्रकारची कागदपत्रं आणि फायलींचा पसारा होता. शिवाय एक वही उघडी होती. वहीचं ते पान कोरं होतं. जस्टिस सॅकव्हिल यांनी डॅनीकडे एकवार पाहिलं. त्यांच्या चेहऱ्यावर कोणतीच भावना नव्हती. अगदी निर्विकार चेहऱ्याने बसले होते ते. राग नाही, सहानुभूती नाही... काहीच नाही. त्यांनी आपला गोल भिंगाचा चष्मा काढून हातात घेतला आणि ते अधिकारवाणीने म्हणाले, "ज्युरींना आत बोलावून घ्या."

एकंदर बारा स्त्री-पुरुष कधी आत येतायत याची सर्व जण वाट पाहू लागले. हे कोर्ट 'ओल्ड बेली' या भागात होतं. कोर्ट नंबर चार. आतलं वातावरण डॅनीला पूर्णपणे अपरिचित होतं. ते मनात साठवून घेण्याचा तो प्रयत्न करत होता. समोर एक लांबलचक टेबल होतं. त्याला 'काउन्सेल्स बेंच' म्हणतात, असं त्याला नुकतंच समजलं होतं. त्या टेबलाच्या दोन टोकांना दोन माणसं बसलेली होती. एका बाजूला त्याचा स्वत:चा तरुण वकील होता– ॲलेक्स रेडमेन. पलीकडच्या बाजूला एक वयस्कर गृहस्थ बसला होता. रेडमेन त्याचा उल्लेख नेहमी फिर्यादीचे वकील असा करायचा. त्या माणसाने डॅनीकडे एकदासुद्धा वळून पाहिलं नव्हतं.

डॅनीने नजर वर उचलून समोरच्या पब्लिक गॅलरीकडे कटाक्ष टाकला. पहिल्याच रांगेत त्याचे आई-वडील बसले होते. त्याच्या वडिलांचे बलदंड बाहू गॅलरीच्या कठड्यांवर विसावले होते. त्यांच्या हातावरचं गोंदण दुरूनही दिसत होतं. त्यांच्या शेजारीच त्याची आईसुद्धा बसली होती, मान खाली घालून. मधूनच ती नजर उचलून आपल्या एकुलत्या एक मुलाकडे कटाक्ष टाकत होती.

सरकार विरुद्ध डॅनिएल आर्थर कार्टराईट हा खटला ओल्ड बेलीच्या कोर्टात जाऊन पोहोचायला अनेक महिने लागले होते. एकदा त्या केसमध्ये कायद्याचं झंझट सुरू झाल्यानंतर सगळ्या गोष्टी फारच हळूहळू पुढे सरकत होत्या. अचानक कोणत्याही पूर्वसूचनेशिवाय कोर्टाच्या दुसऱ्या बाजूच्या कोपऱ्यातील दार उघडून कोर्टाचा पट्टेवाला आत आला. त्याच्या मागोमाग सात पुरुष आणि पाच स्त्रिया आत आल्या. हीच सर्व माणसं त्याच्या नशिबाचा फैसला करणार होती. ते सर्व जण ज्युरींसाठी नेमलेल्या जागेत जाऊन एकेका खुर्चीवर बसले. पुढच्या रांगेत सहा आणि मागच्या रांगेत सहा. सगळे अनोळखी, सगळे एकमेकांना परके. केवळ लॉटरी सिस्टिमने त्यांच्या नावाच्या चिठ्ठ्या उचलण्यात येऊन त्यांची ज्युरी ड्युटीसाठी निवड झाली होती.

एकदा सर्व जण आपापल्या जागी स्थिरस्थावर झाल्यानंतर कोर्टातर्फे घोषणा करण्यात आली. ''ज्युरी मंडळाचे सदस्यहो, तुमच्यासमोर आरोपीच्या पिंजऱ्यात डॅनिएल आर्थर कार्टराईट उभा आहे. त्याच्यावर खुनाचा आरोप ठेवण्यात आला आहे. त्यावर त्याने आपल्याला हा गुन्हा मान्य नसल्याचे निवेदन दिले आहे. आता आपल्यासमोर या कोर्टात जो काही पुरावा सादर करण्यात येईल, त्याआधारे तो दोषी आहे की निर्दोष याचा फैसला तुम्ही करायचा आहे.''

२

जस्टिस सॅकव्हिल यांनी आपल्या उच्च स्थानावरून खाली बेंचकडे पाहिलं, ''मि. पिअरसन, सरकार-पक्षाच्या वतीने तुम्ही खटल्याला सुरुवात करा.''

काउन्सेल्स बेंचच्या जवळून एक गोलमटोल माणूस सावकाश उठून उभा राहिला. मि. अर्नोल्ड पिअरसन, क्वीन्स काउन्सेल (सरकारी वकील) यांनी आपल्या हातातली जाडजूड फाइल समोरच्या टेबलावर ठेवली. आपल्या डोक्यावर धारण केलेला वकिलाचा जुनापुराणा विग त्यांनी हाताने चाचपून सारखा केला. आपल्या वकिलाचा अंगरखा ओढून ठीकठाक केला. गेली वीस वर्षं प्रत्येक खटला लढवण्यासाठी उभं राहिल्यानंतर ते हे सगळं अशाच पद्धतीने करत आले होते.

''जरूर, युवर लॉर्डशिप,'' ते सावकाश, एकेका शब्दावर जोर देत बोलू लागले. ''या खटल्यात सरकार पक्षातर्फे मी आहे, तर माझे विद्वान वकील मित्र–'' असं म्हणून त्यांनी समोरच्या छापील कागदाकडे एक नजर टाकली. ''मि. ॲलेक्स रेडमेन हे आरोपीचे वकील म्हणून काम बघणार आहेत. तुमच्यासमोर हा जो खटला उभा आहे, तो उलट्या काळजाने, थंडपणे करण्यात आलेल्या खुनासंबंधीचा आहे.''

पब्लिक गॅलरीमध्ये बर्नीचे आई-वडील पाठीमागच्या रांगेत एका कडेला बसले होते. मि. विल्सन यांनी डॅनीकडे पाहिलं. आपल्या डोळ्यांतली निराशा त्यांना लपवता आली नाही. मिसेस विल्सन मात्र निर्विकार चेहऱ्याने समोर एकटक बघत होत्या. त्यांचा चेहरा पांढराफटक पडला होता. प्रेतयात्रेला आल्याप्रमाणे त्यांचा चेहरा शोकमग्न दिसत होता. बर्नी विल्सन याचं दुःखद निधन झाल्यामुळे ईस्ट-एंड भागात राहणाऱ्या दोन कुटुंबांवर जरी घाला पडलेला असला, तरी त्या भागातल्या इतर कोणाला या गोष्टीचं फारसं काही वाटलेलं नव्हतं. पण या दोन कुटुंबांचा आज गेली कित्येक वर्षं घरोबा होता.

''या खटल्याच्या सुनावणीच्या दरम्यान एक गोष्ट तुमच्या लक्षात येईलच की,

आरोपीने -'' आपल्या हाताने ज्युरींचं लक्ष डॅनीकडे वेधत, पण त्याच्यावर एक नजरही न टाकता पिअरसन म्हणाले, ''- मि. विल्सन यांना जाणूनबुजून चेलसी इथल्या एका बारमध्ये नेलं. ती शनिवारची रात्र होती. दिनांक १८ सप्टेंबर, १९९९. याच ठिकाणी त्यानं खुनाचं हे निर्घृण आणि पाशवी कृत्य केलं. त्याआधी त्याने मि. विल्सन यांची बहीण -'' असं म्हणून त्यांनी आपल्या समोरच्या फाइलवर नजर टाकली ''- एलिझाबेथ हिला फुलहॅम रोडवरील ल्युसिओच्या रेस्टॉरंटमध्ये नेलं होतं. मिस विल्सन हिने कार्टराईट याला आपण गर्भवती असल्याचं सांगताच त्यानं तिला लग्नाची मागणी घातली होती, ही हकिकत या सुनावणीच्या दरम्यान कोर्टासमोर येणारच आहे. त्यानंतर कार्टराईट याने तिचा भाऊ मि. बर्नार्ड विल्सन याला आपल्या मोबाइल फोनवरून दूरध्वनी करून बोलवून घेतलं आणि त्याला डनलॉप आर्म्स बारमध्ये येण्याचं निमंत्रण दिलं. हा बार हॅम्बल्टन इथल्या चेलसी या भागात आहे. सर्वांनी मिळून लग्नाची एंगेजमेंट साजरी करण्यासाठी हे निमंत्रण त्याने दिलं होतं.

''मिस विल्सन यांनी यापूर्वी दिलेल्या लेखी जबानीनुसार त्यांनी यापूर्वी कधीही या बारमध्ये पाऊल टाकलं नव्हतं; परंतु कार्टराईट याला मात्र या बारची आतून-बाहेरून व्यवस्थित माहिती होती. सरकार-पक्षातर्फे असं सूचित करण्यात येत आहे की, कार्टराईटने एकमेव उद्देश मनात धरून या बारची निवड केलेली असणार. या बारच्या मागच्या बाजूला एक दरवाजा असून, तो एका निर्मनुष्य गल्लीत उघडतो. एखाद्या व्यक्तीचा खून करायचा असेल, तर त्यासाठी हे ठिकाण अगदी योग्य आहे. हा खून करून झाल्यावर त्या खुनाचा आळ कार्टराईटने त्या वेळी योगायोगाने तिथे उपस्थित असलेल्या एका परक्या व्यक्तीवर घेतला. ती व्यक्ती डनलॉप आर्म्स या बारमध्ये केवळ सहज आलेली होती.''

डॅनीने मि. पिअरसन यांच्याकडे रोखून पाहिलं. 'त्या दिवशी त्या ठिकाणी नक्की काय घडलं, हे यांना कसं काय माहीत असणार? ते स्वत: तिथे उपस्थितसुद्धा नव्हते.' पण डॅनीला फारशी चिंता वाटत नव्हती. ''तुझं प्रतिनिधित्व अगदी नीट करण्यात येईल.'' असं आश्वासन त्याला त्याचे वकील मि. ॲलेक्स रेडमेन यांनी दिलं होतं. शिवाय ''सरकारी पक्ष जेव्हा आपली बाजू मांडेल तेव्हा तुझ्याविषयी काही नाही नाही ते प्रतिपादन करण्यात येईल.'' असंही त्यांनी त्याला आधीच सांगून ठेवलं होतं. ॲलेक्स रेडमेन यांनी ही गोष्ट डॅनीला एकदा नाही, तर अनेकदा बजावून सांगितली होती; पण तरीही डॅनीला मनातून दोन गोष्टींची खूपच चिंता वाटत होती. एकतर हे ॲलेक्स रेडमेन वयाने डॅनीपेक्षा फारसे मोठे नव्हते. दुसरं म्हणजे स्वतंत्रपणे खटला लढवण्याची त्यांची ही केवळ दुसरी वेळ होती.

"पण कार्टराईटच्या दुर्दैवाने," पिअरसन पुढे म्हणाले, "डनलॉप आर्म्समध्ये त्या वेळी उपस्थित असणाऱ्या इतर चार व्यक्तींनी या घडलेल्या प्रसंगाविषयी वेगळाच अहवाल दिला आहे. त्या चौघांच्या वृत्तान्तामध्ये मुळीच तफावत आढळलेली नाही. शिवाय त्या दिवशी, त्या वेळी ड्युटीवर असलेल्या बारमननेपण त्यांच्या म्हणण्याला दुजोरा दिला आहे. या पाचही जणांना सरकार-पक्षातर्फे कोर्टात साक्षीदार म्हणून हजर करण्यात येईल. ते आपल्या साक्षीतून तुम्हाला हेच सांगतील की, कार्टराईट आणि मृत मि. विल्सन यांच्यात वादविवाद झालेला त्यांनी ऐकला. त्यानंतर कार्टराईट म्हणाला, 'मग आपण सगळेच बाहेर जाऊन त्याचा काय तो सोक्षमोक्षच लावून टाकू ना!' कार्टराईटला त्या पाचही जणांनी मागील दरवाज्याने बाहेर पडताना पाहिलं. त्याच्यामागोमाग बर्नार्ड विल्सन आणि त्याची बहीण एलिझाबेथ हे दोघंही बाहेर पडले. एलिझाबेथ खूप अस्वस्थ दिसत होती. त्यानंतर काही क्षणांतच एक किंकाळी ऐकू आली. बारमध्ये असलेल्या लोकांपैकी एक, म्हणजे मि. स्पेन्सर क्रेग आपल्या इतर मित्रांना सोडून धावतच बाहेरच्या गल्लीत गेले. तिथे कार्टराईटने मि. विल्सनचा गळा धरला असल्याचं त्यांच्या दृष्टीस पडलं. तो एका हाताने मि. विल्सनच्या पोटात सुरा खुपसत होता, अनेकदा!

"मि. क्रेग यांनी आपल्या मोबाइल फोनवरून ताबडतोब नऊशे नव्याण्णव नंबरवर फोन केला आणि तक्रार नोंदवली. त्यांच्या त्या फोनवरील संभाषणाचं ध्वनिमुद्रण बेल ग्राव्हिया पोलीस चौकीत करण्यात आलं आहे. त्यानंतर काही मिनिटांतच दोन पोलीस ऑफिसर घटनास्थळी आले. तिथे त्यांनी कार्टराईटला मि. विल्सन यांच्या शरीरावर ओणवं झालेलं पाहिलं. कार्टराईटच्या हातात सुरी होती. ही सुरी त्याने त्या बारमधूनच उचलली असावी, कारण सुरीच्या मुठीवर डनलॉप आर्म्स अशी अक्षरं कोरलेली आहेत."

ॲलेक्स रेडमेनने पिअरसनचे ते शब्द लिहून ठेवले.

"सन्माननीय ज्युरी," पिअरसन पुढे म्हणाले. त्यांनी बोलताबोलता हाताने सवयीप्रमाणे परत एकदा अंगरखा खाली ओढला. "प्रत्येक खुनामागे काही ना काही उद्दिष्ट असते. या केसमध्ये असूया, अभिलाषा आणि महत्त्वाकांक्षा या तीन अत्यंत तीव्र अशा भावना एकत्र झाल्यामुळे त्याचा परिणाम म्हणून कार्टराईटने आपल्या वाटेत उभ्या ठाकलेल्या आपल्या प्रतिस्पर्ध्याचा काटा काढला.

"सन्माननीय ज्युरी, कार्टराईट आणि मि. विल्सन हे दोघंही माईल एंड रोडवरच्या विल्सन्स गॅरेजमध्ये नोकरीला होते. हे गॅरेज मि. जॉर्ज विल्सन यांच्या मालकीचं असून त्याचं व्यवस्थापनही तेच बघतात. ते मृत मि. बर्नार्ड विल्सन यांचे वडील असून ते या वर्षाअखेर निवृत्त होण्याचा विचार करत होते.

निवृत्तीनंतर आपला व्यवसाय आपल्या एकुलत्या एक मुलाच्या हाती सुपूर्द करण्याचा त्यांचा मनोदय होता. मि. जॉर्ज विल्सन यांनी त्या अर्थाचं लेखी निवेदन दिलं असून बचावपक्षाने त्याचा स्वीकार केलेला आहे. त्यामुळे आम्ही या ठिकाणी मि. जॉर्ज विल्सन यांना साक्षीसाठी बोलावणार नाही.

"सन्माननीय ज्युरी, या खटल्याच्या सुनावणीच्या दरम्यान एक गोष्ट तुमच्या नक्कीच लक्षात येईल की, या दोन तरुणांमध्ये खूप जुनं वैमनस्य होतं. अगदी शाळेच्या दिवसांपासून ते चालत आलं होतं. बर्नार्ड विल्सनचा काटा काढल्यानंतर गॅरेजचा ताबा घ्यायचा आणि बॉसच्या मुलीशी लग्न करायचं, असा कार्टराईटचा बेत होता.

"परंतु कार्टराईटने ठरवल्याप्रमाणे सगळं न घडल्यामुळेच त्याला जेव्हा अटक करण्यात आली, तेव्हा त्याने केवळ गुन्हा घडत असताना बघत उभ्या राहिलेल्या एका निर्दोष व्यक्तीवरच खुनाचा आळ घेतला. हाच मनुष्य जोरात धावत त्या गल्लीत पोहोचला आणि त्यामुळे मिस विल्सनने किंचाळण्यास सुरुवात केली; परंतु कार्टराईटच्या दुर्दैवाने त्या दिवशी त्या बारमध्ये आणखी चार माणसं उपस्थित होती. त्यांनी घडलेल्या सर्व घटना प्रत्यक्ष डोळ्यांनी पाहिल्या आहेत. या गोष्टीची कार्टराईटला आधी कल्पना नव्हती."

पिअरसनने ज्युरींकडे पाहून स्मितहास्य केलं, "सन्माननीय ज्युरी सभासदहो... एकदा तुम्ही त्यांची साक्ष ऐकलीत, तर खुनाचं हे अमानुष कृत्य डॅनिएल कार्टराईटचंच आहे, यात तुम्हाला जराही शंका राहणार नाही." एवढं बोलून ते जज्जकडे वळून म्हणाले, "एवढं बोलून सरकार-पक्ष आपलं प्रास्ताविक संपवत आहे मिलॉर्ड." परत एकदा आपल्या अंगरख्याचं टोक ओढून ते म्हणाले, "आपली परवानगी असेल, तर मी माझ्या पहिल्या साक्षीदारास पाचारण करतो." जस्टिस सॅकव्हिल यांनी मानेनेच होकार दिला. त्यानंतर पिअरसन ठाम आवाजात म्हणाले, "मी स्पेन्सर क्रेग यांना साक्षीदाराच्या पिंजऱ्यात येण्याची विनंती करतो."

डॅनी कार्टराईटने उजवीकडे पाहिलं. कोर्टाच्या पट्टेवाल्याने कोर्टाच्या मागच्या भागात असलेलं दार उघडून बाहेर जाऊन आरोळी ठोकली, "मि. स्पेन्सर क्रेग." काही क्षणांतच उभ्या रेघांचा सूट आणि पांढरा शर्ट घातलेला, उंचपुरा, साधारण डॅनीच्याच वयाचा माणूस आत आला. ते पहिल्यांदा भेटले होते, त्यापेक्षा आत्ता तो किती वेगळा दिसत होता!

गेल्या सहा महिन्यांत डॅनीने स्पेन्सरला पाहिलं नव्हतं, पण या सहा महिन्यांत त्याचा चेहरा डोळ्यांसमोर तरळला नाही, असा एकही दिवस नव्हता गेला. डॅनी त्याच्याकडे उद्धटपणे रोखून बघत राहिला. पण क्रेगने मात्र डॅनीकडे एकदाही पाहिलं नाही. जणूकाही त्याच्या लेखी डॅनी अस्तित्वातसुद्धा नव्हता.

क्रेग धीरगंभीरपणे, ठाम पावलं टाकत साक्षीदाराच्या पिंजऱ्याकडे चालत

गेला. आत शिरून त्याने लगेच हातात बायबल उचललं आणि शपथ घेतली. शपथ त्याला तोंडपाठच होती. आपल्या सर्वांत महत्त्वपूर्ण साक्षीदाराकडे मि. पिअरसन यांनी हसून पाहिलं आणि नंतर हातातल्या फायलीकडे नजर टाकली. गेले सहा महिने ते ज्या प्रश्नांची तयारी करत होते, तेच त्या फायलीतल्या कागदावर लिहिलेले होते.

"तुमचं नाव स्पेन्सर क्रेग?"

"होय सर." क्रेग म्हणाला.

"आणि तुम्ही ४३ हॅम्बल्डन टेरेस, लंडन, एस.डब्ल्यू. ३ येथे राहता?"

"होय सर."

"तुमचा व्यवसाय काय?" जणू काही आपल्याला माहीतच नाही, अशा थाटात पिअरसन म्हणाले.

"मी बॅरिस्टर ॲट लॉ आहे."

"आणि तुम्ही कोणतं क्षेत्र निवडलंय?"

"क्रिमिनल जस्टिस."

"मग खून या गुन्ह्याविषयी तुम्हाला अगदी नीट माहिती असेलच ना?"

"दुर्दैवाने आहे सर."

"आता मी तुम्हाला गेल्या वर्षीच्या १८ सप्टेंबरच्या संध्याकाळी काय घडलं त्याविषयी विचारणार आहे. त्या वेळी हॅम्बल्डन टेरेस भागात असलेल्या डनलॉप आर्म्स येथे तुम्ही आणि तुमचे मित्र ड्रिंक्स घेण्यासाठी, संध्याकाळ आनंदाने एकत्र घालवण्याच्या उद्देशाने गेला होता. त्या वेळी तिथे नक्की काय काय, कसं कसं घडलं, हे तुम्ही तपशीलवार सांगू शकाल?"

"मी आणि माझे मित्र जेराल्डचा वाढदिवस साजरा करत होतो."

"जेराल्ड?" पिअरसन मधेच म्हणाले.

"जेराल्ड पेन." क्रेग म्हणाला, "तो माझा खूप जुना मित्र आहे. मी केंब्रिजला शिकायला होतो ना, तेव्हापासूनचा. वाईन घेत घेत आम्ही एक संध्याकाळ मजेत एकत्र घालवणार होतो."

ॲलेक्स रेडमेनने आपल्या कागदावर एक मुद्दा खरडला... 'नक्की किती बाटल्या वाईन, हे विचारणे.'

डॅनीला त्याच्या बोलण्यात त्याने वापरलेल्या कनव्हायव्हियल (आनंदी, मजेदार) या शब्दाचा अर्थ विचारावासा वाटला. पण तो गप्प राहिला.

"पण तुमचा तो एक संध्याकाळ आनंदात व्यतीत करण्याचा बेत दुर्दैवाने पार पडू शकला नाही, होय ना?" पिअरसन मुद्दामच म्हणाले.

"हो ना! कसली आनंदी संध्याकाळ आणि कसलं काय!" क्रेग म्हणाला.

त्याने संपूर्ण वेळात एकदाही डॅनीकडे पाहिलं नाही.

"त्यानंतर काय घडलं ते कोर्टाला जरा सांगा!" पिअरसन आपल्या हातातल्या कागदांकडे कटाक्ष टाकत म्हणाले.

क्रेग प्रथमच ज्युरींकडे वळून म्हणाला, "मी आधी सांगितलं, त्याप्रमाणे आम्ही जेराल्डचा वाढदिवस साजरा करायचं ठरवलं होतं... वाईन घेत... गप्पागोष्टी करत... इतक्यात अचानक मला बाचाबाची चालू झाल्याचा आवाज आला. मी मागे वळून पाहिलं, तर खोलीच्या विरुद्ध टोकाला कोपऱ्यातल्या टेबलापाशी एक माणूस एका तरुणीबरोबर बसला होता."

"तो माणूस आत्ता या कोर्टात उपस्थित आहे का?" पिअरसन म्हणाले.

"हो." क्रेग म्हणाला. त्याने डॅनीकडे बोट दाखवलं.

"मग पुढे काय झालं?"

"तो माणूस उडी मारून उठला." क्रेग पुढे म्हणाला, "आणि जोराजोरात शेजारच्या माणसावर ओरडू लागला, हाताने काहीतरी खुणा करू लागला. तो माणूस मात्र आपल्या जागेवर बसूनच होता. मग मला त्यांच्यातला एक जण दुसऱ्याला म्हणत होता ते ऐकू आलं, 'तू आमच्या म्हातारबुवांकडून कामाचा चार्ज घेशील तेव्हा मी तुला 'गव्हर्नर' वगैरे म्हणून हाक मारीन, असं जर तुला वाटत असेल ना, तर ते विसर लेका.' ती तरुणी त्याला शांत करण्याचा प्रयत्न करत होती. मी माझ्या मित्रांकडे वळणारच होतो – नाहीतरी त्यांच्या त्या भांडणाचा माझ्याशी काहीच संबंध नव्हता – तेवढ्यात अचानक आरोपी मोठ्यांदा ओरडला, 'मग आपण सगळेच बाहेर जाऊन याचा काय तो सोक्षमोक्ष लावून टाकू ना.' मला वाटलं, त्यांची चेष्टामस्करी चालली असेल, पण हे जो म्हणाला होता, त्यानेच बारच्या एका टोकाला ठेवलेली सुरी उचलून हातात घेतली –"

"मि. क्रेग, मी जरा इथे तुम्हाला थांबवून काहीतरी विचारू इच्छितो. आरोपीने बारमधून सुरी घेतल्याचं तुम्ही तुमच्या डोळ्यांनी पाहिलं?" पिअरसन म्हणाले.

"होय, मी पाहिलं."

"त्यानंतर काय घडलं?"

"त्यानंतर तो थेट मागच्या दरवाज्याकडे चालू लागला. त्यामुळे मला आश्चर्य वाटलं."

"तुम्हाला आश्चर्य का बरं वाटलं?"

"कारण डनपलॉप आर्म्समध्ये मी नेहमीच येत असतो, पण आजपर्यंत कधीही या माणसाला मी इथे पाहिलेलं नव्हतं."

"तुम्ही काय म्हणताय, ते माझ्या नीटसं लक्षात येत नाहीये मि. क्रेग." पिअरसन म्हणाले. खरंतर क्रेगला काय म्हणायचंय हे त्यांना अगदी व्यवस्थित

माहीत होतं.

"त्या बारच्या तिकडच्या कोपऱ्यात जो कुणी बसलेला असेल त्याला बारचं हे मागचं दार सहजासहजी मुळीच दिसू शकत नाही. पण त्या माणसाला मात्र ते दार कुठे होतं, हे अगदी नीट माहीत होतं."

"हां, हां... आलं लक्षात. पुढे बोला."

"क्षणभराने तो दुसराही माणूस उठला आणि त्या पहिल्या माणसाच्या मागे धावला. पाठोपाठ ती तरुणीपण गेली. खरंतर मला त्या गोष्टीचं इतकं काही वाटलंही नसतं; पण नंतर लगेच आम्हाला सर्वांना एक किंकाळी ऐकू आली."

"किंकाळी?" पिअरसन म्हणाले, "कसली किंकाळी?"

"एका स्त्रीच्या तोंडून बाहेर पडलेली, उच्च स्वरातली किंकाळी." क्रेग म्हणाला.

"मग तुम्ही काय केलं?"

"मी लगेच माझ्या मित्रांना तिथेच सोडून मागच्या गल्लीत धावलो. कदाचित ती स्त्री संकटात असेल अशा समजुतीने."

"मग? होती का ती संकटात?"

"नाही सर. ती आरोपीकडे पाहून मोठमोठ्यांदा किंचाळत होती. त्याने थांबावे म्हणून विनवण्या करत होती."

"विनवण्या? काय करत होता तो?" पिअरसन म्हणाले.

"त्याने त्या दुसऱ्या माणसावर हल्ला चढवला होता."

"ते दोघं भांडत होते?"

"होय सर. आधी जो माणूस मोठमोठ्यांदा ओरडून हातवारे करत होता, त्याच माणसाने आता त्या दुसऱ्या माणसाला भिंतीपाशी दाबून घट्ट पकडून ठेवलं होतं आणि त्याचा गळा धरला होता." असं म्हणून क्रेग ज्युरींकडे वळला आणि त्याने हाताने तसा अभिनयपण करून दाखवला.

"आणि मि. विल्सन स्वतःच्या बचावाचा प्रयत्न किंवा काही प्रतिकार वगैरे करत होते की नाही?"

"आपल्याला जमेल तेवढा प्रतिकार करतच होता तो, पण आरोपी त्याच्या छातीत परत परत सुरी भोसकत होता."

"मग तुम्ही पुढे काय केलं?" पिअरसन हळुवार आवाजात म्हणाले.

"मी इमर्जन्सी सर्व्हिसेसला फोन केला. त्यांनी ताबडतोब ॲम्ब्युलन्स आणि पोलिसांना पाठवून देत असल्याचं मला सांगितलं."

"ते आणखी काही म्हणाले?" पिअरसन आपल्या हातांमधल्या नोट्सकडे एकवार कटाक्ष टाकून म्हणाले.

"होय. ते म्हणाले, काहीही झालं तरी हातात सुरी घेतलेल्या माणसाच्या तुम्ही

जवळ जाऊ नका. बारमध्ये परत जा आणि पोलीस येईपर्यंत वाट बघत थांबा.''
एवढं म्हणून क्रेग थांबला आणि पुढे म्हणाला, ''मी त्यांनी दिलेल्या सूचनेचं अगदी
तंतोतंत पालन केलं.''

"तुम्ही जेव्हा बारमध्ये परत गेलात आणि जे काय घडलं ते आपल्या
मित्रांना सांगितलंत, तेव्हा मित्रांची प्रतिक्रिया काय होती?''

"त्यांना आपण बाहेर जाऊन शक्य ती मदत करावी, असं माझ्या मित्रांना
वाटत होतं. पण पोलिसांनी काय सूचना दिली आहे, ते मी त्यांना समजावून
सांगितलं– 'या अशा परिस्थितीत तुम्ही खरंतर घरी गेलेलं बरं–' असंही मी
त्यांना म्हणालो.''

"या अशा परिस्थितीत म्हणजे?''

"ती सगळी घटना घडताना प्रत्यक्ष डोळ्यांनी फक्त मीच पाहिली होती. तो
माणूस यदाकदाचित सुरी घेऊन त्या बारमध्ये परतला, तर उगाच त्यांच्या
जिवाला धोका नको, असं मला वाटलं.''

"वा! खरंच कौतुक करण्यासारखं वागणं आहे तुमचं.'' पिअरसन म्हणाले.

त्यांच्या या उद्गारांमुळे जज्जांनी कपाळावर एक आठी घालून त्यांच्याकडे
पाहिलं. ॲलेक्स रेडमेन आपल्या वहीत नोंद करत होता.

"पोलीस किती वेळाने आले?''

"काही क्षणातच सायरन ऐकू आला आणि अगदी थोड्या मिनिटांतच साध्या
वेशातला डिटेक्टिव्ह मागच्या दाराने बारमध्ये आला. त्याने आपलं ओळखपत्र काढून
दाखवलं आणि डिटेक्टिव्ह सार्जंट फुलर अशी स्वत:ची ओळख करून दिली.
जखमीला जवळच्या हॉस्पिटलमध्ये हलवण्यात येत असल्याचं त्यानेच मला सांगितलं.''

"मग पुढे काय झालं?''

"मी संपूर्ण जबानी दिली. त्यानंतर डी.एस. फुलर यांनी मला घरी जाण्याची
परवानगी दिली.''

"मग तुम्ही गेलात का घरी?''

"हो. मी घरी गेलो. माझं घर डनलॉप आर्म्सपासून जेमतेम शंभर यार्डांवर
आहे. मी झोपण्याचा प्रयत्न केला, पण मला झोप लागली नाही.''

ॲलेक्स रेडमेनने आपल्या वहीत नोंद केली – जेमतेम शंभर यार्डांवर.

"साहजिकच आहे,'' पिअरसन म्हणाले.

जज्जांच्या कपाळाला परत आठी पडली.

"मग मी उठलो, माझ्या अभ्यासिकेत गेलो आणि त्या सायंकाळी जे जे घडलं
होतं, ते जसंच्या तसं लिहून काढलं.''

"पण असं तुम्ही का केलंत मि. क्रेग? तुम्ही तर पोलिसांपाशी तुमचा जबाब

नोंदवला होता ना?''

"तुमच्या जागी मी अनेकदा उभा असतो मि. पिअरसन. माझा अनुभव मला असं सांगतो की, अखेरीस जेव्हा खटला उभा राहतो, तेव्हा गुन्हा घडून अनेक महिने लोटलेले असतात. त्यामुळे साक्षीदार पिंजऱ्यात उभा राहून खटल्याच्या वेळी जी साक्ष देतो, ती कित्येकदा चुकीचीपण असते.''

"खरं आहे.'' पिअरसन म्हणाले. त्यांनी फायलीचं आणखी एक पान उलटलं, "डॅनिअल कार्टराईट याच्यावर बर्नार्ड विल्सनच्या खुनाचा आरोप ठेवण्यात आला असल्याचं तुम्हाला कधी समजलं?''

"त्याच्या पुढच्याच सोमवारी 'इव्हिनिंग स्टँडर्ड' या दैनिकात सगळी बातमी तपशीलवार आली होती. चेलसीला वेस्टमेन्स्टर हॉस्पिटलकडे नेतानेताच विल्सनचा मृत्यू झाला असल्याचं त्यात म्हटलं होतं. कार्टराईटवर खुनाचा आरोप ठेवण्यात आल्याचंही त्यात नमूद केलं होतं.''

"या खटल्याशी असलेला आपला संबंध संपला, असं तुम्हाला ती बातमी वाचल्यावर वाटलं होतं का?''

"होय. अर्थात, खटला उभा राहिल्यानंतर जर कार्टराईटने आपण निर्दोष असल्याचं जाहीर केलं, तर साक्षीदार म्हणून आपल्याला बोलावण्यात येईल याची मला पूर्णपणे कल्पना होती.''

"पण तुम्ही स्वतः एवढे अनुभवी... अनेक निर्ढावलेल्या गुन्हेगारांना तुम्ही आजवर इतक्या जवळून पाहिलेलं आहे... पण या खटल्याच्या बाबतीत एक अशी अनपेक्षित गोष्ट घडली आहे... तुम्हाला कधी वाटलंपण नसेल ना... असं काही घडेल असं?''

"हो ना! पण अनपेक्षित गोष्ट घडली.'' क्रेग म्हणाला, "दुसऱ्या दिवशी दुपारी दोन पोलीस अधिकारी माझ्या ऑफिसात आले आणि त्यांनी माझा तपशीलवार इंटरव्ह्यू घेतला.''

"पण तुम्ही तर डी.एस. फुलर यांना तोंडी आणि लेखी जबानी दिली होती ना?'' पिअरसन म्हणाले, "मग त्यांनी परत तुमचा इंटरव्ह्यू कशासाठी घेतला?''

"त्याचं कारण मि. विल्सनचा खून मीच केला आहे, असा कार्टराईटने माझ्यावर आरोप केला. बारमधून सुरी मीच घेतली, असंही त्याने सांगितलं.''

"याआधी कधी मि. कार्टराईट किंवा मि. विल्सन यांना तुम्ही पाहिलं होतं?''

"नाही.'' क्रेग म्हणाला. हे त्याचं बोलणं खरंच होतं.

"थँक यू मि. क्रेग.'' पिअरसन म्हणाले.

दोघं एकमेकांकडे पाहून हसले. त्यानंतर पिअरसन जज्जांकडे बघून म्हणाले, "माझे प्रश्न संपले माय लॉर्ड.''

३

मि. जस्टिस सॅकव्हिल यांनी आपलं लक्ष बेंचच्या दुसऱ्या टोकाला बसलेल्या वकिलांकडे वळवलं. ॲलेक्स रेडमेन याच्या वडिलांना जस्टिस सॅकव्हिल ओळखत होते. ते नुकतेच हायकोर्टाचे जज्ज म्हणून निवृत्त झाले होते; पण त्यांचा मुलगा जस्टिस सॅकव्हिल यांच्यासमोर खटला चालवण्यासाठी आजपर्यंत कधीच उभा राहिलेला नव्हता.

"मि. रेडमेन," जज्ज म्हणाले, "तुम्हाला उलटतपासणी घ्यायची आहे?"

"अर्थातच घ्यायची आहे." ॲलेक्स रेडमेन आपल्यासमोरची कागदपत्रं नीट गोळा करत उठून म्हणाला.

डॅनीला अटक झाल्यानंतर एका पोलीस अधिकाऱ्याने त्याला सूचना केली होती, "स्वत:साठी ताबडतोब एक वकील बघ." पण ते काही सोपं नव्हतं. वकील आपली फी गॅरेजच्या मेकॅनिक्सप्रमाणेच दर ताशी आकारत असत. आपल्या खिशाला झेपेल असा वकील शोधून काढणं महाकठीण काम होतं. त्याला दहा हजार पौंडांपर्यंतची फी परवडण्यासारखी होती. हे पैसे त्याने गेली दहा वर्षं बचत करून साठवले होते. लग्नानंतर तो, बेथ आणि त्यांचं बाळ बोमधल्या एका बेसमेंट फ्लॅटमध्ये बिऱ्हाड थाटून राहणार होते. त्या फ्लॅटचं डिपॉझिट भरायला ते पैसे वापरायचे, असा डॅनीचा विचार होता; परंतु खटला कोर्टापुढे उभा राहण्याआधीच ते सगळेच्या सगळे पैसे संपून गेले होते. त्याने मि. मेकपीस नामक सॉलिसिटरची निवड केली होती. त्यांनी आपल्या पेनचं टोपण उघडण्यापूर्वीच डॅनीकडे पाच हजार पौंडांच्या रकमेची मागणी केली होती. त्यानंतर त्यांनी आपल्या फर्ममध्ये काम करणाऱ्या ॲलेक्स रेडमेन या तरुण वकिलाला बोलावून डॅनीची सर्व केस समजावून दिली व आणखी पाच हजार पौंडांची मागणी केली. एक खटला चालवण्यासाठी दोन वकील कशाला हवेत, हे कोडं काही डॅनीला उलगडलेलं नव्हतं. 'आपण जेव्हा कार रिपेअर करत

होतो, तेव्हा त्याचं बॉनेट उघडून धरण्याचं काम काही बर्नीला सांगत नव्हतो आणि आपण आपलं टूलकिट हातात उचलून धरण्यापूर्वी गिऱ्हाइकाकडे डिपॉझिटची मागणी तर कधीच केलेली नाही.'

पण ज्या दिवशी डॅनीने ॲलेक्स रेडमेनला सर्वांत प्रथम पाहिलं, त्याच दिवशी तो त्याला आवडला होता. ॲलेक्स ऑक्सफर्डमध्ये शिकलेला होता. त्याचं बोलणं खूप पॉश होतं, पण तरीही त्याच्या वागण्यातून डॅनीला आपल्याबद्दल तुच्छता जाणवली नव्हती. त्याने एकदाही डॅनीला कमी लेखलं नव्हतं.

मि. मेकपीस यांनी डॅनीवर ठेवण्यात आलेल्या गुन्ह्याविषयीचा चार्जशीट वाचलं व डॅनीने सांगितलेलं सर्वकाही नीट ऐकून घेतलं. त्यानंतर त्यांनी डॅनीला एक सल्ला दिला होता. खुनाचं हे कृत्य आपल्या हातून चुकून, अपघाताने घडलं असल्याचं डॅनीने कोर्टात कबूल करून टाकावं, असं त्यांचं म्हणणं होतं. त्यानंतर आपण सरकारी पक्षाशी वाटाघाटी करून डॅनीला सहा वर्षांच्या तुरुंगवासाची शिक्षा मिळावी अशी खटपट करू, असं त्यांचं म्हणणं होतं. पण डॅनीने ते फेटाळून लावलं.

ॲलेक्स रेडमेनने, डॅनी आणि एलिझाबेथच्या तोंडून त्या दिवशी नक्की घटना कशा, कोणत्या क्रमाने घडल्या याविषयीची तपशीलवार माहिती पुन:पुन्हा ऐकली. आपल्या अशिलाच्या बोलण्यात कुठेही थोडीशी विसंगती तर नाही, याची त्याला खात्री करून घ्यायची होती, पण त्याला तशी विसंगती कुठेही आढळली नाही. डॅनीजवळचे सर्व पैसे संपून गेल्यानंतरसुद्धा डॅनीचा बचाव करण्याचं ॲलेक्स रेडमेनने मान्य केलं.

"मि. क्रेग," ॲलेक्सने उलटतपासणी सुरू केली. आपल्या डोक्यावरचा विग उगीचच चाचपणे, आपल्या अंगातला डगला खाली खेचणे असा कोणताही अभिनय न करताच, "तुम्ही आत्ता सत्य सांगण्याची शपथ घेतलेली आहे. त्याचप्रमाणे तुम्ही स्वत: बॅरिस्टर असल्यामुळे तुमच्यावरची जबाबदारी आणखी वाढलेली आहे, या गोष्टीची मी तुम्हाला आठवण करून देण्याची गरज नाही. नाही का?"

"जरा जपून बोला!" जज्जांनी मध्येच सुनावलं. "तुमच्या अशिलावर या इथे खटला चालू आहे. या साक्षीदारावर नव्हे, हे विसरू नका."

"खटला संपून मी माझं समारोपाचं भाषण जेव्हा करेन, त्या वेळेला तुम्हाला असंच वाटत आहे का, ते बघूच आपण." ॲलेक्स म्हणाला.

"मि. रेडमेन, माझ्या जबाबदारीची जाणीव तुम्ही मला करून देण्याची गरज नाहीये." जज्ज जरा कठोर स्वरात म्हणाले, "तुमचं काम आहे साक्षीदाराची उलटतपासणी घेणं. त्यात मध्ये जे कायद्याचे मुद्दे उपस्थित होतील, त्यांची

हाताळणी करणं हे माझं काम आहे आणि निर्णयाचं काम आपण दोघांनीही ज्युरींवर सोपवलेलं बरं.''

"जसं मिलॉर्ड म्हणतील तसं.'' असं म्हणून ॲलेक्स साक्षीदाराकडे वळला. "मि. क्रेग, त्या सायंकाळी तुम्ही आणि तुमचे मित्र डनलॉप आर्म्समध्ये किती वाजता आलात?''

"मला अगदी नक्की किती वाजता, ते आठवत नाही.''

"हो का? मग मी तुमची आठवण जरा ताजी करून देतो. तेव्हा सात वाजले होते का? की साडेसात? की आठ?''

"आठचा सुमार असावा बहुधा!''

"याचा अर्थ माझा अशील, त्याची प्रेयसी आणि त्याचा जिवलग मित्र असे जेव्हा बारमध्ये पहिल्यांदा शिरले, तेव्हा तुम्ही पिण्यास सुरुवात करून तीन तास तरी झालेले होतेच.''

"ते नक्की कधी आत आले, ते मी काही पाहिलेलं नाही, असं मी कोर्टाला आधीच सांगितलंय.''

"क्वाईट सो...'' ॲलेक्स रेडमेन मुद्दामच पिअरसनच्या बोलण्याची नक्कल करत म्हणाला, "आणि मला एक सांगा, अकरा वाजेपर्यंत तुमच्या पोटात एकूण किती ड्रिंक्स गेली होती?''

"तसं सांगता येणार नाही. जेराल्डचा वाढदिवस होता. आम्ही कुणीच ड्रिंक्स मोजत नव्हतो.''

"वेल, तुम्ही सुमारे तीन तासांहून जास्त वेळ ड्रिंक्स घेत होता, हे तर आता गृहीतच आहे. मग आपण असं मानू या का, की अर्धा डझन वाईनच्या बाटल्या तुम्ही त्या वेळेपर्यंत संपवल्या असतील? किंवा कदाचित सात नाहीतर आठसुद्धा असतील.''

"जास्तीत जास्त पाच.'' क्रेग म्हणाला, "आणि चार माणसांमध्ये ते काही जास्त म्हणता येणार नाही.''

"मी तुमच्याशी सहमत झालोही असतो मि. क्रेग, पण तुमच्या सोबत्यांपैकी एकाने असं कबूल केलंय की, तो फक्त डाएट कोक पितो. शिवाय दुसऱ्या सोबत्यानं फक्त दोनच ग्लास वाईन घेतली होती, कारण त्याला ड्रायव्हिंग करायचं होतं.''

"पण मला ड्रायव्हिंग करायचं नव्हतं. मी डनलॉप आर्म्सपासून अगदी जवळ राहतो. केवळ शंभर यार्डांवर.'' क्रेग म्हणाला.

"फक्त शंभर यार्डांवर?'' रेडमेनने त्याच्या तोंडून बाहेर पडलेल्या शब्दांचा पुनरुच्चार केला. त्यावर क्रेगने काहीही प्रतिक्रिया व्यक्त केली नाही. मग रेडमेन

पुढे म्हणाला, ''तुम्ही कोर्टाला असंही सांगितलंय की, बाचाबाचीचा आवाज ऐकू येईपर्यंत ते तिघं त्या बारमध्ये आहेत याची जाणीवही तुम्हाला झालेली नव्हती.''

''हे खरं आहे.''

''आणि तुमच्या म्हणण्याप्रमाणे आरोपीच्या तोंडचे शब्द तुम्ही जेव्हा ऐकले – 'मग आपण सगळेच बाहेर जाऊन याचा काय तो सोक्षमोक्षच लावून टाकू ना'–''

''ते पण खरंच आहे.''

''पण ते खरं नाही मि. क्रेग. खरं सांगायचं तर मुळात सगळं भांडण तुम्ही सुरू केलंत आणि माझा अशील जेव्हा बार सोडून जायला निघाला तेव्हा तुम्ही त्याला अत्यंत अपमानास्पद, लगट बोललात.'' असं म्हणून ॲलेक्स रेडमेनने आपल्या हातांतल्या कागदावर एकवार कटाक्ष टाकला. तुम्ही म्हणालात, ''तुमची तिच्याबरोबर मजा मारून झाली की, मग आहोतच मी आणि माझे मित्र तिचा समाचार घ्यायला.'' एवढं बोलून रेडमेनने क्रेगच्या प्रतिक्रियेची वाट बघत थांबला. पण क्रेग गप्पच राहिला. ॲलेक्स रेडमेन पुढे म्हणाला, ''तुम्ही माझ्या बोलण्यावर काही प्रतिक्रिया देऊ शकला नाहीत, याचा अर्थच मी म्हणालो ते बरोबर आहे, होय ना?''

''असा काहीही अर्थ त्यातून निघत नाही मि. रेडमेन. तुमचा प्रश्न उत्तर देण्याच्या लायकीचासुद्धा नव्हता.'' क्रेग कटूपणे म्हणाला.

''मी यानंतर जो प्रश्न विचारणार आहे ना मि. क्रेग, तो नक्कीच उत्तर देण्यायोग्य वाटेल तुम्हाला. कारण मि. विल्सन तुम्हाला ओरडून म्हणाले, 'शेण खा.' आणि त्यावर तुम्हीच म्हणालात, 'मग आपण सगळेच बाहेर जाऊन त्याचा काय तो सोक्षमोक्षच लावून टाकू ना.' ''

''ही असली भाषा तुमच्या अशिलाच्याच तोंडी शोभून दिसते.'' क्रेग म्हणाला.

''किंवा दारू पिऊन झिंगलेला माणूस एका सुंदर तरुणीवर छाप पाडण्यासाठी आपल्या मित्रांसमोर बढाया मारू लागला, तर त्याच्या तोंडी.''

''मि. रेडमेन, मी परत एकदा तुम्हाला आठवण करून देतोय,'' जज्ज त्याला मध्येच तोडत म्हणाले, ''इथे तुमच्या अशिलावर खटला चालू आहे. मि. क्रेग यांच्यावर नव्हे.''

रेडमेन याने किंचित झुकून जज्जसाहेबांसमोर मान खाली घातली; पण नंतर मान हळूहळू वर करून ज्युरींकडे पाहिलं, तर ज्युरी त्याच्या तोंडातून बाहेर पडणारा प्रत्येक शब्द अगदी लक्षपूर्वक ऐकत होते.

''मि. क्रेग, माझं असं म्हणणं आहे,'' रेडमेन पुढे म्हणाला, ''की तुम्ही मुद्दामच पुढच्या दरवाज्याने बाहेर पडून मागच्या बाजूला असलेल्या गल्लीत पळत

गेलात, कारण तुम्हाला मारामारी करण्याची खुमखुमी होती.''

''मी केवळ किंकाळी ऐकून त्या गल्लीकडे गेलो.''

''मग त्याच वेळी तुम्ही बारमध्ये असलेली सुरी उचलून नेलीत का?''

''मी असलं काहीही केलेलं नाही.'' क्रेग रागाने म्हणाला, ''तुमच्या अशिलानेच बाहेर जाताना सुरी उचलून नेली. मी माझ्या जबाबात तसं नोंदवलेलं आहे.''

''त्या रात्री तुम्हाला झोप लागत नव्हती, तेव्हा उठून तुम्ही जो जबाब काळजीपूर्वक तयार केलात, त्याच जबाबात ना?'' रेडमेन म्हणाला.

त्यावर क्रेगने काहीही प्रतिक्रिया दिली नाही.

''माझा हा प्रश्नसुद्धा तुम्हाला असाच प्रतिक्रिया देण्यायोग्य वाटत नाही वाटतं?'' रेडमेन म्हणाला, ''बरं, तुमच्या मित्रांपैकी कुणी तुमच्या पाठोपाठ त्या गल्लीत आलं का?''

''नाही. कुणीही नाही.''

''त्यामुळे तुमची आणि कार्टराईटची मारामारी त्यांनी पाहिली नाही?''

''कसे बघणार? माझी आणि मि. कार्टराईट यांची मारामारी झालीच नाही.''

''तुम्ही केंब्रिजमध्ये शिकायला असताना बॉक्सिंग करायचात ना मि. क्रेग?''

क्रेग जरासा घुटमळला. मग म्हणाला, ''हो. करत होतो.''

''आणि तुम्ही जेव्हा केंब्रिजमध्ये होता, तेव्हा तुम्हाला ज्या कारणासाठी काढून टाकण्यात आलं होतं...''

''हे खटल्याशी सुसंगत आहे का?'' जस्टिस सॅकव्हिल म्हणाले.

''तो निर्णय आपण ज्युरींवर सोडायला हवा, असं मला वाटतं मिलॉर्ड.'' रेडमेन म्हणाला आणि क्रेगकडे वळून पुढे म्हणाला, ''तुम्ही केंब्रिजमध्ये असताना तुमची आणि काही मुलांची दारू पिऊन मारामारी झाली होती. मॅजिस्ट्रेटच्या समोर तुम्ही त्या लोकांचा उल्लेख वांड कार्टी असा केला होता.''

''पण ती खूप वर्षांपूर्वीची गोष्ट आहे. त्या वेळी मी पदवीधरसुद्धा नव्हतो.''

''आणि त्यानंतर कित्येक वर्षांनी... १८ सप्टेंबर १९९९ रोजी रात्रीच्या वेळी परत एकदा आणखी वेगळ्याच काही वांड कार्ट्यांशी तुमची आणखी एक मारामारी झाली होती. त्या वेळी तुम्हीच बारमधून सुरी उचलली होती ना?''

''सुरी मी उचलली नव्हती, हे मी तुम्हाला आधीच सांगितलं आहे. पण तुमच्या अशिलाने मि. विल्सन यांच्या छातीत सुरी खुपसून त्यांना ठार मारलं, ही गोष्ट मात्र मी डोळ्यांनी पाहिली.''

''आणि त्यानंतर तुम्ही बारमध्ये परत आलात?''

''होय. मी आलो आणि ताबडतोब इमर्जन्सी सर्व्हिसेसना फोन केला.''

''आपण जरा नीट, खोलवर, तपशिलात शिरून पाहू मि. क्रेग. तुम्ही

इमर्जन्सी सर्व्हिसेसना स्वत: फोन केला नाहीत. तुम्ही डिटेक्टिव्ह सार्जंट फुलर यांना त्यांच्या मोबाइलवर फोन केलात.''

"ते खरं आहे रेडमेन. पण तुम्ही एक विसरताय, मी गुन्हा घडल्यावर ताबडतोब मि. फुलर यांच्याकडे त्याची नोंद केली. मि. फुलर हे लगेच इमर्जन्सी सर्व्हिसेसशी संपर्क साधणार, याची मला पूर्ण कल्पना होती. तुम्हाला आठवत असेल, तर मि. फुलर तिथे येऊन पोहोचण्याआधीच ॲम्ब्युलन्स तिथे येऊन दाखल झाली होती.''

"केवळ काही मिनिटंच आधी.'' रेडमेन ठासून म्हणाला. "पण मला एका गोष्टीची खूप उत्सुकता आहे. एका ज्युनिअर पोलीस ऑफिसरचा नंबर त्या वेळी किती सोयीस्करपणे तुम्हाला माहीत होता!''

"आम्ही दोघं त्याच्या थोडे दिवस आधी एका फार महत्त्वाच्या मादक पदार्थांच्या खटल्यात काम करत होतो. त्या निमित्ताने आमच्या बऱ्याच गाठीभेटी झाल्या होत्या. कधीकधी तर अगदी तातडीच्या बैठकापण झाल्या होत्या.''

"थोडक्यात डी.एस. फुलर तुमचा मित्र आहे.''

"माझी त्या माणसाची फारशी ओळखपण नाही.'' क्रेग म्हणाला, "आमचा संबंध फक्त व्यवसायापुरता आहे.''

"माझं म्हणणं असं आहे मि. क्रेग,'' रेडमेन म्हणाला, "की तुमची त्यांच्याशी पुरेशी ओळख आहे म्हणूनच तुम्ही त्यांना घाईने फोन करून घडलेली घटना तुमच्या बाजूने आधी ऐकवली.''

"सुदैवाने मी जे सांगतोय तसं खरोखरच घडलं आहे, हे सांगणारे आणखी चार साक्षीदार उपलब्ध आहेत.''

"आणि तुमच्या त्या सर्वच जिवलग मित्रांची उलटतपासणी घ्यायला मला नक्कीच आवडेल मि. क्रेग. पण मला एका गोष्टीची उत्सुकता वाटून राहिली आहे. तुम्ही स्वत: बारमध्ये परतल्यानंतर त्यांना घरी परतण्याचा सल्ला का बरं दिला असावा?''

"त्यांनी काही मि. विल्सन यांचा खून होताना प्रत्यक्ष पाहिलेलं नव्हतं, त्यामुळे तसा त्यांचा या घटनेशी काहीच संबंध नव्हता.'' क्रेग म्हणाला, "ते जर थांबले, तर कदाचित त्यांच्या जिवाला धोका निर्माण होऊ शकेल, असं मला वाटलं.''

"पण खरोखरच जिवाला धोका असलाच, तर तो गुन्हा घडत असताना डोळ्यांनी पाहणाऱ्या एकुलत्या एक आय विटनेसला, म्हणजे तुम्हालाच होता. मग तुमच्या मित्रांबरोबर तुम्ही का नाही गेलात घरी?''

क्रेग परत एकदा गप्प राहिला. या खेपेला मात्र रेडमेनने विचारलेला प्रश्न उत्तर देण्याच्या लायकीचा नव्हता, म्हणून नव्हे.

"खरंतर तुम्ही त्यांना घरी जाण्यास सांगण्यापाठीमागचं खरं कारण असं होतं

मि. क्रेग की, तुम्हाला स्वतःच्या मार्गात त्यांचा अडसर नको होता. त्यामुळेच तर तुम्ही पळत घरी जाऊन रक्ताने माखलेले कपडे बदलून दुसरे कपडे घालून पोलीस येण्यापूर्वीच घटनास्थळी परत येऊन थांबू शकलात. नाहीतरी तुम्ही त्या ठिकाणाहून केवळ शंभर यार्डांच्या अंतरावर राहता, असं तुम्हीच कबूल केलंय.''

''तुम्ही एक गोष्ट विसरलात मि. रेडमेन, डिटेक्टिव्ह सार्जंट फुलर गुन्हा घडल्यानंतर केवळ काही मिनिटांतच घटनास्थळी येऊन दाखल झाले होते.'' क्रेग उपरोधाने म्हणाला.

''तुम्ही डिटेक्टिव्ह सार्जंट फुलर यांना फोन केल्यानंतर सात मिनिटांनी ते घटनास्थळी हजर झाले. त्यानंतर त्यांनी माझ्या अशिलाला बरेच प्रश्न विचारले आणि मगच ते बारमध्ये शिरले.''

''पोलीस घटनास्थळी कधीही येऊन दाखल होतील ही गोष्ट माहीत असताना मी अशा प्रकारचा धोका पत्करेन, असं तुम्हाला वाटलं का?'' क्रेग संतापून म्हणाला.

''खरंतर वाटलं.'' रेडमेन म्हणाला, ''कारण त्याला पर्याय होता राहिलेलं आयुष्य तुरुंगात घालवणं.''

कोर्टात एकच कुजबुज सुरू झाली. आता ज्युरींचे डोळे क्रेगवर खिळले होते पण आताही त्याने रेडमेनच्या बोलण्यावर काही प्रतिक्रिया व्यक्त केली नाही. रेडमेन मुद्दामच थोडा वेळ थांबून सावकाश म्हणाला, ''मि. क्रेग, तुम्हाला परत हेच सांगतोय, तुमच्या सर्व मित्रांची एक-एक करून उलटतपासणी घेण्याची माझी इच्छा आहे.'' मग जज्जकडे बघून तो म्हणाला, ''मला आणखी काही विचारायचं नाही मिलॉर्ड.''

''मि. पिअरसन?'' जज्ज म्हणाले, ''तुम्हाला तुमच्या साक्षीदाराला परत एकदा प्रश्न विचारायचे असतील ना?''

''येस मिलॉर्ड.'' पिअरसन म्हणाले, ''मला एका प्रश्नाचं उत्तर मि. क्रेग यांच्याकडून जरूर हवं आहे.'' ते आपल्या साक्षीदाराकडे पाहून गोंडस हसले, ''मि. क्रेग, तुम्ही सुपरमॅन आहात का?''

क्रेग बुचकळ्यात पडला; पण पिअरसन आपल्या मदतीला नक्कीच धावून येतील अशी त्याला खात्रीच होती. त्यामुळे तो म्हणाला, ''नाही, सर! तुम्ही असं का विचारलं?''

''कारण केवळ खून होताना प्रत्यक्ष डोळ्यांनी पाहिल्यानंतर बारमध्ये परत येऊन आपल्या मित्रांना घरी जाण्याचा सल्ला देऊन, उडत उडत घरी जाऊन, अंघोळ करून, कपडे बदलून परत उडत बारमध्ये येऊन डिटेक्टिव्ह सार्जंट फुलर तेथे पोहोचण्याआधी आरामात तिथे बसणे... हे सगळं फक्त सुपरमॅनलाच जमू

शकेल... नाही का?'' ज्युरीपैकी काहींच्या चेहऱ्यावर स्मितहास्य पसरलं, ''किंवा कदाचित असंही असेल की, अगदी जवळच टेलिफोनची बॉक्स असेल,'' हे ऐकल्यावर तर लोक जोराजोरात हसू लागले. हसण्याचा लोट थांबेपर्यंत पिअरसन जरा वेळ थांबले. मग म्हणाले, ''मि. क्रेग, आपण जरा वेळ मि. रेडमेनचं हे स्वप्नरंजन बाजूला ठेवू आणि मी तुम्हाला एक गंभीर प्रश्न विचारतो.'' आता सर्वांचे डोळे पिअरसनकडे लागले होते. ''स्कॉटलंड यार्डच्या फोरेन्सिक तज्ज्ञांनी जेव्हा गुन्ह्यासाठी वापरण्यात आलेल्या शस्त्रांची तपासणी केली, तेव्हा त्यांना त्यावर तुमच्या बोटांचे ठसे सापडले, का आरोपीच्या?''

''ते ठसे माझ्या बोटांचे तर नक्कीच नव्हते,'' क्रेग म्हणाला, ''नाहीतर त्या पिंजऱ्यात आत्ता मी बसलेलो असतो.''

''आणखी काही प्रश्न नाहीत मिलॉर्ड.'' पिअरसन म्हणाले.

४

कोठडीचा दरवाजा उघडला. एका ऑफिसरने डॅनीच्या हातात एक प्लॅस्टिकचा ट्रे दिला. त्या ट्रेला छोटे-छोटे कप्पे होते. त्या कप्प्यांत प्लॅस्टिकच्याच चवीचं अन्न होतं. दुपारचं सेशन सुरू होण्याची वाट बघत डॅनी हाताने ते अन्न नुसतं चिवडत बसला होता.

ॲलेक्स रेडमेनने मात्र दुपारचं जेवण घेतलंच नाही. त्याऐवजी तो त्या वेळात आपल्या नोट्स वाचत बसला होता. 'डी.एस. फुलरने त्या बारमध्ये पाऊल टाकेपर्यंत मधला किती वेळ क्रेगला मिळाला होता, याबद्दलचं आपलं गणित चुकलं तर नसेल?...' असा विचार त्याच्या मनात आला.

मि. जस्टिस सॅकव्हिल यांनी इतर अनेक जज्जांच्या सोबत दुपारचं जेवण घेतलं. जेवत असताना त्यांच्यापैकी कोणीच आपला जज्जचा विग डोक्यावरून उतरवला नव्हता किंवा ते एकमेकांच्या केसेसवर चर्चापण करत नव्हते. मुकाट्याने जेवत होते.

मि. पिअरसन यांनी वरच्या मजल्यावर वकिलांसाठी असलेल्या मेसमध्ये जाऊन एकट्याने जेवण केलं. 'आपल्या वकीलमित्राने क्रेगची उलटतपासणी घेत असताना त्याला बारमधून घरी जाऊन परत येण्यास किती वेळ लागू शकेल, या विषयीचे प्रश्न विचारत असताना एक फार मोठी चूक केली आहे' असा विचार त्यांच्या मनात आला. पण अर्थात ती चूक त्याला दाखवणं आपलं काम नाही, असा विचार करून त्यांनी तो विचार मनातून दूर सारला. ते खटल्याची निष्पत्ती आता काय होणार, याचा विचार करू लागले.

दोनचे ठोके पडले आणि खटल्याचं कामकाज पुन्हा सुरू झालं. मि. जस्टिस सॅकव्हिल कोर्टात आले आणि त्यांनी ज्युरींकडे बघून नकळत मंद स्मित केलं. मग ते दोन्ही वकिलांकडे बघून म्हणाले, "गुड आफ्टरनून जंटलमन! मि. पिअरसन, तुम्ही तुमच्या पुढच्या साक्षीदाराला बोलवा."

"थँक यू मिलॉर्ड." पिअरसन म्हणाले आणि स्वत:च्या जागी उठून उभे राहिले. "मी जेराल्ड पेन यांना साक्षीसाठी बोलावण्यात यावे अशी विनंती करतो."

डॅनीने वळून पाहिलं. दारातून एक माणूस आत आला. त्याला डॅनीने आधी तर ओळखलंच नाही. तो सुमारे पाच फूट नऊ इंच उंच असावा. त्याला टक्कल होतं. त्याच्या अंगात उंची सूट होता. डॅनीने त्याला आधी पाहिलं, तेव्हापेक्षा त्याचं वजन जरा घटलेलंच दिसत असावं. पट्टेवाल्याने त्याला साक्षीदाराच्या पिंजऱ्याकडे आणलं, त्याच्या हातात बायबलची प्रत दिली आणि त्याला शपथ घ्यायला लावली. त्याने जरी समोरच्या कागदातून वाचून शपथ घेतली असली, तरीही त्याच्या चेहऱ्यावरून आणि शब्दोच्चारांमधून क्रेगइतकाच आत्मविश्वास जाणवत होता.

"तुमचं नाव जेराल्ड डेव्हिड पेन आणि तुम्ही बासष्ट वेलिंग्टन म्युज, लंडन W2 इथे राहता ना?"

"अगदी बरोबर." जेराल्ड पेन ठाम स्वरात म्हणाला.

"आणि तुमचा व्यवसाय?"

"मी जमिनीच्या खरेदी-विक्रीच्या व्यवहारांच्या संबंधी कन्सल्टेशनचं काम करतो."

रेडमेनने पेनच्या नावापुढे 'इस्टेट एजंट' असे शब्द लिहिले.

"आणि तुम्ही कोणत्या फर्मसाठी काम करता?"

"बेकर, ट्रेमलेट आणि स्मिथ या कंपनीत भागीदार आहे."

"या इतक्या मोठ्या ख्यातनाम फर्ममध्ये भागीदार असायला तुम्ही तर बरेच तरुण आहात." पिअरसन निरागस चेहरा करून म्हणाले.

"आमच्या फर्मच्या इतिहासात मी सर्वांत लहान वयाचा भागीदार आहे." पेन पाठ केल्यासारखं म्हणाला.

साक्षीदाराच्या पिंजऱ्यात उभं राहण्याआधी कोणीतरी पेनकडून व्यवस्थित घोकंपट्टी करून घेतली होती, हे तर उघडच होतं; परंतु नैतिकतेच्या दृष्टिकोनातून हे काम पिअरसनने केलेलं नसणार. मग ते दुसऱ्या कुणी केलं असावं हे सांगायची गरजच नव्हती.

"हार्दिक अभिनंदन!" पिअरसन म्हणाले.

"पुढे चला मि. पिअरसन." जज्ज म्हणाले.

"मी माफी मागतो मिलॉर्ड. या साक्षीदाराची विश्वासार्हता ज्युरींच्या लक्षात यावी एवढाच फक्त माझा हेतू होता."

"हो ना? मग झालंय ते आता करून. आता पुढे बोला." जज्ज जरा करारीपणे म्हणाले.

त्या दिवशीच्या रात्री नक्की काय काय, कशा क्रमाने घडलं ते पिअरसन यांनी पेनच्या तोंडून व्यवस्थित वदवून घेतलं. 'त्या दिवशी क्रेग, मॉर्टिनर आणि डेव्हनपोर्ट हे सर्व जण संध्याकाळच्या वेळी डनलॉप आर्म्सर्मध्ये उपस्थित होते. गल्लीतून किंकाळीचा आवाज ऐकूनही आपण तिकडे धावलो नाही... स्पेन्सर क्रेगने घरी जायला सांगितल्याबरोबर आपण ताबडतोब घरी गेलो... आपण त्या आधी आयुष्यात कधीच त्या आरोपीला पाहिलं नव्हतं...' हे सर्व पेनने तपशीलवार सांगितलं.

"थँक यू मि. पेन. प्लीज तिथेच थांबा." पिअरसन अखेरीस म्हणाले.

रेडमेन सावकाश आपल्या जागेवरून उठला. त्याने भरपूर वेळ लावून हातातल्या कागदपत्रांची जुळवाजुळव केली आणि मगच आपला पहिला प्रश्न विचारला. ही युक्ती त्याच्या वडिलांनी त्याला शिकवली होती. सरावासाठी घरी ते रेडमेनकडून लुटुपुटीच्या खटल्याची तयारी करून घेत असताना! "बेटा, जर तुला साक्षीदाराला आश्चर्यचकित करून सोडणारा, बुचकळ्यात टाकणारा प्रश्न विचारायचा असेल, तर आपण त्या साक्षीदाराला बराच वेळ मनात तर्क-कुतर्क करायला लावायचे." असे सांगत. ते स्मरून रेडमेनने प्रश्न विचारण्याआधी बराच वेळ घालवला. अखेर जज्ज, पिअरसन आणि ज्युरी असे सर्व जण डोळे फाडफाडून आपल्याचकडे बघत आहेत, असे पाहून तो म्हणाला, "मि. पेन," अखेर एकदाची मान वर करून रेडमेनने या साक्षीदाराच्या नजरेला नजर दिली आणि तो पुढे म्हणाला, "तुम्ही केंब्रिजमध्ये जेव्हा पदवीपूर्व वर्गात शिकत होतात, तेव्हा 'मस्केटिअर्स' नामक एका संस्थेचे तुम्ही सभासद होता ना?"

"होय." पेन म्हणाला. त्याच्या चेहऱ्यावर बुचकळ्यात पडल्याचे भाव होते.

"तुमच्या या सोसायटीचं घोषवाक्य काय होतं? – एकासाठी सारे आणि साऱ्यांसाठी एक?"

पेनने त्यावर काहीही उत्तर देण्यापूर्वीच पिअरसन ताडकन आपल्या जागी उठून उभे राहिले.

"मिलॉर्ड, युनिव्हर्सिटीत असताना एखाद्या सोसायटीचे सदस्य असण्याचा आणि गेल्या वर्षी अठरा सप्टेंबर रोजी घडणाऱ्या घटनांचा एकमेकांशी काय संबंध असणार?"

"मी तुमच्याशी सहमत आहे मि. पिअरसन," जज्ज म्हणाले, "पण मि. रेडमेन या मुद्द्यावर प्रकाश टाकतील अशी माझी खात्री आहे."

"मी टाकणारच आहे मिलॉर्ड." रेडमेन म्हणाला. त्याची नजर अजूनही पेनवर रोखलेलीच होती. "मग या मस्केटिअर्सचं घोषवाक्य असंच होतं ना – एकासाठी सारे आणि साऱ्यांसाठी एक?" रेडमेन परत म्हणाला.

"होय, तेच होतं." पेन म्हणाला. त्याच्या आवाजाला वेगळीच धार चढली होती.

"या सोसायटीच्या सदस्यांमध्ये आणखी एक कॉमन गोष्ट कोणती होती?" रेडमेनने विचारलं.

"न्यायासाठी लढा आणि उच्च प्रतीच्या वाईनची आवड."

"किंवा कदाचित उत्तम प्रतीच्या बाटल्या भरभरून वाईन पिण्याची आवड?" असं म्हणत रेडमेनने आपल्यासमोरच्या कागदपत्रांच्या ढिगाऱ्यातून एक फिकट निळ्या रंगाचं बुकलेट उचललं. तो त्याची पानं अगदी सावकाश उलटत म्हणाला, "तुमच्या सोसायटीचा असाही एक नियम होता की, त्याचा एक जरी सदस्य कधीही संकटात सापडला, तरी त्याच्या मदतीला धावून येणं हे बाकी सर्व सदस्यांचं परमकर्तव्य असेल?"

"होय." पेन म्हणाला, "कोणत्याही व्यक्तीच्या अंगी प्रामाणिकपणा आणि एकनिष्ठता असणं अत्यंत महत्त्वाचं आहे, असं मला नेहमीच वाटत आलेलं आहे."

"खरं की काय?" रेडमेन म्हणाला, "मि. स्पेन्सर क्रेगपण या सोसायटीचे सदस्य होते का हो?"

"होय, होता." पेन म्हणाला, "खरंतर पूर्वी तो सोसायटीचा अध्यक्षच होता."

"आणि गेल्या वर्षी अठरा सप्टेंबर रोजी तुम्ही सर्व जण त्याच्या मदतीला धावून आलात, असंच ना?"

"मिलॉर्ड," पिअरसन ताडकन उठून उभं राहात म्हणाले, "हे मात्र आता नियमाला सोडून चाललंय. हे जरा अतिच होतंय."

"अति काय होतंय सांगू मिलॉर्ड?" रेडमेन त्यांच्याच शब्दाची पुनरुक्ती करत म्हणाले, "मि. पिअरसन यांचा साक्षीदार जरा संकटात सापडतोय असं दिसलं की, ते लगेच त्याच्या मदतीला धावून जातात. कदाचित ते स्वतःसुद्धा त्या मस्केटिअर्स सोसायटीचे सदस्य असतील!"

अनेक ज्युरर्सच्या चेहऱ्यावर स्मितहास्य उमटलं.

"मि. रेडमेन," जज्ज हलकेच म्हणाले, "तुम्हाला असं म्हणायचंय का की, हा साक्षीदार युनिव्हर्सिटीत शिकत असताना एका विशिष्ट संस्थेचा सदस्य होता आणि त्यामुळे तो आत्ता या कोर्टासमोर शपथ घेऊन असत्य कथन करत आहे?"

"जर त्याने तसं केलं नाही, तर त्याच्या मित्राला जन्मठेपेची शिक्षा होणार असेल ना मिलॉर्ड, तर हा साक्षीदार खोटं बोलण्याचा विचार करू शकेल. नक्की करेल."

"हे फार अति होतंय." मि. पिअरसन गरजले. ते परत एकदा उठून उभे राहिले होते.

"एखाद्या माणसाला त्याने खून केलेला नसतानाच खुनाच्या आरोपाखाली जन्मठेप भोगण्यासाठी पाठवणं हा खरं पाहता अतिरेक आहे. हे वर्तन अशोभनीय आहे." रेडमेन म्हणाला.

"मिलॉर्ड, मला वाटतं, त्या डनलॉप आर्म्सचा बारमनसुद्धा या मस्केटिअर संस्थेचा सदस्य असल्याचं मि. रेडमेन आपल्यापुढे सिद्ध करून दाखवणार असावेत." पिअरसन म्हणाले.

"आम्ही तसं काही करणार नाही." रेडमेन म्हणाला, "पण आम्ही हेच सिद्ध करून दाखवणार आहोत की, त्या रात्री त्या गल्लीत जाऊन काय घडलं ते न बघणारी एकमेव व्यक्ती म्हणजे तो बारमन!"

"मला वाटतं, तुम्ही तुमचा मुद्दा मांडला आहे मि. रेडमेन." जज्ज म्हणाले, "आता कृपा करून तुमचा पुढचा प्रश्न विचारता का?"

"मला आणखी काही विचारायचं नाही मिलॉर्ड." रेडमेन म्हणाला.

"या साक्षीदाराला तुम्ही अजून काही विचारू इच्छिता मि. पिअरसन?"

"होय मिलॉर्ड." पिअरसन म्हणाले, "मि. पेन, तुम्ही एक गोष्ट सांगा. त्या तरुणीच्या किंकाळीचा आवाज ऐकल्यानंतर तुम्ही ताबडतोब त्या गल्लीत खरोखरच गेला नव्हता ना? तुमचं उत्तर ज्युरींना ऐकू दे."

"होय, सांगतो." पेन म्हणाला, "मी ती किंकाळी ऐकल्यावर गल्लीकडे गेलो नाही, कारण तिथे जाण्याच्या मनःस्थितीत नव्हतो मी."

"अगदी स्वाभाविक आहे." पिअरसन म्हणाले, "आणखी काहीही प्रश्न नाहीत मिलॉर्ड."

"तुम्ही आता जाऊ शकता मि. पेन." जज्ज म्हणाले.

पेन सावकाश साक्षीदाराच्या पिंजऱ्यातून बाहेर पडून ढांगा टाकत कोर्टरूमच्या बाहेर निघून गेला, पण आत येतानाचं त्याचं अवसान आता राहिलेलं नव्हतं. त्याच्या चेहऱ्यावरचे ते धीरगंभीर भाव कुठल्याकुठे लुप्त झाले होते, हे रेडमेनच्या लक्षात आलं.

"मि. पिअरसन, तुमच्या पुढच्या साक्षीदाराला साक्षीसाठी बोलवा." जज्ज म्हणाले.

"खरंतर मी आत्ता मि. डेव्हनपोर्ट यांना इथे साक्षीसाठी बोलावण्याचं ठरवलं होतं मिलॉर्ड, पण मला वाटतं त्यांची साक्ष जर आपण उद्या सकाळी सुरू केली, तर ते जास्त बरं पडेल, नाही का?"

खरंतर लॉरेन्स डेव्हनपोर्टला आत्ताच्या आत्ता, याक्षणीच साक्षीसाठी पाचारण

करण्यात यावं, अशी कोर्टात उपस्थित असणाऱ्या प्रेक्षकांमधील स्त्री-वर्गाची अपेक्षा होती. पण ते जज्जसाहेबांच्या लक्षात आलेलं दिसलं नाही. त्यांनी हातातल्या घड्याळाकडे पाहिलं आणि नंतर म्हणाले, "आपण मि. डेव्हनपोर्ट यांना उद्या सकाळी अगदी सुरुवातीला साक्षीला बोलावू या. ते जास्त बरं पडेल."

"जशी आपली इच्छा मिलॉर्ड." पिअरसन म्हणाले. ज्युरी-सदस्यांमध्ये पाच स्त्रिया होत्या. उद्या लॉरेन्स डेव्हनपोर्ट कोर्टात साक्षीसाठी हजर राहाणार असल्याच्या बातमीचा त्या स्त्रियांवर चांगलाच अनुकूल परिणाम झालेला दिसत होता. 'त्या रेडमेन पोराने जेराल्ड पेनवर जसा आक्रमक हल्ला चढवण्याचा वेडेपणा केला होता, तसाच वेडेपणा त्याने डेव्हनपोर्टच्या बाबतीत केला, तर किती बरं होईल!' असा विचार पिअरसन यांच्या मनात चमकून गेला.

५

दुसऱ्या दिवशी सकाळी लॉरेन्स डेव्हनपोर्ट कोर्टात साक्षीसाठी हजर होण्यापूर्वीच प्रेक्षकांमध्ये उत्सुकतेचं वातावरण होतं. पट्टेवाल्याने त्याच्या नावाचा उच्चारसुद्धा जरा दबलेल्या आवाजात केला.

लॉरेन्स डेव्हनपोर्ट कोर्टरूममध्ये शिरला आणि पट्टेवाल्याच्या पाठोपाठ चालत जाऊन साक्षीदाराच्या पिंजऱ्याकडे गेला. तो सहा फूट उंच असूनही इतका शिडशिडीत होता की, अधिकच उंच भासत होता. त्याने अंगात अत्याधुनिक फॅशनचा गडद निळा सूट परिधान केला होता आणि त्या जोडीला फिकट क्रीम रंगाचा शर्ट. अगदी नवा कोरा. आपण टाय घालावा की नाही याबद्दल त्याने घरातून निघताना बराच विचार केला, पण मग अखेर त्याने स्पेन्सर क्रेगचं म्हणणं मान्य केलं. क्रेग म्हणाला होता, ''हे बघ, कोर्टात फार कॅज्युअल जाण्यातही अर्थ नाही. तू अभिनेता नसून खरोखरीचाच डॉक्टर आहेस, असं त्यांना वाटलं, तरी हरकत नाही.'' त्यावर डेव्हनपोर्टने रेघारेघांचा टाय निवडला. 'खरंतर हा टाय फक्त कॅमेऱ्यासमोर ॲक्टिंग करतानाच घालण्यासारखा आहे' असं त्याच्या मनातसुद्धा आलं. प्रेक्षागृहातील स्त्रिया त्याच्याकडे माना उंच करून बघत होत्या, ते काही त्याच्या या वेशभूषेमुळे नव्हे. त्याचे भेदक निळे डोळे, घनदाट सोनेरी केस आणि त्याच्या चेहऱ्यावरचा एक निरागस, बालिश, जरासा हताश झाल्यासारखा भाव पाहून अनेक स्त्रियांना त्याला मायेनं जवळ घ्यावंसं वाटत होतं. म्हणजे अर्थात प्रेक्षकांमधल्या ज्या वयस्कर स्त्रिया होत्या, त्यांनाच वाटत होतं. तरुण स्त्रियांना त्याच्याहून बरंच काही वेगळंच वाटत होतं.

'द प्रिस्क्रिप्शन' नावाच्या मालिकेतील लॉरेन्स डेव्हनपोर्टची हार्ट सर्जनची भूमिका बरीच गाजली होती. दर संध्याकाळी एक तासभर सुमारे नव्वद लाख प्रेक्षकांच्या हृदयावर तो अधिराज्य करत असे. सीरियलमध्ये कोरोनरी बायपास सर्जरी करण्याऐवजी त्याचा बराचसा वेळ हॉस्पिटलमधल्या नर्सेसशी प्रणयाचे खेळ

खेळण्यात जात असे, हे जरी खरं असलं, तरी त्याच्या फॅन्सची त्या गोष्टीबद्दल अजिबात तक्रार नव्हती.

डेव्हनपोर्ट साक्षीदाराच्या पिंजऱ्यात उभा राहिल्यावर पट्टेवाल्याने त्याच्यासमोर बायबल धरलं आणि त्या जोडीला एक कार्ड धरलं. त्या कार्डावर त्या सीनचे डायलॉग्ज म्हणजेच कोर्टासमोर घ्यायची शपथ लिहिलेली होती. डेव्हनपोर्टने ती शपथ अगदी नाटकातले डायलॉग म्हटल्याच्या थाटातच म्हटली. जणूकाही कोर्ट नंबर चार हे त्याचं स्वत:चं प्रायव्हेट थिएटरच होतं. रेडमेनच्या तेवढ्यातही एक गोष्ट लक्षात आली. ज्युरीसदस्यांपैकी सर्व महिला डेव्हनपोर्टकडे पाहून प्रेमभरे स्मितहास्य करत होत्या. डेव्हनपोर्टने पण त्यांच्याकडे बघून अगदी तोंडभरून हास्य केलं. नाटकाचा खेळ संपल्यानंतर एखाद्या नटाने रंगमंचावर येऊन प्रेक्षकांच्या टाळ्यांचा स्वीकार करावा... तशा थाटात.

मि. पिअरसन सावकाश आपल्या जागेवरून उठले. डेव्हनपोर्टला शक्य तितक्या जास्त वेळ त्या साक्षीदाराच्या पिंजऱ्यात उभं करायचं, त्या समोर बसलेल्या बारा ज्युरींचं मन जिंकण्याची पुरेपूर संधी त्याला उपलब्ध करून द्यायची, असा मि. पिअरसन यांनी पणच केला असावा.

पडदा उघडून समोरचा नाटकाचा खेळ कधी सुरू होतो याची वाट बघत ॲलेक्स रेडमेन आपल्या खुर्चीत आरामात टेकून बसला. त्याला आपल्या वडिलांनी दिलेला आणखी एक सल्ला आठवला.

डॅनी अस्वस्थ होता. त्याला आरोपीच्या खुर्चीत खूप अस्वस्थ वाटत होतं. त्याला त्या माणसाचा त्या रात्री बारमध्ये बघितलेला चेहरा अगदी नीट आठवत होता.

"लॉरेन्स डेव्हनपोर्ट तुम्हीच का?" पिअरसन आपल्या साक्षीदाराकडे हसून बघत म्हणाले.

"होय सर."

पिअरसन जज्जकडे बघून म्हणाले, "मिलॉर्ड, या विशिष्ट साक्षीदाराला स्वत:च्या निवासस्थानाचा पत्ता कोर्टात जाहीरपणे सांगण्यापासून सुटका द्यावी, अशी माझी नम्र विनंती आहे. त्यामागचं कारण उघडच आहे."

"काहीच अडचण नाही." जज्ज सॅकव्हिल म्हणाले, "परंतु सध्या राहत असलेल्या पत्त्यावर गेली किमान पाच वर्षं साक्षीदार वास्तव्य करून आहे, एवढं त्याने शपथेवर सांगावं."

"ती तर वस्तुस्थितीच आहे मिलॉर्ड." डेव्हनपोर्ट नाट्यपूर्ण आवाजात म्हणाला आणि त्याने आपलं लक्ष परत दिग्दर्शकाकडे म्हणजे मि. पिअरसन यांच्याकडे वळवलं. त्याने त्यांना झुकून अभिवादनपण केलं.

"तुम्ही असंही शपथेवर सांगू शकाल," पिअरसन म्हणाले, "की अठरा सप्टेंबर १९९९ रोजी सायंकाळी तुम्ही डनलॉप आर्म्स नामक बारमध्ये गेला होता?"

"होय. मी गेलो होतो." डेव्हनपोर्ट म्हणाला. "जेराल्ड पेनचा तिसावा वाढदिवस साजरा करण्यासाठी मी माझ्या काही मित्रमंडळींबरोबर तिथे गेलो होतो. आम्ही सर्व जण केंब्रिजला एकत्र होतो." त्याने असं म्हणताना एक नवीनच लकब वापरली. ही लकब त्याने नुकतीच उचलली होती.

"आणि त्या रात्री तुम्ही आरोपीला पाहिलंत का?" पिअरसन म्हणाले. त्यांनी डॅनीकडे बोट दाखवलं.

"नाही सर. त्या वेळी तरी माझं त्याच्याकडे लक्ष गेलं नव्हतं." डेव्हनपोर्ट मुद्दाम ज्युरींकडे बघत अभिनय करत म्हणाला. जणू ते त्याच्या नाटकाला आलेले प्रेक्षकच होते.

"त्याच रात्री जरा उशिरा तुमचा मित्र स्पेन्सर क्रेग अचानक उडी मारून उठला आणि त्या बारच्या दारातून बाहेर पळाला, हे खरं आहे का?"

"होय. पळाला."

"एका मुलीची किंकाळी ऐकून तो पळत सुटला, हे खरं आहे का?"

"होय. अगदी खरं आहे, सर."

पिअरसन जरासे घुटमळले. आपण साक्षीदाराला हा प्रश्न अगदी हव्या त्या उत्तराची अपेक्षा धरून केला आहे, तेव्हा रेडमेन जोरात उठून निषेध नोंदवणार याची त्यांना जवळजवळ खात्रीच होती. पण रेडमेन आपल्या जागेवर खिळल्यासारखा बसून राहिला. पिअरसन म्हणाले, "आणि त्यानंतर काही मिनिटांतच मि. क्रेग बारमध्ये परतले?"

"होय. काही मिनिटांतच!" डेव्हनपोर्ट म्हणाला.

"आणि त्यांनी तुम्हाला आणि तुमच्या इतर दोन सोबत्यांना घरी जाण्याचा सल्ला दिला?" पिअरसन अजूनही आपल्याला हवे ते उत्तर बरोबर मिळावे अशाच खुबीने प्रश्न विचारत होते. पण तरीही ॲलेक्स रेडमेनने चेहऱ्यावरची रेषासुद्धा हलवली नाही.

"अगदी बरोबर." डेव्हनपोर्ट म्हणाला.

"तुम्ही ताबडतोब त्या ठिकाणाहून निघून जावं असा मि. क्रेग यांनी का आग्रह धरला होता? त्याचं काही स्पष्टीकरण दिलं का त्यांनी?"

"हो, दिलं ना. तो म्हणाला, बाहेर गल्लीत दोन माणसांची मारामारी चालू आहे आणि त्यांच्यातल्या एकाजवळ सुरी आहे."

"मि. क्रेग यांनी तुम्हाला ही गोष्ट सांगितल्यावर तुमची प्रतिक्रिया काय झाली?"

डेव्हनपोर्ट जरा घुटमळला. या प्रश्नावर नक्की काय उत्तर द्यावं हे त्याला कळेना. कारण या प्रश्नाची रंगीत तालीम आधी झालेली नव्हती.

"कदाचित तुमच्या मनात असं आलं असेल ना की, बाहेर जावं आणि त्या तरुण मुलीच्या जिवाला काही धोका तर नाही ना, याची खात्री करून घ्यावी?"

"हो, हो." डेव्हनपोर्ट म्हणाला. तो मनातून अस्वस्थ झाला होता. त्याची भूमिका मनाप्रमाणे रंगत नव्हती. नेहमीप्रमाणे पुढचे डायलॉग काय म्हणायचे याची पाटी धरून विंगेत कुणी उभं नव्हतं.

"पण असं असूनही तुम्ही मि. क्रेग यांचा सल्ला मानलात," पिअरसन म्हणाले, "आणि तिथून निघून गेलात."

"हो, हो. अगदी बरोबर." डेव्हनपोर्ट म्हणाला, "असं असूनही मी स्पेन्सरचा सल्ला मानला. कारण –" तो मुद्दामच परिणामकारकता साधण्यासाठी क्षणभर थांबला आणि म्हणाला, "कारण तो कायद्याचा जाणकार आहे. मला वाटतं असंच म्हणतात ना?"

'वर्ड परफेक्ट!' ॲलेक्सच्या मनात आलं. डेव्हनपोर्ट परत एकदा फॉर्मात आला होता.

"म्हणजे तुम्ही त्या गल्लीत पाऊलही घातलं नाहीत?"

"नाही सर. स्पेन्सरने आम्हाला तशी सक्त ताकीदच दिली होती. कोणत्याही परिस्थितीत हातात सुरी असणाऱ्या माणसाच्या जवळ जायचं नाही."

ॲलेक्स अजूनही जागच्या जागीच बसून होता.

"बरोबर आहे." पिअरसन उद्गारले आणि त्यांनी उगीचच हातातल्या फायलीतलं पुढचं पान उघडलं. ते कोरं होतं. पिअरसन नुसते त्या पानाकडे डोळे फाडून बघत राहिले. त्यांचे सगळे प्रश्न विचारून संपले होते. त्यांच्या अपेक्षेपेक्षा ही साक्ष फार लवकर संपली होती. 'आपण साक्षीदाराला इतक्या खुबीने प्रश्न विचारून आपल्याला हवी ती उत्तरं त्याच्या तोंडून सरळसरळ वदवून घेत होतो. असं असूनसुद्धा आपला प्रतिस्पर्धी वकील काही विरोध न करता गप्प कसा काय बसला' हे कोडं त्यांना काही केल्या उलगडत नव्हतं. त्यांनी जरा नाइलाजानेच हातातल्या फाइल मिटवली. "मि. डेव्हनपोर्ट, तुम्ही अजून थोडा वेळ तुमच्या जागीच थांबा. माझ्या विद्वान मित्रांना नक्कीच तुम्हाला काही विचारायचं असेल." ते म्हणाले.

डेव्हनपोर्टने आपल्या घनदाट केसांतून हात फिरवत ज्युरींकडे पाहून मिठ्ठास स्मितहास्य केलं, पण ॲलेक्स रेडमेनने त्याच्याकडे ढुंकूनसुद्धा पाहिलं नाही.

"मि. रेडमेन, तुम्हाला या साक्षीदाराची उलटतपासणी घ्यायची आहे का?" जज्ज म्हणाले. त्यांनापण ॲलेक्स रेडमेन या साक्षीदाराला काय विचारतो याची उत्सुकता वाटत असावी.

"नो, थँक यू मिलॉर्ड." रेडमेन उत्तरला. तो जागचा हललासुद्धा नाही.

कोर्टात उपस्थित असलेल्यांपैकी अनेकांच्या चेहऱ्यावर निराशा पसरली.

ॲलेक्स मात्र आपल्या निर्णयाला ठाम होता. त्याच्या वडिलांनी त्याला सल्ला दिलेला होता – जर एखादा साक्षीदार ज्युरींना आवडलेला असेल, तर त्याची उलटतपासणी कधीच घ्यायची नाही. अशा साक्षीदाराने तोंडातून काढलेल्या प्रत्येक शब्दावर ज्युरी जर विश्वास ठेवणार असतील, तर अशा वेळी त्याची उलटतपासणी घेऊन काहीच फायदा होत नाही. अशा साक्षीदाराला जास्त वेळ साक्षीदाराच्या पिंजऱ्यात मुळी थांबूच द्यायचं नाही. म्हणजे त्यातून एक गोष्ट साध्य होऊ शकते. ज्युरी जेव्हा खटल्याच्या निर्णयप्रक्रियेसाठी एकत्र बसून ऊहापोह करतात, तेव्हा त्या साक्षीदाराच्या साक्षीची आठवण त्यांच्या मनात ताजी राहत नाही. आणि या ठिकाणी तर साक्ष कसली, साक्षात एक नाटकच सादर करण्यात आलं होतं.

"आता तुम्ही जाऊ शकता, मि. डेव्हनपोर्ट." मि. जस्टिस सॅकव्हिल काहीशा अनिच्छेने म्हणाले.

डेव्हनपोर्ट साक्षीदाराच्या पिंजऱ्यातून खाली उतरला. त्याने सावकाश चालत कोर्टरूमच्या बाहेरचा रस्ता धरला. ढांगा टाकत, रुबाबात चालत असतानाही त्याचा अभिनय चालूच होता. एकदा बाहेरच्या गर्दीने भरलेल्या कॉरिडॉरमध्ये पोहोचल्यावर तो थेट जिन्याकडे चालत गेला आणि जिन्याने खालच्या मजल्यावर पोहोचला. आपल्यासमोर साक्षात सीरियलमधले डॉ. बेरेस फोर्ड उभे आहेत हे जमावापैकी एखाद्या फॅनच्या लक्षात येऊन स्वाक्षरीसाठी धाव घेण्यापूर्वीच तो त्या इमारतीतून बाहेर पडला.

बाहेर पडल्यावर त्याने एक सुटकेचा नि:श्वास टाकला. त्याला हा अनुभव नवा, अपरिचित असला, तरी आनंददायी नव्हता. उलट तो सगळा प्रकार अपेक्षेपेक्षा लवकरच संपला म्हणून त्याला मनातून हायसं वाटलं होतं. जणूकाही ही नाटकाच्या खेळातली भूमिका नसून एखादी भूमिका मिळवण्यासाठी द्यावी लागणारी ऑडिशन टेस्टच होती. संपूर्ण वेळ त्याच्या मनाला एकदाही स्वस्थता नव्हती. तो गेली रात्रभर झोपलेला नव्हता. ते कुणा बघणाऱ्याच्या लक्षात तर नसेल ना आलं? असा विचार त्याच्या मनात चमकून गेला. डेव्हनपोर्ट कोर्टाच्या पायऱ्या झपाझप उतरून खाली आला आणि त्याने आपल्या घड्याळात पाहिलं. त्याची आज १२ वाजता स्पेन्सर क्रेगबरोबर अपॉईंटमेंट होती, पण त्याला अजून अवकाश होता. तो उजवीकडे वळला आणि इनरटेंपलच्या दिशेने चालू लागला. 'ॲलेक्स रेडमेनने आपली उलटतपासणी घेतली नाही, हे ऐकून स्पेन्सर क्रेग नक्कीच खूश होईल' असं त्याला मनातून वाटत होतं. 'तो तरुण

वकील ॲलेक्स रेडमेन आपल्या सेक्स लाइफबद्दल भर कोर्टात काही प्रश्न उपस्थित करणार नाही ना' असं त्याला वाटत होतं. जर का तसं झालं असतं आणि डेव्हनपोर्टला त्या वेळी सत्य सांगणं भाग पडलं असतं, तर मग दुसऱ्या दिवशीच्या प्रत्येक वृत्तपत्रात पहिल्या पानावर ठळक अक्षरांत काय मथळा झळकला असता, हे कुणी सांगायची गरजच नव्हती. अर्थात तशी वेळ आलीच नसती; कारण खरं काय ते सांगण्याचा डेव्हनपोर्टचा मुळी इरादाच नव्हता.

६

लॉरेन्स डेव्हनपोर्ट टोबी मोर्टिमरच्या समोरून गेला तरीसुद्धा टोबीने त्याला ओळख दाखवली नाही. "तुम्ही दोघं कधीही चारचौघांत एकत्र हिंडायचं नाही." अशी तंबी स्पेन्सर क्रेगने दोघांनाही देऊन ठेवली होती. "निदान हा खटला संपेपर्यंत तरी." असं तो म्हणाला होता. खून घडला त्याच रात्री स्पेन्सर क्रेगने त्या तिघांनाही रातोरात घरी फोन करून सावध केलं होतं. दुसऱ्या दिवशी काही मुद्द्यांचं स्पष्टीकरण घेण्यासाठी डिटेक्टिव्ह सार्जंट फुलर त्या तिघांनाही अचानक येऊन गाठण्याची शक्यता होती. जेराल्डच्या बर्थ-डे पार्टीसाठी चौघं जमले काय... आणि त्यानंतर हे भलतंच काहीतरी होऊन बसलं होतं.

डेव्हनपोर्ट समोरून चालत जात असताना मोर्टिमरने मान खाली घातली. 'आपल्याला जेव्हा साक्षीदाराच्या पिंजऱ्यात उभं राहावं लागणार आहे, तेव्हा तिथे काय काय घडू शकतं' या विचारांनी गेल्या कित्येक आठवड्यांपासून मोर्टिमरची झोप उडाली होती. 'रेडमेनला आपल्या मादक, अमली पदार्थांच्या व्यसनांविषयी समजलं तर...' असा विचार त्याला सतावत होता. पण रेडमेनला अगदी जरी त्याबद्दल कळलं, तरी तो कोर्टात त्या गोष्टीचा मुळीच उल्लेख करणार नाही, असा दिलासा स्पेन्सर क्रेगने त्याला अनेकदा देऊनही त्याच्या मनाची ती अस्वस्थता काही कमी होत नव्हती.

सगळे मस्केटिअर एकमेकांना धरून राहिले होते, हे खरं असलं तरी त्यांचे संबंध आता पूर्वीसारखे कधीच होणार नव्हते, हे ही तितकंच खरं होतं. त्या रात्री त्या बारमध्ये जे काही घडलं होतं, त्या अनुभवानंतर मोर्टिमरचं व्यसन अधिकच बळावलं होतं. त्या बर्थ-डे पार्टीच्या आधी मोर्टिमर नित्यनेमाने फक्त शनिवारी, रविवारी – वीकएंडलाच अमली पदार्थांचं सेवन करायचा. ही गोष्ट तर त्याला मादक द्रव्यं पुरवणाऱ्या डीलरलासुद्धा माहीत होती. पण जसजशी खटल्याची तारीख जवळ येत चालली, तशी मोर्टिमरची आठवड्यातून दोन-तीनदा किंवा

कधीकधी तर दररोजच मादक द्रव्यांचं सेवन करण्याची प्रबळ इच्छा होऊ लागली.

"हे बघ, साक्षीसाठी जेव्हा कोर्टात उभा राहाशील ना, त्या आधी काही डोस घेऊ नको बरं का, अगदी चुकूनही असलं काही करू नकोस." स्पेन्सरने त्याला सक्त ताकीद देऊन ठेवली होती. पण एकदा शरीराला मादक द्रव्याची तलफ आली, प्रबळ ऊर्मी आली की, माणसाची काय परिस्थिती होते, हे त्या बेट्या स्पेन्सर क्रेगला कसं कळणार? त्याने कधी या गोष्टीचा अनुभव घेतलेला नव्हता – काही तासांचं स्वर्गसुख... मग हळूहळू त्या आनंदाच्या लाटा ओसरू लागल्या की, त्यानंतर दरदरून घाम सुटणं, शरीराला कंप सुटणं... पण पुढच्या तयारीला लागायचं... या जगातून एका निराळ्याच जगात प्रवेश करण्याच्या तयारीला... एक पूर्वी न वापरलेल्या शिरेत सुई खुपसायची. मग ते द्रव्य हळूच रक्तप्रवाहात मिसळून जातं आणि थेट मेंदूवर स्वार होतं. मग परत तो स्वर्गसुखाचा नितांतसुंदर अनुभव... परत ते सगळं पुढचं दुष्टचक्र! मोर्टिमरला आत्ताच दरदरून घाम सुटला होता. आता अजून थोड्याच वेळात शरीराला कंप सुटणार होता. नुसत्या भीतीने त्याच्या शरीरात ॲड्रिनलिनचा प्रवाह जोरात उसळला. 'निदान आपली साक्ष पूर्ण होईपर्यंत तरी आपली परिस्थिती ठीक राहिली तर बरं!' असं तो मनोमन म्हणत होता.

अचानक कोर्टरूमचं दार उघडून पट्टेवाला बाहेर डोकावला. बाहेर तिष्ठत बसलेला मोर्टिमर घाबरून उडी मारून उभा राहिला.

"रेजिनाल्ड जॅक्सन!" पट्टेवाल्याने जोरात आरोळी ठोकली. त्याने मोर्टिमरकडे पूर्ण दुर्लक्ष केलं.

डनलॉप आर्म्स बारचा मॅनेजर उठला आणि पट्टेवाल्याच्या मागोमाग कोर्टरूममध्ये शिरला. त्याच्याशीसुद्धा मोर्टिमर गेल्या सहा महिन्यांत बोललेला नव्हता.

"त्याची काळजी तू नको करू. त्याला माझ्यावर सोड." स्पेन्सर क्रेग म्हणाला होता. आत्तापर्यंत मोर्टिमरच्या सर्वच लहान-मोठ्या अडचणींमधून स्पेन्सर क्रेगनेच त्याला सोडवलेलं होतं.

मोर्टिमर परत एकदा बाकावर कोसळल्यासारखा धपकन बसला. त्याच्या अंगाला कंप सुरू झाला होता. आपला धीर अजून किती वेळ टिकू शकेल, याची त्याला खात्री वाटेना. त्याला मनातून स्पेन्सर क्रेगची भीती वाटत होती; पण हळूहळू त्या भीतीची जागा एका वेगळ्याच ऊर्मीने घेतली. ड्रग घेण्याच्या ऊर्मीने! बारमन आपली साक्ष संपवून बाहेर येईपर्यंत मोर्टिमरच्या अंगातला शर्ट, पँट इतकंच काय; पण त्याचे मोजेसुद्धा घामाने चिंब भिजून गेले होते. मार्च महिन्यातल्या थंडगार सकाळच्या वेळीसुद्धा! 'अरे, जरा सांभाळ स्वत:ला!' त्याला मनातल्या मनात स्पेन्सर क्रेगचा आवाज ऐकू आला. खरंतर स्पेन्सर क्रेग आत्ता मैलभर लांब असलेल्या आपल्या ऑफिसात बसलेला होता. 'तो बेटा

कदाचित त्या लॉरेन्स डेव्हनपोर्टशी त्याच्या साक्षीविषयी बोलत बसला असेल'– मोर्टिमरच्या मनात आलं. 'ते दोघं तिथे आपलीच वाट बघत बसले असतील. या सगळ्या जिग-सॉ पझलमधला शेवटचा तुकडा आपणच तर आहोत!'

मोर्टिमर उठला आणि पट्टेवाला दार उघडून आपल्याला बोलवायला कधी येतो, याची वाट बघत पॅसेजमध्ये अस्वस्थपणे येरझाऱ्या घालू लागला. त्याने घड्याळात पाहिलं. जेवणाच्या सुट्टीची वेळ जवळजवळ झालीच होती. तत्पूर्वी आपली साक्ष उरकली तर बरं – अशी त्याने मनोमन प्रार्थना केली. परत एकदा पट्टेवाला दार उघडून बाहेर आला. मोर्टिमर त्याच्याकडे बघून अपेक्षेने हसला, पण पट्टेवाला त्याच्याकडे दुर्लक्ष करून ओरडला, "डिटेक्टिव्ह सार्जंट फुलर!" मोर्टिमर परत एकदा बाकावर धपकन कोसळल्यासारखा बसला.

आता त्याच्या अंगातला कंप इतका वाढला होता की, तो जागच्या जागी थरथरत होता. तान्हं बाळ मातेच्या दुधासाठी कासावीस होतं, तसा तो आता पुढच्या डोससाठी अक्षरशः व्याकूळ झाला होता. तो उठला आणि तसाच स्वच्छतागृहाच्या दिशेने चालू लागला. चालताना त्याच्या झोकांड्या जात होत्या. स्वच्छतागृह रिकामं होतं. त्याने त्यातल्या त्यात कोपऱ्यातली बाथरूम निवडली आणि त्यात शिरून कडी लावून घेतली. बाथरूमच्या दाराला भलीमोठी फट होती. ती बघून तो मनातून चांगलाच घाबरला. 'आपलं हे कृत्य कोणाच्या नजरेस पडलं तर?' पण आता थांबणं शक्यच नव्हतं. त्याची ऊर्मी इतकी बळावली होती की, त्याचं मन काय वाटेल तो धोका पत्करण्यास तयार झालं होतं.

मोर्टिमरने शर्टाची वरची बटणं काढली आणि आत हात घालून एक लहानशी कॅनव्हासची पुरचुंडी बाहेर काढली. त्यात टोचण्यासाठी लागणारं साहित्य होतं. त्याने कमोडचं झाकण बंद करून त्यावर ते सगळं सामान व्यवस्थित मांडलं. मग त्याने अमली द्रावण असलेली छोटीशी बाटली हातात घेतली. त्या एवढ्याशा बाटलीची किंमत अडीचशे पौंड! एकदम उंची माल होता. सगळी पूर्वतयारी करण्यातसुद्धा त्याला एक प्रकारची गंमत वाटायची. वडिलांच्या मृत्यूनंतर काही मालमत्ता त्याला मिळाली होती. त्यावर त्याची इतके दिवस गुजराण चाललेली होती; पण ड्रगच्या किमती फार अवास्तव असायच्या. 'आपल्याजवळची पुंजी आपल्याला आणखी किती दिवस पुरणार? त्यानंतर काय?' अशी शंका मधूनच त्याला भेडसावत असे. त्याने इंजेक्शनची सुई काढली. खरंतर सिरिंजमधून एकदा थोडंसं औषध वर उडवून ते व्यवस्थित बाहेर पडतंय का, हे बघणं गरजेचं होतं. पण त्याच्याकडे तेवढा वेळच नव्हता.

तो क्षणभर थांबला. त्याच्या कपाळावरून घाम गळत होता. एवढ्यात स्वच्छतागृहाचा दरवाजा उघडल्याचा आवाज झाला. मोर्टिमर स्तब्ध उभा राहिला.

शेजारच्या बाथरूममध्ये तो माणूस जाऊन आपला कार्यभाग उरकून बाहेर येईपर्यंत तो निश्चलपणे थांबला.

तो माणूस निघून गेला. दार बंद झाल्याचा आवाज ऐकताच मोर्टिमरने पँटचा एक पाय गुडघ्याच्या वर फोल्ड केला. पुढचं काम होतं, नवी शीर शोधणं. मोर्टिमरने खिशातून एक जुना टाय बाहेर काढला. त्याने तो पायाला बांधला आणि जोरात आवळण्यास सुरुवात केली. मग एक नवी शीर टरटरून फुगलेली दिसू लागली. आता त्याने सिरिंज हातात घेऊन सुई त्या शिरेत खुपसली आणि सिरिंजच्या दट्ट्यावर अंगठ्याने दाब देण्यास सुरुवात केली. हळूहळू सिरिंजमधलं द्रव्य अदृश्य होऊन त्याच्या रक्तप्रवाहात मिसळून गेलं. तो एका वेगळ्याच जगात जाऊन पोहोचला. त्याच्या तोंडून एक प्रदीर्घ नि:श्वास बाहेर पडला. त्याच्या या जगात स्पेन्सर क्रेग नव्हता.

❖

"हे बघ, मला या विषयावर आणखी चर्चा नकोय." बेथचे वडील आदल्या दिवशी म्हणाले होते. ते टेबलापाशी बसून नाश्ता करत होते. अंडी आणि बेकन. त्यांचं लग्न झाल्याच्या दुसऱ्या दिवशीपासून रोज त्यांची पत्नी त्यांना हा त्यांचा आवडता ब्रेकफास्ट करून वाढत असे.

"पण डॅड, डॅनीने बर्नीचा खून केला असेल या गोष्टीवर तुमचा खरंच विश्वास बसतोय? ते दोघं तर बालवाडीत जात असल्यापासून एकमेकांचे जिवलग मित्र होते."

"पण डॅनीचा संताप डोक्यात कसा जाऊ शकतो, ते मी पाहिलंय."

"कधी?"

"बॉक्सिंग रिंगमध्ये बर्नीच्या विरुद्ध खेळताना."

"म्हणूनच बर्नी त्याला नेहमी बॉक्सिंगमध्ये हरवायचा का?"

"कदाचित या वेळी डॅनी जिंकला, कारण त्याच्या हातात सुरा होता." आपल्या वडिलांनी डॅनीवर केलेला हा आरोप ऐकून बेथ इतकी सुन्न झाली की, तिच्या तोंडून शब्दही फुटेना. "आणि तू एक विसरलीस," ते पुढे म्हणाले, "खूप वर्षांपूर्वी खेळाच्या मैदानावर काय घडलं होतं, आठवतंय ना तुला?"

"हो. ते मी विसरलेले नाही." बेथ म्हणाली, "पण त्या वेळी डॅनी बर्नीच्या मदतीलाच धावून आला होता."

"हो. त्या ठिकाणी हेडमास्तर आले आणि त्यांना डॅनीच्या हातात चाकू सापडला होता."

“पण तुम्ही एक गोष्ट विसरताय,” बेथची आई बेथच्या वडिलांकडे बघत म्हणाली, “डॅनी जे काही सांगत होता, ते खरंच होतं, असं नंतर पोलिसांच्या चौकशीत खुद्द बर्नीनेही सांगितलं होतं.”

“आणि परत एकदा डॅनीच्याच हातात सुरा होता. काय योगायोग!”

“मी तुम्हाला शंभर वेळा सांगितलंय –”

“की एका पूर्ण अनोळखी माणसाने तुझ्या भावाच्या छातीत सुरा खुपसून त्याला मारलं.”

“हो. खरोखरंच तसं घडलं.”

“आणि डॅनीने अजिबात त्याची कुरापत काढली नव्हती? त्याला संताप येईल असं काहीच केलं नव्हतं?”

“नाही. त्याने खरंच काहीही केलं नव्हतं.” बेथ आवाजातला शांतपणा ढळू न देता म्हणाली.

“आणि बेथच्या बोलण्यावर माझा विश्वास आहे.” तिची आई तिच्या कपात आणखी कॉफी ओतत म्हणाली.

“तू नेहमीच तिच्यावर विश्वास ठेवतेस.” ते म्हणाले.

“पण त्याला कारण आहे,” बेथची आई म्हणाली, “बेथ कधीच खोटं बोलत नाही.”

मि. विल्सन काहीच बोलले नाहीत. त्यांच्या पुढ्यात वाढून ठेवलेलं अन्न थंड होऊन गेलं होतं, “आणि इतके सगळेच्या सगळे खोटं बोलत आहेत, असं तुला म्हणायचंय का?” ते नंतर म्हणाले.

“हो. मला असंच म्हणायचंय.” बेथ म्हणाली, “तुम्ही एक विसरताय. मी स्वत: तिथे होते. डॅनी निरपराध आहे, हे मला माहीत आहे.”

“चार लोक सांगतायत आणि तू त्यांच्या बरोबर विरुद्ध सांगते आहेस.”

“डॅडी, आत्ता आपण काही कुत्र्या-मांजरांच्या शर्यतीबद्दल बोलत नाही आहोत. डॅनीच्या आयुष्याचा प्रश्न आहे.”

“नाही, आपण माझ्या मुलाच्या जिवाविषयी बोलतोय.” मि. विल्सन म्हणाले. त्यांचा आवाज संतापाने चढला होता.

“तो माझाही मुलगा होताच ना?” बेथची आई म्हणाली, “का तुम्ही ते विसरलात?”

“आणि तुम्ही एक विसरताय डॅड,” बेथ म्हणाली, “डॅनीचं आणि माझं लग्न व्हावं अशी तुमचीच इच्छा होती आणि तुम्ही निवृत्त झाल्यानंतर तुमच्याकडून कामाची सगळी सूत्रं त्यानेच घ्यावीत, असंही तुम्हालाच वाटत होतं ना? मग अचानक तुमचा त्याच्यावरचा विश्वास कसा काय उडाला?”

"एक गोष्ट मी तुला अजून सांगितलेली नाही," बेथचे वडील म्हणाले. बेथच्या आईने मान खाली घातली. "जेव्हा डॅनी त्या दिवशी सकाळी तुला लग्नाची मागणी घालायला आला होता, तेव्हा त्याला सत्य सांगून टाकायचं, असं मी ठरवलं. मी माझा विचार बदललाय, हे मी तेव्हाच त्याच्या कानावर घातलं होतं."

"विचार बदलला? कुठल्या बाबतीत?"

"मी निवृत्त झाल्यानंतर गॅरेज कुणी चालवायचं, या बाबतीत."

७

"मला आणखी काही विचारायचं नाही मिलॉर्ड." ॲलेक्स रेडमेन म्हणाला.

जज्जसाहेबांनी डिटेक्टिव्ह सार्जंट फुलरचे आभार मानून त्याला जाण्याची परवानगी दिली.

आजचा दिवस ॲलेक्सच्या दृष्टीने फारसा चांगला नव्हता. लॉरेन्स डेव्हनपोर्टच्या देखण्या रूपामुळे आणि आकर्षक व्यक्तिमत्त्वामुळे ज्युरी भारून गेले होते. डी.एस. फुलरसुद्धा एक सुसंस्कृत, नीतिमान ऑफिसर असावा, असाच सर्वांचा समज झाला होता. त्या दिवशी जे काही घडलं त्याचा अगदी तपशीलवार, सुसंगत वृत्तान्त त्याने कोर्टासमोर सादर केला होता. आपले आणि स्पेन्सर क्रेगचे संबंध केवळ व्यावसायिक स्वरूपाचे आहेत, हे अगदी ठामपणे सांगितलं. ॲलेक्सने त्याला त्याविषयी अनेकदा छेडूनसुद्धा तो जराही विचलित झाला नाही. मि. पिअरसन यांनी त्याला विचारलं होतं– "स्पेन्सर क्रेगने तुम्हाला फोन केल्यानंतर तुम्ही त्या बारमध्ये पोहोचायला साधारण किती वेळ लागला?" त्यावर तो म्हणाला होता, "तसं अचूक सांगता येणार नाही; पण सुमारे पंधरा मिनिटं तरी लागली असतील."

रेग जॅक्सन या बारमनने तर पोपटाप्रमाणे पढवलेली उत्तरं दिली होती. आपण आपलं काम करण्यात इतके मग्न होतो की, आपण काहीच पाहिलं किंवा ऐकलं नाही, असंच त्याचं म्हणणं होतं.

रेडमेनला एव्हाना एक गोष्ट कळून चुकली होती. स्पेन्सर क्रेग आणि त्याच्या दोस्तांनी उभारलेली तटबंदी इतकी मजबूत होती की, आता फट शोधायची झाली, तर फक्त टोबी मोर्टिमरची साक्षच तेवढी उरली होती. काही आशा असली, तर ती केवळ तिथेच होती. तो मादक द्रव्यांच्या आहारी गेलेला होता, हे ॲलेक्स रेडमेन जाणून होता. पण त्या गोष्टीचा उच्चार कोर्टापुढे मुळीच करायचा नाही, असं त्याने ठरवूनच ठेवलं होतं. मोर्टिमरला जेव्हा

साक्षीदाराच्या पिंजऱ्यात उभं राहायची वेळ येईल, तेव्हा त्याच्या मनात ड्रग्ज सोडून दुसरा काही विषय असणं शक्य नाही, हे त्याला माहीतच होतं. सरकारपक्षाचा एवढा एकमेव साक्षीदार दडपणाखाली मोडून पडू शकेल, याची त्याला खात्रीच होती आणि म्हणूनच मोर्टिमरला दिवसभर कोर्टाच्या बाहेर पॅसेजमध्ये ताटकळत बसवून ठेवण्यात आलं होतं, ही अतिशय चांगली गोष्ट होती.

"मला वाटतं, अजून एका साक्षीदाराची साक्ष सहज होऊ शकेल." असं आपल्या घड्याळावर एक नजर टाकत जस्टिस सॅकव्हिल म्हणाले.

सरकारी पक्षाच्या शेवटच्या साक्षीदाराला लगेच बोलावण्याची कल्पना मि. पिअरसन यांना विशेष रुचली नसावी. पोलिसांनी तपशीलवार लिहून ठेवलेला अहवाल वाचल्यानंतर मोर्टिमरला साक्षीसाठी बोलवावं का नाही, याविषयी मि. पिअरसन यांच्या मनात जरा शंकाच उत्पन्न झाली होती, पण आपण जर त्या मोर्टिमरला साक्षीसाठी नाहीच बोलवलं, तर मात्र त्या ॲलेक्स रेडमेनच्या मनात संशय उत्पन्न होईल आणि तो त्याला कोर्टाचं समन्स पाठवून बोलवून घेईल, अशी त्यांना खात्रीच होती. मि. पिअरसन सावकाश उठून उभे राहिले आणि म्हणाले, "मि. टोबी मोर्टिमर याला साक्षीसाठी बोलावण्यात यावे."

पट्टेवाला दार उघडून बाहेर गेला आणि खणखणीत आवाजात म्हणाला, "टोबी मोर्टिमर!" पण तिथे कुणीच नव्हतं. तो बुचकळ्यात पडला. मघापर्यंत या कॉरिडॉरमध्ये ताटकळत बसून असलेला माणूस आता मात्र तिथे नव्हता. आधी तर तो आपल्या नावाचा पुकारा कधी होतो, याची अगदी अधीरतेने वाट बघत बसल्यासारखा दिसत होता. पट्टेवाल्याने सर्व बाकांकडे नीट निरखून पाहिलं, पण त्याचा कुठेही पत्ता नव्हता. त्याने आणखी एकदा खड्या आवाजात हाक मारली, पण कुणीच उठून आलं नाही.

कॉरिडॉरमध्ये बायकांच्या पहिल्या रांगेत एक गर्भवती महिला बसलेली होती. आपण पट्टेवाल्याशी बोलावं की नाही, अशा संभ्रमात ती पडल्यासारखी दिसत होती. पट्टेवाल्याचं लक्ष तिच्याकडे गेलं. तो हलकेच म्हणाला, "मॅडम, तुम्ही मि. मोर्टिमर यांना पाहिलंत का?"

त्यावर ती म्हणाली, "हो, थोड्या वेळापूर्वी ते त्या स्वच्छतागृहाकडे गेले, पण अजून परत आलेले नाहीत."

"थँक यू मॅडम." असं म्हणून पट्टेवाला परत कोर्टरूममध्ये गेला. त्याने असोसिएट वकिलाच्या कानात ही गोष्ट सांगितली व त्याने ती जज्जसाहेबांना सांगितली.

"आपण आणखी काही वेळ त्यांची वाट पाहू." जज्ज म्हणाले.

रेडमेन वारंवार घड्याळाकडे बघत होता. जसजसं एकेक मिनिट पुढे

सरकत होतं, तसतसा तो अस्वस्थ होत होता. 'स्वच्छतागृहात जाऊन यायला माणसाला इतका वेळ खचितच लागत नाही. नाहीतर... वेगळंच काही नसेल ना...' पिअरसन त्याच्याकडे पाहून हसले आणि म्हणाले, ''आपण ही साक्ष उद्या सकाळी घेऊ या का?''

''नो, थँक यू!'' रेडमेन म्हणाला, ''मी वाट बघायला तयार आहे.'' त्याने तयार केलेल्या प्रश्नांवरून परत एकदा नजर फिरवली. त्यातले महत्त्वाचे मुद्दे अधोरेखित केले, मनात घोळवले. परत परत आपल्याला कागदावर नजर टाकावी लागू नये, यासाठी त्याची ही सगळी धडपड होती. तो पट्टेवाला कोर्टात परत आल्या आल्या रेडमेनने मान उचलून त्याच्याकडे पाहिलं.

परत एकदा पट्टेवाल्याने कोर्टरूममध्ये येऊन असोसिएटच्या कानात काहीतरी सांगितलं. त्याने ते उठून जज्जना सांगितलं. मि. जस्टिस सॅकव्हिल यांनी मान हलवली. मग ते समोर बघून म्हणाले, ''मि. पिअरसन,'' सरकारी वकील तातडीने उठून उभे राहिले, ''तुमचा साक्षीदार अचानक आजारी पडलेला असून – आता त्याला हॉस्पिटलमध्ये नेण्यात येत आहे.'' ते पुढे काही बोलले नाहीत. त्या साक्षीदाराच्या डाव्या पायात इंजेक्शनची सुई खुपसलेली आढळली, ही गोष्ट त्यांनी स्वत:शीच ठेवली. ''त्यामुळे कोर्टाचे यापुढील कामकाज उद्या सकाळपर्यंत स्थगित करण्यात येत आहे. दोन्ही वकिलांनी मला माझ्या चेंबरमध्ये ताबडतोब येऊन भेटावे.''

आपला हुकमाचा एक्का पत्त्याच्या डावातून काढून टाकण्यात आला आहे, हे सत्य ॲलेक्स रेडमेनला कळून चुकलं. त्याने 'सरकार-पक्षाचे साक्षीदार' असं शीर्षक असलेली आपल्या हातातली फाइल मिटवून टाकली. डॅनी कार्टराईटचं संपूर्ण भवितव्य त्याची प्रेयसी बेथ विल्सन हिच्याच हाती आहे, हे आता ॲलेक्स रेडमेनला कळून चुकलं. पण ती तरी सत्य सांगत होती, याचीसुद्धा त्याला खात्री नव्हती.

८

खटल्याचा पहिला आठवडा संपला. चार कथानायकांनी वीकएंड वेगवेगळ्या पद्धतींनी घालवला.

ॲलेक्स रेडमेन आपली गाडी घेऊन ड्राईव्ह करत सॉमरसेटला आपल्या आई-वडिलांकडे गेला. घरात शिरून त्याने आपल्या पाठीमागे घराचा दरवाजा पुरता बंदसुद्धा केला नसेल, एवढ्यात त्याच्या वडिलांनी त्याच्यावर प्रश्नांची सरबत्ती सुरू केली. प्रश्न अर्थात खटल्याविषयीच होते. त्याच्या आईला मात्र त्याच्या नव्या गर्लफ्रेंडविषयी कुतूहल होतं.

"सांगण्यासारखं खास काही नाही." हे एकच उत्तर त्याने आई आणि वडील या दोघांच्या प्रश्नांना उद्देशून दिलं.

रविवारी रात्री ॲलेक्स लंडनला परतला. एव्हाना त्याच्या मनात बेथ विल्सनला काय काय प्रश्न विचारायचे याची व्यवस्थित उजळणी करून झालेली होती. ही उजळणी त्याने आपल्या वडिलांबरोबर बसूनच केली होती. वडिलांनी जज्जची भूमिका पार पाडली होती. त्यांना हे काम मुळीच कठीण नव्हतं. नाहीतरी निवृत्त होण्यापूर्वी वीस वर्षं ते हेच तर काम करत आले होते.

"सॅकव्हिल म्हणाला, तू तुझी आघाडी व्यवस्थित सांभाळतोयस." ॲलेक्सचे वडील म्हणाले, "पण त्याला असंही वाटतं, की तू कधीकधी उगाच धोका पत्करतोस."

"पण कार्टराईट खरोखरच निरपराध आहे का नाही, हे समजून घेण्याचा तेवढा एकच मार्ग आहे माझ्याकडे."

"ते काम तुझं नाही." त्याचे वडील म्हणाले, "तो निर्णय ज्युरी देतील. त्यांचं काम आहे ते."

"आता मात्र तुम्ही अगदी जस्टिस सॅकव्हिल यांच्यासारखंच बोलताय." ॲलेक्स हसून म्हणाला.

"तुझं काम म्हणजे तुझ्या अशिलाची बाजू चांगल्यात चांगल्या प्रकारे मांडणं."

ते म्हणाले, ''मग तो निरपराध असो नाहीतर नसो.''

ॲलेक्सचे वडील एक गोष्ट विसरले होते. हाच सल्ला त्यांनी ॲलेक्सला तो सात वर्षांचा असताना पहिल्यांदा दिला होता. त्यानंतर अनेकवार, वारंवार तो सल्ला त्याला त्यांनी ऐकवला होता. ॲलेक्स जेव्हा पहिल्यांदा ऑक्सफर्डमध्ये दाखल झाला, तेव्हाच खरं म्हणजे त्याची वकिलीच्या पदवी-परीक्षेला बसण्याइतकी तयारी झालेली होती.

''आणि बेथ विल्सनचं काय? तुला काय वाटतं? एक 'साक्षीदार' म्हणून उभी राहिल्यावर ती कशी वागेल?'' ॲलेक्सच्या वडिलांनी विचारलं.

''मागे एकदा एका गाढ्या विद्वानाने मला सांगितलं होतं,'' ॲलेक्स हाताने जॅकेटची टोके ओढत छद्मीपणाने म्हणाला, ''साक्षीदार पिंजऱ्यात येऊन उभा राहीपर्यंत तो कसा वागेल हे आपल्याला अजिबात सांगता येत नाही.''

त्याचं ते बोलणं ऐकून त्याची आई जोरजोरात हसू लागली. तिने जेवणाच्या प्लेट्स उचलल्या आणि ती स्वयंपाकघरात गेली.

''आणि हे बघ, त्या पिअरसनला कच्च्या गुरूचा चेला समजू नको.'' आपल्या बायकोच्या हसण्याकडे दुर्लक्ष करत ॲलेक्सचे वडील म्हणाले, ''आरोपीच्या बाजूच्या साक्षीदाराची उलटतपासणी घेण्यात तर त्याचा हातखंडा आहे.''

''सरकारी वकील मि. अर्नोल्ड पिअरसन यांना कुणीतरी कमी लेखणं शक्य तरी आहे का?'' ॲलेक्स हसत म्हणाला.

''हो, माझ्याच हातून दोन वेळा ही चूक झाली होती.''

''मग दोन वेळा दोन निरपराध व्यक्तींना त्यांनी न केलेल्या गुन्ह्याबद्दल शिक्षा झाली होती का?''

''नक्कीच नाही!'' ॲलेक्सचे वडील म्हणाले, ''दोन्ही खेपेला त्या दोन्ही व्यक्ती शंभर टक्के अपराधी होत्या, पण तरीही त्यांची सुटका करणं माझं काम होतं. एक लक्षात ठेव, तुझ्या बचावात पिअरसनला जर कुठेही कच्चा दुवा आढळला, तर तो परत परत तिकडेच वळेल. शेवटी खटला संपून ज्युरी जेव्हा निर्णयासाठी एकत्र चर्चेला बसतील, तेव्हा तोच मुद्दा त्यांच्या स्मरणात राहील.''

''विद्वान वकीलसाहेब, मी जरा तुमच्या बोलण्यात व्यत्यय आणू का, सूझन कशी आहे हे विचारायला?'' ॲलेक्सच्या आईने त्याच्या कपात कॉफी ओतताना विचारलं.

''सूझन?'' वास्तव जगात परत येत ॲलेक्स म्हणाला.

''अरे, काही महिन्यांपूर्वी तू एका गोड मुलीला इकडे आम्हाला भेटवायला घेऊन नव्हता का आलास?''

''सूझन रेनिक? ती कशी आहे, हे मला नाही माहीत. आमचा सध्या काही संपर्क नाही. खरं सांगू, हा वकिली व्यवसाय असा आहे ना की, माणसाला त्यापुढे

काही खासगी आयुष्यच असू शकत नाही. तुम्ही दोघं एकमेकांच्या प्रेमात कसं काय पडलात, देवच जाणे!''

"अरे, तो कारबाशी खटला चालू असताना तुझी आई मला रोज रात्री जेऊ घालायची. माझं आणि तिचं जर लग्न झालं नसतं ना, तर मी उपासमारीने मेलोच असतो.''

"इतकं सहज, सोपं होतं का सगळं?'' ॲलेक्स आईकडे पाहून दात विचकून हसत म्हणाला.

"छे रे, सोपं वगैरे काही नव्हतं.'' ती म्हणाली, "पण तो खटलाच दोन वर्षांहून जास्त काळ चालला होता आणि शेवटी हे तो हरलेच.''

"नाही हं. मी नाही हरलो.'' ॲलेक्सचे वडील आपल्या पत्नीच्या गळ्यात हात टाकून तिला जवळ घेत म्हणाले, "एकच सावधगिरीची सूचना आहे बेटा. तो पिअरसन आहे ब्रह्मचारी, सडाफटिंग. सगळ्याच्या सगळा वीकएंड कामाला लागला असेल. त्या बेथ विल्सनला कोणते प्रश्न विचारून घोळात घ्यायचं, याची तयारी चालू असेल.''

❖

त्यांनी त्याचा जामीन मंजूर केला नाही.

त्यामुळे गेले सहा महिने आग्नेय लंडनच्या बेलमार्श अतिदक्षता कारागृहात डॅनी बंद होता. आठ फूट बाय सहा फुटांच्या कोठडीत दिवसाचे चोवीस तास तो खितपत पडून असायचा. त्या कोठडीतलं सामान म्हणजे एक कॉट, एक टेबल, प्लॅस्टिकची खुर्ची, स्टीलचं लहानसं वॉश-बेसिन आणि स्टीलचाच कमोड. त्याच्या डोक्यावर अगदी उंचावर एक लहानशी खिडकी होती. तिला गज होते. त्या गजांमधून पलीकडे जे काही दिसायचं, तेवढाच त्याचा बाहेरच्या जगाशी संपर्क होता. रोज दुपारी ते त्याला पंचेचाळीस मिनिटांपुरतेच त्या कोठडीतून बाहेर काढायचे. त्या वेळात तो कारागृहाच्या प्रांगणात जॉगिंग करायचा. ते प्रांगण एक एकराचं होतं. त्याच्या चहूबाजूंनी सिमेंटच्या उंच उंच भिंती होत्या. त्यावर काटेरी तारांचं कुंपण होतं.

त्याला कधीही कोणीही त्याच्या हातून घडलेल्या गुन्ह्याविषयी विचारलं की, त्याचं एकच उत्तर असायचं, "मी निर्दोष आहे.'' ते ऐकून तुरुंगातले कर्मचारी आणि इतर कैदी हमखास म्हणत, "प्रत्येक जण असंच म्हणतो.''

डॅनी त्या दिवशी दुपारी प्रांगणात जॉगिंग करत होता. खटला उभा राहिल्यानंतरचा पहिला आठवडा कसा गेला, याविषयी मनात अजिबात काही विचार आणायचा नाही, असा डॅनीने निश्चय केला होता, पण ती गोष्ट फार कठीण जात होती.

डॅनीने ज्युरी मंडळापैकी प्रत्येक सभासदाकडे टक लावून पाहिलं होतं, पण त्यांच्या मनात काय होतं, हे कळायला काहीही मार्ग नव्हता. पहिला आठवडा काही चांगला गेला नव्हता. फक्त आता बेथला आपली कहाणी सांगायची संधी मिळणार होती. 'ज्युरींचा तिच्यावर विश्वास बसेल का? की जे काय घडलं असं स्पेन्सर क्रेगचं म्हणणं होतं, तेच ज्युरी ग्राह्य धरतील?' ब्रिटिश न्यायव्यवस्था ही जगातली सर्वोत्तम न्यायव्यवस्था असल्याचं डॅनी लहानपणापासून आपल्या वडिलांच्या तोंडून ऐकत आला होता. त्यांच्या मते, इथे निरपराध व्यक्तीला कधीच तुरुंगात टाकत नाहीत. 'ते जर खरं असलं, तर आपली एका आठवड्यात सुटका होऊ शकेल!' डॅनीच्या मनात आलं. पण तसं झालंच नाही तर... याचा विचार त्याला आता करावासा वाटत नव्हता.

❖

सरकारी वकील अर्नोल्ड पिअरसन यांनीसुद्धा तो वीकएंड गावाबाहेर असलेल्या आपल्या फार्महाऊसमध्ये घालवला होता. कॉट्सवोल्डस येथे चार एकरांच्या फार्ममध्ये त्यांची लहानशी कॉटेज होती. त्यांच्या अभिमानाचा विषय होता तो. तिथे त्यांनी आधी थोडा वेळ गुलाबाच्या वाफ्यांमध्ये मशागतीचं काम केलं. नंतर त्यांनी एक गाजलेली कादंबरी वाचायला घेतली, पण थोड्याच वेळात ते त्याला कंटाळले आणि त्यांनी बाहेर फेरफटका मारायला जायचं ठरवलं. ते गावातून फिरायला निघाले. लंडनमध्ये गेल्या आठवड्यात खटल्याच्या बाबतीत जे काही घडलं, त्याचा विचार मनात अजिबात येऊ द्यायचा नाही, असा त्यांचा प्रयत्न चालला होता. पण खरं सांगायचं तर खटला सोडून बाकी कोणताच विचार त्यांच्या मनात आता येत नव्हता.

त्यांच्या मते खटल्याचा पहिला आठवडा तरी अगदी उत्तम गेला होता; परंतु ॲलेक्स रेडमेन त्यांना सुरुवातीला वाटलं, त्यापेक्षा चांगलाच खमक्या निघाला होता. काही ठरावीक शब्दप्रयोग, बोलण्याची धाटणी, आविर्भाव आणि सर्वांत महत्त्वाचं म्हणजे अचूक टायमिंगचं कौशल्य या सर्व गोष्टींमुळे पिअरसनना वारंवार ॲलेक्सच्या वडिलांची आठवण आल्यावाचून राहत नसे. त्यांच्या मते, ॲलेक्सचे वडील हे पिअरसनच्या प्रतिस्पर्धी वकिलांपैकी एक अत्यंत निष्णात आणि कर्तबगार वकील होते.

पण देवाच्या कृपेने त्यांचा मुलगा या खेळात अजून जरा कच्चा होता; अननुभवी होता. 'क्रेग जेव्हा साक्षीसाठी उभा होता, तेव्हा 'टायमिंग' या अत्यंत महत्त्वाच्या मुद्द्यावर त्या ॲलेक्सने खरंतर आणखी कितीतरी जोर द्यायला हवा

होता. आपण स्वत: त्या जागी असतो, तर 'डनलॉप आर्म्स' या बारपासून त्या स्पेन्सर क्रेगच्या घरापर्यंतचं अंतर अक्षरश: फूटपट्टी हातात घेऊन बारकाईने मोजलं असतं. हातात स्टॉपवॉच धरून ते अंतर पळत कापायला किती वेळ लागतो ते पाहिलं असतं. मग त्यानंतर स्वत:च्या घरी येऊन आपण अंगातले कपडे काढून टाकून शॉवर घेऊन नवीन कपडे घालण्यास एकूण किती वेळ लागतो, हेपण अगदी सेकंदांत बिनचूक, काटेकोरपणे मोजलं असतं.' डनलॉप आर्म्सपासून स्पेन्सरचं घर, कपडे बदलणं, शॉवर घेणं इ. गोष्टींसाठी लागणारा वेळ आणि स्पेन्सरच्या घरापासून डनलॉप आर्म्सकडे परत पळत येणं या सर्व गोष्टी करण्यासाठी वीस मिनिटांहून कमीच वेळ लागणार होता. तीस मिनिटांहून जास्त तर नक्कीच लागणार नव्हता.

पिअरसनने गावातल्या दुकानातून काही वस्तू आणि वृत्तपत्र खरेदी केलं आणि ते परत फिरले. त्यांना इंग्लंडविषयी फार प्रेम होतं आणि या लहानशा खेड्यात इंग्लंडचंच प्रतिबिंब छोट्या छोट्या गोष्टींमधून पडलेलं होतं. त्यांनी एकवार घड्याळाकडे पाहिलं आणि एक नि:श्वास सोडला. आता घरी येऊन उद्याची तयारी करण्याची वेळ आली होती.

घरी येऊन चहा घेऊन ते आपल्या स्टडीमध्ये जाऊन टेबलापाशी बसले. त्यांनी बेथ विल्सनला विचारण्याचे प्रश्न तयार करून ठेवलेलेच होते, त्यावरून एकवार नजर फिरवली. एक बरं होतं, आधी ॲलेक्स रेडमेन तिला प्रश्न विचारणार होता आणि मगच पिअरसनला तिची उलटतपासणी घ्यावी लागणार होती. 'ॲलेक्स रेडमेन जेव्हा तिला प्रश्न विचारेल, तेव्हा आपण नुसतं शांतपणे प्रत्येक शब्द ऐकत बसून राहायचं. तिने बोलताना एखादी छोटीशी चूक जरी केली, तरी मांजराने उंदरावर झडप घालावी तशी तिच्यावर झडप घालायची. जे खोटं बोलत असतात, ते नेहमीच काहीतरी चूक नक्की करतात.'

हातातल्या एका कागदाकडे नजर टाकत अर्नोल्ड पिअरसन गालातल्या गालात हसले. त्यांना एका गोष्टीची अगदी पक्की खात्री होती. 'आपल्या हातात आत्ता जे महत्त्वाचे कागदपत्र आहेत, ते काही त्या ॲलेक्स रेडमेनला बघायला मिळालेले नसणार.' पंधरा वर्षांपूर्वी वृत्तपत्रात छापून आलेल्या एका बातमीचं ते कात्रण होतं. मि. जस्टिस रेडमेन म्हणजे ॲलेक्सच्या वडिलांची स्टाईल, त्यांचं भारदस्त व्यक्तिमत्त्व भले अर्नोल्ड पिअरसन यांना लाभलं नसेल; परंतु त्याची भरपाई आपल्या मेहनती आणि संशोधक, अभ्यासू वृत्तीने ते करत असत. त्यांनी असंच संशोधन करून दोन अतिशय भक्कम पुरावे गोळा केले होते. एकदा ते पाहिल्यानंतर तो कार्टराईट दोषी आहे, याविषयी ज्युरींच्या मनात संशयाला काहीही जागाच उरणार नव्हती. पण ते पुरावे ते आत्ताच उघड करणार नव्हते. पुढच्या

आठवड्यात आरोपीची उलटतपासणी घेण्याची वेळ येणारच होती. त्या वेळीच ते हुकमाचा एक्का बाहेर काढणार होते.

❖

जेव्हा इकडे ॲलेक्स आपल्या आई-वडिलांशी गप्पा मारत जेवत होता, त्याच वेळी डॅनी बेलमार्श प्रिझनच्या प्रांगणात जॉगिंग करत होता. अर्नोल्ड पिअरसन गावात फेरफटका मारायला गेले होते आणि तिथल्या दुकानात वृत्तपत्र विकत घेत होते, त्याच वेळी इकडे बेथ विल्सनची डॉक्टरांशी अपॉईंटमेंट होती.

"नुसती नेहमीची तपासणी आहे. घाबरायचं काही कारण नाही." डॉक्टर हसून बेथला धीर देत म्हणाले. पण तिला तपासत असताना त्यांच्या कपाळावर आठी पडली, "अगं, तू प्रचंड मानसिक ताणाखाली दिसते आहेस. गेल्या वेळी तुला तपासलं, तेव्हा काही अशी नव्हतीस."

पण गेला आठवडा आपण कसा काढला हे काही बेथ त्यांना समजावून सांगत बसली नाही. इकडे तिच्या वडिलांना डॅनीनेच हा खून केला आहे, असं अजूनही वाटत होतं. त्याचं नावही उच्चारायला बेथला त्यामुळे घरात बंदी होती. एक बरं होतं, बेथची आई तरी तिच्या बाजूची होती. आपली मुलगी खरं तेच सांगत आहे, यावर तिचा पूर्ण विश्वास होता. 'पण ज्युरी मंडळातले लोक कसे असतील? आपल्या आईसारखे की वडिलांसारखे?'

गेले सहा महिने प्रत्येक रविवारी दुपारी बेथ बेलमार्श प्रिझनमध्ये डॅनीची भेट घेण्यासाठी जात असे, पण या रविवारी ती गेली नव्हती. आता इथून पुढे खटल्याचा निकाल लागेपर्यंत बेथला डॅनीला भेटण्याची परवानगी नव्हती. तसा नियम असल्याचं मि. ॲलेक्स रेडमेन तिला म्हणाले होते; पण खरंतर तिला त्याच्याशी कितीतरी बोलायचं होतं, खूप काही विचारायचं होतं आणि खूप काही सांगायचं होतं.

बाळाचा जन्म व्हायला अजून सहा आठवडे अवकाश होता, पण तोपर्यंत डॅनीची काही सुटका झाली नसती. या खटल्याची कटकट संपायला अजून अवकाश होता. 'पण एकदा का ज्युरींनी आपला निकाल जाहीर केला की, मग आपल्याही वडिलांची नक्की खात्री पटेल, डॅनी निरपराध आहे याची.' असं बेथच्या मनात आलं.

सोमवारी सकाळी मि. विल्सन आपल्या मुलीला घेऊन कारने ओल्ड बेली इथे असलेल्या कोर्टापाशी आले. त्यांनी गेटपाशी गाडी थांबवली आणि बेथ सावकाश उतरली. त्यांनी तिला फक्त एवढंच सांगितलं, "सत्य तेच सांग."

९

दोघांची नजरानजर झाल्यावर डॅनीच्या पोटात ढवळून त्याला उलटीची भावना झाली. पब्लिक गॅलरीतून स्पेन्सर क्रेग डोळे फाडून त्याच्याकडे बघत होता. त्याचे डोळे जणू आग ओकत होते. डॅनीनेपण त्याच्या नजरेला नजर दिली. बुलफायटिंगच्या रिंगणात घंटा कधी वाजते याची वाट बघत उभ्या असणाऱ्या योद्ध्यासारखी!

बेथ कोर्टरूममध्ये शिरली. गेल्या दोन आठवड्यांत त्याने तिला पाहिलं नव्हतं. ती साक्षीसाठी जेव्हा त्या पिंजऱ्यात जाऊन उभी राहील, तेव्हा तिची स्पेन्सर क्रेगकडे पाठ असेल, या कल्पनेने त्याला मनातून जरा बरं वाटलं. बेथ शपथ घेण्याआधी डॅनीकडे पाहून गोडसं हसली.

"तुमचं नाव एलिझाबेथ विल्सन?" ॲलेक्स रेडमेन म्हणाला.

"हो." ती म्हणाली. तिने आपले दोन्ही हात आपल्या पोटापाशी धरले होते. "मला सगळे 'बेथ' म्हणूनच ओळखतात."

"आणि तुम्ही सत्तावीस बेकन रोड, बो, ईस्ट लंडन इथे राहता?"

"हो."

"आणि दिवंगत श्री. बर्नी विल्सन हे तुमचे भाऊ?"

"होय." बेथ म्हणाली.

"सध्या तुम्ही लंडनमधल्या 'ड्रेक्स मरीन इन्शुरन्स कंपनीच्या' चेअरमनच्या पी.ए.ची सेक्रेटरी म्हणून काम बघता?"

"होय."

"तुमच्या बाळाच्या जन्माला अजून साधारण किती अवकाश आहे?" रेडमेनने विचारलं. पिअरसनच्या कपाळाला आठी पडली, पण त्या वेळी ऑब्जेक्शन घेणं बरं दिसलं नसतं.

"सहा आठवड्यांनी." बेथ म्हणाली.

मि. जस्टिस सॅकव्हिल जरा पुढे झुकून, चेहऱ्यावर हलकं हास्य आणून बेथला

म्हणाले, ''मिस विल्सन, तुम्ही जरा मोठ्या आवाजात बोलाल का? तुमचा प्रत्येक शब्द ज्युरींना नीट ऐकू यायला हवा.'' तिने मान वर करून पाहिलं आणि मान हलवून होकार दिला. ''आणि हे पाहा, हवं तर तुम्ही बसून बोला. त्यामुळे जरा या परक्या जागी तुमच्या मनावर आलेला ताण कमी होण्यास थोडी मदत होईल.'' ते पुढे म्हणाले.

''थँक यू.'' असं म्हणून बेथ साक्षीदाराच्या पिंजऱ्यात असलेल्या लाकडी खुर्चीत धपकन बसली. ती त्या पिंजऱ्यातून जवळजवळ दिसेनाशीच झाली.

''डॅम.'' ॲलेक्स रेडमेन स्वत:शीच पुटपुटला. आता ज्युरींना कसेबसे तिचे खांदे दिसत होते. ती सात महिन्यांची गरोदर आहे ही गोष्ट त्यांच्या मनात खोलवर ठसणं आवश्यक होतं. पण ते आता कसं शक्य होतं? बारा ज्युरी-सदस्यांच्या मनावर गर्भवती बेथची प्रतिमा बिंबवली जाणं अत्यंत महत्त्वाचं होतं. 'जस्टिस सॅकव्हिल तिला खुर्चीत बसायला सांगणार हे आपल्या आधीच का नाही लक्षात आलं? आपण बेथला खुर्चीत अजिबात न बसण्याचा सल्ला का नाही दिला?...' या विचारांनी तो हळहळला. 'ती जर उभं राहण्याच्या श्रमांनी थकून जाऊन चक्कर येऊन पडली असती, तर त्या गोष्टीचा ज्युरींच्या मनावर प्रचंड प्रभाव पडला असता.'

''मिस विल्सन,'' रेडमेन म्हणाला, ''तुमचे आणि आरोपीचे काय संबंध आहेत, हे जरा कोर्टाला सांगाल का?''

''डॅनीचं आणि माझं पुढच्या आठवड्यात लग्न होणार आहे.'' ती म्हणाली. कोर्टातल्या लोकांच्या तोंडून आश्चर्याचा उद्‌गार बाहेर पडला.

''काय? पुढच्या आठवड्यात?'' ॲलेक्स रेडमेन म्हणाला. त्यानेपण आवाजात जास्तीत जास्त आश्चर्य दाखवण्याचा प्रयत्न केला.

''हो. कालच सेंट मेरीज चर्चमध्ये फादर मायकेलनी तसं जाहीरसुद्धा केलं आहे.''

''पण तुमच्या वाग्दत्त वराला जर या खटल्यात शिक्षा झाली तर?''

''पण जो गुन्हा एखाद्या माणसाने केलेलाच नाही, त्याबद्दल त्याला कशी काय शिक्षा होऊ शकेल?'' बेथ म्हणाली.

ॲलेक्स रेडमेन गालातल्या गालात हसला. वर्ड फरफेक्ट! आणि हे वाक्य तिने ज्युरींकडे वळून उच्चारलं होतं.

''तुम्ही आरोपीला किती दिवसांपासून ओळखता?''

''माझ्या आठवणीत असल्यापासून मी त्याला ओळखते आहे.'' बेथ म्हणाली. ''त्याचं घर आमच्या समोर, रस्त्यापलीकडेच होतं. आम्ही एकाच शाळेत होतो.''

'' 'क्लेमंट ॲटली कॉम्प्रिहेन्सिव्ह' हेच नाव होतं ना तुमच्या शाळेचं?''

रेडमेन आपल्या हातांतल्या उघड्या फायलीकडे एक कटाक्ष टाकत म्हणाला.

''हो. बरोबर.'' बेथ म्हणाली.

''मग तुमचं अगदी शाळेपासूनच एकमेकांवर प्रेम होतं का?''

''तसं असलं तर मग डॅनीला त्या गोष्टीची काहीच कल्पना नसावी.'' बेथ म्हणाली, ''कारण शाळेत असताना तो माझ्याशी कधी एक शब्दही बोलला नाही.''

त्या दिवसांत पहिल्यांदाच डॅनीच्या चेहऱ्यावर किंचित हास्याची लकेर उमटली. आपल्या भावाच्या अवतीभवती सतत बागडणारी, दोन छोट्याशा वेण्या घातलेली ती गोड मुलगी त्याला आठवली.

''पण तुम्ही त्याच्याशी बोलायचा कधी प्रयत्न नाही केलात?''

''नाही. माझ्या अंगात तेवढं धाडसच नव्हतं. पण तो फुटबॉल खेळत असला की, मी तिथे अगदी जवळच उभं राहून बघायची.''

''तुमचा भाऊ आणि डॅनी एकाच संघात होते का?''

''शालेय जीवनात सततच ते एका संघात असायचे. डॅनी कॅप्टन आणि माझा भाऊ गोलकीपर.''

''डॅनी नेहमीच कॅप्टन असायचा?''

''हो, हो. नेहमीच! त्याचे मित्र त्याला 'कॅप्टन कार्टराईट' अशीच हाक मारायचे. शाळेतल्या प्रत्येक खेळाच्या टीमचा कॅप्टन नेहमी डॅनीच असायचा – फुटबॉल, क्रिकेट, अगदी बोटिंगसुद्धा!''

ज्युरी-सदस्यांपैकी एक-दोघांच्या चेहऱ्यावर हलकं हास्य उमटलेलं ॲलेक्स रेडमेनने पाहिलं. ''आणि तुमच्या भावाचं आणि डॅनीचं सख्य होतं का? त्यांचं एकमेकांशी पटायचं?''

''डॅनी त्याचा जिवलग दोस्त होता.'' बेथ म्हणाली.

''माझ्या विद्वान मित्रांनी सूचित केल्याप्रमाणे त्यांची कायम भांडणं व्हायची का?'' रेडमेनने मुद्दाम सरकारी वकील पिअरसन यांच्याकडे बघत बघत प्रश्न केला.

''वेस्ट हॅमबद्दल किंवा बर्नीच्या लेटेस्ट गर्लफ्रेंडबद्दल त्यांचे मतभेद व्हायचे फक्त. बाकी कधीच नाही.'' बेथ म्हणाली. तिच्या तोंडचे शब्द ऐकून ज्युरींपैकी एक-दोघांनी हसू दाबलं.

''पण गेल्या वर्षी 'बो स्ट्रीट बॉईज बॉक्सिंग चॅंपियनशिप'मध्ये तुमच्या भावाने डॅनीचा पाडाव केला होता ना?''

''हो. केला होता, पण त्या दोघांमध्ये बर्नी हा जास्त चांगला बॉक्सर होता, हे तर खरंच आहे. डॅनीलापण ते माहीत होतं. डॅनीने तर एकदा मला असंही

सांगितलं होतं की, कधी काळी मला जर बर्नीबरोबर बॉक्सिंग फायनल्समध्ये खेळायची वेळ आली, तर मी दुसऱ्या फेरीत पोहोचूसुद्धा शकेन की नाही, कुणास ठाऊक.''

''मग त्या दोघांमध्ये कोणत्याही प्रकारचे मतभेद किंवा वैर नव्हते तर! माझे विद्वान वकील मित्र श्री. पिअरसन यांनी तसं सुचवलं होतं, म्हणून विचारलं.''

''पण त्यांना कसं माहीत असणार?'' बेथ म्हणाली, ''ते अजून कधी त्या दोघांना भेटले तरी आहेत का?''

डॅनी परत एकदा हसला.

''मिस विल्सन,'' जज्ज जरा करड्या आवाजात म्हणाले, ''तुम्हाला जो प्रश्न विचारला असेल, तेवढ्याचंच फक्त उत्तर द्या तुम्ही.''

''प्रश्न काय होता?'' बेथ जराशी गोंधळून म्हणाली.

जज्जनी हातातल्या वहीकडे नजर टाकली आणि म्हणाले, ''तुमचा भाऊ आणि आरोपी यांच्यात काही मतभेद किंवा वैमनस्य वगैरे होतं का?''

''नाही.'' बेथ म्हणाली, ''मी तुम्हाला आधीच सांगितलंय, ते जिवलग मित्र होते.''

''तुम्ही कोर्टापुढे असंसुद्धा सांगितलंय मिस विल्सन'' ॲलेक्स रेडमेन तिची गाडी रुळावर आणण्याचा प्रयत्न करत म्हणाला, ''की डॅनी शाळेत असताना तुमच्याशी कधीच बोलला नाही आणि तरीही तुमचं दोघांचं लग्न ठरलं?''

''होय, खरं आहे ते.'' बेथ डॅनीकडे बघत म्हणाली.

''पण मग हे हृदयपरिवर्तन कसं काय घडून आलं?''

''माझा भाऊ आणि डॅनी जेव्हा क्लेम ॲटली शाळा संपवून बाहेर पडले, तेव्हा ते दोघंही माझ्या डॅडच्या गॅरेजमध्ये काम करू लागले. मी त्यानंतर पुढच्या वर्षी पण शाळेतच होते. पुढे मी सिक्स्थ फॉर्म कॉलेजात आणि नंतर एक्झेटर युनिव्हर्सिटीत गेले.''

''तिथून तुम्ही इंग्रजी साहित्यात ऑनर्सची पदवी संपादन केलीत ना?''

''हो, अगदी बरोबर.'' बेथ उद्गारली.

''युनिव्हर्सिटीचं शिक्षण संपवून बाहेर पडल्यावर तुम्ही पहिली नोकरी कुठे धरली?''

''लंडनमधल्या ड्रेक्स मरीन इन्शुरन्स कंपनीत मी सेक्रेटरीची नोकरी धरली.''

''पण तुमची शैक्षणिक पार्श्वभूमी लक्षात घेता तुम्हाला त्याहून अधिक चांगली नोकरी नक्की मिळाली असती ना?''

''कदाचित मिळालीही असती,'' बेथ म्हणाली, ''पण या कंपनीचं हेड

ऑफिस लंडनमध्येच आहे आणि माझी नोकरीसाठी घरापासून फार लांब जाण्याची इच्छा नव्हती.''

''मी समजू शकतो ते. आणि या कंपनीत तुम्ही किती वर्षं काम करताय?''

''पाच.'' बेथ म्हणाली.

''आणि तुम्ही चेअरमनच्या 'पर्सनल असिस्टंटची सेक्रेटरी' म्हणून काम करताय ना?''

''हो.'' बेथ म्हणाली.

''ड्रेक्स इन्शुरन्समध्ये एकंदर किती सेक्रेटरी आहेत?'' रेडमेन म्हणाला.

''नक्की किती ते नाही सांगता येणार,'' बेथ म्हणाली, ''पण शंभराच्या वर तरी असतीलच.''

''पण त्यात सर्वांत टॉपचा जॉब तुम्हाला मिळाला, हे खरं ना?'' त्यावर बेथ काहीच बोलली नाही.

''बरं, तुम्ही युनिव्हर्सिटीतून बाहेर पडून जेव्हा लंडनमध्ये राहू लागलात, तेव्हा परत डॅनीची आणि तुमची गाठ कुठे पडली?''

''मी नोकरी करायला सुरुवात केल्यावर एक दिवस माझ्या आईने डॅडचा जेवणाचा डबा त्यांना गॅरेजमध्ये पोहोचवण्याचं काम मला सांगितलं. ती शनिवारची सकाळ होती. तेव्हा डॅनी तिथेच होता. एका गाडीचं बॉनेट उघडून त्यात डोकं खुपसून काम करत होता. सुरुवातीला मला वाटलं, त्याचं आपल्याकडे लक्षसुद्धा गेलं नसावं, कारण त्याचं डोकं खाली होतं. त्याला माझे फक्त पायच तेवढे दिसले असणार, पण मग त्याने डोकं वर उचललं आणि ते गाडीच्या बॉनेटवर आदळलं.''

''आणि त्याच वेळी पहिल्यांदा त्याने तुम्हाला आपल्याबरोबर डेटला येण्यासाठी विचारलं का?''

पिअरसन जोरात उठून उभे राहिले.

''मिलॉर्ड, ही काय एखाद्या नाटकाची रंगीत तालीम चालली आहे का? माझे विद्वान वकील मित्र सारं काही साक्षीदाराच्या तोंडून वदवून घेत सुटले आहेत.''

'नॉट बॅड' ॲलेक्स रेडमेनच्या मनात आलं. 'मि. पिअरसन गेली कित्येक वर्षं प्रत्येक खटल्यात हेच वाक्य अनेक साक्षीदारांच्या साक्षीत हरकत घेताना उच्चारत आले आहेत. जज्जसाहेबांनी पण हे वाक्य त्यांच्या तोंडून अनेक वेळा ऐकलेलंच असणार.' अर्थात, तरीही जज्जसाहेब पुढे झुकून रेडमेनला समज देत म्हणाले, ''मि. रेडमेन, इथून पुढे साक्षीदाराला केवळ प्रश्न विचारा. त्या प्रश्नाचं उत्तर स्वतःच देऊन साक्षीदाराला नुसतं 'हो' म्हणायला लावू नका.''

''मी आपली माफी मागतो मिलॉर्ड.'' रेडमेन म्हणाला. ''मी इथून पुढे परत आपल्याला नाराज करणार नाही.''

मि. जस्टिस सॅकव्हिल यांच्या कपाळावर आठी पडली. रेडमेनचे वडीलपण अगदी हेच वाक्य इतक्याच नाटकीपणे उच्चारत असत.

''त्यानंतर परत आरोपीची आणि तुमची भेट कधी झाली?'' रेडमेन म्हणाला.

''त्याच संध्याकाळी त्याने मला डेटला बोलवलं.'' बेथ म्हणाली, ''माझा भाऊ आणि तो दर शनिवारी रात्री ज्या ठिकाणी जायचे, तिथेच तो मलाही घेऊन गेला. 'हॅमरस्मिथ पॅलेस'मध्ये. ''

''त्या पहिल्या डेटनंतर तुम्ही एकमेकांना वारंवार भेटू लागलात का?'' रेडमेन म्हणाला.

''जवळजवळ रोजच.'' बेथ म्हणाली आणि नंतर क्षणभर थांबून म्हणाली, ''त्यांनी त्याला पकडून कोठडीत बंद करायच्या दिवसापर्यंत.''

''आता आपण गेल्या वर्षी अठरा सप्टेंबरच्या त्या सायंकाळी काय घडलं ते पाहू.'' रेडमेन म्हणाला. बेथने मान हलवली. ''त्या संध्याकाळी नक्की काय घडलं ते तुम्ही ज्युरींना तुमच्या शब्दांत अगदी स्पष्ट, जसंच्या तसं सांगा.''

''ती सगळी कल्पना डॅनीचीच होती.'' बेथ डॅनीकडे बघून हसून सांगू लागली, ''आपण खास गोष्ट सेलिब्रेट करण्यासाठी वेस्ट एंडला जायचं, असं त्याचं म्हणणं होतं.''

''खास गोष्ट?'' रेडमेनने मुद्दामच विचारलं.

''हो, कारण डॅनी मला लग्नाची मागणी घालणार होता.''

''हे तुम्हाला खात्रीशीर कसं काय माहीत होतं?''

''कारण एंगेजमेंट रिंग खरेदी करण्यासाठी डॅनीने पूर्ण दोन महिन्यांचा पगार खर्च केला आहे, असं माझा भाऊ जेव्हा माझ्या आई-वडिलांना सांगत होता, तेव्हा ते मी ऐकलं होतं.'' असं म्हणून तिने हात उंच करून आपल्या हातातली हिऱ्याची अंगठी ज्युरींना दाखवली.

प्रेक्षकांमध्ये एकच कुजबुज सुरू झाली. ती शांत होईपर्यंत ॲलेक्स थांबला. त्यानंतर तो म्हणाला, ''आणि त्याने तुम्हाला लग्नाची मागणी घातली?''

''होय, घातली ना!'' बेथ म्हणाली, ''त्याने माझ्यासमोर गुडघे टेकून, बसून रीतसर मागणी घातली.''

''आणि ती तुम्ही मान्य केली?''

''अर्थातच मान्य केली!'' बेथ म्हणाली, ''आमचं कधी ना कधीतरी लग्न होणारच, ही गोष्ट मी त्याला पहिल्यांदा पाहिलं, तेव्हाच ओळखली होती.''

पिअरसन यांनी बेथच्या या पहिल्या चुकीची ताबडतोब नोंद करून ठेवली.

''पुढे काय झालं?''

''आम्ही रेस्टॉरंटमधून बाहेर पडण्याआधीच डॅनीने बर्नीला फोन करून ती

बातमी सांगितली. मग नंतर सायंकाळी आमच्याबरोबर सेलिब्रेट करायला येण्याचं त्याने मान्यही केलं.''

"आणि मग सेलिब्रेट करण्यासाठी तुम्ही कुठे भेटायचं ठरवलं?''

"चेलसीमधल्या हॅम्बल्डन टेरेस इथे असलेल्या डनलॉप आर्म्स या बारमध्ये.''

"तुम्ही नेमकं तेच ठिकाण का निवडलं?''

"डॅनी पूर्वी एकदा तिथे जाऊन आला होता. ते खूप क्लास आहे, मला ते नक्की आवडेल असं त्याला वाटलं.''

"तुम्ही तिथे किती वाजता पोहोचलात?''

"अगदी नक्की नाही सांगता येणार,'' बेथ म्हणाली, ''पण रात्री दहाच्या आत नसणार.''

"आणि तुम्ही पोहोचलात तेव्हा तुमचा भाऊ तिथे तुमचीच वाट बघत थांबला होता?''

"ते परत एकदा साक्षीदाराच्या तोंडून आपल्याला पाहिजे ती उत्तरं काढून घेतायत.'' पिअरसन उभं राहून म्हणाले.

"मी माफी मागतो मिलॉर्ड.'' रेडमेन म्हणाला.

तो बेथकडे वळला, "तुमचा भाऊ किती वाजता आला?''

"तो आलेलाच होता.'' बेथ म्हणाली.

"त्या वेळी त्या हॉलमध्ये तुम्ही आणखी कुणाला पाहिलं?''

"होय.'' बेथ म्हणाली, ''मी त्या नटाला पाहिलं – लॉरेन्स डेव्हनपोर्ट – डॉ. बेरेसफोर्ड. तो बारपाशी आणखी तीन माणसांबरोबर उभा होता.''

"मि. डेव्हनपोर्टची आणि तुमची ओळख आहे?''

"अर्थातच नाही.'' बेथ म्हणाली, ''मी त्यांना फक्त टीव्हीवर पाहिलेलं आहे.''

"मग ज्या रात्री आपली एंगेजमेंट झाली, त्याच रात्री एका टीव्हीस्टारला प्रत्यक्ष बघायला मिळालं, म्हणून तुम्ही खूश झाल्या असाल ना?''

"खरं सांगू? मला तितकं काही खास वाटलं नाही. माझ्यातर असंसुद्धा मनात आलं, की हा आपल्या डॅनीइतका काही देखणा नाही.'' तिच्या तोंडचे हे शब्द ऐकून ज्युरींपैकी अनेकांची नजर डॅनीकडे वळली. त्याचे आखूड कापलेले केस ताठ उभे राहिले होते. दाढी वाढलेली होती. त्याच्या अंगात चुरगळलेला बिनइस्त्रीचा वेस्ट हॅम टी-शर्ट होता. ते पाहून ॲलेक्स मनातून बऱ्यापैकी वैतागला. ज्युरी-सदस्यांपैकी अनेकांना बेथचं हे मत मुळीच पटणार नाही, असं त्याला वाटलं.

"नंतर काय झालं?''

"आम्ही शॅम्पेनची एक बाटली संपवली. मग मात्र आपण घरी जायला हवं, असं मला वाटू लागलं."

"मग गेलात का तुम्ही घरी?"

"नाही. बर्नीने आणखी एक बाटली मागवली. बारमन पहिली रिकामी बाटली घेऊन गेला तेव्हाच मागून कोणीतरी म्हणालं, 'वायाच आहे या असल्या माणसांवर!' "

"मग त्यावर बर्नी आणि डॅनी या दोघांची काय प्रतिक्रिया झाली?"

"त्या दोघांनी ते ऐकलंच नव्हतं, पण बारपाशी उभ्या असलेल्या माणसांपैकी एक माणूस माझ्याकडे सारखा टक लावून बघत होता. त्याने डोळा मारला. आपलं तोंड उघडून तो सारखा ओठांवरून जीभ फिरवू लागला."

"त्या चौघांपैकी कोण असं करत होतं?"

"मि. क्रेग."

डॅनीने लगेच वर बाल्कनीकडे पाहिलं. तिथे बसलेला क्रेग बेथकडे 'खाऊ का गिळू' अशा नजरेने बघत होता. नशिबाने तिला तो दिसत नव्हता.

"मग तुम्ही ते डॅनीला सांगितलंत?"

"नाही. तो माणूस दारूच्या धुंदीत होता हे तर उघडच होतं. शिवाय कोणाचंही लहानपण जर इथल्या ईस्ट एंड भागात गेलं असेल, तर त्याहूनही कितीतरी वाईट गोष्टी ऐकायला मिळत असतात. डॅनीला आत्ता जर आपण ही गोष्ट सांगितली, तर तो काय करेल, याची मला पूर्ण कल्पना होती."

सगळा वेळ पिअरसन सतत वहीत काहीतरी खरडत बसले होते.

"मग तुम्ही त्याच्याकडे दुर्लक्ष केलंत?"

"हो." बेथ म्हणाली, "पण तो माणूस आपल्या मित्रांकडे वळून म्हणाला – 'रांड दिसायला चांगली आहे की, पण तोंड उघडत नाही तोवर बरी दिसते.' बर्नीने ते ऐकलं. मग त्यांच्यातला आणखी एक माणूस म्हणाला, 'तसंच काही सांगता येत नाही. मला रांडेनं तोंड उघडलेलं आवडतं कधीकधी.' आणि ते सगळे जोरजोरात हसायला लागले." मग बेथ क्षणभर थांबून म्हणाली, "फक्त मि. डेव्हनपोर्ट तेवढे हसत नव्हते. ते जरा अवघडून गेल्यासारखे दिसत होते."

"बर्नी आणि डॅनीपण हसले का?"

"नाही. बर्नीने हातात शॅम्पेनची बाटली उचलून घेतली आणि तो त्यांच्याकडे तोंड करून उभा राहिला." पिअरसन यांनी तिच्या तोंडचे शब्द जसेच्या तसे लिहून घेतले. ती पुढे म्हणाली, "पण डॅनीने त्याला ओढून खाली बसवलं आणि त्या माणसांकडे दुर्लक्ष करायला सांगितलं."

"मग त्याने तसं केलं का?"

"हो. पण त्याचं कारण मी घरी जायचा आग्रह सुरू केला. आम्ही तिघं घरी जायला निघालो. माझं लक्ष गेलं, तर त्यांच्यातला एक माणूस अजूनही माझ्याकडे टक लावून बघत होता. तो म्हणाला, 'चालले का पळून? तुमची तिच्याबरोबर मजा मारून झाली की आहोतच मी आणि माझे मित्र मिळून तिचा समाचार घ्यायला.' "

"मिळून समाचार... गँगबँग?" मि. जस्टिस सॅकव्हिल यांना बेथने वापरलेला तो शब्द ऐकून नवल वाटलं.

"होय मिलॉर्ड! जेव्हा एका ग्रुपमधली माणसं एकाच स्त्रीबरोबर लागोपाठ शरीरसंबंध करतात तेव्हा त्याला असं म्हणतात." रेडमेन म्हणाला, "कधीकधी पैशांसाठी असं करण्यात येतं." तो क्षणभर थांबला. जस्टिस सॅकव्हिल त्याचं बोलणं आपल्या वहीत नोंदवून ठेवत होते. ॲलेक्सने मुद्दाम ज्युरींकडे रोखून पाहिलं. पण त्यांच्या सर्वकाही व्यवस्थित लक्षात आलं होतं. कुणालाही अधिक स्पष्टीकरणाची गरज नव्हती.

"त्याने नक्की 'गँगबँग' हेच शब्द वापरले, याची तुम्हाला खात्री आहे ना?" ॲलेक्स रेडमेन म्हणाला.

"ही अशी गोष्ट मी कधीतरी विसरू शकेन का?" बेथ जरा धारदार आवाजात म्हणाली.

"आणि हे शब्द त्याच माणसाने उच्चारले होते का?"

"हो." बेथ म्हणाली, "मि. क्रेग यांनी."

"मग या खेपेला डॅनीची प्रतिक्रिया काय झाली?"

"त्याने त्यांच्याकडे परत दुर्लक्षच केलं– शेवटी काही झालं तरी तो माणूस दारूच्या नशेत होता, पण माझा भाऊ काही ऐकायला तयार नव्हता आणि तशात तो क्रेग म्हणाला, 'मग आपण सगळेच बाहेर जाऊन याचा काय तो सोक्षमोक्षच लावून टाकू ना!' "

"आपण सगळेच बाहेर जाऊन याचा काय तो सोक्षमोक्षच लावून टाकू ना!" रेडमेनने तिच्या तोंडच्या शब्दांचा पुनरुच्चार केला.

"होय." बेथ म्हणाली. आपल्या तोंडचं वाक्य तो परत का म्हणून दाखवतोय, हे तिला कळेना.

"आणि मि. क्रेगपण तुमच्याबरोबर बाहेर पडले?"

"नाही. पण त्याला कारण होतं. माझ्या भावाने काही वेडंवाकडं करण्यापूर्वी डॅनीने त्याला दारातून बाहेर ढकललं... त्या मागच्या गल्लीत! मग मी बाहेर पडून घाईने ते दार लावून घेतलं."

पिअरसन यांनी लगेच घाईने पेन उचलून लाल अक्षरात घाईघाईने लिहिलं

– त्याला दारातून बाहेर ढकललं... त्या मागच्या गल्लीत.

"मग डॅनीने तुमच्या भावाला बारमधून बाहेर काढलं, फारसा गाजावाजा होऊ न देता?"

"होय." बेथ म्हणाली, "पण बर्नीला मात्र अजूनही बाहेर जाऊन एकदाचं ते प्रकरण निपटायचंच होतं."

"प्रकरण निपटायचं होतं?"

"होय." बेथ म्हणाली.

"पण तुम्ही मात्र गल्लीतून बाहेर पडण्यासाठी चालत राहिलात?"

"हो. पण मी गल्लीच्या तोंडाशी पोहोचून मुख्य रस्त्याला लागणार, इतक्यात त्यांच्यातला एक माणूस मला आडवा आला आणि माझी वाट अडवून उभा राहिला."

"कोण?"

"क्रेग."

"मग तुम्ही काय केलं?"

"मी उलटी पळत गेले, डॅनी आणि माझ्या भावापाशी. बारमध्ये परत चला, अशा मी त्यांच्या विनवण्या केल्या. मग माझं लक्ष गेलं, तर बारच्या दारात त्यांच्यापैकी इतर दोन माणसं उभी होती. त्यातले एक म्हणजे मि. डेव्हनपोर्ट. मग मी मागे वळून पाहिलं, तर राहिलेला चौथा माणूस गल्लीच्या तोंडाशी क्रेगच्या शेजारी येऊन थांबला होता. मग ते आमच्या दिशेने चालत येऊ लागले."

"नंतर काय झालं?" रेडमेनने विचारलं.

"बर्नी म्हणाला, 'त्या मठ्ठाला तू सांभाळ, तोपर्यंत उरलेल्या तिघांकडे मी बघतो.' पण डॅनीने काही उत्तर देण्यापूर्वीच माझा भाऊ ज्याला मठ्ठ म्हणाला होता, तो मुसंडी मारून डॅनीच्या अंगावर चाल करून आला आणि त्याने डॅनीच्या हनुवटीवर ठोसा मारला. मग त्यानंतर प्रचंड मारामारी सुरू झाली."

"त्या मारामारीत ते चौघंपण सामील झाले?"

"नाही." बेथ म्हणाली, "मि. डेव्हनपोर्ट बारच्या मागच्या दारापाशीच थांबले होते. शिवाय त्यांच्यातला उंच, लुकडा माणूसपण मागेच थांबला होता. माझ्या भावाशी जे मारामारी करत होते, त्यांना तो चांगलाच पुरा पडला होता. मग त्यानेच मला ओरडून टॅक्सी थांबवायला सांगितली. आता ही मारामारी फार काळ चालणार नाही, अशी त्याला खात्री वाटत होती."

"मग तुम्ही तसं केलं का?"

"हो. पण डॅनीने त्या क्रेगची चांगली खोड जिरवलेली पाहिल्यानंतरच!"

"आणि क्रेगचं काय झालं?"

"डॅनीला तो काय पुरा पडणार होता?"

"टॅक्सी मिळायला किती वेळ लागला?"

"काही मिनिटांतच मिळाली." बेथ म्हणाली, "पण जेव्हा टॅक्सी आली, तेव्हा तो टॅक्सी-ड्रायव्हर मला म्हणाला, 'मला वाटतं, तुमच्या मित्राला टॅक्सीची गरज नाही पडणार बाई. ते दोघं जर माझे मित्र असते ना, तर मी आधी घाईघाईने ॲम्ब्युलन्स बोलावली असती.' आणि एवढंच बोलून तो निघून गेला."

"त्या टॅक्सी-ड्रायव्हरचा शोध घेण्याचा प्रयत्न कुणी केला की नाही?" जज्ज म्हणाले.

"होय मिलॉर्ड." रेडमेन म्हणाला, "पण अजूनतरी त्याचा काहीच पत्ता लागलेला नाही."

"टॅक्सी-ड्रायव्हरच्या तोंडचे ते शब्द ऐकून तुमची काय प्रतिक्रिया झाली त्यावर?" रेडमेन बेथकडे वळून बघत म्हणाला.

"मी मागे वळून पाहिलं. माझा भाऊ जमिनीवर पडला होता. तो बेशुद्ध झाल्यासारखा दिसत होता. डॅनीने आपल्या हातात बर्नीचं डोकं पकडून धरलं होतं. मी त्या गल्लीत पळत गेले त्यांच्यापाशी."

पिअरसन यांनी परत काहीतरी खरडलं.

"आणि काय घडलं त्याचं काही स्पष्टीकरण डॅनीने दिलं का?"

"होय. क्रेगने अचानक सुरी बाहेर काढल्यामुळे आपल्याला धक्का बसल्याचं त्याने मला सांगितलं. क्रेग बर्नीवर सुरी उगारून जात असताना त्याच्या हातातून ती हिसकावून घेण्याचा डॅनीने प्रयत्न केला, असंपण त्यानेच मला सांगितलं."

"त्यावर बर्नी काही बोलला?"

"हो. त्याने डोळे उघडले होते. त्यानेपण हेच सांगितलं."

"मग तुम्ही लगेच काय केलं?"

"मी इमर्जन्सी सर्व्हिसेसला फोन केला."

"आता मी पुढचा जो प्रश्न विचारणार आहे मिस विल्सन, त्याचं उत्तर मात्र अगदी नीट विचार करून मगच द्या. वेळ लागला तरी चालेल. घटनास्थळी आधी कोण पोहोचलं? पोलीस की ॲम्ब्युलन्स?"

"दोन पॅरामेडिक्स पोहोचले." बेथ ठामपणे म्हणाली.

"आणि ते किती वेळाने आले?"

"सात किंवा आठ मिनिटांत."

"इतकं अचूक कसं काय सांगू शकता तुम्ही?"

"मी सतत घड्याळाकडेच बघत होते."

“आणि त्यानंतर पोलीस किती वेळाने आले?”

“ते नाही नक्की सांगता येणार,” बेथ म्हणाली, “पण निदान पाच मिनिटं तरी मध्ये गेलीच असतील.”

“आणि डिटेक्टिव्ह सार्जंट फुलर घटनास्थळी आल्यावर त्या गल्लीत तुमच्याबरोबर काही काळ थांबून नंतर आत बारमध्ये मि. क्रेग यांची चौकशी करण्यासाठी गेले. तर ते तुमच्याबरोबर नक्की किती वेळ होते? आल्यापासून किती मिनिटांनी ते आत गेले?”

“कमीत कमी दहा मिनिटांनी.” बेथ म्हणाली, “पण कदाचित त्याहूनही जास्त वेळ असेल.”

“म्हणजेच मि. क्रेग यांना केवळ शंभर यार्डांच्या अंतरावर असलेल्या आपल्या घरी जाऊन कपडे बदलून बारमध्ये जबानी देण्यासाठी येऊन थांबण्यासाठी तो वेळ पुरेसा होता, असंच ना?”

“मिलॉर्ड,” पिअरसन आपल्या जागेवरून अक्षरश: उडी मारून उठत म्हणाले, “ज्या व्यक्तीने आपलं नागरिकाचं कर्तव्य पार पाडण्यात थोडीही कसूर केलेली नाही त्या व्यक्तीच्या चारित्र्यावर शिंतोडे उडवण्यात येत आहेत.”

“मी तुमच्याशी सहमत आहे,” जज्ज म्हणाले. “ज्युरी-सदस्यहो, तुम्ही मि. रेडमेन यांच्या या शेवटच्या वक्तव्याकडे दुर्लक्ष करा. एक गोष्ट विसरू नका – इथे खटला मि. क्रेग यांच्यावर चाललेला नाही.” एवढं बोलून जज्जसाहेबांनी संतप्त मुद्रेने रेडमेनकडे पाहिलं; पण तो अजिबात घाबरला नाही. आपलं ते भाष्य ज्युरी मंडळी अजिबात विसरणार नाहीत, याची त्याला पूर्ण खात्री होती. कदाचित त्या वाक्यामुळे त्यांच्या मनात थोडा-फार संशयही निर्माण झाला असण्याची शक्यता होती.“मी आपली क्षमा मागतो,” रेडमेन पश्चात्ताप झाल्यासारखा स्वर काढत म्हणाला, “परत असं कधी घडणार नाही.”

“परत खरोखरच असं होणार नाही याची काळजी घ्या,” जज्ज जरा जोरात म्हणाले.

“मिस विल्सन, तुम्ही जेव्हा पोलिसांची वाट बघत थांबलेला होता, तेव्हा पॅरामेडिक्स तुमच्या भावाला स्ट्रेचरवर ठेवून ॲम्ब्युलन्सने जवळच्या हॉस्पिटलमध्ये घेऊन गेले का?”

“हो. त्यांनी शक्य ते सारं काही केलं,” बेथ म्हणाली, “पण खूप उशीर झाला होता, हे मलाही कळून चुकलं होतं. आधीच त्याचं इतकं रक्त गेलं होतं.”

“मग तुम्ही आणि डॅनीपण तुमच्या भावासोबत हॉस्पिटलमध्ये गेलात का?”

“नाही, मी एकटीच गेले, कारण डिटेक्टिव्ह सार्जंट फुलर यांना डॅनीला आणखी काही प्रश्न विचारायचे होते.”

"पण मग तुम्ही काळजीत पडला असाल ना?"

"हो, कारण डॅनीपण जखमी झाला होता. त्याला तर–"

"माझा प्रश्न विचारण्यामागे तो उद्देश नव्हता," रेडमेन घाईने तिला थांबवत म्हणाला. "पोलिसांना कदाचित डॅनीचाच संशय येईल, अशी तुम्हाला मनातून भीती वाटली का?"

"नाही." बेथ म्हणाली, "तो विचार माझ्या मनाला शिवलासुद्धा नाही. काय घडलं, ते मी पोलिसांना आधीच सांगितलेलं होतं. शिवाय डॅनी खरंच बोलतोय, असं मी पोलिसांना सांगू शकत होतेच ना!"

ॲलेक्सने त्या क्षणी जर पिअरसन यांच्या चेहऱ्याकडे नीट निरखून पाहिलं असतं, तर एक अस्फुट स्मितरेषा त्यांच्या चेहऱ्यावरून तरळून गेल्याचं त्याच्या नक्कीच लक्षात आलं असतं.

"पण दुर्दैवाने चेलसी आणि वेस्ट मिन्स्टर हॉस्पिटलच्या रस्त्यावरच तुमच्या भावाचं निधन झालं ना?"

बेथ आता हुंदके देऊ लागली. "हो. मी माझ्या आई-वडिलांना फोन केला. ते लगेच आले. तरीपण खूप उशीर झाला होता." ती शांत होईपर्यंत ॲलेक्सने तिला आपला पुढचा प्रश्न विचारला नाही.

"डॅनी नंतर हॉस्पिटलमध्ये आला का तुम्हाला भेटायला?"

"नाही. तो नाही आला."

"का बरं?"

"कारण पोलीस त्याला अजूनही प्रश्न विचारत होते."

"मग तुम्ही नंतर त्याला कधी पाहिलं?"

"दुसऱ्या दिवशी चेलसी पोलीस स्टेशनमध्ये."

"चेलसी पोलीस स्टेशन?" ॲलेक्स मुद्दामच आश्चर्यचकित झाल्यासारखं दाखवत म्हणाला.

"हो. दुसऱ्या दिवशी सकाळी सकाळीच पोलीस माझ्या घरी आले. त्यांनी डॅनीला अटक करून त्याच्यावर बर्नीच्या खुनाचा आरोप ठेवला होता, हे त्यांनीच मला सांगितलं."

"पण मग ते ऐकून तुम्हाला चांगलाच धक्का बसला असणार." रेडमेनच्या तोंडचं वाक्य ऐकताच पिअरसन उडी मारून उठले, पण घाईघाईने रेडमेन आपलं वाक्य बदलून म्हणाला, "ही बातमी ऐकल्यावर तुमची काय प्रतिक्रिया झाली?"

"माझा तर विश्वासच बसेना! जे काय घडलं होतं, ते मी परत एकदा त्यांना जसंच्या तसं सांगितलं, पण त्यांचा माझ्यावर विश्वास बसला नाही. ती गोष्ट लगेच माझ्या लक्षात आली."

"थँक यू मिस विल्सन! मला आणखी काही विचारायचं नाही मिलॉर्ड."

बेथ साक्षीदाराच्या पिंजऱ्यातून खाली उतरताच डॅनीने सुटकेचा नि:श्वास सोडला. ती त्याच्यासमोरून चालत जाताना त्याच्याकडे बघून गोडसं हसली.

"मिस विल्सन," जज्ज घाईघाईने म्हणाले. ती दारापर्यंत पोहोचली नव्हती. त्यांची हाक ऐकताच ती मागे वळली. "तुम्ही कृपया साक्षीदाराच्या पिंजऱ्यात परत जाल का? मला वाटतं मि. पिअरसन यांना तुम्हाला एक-दोन प्रश्न नक्की विचारायचे असतील."

१०

बेथ सावकाश चालत साक्षीदाराच्या पिंजऱ्याकडे गेली. तिने मान वर करून पब्लिक गॅलरीत बसलेल्या आपल्या आईवडिलांकडे पाहिलं – इतक्यात तिला तो दिसला. डोळे फाडून तिच्याचकडे बघत होता तो. तिला संतापाने आरडाओरडा करावासा वाटला; पण असं केल्याने काहीच साध्य होण्यासारखं नव्हतं. आणि आपल्याकडे नुसतं बघून तिची ही अवस्था झालेली पाहून स्पेन्सर क्रेग मनातून खूशच झाला असता.

ती साक्षीदाराच्या पिंजऱ्यात शिरली. काहीही झालं तरी या स्पेन्सर क्रेगला हरवायचंच, असा पण करून ती या खेपेला उभीच राहिली. मि. पिअरसन यांच्याकडे आव्हान देऊन बघत राहिली. ताठ मानेने. ते अजून आपल्या जागी बसून होते. कदाचित त्यांना काहीच प्रश्न विचारायचे नसतील, असं तिला वाटलं.

पण ते आपल्या जागेवरून सावकाश उठले. बेथकडे न बघताच त्यांनी हातातल्या कागदपत्रांची जुळवाजुळव सुरू केली. मग त्यांनी घोटभर पाणी प्यायलं आणि अखेर बेथला प्रश्न विचारला,

"मिस विल्सन, आज सकाळी नाश्त्याला तुम्ही काय खाल्लंत?"

बेथ जराशी घुटमळली. कोर्टातल्या सर्वांचे डोळे तिच्याचकडे लागले होते. ॲलेक्स रेडमेनने मनातल्या मनात एक शिवी हासडली. 'ही असली काहीतरी युक्ती वापरून पिअरसन तिला बुचकळ्यात टाकणार, हे आपल्या आधीच कसं नाही लक्षात आलं?...' फक्त जस्टिस सॅकव्हिल यांच्या चेहऱ्यावर तेवढं आश्चर्य नव्हतं.

"मी एक कप चहा आणि एक उकडलेलं अंडं असा नाश्ता घेतला." बेथ म्हणाली.

"आणखी काहीही नाही मिस विल्सन?"

"हो. आणखी थोडेसे टोस्ट."

“किती कप चहा घेतला तुम्ही?”

“एक... नाही... थांबा...दोन.” बेथ म्हणाली.

“का तीन कप?”

“नाही, नाही. दोनच कप.”

“आणि नक्की किती टोस्ट खाल्लेत?”

ती परत जरा भांबावली, “मला नक्की नाही आठवत.”

“आज सकाळी तुम्ही ब्रेकफास्टला काय खाल्लंत ते तुम्हाला नीट आठवत नाही आणि सहा महिन्यांपूर्वी ऐकलेला प्रत्येक शब्द तुम्हाला जसाच्या तसा नीट आठवतो मिस विल्सन?” बेथने परत मान खाली घातली. “मि. स्पेन्सर क्रेग त्या दिवशी तुमच्याकडे बघत जे काही म्हणाले ते तर तुम्हाला नीट आठवतंयच; पण त्यांनी तुमच्याकडे पाहत डोळे मिचकावले किंवा जीभ ओठांवरून फिरवली, यासारखे लहानसहान तपशील पण तुम्हाला व्यवस्थित आठवतात?”

“होय आठवतात,” बेथ म्हणाली, “कारण त्याने खरंच तसं केलं होतं.”

“मग आता आपण जरा भूतकाळात जाऊ आणि तुमच्या स्मरणशक्तीची परीक्षा घेऊ मिस विल्सन. बारमनने जेव्हा शॅम्पेनची बाटली उचलली, तेव्हा मि. क्रेग म्हणाले. ‘वायाच आहे या असल्या माणसांवर.’ ”

“होय. बरोबर आहे.”

“पण त्यानंतर कुणीतरी आणखी एक वाक्य उच्चारलं होतं– ‘मला रांडेनं तोंड उघडलेलं आवडतं कधीकधी–’ मग हे वाक्य नक्की कोणी उच्चारलं?”

“ते वाक्य मि. क्रेग म्हणाले का त्यांच्यातलं आणखी कुणी, हे काही मला नीट सांगता येणार नाही.”

“तुम्हाला नीट सांगता यायचं नाही? त्यांच्यातलं आणखी कुणी म्हणजे आरोपी श्री. कार्टराईट तर नव्हेत ना मिस विल्सन?”

“नाही. बारपाशी उभ्या असलेल्या माणसांपैकी एक माणूस.”

“तुम्ही माझ्या विद्वान वकील मित्रांना असंही सांगितलंत, की त्यावर तुम्ही काही प्रतिक्रिया दिली नाही, कारण लंडनच्या ईस्ट एंडमध्ये याहूनही कितीतरी वाईट भाषा कानावर पडलेली आहे तुमच्या!”

“होय. ते खरं आहे.”

“खरं सांगायचं तर तो विशिष्ट वाक्प्रयोग तुम्ही तिकडेच सर्वांत प्रथम ऐकला होता मिस विल्सन.”

“तुम्हाला काय म्हणायचंय?”

“एवढंच की, ते शब्द चेलसीमधल्या बारमध्ये मि. क्रेग यांच्या तोंडून तुम्ही

मुळीच ऐकलेले नाहीत मिस विल्सन. पण ईस्ट एंडमध्ये मि. कार्टराईट यांच्या तोंडून हे असले अपशब्द तुम्ही अनेक वेळा ऐकले आहेत, कारण या प्रकारची भाषा त्यांच्याच तोंडी आहे.''

''मुळीच नाही. ते शब्द मि. क्रेग यांनीच उच्चारले होते.''

''तुम्ही कोर्टासमोर हे पण सांगितलंत की, तुम्ही डनलॉप आर्म्स बारच्या मागच्या दाराने बाहेर पडलात?''

''होय.''

''तुम्ही पुढच्या दरवाज्याने का नाही बाहेर पडलात मिस विल्सन?''

''मला तिथून लवकर निसटायचं होतं. उगीच आणखी काही तमाशा व्हायच्या आत.''

''अच्छा... म्हणजे तुम्ही थोडाफार तमाशा केला होता का तिथे?''

''नाही. आम्ही काहीच तमाशा केलेला नव्हता.''

''पण मग तुम्ही पुढच्या दरवाज्याने का नाही बाहेर पडलात मिस विल्सन? तुम्ही जर तसं केलं असतं, तर थेट हमरस्त्यावरच निघाला असता. तुमच्या शब्दांत सांगायचं झालं, तर उगीच आणखी काही तमाशा व्हायच्या आत!''

बेथ त्यावर गप्पच राहिली.

''तुम्ही तुमच्या भावाच्या तोंडच्या अजून एका वाक्याचा अर्थ जरा स्पष्ट करून सांगाल का मिस विल्सन?'' पिअरसन आपल्या हातांतले कागद चाळत म्हणाले, ''तुमचा भाऊ मि. कार्टराईटना म्हणाला होता, 'मी तुला गव्हर्नर वगैरे म्हणून हाक मारीन, असं जर तुला वाटत असेल ना, तर ते विसर लेका!' ''

''तो गंमत करत होता.'' बेथ म्हणाली.

पिअरसन पुढचं वाक्य बोलण्याआधी मुद्दामच खूप वेळ हातातली फाइल चाळत उभे राहिले. मग म्हणाले, ''मला माफ करा मिस विल्सन, पण मला तरी यात कोणतीही गंमत चालली आहे असं दिसत नाहीये.''

''त्याचं कारण तुम्ही ईस्ट एंडमध्ये कधी राहिलेला नाहीत.'' बेथ म्हणाली.

''पण मि. क्रेग विल्सनपण तिथे कधी राहिलेले नाहीत.'' पिअरसन त्यावर म्हणाले आणि क्षणाचाही विलंब न लावता पुढे म्हणाले, ''आणि त्यानंतर कार्टराईटने मि. विल्सन यांना मागच्या दाराकडे ढकललं. नेमकं याच वेळी मि. क्रेग यांनी तुमच्या भावाच्या तोंडचे शब्द ऐकले ना – 'मग आपण सगळेच बाहेर जाऊन याचा काय तो सोक्षमोक्षच लावू या ना!' ''

''ते वाक्य मि. क्रेग यांनी उच्चारलं – 'मग आपण सगळेच बाहेर जाऊन याचा काय तो सोक्षमोक्षच लावून टाकू या ना', कारण ही असली भाषा वेस्ट

एंडमध्ये राहणाऱ्यांच्या तोंडी असते.''

'बुद्धिमान आहे ही!' ॲलेक्सच्या मनात आलं. तिने बरोबर योग्य मुद्दा उचलून त्यावर बोट ठेवलं होतं.

''आणि तुम्ही जेव्हा बाहेर आलात,'' पिअरसन घाईने विषय बदलून म्हणाले, ''तेव्हा मि. क्रेग गल्लीच्या दुसऱ्या टोकाला तुमची वाट बघत उभे राहिलेले तुम्हाला दिसले?''

''हो, दिसले.''

''ते तुमच्या नजरेला साधारण किती वेळाने पडले?''

''मला तेवढं नाही आठवत.'' बेथ म्हणाली.

''ओ, म्हणजे आता या खेपेला तुम्हाला आठवत नाही.''

''फार वेळ झाला नव्हता.''

''फार वेळ झाला नव्हता, म्हणजे नक्की किती?'' पिअरसन म्हणाले, ''एका मिनिटांहून कमी?''

''ते नाही सांगता येणार. पण ते तिथे उभे होते.''

''मिस विल्सन, तुम्ही जर डनलॉप आर्म्स या बारच्या पुढच्या दरवाज्याने बाहेर पडलात, गर्दीच्या रस्त्यावर चालत एका लांबच लांब गल्लीच्या पलीकडच्या तोंडाशी जाऊन उभ्या राहिलात, तर तुमच्या असं लक्षात येईल की, तुम्हाला दोनशे अकरा यार्डांचं अंतर कापून यावं लागलेलं असेल. मग तुम्हाला असं सुचवायचंय का की, ते अंतर मि. क्रेग यांनी एका मिनिटापेक्षा कमी वेळात कापलं असेल?''

''असेलही!''

''आणि त्यानंतर काही मिनिटांतच त्यांचा मित्र त्यांना येऊन मिळाला.'' पिअरसन म्हणाले.

''होय, तसंच झालं.'' बेथ म्हणाली.

''आणि तुम्ही जेव्हा मागे वळून पाहिलंत, तेव्हा उरलेले दोघं, मि. डेव्हनपोर्ट आणि मि. मोर्टिमर मागच्या दरवाज्यापाशी येऊन उभेच होते?''

''होय. उभे होते.''

''हे सगळं एक मिनिटापेक्षाही कमी वेळात घडलं मिस विल्सन?'' ते क्षणभर थांबले, ''हा इतका सगळा योजनाबद्ध कट रचायला त्या चौघांना वेळ तरी कधी मिळाला मिस विल्सन?''

''तुम्हाला काय म्हणायचंय, ते माझ्या नीट लक्षात येत नाहीये.'' बेथ म्हणाली. तिने एका हाताने साक्षीदाराच्या पिंजऱ्याचा कठडा घट्ट पकडून धरला.

''मला वाटतं, तुम्हाला अगदी नीट कळतंय सारं मिस विल्सन, पण ज्युरींसाठी परत एकवार सांगतो – दोन माणसं बारच्या पुढच्या दारातून बाहेर पडून बिल्डिंगच्या

मागच्या भागात जाऊन थांबतात, तर उरलेले दोघं बारच्या मागच्या दरवाज्याशी थांबतात आणि हे सगळं एका मिनिटाहूनही कमी कालावधीत.''

''एक मिनिटाहून जास्त अवधी लागलासुद्धा असेल.''

''पण तुम्हाला तर घाईने तिथून निघून जायचं होतं.'' पिअरसनने तिला आठवण करून दिली. ''त्यामुळे जर एक मिनिटाहून जास्त वेळ लोटलेला असेल, तर तेवढ्या वेळात तुम्हाला गल्लीच्या टोकाशी पोहोचून मुख्य रस्त्याला लागून दूरवर पळून जायला पुरेसा अवधी मिळाला असता, नाही का?''

''आता मला नीट आठवलं.'' बेथ म्हणाली, ''डॅनी बर्नीला शांत करण्याचा प्रयत्न करत होता, पण माझ्या भावाच्या मनात बारमध्ये परत जाऊन क्रेगबरोबर काय तो सोक्षमोक्ष लावून टाकायचा होता. त्यामुळे एक मिनिटाहून अधिक काळ लोटलेला असेल.''

''का तुमच्या भावाच्या मनात कार्टराईटबरोबर काय तो सोक्षमोक्ष लावायचा होता आणि आपले वडील निवृत्त झाल्यानंतर गॅरेजचा बॉस कोण असणार, हे कार्टराईटच्या नीट लक्षात आणून द्यायचं होतं?'' पिअरसन म्हणाले.

''पण बर्नीला खरोखरच तसं करायचं असतं, तर त्याने एका फटक्यात डॅनीला लोळवलं असतं!'' बेथ म्हणाली.

''पण कार्टराईटकडे सुरी असताना हे शक्य नव्हतं ना!'' पिअरसन त्यावर म्हणाले.

''पण सुरी तर क्रेगकडे होती आणि बर्नीला भोसकलं तेसुद्धा मि. क्रेग यांनीच.''

''तुम्ही खात्रीपूर्वक असं कसं सांगू शकता मिस विल्सन? तुम्ही तर स्वतःच्या डोळ्यांनी पाहिलेलं नाही.''

''त्याचं कारण काय घडलं ते बर्नीने मला सांगितलं.''

''तुम्हाला नक्की आठवतं की, ते तुम्हाला बर्नीने सांगितलं, डॅनीने नाही?''

''हो. अगदी नीट आठवतं.''

''मी अगदी अनेकदा वापरून शिळा झालेला वाक्प्रचार वापरतो, त्याबद्दल माफ करा मिस विल्सन, पण हे म्हणजे – हे अगदी असंच घडलं अशी माझी बाजू आहे आणि मी काही झालं तरी त्यालाच चिकटून राहणार!''

''पण मी चिकटून राहणारच. कारण तेच सत्य आहे.''

''ही गोष्टपण खरी ना मिस विल्सन की, आपला भाऊ असा लवकरच प्राण सोडणार आहे, अशी तुम्हाला भीती वाटत होती?''

''हो. त्याचं इतकं रक्त गेलं होतं. तो जगेल, असं मला काही वाटत नव्हतं.'' असं म्हणून बेथ रडू लागली.

"मग तुम्ही लगेच ॲम्ब्युलन्सला फोन का नाही केला मिस विल्सन?" हाच प्रश्न ॲलेक्सलासुद्धा पडला होता. ती त्याचं काय उत्तर देते याची त्यालाही चिंता होतीच, पण ती काहीच बोलली नाही. मग पिअरसन पुढे म्हणाला, "तुमच्याच शब्दांत सांगायचं, तर तुमच्या भावाला पुन:पुन्हा भोसकण्यात आलं होतं ना?"

"माझ्याकडे फोन नव्हता!" बेथ जोरात म्हणाली.

"पण तुमच्या प्रियकराकडे होता." पिअरसन म्हणाला, "कारण त्याने आधी तुमच्या भावाला स्वत:च्या सेलफोनवरूनच कॉल करून त्या बारमध्ये बोलावून घेतलं होतं ना?"

"पण ॲम्ब्युलन्स काही मिनिटांत तिथे आलीच ना!" बेथ म्हणाली.

"आणि इमर्जन्सी सर्व्हिसेसला कुणी फोन केला, ते आपल्या सर्वांनाच माहीत आहे. हो ना मिस विल्सन?" पिअरसन मुद्दाम ज्युरींकडे बघत म्हणाला.

बेथने मान हलवली.

"मिस विल्सन, माझ्या विद्वान वकील-मित्रांना तुम्ही आणखी काही अर्धसत्यं सांगितली आहेत, त्याची मी जरा तुम्हाला आठवण करून देतो." ते शब्द ऐकून बेथने खालचा ओठ वरच्या ओठाने दाबला. पिअरसन म्हणाले, "तुम्ही असं म्हणालात की, आमचं कधी ना कधीतरी लग्न होणारच ही गोष्ट मी त्याला पहिल्यांदा पाहिलं तेव्हाच ओळखली होती."

"होय. मी म्हणाले तसं आणि मला तसंच म्हणायचं होतं." बेथ चिडून म्हणाली.

पिअरसन यांनी आपल्या हातातल्या नोट्स परत वाचल्या. "तुम्ही असंही म्हणालात की तुमच्या मते, मि. डेव्हनपोर्ट हे कार्टराईटइतके देखणे नाहीत."

"मग खरंचंच नाहीत."

"शिवाय डॅनी खरंच बोलतोय, असं मी पोलिसांना सांगू शकत होते ना?"

"पण ते खरंच होतं."

"जी काय त्याची बाजू असेल ती, असंच ना?"

"मी असं म्हटलेलं नाही." बेथ म्हणाली.

"नाही; तुम्ही नाही, मी तसं म्हणालो." पिअरसन म्हणाले. "माझं तर असं म्हणणं आहे की, आपल्या पतीला वाचवण्यासाठी तुम्ही काहीही सांगाल."

"पण तो माझा नवरा नाही."

"पण जर त्याची सुटका झाली तर होईलच ना?"

"हो. होईल."

"तुमच्या भावाचा खून होऊन किती दिवस झाले?"

"सहा महिने होतायत."

"आणि या काळात तुम्ही कार्टराईटला किती वेळा भेटलात?"

"मी दर रविवारी दुपारी त्याला भेटत होते." बेथ अभिमानाने म्हणाली.

"प्रत्येक भेटीचा काळ साधारण किती असे?"

"सुमारे दोन तास."

पिअरसन यांनी मुद्दामच आढ्याकडे नजर लावली, "म्हणजे अंदाजे सांगायचं झालं, तर गेल्या सहा महिन्यांत तुम्ही पन्नास तास कार्टराईटच्या सहवासात घालवले आहेत."

"मी असा काही विचार केला नव्हता." बेथ म्हणाली.

"पण आता मी तुमच्या लक्षात आणून दिल्यानंतर तुम्हाला असं नाही का वाटत की, कार्टराईटची बाजू काय आणि कशी मांडायची याची तुम्हाला दोघांना व्यवस्थित उजळणी करायला पुष्कळ वेळ होता. तुम्ही कोर्टासमोर येईपर्यंत तुमची कहाणी अगदी वर्ड परफेक्ट करणं सहज शक्य होतं?"

"नाही. हे खरं नाही."

"मिस विल्सन, तुम्ही जेव्हा कार्टराईटला तुरुंगात जाऊन भेटायचात –" पिअरसन मुद्दामच या वाक्यानंतर बराच वेळ थांबले, "तेव्हा त्या पन्नास तासांत तुम्ही या खटल्याबद्दल चर्चा करत होता का हो?"

बेथ जराशी घुटमळली, "मला वाटतं... केलीच असणार."

"अर्थातच तुम्ही केलीत." पिअरसन म्हणाले, "कारण जर तुम्ही ती केली नसेल, तर आज सहा महिन्यांनंतर तुम्हाला त्या रात्री घडलेलं सर्व इतकं तपशीलवार कसं काय आठवतंय? प्रत्येक वाक्य कुणी म्हटलं तेसुद्धा कसं आठवतंय? कारण तुम्हाला तर आज सकाळी तुम्ही नाश्त्याला काय खाल्लंत, हेही नीट आठवत नव्हतं."

"ऑफकोर्स, मला आठवतंय. ज्या रात्री माझ्या भावाचा खून झाला मि. पिअरसन, ती रात्र मी कशी विसरू शकेन? शिवाय काही झालं तरी क्रेग आणि त्याच्या मित्रांना तर स्वत:ची कहाणी रचण्यासाठी आमच्याहून कितीतरी जास्त वेळ मिळाला असेल, कारण त्यांना काही ठरावीक व्हिजिटिंग अवर्सचं बंधन नव्हतं की, त्यांना कधी आणि कुठे भेटायचं यासाठी काही नियम नव्हते."

"ब्रेव्हो!" ॲलेक्स पुटपुटला. तो हलक्या आवाजात जरी म्हणाला असला, तरी ते पिअरसन यांना ऐकू जाईल एवढ्या आवाजात म्हणाला.

"आता परत एकदा आपण त्या गल्लीकडे जाऊ आणि तुमची स्मरणशक्ती अजून एकदा तपासून पाहू मिस विल्सन." पिअरसन म्हणाले. त्यांना कसंही करून तो विषय बदलायचा होता. "मि. क्रेग आणि मि. पेन हे एका मिनिटाच्या

आतच त्या गल्लीत उगवले आणि तुमच्या भावाकडे चालत येऊ लागले आणि काहीही कारण नसताना त्यांनी अचानक भांडणाला, मारामारीला सुरुवात केली.''

''हो. केली.'' बेथ म्हणाली.

''त्या रात्रीच्या आधी ज्या दोघा माणसांना त्यांनी आयुष्यात कधीही पाहिलेलं नव्हतं, त्यांच्याशी!''

''होय.''

''त्यानंतर परिस्थिती हाताबाहेर जायला लागली, तशी मि. क्रेग यांनी अचानक हवेतून सुरी बाहेर काढून तुमच्या भावाला भोसकलं.''

''त्यांनी सुरी हवेतून नव्हती बाहेर काढलेली, त्यांनी ती बारमधून उचलली असेल.''

''म्हणजे ती सुरी बारमधून डॅनीने उचलली नव्हती?''

''नाही. ती डॅनीने उचलली असती, तर मला नक्की दिसली असती.''

''पण मि. क्रेग यांना बारमधून सुरी उचलताना तुम्ही पाहिलं होतं का?''

''नाही. नव्हतं पाहिलं.''

''पण एका मिनिटानंतर त्यांना गल्लीच्या दुसऱ्या टोकाला ते उभे असल्याचं मात्र तुम्ही पाहिलं.''

''हो पाहिलं.''

''मग त्या वेळी त्यांच्या हातात ती सुरी होती?'' पिअरसन प्रश्न विचारून आरामात खुर्चीत रेलून बसले; बेथच्या उत्तराची वाट बघत.

''मला आठवत नाही.''

''मग तुम्ही पळत जेव्हा तुमच्या भावापाशी गेलात, तेव्हा ती सुरी कुणाच्या हातात होती, हे तरी तुम्हाला आठवतंय का?''

''हो. डॅनीच्या हातात होती. पण मि. क्रेग, जेव्हा माझ्या भावाला त्या सुरीने भोसकत होते, तेव्हा डॅनीने ती त्यांच्या हातातून काढून घेतलेली होती.''

''पण ती गोष्ट काही तुम्ही तुमच्या डोळ्यांनी पाहिलेली नाही.''

''नाही पाहिली.''

''आणि तुमच्या प्रियकराचं अंग रक्ताने माखलं होतं.''

''अर्थातच होतं.'' बेथ म्हणाली, ''डॅनीने माझ्या भावाला आपल्या मिठीत धरलं होतं.''

''पण मग जर मि. क्रेग यांनी तुमच्या भावाला भोसकलं असेल, तर त्यांचेही कपडे रक्ताने माखलेले असायला हवे होते, नाही का?''

''ते मला कसं माहीत असणार? तोपर्यंत ते गायब झाले होते.''

''हवेत अदृश्य?'' पिअरसन म्हणाले, ''मग जेव्हा काही मिनिटांनंतर पोलीस आले, तेव्हा मि. क्रेग बारमध्ये बसून होते, डिटेक्टिव्हची वाट बघत;

आणि हो... त्यांच्या अंगावर किंवा जवळपास रक्ताचा शिंतोडासुद्धा नव्हता या गोष्टीचं काय स्पष्टीकरण आहे तुमच्याजवळ?'' बेथकडे या प्रश्नाचं उत्तर नव्हतं, ''आणि मी तुम्हाला या गोष्टीची आठवण करून देऊ का?'' पिअरसन पुढे म्हणाले, ''पोलिसांना सर्वांत आधी फोन कुणी केला? तुम्ही नाही मिस विल्सन, मि. क्रेग यांनी केला. एखाद्या माणसाला स्वत:च भोसकल्यानंतर काही क्षणांतच असं कुणी करेल का? तेही जर स्वत:चे कपडे रक्ताने भरलेले असतील तर?''

त्यानंतर ते क्षणभर थांबले. हे चित्र ज्युरींच्या मनावर पुरतं बिंबलं गेलं आहे, याची खात्री पटल्यावर ते पुढे म्हणाले, ''मिस विल्सन, तुमचा प्रियकर चाकू-हल्ल्याच्या गुन्ह्यात गुंतलेला आहे आणि तुम्ही त्याच्या सुटकेला धावून आला आहात, असं घडण्याची ही पहिलीच वेळ आहे का हो?''

''तुम्हाला काय म्हणायचंय?'' बेथ म्हणाली.

रेडमेन बेथकडे डोळे फाडून बघत राहिला. 'असं काही पूर्वी घडलंय की काय, जे हिनं आपल्यापासून लपवून ठेवलंय?'

''तुमची तीव्र स्मरणशक्ती परत एकदा तपासून पाहण्याची वेळ आली आहे मिस विल्सन.'' पिअरसन म्हणाले.

जज्ज, ज्युरी, रेडमेन अशा सर्वांचेच डोळे आता पिअरसन यांच्याकडे लागले होते, पण आपल्या हातातला हुकमाचा एक्का इतक्यातच उघडा करण्याची त्यांची इच्छा नव्हती.

''मिस विल्सन, १२ फेब्रुवारी १९८६ रोजी क्लेमंट ॲटली कॉम्प्रिहेन्सिव्ह स्कूलच्या मैदानावर काय घडलं ते तुम्हाला आठवतंय?''

''पण त्या गोष्टीला पंधरा वर्षं उलटली आहेत.'' बेथ म्हणाली.

''ते तर खरंच आहे, पण ज्या माणसाच्या प्रथमदर्शनी प्रेमात पडून तुम्ही त्याच्याशीच लग्न करण्याचा मनोमन निश्चय केला होता, त्याचा चेहरा स्थानिक वृत्तपत्राच्या पहिल्या पानावर ज्या दिवशी झळकला, तो दिवस कसा काय विसराल तुम्ही?'' पिअरसन मागे वाकले. त्यांच्या सहायकाने १३ फेब्रुवारी १९८६ च्या दैनिकाची फोटोकॉपी त्यांच्याकडे दिली. त्यांनी ती कॉपी पट्टेवाल्याकडे देऊन ती बेथला देण्यास सांगितलं.

''ज्युरींसाठीपण तुम्ही प्रती काढून आणल्या आहेत का मि. पिअरसन?'' आपल्या गोल भिंगाच्या चष्म्यातून रोखून बघत जज्ज सॅकव्हिल म्हणाले.

''अर्थातच, आहेत ना मिलॉर्ड.'' पिअरसन म्हणाले. त्यांच्या मदतनिसाने परत एक मोठा गठ्ठा पट्टेवाल्याकडे दिला. त्याने एकेक करत प्रत्येक ज्युरी-सदस्याच्या हातात एकेक प्रत ठेवली. जज्जसाहेबांना एक प्रत दिली आणि

शेवटी डॅनीलासुद्धा एक प्रत देऊ केली, पण डॅनीने मान हलवून नकार दिला. पिअरसन यांना त्या गोष्टीचं आश्चर्य वाटलं. याला लिहिता-वाचता तरी येतं का नाही, असं त्यांच्या मनात आलं. आता या बेट्याला साक्षीदाराच्या पिंजऱ्यात उभा केला की, त्याच्या तोंडून हेपण काढून घ्यायचं, असं त्यांनी ठरवलं.

"मिस विल्सन, तुमच्या लक्षात आलंच असेल की, ही एका खूप जुन्या दैनिकाची फोटोकॉपी आहे. १२ फेब्रुवारी १९८६ रोजी क्लेमंट ॲटली कॉम्प्रिहेन्सिव्ह स्कूलच्या मैदानावर जो चाकू-हल्ला झाला, त्याचा सविस्तर वृत्तान्त त्यात आहे. त्यात असंही म्हटलंय की, या मारामारीनंतर पोलिसांनी डॅनिएल कार्टराईट याला चौकशीसाठी ताब्यात घेतलं होतं."

"पण तो त्या वेळी नुसता मदतीला धावून गेला होता." बेथ म्हणाली.

"ही सवयच दिसते आहे ना त्याला?" पिअरसन म्हणाले.

"तुम्हाला काय म्हणायचंय?" बेथ रागावून म्हणाली.

"मि. कार्टराईट यांचं चाकू-हल्ल्याच्या प्रकरणात सहभागी होणं आणि नंतर तुम्ही त्यांची बाजू घेऊन सांगणं की, ते फक्त मदतीला धावून गेले होते."

"पण त्या मारामारी करणाऱ्या दुसऱ्या मुलाला त्यांनी सुधारगृहात टाकलं."

"आणि या खेपेलाही तुम्ही याच आशेवर आहात की, आपलं ज्याच्याशी लग्न ठरलंय, तो सहीसलामत सुटेल आणि दुसरा माणूस तुरुंगात जाईल!"

"होय, अगदी तशीच आशा करते आहे मी."

"तुम्ही ही गोष्ट स्वत:च कबूल केलीत ते बरं झालं." पिअरसन म्हणाले, "आता कृपा करून तुमच्या हातात जे वर्तमानपत्राचं कात्रण आहे, त्यातला तिसरा परिच्छेद कोर्टाला मोठ्यांदा वाचून दाखवता का? त्याची सुरुवात अशी आहे, 'नंतर बेथ विल्सन यांनी पोलिसांना असं सांगितलं की...'

"हा मजकूर फारच ओळखीचा वाटतोय, हो ना मिस विल्सन?"

"पण त्या मारामारीशी डॅनीचा काहीच संबंध नव्हता."

"मग त्याला शाळेतून काढून का टाकण्यात आलं?"

"मुळीच तसं झालं नाही. त्याची चौकशी चालू होती, तेवढ्या मुदतीपुरतं त्याला घरी पाठवण्यात आलं होतं."

"तुम्ही डॅनीच्या बाजूने जी जबानी दिली त्याचा परिणाम असा झाला की, दुसऱ्याच एका मुलाला सुधारगृहात टाकण्यात आलं." बेथने परत एकदा मान खाली घातली. "आता आपण या नुकत्याच घडलेल्या चाकू-हल्ल्याविषयी बोलू. परत एकदा किती सोयीस्करपणे तुम्ही तुमच्या प्रियकराच्या मदतीला धावून आलात." त्यावर बेथला काही प्रतिक्रिया देण्यासाठी पुरेसा वेळही न देता पिअरसन म्हणाले, "तुमचे वडील निवृत्त झाल्यानंतर विल्सन गॅरेजचा मॅनेजर

आपण होऊ अशी आशा कार्टराईटला होती, हे खरं आहे का?''

''डॅडच्या मनात तसा विचार चालू होता, ही गोष्ट त्यांनी डॅनीच्या कानावर घातली होती.''

''पण नंतर तुम्हाला असंही समजलं ना की, तुमच्या वडिलांनी आपला विचार बदलला असून डॅनीऐवजी गॅरेज तुमच्या भावाच्या हाती सोपवायचा निर्णय घेतला होता?''

''हो. मला समजलं ते.'' बेथ म्हणाली, ''पण मुळात बर्नीची ते काम करण्याची इच्छाच नव्हती. डॅनी हाच त्या दोघांमधला नॅचरल लीडर होता, या गोष्टीचा बर्नीने स्वीकार केला होता.''

''तसं असेलही. पण तो तुमचा कौटुंबिक व्यवसाय होता. आपल्याला डावलून डॅनीच्या हाती त्याचे सर्व हक्क जात आहेत, ही गोष्ट कदाचित बर्नीला सहन झाली नसेल.''

''मुळीच नाही. बर्नीला कसलीही जबाबदारी अंगावर घ्यायची नव्हती.''

''पण मग त्या रात्री तुमचा भाऊ असं का म्हणाला– 'आणि हे बघ, जर तू आमच्या म्हातारबुवांकडून कामाचा चार्ज घेतलास तर मी तुला गव्हर्नर वगैरे म्हणून हाक मारीन असं जर तुला वाटत असेल ना, तर ते विसर लेका.' ''

''तो 'जर' असं नव्हता म्हणाला मि. पिअरसन, तो म्हणाला होता 'जेव्हा' आणि या दोन्हींमध्ये जमीन-अस्मानाचा फरक आहे.''

ॲलेक्स रेडमेन गालातल्या गालात हसला.

''दुर्दैवाने हे असं सांगू शकणाऱ्या फक्त तुम्हीच इथे आहात मिस विल्सन, कारण उरलेले सर्व साक्षीदार काही वेगळीच हकिकत सांगतायत.''

''ते सगळेच्या सगळे खोटं बोलतायत.'' बेथ संतापून म्हणाली. तिचा आवाज चढला होता.

''आणि फक्त एकट्या तुम्ही तेवढ्या खरं सांगताय!'' पिअरसन म्हणाले.

''होय. सांगतेच आहे.''

''तुमच्या वडिलांच्या मते कोण खरं बोलतंय?'' अचानक पिअरसन विषय बदलून म्हणाले.

''मिलॉर्ड,'' रेडमेन उडी मारून उभा राहत म्हणाला, ''ही तर केवळ ऐकीव माहिती आहे. इतकंच नव्हे, त्याचा या खटल्याशी काहीही संबंध नाही.''

''माझ्या विद्वान वकील-मित्राशी मी सहमत आहे.'' जज्ज काही बोलणार एवढ्यात पिअरसन स्वतःच म्हणाले, ''पण मिस विल्सन आणि त्यांचे वडील एकाच घरात राहतात, त्यामुळे मला वाटलं की, त्यांच्या वडिलांचं या विषयावर काय मत आहे, हे त्यांना माहीत असेल.''

“तसं असेलही,” जज्ज सॅकव्हिल म्हणाले, “पण तरीही ती ऐकीव माहितीच असल्याने ती येथे ग्राह्य धरता येणार नाही.” मग ते बेथकडे वळून म्हणाले, “मिस विल्सन, तुम्ही या प्रश्नाचं उत्तर देण्याची गरज नाही.”

बेथने जज्जसाहेबांकडे पाहिलं, “माझ्या वडिलांचा माझ्यावर अजूनही विश्वास बसत नाही.” ती हुंदके देत म्हणाली, “त्यांना अजूनही असंच वाटतं की, डॅनीनेच माझ्या भावाचा खून केला.”

अचानक कोर्टात एकच गोंधळ माजला. पिअरसनने पुढचा प्रश्न विचारण्याआधी जज्जसाहेबांना अनेकदा हातोडा आपटून शांत राहण्याची सूचना करावी लागली.

“ज्युरींना निर्णयासाठी मदत होईल असं आणखी काही तुम्हाला सांगायचंय का मिस विल्सन?” पिअरसन आशेने म्हणाले.

“हो.” बेथ म्हणाली, “माझे वडील तेव्हा तिथे नव्हते. मी होते.”

“आणि तुमचा प्रियकरही होता.” तिला मध्येच अडवत पिअरसन म्हणाले. “मला वाटतं, नेहमीसारख्या भांडणाने ज्याची सुरुवात झाली, त्याचं पर्यवसान अखेर कार्टराईटने तुमच्या भावाला सुरीने भोसकण्यात झालं.”

“माझ्या भावाला मि. क्रेगने भोसकलं.”

“ज्या वेळी तुम्ही गल्लीच्या पार दुसऱ्या टोकाला टॅक्सी थांबवण्याच्या प्रयत्नात होता तेव्हा.”

“हो, खरं आहे ते.”

“आणि जेव्हा पोलीस घटनास्थळी हजर झाले, तेव्हा त्यांना असं आढळलं की, कार्टराईटचे कपडे रक्ताने माखलेले आहेत आणि सुरीवर जे हाताचे ठसे होते, ते फक्त तुमच्या प्रियकराचेच होते.”

“ते कसं घडलं, हे मी तुम्हाला अगोदरच सांगितलेलं आहे.” बेथ म्हणाली.

“मग तुम्ही या गोष्टीचं स्पष्टीकरण देऊ शकाल की, काही मिनिटांनंतर जेव्हा मि. क्रेग यांना पोलिसांनी प्रश्न विचारले, तेव्हा त्यांच्या शर्ट, सूट किंवा टायवर रक्ताचा थेंबही कसा काय नव्हता?”

“त्यांच्याजवळ घरी जाऊन कपडे बदलण्यासाठी कमीत कमी वीस मिनिटांचा अवधी होता.” बेथ म्हणाली.

“किंवा तीससुद्धा!” रेडमेन म्हणाला.

“अच्छा... म्हणजे तुमचा त्या सुपरमॅनच्या थिअरीवर विश्वास आहे तर!” पिअरसन म्हणाले.

“आणि क्रेग गल्लीत होते, हे त्यांनी स्वत:च कबूल केलं आहे.” बेथ त्यांच्या मल्लिनाथीकडे दुर्लक्ष करत म्हणाली.

“होय, केलंय ना मिस विल्सन; पण त्यांनी जेव्हा तुमची किंकाळी ऐकली,

तेव्हा ते आपल्या मित्रांना बारमध्येच सोडून बाहेर बघायला आले, तुमच्या जिवाला काही धोका तर नाही ना, हे!''

''मुळीच नाही. बर्नीला भोसकण्यात आलं, तेव्हा ते आधीपासूनच त्या गल्लीत होते.''

''कुणाकडून भोसकण्यात आलं तेव्हा?'' पिअरसन म्हणाले.

''क्रेग, क्रेग, क्रेग.'' बेथ ओरडली. ''आता अजून किती वेळा ती गोष्ट सांगू मी तुम्हाला?''

''आणि एका मिनिटाहूनही कमी वेळात क्रेग त्या गल्लीत पोहोचले? आणि नंतर कसा कोण जाणे; पण वेळात वेळ काढून त्यांनी पोलिसांना फोन केला, बारमध्ये परत आले, आपल्या मित्रांना त्यांनी ताबडतोब घरी पाठवून दिलं आणि पोलीस येण्याची वाट बघत बसून राहिले. त्यानंतर त्यांनी जे काही घडलं, ते अगदी तपशीलवार पोलिसांना सांगितलं आणि त्यातल्या प्रत्येक गोष्टीला बारमध्ये त्या वेळी उपस्थित असणाऱ्या प्रत्येकाने दुजोरा दिला.''

''पण ते सगळे लोक खोटं बोलतायत.'' बेथ म्हणाली.

''आय सी!'' पिअरसन म्हणाले, ''म्हणजे इतर सर्वच्या सर्व साक्षीदार शपथ घेऊन खोटं बोलले.''

''हो. कारण ते सगळे क्रेगचा बचाव करू पाहतायत.''

''आणि तुम्ही तुमच्या प्रियकराचा बचाव नाही करू पाहत आहात?''

''नाही. मी खरं तेच सांगत आहे.''

''तुम्हाला जे सत्य मानावंसं वाटतंय, ते सत्य तुम्ही सांगताय,'' पिअरसन म्हणाले, ''कारण तुम्ही स्वतःच्या डोळ्यांनी काहीही पाहिलेलं नाहीये.''

''पण त्याची गरजच नव्हती.'' बेथ म्हणाली, ''कारण जे काही घडलं, ते बर्नीने मला सांगितलं.''

''नक्की बर्नीनेच सांगितलं आणि डॅनीने नाही, याची खात्री आहे तुम्हाला?''

''नक्की! बर्नीनेच सांगितलं.''

''मृत्यूपुर्वी सांगितलं?''

''होय.'' बेथ ओरडून म्हणाली.

''किती सोयीस्कर नाही!'' पिअरसन म्हणाले.

''आणि डॅनी जेव्हा साक्ष द्यायला उभा राहील तेव्हा मी जे सांगितलं, ते खरंच होतं, हे तोही सांगेलच.''

''तुम्ही दोघं गेले सहा महिने दर रविवारी एकमेकांना भेटत होता, ही गोष्ट लक्षात घेता तो नक्कीच असं करेल, याबद्दल माझ्या मनात काहीही शंका नाही.'' पिअरसन म्हणाले. ''मला आणखी काही विचारायचं नाही मिलॉर्ड.''

११

"आज सकाळी नाश्त्याला काय खाल्लंत तुम्ही?" ॲलेक्स म्हणाला.

"अरे... मी तुला याची आधीच कल्पना द्यायला हवी होती." ॲलेक्सचे वडील फोनवरून म्हणाले, "अरे, साक्षीदाराची उलटतपासणी करताना तो पिअरसन फक्त दोन पद्धती वापरतो. तो जेव्हा तरुण होता, तेव्हा तो एक काळजी मात्र घ्यायचा. एक जज्ज सोडले, तर इतर कोणी त्याचं हे वाक्य ऐकलेलं नसायचं. त्यामुळेच त्याच्यासमोर साक्षीसाठी उभा राहिलेला साक्षीदार आणि ज्युरी-सदस्य या सर्वांनाच तो प्रश्न बुचकळ्यात टाकायचा. साक्षीदार तर कित्येकदा गोंधळून जायचा."

"मग त्यांचं दुसरं आवडतं वाक्य कोणतं?" ॲलेक्स म्हणाला.

"तुम्ही रोज सकाळी जेव्हा घराचं दार उघडून घराबाहेर येता, त्या वेळी तुमच्या डाव्या हाताच्या दुसऱ्या रस्त्याचं नाव काय? या प्रश्नाचं उत्तर फारच थोडे साक्षीदार बरोबर देऊ शकतात. मला अनुभवाने चांगलं माहीत झालंय आता. मलातर असा संशय आहे की, तो बेटा पिअरसन आदल्या दिवशी स्वत: जाऊन त्या रस्त्याचं नाव पाहून येत असावा. तू आत्ता जर जाऊन पाहिलंस, तर तो ईस्ट एंडच्या रस्त्यांवर गुपचूप टेहळणी करताना सापडेलसुद्धा कदाचित तुला."

ॲलेक्स आपल्या खुर्चीत टेकून बसला. "वेल, त्या पिअरसनला कमी लेखण्याची चूक करू नको, असा सावधगिरीचा इशारा तुम्ही मला खरंतर दिलेला होता."

सर मॅथ्यू त्यावर लगेच काहीच बोलले नाहीत. मग थोड्या वेळाने त्यांनी अगदी वेगळाच विषय काढला. ॲलेक्सला आश्चर्याचा धक्का बसला. "त्या कार्टराईटला तू साक्षीसाठी उभा करणार आहेस का नाही? काय ठरवलं आहेस?"

"अर्थातच करणार आहे. का करू नये?" ॲलेक्स म्हणाला.

"कारण पिअरसनला आश्चर्याचा धक्का देऊ शकेल अशी तेवढी एकच गोष्ट तुझ्यापाशी शिल्लक उरलेली आहे. येता संपूर्ण आठवडा त्या कार्टराईटची साक्ष चालू राहील, असा पिअरसनचा तर्क असेल; पण त्याला काहीही कल्पना नसताना अचानक तू उद्या सकाळी समारोपच केलास, तर त्याची चांगलीच पंचाईत होईल. त्याने मनाशी असा हिशेब केला असेल की, त्याच्यावर कार्टराईटची उलटतपासणी घेण्याची वेळ या आठवड्याच्या शेवटी किंवा कदाचित पुढच्या आठवड्यातसुद्धा येईल. त्यामुळे जर अचानक उद्या सकाळी त्याच्यावर समारोपाचं भाषण करण्याची वेळ आली, तर तो चांगलाच भांबावून जाईल."

"पण जर कार्टराईटची साक्ष झाली नाही, तर ज्युरी-सदस्य त्याचा चुकीचा अर्थ घेतील."

"या विषयावर कायदा अगदी स्पष्ट आहे," ॲलेक्सचे वडील म्हणाले, "जज्ज उद्या अगदी स्पष्ट शब्दांत ज्युरी-सदस्यांना सूचना देतील. साक्ष देणं-न देणं हे पूर्णपणे आरोपीच्या मर्जीवर अवलंबून असून ज्युरींनी त्या विषयावरून कोणताही पूर्वग्रह मनात बाळगायचा नाही व त्या गोष्टीचा निर्णय देताना काही संबंध जोडायचा नाही."

"पण प्रत्यक्ष तसं घडत नाही ना! ज्युरी त्या गोष्टीचा संबंध नेहमीच लावतात, असं तुम्हीच एकदा म्हणाला होतात."

"तसं असेलही; परंतु कार्टराईटने त्या दैनिकाची फोटोकॉपी हातात घेऊन वाचण्याचा प्रयत्नसुद्धा केला नव्हता, ही गोष्ट एक किंवा दोन ज्युरी-सदस्यांच्या लक्षात आलीच असेल. त्यात त्या पिअरसनने त्याच्या प्रेयसीला इतकं फाडून खाल्लं आहे. त्यामुळे तू मुद्दामच त्याला साक्षीसाठी बोलावणार नाहीस, हे त्यांच्या लक्षात येईल."

"पण कार्टराईट त्या पिअरसनच्या तोडीस तोड बुद्धिमान आहे." ॲलेक्स म्हणाला, "तो फक्त शिकलेला नाही, इतकंच!"

"पण तो जरा माथेफिरू आहे, असंही तू म्हणाला होतास."

"बेथवर कुणी हल्ला चढवण्याचा प्रयत्न केला तर त्याचं डोकं फिरतं; पण तेवढंच!"

"मग तू एका गोष्टीची खात्रीच बाळग. एकदा का कार्टराईट साक्षीसाठी उभा राहिला की, तो पिअरसन बेथच्या बाबतीत असं काही वेडंवाकडं बोलेल की, कार्टराईटचं माथं भडकलंच पाहिजे."

"पण कार्टराईटच्या नावावर आधीच्या काहीही गुन्ह्याची नोंद नाहीये. शाळा सोडल्याच्या दिवसापासून तो काम करू लागलेला आहे. लवकरच त्याचं त्याच्या गर्लफ्रेंडशी लग्न होणार होतं. ती गरोदरसुद्धा आहे."

"ठीक आहे. म्हणजे कार्टराईटची उलटतपासणी घेताना पिअरसन या चार मुद्यांवर काही बोलणार नाही; पण एका गोष्टीची तू खात्री बाळग. कार्टराईट शाळेत असताना खेळाच्या मैदानावर झालेल्या त्या चाकूहल्ल्याचा विषय पिअरसन परत उकरून काढेल. त्याही वेळेला तो त्या चाकूने भोसकण्याचा विषय वारंवार काढेल आणि ज्युरींना त्या गोष्टीची सारखी आठवण करून देईल."

"वेल, एवढी एकच समस्या असली तर –" ॲलेक्सने बोलायला सुरुवात केली.

"तेवढी एकच नाही. मी सांगतो ना तुला," त्याचे वडील म्हणाले, "कारण आता बेथ विल्सनच्या उलटतपासणीच्या वेळी कसा त्याने अचानक हा शाळेच्या मैदानावरचा चाकू-हल्ल्याचा मुद्दा अचानक काढला. तसेच आणखी कुठलेतरी एक किंवा दोन मुद्दे कार्टराईटच्या उलटतपासणीसाठी त्याने राखून ठेवलेलेच असतील."

"उदाहरणार्थ?"

"त्याची मला काही कल्पना नाही." सर मॅथ्यू म्हणाले, "पण जर तू कार्टराईटला साक्षीदाराच्या पिंजऱ्यात उभा केलास, तर ते तुला कळेलच." ॲलेक्सने आपल्या वडिलांच्या बोलण्यावर थोडा वेळ विचार केला. विचार करता करता त्याच्या कपाळावर आठी पडली. "तुला कसली चिंता वाटते आहे का?" सर मॅथ्यू म्हणाले. पण ॲलेक्स त्यावर काही बोलला नाही.

"बेथच्या वडिलांनी कार्टराईटला नेमकं त्याच सुमाराला सांगितलं होतं की, कार्टराईटला आपल्या निवृत्तीनंतर गॅरेजचा मॅनेजर करण्याचा विचार त्यांनी बदलला आहे. ही गोष्ट नेमकी त्या पिअरसनला माहीत आहे."

"आणि त्याऐवजी त्यांनी आपल्या मुलाला मॅनेजर करायचं ठरवलं होतं?"

"होय." ॲलेक्स म्हणाला.

"अरे बाप रे! गुन्ह्याचा उद्देश म्हणून सबळ पुरावा होतो आहे हा!"

"ते तर खरंच, पण पिअरसनसाठी माझ्याकडेपण एक मुद्दा आहे ना! त्याला करू दे त्याची चिंता." ॲलेक्स म्हणाला.

"कुठला मुद्दा?"

"क्रेगने डॅनीच्या पायावर वार केला होता. डॅनीच्या पायावर अजूनसुद्धा त्या जखमेचा व्रण आहे."

"पण पिअरसन म्हणेल, ती जखम जुनी आहे."

"पण ती जुनी नाही हे सिद्ध करण्यासाठी आपल्याकडे वैद्यकीय तपासणी अहवाल आहे ना!"

"पिअरसन त्याचं खापर मृत बर्नीच्या डोक्यावर फोडेल."

"म्हणजे थोडक्यात तुम्ही मला असाच सल्ला देताय की, मी कार्टराईटला साक्षीसाठी बोलवू नये."

"या प्रश्नाचं उत्तर देणं इतकं सोपं नाही बेटा. कारण बेथ विल्सनची साक्ष कशी झाली, ज्युरींचं तिच्याबद्दल काय मत झालं, हे पाहायला मी स्वत: कोर्टात हजर नव्हतो."

ॲलेक्स त्यानंतर काही काळ गप्पच राहिला. "ज्युरी-सदस्यांपैकी एक दोघांच्या चेहऱ्यावर जरा सहानुभूतीचे भाव होते. शिवाय ती प्रामाणिकपणे सर्वकाही बोलत आहे, असं तर नक्कीच वाटत होतं. पण शेवटी ते असासुद्धा निष्कर्ष काढू शकतात की, ती स्वत: जरी सत्य सांगत असली, तरी प्रत्यक्षात काय घडलं, ते काही तिने पाहिलेलं नाही आणि कार्टराईटने तिला जे काही सांगितलं असेल, तेच ती खरं धरून चालली आहे."

"वेल, ती खरं बोलते आहे अशी केवळ तीन ज्युरी-सदस्यांची खात्री झाली, तरी ते पुरेसं आहे. मग ज्युरींचं एकमत नसल्याने खटला अनिर्णित ठरू शकतो. जास्तीत जास्त, वाइटात वाईट म्हणजे संपूर्ण खटला परत पहिल्यापासून सुरू करण्याची मागणी येऊ शकते. तसं एकदा झालं की, मग जनहित लक्षात घेऊन सरकार-पक्ष खटला मागे घेऊ शकतो."

"क्रेगची उलटतपासणी घेत असताना तो जो अचूक मिनिटांचा मुद्दा आहे... तो मी जास्त व्यवस्थित उचलून धरायला हवा होता, नाही का?" ॲलेक्स म्हणाला. पण मनोमन वडिलांनी होकार देऊ नये व आपली चूक आपल्या पदरात घालू नये, असंच त्याला वाटत होतं.

"आता त्या गोष्टीची चिंता करण्याची वेळ निघून गेलेली आहे." सर मॅथ्यू म्हणाले, "आता तुला एक अत्यंत महत्त्वाचा निर्णय घ्यायचाय. तो म्हणजे कार्टराईटला साक्षीसाठी उभं करायचं की नाही."

"ते बरोबरच आहे हो, पण नेमका हाच निर्णय मी चुकीचा घेतला, तर डॅनीला पुढची वीस वर्षं तुरुंगात घालवावी लागतील."

१२

ओल्ड बेलीच्या कोर्टात ॲलेक्स आला, तेव्हा रात्रीच्या पहारेकऱ्याने पुढचं फाटक नुकतंच उघडलं होतं. आधी ॲलेक्स थेट तळघरातल्या कोठडीकडे गेला. तिथे डॅनीला ठेवण्यात आलं होतं. ॲलेक्सने डॅनीबरोबर बराच वेळ घालवला. त्यानंतर त्याने कपडे बदलण्याच्या खोलीत जाऊन आपला वकिलाचा अंगरखा चढवला. त्यानंतर तो चालत कोर्टरूम नंबर चारमध्ये गेला. कोर्टरूम रिकामीच होती. तो आपल्या खुर्चीत बसला. त्याच्या हातात 'कार्टराईट' असं शीर्षक असलेल्या तीन फायली होत्या. त्या त्याने समोरच्या टेबलावर ठेवल्या. त्याने पहिली फाइल उघडली. आदल्या रात्री त्याने खूप विचार करून सात प्रश्न तयार केले होते. ते त्याने फायलीच्या पहिल्याच पानावर व्यवस्थित लिहून ठेवले होते. ते त्याने परत एकदा वाचले. मग त्याने भिंतीवरच्या घड्याळाकडे पाहिलं. नऊ वाजून पस्तीस मिनिटं.

दहाला दहा कमी असताना मि. पिअरसन आणि त्यांचा ज्युनियर मदतनीस आत आले आणि बेंचच्या दुसऱ्या टोकाला स्वत:च्या जागी जाऊन बसले. ॲलेक्स स्वत:तच मग्न होता म्हणून त्यांनी काहीही आवाज केला नाही.

त्यानंतर दोन पोलीस डॅनी कार्टराईटला कोर्टात घेऊन आले. तोपण जज्जसाहेब कधी येतात याची वाट बघत आरोपीच्या पिंजऱ्यात ठेवण्यात आलेल्या लाकडी खुर्चीत बसला.

बरोबर दहाच्या ठोक्याला कोर्टरूमच्या मागच्या भागाचा दरवाजा उघडून मि. जस्टिस सॅकव्हिल अवतीर्ण झाले. समोर उपस्थित असलेले सर्व जण उठून उभे राहिले आणि त्यांनी जज्जसाहेबांना अभिवादन केलं. जज्जसाहेबांनी त्याचा स्वीकार केला आणि आपल्या खुर्चीत जाऊन बसले. "ज्युरींना आणा." ते म्हणाले. ज्युरी येईपर्यंत त्यांनी आपला चष्मा चढवला, समोरच्या वहीचं कोरं पान उघडलं आणि पेनाचं टोपण उघडून ठेवलं. त्यानंतर त्यांनी

आपल्या वहीत लिहिलं, 'डॅनियल कार्टराईट यांची साक्ष घेणार. ॲलेक्स रेडमेन.'

ज्युरी येऊन आपापल्या जागी स्थिरस्थावर झाल्यावर जज्ज आरोपीच्या वकिलाकडे म्हणजे ॲलेक्स रेडमेनकडे वळून म्हणाले, "तुम्ही तुमच्या पुढचा साक्षीदार बोलवण्यासाठी तयार आहात का मि. रेडमेन?"

ॲलेक्स स्वत:च्या जागेवरून उठला. त्याने आधी पाण्याचा ग्लास हातात घेऊन एक घोट पाणी प्यायलं. मग डॅनीकडे एक कटाक्ष टाकून स्मितहास्य केलं. त्यानंतर हातातल्या फायलीतले कागद उचलून त्याने त्यावरच्या मजकुरावर नजर फिरवली. त्यानंतर त्याने पान उलटलं. पुढचं पान कोरंच होतं. परत एकदा तो जज्जसाहेबांकडे बघून हसला आणि म्हणाला, "माझ्याकडे आणखी कुणीच साक्षीदार नाही मिलॉर्ड."

पिअरसनच्या चेहऱ्यावर स्पष्ट काळजी उमटली. त्यांनी शेजारी वळून आपल्या सहायकाशी चर्चा सुरू केली. त्याच्याही चेहऱ्यावर बुचकळ्यात पडल्याचे भाव होते. कोर्टरूममध्ये सर्वत्र जोरात कुजबुज सुरू झाली होती. ॲलेक्स गमतीने मिनिटभर शांत राहून इकडेतिकडे बघत बसला होता. जज्ज त्याच्याकडे बघून हसले. त्यांच्या चेहऱ्यावर मिश्कील भाव उमटले होते.

ॲलेक्सने त्या क्षणाचा पुरेसा आनंद घेतला आणि मग उठून म्हणाला, "मिलॉर्ड, आरोपीच्या वतीने आमची बाजू मांडून संपलेली आहे."

मि. सॅकव्हिल यांनी पिअरसनकडे कटाक्ष टाकला. पिअरसन यांच्या चेहऱ्यावर भित्र्या सशाचे भाव उमटले होते. अचानक रस्त्यात लॉरीच्या दिव्यांच्या प्रकाशामुळे घाबरलेल्या सशाचे...

"मि. पिअरसन," जज्ज अत्यंत सौम्यपणे म्हणाले, "सरकारी पक्षाने आता समारोपाचे भाषण करावे."

पिअरसन सावकाश आपल्या जागेवरून उठून उभे राहिले. "मिलॉर्ड, ही काहीशी विचित्र परिस्थिती लक्षात घेता, आपण मला समारोपाच्या भाषणाची तयारी करण्यासाठी थोडी मुदत दिली, तर बरं होईल. आत्ता आपण थोड्या वेळासाठी जर कोर्टाचं कामकाज स्थगित केलं आणि दुपारच्या वेळी-"

"नाही मि. पिअरसन," जज्ज त्यांना मध्येच थांबवत म्हणाले, "मी कोर्टाचं कामकाज स्थगित करू शकत नाही. आरोपी साक्ष देणं नाकारू शकतो. तसा हक्क कायद्यानंच त्याला दिलेला आहे, हे तुम्हाला चांगलं माहीत आहे. ज्युरी आणि कोर्टाचे इतर अधिकारी इथे उपस्थित आहेत. कोर्टाचं कॅलेंडर किती गच्च भरलेलं असतं, हे मी तुम्हाला सांगण्याची गरज नाही. तेव्हा तुमचं समारोपाचं भाषण ताबडतोब करा."

पिअरसन सावकाश उठले. फायलीतल्या पहिल्या कागदाकडे डोळे फाडून बघतच त्यांनी शब्द उच्चारले, "सन्माननीय ज्युरी-सदस्यहो..." थोड्याच वेळात कोर्टात उपस्थित असणाऱ्यांना एक गोष्ट कळून चुकली. मि. पिअरसन यांना आपल्या भाषणाची घरी नीट अनेकवार उजळणी करून मगच कोर्टासमोर उभं राहण्याची सवय होती. हे असं आयत्या वेळेला भाषण करण्याच्या कल्पनेने ते चांगलेच हबकले होते. ते मधूनमधून फायलीतून वाचून दाखवण्याचा प्रयत्न करत कसंबसं भाषण करत होते. त्यांच्या सहायकाच्या मुद्रेवर चिंता स्पष्ट उमटलेली दिसत होती.

टेबलाच्या दुसऱ्या टोकाला ॲलेक्स शांतपणे बसला होता. त्याची नजर एकएक करून ज्युरी-सदस्यांचे चेहरे न्याहाळत होती. नेहमी लक्षपूर्वक सगळं ऐकणाऱ्या एक-दोन ज्युरी-सदस्यांच्या चेहऱ्यावरसुद्धा आता कंटाळा स्पष्ट दिसत होता. उरलेल्या ज्युरी-सदस्यांपैकी काही तर चक्क पेंगत होते. दोन तासांनंतर पिअरसन आपल्या भाषणाच्या शेवटाला येऊन पोहोचले, तेव्हा तर ॲलेक्स रेडमेनसुद्धा पेंगत होता.

अखेर पिअरसन आपलं भाषण संपवून आपल्या खुर्चीत धपकन बसले, तेव्हा जस्टिस सॅकव्हिल यांनी जेवणाची सुट्टी जाहीर केली. जज्जसाहेब कोर्टरूममधून निघून गेल्यावर ॲलेक्सने पिअरसन यांच्या नजरेला नजर देऊन पाहिलं. त्यांचा चेहरा संतप्त दिसत होता. तो लपवणं त्यांना जड जात होतं. आज या कोर्टात लोकांसमोर त्यांची चांगलीच शोभा झाली होती.

ॲलेक्सने टेबलावरची एक जाडजूड फाइल उचलून हातात घेतली आणि तो लगबगीने कोर्टरूमच्या बाहेर पडला. कॉरिडॉरच्या टोकाला असलेल्या जिन्याच्या पायऱ्या पळतच चढत तो दुसऱ्या मजल्यावरच्या एका लहानशा खोलीत आला. ही खोली त्याने आज सकाळीच स्वत:च्या नावे बुक करून ठेवली होती. आत केवळ एक टेबल व खुर्ची एवढंच होतं. भिंती बोडक्याच होत्या. ॲलेक्स फाइल उघडून आपलं समारोपाचं भाषण वाचू लागला. यातल्या महत्त्वाच्या वाक्यांची त्याने मनोमन नीट उजळणी केली. सर्व महत्त्वाचे मुद्दे ज्युरींच्या मनावर व्यवस्थित बिंबवले जातील, याची त्याला पुरेशी खात्री पटली.

गेली संपूर्ण रात्र आणि पहाटेचेसुद्धा काही तास ॲलेक्सने या भाषणाच्या तयारीत घालवले होते. प्रत्येक वाक्यातल्या प्रत्येक शब्दावर कुठे जोर द्यायचा, कोणता वाक्प्रचार कुठे वापरायचा, याचा नीट सराव केला होता. दीड तासानंतर तो जेव्हा चार नंबरच्या कोर्टरूममध्ये परत आला, तेव्हा त्याला पुरेपूर आत्मविश्वास वाटत होता. तो आपल्या जागेवर जाऊन बसल्यानंतर काही क्षणांतच जस्टिस सॅकव्हिल अवतरले. सर्व उपस्थित लोक स्थिरस्थावर झाल्यावर जस्टिस सॅकव्हिल

रेडमेनकडे वळून म्हणाले, ''तुम्ही समारोपाच्या भाषणासाठी तयार आहात मि. रेडमेन?''

''मी पूर्ण तयार आहे मिलॉर्ड.'' ॲलेक्स रेडमेन म्हणाला. त्याने परत एकदा आपल्या ग्लासात पाणी ओतून घेतलं. मग सावकाश हातातली फाइल उघडली, वर पाहून ग्लासातल्या पाण्याचा घोट घेतला आणि सुरुवात केली, ''सन्माननीय ज्युरी-सदस्यहो, काही वेळापूर्वी आपण माझ्या विद्वान वकील-मित्राचं...''

ॲलेक्सचं समारोपाचं भाषण मि. पिअरसन यांच्या भाषणाएवढं लाबलं नाही. आपल्या भाषणाचा ज्युरी-सदस्यांवर काय परिणाम होतो आहे, हे कळायला तसा काही मार्ग नव्हता, पण निदान त्यांच्यातल्या एकजण मधूनमधून मान हलवत होता; लक्षपूर्वक ऐकत होता. बरेच ज्युरी-सदस्य नोट्ससुद्धा काढत होते. अखेर दीड तासानंतर ॲलेक्स खाली बसला. उद्या जर आपल्या वडिलांनी आपल्याला विचारलं, की, 'तू तुझ्या अशिलासाठी तुझ्याकडून होईल तेवढे जास्तीत जास्त प्रयत्न केलेस का?' तर आपलं उत्तर नक्कीच होकारार्थी असेल असं त्याच्या मनात आलं.

''थँक यू रेडमेन.'' जज्ज म्हणाले. मग ते ज्युरींकडे वळून म्हणाले, ''मला वाटतं, आजच्यासाठी एवढं पुरे झालं.'' मि. पिअरसन यांनी घड्याळाकडे पाहिलं. आत्ता फक्त साडेतीन वाजले होते. आता यानंतर जज्जसाहेब ज्युरींना उद्देशून किमान अर्धा तास तरी भाषण करतील आणि मगच ज्युरी निर्णयाच्या प्रक्रियेला बसण्यासाठी कोर्टाची रजा घेतील, असं पिअरसन यांना वाटत होतं; पण रेडमेनच्या वागण्याचा जज्जसाहेबांनाही बराच धक्का बसला असावा, कारण ते काहीही न बोलता उठले आणि कोर्टातून निघून गेले. एवढ्यात एक पट्टेवाला आत आला आणि त्याने पिअरसनच्या हातात एक चिठ्ठी दिली. ती वाचताक्षणी ते उठले आणि आपल्या सहायकाला घेऊन घाईघाईने निघून गेले. ॲलेक्स हसून आरोपीच्या पिंजऱ्यात बसलेल्या डॅनीकडे वळला, तर डॅनीला पोलीस त्याच्या कोठडीत परत घेऊन गेले होते. उद्या हा डॅनी कार्टराईट या कोर्टाच्या नक्की कुठल्या दरवाज्याने बाहेर पडेल बरं?– असा विचार ॲलेक्स रेडमेनच्या मनात चमकून गेला. पण पिअरसन एवढ्या घाईघाईने कुठे निघून गेले होते, का गेले होते, ते कळायला मात्र काही मार्ग नव्हता.

१३

दुसऱ्या दिवशी सकाळी बरोबर नऊ वाजून एक मिनिटाने मि. पिअरसनच्या ऑफिसातल्या क्लार्कने मि. जस्टिस सॅकव्हिल यांच्या ऑफिसातल्या क्लार्कला फोन केला. "मी तुमची ही मागणी जज्जसाहेबांच्या लगेच कानावर घालतो आणि ते काय म्हणतात, ते तुम्हाला कळवतो." असं आश्वासन जज्जसाहेबांच्या क्लार्कने पिअरसन यांच्या क्लार्कला दिलं. काही मिनिटांतच त्याने खरोखरच पिअरसन यांच्या ऑफिसात फोन करून जस्टिस साहेबांचा निरोप त्यांना सांगितला, "जस्टिस सॅकव्हिल यांनी पिअरसन यांना साडेनऊची भेटीची वेळ दिली होती, परंतु सद्य परिस्थितीत त्याच वेळी मि. रेडमेन यांनीही उपस्थित रहावं, असं जज्जसाहेबांचं म्हणणं होतं."

"मी त्यांना लगेच हा निरोप पाठवतो." मि. पिअरसन यांचा क्लार्क जज्जसाहेबांच्या क्लार्कला म्हणाला.

त्यानंतर पिअरसन यांच्या क्लार्कने रेडमेनच्या क्लार्कला फोन करून साडेनऊ वाजता जज्जच्या ऑफिसात रेडमेनने हजर राहायचं आहे, असा निरोप ठेवला. 'अत्यंत महत्त्वाच्या बाबीवर चर्चा करण्यासाठी' अशीही पुष्टी जोडली.

"ही सगळी काय भानगड आहे जिम?" रेडमेनच्या क्लार्कने विचारलं.

"काही कल्पना नाही टेड. मि. पिअरसन मला विश्वासात घेऊन कधी काही सांगत नाहीत."

मग रेडमेनच्या क्लार्कने ॲलेक्स रेडमेनच्या मोबाइलवर फोन केला. रेडमेन कोर्टातून बाहेर पडून भुयारी रेल्वेच्या स्टेशनकडेच निघाला होता.

"ही मीटिंग कशासाठी आहे याची मि. पिअरसन यांनी काही कल्पना दिली का?" तो म्हणाला.

"ते कधीच तसं सांगत नाहीत." टेड म्हणाला.

❖

मि. जस्टिस सॅकव्हिल यांच्या चेंबरमध्ये शिरण्याआधी ॲलेक्स रेडमेनने दारावर हलकेच टकटक केलं. तो आत शिरला. मि. पिअरसन आधीपासूनच तिथे येऊन बसले होते. ते जज्जसाहेबांना आपल्या गुलाबाच्या बागेविषयी काहीतरी सांगत होते.

दोन्ही पक्षांचे प्रतिनिधी हजर असल्याशिवाय जज्जसाहेब मुख्य मुद्द्याचं कधीच बोलणार नाहीत, याची रेडमेनला पूर्ण कल्पना होती.

"गुड मॉर्निंग ॲलेक्स!" जज्ज म्हणाले. त्यांनी ॲलेक्सला रेडमेनच्या शेजारच्या खुर्चीत बसण्याची खूण केली.

"गुड मॉर्निंग!" ॲलेक्स म्हणाला.

"आपल्याला कोर्टाचं कामकाज सुरू करायला केवळ अर्धाच तास उरलेला आहे अर्नोल्ड. मग मला सांगा, तुम्ही ही मीटिंग कशासाठी बोलावली आहे?" ते पिअरसन यांच्याकडे बघत म्हणाले.

"सांगतो जज्जसाहेब." पिअरसन म्हणाले, "परवा आमच्या ऑफिसात एक मोठी मीटिंग झाली. माझी वरिष्ठांबरोबर चर्चा झालेली आहे. त्यानुसार मी आपल्याला एक निवेदन देऊ इच्छितो. वरिष्ठांचं असं म्हणणं आहे की, आरोपीची जर तयारी असेल, तर काहीतरी समझोता करता येईल."

ॲलेक्स रेडमेनने आपल्या मनातले भाव चेहऱ्यावर उमटू नये याचा आटोकाट प्रयत्न केला. खरंतर त्याला एक उडी मारून ओरडावंसं वाटत होतं, पण हे जज्जचं चेंबर होतं.

"त्यांचं म्हणणं काय आहे?" जज्ज म्हणाले.

"त्यांचं म्हणणं पडलं, जर आरोपीने सदोष मनुष्यवधाचा गुन्हा कबूल केला तर..."

"तुम्हाला काय वाटतं मि. रेडमेन? मि. कार्टराईट यावर काय म्हणतील?" जज्ज ॲलेक्सकडे वळून म्हणाले.

"काही कल्पना नाही." ॲलेक्स म्हणाला, "तो खूप बुद्धिमान आहे; पण तितकाच हटवादी, अडेलतट्टू आहे. गेल्या सहा महिन्यांत त्याने आपल्या कहाणीत तसूभरही बदल केलेला नाही. आपण निर्दोष आहोत हे सांगणं त्याने अजूनही थांबवलेलं नाही."

"ते जरी काहीही असलं, तरी त्याने आमच्या ऑफिसचा हा प्रस्ताव स्वीकारावा, असं तुम्ही त्याला सांगाल का?" मि. पिअरसन रेडमेनकडे बघत म्हणाले.

ॲलेक्स क्षणभर काही बोलला नाही. मग म्हणाला, "तुमचं हे म्हणणं माझ्या अशिलाला पटवून देताना कशा भाषेचा साज चढवून बोलू, हेपण जरा तुम्हीच सांगितलंत तर बरं!"

रेडमेनचे ते शब्द ऐकून पिअरसन यांच्या कपाळावर आठी चढली. ''तुमच्या अशिलाने एवढं जरी मान्य केलं की, तो आणि विल्सन आपल्यातल्या मतभेदांचा सोक्षमोक्ष लावण्याच्या उद्देशाने त्या गल्लीत गेले...''

''आणि... विल्सनच्या छातीत सुरी भोसकण्यात आली?'' जज्ज मध्येच म्हणाले. ते जरा वैतागलेले दिसत होते.

''आत्मसंरक्षण, आणीबाणीचा प्रसंग.... त्याचा तपशील काय तो रेडमेन बघतीलच. ती काही माझी जबाबदारी नाही.''

जज्जसाहेबांनी मान डोलवली. ''मी आत्ता माझ्या क्लार्कला सांगून कोर्टाच्या अधिकाऱ्यांना तशी कल्पना देतो. कोर्टाचं आजचं काम अकरा वाजेपर्यंत तहकूब ठेवण्यात आलं आहे अशी नोटिस पाठवतो. मि. रेडमेन, मला वाटतं तुम्ही या वेळात तुमच्या अशिलाशी नीट चर्चा करा आणि त्याचं जे काही म्हणणं असेल ते लगेच इकडे येऊन सांगा. मला वाटतं, एवढा वेळ तुम्हाला त्यासाठी पुरेसा आहे.''

''होय. पुरेसा वेळ आहे.'' ॲलेक्स म्हणाला.

''जर तो माणूस खरंच गुन्हेगार असेल ना, तर तुम्ही दोन मिनिटांत परत याल.'' मि. पिअरसन त्याला म्हणाले.

१४

जज्जसाहेबांच्या चेंबरमधून बाहेर पडून ॲलेक्स त्याच इमारतीच्या दुसऱ्या भागाकडे हळूहळू निघाला. त्याने एकीकडे मनातल्या मनात विचारांची नीट जुळवाजुळव सुरू केली होती. सुमारे दोनशे पावलं चालल्यानंतर थंडगार आणि कठोर अशा वेगळ्याच वातावरणात तो शिरला. इथे कोठड्यांमध्ये गुन्हेगारांना ठेवण्यात आलं होतं.

तळघरातल्या कोठड्यांकडे जाण्याच्या रस्त्याच्या सुरुवातीला एक भक्कम काळा दरवाजा होता. तिथे तो थांबला. त्याने दोन वेळा टकटक केल्यावर एका पोलिसाने आतून तो उघडला. खाली जाण्यासाठी दगडी पायऱ्यांचा अरुंद जिना होता. जिन्याने खाली उतरून गेल्यावर पिवळट रंगाचा कॉरिडॉर होता. तिथून चालत ॲलेक्स त्या पोलिसाबरोबर १७ नंबरच्या कोठडीपाशी पोहोचला. एव्हाना डॅनीपुढे आपला मुद्दा कसा मांडायचा, याचा ॲलेक्सने नीट विचार करून ठेवला होता. पण डॅनीची त्यावर नक्की काय प्रतिक्रिया होईल, हे काही सांगता येत नव्हतं. पोलीस अधिकाऱ्याने किल्लीने कोठडीचं दार उघडलं.

"तुम्ही या कैद्याची मुलाखत घेत असताना इथे एखादा अधिकारी उपस्थित असण्याची आवश्यकता आहे का?" पोलिसाने विचारलं.

"त्याची काही गरज नाही." ॲलेक्स म्हणाला.

पोलीस अधिकाऱ्याने कोठडीचं दार हळूच ढकलून दोन इंचांच्या फटीतून आत नजर टाकली, "सर, दरवाजा उघडा ठेवू का बंद असू दे?"

"बंद." ॲलेक्स म्हणाला. तो त्या लहानशा खोलीत शिरला. खोलीच्या मधोमध एक टेबल आणि त्याच्या दोन्ही बाजूंना दोन खुर्च्या ठेवलेल्या होत्या. भिंतीवर कैद्यांनी वेडावाकडा मजकूर, शिव्या इत्यादी लिहून ठेवलं होतं.

ॲलेक्सला पाहताच डॅनी उठून उभा राहिला. "गुड मॉर्निंग मि. रेडमेन!" तो म्हणाला.

"गुड मॉर्निंग डॅनी!" ॲलेक्स त्याच्या समोरच्या खुर्चीत बसत म्हणाला. आपल्याला डॅनीने सरळ 'ॲलेक्स' म्हणून नावाने एकेरीत हाक मारावी, असं ॲलेक्सने त्याला किती वेळा सुचवून पाहिलं; पण डॅनी मात्र ते ऐकायला तयार नव्हता. आज परत तेच सांगण्यात काहीच अर्थ नव्हता. ॲलेक्सने फाइल उघडून एक कागद बाहेर काढला, "मी एक चांगली बातमी आणली आहे." तो म्हणाला, "निदान तुला ती खरंच चांगली बातमी वाटेल, अशी मी आशा करतो."

डॅनीचा चेहरा निर्विकारच राहिला.

"हे बघ डॅनी, तू जर सदोष मनुष्यवधाचा गुन्हा कबूल करायला तयार झालास ना," ॲलेक्स पुढे म्हणाला, "तर जज्जसाहेब तुला केवळ पाच ते सहा वर्षं शिक्षा करतील. शिवाय तू गेले सहा महिने तर शिक्षा भोगतोच आहेस. चांगल्या वर्तणुकीबद्दल शिक्षेत बरीच कपात होऊ शकते. म्हणजे फारच थोड्या कालावधीत तू शिक्षा भोगून बाहेरसुद्धा पडू शकशील."

डॅनी ॲलेक्सच्या नजरेला नजर देत काही काळ नुसता बघत राहिला आणि म्हणाला, "त्यांना म्हणावं, खड्ड्यात जा भडव्यांनो!"

ॲलेक्सला डॅनीच्या तोंडचे ते शब्द ऐकून धक्का बसलाच; पण त्याहूनही जास्त धक्का त्याला या गोष्टीचा बसला की, डॅनीने हा निर्णय एका क्षणार्धात घेऊनसुद्धा टाकला. गेल्या सहा महिन्यांत त्याने एकदाही डॅनीच्या तोंडून अपशब्द बाहेर पडलेला ऐकला नव्हता.

"पण डॅनी, त्यांच्या या प्रस्तावावर थोडा विचार तर करशील?" ॲलेक्स जराशा अजिजीने म्हणाला, "ज्युरींनी जर तुला दोषी ठरवलं, तर तुला जन्मठेपेची शिक्षा होईल. बावीस वर्षं किंवा कदाचित त्याहूनही जास्त. म्हणजे तू पन्नाशीचा होईपर्यंत तुझी तुरुंगातून सुटका होणार नाही; पण तू जर या प्रस्तावाला मान्यता दिलीस, तर दोन वर्षांच्या आत तू बेथबरोबर संसार करू लागशील."

"पण ते आयुष्य कशा प्रकारचं असेल?" डॅनी थंडपणे म्हणाला, "माझ्या आजूबाजूला प्रत्येकाला असंच वाटणार ना की, मी माझ्या जिवलग दोस्ताचा खून करून मोकळा हिंडतोय? नाही मि. रेडमेन, मी बर्नीला मारलेलं नाही. मग भले ती गोष्ट सिद्ध होण्यासाठी बावीस वर्षं लागली तरी हरकत नाही."

"पण डॅनी, ज्युरींचं काय मत पडेल, त्यांची मर्जी काय होईल, या गोष्टीचा धोका कशाला पत्करायचा? इथे जर तू इतक्या सुखाने तडजोड करू शकत असशील तर?"

"तडजोड या शब्दाचा अर्थ काय, ते काही मला माहीत नाही मि. रेडमेन. मला फक्त एकच माहीत आहे, मी निर्दोष आहे आणि या प्रस्तावाची गोष्ट जेव्हा ज्युरींच्या कानावर जाईल–"

"डॅनी, ही गोष्ट ज्युरींच्या कानावर कधीच जाणार नाही. तू जर हा प्रस्ताव अमान्य केलास, तर आज सकाळी कोर्टाचं काम स्थगित का करून ठेवण्यात आलं होतं, त्याचं कारण ज्युरींना सांगण्यात येणार नाही. जज्जसाहेब आपल्या भाषणात या गोष्टीचा उल्लेखही करणार नाहीत. जणूकाही इथे वेगळं काही घडलेलंच नाही, अशा पद्धतीने खटला पूर्ववत सुरू होईल."

"मग तसंच होऊ दे." डॅनी म्हणाला.

"कदाचित तुला यावर विचार करण्यासाठी थोडा अधिक वेळ हवा असेल." ॲलेक्स हार मानण्यास राजी नव्हता. "तू बेथशी बोलून बघ किंवा तुझ्या आई-वडिलांशी. मी कसंही करून, जज्जसाहेबांशी बोलून कोर्टाचं काम उद्या सकाळपर्यंत स्थगित करून ठेवीन. त्यामुळे तुला या गोष्टीवर विचार करायला थोडा अवधी मिळेल."

"तुम्ही मला नक्की काय करायला सांगताय? या विषयाचा विचार तुम्ही केलाय का?" डॅनी म्हणाला.

"तुला काय म्हणायचंय? मी नाही समजलो." ॲलेक्स म्हणाला.

"मी जर सदोष मनुष्यवधाचा गुन्हा कबूल केला, तर त्याचा अर्थ बेथने कोर्टासमोर उभं राहून शपथेवर जे काही सांगितलं, ते सगळं खोटं होतं. पण ती खोटं बोलत नव्हती मि. रेडमेन. त्या दिवशी जे काही घडलं, ते तिने जसंच्या तसं ज्युरींना सांगितलं."

"डॅनी, यापुढची वीस वर्षं कदाचित रोज तुला आज घेतलेल्या या निर्णयाचा पश्चात्ताप होईल."

"किंवा पुढची वीस वर्षं मी असत्यावर आधारित जिणं जगेन आणि माझं निरपराधित्व जगासमोर सिद्ध करण्यासाठी मला तेवढी वर्षं लागणारच असतील, तर तेही मला चालेल. मी माझ्या जिवलग मित्राचा खून केला असं जगाला वाटण्यापेक्षा ते नक्कीच बरं."

"पण जग काय रे, सगळंच लवकर विसरून जातं."

"पण मी नाही ना विसरत." डॅनी म्हणाला, "आणि ईस्ट एंडचे माझे इतर दोस्तपण नाही विसरत."

ॲलेक्सला अजून एक शेवटचा प्रयत्न करून बघण्याची मनातून तीव्र इच्छा झाली. पण या करारी, स्वाभिमानी आणि हट्टी माणसाचं मन आपण बदलू शकणार नाही, अशी त्याला खात्री होती. तो मोठ्या कष्टाने डॅनीच्या समोरच्या खुर्चीतून उठला. "मी त्यांना तुझा निर्णय कळवतो." असं म्हणून त्याने कोठडीच्या बंद दरवाज्यावर आतल्या बाजूने टकटक केलं.

बाहेरून कुलपात किल्ली घालून फिरवल्याचा आवाज झाला आणि क्षणार्धात ते जड दार उघडलं.

“मि. रेडमेन,” डॅनी घाईने म्हणाला. ॲलेक्स मागे वळला. “तुम्ही एखाद्या अस्सल हिऱ्यासारखे आहात. माझा खटला तुम्ही लढवताय आणि तो मि. पिअरसन लढवत नाही आहेत, याचा मला अभिमान वाटतो.”

ॲलेक्स बाहेर पडला. त्याच्या पाठीमागे दार बंद झालं.

१५

कोणत्याही केसमध्ये स्वत: भावनिकदृष्ट्या गुंतायचं नाही, असं ॲलेक्सच्या वडिलांनी त्याला आजवर किती वेळा सांगितलं होतं. काल रात्रभर ॲलेक्सच्या डोळ्याला डोळा लागला नव्हता. आत्ता कोर्टात चार तास जज्जसाहेबांचं समारोपाचं भाषण चालू होतं. त्यातल्या प्रत्येक शब्द ॲलेक्स जिवाचा कान करून ऐकत होता.

मि. सॅकव्हिल यांचं भाषण अप्रतिम झालं. सर्वांत प्रथम त्यांनी या खटल्याच्या संदर्भात उपस्थित होऊ शकणाऱ्या कायदेशीर बाबींची तपशीलवार चर्चा केली. त्यानंतर ज्युरींच्या समोर ठेवण्यात आलेल्या पुराव्याची त्यांनी कशी व्यवस्थित छाननी केली पाहिजे, हे त्यांनी त्यांना समजावून सांगितलं. त्यांनी प्रत्येक मुद्दा तर्कसुसंगत स्पष्ट केला आणि तो प्रत्येक मुद्दा त्या खटल्याच्या संदर्भात समजावून सांगितला. असं करत असताना त्यांच्या बोलण्यात कुठेही अतिशयोक्ती नव्हती किंवा त्यांनी कोणत्याही पक्षाची बाजू घेतली नाही. आपल्यासमोर बसलेल्या सात पुरुषांनी आणि पाच स्त्रियांनी समतोल विचार करून मगच निर्णय घ्यावा, यासाठी त्यांनी त्यांना मदत केली.

एकूण तीन साक्षीदारांनी शपथेवर असं सांगितलं होतं की, बाहेरच्या गल्लीतून एका स्त्रीची किंकाळी ऐकू आल्यावरच मि. क्रेग बारमधून बाहेर पडले. या गोष्टीचा नीट विचार करावा, असं त्यांनी ज्युरींना सुचवलं. क्रेगने शपथेवर असंही सांगितलं होतं की, आरोपीने विल्सनला सुरीने अनेकवार भोसकताना त्याने प्रत्यक्ष पाहिलेलं होतं. त्यानंतर तो घाईने बारमध्ये परत आला होता आणि त्यानेच पोलिसांना बोलावलं होतं.

एकीकडे मिस विल्सनने तर पूर्णपणे वेगळीच हकिकत सांगितली होती. मि. क्रेग यांनीच कुरापत काढून आपल्या भावाबरोबर आणि मित्राबरोबर भांडण सुरू केलं, असं तिचं म्हणणं होतं. त्यामुळे विल्सनचा खून क्रेगनेच केला असणार, असं तिचं म्हणणं होतं; पण तिने खून होताना प्रत्यक्ष डोळ्याने पाहिला नव्हता;

परंतु जे काही घडलं, ते मृत्युपूर्वी आपल्या भावाने आपल्याला सांगितलं असल्याचा दावा ती करत होती. "जर तिचं म्हणणं तुम्ही खरं मानलं," जज्ज सॅकव्हिल आपल्या भाषणात म्हणाले होते, "तर मग, असा प्रश्न उपस्थित होऊ शकतो की, मि. क्रेग यांनी पोलिसांना तिथे का बोलावून घेतलं? आणि त्याहीपेक्षा महत्त्वाचं म्हणजे वीस मिनिटांनंतर डी.एस. फुलर यांनी त्यांची जबानी घेतली, तेव्हा त्यांच्या अंगावर, कपड्यांवर रक्ताचा थेंबसुद्धा कसा नव्हता?"

ॲलेक्सने त्यांचे हे शब्द ऐकून मनातल्या मनात एक शिवी हासडली.

"ज्युरी-सदस्यहो," मि. जस्टिस सॅकव्हिल म्हणाले, "मिस विल्सन ही एक प्रामाणिक आणि सन्माननीय नागरिक आहे, यात संशयाला काही जागाच नाही; परंतु त्याचबरोबर ती मि. कार्टराईट यांची प्रेयसी आहे, या गोष्टीचा तिच्या साक्षीवर थोडा परिणाम होऊ शकतो. ही शक्यताही नाकारून चालणार नाही. शिवाय कार्टराईट जर निर्दोष सुटले, तर तिचं त्यांच्याशी लग्न होणार आहे, या मुद्याकडे कानाडोळा करून चालणार नाही. ती गरोदर आहे त्यामुळे तुमच्या मनात तिच्याविषयी सहानुभूती उत्पन्न होणं अगदी स्वाभाविक आहे, पण आत्ता निर्णय देताना तुम्ही क्षणभर तो विचार बाजूला ठेवायला हवा. या खटल्यात तुमच्यासमोर जो काही पुरावा आलेला आहे, त्याची शहानिशा करणं आणि हे खटल्याशी संबंधित नसलेले पण उपस्थित झालेले इतर मुद्दे नजरेआड करणं, हे तुमचं काम आहे."

जज्जनी आणखी एका मुद्यावरही बराच भर दिला – कार्टराईटच्या नावावर याआधी कोणत्याही गुन्ह्याची नोंद नव्हती. शिवाय गेली अकरा वर्षं तो एकाच कंपनीत नोकरी करत होता. या खटल्यात कार्टराईटने साक्ष का दिली नाही, या गोष्टीला महत्त्व देण्याची गरज नाही, असं जस्टिस सॅकव्हिल यांनी ज्युरी-सदस्यांना अनेकवार बजावलं. "कार्टराईटजवळ जर लपवण्यासारखं काहीच नव्हतं, तर मग त्याने साक्ष का नाही दिली? असा प्रश्न तुमच्या मनात उपस्थित होऊ शकेल," ते म्हणाले. "पण तो मुद्दा गौण आहे. साक्ष देणं-न देणं हा सर्वस्वी त्याचा निर्णय असतो."

परत एकदा ॲलेक्सने आपल्या अननुभवी असण्याला मनातून शिवी हासडली. सुरुवातीला जेव्हा त्याने कार्टराईटला साक्षीसाठी उभं न करता अचानक खटल्याचा समारोप करून पिअरसनला आश्चर्याचा धक्का दिला होता आणि त्यामुळेच सरकार पक्षाने तो प्रस्तावही आणला होता. तीच गोष्ट आता त्याच्या विरोधात जाऊ पाहत होती.

जज्जसाहेबांचं समारोपाचं भाषण संपत आलं होतं. ज्युरींनी पाहिजे तितका वेळ घेऊन, पूर्ण विचारान्ती या निर्णयाप्रत यावं, असं ते ज्युरी मंडळाला सांगत

होते. शेवटी एका माणसाच्या भविष्याचा प्रश्न होता. तेव्हा हा निर्णय पूर्ण समतोल विचार करूनच घेणं आवश्यक होतं. पण त्याचबरोबर इथे एका माणसाचा जीव गेला होता, हेही विसरून चालणार नव्हतं आणि डॅनी कार्टराईटने जर हा खून केला नसेल, तर मग तो कुणी केला, असाही प्रश्न होताच.

बरोबर बारा वाजून दोन मिनिटांनी ज्युरी-सदस्य उठून खटल्याच्या निर्णयाची चर्चा करण्यासाठी निघून गेले. नंतरचे दोन तास ॲलेक्सचं मन त्याला खात होतं. आपण डॅनीला साक्षीसाठी न बोलावून मोठी चूक तर नाही केली, असं त्याला सारखं वाटत होतं; पण तो त्यावर विचार करण्याचं टाळत होता. 'आपल्या वडिलांनी सांगितल्याप्रमाणे डॅनीला आपण साक्षीसाठी उभं केल्यावर जर खरोखर पिअरसनने आपल्या पोतडीमधून काहीतरी हुकमाचा एक्का बाहेर काढून डॅनीचा घात केला असता तर? आपल्या जिवलग मित्राचा आपण खरोखरच खून केलेला नाही, ही गोष्ट डॅनी ज्युरी-सदस्यांना आपल्या साक्षीमधून पटवून देऊ शकला असता का?' खरंतर आता या सर्व गोष्टींवर विचार करण्यात काहीच अर्थ नव्हता. तरीपण असे सगळे प्रश्न ॲलेक्सच्या मनात वारंवार पिंगा घालत होते.

सायंकाळी पाच वाजून गेल्यानंतर अखेर सात पुरुष आणि पाच स्त्रिया कोर्टात हजर झाल्या. ज्युरी-सदस्य आपापल्या जागी बसले. त्यांचे चेहरे निर्विकार होते. ॲलेक्सला त्यांच्याकडे बघून त्यांचा निर्णय काय असेल, हे काहीच सांगता येत नव्हतं. मि. जस्टिस सॅकव्हिल ज्युरी-सदस्यांकडे बघून म्हणाले, ''ज्युरी-सदस्यहो, तुमचा निर्णय झाला का?''

ज्युरींचा मुख्य उठून उभा राहिला आणि हातातल्या कागदावर लिहिलेला मजकूर वाचून दाखवत म्हणाला, ''नाही मिलॉर्ड. आम्ही पुराव्याचा अजून बराच तपशीलवार अभ्यास करत आहोत. त्यामुळे आम्हाला निर्णयासाठी आणखी थोडा अवधी मिळावा, ही विनंती.''

जज्जनी मान डोलावली आणि ज्युरी-सदस्यांच्या काटेकोरपणाबद्दल तारीफ केली. ''मी आता तुम्हाला घरी जाण्यासाठी परवानगी देत आहे. उद्या सकाळी तुम्ही परत चर्चेला सुरुवात कराल, त्याआधी तुम्हाला विश्रांतीची गरज आहे. मात्र एक लक्षात ठेवा, एकदा तुम्ही या कोर्टातून बाहेर पडलात की, तुम्ही या खटल्याविषयी कोणाशीही चर्चा करायची नाही. मित्रमंडळींशी नाही किंवा कुटुंबीयांशीपण नाही.''

ॲलेक्स आपल्या घरी परतला आणि परत एक रात्र त्याने तळमळत काढली.

१६

दुसऱ्या दिवशी सकाळी दहाला पाच कमी असताना ॲलेक्स कोर्टात हजर झाला आणि आपल्या जागेवर जाऊन बसला. पिअरसन त्याच्याकडे बघून हसले. 'आपण यांची एवढी फजिती केली, त्याचा राग ओसरलेला दिसतोय... किंवा मग कदाचित त्यांना निकाल स्वतःच्या बाजूने लागणार, याची चांगलीच खात्री वाटत असावी...' ॲलेक्सच्या मनात आलं. ज्युरी-सदस्य कोर्टात हजर होण्यास अजून थोडा अवकाश होता. तोपर्यंत दोघांनी विविध विषयांवर गप्पा मारल्या. पिअरसन यांची गुलाबाची बाग, क्रिकेट इतकंच काय तर लंडनचा मेयर कोण होणार इ. पण जो विषय त्या दोघांच्याही मनात गेले कित्येक दिवस घर करून होता तो म्हणजे हा खटला! याविषयी मात्र दोघं एक अक्षरही बोलले नाहीत.

मिनिटांचं रूपांतर तासांमध्ये झालं. दुपारचा एक वाजला, तरी ज्युरी येण्याचं काहीही चिन्ह नव्हतं. अखेर जज्जसाहेबांनी एक तासाची जेवणाची सुट्टी जाहीर केली. पिअरसन वरच्या मजल्यावरच्या बारमेसमध्ये जेवायला गेले. ॲलेक्स मात्र कोर्टरूमबाहेरच्या कॉरिडॉरमध्ये येरझाऱ्या घालत राहिला. खूनखटल्यातल्या ज्युरींना निर्णयासाठी कमीतकमी चार तास लागतातच, असं आज सकाळीच त्याच्या वडिलांनी त्याला फोन करून सांगितलं होतं. त्याहूनही कमी वेळात निर्णय झाला, तर ज्युरींनी नीट विचारपूर्वक निर्णय घेतला नाही, असा अर्थ निघू शकतो, या भयास्तव ते तेवढा वेळ लावतात असंही त्याचे वडील हसून म्हणाले होते.

चार वाजून आठ मिनिटं झाल्यावर ज्युरी-सदस्य आत येऊन आपापल्या जागी बसले. त्यांच्या चेहऱ्यावर पूर्वीचे निर्विकार भाव नव्हते.

परत एकदा ज्युरी-सदस्यांना घरी पाठवणं जस्टिस सॅकव्हिल यांना भाग पडलं.

दुसऱ्या दिवशी सकाळी कोर्टात हजर होऊन ॲलेक्सने सुमारे एक तास कोर्टरूमबाहेरच्या संगमरवरी कॉरिडॉरमध्ये येरझाऱ्या घातल्या. त्यानंतर कोर्टाच्या पट्टेवाल्याने ज्युरींच्या आगमनाची घोषणा केली.

परत एकदा ज्युरी-सदस्यांचा प्रमुख उठून उभा राहिला आणि त्याने हातातल्या कागदावर लिहून आणलेला मजकूर वाचून दाखविला. "मिलॉर्ड," तो म्हणाला. त्याने एकदाही हातातल्या कागदावरून नजर काढून मान वर करून पाहिलं नाही. त्याचे हात जरासे कापतच होते. "इतक्या तासांच्या प्रदीर्घ चर्चेनंतरसुद्धा ज्युरी-सदस्यांचं अजून एकमत होत नाहीये. आता या बाबतीत आम्ही काय करावं, यासाठी आम्हाला आपला सल्ला हवा आहे."

"मला तुमची अडचण समजते," जज्ज म्हणाले, "पण तुम्ही सर्वांनी आणखी काही काळ चर्चा करून शक्यतो एकमताने निर्णय देण्याचा प्रयत्न करावा, अशी माझी सूचना आहे. कारण री-ट्रायलचा निर्णय जर मला द्यावा लागला, तर परत एकदा हे सर्व सव्यापसव्य सुरुवातीपासून करावं लागेल. त्याची केवढी मोठी कटकट होईल!"

ॲलेक्सने मान खाली घातली. त्याला खरंतर 'रीट्रायल' चालली असती, पण तेवढ्यात ज्युरी-सदस्य उठून कोर्टरूमच्या बाहेर निघून गेले, ते दुसऱ्या दिवशी सकाळपर्यंत परत आले नाहीत.

तिसऱ्या मजल्यावरच्या रेस्टॉरंटमधल्या एका कोपऱ्यात ॲलेक्स एकटाच बसला होता. त्याच्या समोरचं सूप थंडगार होऊन गेलं होतं. त्याच्या समोरच्या प्लेटमध्ये सॅलड होतं. पण ॲलेक्सचं खाण्यात मन नव्हतं. तो शेवटी तसाच उठून कॉरिडॉरमध्ये आला आणि नेहमीसारखा येरझाऱ्या घालू लागला.

तीन वाजून बारा मिनिटांनी ध्वनिक्षेपकावरून एक घोषणा करण्यात आली, "कार्टराईट खटल्याशी संबंधित सर्व व्यक्तींनी ताबडतोब कोर्टरूम नंबर चारमध्ये जमा व्हावे. ज्युरी-सदस्य परत आले आहेत."

सर्व जण भराभर चार नंबरच्या कोर्टाकडे जाऊ लागले. त्याच गर्दीतून वाट काढत ॲलेक्सही निघाला. सर्व जण आत जाऊन आपापल्या जागी व्यवस्थित बसल्यानंतर जज्जसाहेब आले. त्यांनी पट्टेवाल्याला खूण करताच तो ज्युरी-सदस्यांना आत घेऊन आला. ॲलेक्सने त्यांच्या चेहऱ्यांकडे नीट निरखून पाहिलं. त्यांच्यातल्या एक-दोघांच्या चेहऱ्यावर मानसिक ताण स्पष्ट दिसत होता. ही गोष्ट ॲलेक्सच्या नजरेतून सुटली नाही.

जज्जसाहेबांनी पुढे झुकून ज्युरी-सदस्यांच्या प्रमुखाला विचारलं, ''तुमचा एकमताने निर्णय झाला का?''

''नाही मिलॉर्ड.'' तो म्हणाला.

''मग मी तुम्हाला विचारविनिमयासाठी आणखी थोडा वेळ दिला, तर तुमचा एकमताने निर्णय होण्याची काही शक्यता आहे का?''

''नाही मिलॉर्ड.''

''मग तुम्ही बहुमताने निर्णय घेऊ शकाल का? बहुमत याचा अर्थ तुमच्यापैकी किमान दहा व्यक्तींचं तरी एकमत हवं.''

''कदाचित तसं करायचं ठरवलं, तर आमची समस्या सुटू शकेल मिलॉर्ड.'' ज्युरींचा प्रमुख म्हणाला.

''मग तुम्ही सर्व जण परत जाऊन विचारविनिमय करा आणि शेवटी निर्णय घेऊनच परत कोर्टात हजर व्हा.'' असं म्हणून जज्जसाहेबांनी पट्टेवाल्याला खूण केली. तो ज्युरी-सदस्यांना घेऊन बाहेर पडला.

ॲलेक्स उठला आणि परत कॉरिडॉरकडे येरझाऱ्या घालण्यासाठी बाहेर निघाला, पण मि. पिअरसन त्याला अडवून म्हणाले, ''थांबा. बाहेर जाण्याची इतकी घाई करू नका. आता ते फार वेळ न घालवता परत येतील, असा माझा अंदाज आहे.'' मग ॲलेक्स परत आपल्या खुर्चीत बसला.

पिअरसन यांचा अंदाज खराच होता. काही वेळातच ज्युरी कोर्टात परत आले. ॲलेक्स पिअरसन यांच्याकडे वळला; पण तो काही बोलणार एवढ्यात ते म्हणाले, ''काही विचारू नका! या ज्युरींचं कामकाज कसं चालतं, याचा गेल्या तीस वर्षांचा अनुभव माझ्या गाठी आहे.'' पट्टेवाल्याने ज्युरींना आपापल्या जागी नेऊन बसवलं, तेव्हा ॲलेक्स अक्षरशः थरथर कापत होता. पट्टेवाल्याने घोषणा केली, ''ज्युरी-सदस्यांच्या प्रमुखाने उठून उभं राहावं.''

''तुमचा निर्णय झाला का?'' जज्जसाहेबांनी विचारलं.

''होय मिलॉर्ड.'' प्रमुख म्हणाला.

मग जज्जसाहेबांनी पट्टेवाल्याकडे पाहून मान डोलावली. तो म्हणाला, ''ज्युरी-सदस्यहो, या खटल्यातील आरोपी डॅनिएल आर्थर कार्टराईट हा अपराधी आहे की नाही, याविषयी तुमचं काय मत आहे?'' त्यानंतर मध्ये काही क्षण गेले. ॲलेक्सला तो काळ अनंत काळासारखा वाटला. पण खरंतर काही सेकंदच लोटले होते.

''होय, अपराधी आहे.'' प्रमुख म्हणाला.

कोर्टातल्या प्रेक्षकांमधून आश्चर्याचा धक्का बसल्यासारखा सूर उमटला. ॲलेक्सने तत्काळ डॅनीच्या चेहऱ्याकडे पाहिलं; पण त्याच्या चेहऱ्यावर कोणतीच

भावना नव्हती. पब्लिक गॅलरीतून मात्र 'नाही' अशी किंकाळी आणि हुंदक्यांचे आवाज येत होते.

कोर्टात शांतता पसरल्यानंतर शिक्षा सुनावण्यापूर्वी जज्जसाहेबांनी एक लांबलचक भाषण केलं. पण त्यातले फक्त दोनच शब्द ॲलेक्सच्या मनावर कोरल्यासारखे घर करून राहिले. ''बावीस वर्षं!''

काहीही निकाल लागला, तरी त्याचा स्वत:च्या मन:स्वास्थ्यावर परिणाम होऊ द्यायचा नाही, अशी ॲलेक्सच्या वडिलांची शिकवण होती. अखेर शंभर खटल्यांमध्ये एखाद्याच खटल्यात निर्दोष माणसाला शिक्षा होते.

पण डॅनी कार्टराईट हा त्या शंभरांतला एक माणूस होता, याविषयी ॲलेक्सच्या मनात जराही संदेह नव्हता.

तुरुंग

१७

“वेलकम बॅक कार्टराईट!” रिसेप्शन डेस्कच्या मागे बसलेल्या अधिकाऱ्याकडे डॅनीने पाहिलं, पण काही बोलला मात्र नाही. त्या माणसाने आपल्या हातातल्या चार्जशीटवर नजर टाकली. ‘बावीस वर्षं’ असं म्हणून मि. जेन्किन्स यांनी एक सुस्कारा सोडला. ते क्षणभर थांबून म्हणाले, “तुला कसं वाटत असेल, याची मला पूर्ण कल्पना आहे. मला या ठिकाणी नोकरीला लागून तेवढी वर्षं झाली आहेत.” मि. जेन्किन्स हे खूप वयस्कर आहेत, अशी डॅनीची समजूत होती; पण आत्ता त्यांच्या तोंडचे हे शब्द ऐकताच त्याच्या मनात विचार चमकून गेला, ‘मी बावीस वर्षांनंतर एवढा म्हातारा दिसू लागणार की काय?’ “आय ॲम सॉरी बेटा.” मि. जेन्किन्स त्याच्याकडे बघत म्हणाले. हे उद्‌गार त्यांच्या तोंडून फारसे कुणाच्या बाबतीत बाहेर पडत नसत.

“थँक्स मि. जेन्किन्स!” डॅनी हलकेच म्हणाला.

“आता तू इथे न्यायालयीन कोठडीत नसल्याने तुला एकट्यासाठी स्वतंत्र कोठडी नाही मिळणार.” असं म्हणून जेन्किन्स यांनी एक फाइल उघडून थोडा वेळ वाचली. तुरुंगात नाहीतरी सगळ्या गोष्टी शांतपणेच होतात. घाई कसलीच नसते. त्यांनी नावांच्या यादीवरून बोट फिरवलं. त्यात एक रिकामी जागा होती, “मी तुला ब्लॉक थ्रीमध्ये टाकतोय. एकशे एकोणतीस नंबरच्या कोठडीत.” त्या कोठडीत राहत असलेल्या कैद्यांची नावे वाचून जेन्किन्स म्हणाले, “कंपनी तर चांगली इंटरेस्टिंग असणार आहे तुला!” पण आपल्या बोलण्याचं अधिक स्पष्टीकरण न देता त्यांनी आपल्यामागे उभ्या असलेल्या तरुण ऑफिसरला खूण केली.

“माझ्यामागे चल कार्टराईट.” तो ऑफिसर म्हणाला. आजपर्यंत डॅनीने त्याचं तोंडही कधी पाहिलेलं नव्हतं.

एका लांबलचक कॉरिडॉरमधून डॅनी त्या ऑफिसरच्या मागोमाग चालत निघाला. पिवळसर रंगाच्या भिंती असलेल्या कॉरिडॉरमधून. ऑफिसरच्या कमरेला

किल्ल्यांचा एक मोठा जुडगा लटकत होता. त्यातून त्याने एक किल्ली काढली आणि ते एका मोठ्या गेटपाशी थांबले. पहिलं गेट उघडून ऑफिसरने डॅनीला आत ढकललं. त्याच्या मागोमाग स्वत: आत शिरला. आधी त्याने ते गेट आपल्या मागोमाग बंद केलं. लगेच पुढे आणखी एक गेट होतं. त्याने दुसऱ्या एका किल्लीने ते उघडलं. समोर अजून एक कॉरिडॉर होता. त्याच्या भिंती हिरव्या रंगाने रंगवलेल्या होत्या. याचा अर्थ ते आता सुरक्षित क्षेत्रात पोहोचले होते. तुरुंगात प्रत्येक रंगाला एक विशिष्ट अर्थ असतो.

तो ऑफिसर आणि डॅनी सरळ चालत राहिले. तिथे आणखी दोन दारं लागली. असं एकंदर चार वेळा झालं. शेवटी डॅनी ब्लॉक क्र. तीनमध्ये पोहोचला. आजपर्यंत बेलमार्शच्या तुरुंगातून कोणीच कधीही निसटून का जाऊ शकला नव्हता, ते आता नीट लक्षात येण्यासारखं होतं. एव्हाना कॉरिडॉरच्या भिंतींचा रंग निळा झालेला होता. यानंतर डॅनीला दुसऱ्या एका निळा गणवेष धारण केलेल्या अधिकाऱ्याकडे सोपवलं. त्याच्या डोक्याचा पूर्ण गोटा केलेला होता. तुरुंगातल्या कैद्यांइतकाच तो अधिकारीही कठोर होता, हेच त्यावरून लक्षात येत होतं.

''तर मग कार्टराईट,'' नवा ऑफिसर म्हणाला, ''आता इथून पुढची किमान आठ वर्षं हेच तुझं घर असणार आहे. तेव्हा इथे लवकरात लवकर रुळलास तर बरं पडेल. तू जर आम्हाला काही त्रास दिला नाहीस, तर आम्हीसुद्धा तुला काही त्रास देणार नाही. समजलं?''

''समजलं गव्ह!'' डॅनी म्हणाला. कैद्याला ऑफिसरचं नाव माहीत नसलं, तर तो त्याला तुरुंगात नेहमी अशीच हाक मारतो.

त्यानंतर डॅनी लोखंडी जिना चढून वरच्या मजल्यावर पोहोचला. त्याला अजूनपर्यंत एकही कैदी दिसला नव्हता. सगळे आपापल्या कोठड्यांमध्ये बंदिस्त होते. ते बराच काळ कोठडीत असायचे. कधीकधी तर दिवसाचे बावीस ताससुद्धा! नव्या ऑफिसरने कॉलशीटवर डॅनीचं नाव तपासून पाहिलं. त्याला कोणती कोठडी देण्यात आली हे पाहताच तो गालातल्या गालात हसला. ''मि. जेन्किन्स विनोदी स्वभावाचे आहेत हं!'' तो म्हणाला. चालत चालत दोघं एकशे एकोणतीस नंबरच्या कोठडीपाशी येऊन थांबले.

ऑफिसरने किल्ल्यांच्या जुडग्यातून एक किल्ली काढली आणि अत्यंत जड लोखंडी दाराच्या कुलपाला लावली. दार उघडलं. डॅनीने आत पाऊल टाकलं. त्याच्या मागे दार जोरात बंद झालं. आत दोन कैदी होते. त्यांच्याकडे डॅनीने संशयाने पाहिलं.

एक भलादांडगा माणूस भिंतीकडे तोंड करून पलंगावर झोपला होता. आपल्या कोठडीत नवीन माणूस कोण आलाय हे पाहण्यासाठी त्याने डोळे

उघडायचे कष्टही घेतले नाहीत. दुसरा माणूस एका छोट्याशा टेबलापाशी काहीतरी लिहीत बसला होता. त्याने आपलं पेन खाली ठेवलं, उठून उभा राहिला आणि हसून हात पुढे केला. डॅनीला ते पाहून आश्चर्याचा धक्का बसला.

"निक मॉन्क्रीफ," तो म्हणाला. त्याचा आवाज कैद्यासारखा मुळीच नव्हता. ऑफिसरसारखा होता. "तुझ्या नव्या निवासस्थानी वेलकम!" तो हसून म्हणाला.

"डॅनी कार्टराईट." डॅनी म्हणाला. त्याने त्या माणसाचा हात हातात घेतला. समोर आणखी एक बंकबेड होता. तो रिकामा होता.

"तू सगळ्यात उशिरा इथे आला आहेस ना, म्हणून तुला सगळ्यात वरचा बेड मिळणार आता." मॉन्क्रीफ म्हणाला, "पण आणखी दोन वर्षांत तुला खालचा बेड मिळेल. बाय द वे," असं म्हणून त्याने भिंतीकडे पाठ करून झोपलेल्या त्या राक्षसाकडे बोट दाखवलं आणि म्हणाला, "तो बिग अल्." तो राक्षसी माणूस निकपेक्षा काही वर्षांनी मोठा दिसत होता. बिग अल्ने नुसता हुंकार दिला; पण मागे वळून डॅनीकडे बघण्याचेसुद्धा कष्ट घेतले नाहीत. "बिग अल् जास्त काही बोलत नाही, पण एकदा का तुझी आणि त्याची व्यवस्थित ओळख झाली, की तो नीट वागेल." निक म्हणाला. "मला ओळख करून घ्यायला सहा महिने लागले. कदाचित तुझी जास्त पटकन होईल."

डॅनीला कुलपात किल्ली फिरवल्याचा आवाज आला. कोठडीचं लोखंडी दार परत उघडलं.

"माझ्या मागोमाग चल कार्टराईट." बाहेरून आवाज आला. परत एक वेगळाच ऑफिसर त्याला न्यायला आला होता. 'आपल्याला वेगळ्या कुठल्यातरी कोठडीत तर नेऊन टाकणार नाहीत ना?' त्याच्या मनात आलं. ऑफिसरने त्याला लोखंडी जिना उतरून खाली नेलं. परत एक लांबलचक कॉरिडॉर पार करून ते एका मोठ्या दारापाशी आले. ते उघडून पलीकडे गेल्यावर अजून एक बंद दार लागलं. त्यावर पाटी होती 'स्टोअर्स'. त्यावर ऑफिसरने दोन वेळा टकटक केल्यावर ते उघडण्यात आलं.

"सी के ४८०२ कार्टराईट." ऑफिसर आपल्या हातातील चार्जशीटवर नजर टाकून म्हणाला.

"कपडे काढ." स्टोअर्स मॅनेजर म्हणाला. त्यानेपण आपल्या हातातल्या चार्जशीटवर नजर टाकली आणि म्हणाला, "आता परत २०२२ सालापर्यंत काही हे कपडे तुला लागणार नाहीत." आणि स्वत:च्याच विनोदावर हसला. हाच विनोद दिवसातून पाच वेळा तो करत असे. फक्त इसवी सन तेवढा बदलत असे.

डॅनीने अंगातले कपडे काढले. मग त्याला लाल-पांढऱ्या चट्ट्यापट्ट्याच्या दोन बॉक्सर शॉर्ट्स, निळ्या पांढऱ्या पट्ट्याचे दोन शर्ट, एक निळ्या रंगाची डेनिम

जीनची पँट, दोन पांढरे टी-शर्ट, एक राखाडी रंगाचा पुलोव्हर, एक काळं जाकीट, दोन राखाडी रंगाचे मोज्यांचे जोड, एक निळ्या रंगाची व्यायामासाठी शॉर्ट, दोन व्यायामाच्या पांढऱ्या तुमानी, हिरव्या नॉयलॉनची दोन पांघरुणं, एक राखाडी ब्लँकेट, एक हिरवा उशीचा अभ्रा आणि एक जाड दडदडीत गोल उशी एवढं सामान देण्यात आलं. त्याला त्याचे स्वत:चे स्पोर्ट्स शूज मात्र ठेवण्याची परवानगी देण्यात आली. कैद्यांमध्ये फॅशन करण्याची तेवढी एकमेव संधी.

त्यानंतर स्टोअर्स मॅनेजरने डॅनीचे सगळे कपडे एका प्लॅस्टिकच्या थैलीत ठेवले आणि त्यावर कार्टराईट सी के ४८०२ अशी चिठ्ठी लावून टाकली. मग त्याने ती थैली बंद केली. त्याने डॅनीच्या हातात एक छोटीशी प्लॅस्टिकची दुसरी थैली दिली. त्यात एक साबणाची वडी, एक टूथब्रश, एक प्लॅस्टिकचा रेझर (एकदा वापरून फेकून देण्याजोगा), एक फ्लॅनेलचं हिरवं फडकं, एक हिरवा लहान नॅपकीन, एक राखाडी रंगाची प्लॅस्टिकची प्लेट, एक प्लॅस्टिकची सुरी आणि तसाच काटा-चमचा असं सामान होतं. त्यानंतर त्या मॅनेजरने एक हिरवा फॉर्म स्वत:च भरला आणि तो डॅनीच्या समोर धरला. टेबलाला दोरीने बांधलेलं एक जुनंपुराणं पेन लटकत होतं. ते घेऊन डॅनीने त्यावर सही ठोकली.

"दर गुरुवारी दुपारी तीन ते पाच या वेळात इथे स्टोअर्समध्ये यायचं." स्टोअर्स मॅनेजर म्हणाला. "इथे तुला दुसरे स्वच्छ कपडे देण्यात येतील, पण आधीचे कपडे परत करताना जर त्यातले काही फाटलेले असले, तर त्याची नुकसानभरपाई म्हणून तुझ्या आठवड्याच्या पगारातून पैसे कापण्यात येतील. ते किती कापायचे, ते मी ठरवणार." एवढं बोलून त्याने डॅनीला स्टोअर्समधून बाहेर हाकललं आणि दार लावून घेतलं.

डॅनीने प्लॅस्टिकच्या दोन्ही थैल्या उचलल्या आणि तो ऑफिसरच्या मागोमाग चालू लागला. काही क्षणांतच ऑफिसरने त्याला कोठडीत बंद केलं आणि तो एक अक्षरही न बोलता निघून गेला. एवढ्या वेळात बिग अल् आपल्या जागेवरून तसूभरही हललेला नव्हता. निकचं टेबलापाशी बसून लिखाण चालूच होतं.

डॅनी बंकबेडच्या सर्वांत वरच्या मजल्यावर चढला आणि झोपला. गादी खरखरीत आणि गाठींनी भरलेली होती. गेले सहा महिने तो जेव्हा न्यायालयीन कोठडीत होता, तेव्हा त्याला स्वत:चे कपडे घालण्याची परवानगी होती. त्याला इकडेतिकडे फिरण्याची, इतर कैद्यांशी गप्पा मारण्याची मुभा होती. टीव्ही पाहण्याचं, टेबल टेनिस खेळण्याचं आणि व्हेंडिंग मशीनमधून कोक आणि सँडविच विकत घेण्याचंसुद्धा स्वातंत्र्य होतं. पण आता मात्र यापैकी

कोणतंच स्वातंत्र्य त्याला नव्हतं. आता तो जन्मठेपेचा कैदी होता. आपलं स्वातंत्र्य गमावणं म्हणजे नक्की काय, याची जाणीव आत्ता पहिल्यांदाच त्याला झाली.

डॅनीने उठून आपली गादी व्यवस्थित घालायचं ठरवलं. त्याने त्यासाठी खूप वेळ लावला. दर दिवसाचे किती तास असतात, एकेका तासात किती मिनिटं आणि प्रत्येक मिनिटाला किती सेकंद असतात याची आता नव्याने जाणीव होऊ लागली होती. कारण आता बारा फूट बाय आठ फुटाच्या कोठडीत दोन परक्या माणसांबरोबर दिवस कंठायचे होते आणि त्यातला एक तर राक्षसासारखा दिसणारा होता.

गादी व्यवस्थित घातल्यावर डॅनी त्यावर झोपला आणि आढ्याकडे टक लावून बघत राहिला. बंकबेडच्या अगदी वरच्या मजल्यावर झोपण्यात एक फायदा असा असतो की, आढ्यालगत असलेल्या लहानशा, गजांच्या खिडकीतून बाहेरचं दृश्य दिसू शकतं. ही कोठडी सोडून बाहेर एक जग अस्तित्वात असल्याचा तेवढाच काय तो पुरावा. डॅनी खिडकीतून बाहेर बघत राहिला. इतर तीन ब्लॉक्स, मधलं अवाढव्य मोठं पटांगण, त्याभोवतीच्या उंच उंच भिंती, भिंतींच्या वरचं काटेरी तारांचं कुंपण. डॅनीने नजर परत आढ्याकडे वळवली. त्याच्या मनात आता बेथचे विचार घोळू लागले. तिचा साधा निरोपसुद्धा घेता आला नव्हता त्याला.

पुढचा आठवडा आणि त्यानंतरचे हजारो आठवडे याच नरकसदृश बिळात कोंडून राहावं लागणार होतं त्याला. इथून सुटकेची एकमेव आशा म्हणजे वरच्या कोर्टात अपील. पण किमान एक वर्ष तरी अपील करण्यास परवानगी मिळणार नाही, असं मि. रेडमेन म्हणाले होते. कोर्टासमोर हवे तेवढे खटले होते; शिवाय तुम्हाला जितकी मोठी शिक्षा झालेली असेल, तितकी अपील करण्याची परवानगी उशिराच मिळते. पण समजा अपिलाला एक वर्ष लागणार असलं, तर त्या अवधीत आपलं निरपराधित्व सिद्ध करण्यासाठी मि. रेडमेन तो पुरावा गोळा करू शकतील ना?– असा विचार डॅनीच्या मनात चमकून गेला.

मि. सॅकव्हिल यांनी डॅनीला शिक्षा ठोठावल्यावर लगेच ॲलेक्स रेडमेन कोर्टातून बाहेर पडला. कार्पेट घातलेल्या कॉरिडॉरमधून चालत पुढे निघाला. कॉरिडॉरच्या भिंतींवर जुन्या वयोवृद्ध जज्जचे फोटो लटकत होते. तो सरळ

चालत एका चेंबरपाशी गेला. सरळ त्याचं दार उघडून आत शिरला आणि तिथल्या खुर्चीवर धपकन बसला. आपल्या वडिलांच्या ऑफिसातल्या खुर्चीत! तो मोठ्यांदा म्हणाला, ''दोषी!''

मि. जस्टिस रेडमेन उठले आणि भिंतीतल्या कपाटातून त्यांनी एक ड्रिंकची बाटली बाहेर काढली. ''तू आता या सगळ्याची सवय करून घे.'' ते ग्लासात ड्रिंक ओतत म्हणाले, ''आजकाल फाशीची शिक्षा रद्द झाल्यापासून बऱ्याच खून खटल्यांतल्या आरोपींना जन्मठेपेची शिक्षा मिळते. बऱ्याच वेळा ज्युरींचा निर्णय योग्य असतो.'' जस्टिस रेडमेन यांनी वाईनचा एक ग्लास मुलाच्या हातात दिला, तर एक स्वतःच्या हातात घेतला आणि म्हणाले, ''कार्टराईटचं अपील मंजूर झालं, तर त्याचा खटला परत तू लढवणार आहेस का?''

''अर्थातच लढवणार आहे.'' ॲलेक्स म्हणाला. आपल्या वडिलांनी असा प्रश्न विचारावा, याचं त्याला आश्चर्यच वाटलं.

त्याच्या वडिलांच्या चेहऱ्यावर आठी पडली होती. ''मग मी तुला फक्त 'गुडलक' एवढंच म्हणू शकतो. कारण तो खून जर कार्टराईटने केला नसेल, तर मग कुणी केला?''

''स्पेन्सर क्रेगने.'' ॲलेक्स ठामपणे म्हणाला.

१८

पाच वाजता परत एकदा कोठडीचं दार उघडलं आणि बाहेरून मोठा आवाज आला, "असोसिएशन."

त्यानंतरची पंचेचाळीस मिनिटं सर्व कैद्यांना आपल्या कोठडीतून बाहेर सोडण्यात आलं. हा वेळ त्यांनी नक्की कसा घालवायचा, याबद्दल त्यांना दोन पर्याय देण्यात आले होते. एकतर ते खालच्या मजल्यावरच्या हॉलमध्ये जाऊन बसू शकत होते. बिग अल् तर नेहमीच हा पर्याय निवडायचा. तो खाली जाऊन टीव्हीसमोरच्या लेदरच्या खुर्चीत अस्ताव्यस्त पडून राहायचा. इतर काही कैदी तिथे डॉमिनोज हा गेम खेळायचे आणि पैशाऐवजी तंबाखू लावून खेळायचे. दुसरा पर्याय म्हणजे बाहेर मोकळ्या मैदानावर जॉगिंग किंवा इतर शारीरिक कसरत करणं.

डॅनीने मागच्या विस्तीर्ण मैदानावर जायचं ठरवलं. त्याला बाहेर सोडण्याआधी त्याची व्यवस्थित झडती घेण्यात आली. इतर कुठल्याही तुरुंगाप्रमाणे बेलमार्शमध्येही अमली पदार्थांची देवाण-घेवाण सरसकट चालायची. चारही ब्लॉकमधले कैदी दिवसातून एवढ्या एकाच वेळी एकत्र येत. त्यामुळे मादक पदार्थांच्या खरेदी-विक्रीसाठी ही वेळ अगदी उत्तम होती. खरेदी-विक्रीच्या व्यवहाराची पद्धत अत्यंत सरळसोपी होती आणि ती ग्राहक आणि विक्रेते या दोघांनाही मान्य होती. जर एखाद्याला आपला डोस हवा असेल – हॅश, कोकेन, क्रॅक कोकेन, हेरॉईन – यापैकी काहीही, तरी आपल्या विंगमधल्या डीलरपाशी तशी मागणी करायची. शिवाय बाहेरच्या जगातल्या आपल्या प्रतिनिधीचं नावही त्याला द्यायचं. हा बाहेरच्या बाहेर परस्पर पैशांची व्यवस्था करून ठेवायचा. पैशाची देवाण-घेवाण रीतसर पार पडली की, त्यानंतर एक-दोन दिवसांत माल योग्य त्या व्यक्तीपाशी बरोबर येऊन पोहोचायचा. रोज सकाळी न्यायालयीन कोठडीत ठेवण्यात आलेल्या किमान शंभर कैद्यांना कोर्टात हजर करावं लागत असे. त्यांची आणण्यानेण्याची

व्यवस्था तुरुंगातर्फे केली जायची. थोडक्यात, तुरुंगात मादक द्रव्यांचा पुरवठा करण्यासाठी रोजच संधी उपलब्ध असायची. कधीतरी काही कैद्यांना मात्र रेडहँड पकडण्यात यायचं. मग अर्थातच त्यांच्या शिक्षेच्या मुदतीत वाढ व्हायची. पण या धंद्यामधून आर्थिक फायदा इतका प्रचंड व्हायचा की, अनेक कैदी हा धोका पत्करायला अगदी आनंदाने तयार होत असत.

डॅनीला आयुष्यात कधीच अमली पदार्थांचं आकर्षण वाटलेलं नव्हतं. 'तू कधीही मादक द्रव्यांचं सेवन करताना सापडलास, तर तुला आयुष्यात परत कधीच बॉक्सिंग करता येणार नाही.' अशी सक्त ताकीद त्याच्या कोचने त्याला दिलेली होती.

त्याने सुरुवातीला मोठमोठ्या ढांगा टाकत पटांगणाच्या परिघावरून फेऱ्या मारायला सुरुवात केली. एखाद्या फुटबॉलच्या पिचवर वाढावं, तेवढं गवत पटांगणावर वाढलेलं होतं. तो खूप झपाट्याने चालत होता. पूर्ण दिवसभरात शारीरिक व्यायामाची एवढी एकच संधी आपल्याला आहे, याची त्याला पुरेपूर जाणीव होती. आणखी एक संधी पण तशी होती. आठवड्यातून दोनदा त्यांना तुरुंगाच्या जिममध्ये जाण्याची परवानगी होती. पण तिथली गर्दी नकोशी वाटायची. पटांगणातल्या सभोवताली असलेल्या उंचच उंच भिंतींकडे त्याने एकवार टक लावून पाहिलं. भिंतींवर काटेरी तारांचं कुंपण असूनही त्याच्या मनात सुटकेचा विचार आल्यावाचून राहिला नाही. 'ज्या चार हलकट लोकांमुळे आज आपल्या स्वातंत्र्यावर गदा आली आहे, त्यांचा बदला कधी आणि कसा घ्यायचा' असाही विचार त्याच्या मनात अखंड घर करून होता.

अनेक कैदी जरा सावकाश पटांगणावरून फेरी मारायला निघाले होते. त्यांना मागे टाकून तो पुढे निघाला, पण कुणीही त्याच्या मागून येऊन पुढे गेलं नाही. इतक्यात त्याचं समोर लक्ष गेलं, तर दूरवर एक आकृती झपाझप ढांगा टाकत चाललेली त्याला दिसली. त्याने नीट निरखून पाहिलं. तो माणूसपण साधारण डॅनीच्याच वेगाने चालला होता. तो निक मॉनक्रीफ होता. डॅनीच्याच कोठडीतला. 'तोपण अगदी आपल्यासारखाच धट्टाकट्टा दिसतोय!' डॅनीच्या मनात आलं. 'या अशा माणसाच्या हातून तुरुंगात येण्यासारखा काय बरं गुन्हा घडला असेल?' डॅनीच्या मनात आलं. पण मग तुरुंगाचा नियम त्याला आठवला. तुझ्या हातून काय गुन्हा घडला, असं तुरुंगात कधीही कोणाला विचारायचं नाही. त्याने आपण होऊन ती माहिती सांगितली, तरंच ठीक.

डॅनीचं लक्ष उजवीकडे गेलं. काही कृष्णवर्णीय कैदी उघड्या अंगाने गवतावर उताणे लोळत होते. जणूकाही स्पेनला सुट्टीवर आल्यासारखे सूर्यस्नानाचा आनंद लुटत होते. गेल्या उन्हाळ्यात तो आणि बेथ दोन आठवड्यांची सुट्टी घेऊन

वेस्टन सुपर मेअरला गेले होते.बेथ आणि तो त्या वेळी प्रथमच सर्वार्थाने एकमेकांचे झाले. त्या वेळी बर्नीपण त्यांच्याबरोबर आला होता. तो बेटा रोज एका नव्या मुलीबरोबर संध्याकाळ घालवायचा. डॅनीने मात्र त्या दिवशी गॅरेजमध्ये बेथला पाहिल्यापासून दुसऱ्या एखाद्या मुलीकडे वाकड्या नजरेने पाहिलंही नव्हतं.

बेथने आपण गरोदर असल्याची बातमी जेव्हा डॅनीला सांगितली, तेव्हा त्याला आश्चर्य वाटलंच; पण त्याबरोबर खूप आनंदही झाला. आपण आत्ताच्या आत्ता जवळच्या रजिस्ट्रार कचेरीत जावं आणि लग्नाचं लायसन्स काढावं, अशी इच्छा त्या क्षणी त्याला झाली. पण बेथने त्याचं काहीएक ऐकलं नसतं, याची त्याला कल्पना होती. शिवाय त्याच्या आईलाही ते चाललं नसतं. ते सर्व जण रोमन कॅथलिक होते. त्यांच्या घरच्या प्रथेप्रमाणे त्यांच्या दोघांच्याही आई-वडिलांचं लग्न जसं सेंट मेरीज चर्चमध्ये पार पडलं, तसंच यांचंपण व्हावं, अशीच सर्वांची इच्छा असणार, हे उघड होतं. अगदी फादर मायकेल यांचंसुद्धा हेच म्हणणं असणार होतं.

आपण बेथला ही एंगेजमेंट मोडून टाकण्यास सांगावी का, असा विचार आज प्रथमच डॅनीच्या मनात चमकून गेला. 'लग्नासाठी कोणत्या मुलीला बावीस वर्षं थांबावंसं वाटेल? पण आपल्या अपिलाचं काय होतंय, ते ठरल्याशिवाय आत्ताच हा विषय काढायचा नाही' असं त्याने मनोमन ठरवलं.

ज्युरींच्या प्रमुखाच्या तोंडून निर्णय ऐकल्यापासून बेथच्या डोळ्यांना ज्या धारा लागल्या होत्या, त्या काही थांबल्या नव्हत्या. त्या दोन ऑफिसर्सनी डॅनीला ताबडतोब कोठडीत नेलं. त्याचा साधा निरोपही तिला घेता आला नव्हता तिला. बेथची आई घरी परतत असताना रस्ताभर तिची समजूत घालत होती; पण वडील मात्र एक अक्षरही बोलले नव्हते.

"एकदा अपिलाची सुनावणी झाली ना की, हे सगळं दुःस्वप्न संपून जाईल." तिची आई म्हणाली होती.

"असं काही समजू नको." मि. विल्सन त्यावर म्हणाले होते.

❖

'असोसिएशन'साठी मुक्रर केलेला ४५ मिनिटांचा अवधी संपल्याचं जाहीर करण्यात आलं. कैद्यांना रांगेने आपापल्या कोठड्यांमध्ये परत नेऊन डांबण्यात आलं.

डॅनी चालत आपल्या सेलमध्ये परत आला, तेव्हा बिग अल् आपल्या बेडवर आडवा-तिडवा पसरून घोरत होता. डॅनीच्या नंतर काही क्षणांतच निकपण

आत आला आणि त्याने कोठडीचं दार बंद करून घेतलं. आता ते दार चार तासांनी उघडणार होतं – चहाच्या वेळी.

डॅनी वरच्या मजल्यावरच्या आपल्या बंकबेडवर चढून झोपला. निक मात्र टेबलापाशी जाऊन बसला. तो लेखनाला सुरुवात करणार, इतक्यात डॅनी म्हणाला, "काय लिहितोयस एवढं?"

"मी रोज डायरी लिहितो." निक म्हणाला, "रोजच्या रोज तुरुंगात जे काही घडत असतं, तेच सगळं लिहून काढतो."

"पण या नरकातल्या आठवणी कशाला पाहिजेत तुला?"

"त्यामुळेच तर वेळ जातो. माझी सुटका झाल्यानंतर मी शिक्षक व्हायचं ठरवलंय. माझं मन ताजंतवानं ठेवण्यासाठी त्याची गरज आहे."

"पण तुरुंगात शिक्षा भोगून बाहेर पडल्यावर तुला कोणी शिक्षक होण्याची परवानगी देईल का?"

"शिक्षकांचा किती तुटवडा आहे, त्याविषयी तू वाचलं नाहीस वाटतं?" निक हसून म्हणाला.

"मी फारसं वाचत नाही." डॅनी म्हणाला.

"मग आता इथे सुरुवात करायची चांगली संधी चालून आली आहे." आपलं पेन खाली ठेवत निक म्हणाला.

"पण मलातरी त्यात काही अर्थ दिसत नाही," डॅनी म्हणाला, "कारण पुढची बावीस वर्षं मी इथेच खितपत पडून राहणार आहे."

"पण निदान तुला तुझ्या वकिलांची पत्रंतरी वाचता येतील. तुझी केस जेव्हा अपिलासाठी नव्याने उभी राहील तेव्हा तुला तुझा बचाव जास्त व्यवस्थित तयार करता येईल."

"आरं... ए... लेकाच्यांनो, गप बसा की आता!" बिग अल् डॅनीला न कळणाऱ्या अगम्य भाषेत हेल काढून गुरगुरला.

"पण मग दुसरं काय करणार आम्ही? इथे आहे का काहीतरी करण्यासारखं?" निक हसून म्हणाला.

बिग अल् उठून बसला. त्याने पँटच्या खिशातून एक तंबाखूची पुडी बाहेर काढली, "काय रं कार्टराईट, तू कुठे शेण खाल्लंस? इथे कसा येऊन पोहोचलास?" तुरुंगाचा अत्यंत महत्त्वाचा नियम खुशाल मोडून तो म्हणाला.

"खून," डॅनी म्हणाला, "पण मला त्यात अडकवण्यात आलं."

"ओये, सगळं तसंच तर म्हनतात." असं म्हणून बिग अल्ने दुसऱ्या खिशातून सिगरेटी गुंडाळायचा कागद बाहेर काढला. त्यातला एक कागद पसरून त्यात थोडी तंबाखू ठेवून कागदाची गुंडाळी करायला सुरुवात केली.

"तसं असेलही," डॅनी म्हणाला, "पण मी खरोखरच काहीही केलेलं नाही." निक डॅनीच्या तोंडातून बाहेर पडलेला प्रत्येक शब्द वहीत लिहून घेत होता, पण डॅनीच्या हे लक्षात आलं नाही. "तुझं काय?" डॅनीने बिग अल्‌ला विचारलं.

"मी दरोडेखोर आहे; बँका लुटतो." तो हातातल्या पेपरची नीट गुंडाळी करत म्हणाला, "कधीतरी जमतं. मग वाटेल तेवढा पैसा मिळतो. पण कधीकधी फसतं. मग येतो इथे. या खेपेला त्या जज्जने साली चौदा वर्षांची शिक्षा ठोठावलीय आपल्याला."

"मग इथे बेलमार्शमध्ये किती दिवस आहेस तू?" डॅनी म्हणाला.

"दोन वर्षं. खरंतर त्यांनी मला ओपन प्रिझनमध्ये पाठवलं होतं, पण मी तिथून पळ काढायचा प्रयत्न केला. त्यामुळे आता ते लेकाचे परत तो धोका पत्करायला तयार नाहीत. काय रे ए... तुझ्याकडे लायटर नाही वाटतं?"

"मी सिगारेटी ओढत नाही." डॅनी म्हणाला.

"आणि मीही ओढत नाही हे तुला माहीत आहे." निक म्हणाला. त्याचं लेखन चालूच होतं.

"कसल्या मूर्खांशी गाठ पडली आहे माझी!" बिग अल्‌ म्हणाला, "आता चहाच्या ब्रेकपर्यंत सिगारेटचा झुरका काही ओढता येणार नाही."

"मग आता तुला बेलमार्शमधून कधीच हलवण्यात येणार नाही?" डॅनीने अविश्वासाने विचारलं.

"माझी सुटका होण्याच्या तारखेपर्यंत तरी नाही," बिग अल्‌ म्हणाला, "एकदा ओपन प्रिझनमधून तुम्ही पळ काढायचा प्रयत्न केला की, ते तुम्हाला हाय सिक्युरिटी प्रिझनमध्ये टाकतात. त्या हरामखोरांचा काही दोष नाही त्यात." असं म्हणून त्याने तोंडात सिगारेट धरली. "माझी आता आणखी फक्त तीन वर्षं उरली आहेत." असं म्हणून तो परत बेडवर आडवा झाला आणि भिंतीकडे बघत बसला.

❖

बेथपण बेडवर पडून आढ्याकडे नजर लावून बसली होती. डॅनीची सुटका व्हायला कितीही वर्षं लागली, तरी आपण त्याच्यासाठी वाट बघत थांबायचं, असं तिनं मनोमन ठरवलं होतं. डॅनी अपील जिंकणार अशी तिची मनोमन खात्री होती. 'मग आपण आणि डॅनी खरंच बोलतोय, यावर आपल्या वडिलांचा नक्कीच विश्वास बसेल' असाही विचार तिच्या मनात आला.

आपण अपीलच्या केसमध्येही डॅनीचे वकील म्हणून काम बघू, असं आश्वासन

डॅनीचे वकील मि. रेडमेन यांनी तिला दिलं होतं. तिने पैशांची अजिबात काळजी करू नये, असंही त्यांचं म्हणणं होतं. डॅनीचं म्हणणं खरंच होतं. मि. रेडमेन हा एक 'असली' हिरा होता! त्या खटल्याच्या प्रत्येक दिवशी उपस्थित राहता यावं, म्हणून बेथने स्वत:जवळचे शिलकीत असलेले सगळेच्या सगळे पैसे खर्च केले होते. शिवाय सुट्टीत ती कुठे सहलीलासुद्धा गेली नव्हती. तिचे बॉसपण अत्यंत समजूतदार होते. खटला संपून काय तो निकाल लागेपर्यंत कामावर न येण्याची परवानगी त्यांनी तिला स्वत:हून दिली होती. 'जर डॅनी निर्दोष सुटला, तर मग तुला तुझ्या हनिमूनसाठी मी आणखी दोन आठवड्यांची सुट्टीसुद्धा देईन.' असं तिच्या बॉसने तिला सांगितलं होतं.

पण तसं घडायचं नव्हतं. सोमवारी सकाळी बेथला आपल्या कामावर हजर व्हावं लागणार होतं. त्यांचा हनिमून आता एक वर्षाने पुढे ढकलावा लागणार होता. तिने आजपर्यंत जमा केलेले सगळेच पैसे डॅनीच्या खटल्यावर खर्च केले होते; पण तरीही डॅनीला दरमहा थोडी रोख रक्कम पाठवण्याचा तिचा निर्धार कायम होता. कारण तुरुंगात त्याला दर आठवड्याला बारा पौंड इतकं तुटपुंजं वेतन मिळत होतं.

"बेथ, चहा घेणार?" आईने स्वयंपाकघरातून हाक मारून विचारलं.

❖

"चहा!" बाहेरून एक आवाज खणखणला. आजच्या दिवसात कोठडीचं दार दुसऱ्यांदा उघडण्यात आलं होतं. डॅनीने आपला प्लॅस्टिकचा मग आणि प्लॅस्टिकची प्लेट उचलली आणि इतर कैद्यांबरोबर जिना उतरून खाली येऊन तो रांगेत उभा राहिला.

"ज्या काही मारामाऱ्या होतात, त्या इतर कुठल्याही कारणाऐवजी खाण्या-पिण्यावरूनच होतात." निक म्हणाला.

"आणि जिममध्येपण मारामाऱ्या होतात." बिग अल् म्हणाला.

काउंटरपाशी पाच कैदी पांढरे कपडे घालून उभे होते. त्यांनी डोक्याला टोप्या आणि हातांत रबराचे मोजे घातले होते. "काय काय आहे खायला?" निक आपली प्लेट त्यांच्यातल्या एकाच्या हातात देत म्हणाला.

"सॉसेज आणि बीन्स, बीफ आणि बीन्स किंवा स्पॅम फ्रिटर्स आणि बीन्स. आपल्याला काय हवं महोदय?" काउंटरच्या मागे उभं राहून कैद्याच्या प्लेट्स भरणारा एक जण म्हणाला.

"मी नुसत्या स्पॅम फ्रिटर्स घेईन. थँक यू." निक म्हणाला.

"मीपण स्पॅम फ्रिटर्स घेईन, पण त्याबरोबर बीन्ससुद्धा.'' डॅनी म्हणाला.

"आणि तू कोण रे?'' तो प्लेट भरणारा कैदी म्हणाला, "या रांडेच्याचा भाऊ का?''

डॅनी आणि निक जोरजोरात हसू लागले. दोघांची उंची सारखीच होती. वयानेही ते बरोबरीचे होते आणि तुरुंगातल्या कैद्यांच्या गणवेशात दोघं पुष्कळसे एकमेकांसारखेच दिसत होते. पण आपल्यात किती साम्य आहे, ही गोष्ट त्यांच्या आत्तापर्यंत लक्षातच आली नव्हती. काही झालं तरी निक हा अत्यंत स्वच्छ, नीटनेटका, टापटिपीचा होता. डॅनी मात्र आठवड्यातून एकदाच दाढी करायचा आणि त्याचे केस बिग अल्च्या शब्दांत सांगायचं, तर मोरी ब्रशसारखे ताठ उभे राहायचे.

"किचनमध्ये काम करायचा जॉब कसा मिळवायचा?'' जिन्याने आपल्या कोठडीत परत जात असताना डॅनीने निकला विचारलं. दोघं अतिशय हळू जिना चढत होते. इथे आल्यापासून डॅनीला एक गोष्ट कळून चुकली होती. कोठडीबाहेर जी काही गोष्ट करायची, ती अत्यंत सावकाश करायची.

"त्यासाठी एनहान्स व्हायला पाहिजे.''

"एनहान्स? म्हणजे काय?''

"म्हणजे तुम्हाला देण्यात येणाऱ्या स्वातंत्र्यात, सवलतीत जरा वाढ करण्यात येते.''

"पण मग एनहान्स व्हायचं कसं?''

"त्यासाठी एक करायचं. आपल्या नावावर कोणत्याही ऑफिसरने कधी रिपोर्ट नोंदवू नये, याची नीट काळजी घ्यायची.''

"पण हे कसं करायचं?''

"कोणत्याही ऑफिसरला कधी शिवीगाळ करायची नाही. कामावर वेळेवर हजर व्हायचं. कोणत्याही मारामारीत कधी अडकायचं नाही. हे सगळं वर्षभर नीट जमवलंस की, वर्षाच्या शेवटी तुला एनहान्स करतील. पण तरीही लगेच किचनमध्ये जॉब मिळेल असं नाही.'' निक म्हणाला.

"का नाही?''

"कारण या तुरुंगात हजारो कैदी आहेत,'' बिग अल् त्यांच्यामागून जिना चढत म्हणाला, "आणि त्यांच्यातल्या नऊशे कैद्यांना तुरुंगाच्या किचनचा जॉब हवाय. कारण तो जॉब मिळाला, तर दिवसभर कोठडीच्या बाहेर राहायला मिळतं, शिवाय खायला-प्यायला तर बेस्ट मिळतं. तेव्हा ते विसर डॅनी बॉय.''

कोठडीत आल्यावर प्लेटमध्ये वाढून आणलेलं अन्न डॅनीने मुकाट्याने खाण्यास सुरुवात केली. आपल्याला लवकरात लवकर एनहान्स कसं होता येईल, हा एकच

विचार त्याच्या मनात घोळत होता. बिग अल्ने आपल्या प्लेटमधलं सॉसेज संपवलं आणि तो उठून कोपऱ्यातल्या कमोडपाशी गेला. आपली पँट खाली करून टॉयलेटसीटवर बसला. डॅनीने खाणं बंद केलं. निकने मान दुसरीकडे वळवली. अखेर बिग अल्ने उठून फ्लश केलं, पँट वर केली आणि आपल्या बेडवर बसून आणखी एका सिगारेटची गुंडाळी करू लागला.

डॅनीने घड्याळात पाहिलं. सहाला दहा कमी. तो रोज सहाच्या सुमाराला बेथच्या घरी जायचा. त्याने आपल्या प्लेटकडे पाहिलं. अन्न तसंच उरलं होतं. बेथच्या आईच्या हातच्या सॉसेजची चव त्याला आठवली. अप्रतिम असायची.

''आणखी कुठले कुठले जॉब्स असतात?'' डॅनी म्हणाला.

''अरे, तुमची बडबड अजून चालू आहे?'' बिग अल् म्हणाला.

निक मोठ्यांदा हसला. बिग अल्ने सिगारेट पेटवली.

''स्टोअरमध्ये जॉब मिळू शकतो.'' निक म्हणाला, ''किंवा विंग साफ करणारा झाडूवाला किंवा बागेत माळी म्हणूनपण काम मिळू शकतं. पण एक शक्यता अशी आहे की, तुला चेन गँगमध्ये भरती व्हावं लागेल.''

''चेन गँग?'' डॅनी म्हणाला, ''म्हणजे काय?''

''ते कळेल लवकरच.'' निक म्हणाला.

''आणि जिमचं काय?'' निकने विचारलं.

''त्यासाठी एनहान्स असावं लागतं.'' बिग अल् सिगारेट ओढत म्हणाला.

''मग तुम्हाला दोघांना कोणते जॉब आहेत?'' डॅनीने विचारलं.

''तू फार प्रश्न विचारतोस!'' बिग अल् म्हणाला. त्याने धूर सोडला आणि सगळी कोठडी धुराने भरून गेली.

''बिग अल् हॉस्पिटलमध्ये ऑर्डली आहे.'' निक म्हणाला.

''मग चांगला जॉब आहे की!'' डॅनी म्हणाला.

''मला फरशी पुसावी लागते, बेडपॅन उचलणं, सकाळी सगळ्यांसाठी चहा करणं अशी कामं असतात. एका क्षणाचीही उसंत नसते.'' बिग अल् म्हणाला. ''आणि म्हणे मी एनहान्स!''

''पण खूप जबाबदारीचं काम आहे तुझं.'' निक म्हणाला, ''जिथे ड्रग्जचा संबंध असतो, असा जॉब मिळवायला तुमचं स्वत:चं रेकॉर्ड मुळात अगदी निष्कलंक असावं लागतं. बिग अल्ला दारुडे आणि व्यसनी लोक मुळीच आवडत नाहीत.'' निक म्हणाला.

''खरंच नाही आवडत तसले भोसडीचे मला,'' बिग अल् म्हणाला, ''आणि जर का कुणी हॉस्पिटलमधून ड्रग्ज चोरण्याचा प्रयत्न केला ना, तर मी गळाच धरीन त्याचा.''

"आणखी कुठला चांगला जॉब आहे का?" डॅनी म्हणाला.

"शिक्षण." निक म्हणाला, "तू जर माझ्याबरोबर येणार असशील, तर तुला तुझ्या लिहिण्यावाचण्यात खूप सुधारणा करता येईल. शिवाय तुला तिथे पगारसुद्धा मिळेल."

"खरं आहे. पण आठवड्याला फक्त आठ पौंड!" बिग अल् म्हणाला, "बाकी सगळ्या कामांना बारा पौंड मिळतात."

डॅनीने आपलं डोकं दगडासारख्या टणक उशीवर ठेवलं. तो खिडकीतून बाहेर बघू लागला. शेजारच्या कोठडीमधून मोठमोठ्या आवाजात गाणं ऐकू येत होतं. बावीस वर्षांच्या शिक्षेची आज पहिलीच रात्र होती. या रात्री आपल्याला झोप तरी लागणार की नाही, अशी काळजी त्याला वाटली.

११

बाहेरून कोठडीच्या दारात किल्ली घातल्याचा आवाज झाला. जड लोखंडी दार उघडलं.

"कार्टराईट, तू चेन गँगमध्ये आहेस. ताबडतोब ड्युटी ऑफिसरला जाऊन भेट."

"पण –" डॅनीने बोलायला सुरुवात केली.

"वाद घालण्यात काहीही अर्थ नाही." निक म्हणाला. तोपर्यंत डॅनीला बोलवायला आलेला ऑफिसर निघून गेला होता. "चल, माझ्याबरोबर राहा. मी तुला सगळं नीट दाखवतो." निक म्हणाला.

निक आणि डॅनी बाहेर पडून रांगेला लागले. बरेच कैदी एकाच दिशेने चालले होते. कॉरिडॉरच्या शेवटी सगळे पोहोचले आणि निक म्हणाला, "रोज सकाळी आठ वाजता इथे येऊन हजेरी लावायची आणि सही करायची."

"पण ही काय भानगड आहे?" डॅनी म्हणाला. समोरच्या बाजूला काचेचं षट्कोनी पेटीवजा क्युबिकल होतं. डॅनीची नजर त्यावर खिळली होती.

"त्याला म्हणायचं बबल. त्यात बसून पहारेकरी आपल्यावर सतत नजर ठेवतात. पण ते आपल्याला दिसत नाहीत."

"म्हणजे? आत्ता त्याच्या आतमध्ये पहारेकरी आहेत?" डॅनी म्हणाला.

"अर्थातच आहेत." निक म्हणाला, "सुमारे चाळीस तरी असतील, असं माझ्या ऐकिवात आहे. सर्वच्या सर्व चार ब्लॉक्समध्ये कुठे काय चाललंय, हे सगळं त्यांना दिसत असतं. कुठेही मारामारी, दंगल सुरू झाली की, ते क्षणार्धात तिथे पोहोचतात आणि सगळं प्रकरण निपटतात."

"आजपर्यंत कधी तू दंग्यात सापडलायस?" डॅनी म्हणाला.

"फक्त एकदाच." निक म्हणाला, "फार काही सुंदर अनुभव नव्हता तो. बरं, इथून पुढे आता आपले मार्ग वेगळे. मी 'शिक्षण' विभागात निघालोय. चेन गँग बरोबर उलट्या दिशेला आहे. हा हिरव्या रंगाचा कॉरिडॉर संपेपर्यंत सरळ चालत राहा. पोहोचशील तिथे."

डॅनीने मान डोलवली आणि कैद्यांच्या एका घोळक्यामागून निघाला. सर्वांचेच चेहरे वैतागलेले दिसत होते. ते अगदी सावकाश चालले होते. शनिवार सकाळ आणखी कितीतरी चांगल्या पद्धतीने घालवायची त्यांच्या मनात असणार.

डॅनी कॉरिडॉरच्या शेवटाला पोहोचला, तेव्हा हातात नेहमीसारखा एक क्लिपबोर्ड घेतलेला ऑफिसर सर्व कैद्यांना एका आयताकृती खोलीत घेऊन गेला. ती खोली बास्केटबॉल कोर्टएवढी मोठी होती. आत सहा मोठाली लांबुळकी टेबलं मांडलेली होती. प्रत्येक टेबलाच्या दोन्ही बाजूंना वीस-वीस प्लॅस्टिकच्या खुर्च्या ठेवलेल्या होत्या. सर्व कैदी एकेका खुर्चीत जाऊन बसले.

"मी कुठे बसू?" डॅनी म्हणाला.

"पाहिजे तिथे बस." ऑफिसर म्हणाला, "काही फरक पडत नाही."

डॅनी एक खुर्ची शोधून बसला. आजूबाजूला काय चाललंय, ते बघत शांत बसून राहिला.

"तू नवा आहेस?" डावीकडे बसलेला माणूस म्हणाला.

"तुला कसं कळलं?"

"कारण गेली आठ वर्षं मी या चेन गँगमध्ये आहे."

डॅनीने त्या माणसाकडे नीट निरखून पाहिलं. तो बुटका होता. सडपातळ होता; पण चिवट दिसत होता. तो पांढराफटक होता. त्याचे डोळे निळे, पाणीदार होते. केस आखूड कापलेले होते. "लिएम," त्याने स्वत:चं नाव सांगितलं.

"डॅनी."

"तू आयरिश आहेस का?" लिएम म्हणाला.

"नाही, मी कॉकनी आहे. इथून जवळच माझं जन्मगाव आहे. पण माझे आजोबा आयरिश होते."

"वाटलंच मला." लिएम हसून म्हणाला.

"मग आता पुढे काय?" डॅनीने विचारलं.

"प्रत्येक टेबलाच्या टोकाशी ते कैदी उभे आहेत ना," लिएम म्हणाला, "ते आपले सप्लायर्स. ते आपल्यासमोर एक बादली धरतील. टेबलाच्या दुसऱ्या टोकाला प्लॅस्टिकच्या पिशव्यांचा ढिगारा दिसतोय ना, त्यातल्या पिशव्या मध्ये ठेवायच्या. आपल्याकडे असलेल्या बादलीत जे काही असेल त्यातली एकेक वस्तू उचलून एकेका पिशवीत भरायची आणि पिशवी पुढे द्यायची."

लिएम बोलत असतानाच बेल वाजली. प्रत्येक कैद्यासमोर एक-एक प्लॅस्टिकची पिशवी ठेवण्यात आली. डॅनीच्या बादलीत टी-बॅग्ज होत्या. त्याने समोर लिएमच्या बादलीकडे पाहिलं. त्यात छोटी-छोटी बटरची पाकिटं होती. प्लॅस्टिक बॅगेत एकेक वस्तू टाकून कैदी ती आपल्या पुढच्याकडे पास करू लागले. राईस क्रिस्पीज,

बटरचं पाकीट, टी-बॅग, सॉल्ट, पेपर आणि जॅमची छोटी छोटी पाकिटं असं प्रत्येक पिशवीत भरण्यात आलं. असे सर्व जिन्नस भरून पिशवी टेबलाच्या दुसऱ्या टोकापाशी पोहोचली की, एक कैदी ती एका ट्रेमध्ये व्यवस्थित मांडून ठेवी. असा ट्रे भरला की, तो शेजारच्या खोलीत घेऊन जाई.

"हे आणखी एका वेगळ्याच तुरुंगात पाठवण्यात येईल." लिएम म्हणाला. "साधारणपणे पुढच्या आठवड्यात याच सुमारास कोणत्यातरी कैद्याला ब्रेकफास्टच्या वेळी ते मिळेल."

काही मिनिटांतच डॅनीला या कामाचा विलक्षण कंटाळा आला. पण एकीकडे लिएमची सतत बडबड चालू होती म्हणून त्याला बरं वाटलं. एनहान्समेंट कशी मिळवायची इथपासून ते एकान्तवासाची शिक्षा कशी मिळवायची इथपर्यंत सर्व विषयांवर त्याची टकळी सुरू होती. त्यामुळे ऐकणाऱ्या सर्वांचं मनोरंजन होत होतं.

"एकदा एका पहारेकऱ्याला माझ्या कोठडीत गिनीजची बाटली सापडली होती, ते मी सांगितलं का तुला?"

"नाही." डॅनी म्हणाला.

"मग अर्थातच माझ्यावर रिपोर्ट नोंदवण्यात आला. पण शेवटी त्यांना माझ्यावर काहीच आरोप ठेवता आला नाही."

"का बरं?" डॅनीने विचारलं. खरंतर बाकीच्या सर्वांनी ही कथा अनेकवार ऐकली होती, पण तरीसुद्धा सगळे नीट लक्ष देऊन ऐकू लागले.

"मी गव्हर्नरला सांगितलं, एका पहारेकऱ्याने मुद्दाम डूख धरून माझ्या कोठडीत ती बाटली ठेवली आहे."

"का बरं? तू आयरिश आहेस म्हणून?" डॅनी म्हणाला.

"नाही. ती सबब आधी बरेच वेळा वापरून झाली होती. त्यामुळे या वेळी जरा ओरिजिनल सबब शोधून काढली."

"कुठली?" डॅनी म्हणाला.

"मी सांगितलं, तो पहारेकरी गे आहे, ही गोष्ट मला माहीत आहे. तो माझ्या अनेकदा मागे लागतो; पण मी त्याला कधीच प्रतिसाद दिलेला नाही, म्हणून त्याने असं केलं."

"पण तो खरंच गे होता का?" डॅनी म्हणाला. त्यावर आजूबाजूचे सगळे कैदी जोरात हसू लागले.

"नाही रे, वेडपटच आहेस." लिएम म्हणाला, "पण आपल्या हाताखालच्या पहारेकऱ्यांचा लैंगिक कल, त्यांची आवड-निवड काय आहे याची पूर्ण चौकशी व्हावी, अशी कोणत्याच गव्हर्नरची कधीही इच्छा नसते. त्याची फार कटकट होते. वाटेल तेवढं पेपरवर्क. शिवाय चौकशी पूर्ण होईपर्यंत त्या पहारेकऱ्याला कामावरून

निलंबित करण्यात येतं. पूर्ण पगार दिला जातो ते वेगळंच. सगळं तुरुंगाच्या नियमावलीत व्यवस्थित नमूद करण्यात आलेलं आहे.''

''मग पुढे काय झालं?'' डॅनी म्हणाला. त्याने आणखी एक प्लॅस्टिकची बॅग उचलून त्यात हातातली टी-बॅग ठेवली.

''गव्हर्नरने माझ्यावरचा आरोप मागे घेतला आणि परत काही तो पहारेकरी मला माझ्या ब्लॉकमध्ये दिसलेला नाही.''

डॅनी तुरुंगात दाखल झाल्यापासून पहिल्यांदा मनापासून हसला.

''वर बघू नको हं.'' लिएम डॅनीच्या कानात कुजबुजला. डॅनीसमोर टी-बॅग्जने भरलेली नवी बादली कुणीतरी आणून ठेवली. हातात पिवळा आर्मबँड घातलेल्या एका कैद्याने डॅनीच्या समोरची रिकामी बादली उचलून नेली. ''त्या भडव्याच्या समोर कधी आलास ना, तर तोंड चुकवून पळ काढ रे बाबा!''

''का बरं?'' डॅनी म्हणाला. डॅनीने त्या माणसाकडे पाहिलं. तो एकात एक घातलेल्या अनेक बादल्या उचलून घेऊन चालला होता. त्याचा चेहरा निमुळता होता. त्याच्या दोन्ही हातांवर गोंदलेलं होतं.

''त्याचं नाव आहे केव्हिन लीच. कधीच त्याच्या नजरेला पडू नको.'' लिएम म्हणाला. ''त्याच्या समोर येणं म्हणजे संकटाला निमंत्रण.

''एकदा दुपारच्या वेळी तो अचानक घरी आला, तर त्याची बायको आणि त्याचा जिवलग मित्र बेडमध्ये होते. आधी त्याने दोघांना ठोसे मारून बेशुद्ध केलं. मग दोघांना पलंगाला बांधून उभं ठेवलं. त्यांना शुद्ध आल्यावर त्याने दोघांनाही सुऱ्याने भोसकलं. अनेक वेळा! पण कसं माहीत आहे? दर दहा मिनिटांनी एकदा. त्याने सुरुवात त्या दोघांच्या घोट्यापासून केली आणि दर थोड्या वेळाने थोड्या वरच्या बाजूला भोसकायचं असं करत अखेर थेट हृदयापर्यंत जाऊन पोहोचला. असं म्हणतात, त्यांना सहा-सात तास तडफडल्यानंतर मरण आलं. त्याने जज्जला काय सांगितलं, माहीत आहे? म्हणे – त्या रांडेवर माझं किती प्रेम आहे, हे तिला दाखवून द्यायचं होतं मला.'' ती कथा ऐकून डॅनीला मळमळू लागलं. ''जज्जने त्याला जन्मठेपेची शिक्षा दिली; पण त्याला कधीच बाहेर सोडण्यात येऊ नये, अशी शिफारस करून ठेवली आहे. त्यामुळे आता तो जेव्हा बाहेर पडेल, तो चौघांच्या खांद्यावरूनच.'' लिएम एवढं बोलून क्षणभर थांबला. ''तो आयरिश आहे, या गोष्टीची मला अतोनात शरम वाटते. त्यामुळे सांभाळून. ते आता याहून त्याच्या शिक्षेत काही वाढ करू शकणार नाहीत. त्यामुळे तो कोणाचाही गळा कापायला मागेपुढे पाहत नाही.''

❖

स्पेन्सर क्रेगचा आत्मविश्वास डळमळीत होण्याचे प्रसंग फारसे कधी येत नसत. कितीही मानसिक ताण आला, तरी तो खचून जात नसे; परंतु लॉरेन्स डेव्हनपोर्ट किंवा टोबी मोर्टिमर यांचं मात्र तसं नव्हतं.

ओल्ड बेलीच्या कोर्टात आपल्याबद्दल काय बोललं जातं, हे स्पेन्सर क्रेगच्या कानावर जाऊन पोहोचलं होतं. कार्टराईट खटल्यात क्रेगने कोर्टापुढे जो पुरावा सादर केला होता, त्याबद्दल अनेकांच्या मनात शंका होती. आता निदान लोक नुसतं कुजबुजत होते. हळूहळू त्या गोष्टीचं आख्यायिकेत रूपांतर व्हावं, असं मात्र क्रेगला मुळीच चालणार नव्हतं.

'द प्रिस्क्रिप्शन' या सीरियलमध्ये डेव्हनपोर्ट जोपर्यंत डॉ. बेरेसफोर्डची भूमिका निभावत होता, तोपर्यंत त्याच्याकडून आपल्याला काहीच धोका नाही, याची क्रेगला कल्पना होती. लक्षावधी प्रेक्षक अक्षरश: रोज भक्तिभावाने त्या व्यक्तिरेखेची म्हणजेच पर्यायाने डेव्हनपोर्टची पूजा करत होते आणि त्याला त्यातून विलक्षण आनंद मिळत असे. दर शनिवारी रात्री नऊ वाजता त्याची सीरियल टीव्हीवर लागायची. त्याचं राहणीमान त्याचमुळे अत्यंत श्रीमंती होतं; पण त्याचबरोबर गेले काही दिवस त्याच्या मनावर एक सावट होतं. कोर्टामध्ये शपथ घेऊन खोटं बोलण्याचं पाप त्याच्या हातून घडलेलं होतं. त्यात पकडलं गेल्यास तुरुंगात जाण्याची भीती होती. शिवाय तो स्वत: गे होता, ही गोष्ट जर का तुरुंगातल्या कैद्यांना समजली असती, तर मग सगळंच कठीण झालं असतं. ही भीती पण क्रेगने त्याला दाखवली होती.

टोबी मोर्टिमरचा प्रॉब्लेम वेगळाच होता. आता त्याचं व्यसन इतकं बळावलं होतं की, पुढचा ड्रगचा डोस मिळवण्यासाठी काय वाट्टेल ते करण्याची त्याची तयारी होती. टोबीचा उदरनिर्वाह वडिलोपार्जित संपत्तीवर चालू होता, पण कधी ना कधी तो झरा आटणारच होता. त्यानंतर टोबी मदतीला आपल्याकडेच हात पसरणार, अशी क्रेगला खात्री होती.

❖

बेथ फुटपाथवर वाट बघत उभी राहिली होती. आजूबाजूला आपल्याला ओळखणारी एकही व्यक्ती नाही याची व्यवस्थित खात्री पटल्यानंतरच ती समोरच्या दुकानात शिरली. दुकानाची पुढची खोली अगदी लहानशी व अंधारी होती. अंधाराला जरा नजर सरावल्यावर काऊंटरच्या मागे बसलेली ओळखीची आकृती तिला दिसली.

"वा! काय प्लेझंट सरप्राईज!" मि. आयझॅक्स म्हणाले. बेथ काउंटरपाशी पोहोचताच ते उठून आले.

"व्हॉट कॅन आय डू फॉर यू?"

"मला एक गोष्ट गहाण टाकून थोडे पैसे हवे आहेत. पण पैशाची परतफेड करून ती वस्तू मला परत मिळवता येईल की नाही, याची खात्री वाटत नाही."

"हे बघ, माझ्याकडे गहाण ठेवलेला नग मी निदान सहा महिने तरी विकू शकतच नाही." मि. आयझॅक म्हणाले, "शिवाय तुला आणखी थोडी मुदत हवी असेल, तरीपण काही प्रॉब्लेम नाही."

बेथ क्षणभर घुटमळली. मग तिने हातातली अंगठी काढली आणि त्यांच्यासमोर धरली.

"तुला नक्की ही गहाण ठेवायची आहे?" ते म्हणाले.

"माझ्यासमोर दुसरा काही पर्यायच नाही." बेथ म्हणाली, "डॅनीचं अपील आता येईल. मला पैशाची गरज आहे."

"मी हवं तर तुला काही ॲडव्हान्स देऊ का?"

"नको. ते काही योग्य नाही." बेथ म्हणाली.

मि. आयझॅक्स यांनी एक सुस्कारा सोडून ती अंगठी उचलली आणि भिंगाखाली धरली. त्यांनी काही काळ त्या अंगठीचं निरीक्षण केलं आणि म्हणाले, "फारच अप्रतिम आहे. तुला किती रक्कम उसनी हवी आहे?"

"पाच हजार पौंड." बेथ म्हणाली.

मि. आयझॅक्स आणखी थोडा वेळ ती अंगठी भिंगाखाली तपासल्याचं नाटक करत राहिले. सुमारे वर्षभरापूर्वी ही अंगठी त्यांनी स्वतःच डॅनीला चार हजार पौंडाला विकली होती.

"हो, चालेल." ते थोडा विचार करून म्हणाले, "ही किंमत योग्यच आहे." त्यांनी अंगठी ठेवून दिली आणि चेकबुक काढलं.

"तुम्ही चेक लिहिण्यापूर्वी मला काहीतरी विचारायचं होतं." बेथ म्हणाली.

"हो, विचार ना!" मि. आयझॅक्स म्हणाले.

"दर महिन्याच्या पहिल्या रविवारी ही अंगठी थोडा वेळ घालण्यापुरती तुम्ही मला द्याल का?"

"इतकं वाईट?" निक म्हणाला.

"वाईट? अरे बाप रे! फारच कठीण! जर त्या लिएमची टकळी सतत चालू नसती ना, तर मी सरळ झोपून गेलो असतो आणि माझ्या नावावर रिपोर्ट लागला असता."

"तो लिएम म्हणजे इंटरेस्टिंग केस आहे!" बिग अल् म्हणाला. तो अजूनही पाठ करूनच पहुडलेला होता. त्याने बोलताना तोंड वळवण्याचेही कष्ट घेतले नाहीत. "तो लिएम आणि त्याची सगळी भावंडं तसलीच आहेत. त्याला सहा भाऊ आणि तीन बहिणी आहेत आणि एकदा तर त्यातले पाच भाऊ आणि दोन बहिणी एकाच वेळी तुरुंगात होते. त्याच्या सगळ्या कुटुंबीयांचा मिळून करदात्यांवर इतका प्रचंड बोजा पडत असेल!"

डॅनी हसला आणि बिग अल्ला म्हणाला, "त्या केव्हिन लीचबद्दल तुला काय माहीत आहे?"

बिग अल् ताडकन उठून बसला, "या कोठडीच्या चार भिंतींच्या बाहेर त्याच्या नावाचा उच्चारही करू नको. तो माथेफिरू आहे. एखाद्या चॉकलेटच्या बारसाठी तुझा गळा चिरायला मागेपुढे पाहणार नाही तो. आणि त्याच्या वाटेला तर कधीच जाऊ नको." असं म्हणून बिग अल् जरा वेळ थांबला. "एकदा एका कैद्याने त्याला नुसती बोटांनी 'व्ही' अशी खूण करून दाखवली आणि काय सांगू, त्या कैद्याला दुसऱ्या तुरुंगात हलवायची वेळ आली त्यांच्यावर."

"हे जरा अतिच वाटतं." निक म्हणाला. तो बिग अल्च्या तोंडातून बाहेर पडणारा प्रत्येक शब्द आपल्या डायरीत लिहीत होता.

"अतिच नाही. लीचने त्या कैद्याची दोन बोटंच कापून टाकली होती."

"ॲगीनकोर्टच्या लढाईत फ्रेंचांनी इंग्लिश लोकांचं असंच केलं होतं." निक म्हणाला.

"वा! इंटरेस्टिंगच आहे." बिग अल् म्हणाला.

भोंगा वाजला. कोठड्यांची दारं उघडण्यात आली. संध्याकाळच्या जेवणाची वेळ झाली होती. निकने आपली डायरी मिटली आणि खुर्ची मागे सरकवून तो उठला. प्रथमच डॅनीच्या एक गोष्ट लक्षात आली... निकच्या गळ्यात एक चांदीची साखळी होती.

❖

"ओल्ड-बेलीच्या कोर्टात एक अफवा पसरली आहे." मि. जस्टिस रेडमेन म्हणाले, "त्या कार्टराईटच्या केसमध्ये स्पेन्सर क्रेगने जी साक्ष दिली, ती पूर्णपणे खरी नव्हती, अशी कुजबुज सर्वत्र चालू आहे. पण काय रे, ही पुडी तूच तर सोडून दिलेली नाहीस ना?"

"मला तशी काही गरजच नाही पडली." ॲलेक्स म्हणाला, "त्या माणसाला आधीपासूनच भरपूर शत्रू आहेत ना!"

“हे बघ, ते काहीही असलं, तरी त्या केसशी तुझा थेट संबंध आहे. तेव्हा तुझ्या वकिलांच्या वर्तुळात याबाबतीत तू स्वत:ची मतं व्यक्त करत जाऊ नकोस.”

“पण तो दोषी असेल तरीही?”

“अरे, तो अगदी मूर्तिमंत सैतान असेल, तरीसुद्धा!”

❖

डॅनीला तुरुंगात जाऊन एक आठवडा झाल्यावर बेथने त्याला पहिलंवहिलं पत्र लिहिलं. कुणाकडून तरी तो ते वाचून घेईल, अशी ती देवाची प्रार्थना करत राहिली. पत्र पाकिटात घालून ते बंद करण्यापूर्वी तिने त्यात एक दहा पौंडाची नोट सरकवली. आठवड्यातून एकदा त्याला पत्र लिहायचं, असं तिने ठरवून ठेवलं होतं. जन्मठेपेच्या कैद्यांना शिक्षेची पहिली दहा वर्षं तरी निदान महिन्यातून फक्त एकदाच भेटता येतं, असा नियम होता. मि. रेडमेन यांनीच तिला तसं सांगितलं होतं.

दुसऱ्या दिवशी सकाळी तिने ते पत्र बेकन रोडच्या टोकाला असलेल्या पोस्टाच्या पेटीत टाकलं आणि मग ३५ नंबरची बस घेऊन ती लंडन शहराकडे निघाली. विल्सन कुटुंबात अलीकडे डॅनीच्या नावाचा उच्चारही केला जात नसे. त्याचं नाव जरी कुणी काढलं, तरी बेथच्या वडिलांचा पारा चढायचा. बेथने आपल्या पोटावरून हात फिरवला. हे बाळ कसलं नशीब घेऊन जन्माला येतंय, कुणास ठाऊक? त्या बाळाची आणि त्याच्या वडिलांची महिन्यातून फक्त एकदाच भेट होणार, असं त्याच्या नशिबात लिहिलं असेल तर?

‘आपल्याला मुलगी व्हावी.’ अशी तिने देवाची प्रार्थना केली.

❖

“तुझे केस कापायला झाले आहेत.” बिल अल् म्हणाला.

“पण मग मी त्याचं काय करू?” डॅनी म्हणाला. “मि. पॅस्कोना तूच जरा माझ्यासाठी शब्द टाकतोस का, म्हणजे मी येत्या रविवारी सुट्टी काढून माईल एंड रोडवरच्या माझ्या नेहमीच्या सलूनमध्ये जाऊन केस कापून येतो.”

“त्याची काही गरज नाही.” बिल अल् म्हणाला, “त्यापेक्षा लुईसची अपॉईंटमेंट घे.”

“आणि हा लुईस कोण?” डॅनी म्हणाला.

“तुरुंगातला न्हावी.” बिग अल् म्हणाला, “असोसिएशनच्या वेळेत तो

पाच न्हाव्यांची कटिंग करतो. पण तो इतका पॉप्युलर आहे की, त्याची अपॉईंटमेंट मिळण्यासाठी कदाचित तुला महिनाभर थांबावं लागेल. पण नाहीतरी पुढची बावीस वर्षं तू कुठे जाणारच नाहीयेस. त्यामुळे तोही काही प्रॉब्लेम नाही. पण तुला जर एवढं थांबायचं नसेल आणि घाईने आधीची अपॉईंटमेंट हवी असेल, तर जास्त किंमत मोजावी लागेल. जसा कट हवा असेल त्यानुसार आणि हे जे महाशय आहेत ना...'' असं म्हणून आपल्या बेडवर आरामात बसून पुस्तक वाचणाऱ्या निककडे बिग अल्ने बोट दाखवलं, ''हा तर वाटेल तेवढी जास्त किंमत मोजतो. कारण त्याला अजूनही ऑफिसरसारखं, अगदी जंटलमनसारखं दिसायची इच्छा असते.''

''मला काही तसलं नको. आखूड केस कापून घेतले तरी पुरे.'' डॅनी म्हणाला, ''पण तो केस कापायला काय वापरतो? माझे केस प्लॅस्टिकच्या काट्याने आणि सुरीने कापून घ्यायची माझी तरी इच्छा नाही.''

निकने हातातलं पुस्तक खाली ठेवलं, ''लुईसकडे सगळा व्यवस्थित सेट आहे – कात्री, वस्तरा, सगळं काही.''

''एक पहारेकरी असोसिएशन सुरू होताना त्याला सगळं सामान देतो.'' बिग अल् म्हणाला, ''आणि असोसिएशन संपवून परत जाण्याआधी ते काढून घेतो. त्यातली एक जरी गोष्ट गहाळ झाली, तरी लुईसचा जॉब जाईल आणि पहारेकरी प्रत्येक कोठडीची झडती घेऊन ती गोष्ट शोधून काढीलच.''

''पण त्याचं काम चांगलं आहे का?'' डॅनी म्हणाला.

''तो तुरुंगात येण्याआधी मेफेअरमध्ये त्याचं दुकान होतं. इथे आपले हे महोदय आहेत ना, त्यांच्यासारखी बडीबडी गिऱ्हाइकं यायची त्याच्याकडे. पन्नास पौंड मोजून घ्यायचा एकेकाकडून.'' बिग अल म्हणाला.

''पण मग असा माणूस तुरुंगात कसा काय येऊन पोहोचला?'' डॅनी म्हणाला.

''दरोडा!'' निक म्हणाला.

''कसला डोंबलाचा दरोडा!'' बिग अल् म्हणाला, ''हॅम्पस्टेड हीथमध्ये पोलिसांनी त्याला चड्डी खाली केलेल्या अवस्थेत पकडलं आणि तो काही लघवी करत नव्हता हं त्या वेळी.''

''पण तो जर गे आहे, हे इथल्या सगळ्या कैद्यांना माहीत आहे, तर मग या अशा ठिकाणी त्याचा निभाव कसा काय लागतो?'' डॅनी म्हणाला.

''चांगला प्रश्न विचारलास.'' बिग अल् म्हणाला, ''या अशा तुरुंगामध्ये एखादा गे माणूस जेव्हा शॉवर घेतो, तेव्हा खरंतर त्याची कंबक्तीच ओढवते. इतर कैदी नुसते तुटून पडतात त्याच्यावर.''

"पण मग इथे याच्यावर नाही पडत?'' डॅनी म्हणाला.

"चांगले न्हावी तुरुंगात मिळत नाहीत ना!'' निक म्हणाला.

"खरंय! या आधीचा न्हावी इतका भयंकर होता की, एकदा त्याने वस्तरा हातात घेतला की, तो खाली ठेवेपर्यंत पहारेकऱ्यांना अगदी डोळ्यांत तेल घालून लक्ष ठेवायला लागायचं त्याच्यावर. काही कैदी तर त्याच्या भीतीने लांब केस वाढवूनच हिंडायचे.''

२०

"तुझ्यासाठी दोन पत्रं आहेत कार्टराईट." विंग ऑफिसर मि. पॅस्को म्हणाले आणि त्यांनी डॅनीच्या हातात लिफाफे ठेवले. "बाय द वे, एका पत्राच्या घडीत आम्हाला दहा पौंडाची नोट सापडली. ती तुझ्या कँटीन अकाउंटमध्ये जमा करण्यात आलेली आहे, पण तुझ्या गर्लफ्रेंडला एक गोष्ट सांग, पुढच्या खेपेला तिला जे काही पैसे पाठवायचे असतील त्याची पोस्टल ऑर्डर बनवून तिने थेट गव्हर्नरच्या ऑफिसला पाठवून द्यावी म्हणजे ते पैसे थेट तुझ्या अकाउंटला जमा होतील."

लोखंडी जड दार धाडकन बंद झालं.

"त्यांनी माझी पत्रं फोडली." डॅनी उघडलेल्या पाकिटांकडे बघत म्हणाला.

"ते नेहमीच तसं करतात." बिग अल् म्हणाला, "ते आपले फोनसुद्धा ऐकतात."

"का?" डॅनी म्हणाला.

"कोणी ड्रग्जच्या खरेदी-विक्रीबद्दल काही बोलतंय का, हे बघायचं असतं त्यांना. गेल्या खेपेला एक मूर्ख कैदी फोनवर एका दरोड्याची योजना आखत होता. त्याची सुटका होणार होती आणि त्याच्या दुसऱ्याच दिवशी दरोडा घालण्याचा त्याचा कट शिजत होता. त्यांनी त्याला पकडलं."

दोन पाकिटांपैकी छोट्या पाकिटातलं पत्र डॅनीने आधी बाहेर काढलं. ते हाताने लिहिलेलं होतं, त्यामुळे ते नक्की बेथचं असणार असा त्याने अंदाज केला. दुसरं पत्र टाईप केलेलं होतं. पण ते कुणाकडून आलं असावं, याविषयी त्याला काहीच तर्क करता येईना. मग तो तसाच आपल्या बंकबेडवर पडून राहिला. आता ही अडचण कशी सोडवायची, याचा विचार करत अखेर त्याने हार मानली आणि म्हणाला, "निक, मला ही पत्रं वाचून दाखवणार?"

"हो, दाखवीन की." निक म्हणाला.

डॅनीने दोन्ही पत्रं त्याच्याकडे दिली. निकने हातातलं पेन खाली ठेवलं आणि हाताने लिहिलेलं पत्र आधी उघडलं. पत्राखालची सही वाचून तो म्हणाला, ''हे बेथचं आहे.'' डॅनीने मान डोलवली.

''प्रिय डॅनी,'' निक वाचू लागला, ''फक्त एकच आठवडा झाला आहे, पण मला तुझी इतकी तीव्रतेने आठवण येते. ज्युरींनी इतकी भयंकर चूक कशी काय केली? मी आवश्यक ते फॉर्म्स भरले आहेत आणि पुढच्या रविवारी दुपारी मी तुला भेटायला येईन. आपल्या बाळाचा जन्म होण्यापूर्वीची ती तुझीमाझी शेवटची भेट असेल. काल मी फोनवर एका महिला ऑफिसरशी बोलले. तिने मदत करण्याची खूप तयारी दाखवली. तुझे आई-बाबा ठीक आहेत. त्यांनी तुला शुभेच्छा पाठवल्या आहेत. माझ्या आईनेपण. काही दिवसांतच माझ्या डॅडींचीपण गाडी नक्की रुळावर येईल. तू अपील जिंकल्यावर तर नक्कीच. आय मिस यू सो मच. आय लव्ह यू. आय लव्ह यू. आय लव्ह यू. रविवारी भेटूच. बेथ.''

निकने मान वर करून पाहिलं, तर डॅनी आढ्याकडे टक लावून बघत बसला होता. ''मी परत एकदा वाचून दाखवू का?''

''नको.''

निकने दुसरं पत्र उघडलं. ''हे ॲलेक्स रेडमेन यांच्याकडून आहे. हे एक नवलविशेषच आहे.''

''म्हणजे काय?'' डॅनी उठून बसत म्हणाला.

''बॅरिस्टर्स सहसा आपल्या अशिलाला थेट पत्र लिहीत नाहीत. ते आपल्या हाताखालच्या वकिलांना लिहायला सांगतात. पण या पत्रावर 'प्रायव्हेट आणि कॉन्फिडेन्शियल' असं लिहिलंय. मी नक्की तुला ते वाचून दाखवू ना?''

''वाचून दाखव.'' डॅनी म्हणाला.

''प्रिय डॅनी, तुझ्या अपिलाचं काय झालं, हे तुला कळवण्यासाठी हे पत्र लिहीत आहे. मी सगळे आवश्यक ते अर्ज भरून पाठवून दिले होते. आज लॉर्ड चॅन्सेलर्सच्या ऑफिसातून मला पत्र आलं आहे. तुझं नाव यादीत समाविष्ट करण्यात आलं आहे. पण या सगळ्या प्रक्रियेला किती वेळ लागेल, ते काही सांगता येणार नाही. कदाचित दोन वर्षंसुद्धा लागू शकतात, हे मी तुला आधीच सांगून ठेवतोय. पण मी जेवढ्या ठिकाणांहून जमेल, तेवढा पाठपुरावा करतोच आहे. कदाचित एखादा नवीन पुरावा हाती लागू शकेल, अशी आशा करू या. याहून जास्त सांगण्यासारखं काही घडेल, तेव्हा मी परत तुला लिहीनच.

तुझा विश्वासू
ॲलेक्स रेडमेन.''

निकने दोन्ही पत्रं आपापल्या पाकिटांत घातली आणि ती डॅनीच्या हातात ठेवली. तो आपलं पेन उचलून म्हणाला, ''त्यापैकी एखाद्या पत्राला मी उत्तर लिहू का? ''

''नको.'' डॅनी ठामपणे म्हणाला, ''तू मला लिहायला-वाचायला शिकव.''

❖

मस्केटिअर्सची दर महिन्याला मीटिंग व्हायची, ती परत डनलॉप आर्म्सम्ध्ये भरवणं हा शुद्ध वेडेपणा होईल, असं अलीकडे स्पेन्सर क्रेगला वाटू लागलं होतं. आपण याच बारमध्ये मीटिंग घेत राहिलो की, आपल्याकडे चोरून ठेवण्याजोगं काहीच नाही अशी लोकांची खात्री पटेल, त्यामुळे आपण इथेच मीटिंग घेत राहू, असं आधी त्याने स्वत:च त्याच्या मित्रांना पटवलं होतं. पण आता मात्र त्याला त्या गोष्टीचा पश्चात्ताप होऊ लागला होता.

लॉरेन्स डेव्हनपोर्टने मीटिंगला उपस्थित न राहण्याबद्दल काहीतरी पोकळ सबब पुढे केली होती. आपल्याला एका ॲवॉर्ड सेरेमनीत, एका सीरियलमधल्या भूमिकेसाठी नामांकन आहे, सबब आपण येऊ शकत नाही, असं त्याने कळवलं होतं.

टोबी मोर्टिमरही आला नव्हता. अर्थात त्या गोष्टीचं क्रेगला मुळीच आश्चर्य नव्हतं वाटलं – 'पडला असेल नक्की कुठेतरी हातात सुई टोचून घेऊन!' असं क्रेगच्या मनात आलं.

निदान जेराल्ड पेन तोंड दाखवण्यापुरता तरी उगवला. पण तो बऱ्याच उशिरा आला. या मीटिंगला जर काही निश्चित हेतू ठेवायचा असता, तर मस्केटिअर्सचा ग्रुप आता बरखास्तच करून टाकावा, हा हेतू अगदी बरोबर ठरला असता.

क्रेगने पेनच्या ग्लासात ड्रिंक ओतलं आणि अजून एक बाटली मागवली. ''चिअर्स!'' आपला ग्लास उंच करत तो म्हणाला. पेनने नुसती मान डोलवली, पण त्याच्या चेहऱ्यावर नेहमीचा उत्साह नव्हता. थोडा वेळ दोघंही काहीच बोलले नाहीत.

''त्या कार्टराईटचं अपील कधी उभं राहणार आहे, याची काही कल्पना आहे का तुला?'' अखेर पेनने विचारलं.

''नाही.'' क्रेग म्हणाला, ''मी नावांच्या यादीवर नजर ठेवून आहे, पण क्रिमिनल अपील ऑफिसला फोन लावून चौकशी करण्याचा धोका मी पत्करू इच्छित नाही. त्याचं कारण उघडच आहे. पण ज्या क्षणी माझ्या कानावर काही येईल, त्या क्षणी पहिलं मी तुलाच कळवीन.''

"तुला टोबीची काळजी वाटते का रे?" पेन म्हणाला.

"नाही. त्याचा काहीच विशेष प्रॉब्लेम नाहीये, कारण अपील मंजूर होऊन खटला उभा राहीपर्यंत तो साक्ष देण्याच्या स्थितीतसुद्धा नसेल. आपला मुख्य प्रॉब्लेम आहे लॅरी. तो दिवसेंदिवस डळमळीत होत चाललाय; पण जेलमध्ये जाण्याच्या भीतीने येईल तोही वळणावर."

"त्याच्या बहिणीचं काय?"

"सेरा?" क्रेग म्हणाला, "तिचा या सगळ्याशी काय संबंध?"

"काहीच नाही. पण त्या रात्री खरोखर काय घडलं हे जर कधी तिला कळलं ना, तर मग अपिलाच्या वेळी लॅरीने कोर्टात खरं काय घडलं ते सांगून टाकावं, असा ती त्याला सल्ला देईल. शेवटी ती स्वत:पण वकील आहे ना!" पेनने वाईनचा घुटका घेतला. "तुमचं दोघांचं केंब्रिजमध्ये असताना काही लफडं होतं का रे?"

"मी त्याला लफडं नाही म्हणणार." क्रेग म्हणाला, "मला तिच्यासारख्या स्त्रिया नाही आवडत."

"पण मलातर काही वेगळंच ऐकायला मिळालं होतं." पेन क्रेगचं बोलणं हसण्यावारी नेत म्हणाला.

"मग तू काय ऐकलंस?" क्रेगने जरा जोरातच विचारलं.

"तिने तुला सोडलं, कारण तुझं बेडरूममधलं वागणं जरा विचित्र होतं."

क्रेगने दुसरी बाटली उघडून आपल्या ग्लासात ओतली, पण तो काहीच बोलला नाही. "आणखी एक बाटली आण बारमन." तो म्हणाला.

"द नाईन्टी फाईव्ह, मि. क्रेग?"

"ऑफ कोर्स! माझ्या या मित्रासाठी जे काही बेस्ट असेल तेच आणायचं." क्रेग म्हणाला.

"माझ्यावर कशाला पैसे वाया घालवतोयस तुझे?" पेन म्हणाला.

क्रेग त्यावर काहीच बोलला नाही. बाटलीच्या लेबलवर काय किंमत छापली आहे, याचा तसा काही संबंध आता उरलेलाच नव्हता. बारमनने 'गप्प राहण्यासाठी' क्रेगकडे पैशाची मागणी सुरू केली होती.

❖

बिग अल् घोरत होता. एखादा हत्ती पाणी पिताना जसा आवाज करतो तसा किंवा जहाजाच्या भोंग्याचा जसा आवाज असतो तसा – असं निकने त्याच्या डायरीत बिग अल्च्या घोरण्याचं वर्णन केलं होतं. जवळच्या कोठड्यांमधून रॅप

म्युझिकचा आवाज सतत येत असे. निकला त्या गोंगाटात कशीतरी झोप लागायची, पण बिग अल्च्या घोरण्याचा आवाज मात्र त्याला अजूनही सहन होत नसे.

तो जागाच पडून होता. डॅनीने आता चेन गँगचा जॉब सोडून निकबरोबर शिक्षण विभागात येण्याचा निर्णय घेतला होता. त्याविषयीच निक विचार करत होता. डॅनी जरी फारसा शिकलेला नसला तरी गेल्या दोन वर्षांत निकच्या हाताखालून शिकून गेलेल्या कोणाहीपेक्षा तो अत्यंत बुद्धिमान होता, सही गोष्ट निकच्या एव्हाना लक्षात आलेलीच होती.

डॅनीने हे जे नवीन आव्हान स्वीकारलेलं होतं, त्या बाबतीतला त्याचा उत्साह दांडगा होता. निकने डॅनीचं वर्णन आपल्या वहीत रॅपॅशियस (लोभी) असं केलं होतं. पण अर्थात डॅनीला अजून या शब्दाचा अर्थ कळला नसता. डॅनी उपलब्ध वेळातला एक क्षणही व्यर्थ घालवत नसे. तो सारखा प्रश्न विचारायचा. त्याला जे उत्तर मिळेल ते कधीच पुरेसं वाटायचं नाही. कधीकधी गुरूंच्यापेक्षा त्यांचे शिष्य अधिक बुद्धिमान असू शकतात, असं निकने कुठेतरी वाचलं होतं; पण तुरुंगात कधी आपल्या स्वत:वरच ही वेळ येईल, असं मात्र त्याला मुळीच वाटलं नव्हतं. दिवसाच्या अखेरीलासुद्धा डॅनी त्याला कधी उसंत देत नसे. रात्रीसाठी कैद्यांना खोलीत कोंडण्यात आलं की, डॅनी लगेच उडी मारून निकच्या बेडवर त्याच्या पायथ्याशी बसायचा. नवे नवे प्रश्न घेऊन! त्याला गणित आणि स्पोर्ट्स या दोन विषयांमधले खूप प्रश्न असायचे. डॅनीचं या दोन्ही विषयांतलं ज्ञान आपल्याहून कितीतरी जास्त आहे, ही गोष्ट एव्हाना निकच्या लक्षात आलीच होती. डॅनीची स्मरणशक्ती तर इतकी अफाट होती की, तो एक चालताबोलता ज्ञानकोशच होता! त्यामुळे निकला कधीही संदर्भग्रंथ उघडायची वेळच यायची नाही. डॅनी सुशिक्षित नसला, तरी त्याला आकडेमोडीत विशेष गती होती. गणितात त्याची बुद्धी इतकी तीव्र होती की, आपण याला पुरे पडू शकणार नाही, असंच निकला वाटायचं.

"जागा आहेस का रे?" डॅनी म्हणाला. त्याने निकची विचारशृंखला भंग पावली.

"या बिग अल्च्या घोरण्यामुळे पलीकडच्या तीन कोठड्यांमधल्या लोकांना झोप लागणं अशक्य दिसतंय!" निक म्हणाला.

"माझ्या मनात आता काय आलं की, मी तुझ्याकडे शिकायला सुरुवात केल्यापासून मी तुला माझ्याविषयी सगळं काही सांगितलंय, पण अजूनही मला तुझ्याविषयी काहीच माहिती नाही."

निकने उत्तर दिलं नाही. फक्त डॅनीच्या बोलण्यातल्या उच्चाराच्या दोन चुका दुरुस्त केल्या.

डॅनीने ते दोन्ही शब्द नीट म्हणून दाखवले.

''काय माहिती पाहिजे तुला, सांग.'' निक म्हणाला.

''पहिली गोष्ट अशी की, तुझ्यासारखा माणूस या इथे, तुरुंगात आलाच कसा?''

त्यावर निकने लगेच काही उत्तर दिलं नाही.

''नसलं सांगायचं, तर राहू दे. नको सांगू.'' डॅनी म्हणाला.

''रेजिमेंट नाटोच्या फोर्सेससाठी कोसोव्होमध्ये लढत असताना माझ्यावर कोर्टमार्शल झालं.''

''तू कुणाला मारलंस का?''

''नाही. पण एक अल्बेनियन मरण पावला आणि दुसरा एक जखमी झाला. माझी चूक होती.''

आता डॅनी गप्प बसला.

''काही सर्बियन लोकांवर जातीयवादी कारवाया करत असल्याचा आरोप ठेवण्यात आला होता. त्यांचं संरक्षण करण्याची जबाबदारी माझ्या प्लॅटूनवर सोपवण्यात आली होती. मी प्लॅटूनचा कारभार बघत असताना काही अल्बेनियन अतिरेकी कलाश्निकोव्ह रायफल्सची फैर झाडत आमच्या कंपाउंडच्या जवळून पळत गेले. सर्बियन लोकांना पकडण्याचा आनंदोत्सव ते साजरा करत होते. त्यांची गाडी आमच्या कंपाउंडच्या अगदी जवळून चालली होती. त्यांनी गोळीबार ताबडतोब बंद करावा, अशी मी त्यांच्या म्होरक्याला स्पष्ट सूचना दिली; पण त्याने त्याकडे दुर्लक्ष केलं. मग माझ्या हाताखालच्या स्टाफ सार्जंटने त्याला ताकीद देण्यासाठी हवेत गोळीबार केला. त्यात त्यांच्यापैकी दोन जण जखमी झाले. नंतर त्यातला एक जण हॉस्पिटलमध्ये मरण पावला.''

''म्हणजे तू स्वतः कुणालाच मारलं नाहीस?'' डॅनी म्हणाला.

''नाही. पण मी त्या वेळी ऑफिसर इनचार्ज होतो.''

''आणि त्याबद्दल तुला आठ वर्षांची शिक्षा झाली?''

निक त्यावर काहीच बोलला नाही, ''पूर्वी कधीतरी मीसुद्धा आर्मीत जायचा विचार केला होता.'' डॅनी म्हणाला.

''तू तर फार चांगला सोल्जर झाला असतास.''

''पण बेथचा त्याला विरोध होता.''

निक हसला.

''मी सगळा वेळ परदेशी कुठेतरी जाऊन लढत राहणार आणि तिने इथे माझी काळजी करत बसायचं, हे तिला मंजूर नव्हतं. नियती तरी बघा कशी!''

''शब्द बरोबर वापरलास हं.'' निक म्हणाला.

"हाऊ कम यू डोंट गेट नो लेटर्स?" डॅनी म्हणाला.

"नो लेटर्स नव्हे, एनी लेटर्स," निक म्हणाला, "आय डोन्ट रिसीव्ह एनी लेटर्स."

"व्हाय डोंट यू रिसीव्ह एनी लेटर्स?" डॅनीने म्हणून दाखवलं.

"बरं, रिसीव्ह शब्दाचं स्पेलिंग सांग बघू." निक म्हणाला.

"आर-ई-सी-आय-ई-व्ही-ई..."

"नाही. नीट आठव बघू. आय येतो ई च्या आधी. अपवाद फक्त सीचा. आर-ई-सी-ई-आय-व्ही-ई... अर्थात या नियमालासुद्धा काही अपवाद आहेत, पण आताच तुझ्या डोक्याला त्रास नाही देत मी."

त्यानंतर दोघंही बराच वेळ काही बोलले नाहीत, पण थोड्या वेळाने निकने डॅनीच्या प्रश्नाचं उत्तर दिलं. "कोर्टमार्शल झाल्यापासून मीच माझ्या कुटुंबीयांशी काहीही संपर्क ठेवला नाही. त्यांनीपण माझ्याशी संपर्क ठेवण्याचा काहीही प्रयत्न नाही केला."

"तुझ्या आई-वडिलांनीपण नाही?"

"माझी आई मला जन्म देतानाच वारली."

"आय ॲम सॉरी. आणि तुझे वडील? ते हयात आहेत का?"

"माझ्या माहितीप्रमाणे आहेत. मी ज्या रेजिमेंटमध्ये होतो, त्याच रेजिमेंटचे ते कर्नल होते. पण कोर्टमार्शल झाल्यापासून ते माझ्याशी बोललेले नाहीत."

"पण हे जरा क्रूरच वाटतं."

"तसं नाही म्हणता येणार. रेजिमेंट म्हणजे त्यांच्या जीवनाचं सर्वस्व आहे. त्यांच्या पावलावर पाऊल टाकून मीही प्रगती करावी, कमांडिंग ऑफिसर बनावं असं त्यांना वाटत होतं. माझ्यावर कोर्टमार्शल व्हावं असं नक्कीच वाटलं नव्हतं त्यांना."

"काही भावंडं वगैरे?"

"नाही."

"काका, आत्या?"

"एक काका आणि एक काकू, एक आत्या. माझ्या वडिलांचा धाकटा भाऊ आणि त्याची पत्नी स्कॉटलंडमध्ये राहते आणि एक आत्या कॅनडात राहते, पण माझी आणि तिची भेट कधीही झालेली नाही."

"आणखी कोणी नातेसंबंध?"

"अरे 'नातेवाईक' म्हणतात. 'नातेसंबंध' नव्हे. 'संबंध' या शब्दाचा अर्थ वेगळा निघू शकतो."

"नातेवाईक?"

"नाही. मला सर्वांत जास्त प्रेम कुणाचं असेल, तर ते माझ्या आजोबांचं होतं. पण काही वर्षांपूर्वी ते वारले."

"तुझे आजोबापण आर्मी ऑफिसर होते का?"

"नाही," निक हसत म्हणाला, "ते चाचेगिरी करायचे."

डॅनी हसला नाही. "कसल्या प्रकारची चाचेगिरी?"

"त्यांनी दुसऱ्या महायुद्धात अमेरिकन लोकांना शस्त्रास्त्रं विकली. त्यात भरपूर संपत्ती कमावली. निवृत्त होऊन स्कॉटलंडमध्ये भरपूर मालमत्ता विकत घेतली आणि जमीनदार झाले."

"जमीनदार?"

"हो."

"म्हणजे तू श्रीमंत आहेस तर!"

"दुर्दैवाने नाही." निक म्हणाला, "माझ्या वडिलांनी बरीच वडिलोपार्जित संपत्ती घालवली; रेजिमेंटमध्ये कर्नल असताना पोकळ बडेजाव, डामडौल यासाठी. ते म्हणायचे, 'अरे लोकांना दाखवण्यासाठी हे सगळं करावं लागतं.' त्यातून जे काही वाचलं, ते त्या मालमत्तेची देखभाल करण्यातच खर्च होऊन गेलं."

"म्हणजे तू निष्कांचन आहेस? माझ्यासारखा?"

"नाही." निक म्हणाला, "मी तुझ्यासारखा नाही. खरंतर तू माझ्या आजोबांसारखा आहेस आणि मी जी चूक केली, तशी चूक तू कधीच केली नसतीस."

"पण मी बावीस वर्षांची सजा भोगायला इथे येऊन पडलोय ना!"

"इथे– हिअर– नीट उच्चार कर त्या 'हि'चा. 'ईयर' नको म्हणू."

"इन हिअर." डॅनी म्हणाला.

"पण खरं म्हणजे तू इथे असायला नकोस. तुझी खरंच काही चूक नाहीये. माझं तसं नाही."

"तुला खरंच असं वाटतं?" डॅनी म्हणाला. त्याला आपल्या आवाजातलं आश्चर्य लपवता आलं नाही.

"खरंतर बेथचं पत्र वाचेपर्यंत मला तसं वाटत नव्हतं, पण आता मात्र वाटतं. शिवाय ज्युरींनी चुकीचा निर्णय दिलाय, असं मि. रेडमेन यांनापण वाटतंच आहे ना!"

"तुझ्या गळ्यात ही साखळी कसली आहे?" डॅनी म्हणाला.

बिग अल् एकदम झोपेतून दचकून उठला. तसाच चालत कमोडपाशी गेला आणि अंगातली बॉक्सर शॉर्ट खाली करून टॉयलेट सीटवर बसला. फ्लश

ओढून तो परत आपल्या बेडवर जाऊन झोपल्यावर मात्र निक आणि डॅनीपण आपापल्या बेडवर आडवे पडून निद्रादेवीची आराधना करू लागले; बिग अल्चं घोरणं परत सुरू व्हायच्या आत!

❖

बेथला वेणा सुरू झाल्या, तेव्हा ती बसमधून चालली होती. खरंतर तिला जी तारीख दिली होती, ती अजून तीन आठवड्यांनंतरची होती, पण आत्ता या क्षणी ताबडतोब आपल्याला जवळचं हॉस्पिटल गाठलं पाहिजे, हे तिच्या लक्षात आलं. काही झालं तरी आपल्या बाळाचा जन्म २५ नंबरच्या बसमध्ये होता कामा नये, असा विचार तिच्या मनात आला.

"हेल्प!" ती ओरडली. पोटातून अजून मोठी कळ आली. बस ट्रॅफिक सिग्नलपाशी थांबली. बेथने उठून उभं राहण्याचा प्रयत्न केला. पुढच्या सीटवर बसलेल्या दोन वयस्कर स्त्रियांनी मागे वळून पाहिलं. "हिला वेणा सुरू झाल्या की काय?" त्यांच्यातली एक म्हणाली.

"शंकाच नको." दुसरी म्हणाली, "तू घंटा वाजवून बस थांबव, मी तिला घेऊन खाली उतरते."

❖

निकचे केस कापून झाल्यानंतर त्याने लुईसच्या हातात दहा सिगारेट्स ठेवल्या.

"थँक यू लुईस!" निक म्हणाला. कर्झन स्ट्रीटवरच्या आपल्या नेहमीच्या हेअर कटिंग सलूनमधल्या न्हाव्याशी बोलावं, तितक्याच औपचारिकपणे तो लुईसशीपण बोलायचा.

"ऑलवेज अ प्लेझर श्रीमान." असं म्हणून लुईसने पुढच्या गिऱ्हाइकाच्या गळ्याभोवती टॉवेल पांघरला. "तुला काय आवडेल मुला?" तो डॅनीकडे बघून म्हणाला. डॅनीच्या घनदाट, आखूड केसांमधून त्याने बोटं फिरवली.

"एक म्हणजे ते केस कापून टाका." डॅनी म्हणाला. "मला मागच्या बाजूने आणि दोन्ही बाजूंनी आखूड केस हवेत."

"जसं तुला हवं तसं." असं म्हणत लुईसने आपली आयुधं उचलली. त्याने डॅनीच्या केसांचं नीट निरीक्षण केलं.

आठच मिनिटांनंतर डॅनीचे केस कापून झाले आणि लुईसने त्याच्यासमोर आरसा धरला. त्याचं डोकं मागून कसं दिसतंय, हेही लुईसने त्याला दाखवलं.

"नॉट बॅड." डॅनी म्हणाला. तेवढ्यात मागून डरकाळी आली, "ताबडतोब आपापल्या कोठड्यांमध्ये परत जा. असोसिएशनची वेळ संपली."

डॅनीने लुईसच्या हातात पाच सिगारेट्स ठेवल्या. तेवढ्यात एक ऑफिसर घाईघाईने त्यांच्यापाशी आला.

"मग काय गव्हर्नरसाहेब, तुम्हीपण केस कापून घ्यायला आला काय?" मि. हागन यांच्या टकलाकडे बघत डॅनी म्हणाला.

"जास्त शहाणपणा करू नको हं कार्टराईट. आपल्या कोठडीत जा बघू. आणि माझ्याशी गाठ आहे. नीट वाग, नाहीतर रिपोर्ट लिहीन तुझ्या नावावर." असं म्हणत मि. हागन यांनी कात्री, वस्तरा, आरसा अशी केशकर्तनाची सगळी हत्यारं एका पेटीत ठेवून पेटीला कुलूप लावलं आणि ती घेऊन ते तिथून निघून गेले.

"एक महिन्यानंतर भेटू रे!" लुईस मोठ्यांदा ओरडून म्हणाला. डॅनी आपल्या कोठडीकडे निघाला.

२१

"प्रार्थनेला चला!" एक आरोळी आली. या टोकापासून त्या टोकापर्यंत सगळ्या कोठड्यांमध्ये ती ऐकू गेली.

डॅनी आणि निक कोठडीचं दार उघडण्याची वाट बघत थांबले. बिग अल् मात्र ढाराढूर झोपून घोरत होता. आपण जेवढा वेळ झोपेत असतो, तेवढा वेळ आपण तुरुंगात नसतोच, असं तो मानत असे. इतक्यात बाहेरून कुलपात किल्ली फिरवल्याचा आवाज झाला आणि दार उघडलं. डॅनी आणि निक या दोघांनी बाहेरचा रस्ता धरला. इतर अनेक कैद्यांबरोबर दोघं तुरुंगातल्या चॅपेलकडे निघाले.

"तुझा देवावर विश्वास आहे का?" डॅनीने विचारलं. दोघं लोखंडी वर्तुळाकार जिना उतरून खाली निघाले होते.

"नाही. मी अज्ञेयवादी आहे." निक म्हणाला.

"म्हणजे नक्की काय?"

"देव नक्की अस्तित्वात आहे किंवा नाही या दोन्ही गोष्टींची खात्री न देणारा माणूस. याउलट निरीश्वरवादी जो असतो, त्याच्या मते देव हा नसतोच. पण काही जरी असलं, तरी रविवारी सकाळी त्या निमित्ताने तासभर कोठडीच्या बाहेर तर पडायला मिळतं ना! मला गाणी म्हणायला आवडतात. शिवाय तिथले पाद्री प्रवचन चांगलं करतात. फक्त पश्चात्ताप या विषयावर जरा फारच लांबण लावून बोलतात."

"पाद्री?"

"फादरना आर्मीत पाद्रीच म्हणतात."

"तू इनॉर्डिनेट असा शब्द कशाबद्दल वापरलास?"

"अरे इनॉर्डिनेट म्हणजे गरजेपेक्षा जास्त वेळ, लांबण लावून. पण तुझं काय? तुझा आहे का देवावर विश्वास?"

"आधी होता. हे सगळं घडण्यापूर्वी!"

"हॅपन्ड... नीट म्हण रे... ॲपन्ड काय?"

"हॅपन्ड." डॅनी म्हणाला, "बेथ आणि मी रोमन कॅथलिक्स आहोत."

"बेथ अँड मी नाही म्हणायचं, बेथ अँड आय म्हणायचं. 'मी ईज अ रोमन कॅथलिक्स' असं कसं म्हणून चालेल?"

"बेथ अँड आय आर रोमन कॅथलिक्स. आमचं दोघांचंही बायबल अक्षरश: तोंडपाठ आहे. मला जरी तेव्हा वाचता येत नव्हतं, तरीसुद्धा!"

"बेथ येणार आहे का आज दुपारी?"

"येणार म्हणजे? अर्थातच!" डॅनी म्हणाला. त्याचा चेहरा उजळून निघाला होता. "आय कान्ट वेट टू सी अर."

"अर नाही हर." निकने दुरुस्ती केली.

"हर." डॅनी आज्ञाधारकपणे म्हणाला.

"मी सतत तुझ्या बोलण्यातल्या चुका दुरुस्त करत असतो. तू वैतागत नाहीस का माझ्यावर?"

"वैतागतो ना," डॅनीने कबूल केलं, "पण मला एक माहीत आहे, बेथ त्यामुळे खूप खूश होईल. कारण माझ्यात सुधारणा व्हावी, असं तिला नेहमी वाटत असतं. पण असाही दिवस कधीतरी उजाडेल, जेव्हा मी तुझ्या चुका दुरुस्त करीन. आय ॲम लुकिन फॉरवर्ड टू दॅट डे."

"लुकिंग फॉरवर्ड." निकने दुरुस्ती सुचवली.

"लुकिंग फॉरवर्ड." डॅनी म्हणाला. एव्हाना ते चॅपेलच्या दारापाशी पोहोचले होते. आत शिरण्याआधी प्रत्येक कैद्याची झडती घेण्यात आली.

"आत शिरण्यापूर्वी आपली झडती घेण्याची काय गरज पडली होती?" डॅनी म्हणाला.

"त्याचं कारण या एका वेळी सर्वच्या सर्व चारही ब्लॉक्समधल्या कैद्यांचा कॉंग्रेगेशन भरतो ना इथे. एकमेकांच्यात मादक, अमली द्रव्यांची देवाण-घेवाण करणं, एकमेकांना खबरी पोहोचवणं असं सगळं करण्याची संधी इथेच मिळते त्यांना."

"कॉंग्रेगेट... काय असतं ते?"

"अरे म्हणजे मेळावा. चर्चच्या मेळाव्याला म्हणतात कॉंग्रेगेशन."

"स्पेलिंग काय त्याचं?" डॅनी म्हणाला.

बोलता-बोलता ते रांगेच्या अगदी सुरुवातीला जाऊन पोहोचले. दोन ऑफिसर्स झडती घेण्याचं काम करत होते. त्या ऑफिसरांपैकी एक महिला होती. ती चाळिशीच्या वरची असावी. तुरुंगातलं जेवण जेवून जशी असावी तशी होती.

दुसरा तरुण माणूस होता. तो चांगला पहिलवान दिसत होता. आपली झडती त्या महिला ऑफिसरने घेतली तर बरं, असं बऱ्याच कैद्यांना मनातून वाटत होतं.

डॅनी आणि निक चॅपेलमध्ये शिरले. ती एक मोठी आयताकृती खोली होती. समोरच्या बाजूला व्यासपीठ होतं. त्यावर चांदीचा क्रूस होता. दारापासून व्यासपीठापर्यंत लाकडी बाकांच्या रांगा होत्या. व्यासपीठाच्या मागची भिंत विटांची होती. त्यावर एक पेंटिंग टांगलेलं होतं– 'द लास्ट सपर'. ते तैलचित्र एका खुन्याने चितारलेलं होतं, असं निकने डॅनीला सांगितलं. त्या चित्रासाठी मॉडेल म्हणून त्याच्याबरोबरचे कैदीच बसले होते.

''छानच आहे की!'' डॅनी म्हणाला.

''एखादा माणूस खुनी असला तरी त्याच्यापाशी इतर काही कौशल्यं नसतात असं नाही.'' निक म्हणाला, ''आणि हो, कॅरॅव्हॅजिओला विसरू नको.''

''मी त्याला कधी भेटलेलो नाही.'' डॅनी म्हणाला.

''सर्व उपस्थितांनी आपल्या प्रार्थनेच्या पुस्तकातील पान १२७ उघडावे.'' फादर म्हणाले, ''आता आपण सगळे मिळून म्हणणार आहोत 'ही हू वुड व्हॅलियंट बी.''

''आपण कोठडीत परत गेलो ना की, मी तुला कॅरॅव्हॅजिओची ओळख करून देईन.'' निक म्हणाला. इतक्यात चर्च-ऑर्गन वाजू लागला.

सर्व जण गाऊ लागले. डॅनी पुस्तकात बघून वाचतोय का इतक्या वर्षांच्या सरावाने गाणं पाठ म्हणतोय, हे काही निकला कळेना.

निकने चॅपेलमध्ये सर्वत्र निरखून पाहिलं. शनिवारी दुपारी फुटबॉलच्या मॅचला असावी, तेवढी गर्दी तिथे जमली होती. सर्व बाक भरलेले होते. कैदी दाटीवाटीने बसलेले होते. काही कैदी मागच्या बाकांवर एकमेकांना चिकटून बसले होते. त्यांच्यात काहीतरी कुजबुज चालली होती. त्यांनी हातातली प्रार्थनेची पुस्तकं उघडण्याचेही कष्ट घेतले नव्हते. लवकरच नवीन अमली द्रव्यांची रसद पोहोचणार होती. त्यांच्यातल्या कोणालाही नवीन आलेल्या डॅनीची फारशी पर्वा नव्हती. प्रार्थनेच्या अखेरीस सर्वांना जेव्हा गुडघ्यावर बसायला सांगण्यात आलं, तेव्हा प्रार्थनेचे शब्द तोंडाने पुटपुटण्याचे कष्टही त्यांनी घेतले नाहीत. पश्चात्तापाची भावना त्यांच्या मनात मुळी नव्हतीच.

अखेर पाद्र्याने आपलं प्रवचन चालू केल्यावर मात्र सर्व जण गप्प झाले. पाद्रीबुवांचं नाव होतं जेव्ह. ते त्यांच्या अंगरख्यावर सोनेरी अक्षरांत भरलेलं होतं. आजच्या प्रवचनासाठी त्यांनी 'खून' हा विषय निवडला होता. पहिल्या काही रांगांमधून कैद्यांच्या तोंडून 'हालेलुईया' असा घोष झाला. या रांगांमध्ये आफ्रिकन-कॅरीबियन कैदी होते. त्यांचा या सगळ्या धार्मिक गोष्टींवर जरा विश्वास असावा.

आता पाद्रीबुवांनी श्रोत्यांना आपापली बायबलची प्रत उघडायला सांगितली. त्यातलं बुक ऑफ जेनेसिस हे प्रकरण उघडायला सांगितलं. केन हा पहिला खुनी होता, असंही त्यांनी सांगितलं. "केनला आपल्या भावाच्या यशाबद्दल असूया वाटत होती." पाद्रीबुवा म्हणाले, "म्हणून त्याचा काटा काढायचा, असं केनने ठरवलं." त्यानंतर पाद्रीबुवा मोझेसच्या कथेकडे वळले. मोझेसने एका इजिप्शियन माणसाचा खून केला होता. त्यातून आपण सहीसलामत सुटलो, असं त्याला वाटत होतं. पण खरी परिस्थिती मात्र तशी नव्हती. कारण देवाने त्याचा गुन्हा पाहिला होता. त्यामुळे उर्वरित आयुष्यभर त्याला त्या गुन्ह्याची शिक्षा भोगावी लागली.

"मला हे असलं नाही आठवत." डॅनी म्हणाला.

"मलापण नाही." निक म्हणाला, "माझ्या आठवणीप्रमाणे त्या मोझेसला वयाच्या एकशेतिसाव्या वर्षी आपल्या शय्येवर अगदी सुखाने मरण आलं."

"आता तुम्ही सर्वांनी सेकंड बुक ऑफ सॅम्युएल उघडा." पाद्रीबुवा म्हणाले, "इथे तुम्हाला एक खुनी राजा सापडेल."

"हालेलुईया," पहिल्या तीन रांगांमधले कैदी गोंगाट करत म्हणाले.

"होय, राजा डेव्हिड एक खुनी होता." पाद्रीबुवा म्हणाले, "त्याने उरिया द हित्तीचा खून केला, कारण डेव्हिडची त्या उरियाच्या पत्नीवर–बाल्शेबावर वाकडी नजर होती. पण आपल्या हातून एका माणसाची हत्या झाली आहे, ही गोष्ट त्याला कुणाला कळू द्यायची नव्हती. त्यामुळे त्याने त्याची थेट हत्या न करता लढाईत उरियाला मुद्दाम पुढच्याच रांगेत लढण्यासाठी उभं केलं. त्यात तो मरण पावला. पण त्याचं हे कारस्थान देवानं पाहिलं आणि त्याला शिक्षा केली. देवाच्या नजरेतून कोणताच खुनी सुटत नाही. देवाने घालून दिलेली मार्गदर्शक तत्त्वं जो कोणी मोडतो, त्याला देव नेहमीच शिक्षा करतो."

"हालेलुईया." पहिल्या तीन रांगांमधले कैदी ओरडले.

पाद्रीबुवांनी प्रार्थनेने आपल्या प्रवचनाचा शेवट केला. त्यात 'समजूतदारपणा' आणि 'क्षमाशीलता' हे शब्द बऱ्याच वेळा आले होते. त्यानंतर त्यांनी जमलेल्या समुदायाला आशीर्वाद दिले. लंडन शहरात त्या वेळेला सर्वांत जास्त मोठा समुदाय नक्की याच ठिकाणी जमलेला असणार.

ते सर्व जण रांगेने चर्चच्या बाहेर पडत असताना डॅनी म्हणाला, "मी सेंट मेरीज चर्चमध्ये नेहमी जातो ना, तिथल्या आणि इथल्या वातावरणात फारच फरक आहे," निकने प्रश्नार्थक मुद्रेने भुवई उंचावली. "इथे कुणी चंदा गोळा करत नाही." डॅनी म्हणाला.

बाहेर पडताना परत एकदा सर्वांची झडती घेण्यात आली. या खेपेला रांगेतल्या तीन कैद्यांना बाहेर काढून कॉरिडॉरमध्ये बाजूला उभं करण्यात आलं.

"ही सगळी काय भानगड?" डॅनी म्हणाला.

"त्यांना एकान्तवासात टाकण्यात येईल. त्यांच्याकडे मादक द्रव्यं सापडली आहेत. त्यांना निदान सात दिवसांचा एकान्तवास मिळेल."

"एवढी मोठी शिक्षा? हे योग्य नाही." डॅनी म्हणाला.

"योग्य वाटत असणार त्यांना." निक म्हणाला, "एक सांगू? ते कैदी तुरुंगातून सुटले ना की, परत लगेच दुसऱ्याच दिवशी हा धंदा सुरू करतात की नाही बघ."

गेल्या कित्येक आठवड्यांनंतर आज डॅनीला बेथ भेटणार होती. त्या विचारांनी तो उल्हसित झाला होता. जसजसा काळ जाईल, तसतसा तो अधिकाधिक अधीर होत चालला होता.

दोन वाजले. बेथला यायला अजून एक तास होता. पण डॅनी तयार होऊन कोठडीत येरझाऱ्या घालत होता. त्याने कपड्यांना धुवून इस्त्री केली होती आणि खूप मन लावून शॉवर घेतला होता. केस स्वच्छ धुतले होते. 'बेथ कुठले कपडे घालून येईल बरं?' त्याच्या मनात आलं. जणूकाही ही त्यांची पहिली डेट होती.

"मी कसा दिसतोय?" डॅनी म्हणाला.

निकच्या कपाळावर आठी पडली.

"इतका वाईट दिसतोय का?"

"अरे, तसं नाही... पण..."

"पण काय?" डॅनी म्हणाला.

"मला वाटतं, तू दाढी करून येशील अशी बेथची नक्कीच अपेक्षा असेल."

डॅनीने वॉशबेसिनच्या वरच्या छोट्या स्टीलच्या आरशात स्वतःचा चेहरा पाहिला. मग घाईने घड्याळात पाहिलं.

२२

परत एकदा रांगेने कैदी दुसऱ्या एका कॉरिडॉरमधून निघाले होते. पण या खेपेस त्यांची पावलं जरा झपझप चालली होती. आपल्या भेटीला आलेल्या माणसांच्या भेटीमधला वेळ क्षणभरही कमी होऊ नये, असं प्रत्येक कैद्याला वाटत असतं. त्या कॉरिडॉरच्या शेवटाला एक लांबलचक वेटिंग रूम होती. त्या खोलीत भिंतीला एक लाकडी बाक ठोकून ठेवलेला होता. तिथे सर्व कैद्यांना प्रतीक्षेत उभं राहावं लागलं. मग एकेका कैद्याचं नाव जसजसं मोठ्यांदा पुकारण्यात येऊ लागलं, तसं त्याला पहारेकरी आत नेऊ लागला. डॅनीने तेवढ्या वेळात खोलीत अडकवलेले सगळे नोटिसबोर्ड वाचून काढले. मादक द्रव्यांचं सेवन आणि त्याचे दुष्परिणाम याविषयी बऱ्याच बोर्डांवर लिहिलेलं होतं. कैदी आणि त्यांना भेटायला येणारे लोक यांनी आपापसांत मादक द्रव्यांची देवाण-घेवाण करू नये याविषयीसुद्धा कडक सूचना होत्या. अजून एका बोर्डावर तुरुंगातल्या कैद्यांनी इतर कैद्यांशी दुर्वर्तन केल्यास त्याचे काय परिणाम होतील, यासंबंधी लिहिलेलं होतं. आणखी एका बोर्डावर 'डिस्क्रिमिनेशन' (भेदभाव) याविषयी बरंच काही लिहिलेलं होतं. हा एक शब्द डॅनीच्या ओळखीचा नव्हता. त्याने त्याचा अर्थ समजून घेण्याचा बराच प्रयत्न केला; पण त्याला तो समजला नाही. बेथला भेटून कोठडीत परतल्यावर निककडून त्याचा अर्थ नक्की समजून घ्यायचा, असा त्याने मनोमन निश्चय केला.

डॅनीच्या नावाची घोषणा होईपर्यंत तास गेला. आपलं नाव ऐकताच डॅनी उडी मारून उठला आणि पहारेकऱ्याच्या मागोमाग एका लहानशा कक्षात गेला. तिथे एका छोट्या लाकडी प्लॅटफॉर्मवर त्याला पायात अंतर ठेवून उभं करण्यात आलं. आणखी एका अनोळखी ऑफिसरने त्याची कसून झडती घेतली. आजपर्यंत इथे आल्यापासून इतकी कसून झडती याआधी कुणीच घेतली नव्हती. या भेटीच्या काळात कैदी आणि त्याचे नातेवाईक मादक द्रव्ये, पैसे, चाकू, पाती,

सुऱ्या आणि बंदुका अशा गोष्टींची देवाण-घेवाण करत असतात. त्यामुळे इथे अत्यंत कसून झडती घेण्यात येते, असं बिग अल्ने डॅनीला आधीपासूनच सांगून ठेवलं होतं.

एकदा झडती घेऊन झाल्यावर त्या ऑफिसरने डॅनीच्या गळ्यात एक पिवळा पट्टा घातला. याचा अर्थ तो त्या तुरुंगातला कैदी आहे असा होता. भेटीला आलेल्या पाहुण्यांमधून कैद्यांना ओळखून काढणं सोपं जावं यासाठी ही तजवीज होती. डॅनी जेव्हा लहानपणी सायकल चालवायला शिकला, तेव्हा त्याच्या आईने अशाच प्रकारचा चमकदार पट्टा मोठ्या कौतुकाने त्याच्यासाठी शिवला होता. नंतर ऑफिसरने त्याला एका भल्यामोठ्या खोलीत नेलं. बेलमार्शच्या तुरुंगामध्ये भरती झाल्यापासून इतक्या मोठ्या खोलीत याआधी कधी त्याने पाऊल टाकलं नव्हतं. तिथे एक तीन फूट उंचीचा प्लॅटफॉर्म होता व त्यावर एक डेस्क होतं. डॅनी डेस्कपाशी जाऊन थांबला. मग आणखी एका ऑफिसरने हातातल्या यादीत त्याचं नाव तपासून पाहिलं आणि म्हणाला, "तुला भेटायला आलेले ई ९ येथे थांबले आहेत."

टेबल-खुर्च्यांच्या सात मोठमोठ्या रांगा होत्या. ए पासून जी पर्यंत. त्यांपैकी लाल रंगाच्या खुर्च्या जमिनीवर ठोकलेल्या होत्या. त्या कैद्यांसाठी होत्या. टेबलापलीकडे हिरव्या खुर्च्यांवर कैद्यांच्या भेटीसाठी आलेले लोक बसले होते. वरच्या बाजूला अनेक क्लोज सर्किट टीव्हीचे कॅमेरे बसवलेले होते. त्यातून सुरक्षा-अधिकारी कैद्यांवर नजर ठेवू शकत होते. डॅनी रांगेतून चालत पुढे निघाला. त्याचं वर लक्ष गेलं. वर एक बाल्कनी होती. त्यातून काही ऑफिसर्स कैद्यांवर बारकाईने नजर ठेवून होते. ई रांगेपाशी जाऊन पोहोचताच तो थांबला. त्याने बेथचा शोध घेतला. अखेर त्याला ती एका हिरव्या खुर्चीवर बसलेली दिसली. खरंतर त्याने आपल्या कोठडीच्या भिंतीवर तिचा फोटो सेलोटेपने चिकटवलेला होता. तरीसुद्धा ती प्रत्यक्षात किती सुंदर आहे, याचा त्याला विसर पडल्यासारखा झाला होता. तिच्या हातात एक बोचकं होतं. डॅनीला ते पाहून नवल वाटलं. कैद्यांच्या भेटीला येताना बरोबर काहीही आणण्याची लोकांना मुभा नव्हती.

डॅनीला बघताच बेथ उडी मारून उठली. डॅनीची पावलं झपझप पडू लागली. कैद्यांनी पळायचं नाही, अशी सक्त ताकीद येण्यापूर्वी अनेकवार देण्यात आली होती. तरीही त्याला राहवत नव्हतं. जवळ पोहोचताच त्याने घाईघाईने तिला मिठीत घेतलं आणि तिच्या हातातलं बोचकं रडू लागलं. डॅनी घाईने एक पाऊल मागे सरकला आणि त्याने आपल्या मुलीला पहिल्यांदा पाहिलं.

"किती सुंदर आहे ही!'' ख्रिस्तीला बेथच्या हातून घेत तो म्हणाला. त्याने बेथकडे पाहिलं, "आपले वडील तुरुंगात आहेत, हे हिला कळायच्या आत मी इथून सुटणार आहे.'' तो म्हणाला.

"कसा आहेस–''

"ही कधी–'' दोघं एकदम बोलू लागले.

"सॉरी,'' डॅनी म्हणाला, "तू आधी बोल.''

बेथला आश्चर्य वाटलं. ती म्हणाली, "तू इतकं सावकाश का बोलतोयस?''

डॅनी लाल खुर्चीत बसला आणि बेथला आपल्या कोठडीतल्या दोस्तांबद्दल सांगू लागला. बेथने बरोबर येताना डॅनीसाठी तुरुंगाच्या कँटीनमधून चॉकलेट आणि डाएट कोकचा कॅन आणला होता. डॅनी एकीकडे चॉकलेट खात तर एकीकडे डाएट कोकचे घुटके घेत होता. बेलमार्शच्या तुरुंगात भरती झाल्यापासून एवढी चैन डॅनीने कधीच केली नव्हती.

"निक मला लिहायला-वाचायला शिकवतोय'' डॅनी म्हणाला, "आणि तुरुंगात जिवाला कसं सांभाळून राहायचं, ते बिग अल् मला शिकवतोय.'' आपलं बोलणं ऐकून बेथची काय प्रतिक्रिया होते, हे डॅनीला पाहायचं होतं.

"नेमकी तुला तीच कोठडी मिळावी, हे खरंच तुझं भाग्य हं.'' बेथ म्हणाली.

डॅनीने असा विचार याआधी कधीच केला नव्हता. आपण याबद्दल मि. जेन्किन्सचे आभार मानायला हवेत, असं त्याच्या मनात आलं. "मग, बेकन रोडवर नवीन विशेष काय चाललंय?'' तो बेथच्या मांडीवर हलकेच हात ठेवत म्हणाला.

"तिथल्या लोकांनी सह्या गोळा करण्याची मोहीम उघडली आहे, तुला सोडण्यात यावं म्हणून. बो रोड ट्यूब स्टेशनच्या बाहेरच्या भिंतीवर 'डॅनी कार्टराईट निर्दोष आहे' असंपण मोठ्या अक्षरांत लिहून ठेवण्यात आलंय आणि ते पुसायचा अजून कुणीही प्रयत्न केलेला नाही. कौन्सिलनेपण नाही.''

डॅनीने बेथचं बोलणं ऐकत मोठाली तीन चॉकलेट्स खाल्ली आणि तीन डाएट कोक संपवले. एकदा भेटीची वेळ संपली की, त्यातली एकही गोष्ट त्याला आपल्या कोठडीत नेण्याची परवानगी त्याला नव्हती.

त्याच्या मनात ख्रिस्तीला मांडीवर घ्यायचं होतं, पण ती बेथच्या कडेवरच झोपून गेली होती. आपल्या बाळाकडे बघून लवकरात लवकर लिहायला आणि वाचायला शिकण्याचा त्याचा निश्चय अधिकच दृढ झाला. मि. रेडमेन जे जे काही प्रश्न विचारतील, त्याची व्यवस्थित उत्तरं आपल्याला देता आलीच पाहिजेत, असं त्याने ठरवलं. आपल्या अपिलाची आपण पूर्ण शक्तीनिशी तयारी करायची,

त्याचप्रमाणे इथून पुढे बेथच्या पत्रांना स्वत: उत्तर लिहायचं असा त्याने ठाम निर्धारही केला.

"भेटीसाठी आलेल्या सर्व लोकांनी परत जावे." माईकवरून घोषणा झाली.

डॅनीने भिंतीवरच्या घड्याळाकडे पाहिलं. आपल्या आजवरच्या आयुष्यातला सर्वांत लहान एक तास संपुष्टात आला, असं त्याला वाटलं. तो आपल्या खुर्चीतून सावकाश उठला. त्याने बेथला जवळ घेऊन तिच्या ओठांवर अलगद ओठ टेकवले. कैदी आणि त्यांना भेटायला आलेले लोक मादक द्रव्यांची देवाण-घेवाण करतात ती याच वेळी, ही ऐकलेली गोष्ट त्याला आठवली. त्यामुळेच सुरक्षा-अधिकाऱ्यांची या क्षणी आपल्यावर अत्यंत करडी नजर असणार, याचीही त्याला जाणीव होती. काही कैदी तर मादक द्रव्यांच्या पुड्या गिळून टाकतात. म्हणजे कोठडीत पोहोचेपर्यंत कितीही वेळा झडती घेण्यात आली, तरी त्यात ती गोष्ट उघडकीला येत नाही, असंपण डॅनी ऐकून होता.

"गुड बाय माय डार्लिंग!" बेथ म्हणाली. अखेर तो तिच्यापासून दूर झाला.

"गुड बाय." डॅनी म्हणाला. त्याच्या आवाजात निराशा स्पष्ट जाणवत होती. त्याने आपल्या जीन पँटच्या खिशातून एक कागद काढून तिच्या हातात ठेवला. त्याच क्षणी एक ऑफिसर अचानक उगवला आणि त्याने ती चिठ्ठी हिसकावून घेतली.

"कार्टराईट, व्हिजिटच्या काळात काहीही देवाण-घेवाण करायची नाही." तो म्हणाला.

"अहो, पण हे तर फक्त–" डॅनीने सांगायला सुरुवात केली.

"पण नाही आणि काही नाही. तुम्ही निघा आता बाई."

बेथ निघाली. डॅनी खिळून तिथेच उभा राहिला. त्यांच्या मुलीला घेऊन ती निघाली होती. त्या दोघी दिसेनाशा होईपर्यंत त्याची नजर त्यांचा पाठलाग करत राहिली.

"मला काही झालं तरी इथून सुटलंच पाहिजे." तो मोठ्यांदा म्हणाला.

ऑफिसरने हातातील चुरगळलेली चिठ्ठी उघडली. डॅनी कार्टराईटने आपल्या प्रेयसीला स्वत:च्या हाताने लिहिलेली पहिलीवहिली ओळ होती ती. 'आपण परत एकत्र येण्यास फार काळ लागणार नाही.' ऑफिसरच्या चेहऱ्यावर काळजी उमटली.

"नेहमीसारखे आखूड कापायचे ना?" लुईस आपल्या समोरच्या खुर्चीत

येऊन बसलेल्या पुढच्या गिऱ्हाइकाला म्हणाला.

"नाही." डॅनी कुजबुजत्या स्वरात म्हणाला, "या आधीच्या गिऱ्हाइकाचे कापलेत ना, अगदी हुबेहूब तसेच केस कापा माझे या वेळेला."

"पण त्याची किंमत मोजावी लागेल." लुईस म्हणाला.

"किती?"

"जेवढी निकला पडते तेवढीच. महिन्याला दहा."

डॅनीने जीन पँटच्या खिशातून मार्लबरो सिगारेटचं नवीन पाकीट बाहेर काढून दाखवलं. "आजचे घ्या, तसंच पुढच्या महिन्याचा ॲडव्हान्सपण घ्या. फक्त काम चोख करा म्हणजे झालं."

लुईस न्हावी हसला. डॅनीने पाकीट परत खिशात ठेवलं.

लुईस डॅनीच्या पाठीमागे जाऊन त्याच्या केसांचं नीट निरीक्षण करत उभा राहिला. "पहिली गोष्ट अशी करावी लागेल की, केस जरा वाढू द्यावे लागतील. आठवड्यातून दोन ते तीन वेळा ते स्वच्छ धुवा." तो म्हणाला, "निकचा एक केससुद्धा इकडचा तिकडे होत नाही आणि त्याचे केस मानेपाशी जरासे कुरळे होतात." असं म्हणत तो मागच्या बाजूला येऊन थांबला. "रोजच्या रोज दाढी करत जा. शिवाय कानावरचे केस आणखी जरा लांब वाढव. एकदम जंटलमन दिसशील." आणखी थोडा वेळ डॅनीचं निरीक्षण करून तो म्हणाला, "निक डावीकडे भांग पाडतो. उजवीकडे नाही. तेवढा एक बदल मला करावा लागेल आणि त्याच्या केसांचा रंग तुझ्या केसांपेक्षा जरा फिका आहे. मला वाटतं, केस धुण्याआधी लिंबू चोळलंस तर तेही होऊन जाईल."

"हे सगळं व्यवस्थित व्हायला किती दिवस लागतील?" डॅनी म्हणाला.

"जास्तीत जास्त सहा महिने. पण त्यासाठी महिन्यातून एकदातरी माझ्याकडे यावं लागेल."

"मी कुठेही चाललेलो नाही. तेव्हा दर महिन्याच्या पहिल्या सोमवारी मला बुक करूनच टाक. माझं अपील मंजूर होण्यापूर्वी हे सगळं व्यवस्थित व्हायला हवंच. माझ्या वकिलांचं असं म्हणणं आहे की, आरोपीच्या पिंजऱ्यात उभं राहिल्यावर तुम्ही कसे दिसताय, हे फार महत्त्वाचं असतं आणि तिथे मला ऑफिसरसारखं दिसत उभं राहायचंय, गुन्हेगारासारखं नाही."

"तुझा वकील फार चाणाक्ष दिसतोय." लुईस म्हणाला. त्याने डॅनीच्या गळ्याभोवती हिरवं कापड पांघरलं आणि आपली आयुधं हाती घेतली. बरोबर वीस मिनिटांनंतर डॅनीच्या व्यक्तिमत्त्वात अगदी कळत-नकळत बदल घडून आला होता. ही तर कुठे सुरुवात होती. आपल्या या महत्त्वाच्या गिऱ्हाइकाच्या अंगावर पडलेले केस झटकून साफ करत त्याच्यासमोर आरसा धरून लुईस

म्हणाला, ''एक विसरू नको. रोज सकाळी दाढी करायची आणि आठवड्यातून किमान दोन वेळा केस शाम्पूने धुवायचे. निकच्या शब्दात सांगायचं, तर म्हणजेच 'तरून जाशील.' ''

''चला आपापल्या कोठड्यांमध्ये.'' मि. हागन ओरडले. दोन कैद्यांमध्ये नव्याकोऱ्या, न फोडलेल्या वीस सिगारेटच्या पाकिटांची देवाण-घेवाण होताना पाहून त्यांच्या चेहऱ्यावर आश्चर्य उमटलं. ''तुझ्या महागड्या कटिंगसाठी आणखी एक बकरा मिळाला वाटतं लुईस?'' ते हसून म्हणाले.

डॅनी आणि लुईस गप्प राहिले.

''तो कार्टराईट तरी विचित्रच दिसतोय.'' हागन म्हणाले, ''तो असा असेल असं मला नव्हतं वाटलं.''

२३

मिनिटांचे तास झाले, तासांचे दिवस, दिवसांचे आठवडे... असं करता करता ते वर्ष डॅनीच्या आयुष्यातलं सर्वांत लांबलचक वर्ष ठरलं. हे वर्ष अगदीच काही फुकट गेलं नव्हतं, अशी बेथ त्याची सारखी समजूत घालायची. डॅनीची अभ्यासातल्या प्रगतीची अक्षरश: घोडदौड चालू होती. काही महिन्यांतच तो एक मोठी परीक्षा देणार होता. तो त्यात चांगला चमकेल अशी निकची, त्याच्या गुरूची खात्री होती.

"मी त्याच्या कितीतरी आधी इथून सुटलेलोच असेन." त्याने बेथला आश्वासन दिलं होतं.

"पण तरीही परीक्षा द्यायचीच हं." बेथ म्हणाली होती.

दर महिन्याच्या पहिल्या शनिवारी बेथ आणि ख्रिस्ती डॅनीला भेटायला यायच्या. आजकाल बेथच्या बोलण्यात अपील सोडून दुसरा विषय नसायचा. तरी अजून कोर्टाच्या कॅलेंडरमध्ये अपिलाच्या सुनावणीच्या तारखेची नोंद झालेलीच नव्हती. मि. रेडमेन अजूनही काही नवे धागेदोरे हाती लागतात का, याचा तपास करत होते. कारण नवीन पुरावा समोर आल्याशिवाय काहीच उपयोग नव्हता, असं त्यांनी डॅनीला अनेकदा बजावून सांगितलं होतं. डॅनीने काही दिवसांपूर्वी एक होम ऑफिस रिपोर्ट वाचला होता. त्यात म्हटल्याप्रमाणे जन्मठेपेच्या कैद्यांच्या अपील्सपैकी ९७ टक्के अपील्स नामंजूर होतात. राहिलेल्या तीन टक्क्यांच्या बाबतीत त्यांच्या शिक्षेत नाममात्र कपात करण्यात येते. आपण जर अपील करून ते जिंकू शकलो नाही, तर काय होणार याविषयी विचारही करायची डॅनीची इच्छा नव्हती. 'आपल्याला जर अजून एकवीस वर्षं तुरुंगात काढावी लागली, तर बेथ आणि ख्रिस्तीचं काय होणार?' या विचाराने तो अस्वस्थ होई. बेथने हा विषय कधीच काढलेला नव्हता. पण आपल्याबरोबर त्या दोघींना एक प्रकारे जन्मठेपेचीच शिक्षा भोगायला लावण्यासारखं झालं असतं ते. आणि ती गोष्ट डॅनीला मंजूर नव्हती.

डॅनीच्या मते, जन्मठेपेच्या कैद्यांचे दोन प्रकार होते. पहिल्या प्रकारचे कैदी एकदम बाहेरच्या जगाशी संबंधच तोडून राहतात. पत्रं नाहीत, फोन नाहीत, कुणी भेटायला येणं नाही. तर दुसऱ्या प्रकारचे कैदी एखाद्या आजारी, अपंग, अंथरुणाला खिळून असलेल्या रुग्णाप्रमाणे आपल्या कुटुंबीयांवर जन्मभरासाठी ओझं होऊन राहतात. आपलं अपील जर मंजूर झालं नाही, तर पुढे काय करायचं, ते डॅनीने आधीच ठरवून ठेवलं होतं.

❖

'संडे मेल' वृत्तपत्रातली ठळक बातमी होती : 'डॉ. बेरेसफोर्ड यांचा अपघाती मृत्यू.' त्या बातमीत पुढे त्याचं स्पष्टीकरण देण्यात आलं होतं – विख्यात अभिनेता लॉरेन्स डेव्हनपोर्ट याच्या लोकप्रियतेला सध्या उतरती कळा लागल्यामुळे 'द प्रिस्क्रिप्शन' या मालिकेच्या निर्मात्यांनी डॉ. बेरेसफोर्ड या व्यक्तिरेखेला कात्री लावायचे ठरवून त्या व्यक्तिरेखेचा लवकरच अपघाती मृत्यू घडवून आणायचे ठरवले होते. प्रथम डॉ. बेरेसफोर्ड यांच्या कारची आणि एका दारुड्या ट्रक-ड्रायव्हरच्या ट्रकची टक्कर होऊन त्यात डॉक्टर जखमी होतील. त्यांना तशा अवस्थेत त्यांच्या स्वत:च्याच हॉस्पिटलमध्ये आणण्यात येईल. येथे नर्स पेट्ल त्यांचा जीव वाचवण्यासाठी प्रयत्नांची शर्थ करेल. पण तिला त्यात अपयश येईल. काही दिवसांपूर्वी या नर्सने डॉक्टरांजवळ आपण 'माँ' बनणार असल्याचे जाहीर केल्यानंतर त्यांनी तिला सोडून दिले होते... इतक्यात स्पेन्सर क्रेगच्या अभ्यासिकेतील फोन वाजला. त्याच्या अपेक्षेप्रमाणे जेराल्ड पेन फोनवर होता.

"आजचे पेपर्स पाहिलेस?" पेन म्हणाला.

"हो." क्रेग म्हणाला, "खरं सांगू, मला आश्चर्य नाही वाटलं. गेले वर्षभर नाहीतरी त्या सीरियलची रेटिंग्ज घसरतच चालली होती. त्यामुळे त्यांना काहीतरी सनसनाटी, खळबळजनक दाखवणं भागच होतं."

"पण त्यांनी जर लॅरीची हकालपट्टी केली," पेन म्हणाला, "तर त्याला दुसरा रोल मिळणं इतकं काही सोपं नाही. तो परत बाटलीच्या आहारी गेला, तर ते आपल्याला परवडण्यासारखं नाही."

"या असल्या गोष्टी फोनवर बोलणं बरोबर नाही जेराल्ड. आपण लवकरच भेटू."

क्रेगने समोरची डायरी उघडली. त्यात बरीच पानं कोरी होती. पूर्वीच्या मानाने आजकाल फारशा केसेस मिळत नव्हत्या.

❖

ॲरेस्टिंग ऑफिसरने त्या नव्या कैद्याच्या अंगावर सापडलेल्या वस्तू समोरच्या काउंटरवर ठेवल्या. डेस्क सार्जंटने आपल्या लॉगबुकमध्ये त्यांची नोंद केली : एक सुई, एक पांढऱ्या पावडरने भरलेली लहानशी प्लॅस्टिकची पिशवी, एक काडीपेटी, एक चमचा, एक नेकटाय आणि पाच पौंडाची एक नोट.

"नाव काय? काही ओळखपत्र वगैरे?"

"नाही." तरुण कॉन्स्टेबल म्हणाला. त्याने समोरच्या बाकावर वेड्यावाकड्या स्थितीत कोसळलेल्या आकृतीकडे पाहिलं. "पुअर बास्टर्ड." तो म्हणाला, "याला तुरुंगात पाठवण्यात काय अर्थ आहे?"

"कायदा म्हणजे कायदा पोरा. आपलं काम फक्त कायद्याचं पालन करणं, एवढंच. आपल्या वरिष्ठांना प्रश्न विचारणं, हे काही आपलं काम नव्हे."

❖

अपिलाची तारीख जवळ येत चालली होती, तशी डॅनीची रात्रीची झोप उडाली होती. पहिल्या खटल्याच्या वेळी मि. रेडमेनने जो सल्ला दिला होता, त्याचा डॅनीला अजून विसर पडलेला नव्हता. तू जर सदोष मनुष्यवधाच्या गुन्ह्याबद्दल कबुलीजबाब दिलास, तर तुला जास्तीत जास्त दोन वर्षांची शिक्षा भोगावी लागेल. डॅनीने जर त्यांचं म्हणणं ऐकलं असतं, तर आणखी बारा महिन्यांत त्याची सुटकासुद्धा झाली असती.

डॅनीने हातातल्या निबंधावर लक्ष केंद्रित करण्याचा प्रयत्न केला. थोड्या दिवसांनी त्याची GCSE set ची परीक्षा होती. त्यासाठी तो द काऊंट ऑफ मॉन्टे क्रिस्तो या विषयावर निबंध लिहायला बसला होता. कदाचित त्यातल्या एडमंड दान्तेप्रमाणे आपल्यालाही निसटता येईल. पण त्यात एक अडचण होती. कोठडी पहिल्या मजल्यावर असताना बोगदा कसा खणणार? शिवाय समुद्रात उडी ठोकणं पण शक्य नव्हतं. कारण बेलमार्शचा तुरुंग काही बेटावर नव्हता. म्हणजे आपल्या चार शत्रूंवर सूड उगवण्याचा एकच मार्ग डॅनीपाशी शिल्लक होता. तो म्हणजे अपील जिंकणं. डॅनीने याआधी लिहिलेला निबंध वाचल्यावर निकने त्याला शंभरपैकी त्र्याहत्तर गुण दिले होते. त्याखाली त्याने एक शेरा मारला होता, 'एडमंड दान्तेप्रमाणे तुझ्यावर काही पळ काढण्याची वेळ येणार नाही. त्यांना तुला सोडावंच लागेल.'

गेल्या वर्षभरात दोघं एकमेकांना किती जवळून ओळखू लागले होते! खरंतर बर्नी आणि डॅनी या दोघांनी जेवढा वेळ एकत्र घालवला नसेल तेवढा निक आणि डॅनीने घालवला होता. काही नवीन आलेल्या कैद्यांना तर ते दोघं

भाऊ-भाऊच वाटत. अर्थात, डॅनीने बोलायला तोंड उघडलं की, वस्तुस्थिती उघड होई. त्याच्या बोलण्यात सुधारणा व्हायला अजून थोडा वेळ लागणार, अशी चिन्हं होती.

"तू प्रत्येक बाबतीत माझ्याइतकाच बुद्धिमान आहेस." निक त्याला नेहमी सांगायचा, "आणि गणिताच्या बाबतीत तर तू माझा गुरू आहेस!"

डॅनीला बाहेरून कुलपात किल्ली फिरवल्याचा आवाज आला आणि त्याने निबंधातून डोकं वर काढून पाहिलं. मि. पॅस्को यांनी दार उघडून बिग अल्‌ला आत सोडलं. 'अगदी घड्याळाचा ठोका चुकेल पण...' डॅनी विचार करता करता दचकला. 'नेहमीचे तेच तेच वाक्प्रचार कधी वापरायचे नाहीत. अगदी मनातल्या मनात विचार करतानासुद्धा.' निकने त्याला सांगितलं होतं. एक अक्षरही न बोलता बिग अल् आपल्या बिछान्यात कोसळला. डॅनीने लिखाण परत सुरू केलं.

दार बंद झाल्याचा आवाज आल्यावर बिग अल् डॅनीला म्हणाला, "तुझ्यासाठी चांगली बातमी आहे डॅनी बॉय!"

डॅनीने हातातलं पेन खाली ठेवलं. बिग अल्‌ने स्वत:हून संभाषण सुरू करण्याची वेळ फारशी कधी येत नसे. जास्तीत जास्त काड्यापेटी मागण्यापलीकडे तो स्वत:हून कधी तोंड उघडत नसे.

"मोर्टिमर नावाच्या भडव्याला कधी भेटलास तू?"

डॅनीचं हृदय धडधडू लागलं. "हो." तो कसाबसा म्हणाला, "ज्या रात्री बर्नीचा खून झाला, त्या रात्री तोपण त्या बारमध्ये होता. पण तो कोर्टात साक्षीसाठी हजर झालाच नाही."

"वेल, तो इथे हजर झालाय." बिग अल् म्हणाला.

"म्हणजे काय? काय म्हणतोयस काय तू?"

"जे तुला वाटतंय, तेच डॅनी बॉय! आज दुपारी तो हॉस्पिटलात भरती झालाय. त्याला औषधपाणी हवं होतं." बिग अल्‌ने एकदा बोलायला सुरुवात केली की, त्याला मध्ये कधीच अडवायचं नसतं, हे एव्हाना डॅनीला माहीत झालं होतं. नाहीतर परत आठवडाभर त्याने तोंड उघडलं नसतं. "मी त्याची फाइल वाचली. त्याच्याकडे क्लास 'ए' ड्रग्ज सापडली. दोन वर्षं. त्यामुळे आता त्याच्या हॉस्पिटलात नियमित वाऱ्या होणार, अशी मला खात्री आहे." डॅनी अजूनही मध्ये काहीच बोलला नाही. त्याच्या हृदयातली धडधड आता आणखी वाढली होती. "आता मी काही तुझ्याइतका किंवा निकइतका हुशार नाही, पण कदाचित तो काही नवा पुरावा देऊ शकेल. तू आणि तुझा वकील त्याच्याच शोधात आहात ना?"

"तू अस्सल हिरा आहेस हिरा!" डॅनी म्हणाला.

"मी एक खडबडीत दगड आहे," बिग अल् म्हणाला, "पण तुझा दोस्त आला की, मला नक्की उठव हं. कारण मला असं वाटतंय की, फॉर अ चेंज या खेपेला मी तुम्हा दोघांना काहीतरी शिकवू शकेन."

❖

स्पेन्सर क्रेग हातात व्हिस्कीचा ग्लास घेऊन एकटाच बसला होता. तो टीव्हीवर लॉरेन्स डेव्हनपोर्ट असलेला द प्रिस्क्रिप्शन मालिकेतला अखेरचा एपिसोड बघत होता. नव्वद लाख प्रेक्षक त्याच्याबरोबर तो एपिसोड बघत होते. डॉ. बेरेसफोर्ड यांनी नर्स पेट्ल हिचा हात हाती घेऊन अखेरचा डायलॉग म्हटला, "यू डिझर्व बेटर!" आणि त्यानंतर अखेरचा श्वास घेतला. एपिसोडच्या अखेरच्या दृश्यात डॉ. बेरेसफोर्ड यांची शवपेटिका खड्ड्यात पुरण्यात येते आणि नर्स पेट्ल तिथे एकटीच हुंदके देत बसलेली असते, असं दाखवलं होतं. डेव्हनपोर्टच्या असंख्य चाहत्यांनी निर्मात्यांकडे अशी मागणी केली होती की, काहीतरी चमत्कार घडावा आणि डॉ. बेरेसफोर्ड यांना पुनरुज्जीवन मिळावं. पण निर्मात्यांनी ती मागणी साफ धुडकावून लावली.

क्रेगच्या दृष्टीने हा सगळा आठवडाच खराब गेला होता. नेमक्या ज्या तुरुंगात डॅनी होता, त्याच तुरुंगात मोर्टिमरला पाठवण्यात आलं होतं. लॅरीचं काम जाऊन तो बेकार झाला होता आणि त्याच दिवशी सकाळी डॅनीच्या अपिलाची तारीख कोर्टाच्या कॅलेंडरवर लागली होती. त्याला अजून कित्येक महिने होते; 'पण त्या वेळी लॅरीची मन:स्थिती काय असेल? विशेषत: जर टोबी खचून गेला आणि ड्रग्जच्या मोबदल्यात त्या रात्री खरोखर काय घडलं, ते कुणाला तरी सांगून मोकळा झाला तर?'

क्रेग जागेवरून उठला आणि समोरच्या फायलिंग कॅबिनेटकडे चालत गेला. हे कॅबिनेट तो फारसं कधी उघडत नसे. त्याच्याच जुन्या केसेसच्या फायली त्यात ठेवलेल्या होत्या. त्यातून त्याने जुन्या सात अशिलांच्या फाईल्स शोधून काढल्या. ते सर्व जण बेलमार्शमध्ये शिक्षा भोगत होते. त्याने सुमारे तासभर त्या सर्वांची केस हिस्टरी वाचून काढली, पण त्याच्या जे काही मनात होतं, ते पार पाडायला त्यांच्यापैकी फक्त एकच व्यक्ती योग्य होती.

❖

“त्याने तोंड उघडलंय बरं का.” बिग अल् म्हणाला.

“त्याने त्या दिवशी डनलॉप आर्म्समध्ये रात्री काय घडलं, त्याचा उल्लेख केला?”

“अजून नाही. पण आत्ता कुठे सुरुवात आहे. अजून जरा काळ जाऊ दे. तो नक्की तोंड उघडेल.”

“तुला एवढी खात्री कशी काय वाटते?” निकने विचारलं.

“कारण त्याला जे पाहिजे आहे, ते माझ्याजवळ आहे. हा साधा-सरळ व्यवहार आहे. ही काही चोरी होत नाही.”

“त्याला ज्याची नितांत गरज आहे, असं काय आहे तुझ्याकडे?” डॅनीने विचारलं.

“ज्या प्रश्नाचं उत्तर समजून घेण्याची तुला काहीही गरज नाही, असा प्रश्न पुन्हा कधीही विचारायचा नाही. समजलं?” निक मध्ये पडत घाईने म्हणाला.

“फार हुशार आहे हं तुझा हा मित्र, निक.” बिग अल् म्हणाला.

❖

“मी तुमच्यासाठी काय करू मि. क्रेग?”

“मला वाटतं, मीच तुमच्यासाठी जे काही करू शकतो, ते तुम्हाला लवकरच समजेल.”

“मला नाही तसं वाटत मि. क्रेग. मी या नरकात गेली आठ वर्षं सडत पडलोय आणि या आठ वर्षांत एकदाही तुम्हाला माझी आठवण आली नाही. तुमची फी परवडणार नाही मला. तेव्हा सरळ मुद्याचं काय ते बोला. तुम्ही कशासाठी आलाय इथे?”

केव्हिन लीचबरोबर लीगल व्हिजिट पक्की करण्यापूर्वी क्रेगने ही इंटरव्ह्यूची खोली कसून तपासली होती. कुठे छुपे मायक्रोफोन, कॅमेरे वगैरे तर बसवलेले नाहीत ना, यासाठी. इंग्लिश कायद्यामध्ये वकील आणि अशील यांच्या संबंधामधली गोपनीयता शिरोधार्ह मानण्यात येते. जर या गोपनीयतेचा कुठेही भंग झाला, तर कोणताही पुरावा ताबडतोब न्यायालयात अग्राह्य ठरवण्यात येतो. हे सगळं खरं असलं, तरी आपण फार मोठा धोका पत्करत आहोत, याची क्रेगला कल्पना होती. पण या केव्हिन लीचसारख्या नगांच्या बरोबर तुरुंगात खितपत पडण्याची जी काही शक्यता होती, त्याचा विचार करून अखेर क्रेग हा धोका पत्करायला तयार झाला होता.

“तुला जे काही पाहिजे ते सगळं इथे आहे ना?” क्रेग म्हणाला, कोर्टात

महत्त्वाच्या साक्षीदाराची उलटतपासणी करण्यापूर्वी क्रेग त्याचा घरी जसा अगदी व्यवस्थित सराव करत असे, तसाच या प्रश्नांचाही त्याने अगदी नीट सराव केला होता.

"माझं ठीक चाललंय." लीच म्हणाला. "मला फार कशाची गरज भासत नाही."

"चेन गँगमध्ये काम करून आठवड्याचे बारा पौंड मिळतात त्यात भागतं?"

"मी म्हणालो ना, माझं ठीक चाललंय."

"पण तुला बहिरून कुणीही, कधीही काही छोट्या-छोट्या गोष्टी पाठवत नाही," क्रेग म्हणाला, "आणि गेल्या चार वर्षांत तुला कुणी भेटायलासुद्धा आलेलं नाही."

"नेहमीप्रमाणेच तुम्हाला सगळी व्यवस्थित माहिती आहे मि. क्रेग."

"खरं सांगायचं तर गेल्या दोन वर्षांत तू कुणाला फोनसुद्धा केलेला नाहीस. तुझी मेसी मावशी वारल्यापासून. नाही?"

"या सगळ्या बोलण्यांतून काय सुचवायचंय तुम्हाला मि. क्रेग?"

"कदाचित एक शक्यता अशी असू शकते की, तुझ्या या मावशीने तिच्या मृत्युपत्रात तुझ्यासाठी काहीतरी तजवीज केलेली असू शकते."

"आणि ती इतका त्रास कशासाठी घेईल?"

"त्याचं कारण त्या मावशीचा एक मित्र आहे. तू त्याला मदत करू शकतोस."

"कुठल्या प्रकारची मदत?"

"तिच्या मित्राचा एक प्रॉब्लेम आहे. त्याला चटक आहे आणि खरं सांगायचं तर चॉकलेट खाण्याची ती चटक नाही, एवढं नक्की."

"थांबा, मी ओळखू? हेरॉईन, क्रॅक किंवा कोकेन?"

"पहिलं बरोबर," क्रेग म्हणाला, "आणि त्याला त्याचा नियमित पुरवठा लागतो."

"नियमित म्हणजे किती नियमित?"

"रोजच्या रोज!"

"आणि हा पुरवठा त्याला मी करायचा, तोही जीव धोक्यात घालून. तर तो करण्यासाठी मेसी मावशीने साधारण किती रक्कम ठेवली आहे?"

"पाच हजार पौंड." क्रेग म्हणाला, "पण तिने मृत्यूपूर्वी तिच्या मृत्युपत्रात एक अट घालून ठेवली आहे."

"मी सांगू काय अट असेल? ही रक्कम एकदम माझ्या हाती देऊ नये, अशीच असेल ना?"

“हो. कारण जर तू ती सगळी एकदम खर्च करून टाकलीस, तर?”

“मी ऐकतोय, बोला तुम्ही.”

“तिच्या मते, जर तुला आठवड्याला पन्नास पौंड मिळाले, तर तिच्या मित्राला दुसऱ्या कुणाच्या तोंडाकडे बघावं लागणार नाही.”

“तिला सांगा, जर आठवड्याला शंभर पौंड मिळाले, तर मी यावर विचार करीन.”

“तिला तुझी अट मान्य आहे, असं मी तुला तिच्या वतीने आत्ताच सांगतो.”

“मग या मेसी मावशीच्या मित्राचं नाव तरी काय आहे?”

“टोबी मोर्टिमर.”

❖

“नेहमी बाहेरून आतल्या बाजूला.” निक म्हणाला, “अगदी सोपं आहे लक्षात ठेवायला.”

डॅनीने प्लॅस्टिकचा चमचा उचलला. निकने त्याच्या ब्रेकफास्ट घेण्याच्या बोलमध्ये पाणी भरलं होतं. ते सूपप्रमाणे तो चमच्याने पिऊ लागला.

“असं नाही,” निक म्हणाला, “सूपचं बोल जर कलतं करायचं असलं, तर ते आपल्या बाजूला नाही, विरुद्ध बाजूला करायचं. चमचापण त्याच दिशेला कलता करायचा.” निकने स्वत: तसं करून दाखवलं, “आणि हे बघ, भुरका कधीही मारायचा नाही. तू जेव्हा सूप पिशील, तेव्हा तुझ्या तोंडातून आवाज आलेला अजिबात चालणार नाही मला.”

“बेथ नेहमी त्यावरून मला ओरडायची.” डॅनी म्हणाला.

“मीपण.” बिग अल् आपल्या जागेवरून ओरडला.

“आणि बेथचं बरोबरच आहे.” निक म्हणाला, “काही काही देशांमध्ये जेवताना चवीने भुरका मारणं चांगलं समजतात, पण इंग्लंडमध्ये नाही.” त्याने डॅनी समोरचं बोल बाजूला ठेवलं आणि त्याच्यासमोर एक प्लॅस्टिकची प्लेट ठेवली. त्या प्लेटमध्ये ब्रेडची एक जाड स्लाईस आणि त्यावर भरपूर बेक्ड बीन्स वाढलेल्या होत्या. “आता ही ब्रेडची स्लाईस आहे ना, त्याऐवजी तुझ्या प्लेटमध्ये लॅंब चॉप्स आहेत असं समज आणि बेक्ड बीन्सच्या ऐवजी ग्रीन पीज आहेत असं समज.”

“आणि ग्रेव्ही म्हणून काय घेतलंय तुम्ही?” बिग अल् म्हणाला.

“कोल्ड बॉव्हरिल.” निक म्हणाला. डॅनीने हातात प्लॅस्टिकचा काटा आणि

सुरी उचलून घट्ट धरली. धारेची बाजू आढ्याच्या दिशेने रोखून. ''एक लक्षात ठेव,'' निक म्हणाला, ''हा काटा आहे आणि ही सुरी. उड्डाणाच्या तयारीत असलेली रॉकेट्स नव्हे.'' निकने दोन्ही गोष्टी डॅनीच्या हातून घेतल्या आणि त्या नीट कशा पकडायच्या ते दाखवलं.

''पण ते नॅचरल वाटत नाही.'' डॅनी कुरकुरत म्हणाला.

''तुला होईल सवय लवकरच!'' निक म्हणाला. ''हो, आणि एक लक्षात ठेव, अंगठा आणि तर्जनीच्या मधल्या फटीतून हँडल बाहेर येऊ द्यायचं नाही. तू सुरी धरतोयस हातात, पेन नाही.'' डॅनीने निकची नक्कल करण्याचा प्रयत्न करत काटा आणि सुरी हातात पकडली. पण अजूनही त्याला तो सगळा प्रकार जरा ऑकवर्ड वाटत होता. ''आता हा जो ब्रेड आहे, तो लँब चॉप समजून खा बरं.''

''हाऊ डू यू लाईक इट सर? मीडियम ऑर रेअर?'' बिग अल् मस्करीच्या सुरात म्हणाला.

''जर तू स्टेक ऑर्डर केलंस, तरच तुला हा प्रश्न विचारण्यात येईल. लँब चॉप ऑर्डर केल्यावर कधीच नाही.'' निक म्हणाला.

डॅनीने ब्रेडच्या स्लाईसवर हल्ला चढवला. त्याला थांबवत निक म्हणाला, ''अरे, अगदी लहान तुकडा तोड एका वेळी. एवढा हल्ला नको चढवू त्यावर.'' डॅनीने परत एकदा निकच्या म्हणण्याप्रमाणे केलं. पण पहिला ब्रेडचा तुकडा तोंडात असतानाच त्याने पुढचा तुकडा सुरीने कापायला सुरुवात केली. ''नाही.'' निक ठामपणे म्हणाला, ''तोंडात घास असताना सुरी आणि काटा समोरच्या प्लेटमध्ये ठेवून द्यायचा. तोंडातला घास खाऊन संपला की, मगच काटा आणि सुरी उचलून पुढचा तुकडा तोडायचा.'' डॅनीने तोंडातला घास खाऊन टाकला आणि काट्याने जमतील तेवढ्या बीन्स गोळा करून उचलल्या. ''नाही, नाही. तसं नाही,'' निक म्हणाला, ''तो काटा आहे. फावडं नाही. एका वेळी एक-दोनच मटारचे दाणे उचलतात.''

''पण मी अशा पद्धतीने खायला लागलो ना, तर जेवण कधी संपणारच नाही, माझं.'' डॅनी म्हणाला.

''हे बघ, तोंडात घास असताना बोलू नको.'' निक म्हणाला.

बिग अल्‌ने परत एकदा मोठा हुंकार दिला; पण डॅनीने त्याच्याकडे दुर्लक्ष करून आणखी एक ब्रेडचा तुकडा सुरीने कापला. काट्याने एक-दोन बीन्स उचलून खाण्याचा प्रयत्न केला, पण त्या सटकू लागल्या. त्याने शेवटी नाद सोडून दिला. ''सुरी चाटू नको बाबा.'' एवढंच काय ते निक शेवटी बोलला.

''पण तुला चाटायचेच असले डॅनी बॉय, तर माझे कुल्ले चाट.'' बिग अल् म्हणाला.

ते एवढंसं जेवण शिस्तबद्ध रीतीने संपवायला डॅनीला पुष्कळ वेळ लागला. अखेर प्लेट रिकामी झाल्यावर त्याने काटा आणि सुरी प्लेटमध्ये ठेवून दिली.

"जेवण संपलं ना की, काटा आणि सुरी दोन्ही एकत्र ठेवून द्यायचं." निक म्हणाला.

"पण का?" डॅनीने विचारलं.

"कारण तू जेव्हा रेस्टॉरंटमध्ये जेवायला जाशील तेव्हा तुझं जेवण संपलं की नाही, हे वेटरला समजायला हवं ना!"

"पण मी फारसा कधी रेस्टॉरंटमध्ये जेवायला जातच नाही." डॅनी म्हणाला.

"मग तुझी सुटका झाली की, मीच पहिल्या प्रथम तुला आणि बेथला बाहेर जेवायला घेऊन जाईन."

"आणि माझं काय? मला नाही का बोलावणार?" बिग अल् म्हणाला.

निकने त्याच्याकडे दुर्लक्ष केलं. "आता स्वीट डिशची वेळ झाली."

"पुडिंग?" डॅनी म्हणाला.

"नाही, पुडिंग नाही. डेझर्ट!" निक म्हणाला. "तू जर रेस्टॉरंटमध्ये जेवायला गेलास, तर सुरुवातीला फक्त स्टार्टर्स आणि मेन कोर्स तेवढा ऑर्डर करायचा. जेवण झालं की, मगच डेझर्टचं मेन्यू कार्ड मागवायचं."

"एका रेस्टॉरंटमध्ये दोन मेन्यू कार्ड्स?"

निक हसला. त्याने ब्रेडची एक अगदी पातळ स्लाईस डॅनीच्या प्लेटमध्ये ठेवली. "हे ॲप्रिकॉट टार्ट आहे असं समज." तो म्हणाला.

"अरे वा! आणि कॅमरून डिआझ आत्ता माझ्या बेडमध्ये आहे!" बिग अल् म्हणाला.

आता या खेपेला मात्र निक आणि डॅनी दोघांना हसू फुटलं.

"डेझर्ट खाण्यासाठी लहान आकाराचा काटा वापरायचा," निक म्हणाला, "पण जर आइस्क्रीम मागवलं, तर दुसरा लहान चमचा वापरायचा."

बिग अल् अचानक आपल्या बेडवर उठून बसला. "च्यायला, हे सगळं नाटक कशासाठी चाललंय?" तो म्हणाला, "हे रेस्टॉरंट नाही. हा तुरुंग आहे. इथून पुढची बावीस वर्षं डॅनीच्या जेवणात काय असणार आहे, माहीत आहे? कोल्ड टर्की."

निक त्याच्याकडे दुर्लक्ष करत म्हणाला, "आणि उद्या मी तुला वाईन कशी घ्यायची असते ते शिकवीन."

बिग अल् म्हणाला, "हा तुरुंग आहे, रिट्झ हॉटेल नाही."

२४

कोठडीचं जड दार उघडलं. "तुझ्यासाठी एक पार्सल आलंय लीच. माझ्याबरोबर चल."

लीच सावकाश बेडवरून उतरला, बाहेर पडला आणि वाट बघत थांबलेल्या ऑफिसरपाशी आला. "माझ्यासाठी स्वतंत्र कोठडीची व्यवस्था केलीत त्याबद्दल थँक्स."

"तू माझ्यासाठी कर आणि मी तुझ्यासाठी करतो." मि. हागन म्हणाले. दोघं स्टोअर्सकडे चालत गेले. पोहोचल्यावर हागनने दार ठोठावलं. स्टोअर्स मॅनेजरने दार उघडलं आणि लीचकडे बघत म्हणाला,

"नाव?"

"ब्रॅड पिट."

"माझ्यापाशी पंगा घेऊ नको हं लीच, नाहीतर मी रिपोर्ट दाखल करीन तुझ्या नावे."

"लीच ६२४१."

"तुझ्या नावे पार्सल आलंय." असं म्हणून स्टोअर्स मॅनेजर मागे वळला आणि मागच्या शेल्फामधून त्याने एक बॉक्स काढला आणि कॉम्प्युटरवर ठेवला.

"अरे, मि. वेबस्टर, तुम्ही हा बॉक्स अगोदरच उघडलेला दिसतो."

"तुला नियम माहीत आहेतच लीच."

"हो, मला माहीत आहेतच." लीच म्हणाला, "ते पार्सल तुम्ही माझ्या उपस्थितीत उघडणं अपेक्षित होतं. म्हणजे त्यातून कोणती वस्तू गहाळ तर झाली नाही ना, ते मला समजलं असतं."

"चल, घे आणि उघड." वेबस्टर म्हणाला.

लीचने बॉक्सचं झाकण उघडलं. आत अदिदास कंपनीचा नवाकोरा ट्रॅकसूट होता. "अरे वा! झकास कपडे आहेत!" वेबस्टर म्हणाला, "ज्याने

पाठवले त्याच्या खिशाला चांगलीच कात्री लागली असेल.'' लीच त्यावर काहीच बोलला नाही. वेबस्टरने त्यानंतर त्या ट्रॅकसूटचे खिसे तपासून पाहिले. आत काही मादक द्रव्ये, रोख रक्कम किंवा नियमबाह्य वस्तू लपवलेल्या आहेत का, हे पाहण्यासाठी. पण त्याला काहीही सापडलं नाही. नेहमीसारखी पाच पौंडाची नोटसुद्धा नाही. ''जा घेऊन ते लीच.'' तो जरा नाराजीनेच म्हणाला.

तो ट्रॅकसूट उचलून लीच तिथून निघाला. तो जरासाच पुढे गेला असेल, एवढ्यात मागून आरोळी आली, ''लीच...'' लीचने मागे वळून पाहिलं.

''आणि हा बॉक्स घेऊन जा ना मूर्खा.'' वेबस्टर खेकसला.

लीच काउंटरपाशी परत गेला. त्याने हातातला ट्रॅकसूट बॉक्समध्ये कोंबला आणि तो खाकोटीला मारून तो परत निघाला.

''सध्याच्या तुझ्या अवतारापेक्षा फारच झकास कपडे आहेत हं हे.'' हागन म्हणाले. ते लीचला त्याच्या कोठडीकडे घेऊन आले. ''तू तर खरं म्हणजे जिममध्ये कधीच येत नाहीस. मला वाटतं, मी त्या कपड्यांचा जरा बारकाईने तपास करायला हवा. पण जाऊ दे. मी त्याकडे कानाडोळा करतो लीच.''

लीच हसला, ''मी तुमचा वाटा नेहमीच्या जागी ठेवीन मि. हागन.'' असं म्हणून तो कोठडीत शिरला आणि दार बाहेरून बंद झालं.

''मला हे असं खोटेपणानं जगता येणार नाही.'' डेव्हनपोर्ट नाटकीपणाने म्हणाला, ''आपण एका निर्दोष माणसाला जन्मठेपेची शिक्षा भोगायला लावण्यास कारणीभूत झालो आहोत, हे तुम्हाला कळत कसं नाही?''

डेव्हनपोर्टला त्या सीरियलमधून काढून टाकल्यानंतर आता तो लवकरच असलं काहीतरी नाटक करणार याची क्रेगला कल्पना होती. आता हा डेव्हनपोर्ट रिकामटेकडाच होता. त्यामुळे त्याला 'विचार' करण्यावाचून दुसरा काहीही उद्योगधंदा नव्हता.

''मग तू त्याबद्दल काय करायचं ठरवलं आहेस?'' पेन म्हणाला. त्याने चेहरा शक्य तेवढा निर्विकार ठेवत सिगारेट पेटवली.

''खरं सांगून टाकायचं.'' डेव्हनपोर्ट म्हणाला. त्याने हे वाक्य इतक्या नाटकीपणाने उच्चारलं की, जणूकाही घरी त्याची रंगीत तालीमच करून आला होता. ''कार्टराईटच्या अपिलाच्या वेळी मी पुरावा सादर करायचं ठरवलंय. त्या रात्री खरोखरच काय घडलं हे मी सांगून टाकणार आहे. कदाचित ते माझ्यावर

विश्वास नाही ठेवणार, पण निदान माझं मन शांत होईल. सदसद्‌विवेकबुद्धीला त्रास होणार नाही.''

''तू जर असं केलंस ना,'' क्रेग म्हणाला, ''तर आपली तिघांची रवानगी तुरुंगात होईल.'' तो क्षणभर थांबून म्हणाला, ''जन्मठेप भोगायला. तुला नक्की असं करायची इच्छा आहे?''

''नाही. पण त्यातल्या त्यात कमी त्रासदायक गोष्ट तीच होईल.''

''आणि मग तू तिथे जेव्हा अंघोळीला जाशील, तेव्हा तुला रांगड्या लॉरी ड्रायव्हर्सच्या समोर अंघोळ करावी लागेल या गोष्टीची तुला भीती नाही वाटत?'' क्रेग म्हणाला. त्यावर डेव्हनपोर्ट काही बोलला नाही.

''शिवाय तुझ्या कुटुंबाच्या दृष्टीने केवढी नामुष्कीची गोष्ट होईल ती!'' पेन म्हणाला, ''आत्तातर तुझ्याकडे काम नाहीच आहे; पण मी तुला एक सांगतो लॅरी, एकदा का तू कोर्टात साक्ष दिलीस ना की, मग तुला परत जन्मात कधीच काम मिळणार नाही.''

''मी परिणाम काय होऊ शकतील यावर खूप विचार केलाय,'' डेव्हनपोर्ट तावातावाने म्हणाला, ''आणि त्यानंतरच मी हे करायचं ठरवलंय.''

''तू याविषयी सेराशी बोलला आहेस? तिच्या करिअरवर तुझ्या या अशा वागण्याचा काय परिणाम होऊ शकतो याची कल्पना आहे ना तुला?''

''होय. केलाय विचार आणि आता आम्ही जेव्हा कधी भेटू, तेव्हा मी तिला सगळं खरं खरं सांगून टाकणार आहे. माझ्या निर्णयाला ती नक्की पाठिंबा देईल, याची खात्री आहे मला.''

''लॅरी, माझी एक विनंती आहे तुला. आपल्या जुन्या मैत्रीला स्मरून, एक मित्र म्हणून कळकळीची.'' क्रेग म्हणाला.

''कुठली विनंती?'' डेव्हनपोर्टने जरा संशयाने विचारलं.

''तुझ्या बहिणीला सांगण्यासाठी फक्त एक आठवडा थांब.''

डेव्हनपोर्ट जरा घुटमळला, ''ऑल राईट. एक आठवडा. पण त्याहून एक दिवसही जास्त नाही.''

❖

रात्रीचे दहा वाजून दिवे बंद होईपर्यंत लीच वाट बघत थांबला. त्यानंतर तो आपल्या बंकबेडवरून उतरला. त्याने टेबलावरच्या प्लेटमधून प्लॅस्टिकचा काटा उचलला आणि तो कोठडीच्या कोपऱ्यातल्या टॉयलेटपाशी गेला. पहारेकरी जेव्हा गस्त घालत, तेव्हा ते कोठडीत डोकावून पाहत असत, पण ही एकच

जागा अशी होती, जिथे उभं राहिलं की, बाहेरून काही दिसत नसे.

लीच कमोडचं सीट पाडून त्यावर बसला आणि ट्रॅकपँट हातात घेऊन त्याची शिवण हातातल्या काट्याने हळूहळू उसवायला सुरुवात केली. त्याला चाळीस मिनिटं लागली. अखेर आतून एक अत्यंत पातळ अशी प्लॅस्टिकची पारदर्शक, लांबुळकी पिशवी निघाली. त्यात पांढऱ्या रंगाची पावडर भरलेली होती. कोणत्याही व्यसनी माणसाला महिनाभर नक्की पुरेल एवढी पावडर होती ती. लीच गालातल्या गालात हसला. तो तसा फारच कमी वेळा हसत असे. आत्ताशी फक्त एक शिवण उसवून झाली होती. अशा आणखी पाच शिवणी उसवायच्या होत्या. त्यातून निघालेल्या मालामुळे त्याचं आणि मि. हागन यांचं उखळ पांढरं होणार होतं.

❖

"मोर्टिमरला नक्कीच कुठूनतरी मालाचा पुरवठा होत असणार." बिग अल् म्हणाला.

"तू असं कशावरून म्हणतोस?" डॅनीने विचारलं.

"कारण तो अगदी न चुकता रोज सकाळी हॉस्पिटलमध्ये यायचा. डॉक्टरांनी तर आता त्याला हळूहळू व्यसनमुक्ती कार्यक्रमातही सहभागी करून घेतलं होतं आणि आता अचानक तो नजरेलाही पडेनासा झालाय."

"याचा अर्थ एकच की, त्याला दुसरीकडून कुठूनतरी पुरवठा होतोय." निक म्हणाला.

"पण आपल्या नेहमीच्या सप्लायर्सकडून होत नाहीये, एवढं मी खात्रीपूर्वक सांगू शकतो." बिग अल् म्हणाला. "मी जरा इकडेतिकडे विचारपूस केली, बरीच चौकशी केली, पण काहीच कळलं नाही." डॅनी खचल्यासारखा त्याच्या बेडवर बसला. जन्मठेपेची शिक्षा झालेले कैदी निराशेने घेरले की ते असं करतात. "असा निराश होऊ नको डॅनी बॉय. तो नक्की परत येईल. सगळे नेहमीच परत येतात."

"व्हिजिट्स!" नेहमीचा ओळखीचा आवाज आला. क्षणभरातच कोठडीचं दार उघडलं. डॅनी बाहेर पडला. आपल्या जिवलगांच्या भेटीसाठी उत्सुकतेने निघालेल्या कैद्यांच्या रांगेत जाऊन तोही उभा राहिला.

बेथ जेव्हा भेटेल, तेव्हा तिला आपण मि. रेडमेनना हवा असलेला नवा पुरावा हाती आला असल्याची बातमी नक्की द्यायची, अशी आशा तो मनात बाळगून होता, पण आता मात्र बिग अल्च्या म्हणण्याप्रमाणे मोर्टिमर लवकरात लवकर तुरुंगाच्या हॉस्पिटलमध्ये उपचार घेण्यासाठी परत येईल, अशी वाट बघत बसणं एवढंच हाती उरलं होतं.

एखादा पाण्यात बुडत चाललेला खलाशी जसा पाण्यात तरंगणाऱ्या एखाद्या लाकडी ओंडक्याच्या आधारे तग धरून असतो, तशीच काहीशी स्थिती जन्मठेपेच्या कैद्याची असते. तोही आशेच्या एखाद्या अगदी लहानशा किरणाकडे बघत जगत असतो. डॅनी व्हिजिटर्स एरियामध्ये शिरला, तेव्हा त्याने आपल्या मुठी घट्ट आवळल्या होत्या. आपण मनातून किती अस्वस्थ आहोत याची पुसटशी जाणीवसुद्धा बेथला होता कामा नये, यासाठी त्याची धडपड चालली होती. तो जेव्हा जेव्हा बेथबरोबर असायचा, तेव्हा तो अत्यंत सावध असायचा. 'आपल्या आयुष्यात किती निराशा भरून राहिली आहे, हे बेथला समजता कामा नये. अजून आशेला जागा आहे, असंच तिला वाटलं पाहिजे' असा त्याचा प्रयत्न असे.

कोठडीच्या दारात बाहेरून किल्ली फिरवल्याचा आवाज झाला, तेव्हा त्याला आश्चर्य वाटलं. कारण त्याच्या कोठडीत कधीच कोणी येत नसे. अचानक दारातून तीन ऑफिसर्स घुसले. त्यातल्या दोघांनी त्याचं बखोट पकडलं आणि त्याला बेडवरून खाली खेचलं. त्याने पडता पडता एका ऑफिसरचा टाय घट्ट पकडला. त्याबरोबर तो टाय निघून त्याच्या हातात आला. तुरुंगातले ऑफिसर नेहमी टाय पिनने लावतात, गळ्याभोवती टायची गाठ बांधत नाहीत. कोणत्याही कैद्याने टायने गळा आवळून त्यांना मारायचा प्रयत्न करू नये, यासाठी ही खबरदारी असते. तेवढ्यात एका ऑफिसरने त्याचे दोन्ही हात त्याच्या पाठीमागे घट्ट पकडून धरले. त्याच वेळी दुसऱ्याने त्याच्या गुडघ्यावर सणसणीत लाथ घातली आणि तिसऱ्याने त्याच्या हातात बेड्या घातल्या. तो जमिनीवर कोसळला. आता पहिल्या ऑफिसरने त्याचे केस पकडून त्याचं डोकं जोरात आपटलं. केवळ तीस सेकंदांत हे सर्व घडलं. आता त्यांनी त्याला फरफटत कोठडीबाहेर न्यायला सुरुवात केली.

"भडव्यांनो, काय चालवलंय तुम्ही?" तो थोडा जिवात जीव आल्यावर ओरडून म्हणाला.

"तुला एकान्तवासाची शिक्षा मिळाली आहे लीच." पहिला ऑफिसर म्हणाला. "इथून पुढचे तीस दिवस तुला सूर्यप्रकाश दिसणार नाही." त्याने लीचला वर्तुळाकार जिन्यावरून फरफटत खाली न्यायला सुरुवात केली. लीचचे गुडघे प्रत्येक पायरीवर आपटत होते.

"पण गुन्हा काय माझा?"

"पुरवठा." दुसरा ऑफिसर म्हणाला. आता ते त्याला एका जांभळ्या रंगाच्या

कॉरिडॉरमधून अक्षरश: पळवत पळवत नेऊ लागले. कोणत्याही कैद्याला आपल्यावर या कॉरिडॉरमधून पलीकडे जायची कधीच वेळ येऊ नये, असं वाटे.

"मी आजपर्यंत ड्रग्जला कधी शिवलोसुद्धा नाही हे तुम्हाला माहीत आहे." लीच विरोध करत म्हणाला.

"पुरवठा याचा अर्थ तो होत नाही." तिसरा ऑफिसर त्याला तळघराकडे खेचून नेत म्हणाला, "आणि तुला ते चांगलं माहीत आहे."

ते चौघं एका कोठडीपाशी आले. त्या कोठडीला नंबर नव्हता. एका ऑफिसरने किल्ल्यांच्या जुडग्यातून त्या कोठडीची किल्ली शोधून काढली. त्या किल्लीचा वापर करायची वेळ तशी क्वचितच यायची. तो कोठडीचं दार उघडत असताना बाकीच्या दोघांनी लीचला घट्ट पकडून धरलं होतं. दार उघडल्यावर त्यांनी लीचला त्या कोठडीत ढकललं. त्या कोठडीची अवस्था इतकी वाईट होती की, त्यापुढे वरच्या मजल्यावरची लीचची आधीची कोठडी एखाद्या हॉटेलच्या खोलीसारखी भासावी. फरशीवर एक जुनाट, कळकट, खरखरीत गादी पडलेली होती. भिंतीला स्टीलचं वॉशबेसिन ठोकलेलं होतं. कोपऱ्यात स्टीलचा कमोड होता. त्याला फ्लश नव्हता. गादीवर एक अंथरूण आणि पांघरूण टाकलेलं होतं. उशी नव्हती. आरसापण नव्हता.

"इथून बाहेर निघशील ना लीच, तेव्हा तुझ्या मासिक उत्पन्नाचा झरा आटलेला असेल. तुझी कोणी मेसी नावाची मावशी होती या गोष्टीवर कुणाचाही विश्वास बसलेला नाहीये."

दार धाडकन लागलं.

❖

"अभिनंदन!" बेथ म्हणाली. डॅनीने तिला मिठीत घेताक्षणी हा पहिला शब्द तिच्या तोंडून बाहेर पडला. त्याच्या चेहऱ्यावरचे बुचकळ्यात पडल्याचे भाव पाहून ती म्हणाली, "तुझ्या परीक्षेचा रिझल्ट लागलाय वेड्या! तू सगळ्या सहाच्या सहा पेपरांत फार चांगल्या मार्कांनी पास झालायस. अगदी निक म्हणाला होता ना, तसंच झालं बघ." डॅनी आता हसला. हे सगळं खूप जुनं झाल्यासारखं वाटत होतं. खरंतर महिनासुद्धा झाला नव्हता त्या गोष्टीला. पण तुरुंगात तो काळ फारच मोठा असतो. पण त्याने बेथला दिलेलं वचन पाळलं होतं आणि त्याहून वरच्या परीक्षेचा फॉर्म भरला होता. "तू कुठले विषय घेतले आहेस?" तिने विचारलं. ती मनकवडी होती.

"इंग्लिश, मॅथ्स आणि बिझिनेस स्टडीज." डॅनी म्हणाला. "पण एक समस्या

उपटली आहे.'' बेथच्या चेहऱ्यावर काळजी उमटली. ''अगं, माझं गणित निकपेक्षा कितीतरी चांगलं आहे. त्यामुळे त्यांना माझ्यासाठी बाहेरून एक नवी शिक्षिका आणावी लागणार आहे. पण ती आठवड्यातून एकदाच येणार.''

''शिक्षिका?'' बेथ संशयाने म्हणाली.

डॅनी जोरजोरात हसू लागला. ''मिस लोव्हेट यांची साठी उलटली आहे म्हटलं! त्या निवृत्त झाल्या आहेत; पण त्यांना विषयाची फार चांगली जाण आहे. त्यांचं म्हणणं पडलं की, मी जर अशीच प्रगती दाखवली, तर त्या मला मुक्त विद्यापीठातून पदवी घेण्याची संधी मिळवून देतील. एक लक्षात घे, मी जर का अपील जिंकलो, तर मला मुळी वेळच मिळणार नाहीये.''

''जेव्हा; जर का नाही.'' बेथ म्हणाली, ''तू परीक्षेला नक्की बस हं. नाहीतर निक आणि मिस लोव्हेट यांचे प्रयत्न वाया जातील.''

''पण मी दिवसभर गॅरेज चालवणार आणि त्यात जास्तीत जास्त नफा कसा मिळवायचा याबद्दल माझ्या डोक्यात कितीतरी नव्या नव्या कल्पना आहेत.''

बेथ एकदम गप्प झाली.

''काय झालं ग?''

बेथ जराशी घुटमळली. हा विषय अजिबात काढायचा नाही, असं तिच्या वडिलांनी तिला बजावलं होतं. ''सध्या गॅरेज काही तितकंसं नीट चाललेलं नाहीये.'' अखेर ती कशीबशी म्हणाली, ''अगदी खरं सांगायचं तर ते चालवायचा खर्चसुद्धा भरून येत नाहीये.''

''का?'' डॅनीने विचारलं.

''तू आणि बर्नी नाही ना! त्यामुळे आता रस्त्यापलीकडचा तो मॉंटी ह्यूजेस आहे ना, त्याच्याकडेच सगळं गिऱ्हाईक जातंय.''

''डोंट वरी लव्ह,'' डॅनी म्हणाला, ''एकदा मी इथून सुटलो ना की, सगळी परिस्थिती पालटेल. खरं सांगू, मी तर त्या मॉंटी ह्यूजेसचा धंदा टेकओव्हर करण्याचेसुद्धा प्लॅन केले आहेत. आत्ता तो निदान पासष्ट वर्षांचा तरी असेलच.''

डॅनीचा आशावाद पाहून बेथला हसू फुटलं. ''रेडमेन यांना पाहिजे असलेला नवा पुरावा तुझ्या हाती आलाय का?''

''तशी शक्यता आहे; पण इतक्यात त्याविषयी मी जास्त काही बोलू इच्छित नाही.'' डॅनी म्हणाला. त्याचं लक्ष समोरच असलेल्या क्लोज सर्किट टीव्हीच्या कॅमेऱ्याकडे लागलं होतं. ''पण त्या रात्री बारमध्ये क्रेगचे जे मित्र उपस्थित होते, त्यातला एक बहुतेक इथे तुरुंगात येऊन दाखल झाला आहे.'' असं बोलल्यावर त्याने समोरच्या बाल्कनीतल्या ऑफिसरकडे पाहिलं. त्या ऑफिसरला ओठांच्या हालचालींवरून माणूस काय बोलतोय ते ओळखता येतं, असं बिग अल्‌ने त्याला

सांगितलं होतं. ''मी तुला त्याचं नाव नाही सांगणार.'' डॅनी म्हणाला.

''तो इथे कसा काय?'' बेथ म्हणाली.

''ते मी नाही सांगू शकत. फक्त माझ्यावर विश्वास ठेव.'' डॅनी म्हणाला.

''तू मि. रेडमेन यांच्या कानावर घातली आहेस का ही गोष्ट?''

''गेल्या आठवड्यात मी त्यांना पत्र लिहिलं होतं, पण मी फार जपून लिहिलंय त्यात. कारण स्क्र्यू लेकाचे पत्रं उघडून वाचतात; अगदी शब्द न् शब्द वाचतात. ऑफिसर्स.'' डॅनी स्वत:ची चूक दुरुस्त करत म्हणाला.

''ऑफिसर्स?'' बेथ म्हणाली.

''अगं, इथे तुरुंगात ऑफिसरला 'स्क्र्यू' म्हणतात. पण निकच्या मते, मी इथून बाहेर पडून लवकरच नवं आयुष्य सुरू करणार असलो, तर माझ्या तोंडातून ही तुरुंगाची भाषा जायला हवी.''

''याचा अर्थ तू निर्दोष आहेस, असं निकला वाटतं तर!'' बेथ म्हणाली.

''हो, वाटतं ना! बिग अल्लापण वाटतं. इथल्या काही ऑफिसर्सनासुद्धा वाटतं. आपण एकटे नाही बेथ.'' डॅनी तिचा हात हाती घेत म्हणाला.

''निक कधी सुटणार आहे?'' बेथ म्हणाली.

''अजून पाच, नाहीतर सहा महिने आहेत.''

''मग तू त्याच्याशी संपर्क ठेवशील ना?''

''मी प्रयत्न करीन; पण तो स्कॉटलंडला जाणार आहे. त्याला शिक्षक व्हायचंय.''

''मला त्याला भेटायला आवडेल.'' बेथ म्हणाली. तिने डॅनीच्या गालावरून हात फिरवला, ''हा फार चांगला दोस्त मिळालाय तुला.''

''मित्र म्हण मित्र,'' डॅनी म्हणाला, ''आणि त्याने आपल्या दोघांना डिनरला बोलावलंय.''

ख्रिस्तीने आपल्या वडिलांच्या दिशेने एक पाऊल टाकलं आणि ती धडपडली. ती रडू लागली. डॅनीने तिला उचलून कडेवर घेतलं. ''आम्ही तुझ्याकडे दुर्लक्ष करतोय ना बेटा?'' तो म्हणाला. पण तरी ती रडायची थांबेना.

''इकडे दे तिला.'' बेथ म्हणाली, ''तुला अजून एक गोष्ट शिकायला हवी आहे. ती काही तुला निक शिकवू शकणार नाही.''

❖

''हा काही योगायोग असू शकत नाही.'' बिग अल् म्हणाला. डॅनी शॉवर घ्यायला गेलेला असताना तो आपल्या कॅप्टनशी खासगीत बोलत होता.

निक लिहिता लिहिता थांबला. ''योगायोग नाही?''

“लीचला एकान्तवासात टाकल्यावर लगेच दुसऱ्याच दिवशी मोर्टिमर हॉस्पिटलमध्ये उगवतो. डॉक्टरांना भेटायला कासावीस होतो.”

“तुला काय वाटतं? लीच त्याला पुरवठा करत होता? ”

“मी म्हणालो ना, हा काही योगायोग तर असू शकत नाही.” निकने हातातलं पेन खाली ठेवलं. “मोर्टिमर थरथरत होता,” बिग अल् पुढे म्हणाला, “पण व्यसनमुक्तीसाठी उपचार सुरू केल्यानंतर सगळ्यांनाच तसं होतं. आता या खेपेला त्याला खरोखरच मनापासून या व्यसनातून मुक्त व्हायचं आहे, असं डॉक्टरांना वाटतंय. एनी वे, लीचचा यात काही सहभाग होता का नाही, हे आपल्याला लवकरच कळेल.”

“पण कसं?” निक म्हणाला.

“लीच अजून काही आठवड्यांतच एकान्तवासातून बाहेर पडून नेहमीच्या कोठडीत जाईल. त्यानंतर मोर्टिमर जर हॉस्पिटलमध्ये उपचारासाठी यायचा बंद झाला, तर त्याला पुरवठा कोण करतं ते कळेलच आपल्याला.”

“म्हणजे आपल्याला हवा असलेला पुरावा गोळा करण्यासाठी आपल्यापाशी अजून पंधरा दिवस आहेत तर!” निक म्हणाला.

“हा जर योगायोग नसेल, तर!”

“डॅनीचा टेपरेकॉर्डर घेऊन जा आणि लवकरात लवकर इंटरव्ह्यूची वेळ ठरवून टाक.”

“येस सर!” बिग अल् म्हणाला. त्याने स्वतःच्या बेडच्या शेजारी उभं राहून खाडकन सलाम ठोकला. “पण हे मी डॅनीच्या कानावर घालू का तोंड बंद ठेवू?”

“तू त्याला सगळं काही सांग. म्हणजे तो ते त्याच्या वकिलांना सांगू शकेल. शिवाय काही झालं तरी दोन डोक्यांपेक्षा तीन डोकी जास्त बरी.”

“हा डॅनी कितपत हुशार आहे?” बिग अल् आपल्या बेडवर बसत म्हणाला.

“तो माझ्याहून बराच हुशार आहे. फक्त तू त्याला हे सांगू नकोस. कारण त्याला ही गोष्ट कधी ना कधीतरी स्वतःहून समजेलच. पण त्याआधी माझी इथून सुटका झालेली असली, तर बरं.”

“आपण आपल्या दोघांविषयी त्याला सांगून टाकू या का?” बिग अल् म्हणाला.

“इतक्यातच नाही.” निक ठामपणे म्हणाला.

❖

“पत्रं!” ऑफिसर म्हणाला. “कार्टराईटसाठी दोन आणि तुझ्यासाठी एक मॉन्क्रीफ.” त्याने त्यातलं एक पत्र काढून डॅनीच्या हातात ठेवलं. डॅनीने लिफाफ्यावरचं

नाव वाचलं.

"नाही, माझं नाव आहे कार्टराईट." डॅनी म्हणाला, "आणि तो मॉन्क्रीफ."

ऑफिसरच्या कपाळाला आठी पडली. त्याने डॅनीच्या हातचं पत्र घेऊन निकला दिलं आणि उरलेली दोन्ही डॅनीला.

"आणि मी बिग अल्." बिग अल् म्हणाला.

"खड्ड्यात जा." तो ऑफिसर म्हणाला आणि धाडकन दार आदळून निघून गेला.

डॅनी जोरजोरात हसू लागला; पण तितक्यात त्याचं लक्ष निकच्या चेहऱ्याकडे गेलं. त्याचा चेहरा विवर्ण झाला होता. त्याने ते पाकीट हातात घट्ट पकडून धरलं होतं. तो अक्षरशः थरथरत होता. निकला आजपर्यंत कधीच पत्र आलेलं नव्हतं. "मी आधी वाचून पाहू का ते पत्र?" डॅनी म्हणाला.

निकने मानेनेच नकार दिला आणि पत्र उघडून वाचायला सुरुवात केली. बिग अल् उठून बसला, पण काही बोलला नाही. तुरुंगात अशा गोष्टी फार वेळा घडत नाहीत. निकचे डोळे पत्र वाचता वाचता पाण्याने भरून आले. त्याने मनगटाने डोळे पुसले आणि ते पत्र डॅनीच्या हातात दिलं.

डिअर सर निकोलस,

कळवण्यास अत्यंत दुःख होते की, तुमच्या वडिलांचे देहावसान झाले. काल सकाळी हृदयविकाराच्या तीव्र धक्क्याने त्यांना मृत्यू आला. परंतु मृत्यूसमयी त्यांना कोणत्याही प्रकारची वेदना जाणवली नसणार, असं डॉक्टरांचं म्हणणं पडलं. तुम्हाला त्यांच्या अंतिम संस्कारांसाठी उपस्थित राहता यावं, यासाठी मी तुरुंगाधिकाऱ्यांकडे यासोबत एक विनंतीअर्ज पाठवत आहे.

आपला विश्वासू

फ्रेझर मन्रो, सॉलिसिटर.

डॅनीने मान वर करून पाहिलं, तर बिग अल् निकचा हात घट्ट पकडून उभा होता. "त्याचे डॅड वारले ना?" बिग अल् म्हणाला.

२५

“मला जावं लागेल; पण त्या काळात तू ही सांभाळून ठेवशील?” निक आपल्या गळ्यातली साखळी काढून डॅनीच्या हाती देत म्हणाला.

“नक्की!” डॅनी म्हणाला. त्या साखळीला किल्लीसारखं दिसणारं काहीतरी लोंबकळत होतं. डॅनीने ते निरखून पाहिलं. ती एक किल्लीच होती. “पण तू स्वत:बरोबर घेऊन का नाही जात?”

“एकच सांगतो. आज मला तिकडे जे कुणी लोक भेटणार आहेत, त्यांच्यापैकी कुणाहीपेक्षा माझा तुझ्यावर जास्त विश्वास आहे.”

“मला छान वाटलं हे ऐकून.” असं म्हणून डॅनीने ती साखळी स्वत:च्या गळ्यात घातली.

“तसं वाटायची काही गरज नाहीये.” निक हसून म्हणाला.

वॉशबेसिनच्या वर भिंतीला स्टीलचा आरसा टांगलेला होता. त्यात निकने आपल्या प्रतिबिंबाकडे नीट निरखून पाहिलं. आज पहाटे पाच वाजता तुरुंगाच्या अधिकाऱ्यांनी त्याला त्याच्या मालकीच्या वस्तू परत दिल्या होत्या. त्या सगळ्या एका भल्यामोठ्या प्लॅस्टिकच्या थैलीत भरलेल्या होत्या. थैलीवर धूळ जमलेली होती. जर स्कॉटलंडमध्ये अंत्ययात्रेच्या वेळेत पोहोचायचं असेल, तर त्याला सहा वाजता निघावं लागणार होतं.

“मला आता धीर धरवत नाही.” डॅनी म्हणाला.

“कशाविषयी बोलतोयस?” निक गळ्यातला टाय सरळ करत म्हणाला.

“मला स्वत:चे कपडे कधी घालायला मिळतील?”

“तुझ्या अपिलाच्या सुनावणीच्या वेळी ते तुला तुझे कपडे घालायची परवानगी देतील आणि एकदा का निकाल तुझ्या बाजूने लागला की, तुला परत कधीच हे तुरुंगाचे कपडे घालावे लागणार नाहीत. खरं सांगायचं तर त्या कोर्टातून तू अगदी उजळ माथ्याने बाहेर पडशील.”

"विशेषत: त्यांनी माझी टेप ऐकल्यावर तर नक्कीच." बिग अल् मध्येच हसून म्हणाला, "मला वाटतं आजच ते घडणार आहे." तो आणखी स्पष्ट करून सांगणारच होता, इतक्यात दारात बाहेरून कोणीतरी किल्ली फिरवल्याचा आवाज आला. दार उघडलं. बाहेर मि. पॅस्को आणि जेन्किन्स उभे होते. दोघांना साध्या वेशात सर्वांनी पहिल्यांदाच पाहिलं होतं.

"माझ्यामागे चल मॉन्क्रीफ," पॅस्को म्हणाले, "आपण एडिंबरोला जायला निघण्याआधी गव्हर्नरसाहेबांना जरा तुझ्याशी बोलायचंय."

"त्यांना माझ्या शुभेच्छा सांगा." डॅनी नाटकीपणे म्हणाला, "आज दुपारी चहा प्यायला येणार का विचारा."

डॅनीने आपल्या बोलण्याची नक्कल केलेली पाहून निकला हसू आलं. "तुला जर इतकं हुबेहूब माझ्यासारखं बोलता यायला लागलंय, तर तू आज सकाळचा माझा क्लास का नाही घेत?" तो म्हणाला.

"तू मला विचारतोयस का?" बिग अल् दात विचकून म्हणाला.

❖

डेव्हनपोर्टचा फोन बराच वेळ वाजत होता, पण अंथरुणातून उठून फोन घ्यायला त्याने बराच वेळ लावला. "कोण आहे आत्ता या भलत्या वेळी?" तो पुटपुटला.

"गिब्सन." पलीकडून त्याच्या एजंटचा आवाज आला.

त्याबरोबर डेव्हनपोर्ट खडबडून जागा झाला. गिब्सन ग्रॅहॅम काम असल्याशिवाय कधीच फोन करत नसे. हा फिल्ममधला रोल असू दे – डेव्हनपोर्टने मनातल्या मनात प्रार्थना केली – किंवा टीव्ही सीरियलमधली भूमिका, नाहीतर किमान एखादी जाहिरात! कारण या सगळ्यांतून पैसा चांगला मिळायचा. अगदी एखाद्या जाहिरातीला नुसता आवाज देण्याचं काम मिळालं, तरी चालण्यासारखं होतं. डॉ. बेरेसफोर्डचा मधाळ आवाज चाहते अजून विसरलेले नव्हते.

"तुम्हाला वेळ आहे का अशी माझ्याकडे कुणीतरी चौकशी करत होतं." गिब्सन आपला आवाज शक्य तितका नॉर्मल ठेवत म्हणाला. जणूकाही रोजच अशा चौकश्यांचे फोन त्याच्याकडे येत होते. डेव्हनपोर्ट आता मात्र नीट उठून बसला आणि त्याने श्वास रोखून धरला. " 'इम्पॉर्टन्स ऑफ बीईंग अर्नेस्ट' हे नाटक परत नव्या रूपात उभं राहतंय आणि तुम्हाला त्यात जॅकच्या भूमिकेविषयी विचारतायत. ग्वेन्डोलिनच्या रोलसाठी ईव्ह बेस्टचं नाव आहे. अजून चार आठवड्यांत नाटक वेस्ट एंडला उभं राहणार. आता पगार काही फार ग्रेट नाहीये,

पण ही भूमिका करण्यामुळे निदान इतर निर्मात्यांना तुमच्या नावाची आठवण तर होईल.''

'बोलतो मात्र अगदी जपून हा पट्ठा!' डेव्हनपोर्टच्या मनात आलं. पण त्याला मनातून ती कल्पना मुळीच आवडली नव्हती. चार आठवड्यांच्या अविश्रांत मेहनतीनंतर वेस्ट एंडला खेळ होणार होता, याची त्याला व्यवस्थित कल्पना होती. मॅटिनी शोजला तर थिएटर अर्धं रिकामंच असे. पण एक गोष्ट खरी होती. तब्बल चार महिन्यांनंतर आज पहिल्यांदा ही ऑफर आली होती.

''मी विचार करीन.'' तो म्हणाला.

''फार वेळ लावू नका.'' गिब्सन म्हणाला, ''मी निगेल हॅवर्सच्या एजंटला फोन करून तो रिकामा आहे का, हे पण विचारून ठेवलंय बरं का!''

''मी नक्की विचार करीन.'' डेव्हनपोर्ट म्हणाला. त्याने फोन ठेवला व बेडशेजारच्या घड्याळात पाहिलं. सकाळचे दहा वाजून दहा मिनिटं झाली होती. तो डोक्यावरून पांघरूण घेऊन परत झोपला.

❖

पॅस्को यांनी हलकेच दारावर टकटक केलं. त्यानंतर अलगद दार उघडून त्यांनी आणि जेन्किन्स यांनी मिळून निकला आत नेलं.

''गुड मॉर्निंग मॉन्क्रीफ!'' गव्हर्नर म्हणाले. ते आपल्या टेबलामागे काम करत बसले होते.

''गुड मॉर्निंग मि. बार्टन!'' निक म्हणाला.

''हे बघ, तुझ्या वडिलांच्या अंत्यविधीसाठी तुला इथून सुट्टी देण्यात आली असली, तरीही तू कॅटॅगरी-ए चा कैदी असल्यामुळे सर्व वेळ दोन ऑफिसर्स सतत तुझ्याबरोबर असतील, हे तुला माहीत असेलच. सरकारी नियमानुसार खरंतर तुझ्या हातात सर्व वेळ बेड्या घातल्या पाहिजेत, पण गेली दोन वर्षं तू एनहान्स्ड कैदी आहेस. तुझ्या सुटकेला अगदी थोडेच महिने उरलेले आहेत. हे लक्षात घेता मी माझा विशेषाधिकार वापरून, सरहद्द ओलांडून पलीकडे स्कॉटलंडमध्ये पोहोचल्यावर तुझ्या हातातल्या बेड्या काढण्यात याव्यात, असा आदेश ऑफिसरांना दिला आहे. अर्थात त्यासाठी मि. पॅस्को आणि मि. जेन्किन्स यांची तू पळून जाणार नाहीस अशी खात्री पटलेली असली पाहिजे. मला आणखी एक गोष्ट इथे नमूद करावीशी वाटते मॉन्क्रीफ. ती म्हणजे तू या परिस्थितीचा फायदा घेऊन पळून जाण्याचा प्रयत्न करू नयेस. कारण तू जर तसा मूर्खपणा केलास, तर तुझी मुदतपूर्व सुटका करण्यासंबंधी मी पॅरोल बोर्डाशी बोलणार आहे, ते मला

रद्द करावं लागेल. तुझी सुटका सतरा जुलैला होणार आहे. पण जर हा मूर्खपणा केलास, तर मात्र ठरलेल्या मुदतीएवढी, म्हणजे चार वर्षं शिक्षा तुला भोगावी लागेल. हे सगळं तुला नीट समजलं आहे ना मॉन्क्रीफ?''

''होय. थँक यू गव्हर्नर.''

''मग आता अखेर मी तुझ्या वडिलांच्या निधनाबद्दल दुःख व्यक्त करतो आणि तुला गुडलक!'' मायकेल बार्टन आपल्या टेबलामागे उठून उभे राहिले आणि म्हणाले, ''खरंतर ही दुःखद घटना तुझ्या सुटकेनंतर घडायला हवी होती.''

''थँक यू गव्हर्नर.''

बार्टननी मान डोलवली. पॅस्को आणि जेन्किन्स यांनी निकला बाहेर नेलं.

त्यानंतर आणखी एका कैद्याला साहेबांच्या समोर आणण्यात येणार होतं. त्याचं नाव पाहून त्यांच्या कपाळाला आठी पडली. त्यांची त्याला भेटायची मुळीच इच्छा नव्हती.

❖

सकाळच्या ब्रेकमध्ये डॅनीने निकची तुरुंगाच्या लायब्ररियनची जबाबदारी सांभाळली. नुकतीच परत करण्यात आलेली पुस्तकं त्याने शेल्फात जागच्या जागी नीट लावून ठेवली. काही कैदी पुस्तके नेण्यासाठी आले होते. त्या पुस्तकांवर त्याने तारखेचा शिक्का मारून दिला. काम झाल्यावर त्याने टाइम्स घेतला आणि तो वाचायला बसला. तुरुंगात रोज सकाळी पेपर यायचे. पण ते कोठडीत घेऊन जायला परवानगी नव्हती. लायब्ररीत बसूनच वाचायला लागे. 'सन'च्या सहा प्रती, 'मिरर'च्या दोन, 'डेली मेल'च्या दोन आणि 'टाइम्स'ची मात्र एकच प्रत यायची. त्यावरून कैद्यांना काय वाचायला आवडतं, हे सहज समजू शकत होतं.

डॅनी गेले वर्षभर रोज टाइम्स वाचायचा. आता त्याचं स्वरूप कसं असतं, ते त्याला अगदी पाठ झालं होतं. पण निकप्रमाणे संपूर्ण शब्दकोडं सोडवणं मात्र त्याला अजून जमत नव्हतं. पण बिझिनेस सेक्शन आणि स्पोर्ट्स सेक्शन हे दोन्हीही डॅनी तितकंच मन लावून वाचायचा. पण आजचा दिवस काही वेगळा होता. तो पेपर उगाच चाळत राहिला. अचानक तो एका वेगळ्याच सेक्शनपाशी आला. आजपर्यंत त्याने तो सेक्शन वाचण्याचे कष्ट कधीही घेतले नव्हते.

त्यात मृत व्यक्तींना श्रद्धांजली वाहिलेली होती. ॲन्गस मॉन्क्रीफ Bt, Mc, OBE यांना चांगली अर्धं पान भरून श्रद्धांजली होती. सर ॲन्गस यांचा

थोडक्यात परिचय देण्यात आला होता. तो डॅनीने वाचून काढला – त्यांचं शालेय शिक्षण लोरेटो स्कूल येथे झालं. तेथून ते सॅन्डहर्ट येथे शिकण्यासाठी गेले. तेथून पदवी संपादन केल्यावर कॅमेरॉन हायलँडर्समध्ये ते सेकंड लेफ्टनंट म्हणून भरती झाले. कोरिया येथे त्यांना Mc हा सन्मान प्राप्त झाला. १९९४ साली ते रेजिमेंटचे कर्नल झाले. त्यानंतर त्यांना OBE हा सन्मान प्रदान करण्यात आला. शेवटच्या परिच्छेदात असं म्हटलं होतं – त्यांची पत्नी १९७० साली निवर्तली. आता सर ॲन्गस यांची 'सर' ही पदवी त्यांचे सुपुत्र निकोलस अलेक्झांडर मॉन्क्रीफ यांना मिळणार होती. डॅनीने ऑक्सफर्डची छोटी डिक्शनरी उचलली आणि त्यातून Bt, Mc आणि OBE या शब्दांचे अर्थ शोधून काढले. त्याला हसू आलं. वंशपरंपरेने सर हा किताब ज्याच्याकडे चालत आला आहे अशा एका सरदाराबरोबर आपण कोठडीत राहतो, हे बिग अल्ला कधी सांगतो, असं त्याला झालं. सर निकोलस मॉन्क्रीफ Bt. पण बिग अल्ला ते आधीपासूनच माहीत होतं.

"सी यू लेटर निक," कोणीतरी लायब्ररीतून बाहेर पडताना म्हणालं. डॅनीने दचकून वर पाहिलं; पण त्याने ती चूक दुरुस्त करण्यापूर्वीच ती व्यक्ती अदृश्य झाली होती.

डॅनी आपल्या गळ्यातील साखळीत अडकवलेल्या किल्लीशी चाळा करत राहिला. शेक्सपिअरच्या नाटकातल्या मॅल्व्होलिओप्रमाणे जर दुसऱ्या कुणाचंतरी नाव धारण करून आपल्याला राहता आलं, तर किती बरं होईल, असा विचार त्याच्या मनात आला. 'ट्वेल्थ नाईट' या नाटकाबद्दल एक रसग्रहणात्मक निबंध लिहून तो या आठवड्याच्या शेवटी पाठवायचा आहे, याची अचानक डॅनीला आठवण झाली. 'आपल्याला आत्ताच कोणीतरी निक म्हणून हाक मारली' ही गोष्ट त्याच्या मनात बराच वेळ घोळत राहिली. 'आपण जर खरोखरच निकच्या क्लासमध्ये जाऊन शिकवायला सुरुवात केली तर? काय होईल? विद्यार्थी आपल्याला ओळखतील का?' असा विचार त्याच्या मनात चमकून गेला. त्याने हातातल्या टाइम्सची घडी करून तो शेल्फात ठेवून दिला. मग तो कॉरिडॉरमधून चालत पलीकडच्या एज्युकेशन डिपार्टमेंटकडे गेला.

निकचे विद्यार्थी निकची वाट बघत बसून होते. आपल्या शिक्षकांच्या वडिलांचं निधन झालेलं असून ते त्यांच्या अंतिम संस्कारासाठी स्कॉटलंडला गेले आहेत, ही गोष्ट त्यांच्या कानावर कोणीच घातलेली दिसत नव्हती. डॅनी धीटपणाने वर्गात शिरला आणि वाट पाहणाऱ्या डझनभर विद्यार्थ्यांकडे पाहून प्रसन्नपणे हसला. त्याने आपल्या शर्टाची दोन बटणं मुद्दाम उघडी ठेवली होती. त्यामुळे त्याच्या गळ्यातली साखळी सर्वांना दिसत होती.

"पुस्तकं उघडा पाहू, पान नऊ." डॅनी म्हणाला. आपला आवाज हुबेहूब

निकसारखा येत असेल का – त्याच्या मनात आलं. ''इथे पानाच्या एका बाजूला प्राण्यांची चित्रं आहेत, तर दुसऱ्या बाजूला त्या प्राण्यांची नावं दिलेली आहेत. तुम्हाला फक्त जोड्या जुळवायच्या आहेत. दोन मिनिटं आहेत तुमच्यापाशी.''

''मला नऊ नंबरचं पान मिळत नाहीये.'' एक कैदी म्हणाला. डॅनी त्याला मदत करायला चालत त्याच्याजवळ गेला. इतक्यात एक ऑफिसर वर्गात शिरला. त्याच्या चेहऱ्यावर बुचकळ्यात पडल्याचे भाव होते.

''मॉन्क्रीफ?''

डॅनीने वर पाहिलं.

''मला वाटलं, तू रजेवर गेला आहेस?'' ऑफिसर आपल्या हातातल्या पॅडवर नजर टाकत म्हणाला.

''बरोबर आहे मि. रॉबर्ट्स.'' डॅनी म्हणाला, ''निक आपल्या वडिलांच्या अंतिम संस्कारांसाठी स्कॉटलंडला गेला आहे. त्याने आज सकाळचा त्याचा क्लास मला घ्यायला सांगितला आहे.''

रॉबर्ट्सचा चेहरा अजूनही गोंधळलेलाच होता. ''तू चेष्टा तर नाहीस ना करत कार्टराईट?''

''नाही मि. रॉबर्ट्स.''

''मग तू ताबडतोब लायब्ररीत जा बरं. नाहीतर मी तुझ्या नावावर रिपोर्ट लिहीन.''

डॅनी घाईघाईने वर्गातून बाहेर पडून लायब्ररीत आपल्या जागी परतला. त्याला हसू आवरत नव्हतं. तिथे बसून त्याने शेक्सपिअरच्या कॉमेडीवर निबंध लिहायला घेतला.

❖

बारा वाजून गेल्यावर निकची गाडी वॅव्हर्ली स्टेशनात शिरली. तिथे एक गाडी त्यांची वाट बघत थांबली होती. एडिंबरो ते डनब्रॉथ हे अंतर पन्नास मैल होतं. पॅस्को आपल्या घड्याळात पाहून म्हणाले, ''आपल्याला बराच वेळ मिळेल. अंतिम संस्काराला दोन वाजता सुरुवात होणार आहे.''

गाडी मोकळ्या रस्त्यावरून धावू लागली. निक खिडकीतून बाहेर पाहू लागला. कित्येक दिवसांत असं स्वातंत्र्य अनुभवता आलेलं नव्हतं त्याला. स्कॉटलंड किती सुंदर आहे याचा विसर पडल्यासारखं झालं होतं त्याला. हिरवीगार कुरणं आणि जवळजवळ जांभळ्या रंगाचं दिसणारं आकाश! बेलमार्शमध्ये त्याने चार वर्षं काढली होती. तिथून फक्त उंच उंच भिंती आणि त्यावरचं काटेरी

तारेचं कुंपण एवढंच दृश्य दिसायचं. त्यामुळे त्याच्या स्मरणशक्तीला गंज चढल्यासारखं झालं होतं.

ठरलेल्या ठिकाणी चर्चमध्ये पोहोचेपर्यंत निक विचारात गढून गेला होता. याच चर्चमध्ये त्याच्या नामकरणाचा समारंभ पार पडला होता. आता त्याच्या वडिलांना इथेच चिरविश्रांती मिळणार होती. अंत्यसंस्कारांचे सर्व विधी संपल्यानंतर अर्धा तास फॅमिली सॉलिसिटर फ्रेझर मन्रो यांच्याबरोबर घालवण्याची परवानगी पॅस्को यांनी निकला दिली होती. निकला वडिलांच्या अंतिम क्रियाकर्मासाठी रजेवर सोडण्यात यावं, असा विनंती अर्ज फ्रेझर मन्रो यांनीच केला होता. त्याचबरोबर निकवरचा पहारा जरा सैल करण्यात यावा आणि त्याला हातकड्या घालून त्या ठिकाणी सर्व कुटुंबीयांसमोर आणू नये, अशी विनंतीसुद्धा बहुधा त्यांनीच केलेली असावी.

अंतिम संस्कारांना प्रारंभ होण्यास १५ मिनिटं अवकाश असताना त्यांची गाडी चर्चसमोर येऊन उभी राहिली. पोलिसाने गाडीचा मागचा दरवाजा उघडून धरताच एक वयस्कर गृहस्थ पुढे झाले. निकला त्यांचा लहानपणी कधीतरी पाहिलेला चेहरा ओळखीचा वाटला. त्यांनी मोठा काळा कोट आणि सिल्कचा टाय घातला होता. पण त्यांचा एकूण अवतार पाहता ते सॉलिसिटर न वाटता अंत्यविधीची व्यवस्था बघणारे अंडरटेकरच वाटत होते. त्यांनी आपली हॅट जरा उंच उचलून धरून किंचित झुकून निकला नमस्कार केला. निकने त्यांचे हात हातात घेऊन किंचित हास्य केलं.

''गुड आफ्टरनून मि. मन्रो! आज खूप दिवसांनी भेटतोय आपण.''

''गुड आफ्टरनून सर निकोलस!'' ते म्हणाले. ''वेलकम होम.''

❖

''लीच, तुला तात्पुरतं एकान्तवासातून बाहेर काढण्यात आलं असलं, तरी ते तात्पुरतंच आहे, हे लक्षात ठेव.'' गव्हर्नर म्हणाले. ''आता तू आपल्या कोठडीत परतला आहेस. पण तुझ्या विंगमध्ये जरासुद्धा गडबड करण्याचा प्रयत्न केलास ना, तर मात्र परत तुला तसंच एकान्तवासात पाठवण्यात येईल, हे नीट लक्षात ठेव आणि मग मात्र तुला मीसुद्धा मदत करू शकणार नाही.''

''तुम्हीसुद्धा मदत?'' लीच दात विचकत म्हणाला. तो गव्हर्नरच्या समोर उभा होता. दोन्ही बाजूंना दोन ऑफिसर उभे होते.

''तू माझ्या अधिकाराविषयी शंका उपस्थित करतोयस?'' गव्हर्नर म्हणाले, ''कारण तू जर तसं करत असशील...''

“नाही सर. मी असं अजिबात करत नाहीये.” लीच उपहासाने म्हणाला, “फक्त १९९९ च्या प्रिझन ॲक्टची तुम्हाला आठवण करून देतो. माझ्या नावावर रिपोर्ट दाखल केलेला नसतानाच मला एकान्तवासात पाठवण्यात आलं होतं.”

“गव्हर्नरला तसं करण्याचा अधिकार आहे. त्यासाठी जर सकृद्दर्शनी पुरेसा पुरावा असेल, तर रिपोर्ट लिहिण्यापूर्वीच तसं करता येतं.”

“मला माझ्या वकिलांची ताबडतोब भेट घ्यायची आहे. मी तसा अर्ज आत्ताच करतो.” लीच शांतपणे म्हणाला.

“मी तुमची ही मागणी नोंदवून ठेवतो.” गव्हर्नर बार्टन तितक्याच शांतपणे म्हणाले, “आणि तुझा वकील कोण?”

“मि. स्पेन्सर क्रेग.” लीच म्हणाला. बार्टन यांनी ते नाव समोरच्या पॅडवर लिहून घेतलं. “तुम्ही, तसंच तुमच्या तीन कर्मचाऱ्यांविरुद्ध त्यांनी लेखी तक्रार नोंदवावी, अशी मी त्यांना सूचना करणार आहे.” लीच म्हणाला.

“तू मला धमकी देतोयस लीच?”

“नाही सर. फक्त मला अधिकृत तक्रार नोंदवायची इच्छा आहे, इतकंच!”

बार्टन यांना आता चेहऱ्यावरचा राग लपवणं शक्य झालं नाही. त्यांनी ऑफिसर्सकडे बघत मान हलवून कैद्याला घेऊन जाण्याची सूचना केली.

❖

निकला ही आनंदाची बातमी सांगायलाच हवी, असं डॅनीला फार वाटत होतं. पण तो स्कॉटलंडहून परत यायला मध्यरात्र उलटून जाणार, याची त्याला कल्पना होती.

ॲलेक्स रेडमेन यांचं पत्र आलं होतं. त्यांनी त्यात कळवल्याप्रमाणे डॅनीच्या अपिलाची तारीख ३१ मे नक्की करण्यात आली होती. त्याला आता फक्त दोन आठवडे उरले होते. डॅनीने आपल्या पहिल्या खटल्यात साक्ष दिलेली नव्हती. आता या खेपेला त्याला खटल्याच्या वेळी कोर्टात उपस्थित राहण्याची इच्छा आहे का नाही, असं त्याला मि. रेडमेन यांनी पत्रातून विचारलं होतं. आपली उपस्थित राहण्याची इच्छा असल्याचं त्याने त्यांना उलटटपाली कळवलं होतं.

त्याने बेथलापण पत्र लिहिलं होतं. अखेर मोर्टिमरने सारं काही कबूल केलं होतं. खुद्द बिग अल्‌ने त्याचा तो कबुलीजबाब टेप केला होता. अगदी शब्द न् शब्द. ती बातमी सर्वांत प्रथम बेथच्या कानावर घालायची डॅनीची खूप इच्छा होती. आत्ता या क्षणी तो ज्या गादीवर बसला होता, त्या गादीच्या आत ती टेप लपवलेली

होती. मि. रेडमेन पुढच्या वेळी जेव्हा भेटीला येतील, तेव्हा ती त्यांच्याकडे सुपूर्द करायचा त्याचा बेत होता. आपल्याला हवा असलेला सगळा पुरावा आता हाती आला आहे, हे खरंतर बेथला कळवावंसं वाटत होतं त्याला, पण असं लेखी लिहिण्याचा धोका पत्करणं त्याला शक्य नव्हतं.

बिग अल् स्वतःवर प्रचंड खूश झाला होता. त्याने ती गोष्ट लपवण्याचा मुळीच प्रयत्न केला नाही. आपण अपिलाच्या वेळी साक्ष द्यायलापण तयार आहोत, असं त्याने डॅनीला सांगितलं होतं. निकचं म्हणणं खरंच होतं तर! निकच्या आधीच डॅनीची सुटका होण्याची शक्यता होती.

२६

चर्चचे मुख्याधिकारी सर निकोलस यांची वाट पाहत उभे होते. त्यांनी नवीन कुटुंबप्रमुखांना झुकून अभिवादन केलं. मग त्यांना चर्चच्या पुढच्या भागात डाव्या बाजूला घेऊन गेले. पॅस्को आणि जेन्किन्स लगेच मागे असलेल्या रांगेत बसले.

निक डाव्या बाजूला वळला. पहिल्या तीन रांगांमध्ये सर्व नातेवाईक बसले होते. पण त्यांच्यापैकी एकानेही निककडे नजर उचलून पाहिलं नाही. निकचे अंकल ह्यूगो यांनी सर्वांना पढवून ठेवलेलं दिसत होतं. त्यांच्या सांगण्यानुसारच सगळे निककडे दुर्लक्ष करत होते. मि. मन्रो मात्र कुणाचीही पर्वा न करता निकच्या शेजारी येऊन बसले. चर्चमधल्या ऑर्गनवर वाद्यांचे सूर उमटले. 'द लॉर्ड इज माय शेपर्ड' या गाण्याला सुरुवात झाली.

काही क्षणांतच कॅमेरॉन हायलँड्सचे सहा सोल्जर्स खांद्यावर कॉफीन घेऊन आले. त्यांनी ते व्यासपीठाच्या समोरच्या कट्ट्यावर ठेवलं. त्यानंतर मेमोरियल सर्व्हिसला सुरुवात झाली. कर्नल सरांची आवडती गाणी म्हणण्यात आली. निकने मान खाली घालून मनोमन आपल्या श्रद्धावान पित्याला अभिवादन केलं.

त्यानंतर धर्मगुरूंनी मृतात्म्याला शांती मिळण्यासाठी स्तुतिपर भाषण केलं. निकला त्या क्षणी आपल्या वडिलांची फार तीव्रतेने आठवण झाली. कधीही, कोणाच्याही अंतिम संस्काराच्या वेळी धर्मगुरूचं मृत व्यक्तीसंबंधीचं भाषण संपलं की, ते म्हणत – "वा, आज या पाद्री महोदयांचं भाषण ऐकून त्याची छाती नुसती अभिमानाने फुलून गेली असती."

शेवटचे अंत्यसंस्कार पार पडल्यानंतर सर्व मित्र परिवार आणि कुटुंबीय चर्चच्या बाहेरच्या आवारात आले. इथेच शवपेटिका पुरण्यात येणार होती.

या ठिकाणी जमा झालेल्या माणसांमध्ये पहिल्यांदा तो बलदंड माणूस निकच्या नजरेस पडला. चांगला अडीचशे पौंडाचा असेल. तो स्कॉटलंडचा वाटत नव्हता. तो निककडे पाहून हसला. निकपण हसला आणि आपण

त्याला कधी आणि कुठे बरं पाहिलं असावं – असं मनातल्या मनात म्हणू लागला. मग त्याला आठवण झाली. ते वॉशिंग्टन डी.सी.मध्ये भेटले होते. निकच्या आजोबांच्या ऐंशीव्या वाढदिवसाच्या निमित्ताने स्मिथ्सोनियन इन्स्टिट्यूटमध्ये एक प्रदर्शन भरवण्यात आलं होतं. या ठिकाणी आजोबांच्या दुर्मीळ स्टँपचा संग्रह ठेवण्यात आला होता; पण तरीही निकला त्याचं नाव काही आठवेना.

अखेर शवपेटिका जमिनीत पुरण्यात आली आणि अंतिम संस्कारांचा राहिलेला भागही पार पडला. मॉन्क्रीफ परिवार निघून गेला. एकाही नातलगाने मृताच्या एकुलत्या एक वारसाला म्हणजे निकला भेटून त्याचं सांत्वन करण्याचे कष्ट घेतले नाहीत. फक्त जे काही गावकरी आले होते, त्यांच्यातले एक-दोघं निकला भेटायला आले. ते अंकल ह्यूगोचे मिंधे नव्हते. त्यांच्या चाकरीत नव्हते. त्यामुळे त्यांनी ते धाडस केलं आणि पुढे येऊन निकशी हस्तांदोलन केलं. रेजिमेंटच्या सीनियर ऑफिसरने निकला सॅल्यूट ठोकला. निकने आपली हॅट किंचित उचलून त्याचा स्वीकार केला.

निक पाठ फिरवून परत जायला निघाला, तेव्हा मि. मन्रो पॅस्को आणि जेन्किन्स यांच्याशी बोलत असलेले त्याला दिसले. त्यानंतर मन्रो त्याच्याकडे आले. "तुम्ही माझ्याबरोबर एक तास घालवून जरा काही कौटुंबिक गोष्टींची चर्चा करायला त्यांनी संमती दिली आहे. पण तुम्हाला माझ्या गाडीतून माझ्या ऑफिसपर्यंत येऊ देण्यास मात्र ते तयार नाहीत."

"आय अंडरस्टँड." निक म्हणाला. त्याने सर्व उपस्थितांचे आभार मानले आणि पोलिसांच्या गाडीत चढला. पॅस्को आणि जेन्किन्स त्याच्या दोन्ही बाजूला चढून बसले.

कार निघाली. निकने खिडकीतून बाहेर पाहिलं. तो बलदंड माणूस सिगार पेटवत होता.

"हनसॅकर," निक मोठ्यांदा उद्गारला. "जीन हनसॅकर."

❖

"मला कशासाठी भेटायचं होतं तुला?" क्रेग म्हणाला.

"माल संपला माझ्याकडचा." लीच म्हणाला.

"पण तुला सहा महिन्यांचा माल दिला होता ना मी?"

"पण त्या वाकड्या स्क्र्यूला त्याचा वाटा द्यावा लागला ना!"

"मग तू एक कर. जरा लायब्ररीत जा."

''मी कशाला लायब्ररीत जाऊ मि. क्रेग?''

''तिथे जाऊन 'लॉ रिव्ह्यू'ची लेटेस्ट कॉपी काढ. लेदरच्या कव्हराची कॉपी. त्या पुस्तकाच्या मागच्या कडेला टेपने चिकटवलेलं सापडेल तुला हवं ते.'' क्रेगने आपली ब्रीफकेस बंद केली, उठला आणि दाराकडे निघाला.

''खरं सांगू, तसा जरा उशीरच झाला आहे.'' लीच आपल्या जागेवरून न उठता म्हणाला.

''म्हणजे काय?'' क्रेग थबकून म्हणाला. त्याचा हात दरवाज्याच्या मुठीवर तसाच राहिला.

''मेसी मावशीचा मित्र व्यसनमुक्ती कार्यक्रमात सहभागी झालेला आहे.''

''मग तुला त्यामधून हळूहळू बाहेर काढावं लागेल.''

''त्यामुळे तुमची समस्या काही सुटणार नाही.'' लीच शांतपणे म्हणाला.

क्रेग मागे फिरून टेबलापाशी येऊन उभा राहिला. बसला नाही. ''तुला नक्की काय म्हणायचंय?''

''एका छोट्या चिमणीने माझ्या कानात येऊन सांगितलं. मेसी मावशीच्या मित्राला पोपटासारखा कंठ फुटलाय.''

''मग त्याला गप्प कर ना!'' क्रेग खेकसून म्हणाला.

''कदाचित त्या गोष्टीला एव्हाना फार उशीर झालेला असेल.''

''स्टॉप प्लेईंग गेम्स लीच आणि तुला जे काही सांगायचंय ते स्पष्ट सांगून टाक.''

''मी असं ऐकलं, एक टेप आहे.''

आता मात्र क्रेग खुर्चीत धपकन बसला आणि लीचकडे टवकारून बघत राहिला. ''त्या टेपवर काय आहे?'' त्याने शांतपणे विचारलं.

''पूर्ण कबुलीजबाब. अगदी नावनिशीवार. दिनांक, ठिकाण सगळं काही.'' लीच क्षणभर थांबला. क्रेगचं पूर्ण लक्ष आपल्याकडे लागलं आहे, याची त्याला पूर्ण कल्पना होती. ''ती नावं जेव्हा माझ्या कानावर आली, तेव्हा मी माझ्या वकिलाचा सल्ला घ्यायचं ठरवलं.''

क्रेग बराच वेळ काही बोलला नाही. ''तू ती टेप हस्तगत करू शकशील का?'' अखेर तो म्हणाला.

''किंमत मोजावी लागेल.''

''किती?''

''दहा.''

''जरा जास्त वाटतात.''

"वाकडे स्क्रयू स्वस्तात मिळत नाहीत." लीच म्हणाला, "शिवाय मेसी मावशीच्या डोक्यात वेगळी काही योजना – प्लॅन बी – नसणार अशी खात्री आहे मला. त्यामुळे तिच्यापुढे दुसरा काही पर्यायच नाहीये!"

क्रेगने होकार दिला. "ऑल राइट! पण त्यासाठी विशिष्ट मुदत राहील. ती टेप जर ३१ मेपूर्वी माझ्या ताब्यात आली नाही, तर तुला पैसे मिळणार नाहीत."

"त्या दिवशी कोणाचं अपील आहे हे तुम्ही मला सांगायलाच नको." लीच दात विचकून म्हणाला.

❖

"तुमच्या वडिलांनी एक मृत्युपत्र बनवलं आहे. त्या मृत्युपत्रातल्या कलमांची अंमलबजावणी ही फर्म करेल." मि. मन्रो म्हणाले. ते हाताच्या बोटांनी टेबलावर टकटक असा आवाज करत होते. "त्या मृत्युपत्राला एक जस्टिस ऑफ पीस साक्षीदार म्हणून उपस्थित होते. त्यामुळे ते वाचून तुम्हाला काहीही वाटलं, तरीसुद्धा तुम्ही त्याच्या विरुद्ध कोर्टात जाऊ नये, असाच माझा सल्ला राहील."

"माझ्या वडिलांच्या इच्छेविरुद्ध जाण्याचा विचारही माझ्या मनाला शिवणार नाही." निक म्हणाला.

"तुमचा हा निर्णय योग्यच आहे, सर निकोलस. पण तरीही मृत्युपत्राचा तपशील जाणून घेण्याचा हक्क तुम्हाला आहे. आपल्यापाशी वेळ फारच कमी असल्यामुळे मी थोडक्यात तुम्हाला काय ते सांगतो." असं म्हणून त्यांनी घसा साफ केला. "तुमच्या वडिलांच्या मालमत्तेचा बराचसा भाग त्यांचे बंधू मि. ह्यूगो मॉन्क्रीफ यांच्या नावे करण्यात आलेला आहे. इतर कुटुंबीयांसाठी छोट्या छोट्या भेटवस्तू ठेवलेल्या आहेत, तर रेजिमेंट व काही स्थानिक धर्मादाय संस्थांना काही रक्कम देण्याची विनंती करण्यात आलेली आहे. तुम्हाला 'सर' हा किताब सोडून त्यांनी काहीही ठेवलेलं नाही. पण खरंतर तो किताब तुम्हाला देण्याचा तसं पाहता त्यांना काहीच अधिकार नव्हता. तो आपोआप तुमच्याकडे आलाच असता."

"मि. मन्रो, मला हे सगळं ऐकून थोडंसुद्धा आश्चर्य वाटलेलं नाही."

"हे ऐकून मी जरा निश्चिंत झालो सर निकोलस. मात्र तुमचे आजोबा अत्यंत चतुर आणि व्यवहारी होते. त्यांनी त्यांच्या स्वत:च्या मृत्युपत्रात तुमच्यासाठी एक तजवीज करून ठेवली आहे. त्यांच्या मृत्युपत्राचे एकमेव हक्कदार तुम्हीच आहात. त्या मृत्युपत्राविरुद्ध तुमच्या वडिलांनी दावासुद्धा लावला होता; पण कोर्टाने तो अमान्य केला."

मन्रो हसले. त्यांनी हातातले काही कागद उलटले. अखेर त्यांना पाहिजे असलेला कागद मिळाला. त्यांनी तो हातात धरला आणि ते विजयी मुद्रेने म्हणाले, ''हे बघा, तुमच्या आजोबांचं मृत्युपत्र. त्यातलं महत्त्वाचं कलम तेवढं मी तुम्हाला वाचून दाखवतो.'' मग त्यांनी आणखी अनेक पानं उलटली. ''हं, मी शोधत होतो, ते सापडलं.'' त्यांनी डोळ्यांवर चष्मा चढवला आणि एकेक वाक्य सावकाश वाचलं. ''स्कॉटलंडमधील माझी मालमत्ता – ज्याचं नाव डनब्रोथी हॉल, त्याचप्रमाणे माझं लंडनमधील बोल्टन्स येथील निवासस्थान माझा नातू निकोलस अलेक्झांडर मॉन्क्रीफ याच्या नावे ठेवत आहे. तो सध्या कोसोव्होमधील आपल्या रेजिमेंटमध्ये काम करत आहे; परंतु माझा मुलगा ॲन्गस याला या दोन्ही मालमत्तांचा वापर त्याच्या स्वत:च्या मृत्यूपर्यंत करण्याचा अधिकार मी देत आहे. त्याच्या मृत्यूनंतर मात्र या दोन्ही मालमत्ता माझा नातू निकोलस याच्या ताब्यात जातील.'' मन्रो यांनी हे मृत्युपत्र टेबलावर ठेवून दिलं. ''जर नॉर्मल परिस्थिती असती ना, तर तुम्हाला या दोन्ही मालमत्तांचा आत्ता व्यवस्थित उपभोग घेता आला असता. परंतु दुर्दैवाने तुमच्या वडिलांनी तुमच्या आजोबांच्या मृत्युपत्रातील 'फूल अँड फ्री यूज' या शब्दांचा स्वत:च्या सोयीचा अर्थ लावला. त्यांनी त्या दोन्ही मालमत्ता गहाण ठेवून त्यावर भरमसाठ कर्ज घेऊन ठेवलं आहे. तेही त्यांच्या मृत्यूच्या अगदी थोडे महिनेच आधी.''

''डनब्रोथी हॉल गहाण ठेवून त्यांनी जी रक्कम उचलली,'' असं म्हणून त्यांनी परत डोळ्यांवर चष्मा चढवला. ''ती होती दहा लाख पौंड. तुमच्या वडिलांच्या मृत्युपत्रानुसार ही सगळी रक्कम सरळ तुमच्या अंकल ह्यूगोंना मिळेल.''

''म्हणजेच माझ्या आजोबांची इच्छा काहीही असली, तरी मला मात्र एक कवडीही मिळणार नाही.'' निक म्हणाला.

''तसंच काही नाही.'' मन्रो म्हणाले. ''माझ्या मते तुम्ही तुमचे अंकल ह्यूगो यांच्यावर केस करू शकता. अशा प्रकारच्या कारवाया करून त्यांनी तुमच्या वडिलांकडून जी रक्कम उकळली आहे, ती तुम्ही परत मिळवू शकता.''

''काहीही असलं, तरी माझ्या वडिलांच्या इच्छेनुसार जर हे घडलेलं असलं, तर त्याविरुद्ध मी जाणार नाही.'' निक म्हणाला.

''सर निकोलस, मला वाटतं तुम्ही यावर नीट विचार करून पाहा.'' मन्रो परत एकदा टेबलावर बोटांनी टकटक असा आवाज करत म्हणाले. ''अखेर खूप मोठ्या रकमेचा प्रश्न आहे आणि मला पक्की खात्री आहे–''

''तुमचं म्हणणं खरं असेलही मि. मन्रो, पण तरीही माझ्या वडिलांना जे काही योग्य वाटलं, त्याविषयी मी शंका उपस्थित करू इच्छित नाही.''

मन्रो यांनी आपला चष्मा काढला आणि ते काहीशा अनिच्छेनेच म्हणाले, "ठीक आहे मग. मला आणखी एका गोष्टीची तुम्हाला माहिती द्यायची आहे. मी तुमचे काका ह्यूगो मॉन्क्रीफ यांच्याशी पत्रव्यवहार केला. त्यांना तुमच्या परिस्थितीची पूर्ण कल्पना आहे. तुमच्या दोन्ही मालमत्ता त्यावरच्या कर्जाच्या बोजासहित विकत घेण्याची त्यांनी तयारी दाखवली आहे. या व्यवहारासाठी काही कायदेशीर कागदपत्रं बनवणं, फी भरणं इत्यादी करावं लागेल. ते करण्याचीही त्यांची तयारी आहे."

"तुम्ही माझे अंकल ह्यूगो यांचं प्रतिनिधित्व करत आहात का?" निक म्हणाला.

"नाही, अजिबात नाही." मन्रो ठामपणे म्हणाले, "तुमच्या वडिलांनी या मालमत्ता गहाण ठेवून त्यावर कर्ज घेऊ नये अशी मी त्यांना सक्त सूचना केली होती. मी तर त्यांना असंही म्हटलं होतं की, तुमच्या परवानगीशिवाय त्यांनी खरंतर असं कर्ज घेणंसुद्धा बेकायदेशीर आहे." असं म्हणून मन्रो यांनी घसा साफ केला. ते म्हणाले, "तुमच्या वडिलांनी त्याकडे लक्ष दिलं नाही. त्यांनी स्वत:चे व्यवहार बघण्यासाठी दुसऱ्या कुणाचीतरी नेमणूक केली."

"मग तसं जर असेल मि. मन्रो, तर तुम्ही माझं प्रतिनिधित्व कराल का?"

"सर निकोलस, तुम्ही मला असं विचारणं, हा मी माझा बहुमान समजतो. मी तुम्हाला एका गोष्टीची ग्वाही देतो. आमच्या फर्मला मॉन्क्रीफ कुटुंबीयांशी वर्षानुवर्षं चालत आलेला संबंध वृद्धिंगत करण्यात अभिमानच वाटेल."

"माझ्या एकंदर परिस्थितीची तुम्हाला कल्पना आहेच मि. मन्रो. मग मी पुढे काय करावं, याविषयी तुम्ही मला काय सल्ला द्याल?"

मन्रो यांनी किंचित झुकून निकला अभिवादन केलं. "तुम्ही आमच्या फर्मला तुमचं प्रतिनिधित्व करायला सांगाल, अशी मला साधारण कल्पना असल्यामुळे मी आधीपासूनच चौकशी सुरू केली आहे." असं म्हणून मन्रो यांनी चष्मा परत डोळ्यांवर चढवला. निकला जरासं हसू फुटलं. "बोल्टन्समधल्या घराची सध्याची किंमत सुमारे तीस लाख पौंडांच्या घरात आहे. माझा भाऊ स्थानिक कौन्सिलर आहे. त्याच्याकडून एक गोष्ट कळली आहे. तुमचे अंकल ह्यूगो यांनी टाऊन हॉलकडे काही चौकश्या सुरू केल्या आहेत. डनब्रॉथी मालमत्तेवर काही डेव्हलपमेंट करता येईल का इत्यादी. पण खरं सांगायचं, तर तुमच्या आजोबांची अशी इच्छा होती की, तुम्ही ती वास्तू नॅशनल ट्रस्ट फॉर स्कॉटलंड यांच्याकडे सुपूर्द करावी."

"हो, मला बोलले होते ते असं." निक म्हणाला. "मी त्या वेळच्या आमच्या संभाषणाची नोंदसुद्धा माझ्या डायरीत ठेवली आहे."

''पण त्यामुळे तुमचे अंकल काही गप्प बसणार नाहीत. त्यांनी मनात जे काही ठरवलं असेल, ते करायला ते मुळीच मागेपुढे बघणार नाहीत. मला या गोष्टीची चांगलीच कल्पना असल्यामुळे मी माझ्या एका चुलतभावाकडे या बाबतीत थोडी चौकशी केली. तो एका स्थानिक इस्टेट एजंटचा पार्टनर आहे. अशा प्रकारच्या अर्जावर कौन्सिलचं मत काय असेल, हे त्याच्याकडून काढून घेण्याचा मी प्रयत्न केला. त्याच्याकडून मला असं कळलं की, १९९७ सालच्या स्थानिक गव्हर्नमेंट ॲक्ट अन्वये सध्या अस्तित्वात असलेल्या कोणत्याही मालमत्तेवर आधीपासूनच जर इमारती उभ्या असतील, उदाहरणार्थ घरे, शेड, तबेला किंवा आऊटहाऊस इ. स्वरूपाच्या, तर त्यांना प्लॅनिंग कमिशनकडून परवानगी मिळण्याची शक्यता आहे. तुमच्या आजोबांची ही विशिष्ट मालमत्ता बारा एकरांची आहे. माझ्या भावाने मला असं सांगितलं की, सध्या कौन्सिल अशा प्रकारच्या जमिनीच्या शोधात आहे. त्यांना त्यावर वाजवी दरातले फ्लॅट किंवा रिटायरमेंट होम्स बांधायची आहेत. अशा प्रकारच्या जमिनीवर हॉटेल बांधायचं म्हटलं, तरी त्यालाही परवानगी मिळू शकेल.'' मि. मन्रो यांनी परत चष्मा काढला. ''तुम्ही जर प्लॅनिंग कमिटीच्या मीटिंगचा वृत्तान्त वाचला, तर या सगळ्या गोष्टी तुम्हाला तपशीलवार कळू शकतील. दर महिन्याच्या अखेरीस हा अहवाल गावातल्या लायब्ररीत उपलब्ध करण्यात येतो.''

''तुमच्या भावाने आजोबांच्या मालमत्तेची सध्याची किंमत अंदाजे किती असेल याविषयी काही सांगितलं?'' निक म्हणाला.

''तसं ऑफिशियली नाही सांगितलं; पण साधारण तेवढ्याच जमिनीच्या तुकड्याला सध्या दर एकराला दोन लाख पन्नास हजार असा भाव चालू आहे, एवढं तो म्हणाला.''

''म्हणजे त्या संपूर्ण मालमत्तेची किंमत साधारण तीस लाखांच्या घरात जाईल.'' निक म्हणाला.

''मला तर वाटतं, बारा हजार एकर गावाकडची जमीन जर त्यात धरली, तर एकूण पंचेचाळीसच्या घरात जाईल. पण... तुमच्या अंकल ह्यूगोचा ज्या ज्या गोष्टींमध्ये संबंध येतो ना, तिथे एकेक 'पण' हा असतोच. शिवाय तुम्ही एक गोष्ट विसरू नका. इथल्या आणि लंडनमधल्या मालमत्तेवर कर्जाचा बोजा आहे.'' आता ते आणखी एखादी फाइल उघडतील, असं निकला वाटलं आणि तसंच घडलं. ''बोल्टनमधल्या मालमत्तेच्या कर्जाचा हप्ता, सर्व्हिस चार्ज असं सगळं धरून दर महा तीन हजार चारशे पौंड भरावे लागतात. डनब्रोथी इस्टेटच्या कर्जाचा हप्ता आहे दर महा एकोणतीसशे पौंड. दोन्हींचा एकत्रित हिशेब केला, तर दर वर्षाला पंचाहत्तर हजार रुपये नुसते त्यापोटीच जातात. तुम्हाला सावध करणं माझं कर्तव्य आहे सर निकोलस. यापैकी कोणताही हप्ता तीन महिन्यांहून

जास्त थकला, तर ज्या कंपनीकडे या मालमत्ता गहाण ठेवलेल्या आहेत, त्या कंपनीला त्या मालमत्तेवर कब्जा करण्याचा पूर्ण अधिकार आहे. ती कंपनी त्या मालमत्तेचा लिलाव करून आपलं कर्ज वसूल करू शकते आणि तसं जर घडलं, तर तुमचे अंकल त्या खरेदी करायला बसलेच आहेत.''

"मी तुम्हाला एक सांगू मि. मन्रो?'' निक म्हणाला, "मी सध्या तुरुंगात ग्रंथपाल म्हणून काम करतो. माझं दर आठवड्याला बारा पौंड एवढं उत्पन्न आहे.''

"तसं आहे का?'' मि. मन्रो या गोष्टीची एका कागदावर नोंद करत म्हणाले, "पंचाहत्तर हजार पौंडांचा विचार करता या एवढ्याशा रकमेने काय होणार आहे?'' ते किंचित हसून म्हणाले.

"मग तसं झालं, तर आपण दुसऱ्या एका चुलतभावाची मदत घेऊ या.'' निकसुद्धा हसत म्हणाला.

"दुर्दैवाने तसं करता येणार नाही;'' मि. मन्रो म्हणाले. "पण माझ्या बहिणीचा नवरा रॉयल बँक ऑफ स्कॉटलंडच्या स्थानिक शाखेचा मॅनेजर आहे. त्याच्याकडून मला असं कळलंय की, या दोन्ही मालमत्ता सध्याच्या कंपनीच्या हातून काढून घेऊन तुम्ही त्या त्यांच्या बँकेकडे गहाण ठेवण्यास तयार असाल, तर ती बँक तुमच्या या कर्जाची परतफेड करू शकेल.''

"तुम्ही माझ्यासाठी खूप धावपळ केली आहे. मी त्याबद्दल खरोखरच कृतज्ञ आहे.''

"मला एक गोष्ट तुम्हाला स्पष्ट सांगितली पाहिजे,'' मि. मन्रो म्हणाले. "मी आत्ता इथे तुम्हाला सांगितलेल्या बऱ्याच गोष्टी ऑफ द रेकॉर्ड आहेत. मला तुमच्या आजोबांविषयी आणि वडिलांविषयी खूप आदर होता. त्यांचं प्रतिनिधित्व फार आनंदानं केलं मी. पण तुमचे अंकल ह्यूगो... त्यांच्याविषयी मात्र असं कधीच वाटलं नाही मला. ते म्हणजे...'' एवढ्यात दारावर थाप पडली. "आत या.'' मन्रो म्हणाले.

पॅस्को यांनी दार जरासं ढकलून डोकं आत घातलं. "तुम्हाला डिस्टर्ब केल्याबद्दल माफ करा मि. मन्रो, पण आता आम्हाला लंडनची ट्रेन पकडायची आहे. त्यामुळे आम्हाला पाच मिनिटांत निघावं लागेल.''

"थँक यू.'' मि. मन्रो म्हणाले, "मी शक्य तेवढ्या लवकर आवरतो.'' पॅस्को दारातून पूर्णपणे बाहेर जाऊन दार बंद होईपर्यंत ते काही बोलले नाहीत. "मी एकच सांगतो सर निकोलस; आपली ओळख तशी फारच थोडी आहे, पण तुम्ही माझ्यावर विश्वास ठेवा.'' त्यांनी हातातली सगळी कागदपत्रं समोरच्या टेबलावर ठेवली. "हे करारनामे आहेत. यावर आधी तुम्हाला सह्या कराव्या

लागतील, पण ते वाचायला तुमच्यापाशी पुरेसा वेळसुद्धा नाही. पण तुम्ही जोपर्यंत तिकडे... अं... आहात... तोपर्यंत मला कामकाज सुरू करायला त्याची गरज आहे.'' ते अडखळले.

"तुरुंगात शिक्षा भोगत आहे तोपर्यंत.'' निक म्हणाला.

"बरोबर आहे सर निकोलस.'' असं म्हणून त्यांनी खिशातून फाउंटन पेन काढून निकला दिलं.

"माझ्याकडेपण काही कागदपत्रं आहेत. त्यावर तुम्ही साक्षीदार म्हणून प्लीज सह्या करा.'' निक म्हणाला आणि त्याने तुरुंगाचा शिक्का मारलेले अनेक कागद मि. मन्रो यांच्यापुढे ठेवले.

२७

'द इम्पॉर्टन्स ऑफ बीईंग अर्नेस्ट' या नाटकाचा प्रयोग संपला. लॉरेन्स डेव्हनपोर्ट रंगमंचावर परत आला. प्रेक्षकांनी टाळ्यांचा कडकडाट केला. त्याने अभिवादन करून त्याचं स्वागत केलं. त्याच्याबरोबर बाकीची पात्रंही रंगमंचावर अभिवादन करण्यासाठी आली होती, पण डेव्हनपोर्टचं त्यांच्याकडे लक्षही नव्हतं.

नाटकाच्या रंगीत तालमी चालू असताना डेव्हनपोर्टने एक दिवस आपली बहीण सेरा हिला फोन केला होता आणि तिला आपल्या नाटकाचा प्रयोग झाल्यावर जेवायला येण्याचं निमंत्रण दिलं होतं.

"कसं चाललंय नाटक?" सेराने विचारलं होतं.

"ठीक चाललंय." तो म्हणाला होता, "पण मी तुला त्यासाठी नाही बोलावलं. मी एक महत्त्वाचा निर्णय लवकरच घेणार आहे. त्याचा तुझ्यावर आणि आपल्या सगळ्याच कुटुंबावर परिणाम होणार आहे."

एवढं बोलून फोन खाली ठेवत असताना त्याचा निश्चय अधिकच दृढ झाला होता. आयुष्यात पहिल्यांदाच तो स्पेन्सर क्रेगच्या विरोधात जाण्याचं साहस करणार होता. 'मग त्याचे जे काय परिणाम व्हायचे असतील ते होवोत. पण सेराच्या पाठिंब्याशिवाय आपण हे करू शकणार नाही' याची त्याला पूर्ण कल्पना होती. तिचे आणि क्रेगचे पूर्वीचे संबंध लक्षात घेता, तर हे फार गरजेचं होतं.

या तालमी फारच कंटाळवाण्या झाल्या होत्या. नाटकात दुसरा, तिसरा टेक घेता येत नाही. आपलं भाषण विसरून चालत नाही किंवा चुकीच्या वेळी स्टेजवर पाऊल टाकलेलंपण चालत नाही. वेस्ट एंडच्या थिएटरमध्ये नियमितपणे नाटकाचे शोज करणाऱ्या इतर अभिनेत्यांसमोर आपला कसा काय टिकाव लागणार, याची डेव्हनपोर्टला काळजी लागून राहिली होती, पण नाटकाच्या वेस्ट एंडमधल्या पहिल्याच खेळाला रंगमंचाचा पडदा वर गेला आणि एक गोष्ट

स्पष्टच झाली. नाट्यगृह डॉ. बेरेसफोर्डच्या चाहत्यांनी खच्चून भरलं होतं. डेव्हनपोर्टचा प्रत्येक शब्द ते अगदी जिवाचा कान करून ऐकत होते. त्याच्या अगदी सामान्य विनोदांनासुद्धा दाद देऊन ते हसत होते. त्याच्या वाक्या-वाक्याला टाळ्यांचा कडकडाट होत होता.

पडदा वर जाण्यापूर्वी सेरा रंगमंचामागच्या ड्रेसिंग रूममध्ये डेव्हनपोर्टला भेटून शुभेच्छा द्यायला आली. आपण जेवणाच्या वेळी काहीतरी अत्यंत महत्त्वाचं सांगणार असल्याचं परत एकदा तिला त्याने सांगितलं. तो खूप अशक्त आणि दमलेला दिसत होता, पण त्याला नाट्यप्रयोगाच्या आधीचं टेन्शन जाणवत असेल, असं तिला वाटलं.

"प्रयोगानंतर भेटूच. ऑल द बेस्ट." सेरा म्हणाली.

पण प्रयोग संपल्यानंतर डेव्हनपोर्टचा निश्चय डळमळीत झालेला होता. आपल्याला हे असं करता येणार नाही, असं करणं योग्य नाही, असं त्याला मनातून वाटू लागलं होतं. परत एकदा फिरून फिरून त्याच ठिकाणी आपण परत आलो आहोत, अशी भावना त्याला झाली. आपल्याला स्वत:बरोबर इतर लोकांचाही विचार केला पाहिजे, त्यांच्या आयुष्याशी खेळ करण्याचा आपल्याला काही एक अधिकार नाही, असं त्याला राहून राहून वाटत होतं. विशेषत: त्याला सेराची काळजी वाटत होती. त्या स्पेन्सर क्रेगमुळे तिच्या करिअरचं वाटोळं कशाला व्हायला हवं, असंही त्याच्या मनात येत होतं.

नाटकाचा प्रयोग संपल्यावर डेव्हनपोर्ट रंगमंचामागच्या ड्रेसिंग रूममध्ये पोहोचला. तिथे त्याच्या चाहत्यांनी आणि मित्रमंडळींनी भरपूर गर्दी केली होती. नाटकाचा प्रयोग यशस्वी झाला असल्याची ही पहिली पावती होती. त्याच्या चाहत्यांनी त्याच्यावर स्तुतिसुमनांचा वर्षाव सुरू केला. त्यात तो त्या डॅनी कार्टराईटविषयीचं सर्वकाही विसरून गेला. शेवटी तो एवढा मोठा कोण लागून गेला होता. ईस्ट एंडमधला एक गुंड! नाहीतरी पुढे-मागे या ना त्या गुन्ह्यात कधी ना कधी तरी गजाआड गेलाच असता तो.

सेरा ड्रेसिंग रूममध्ये एका कोपऱ्यात बसून होती. आपल्या भावाच्या यशाचा तिला खूप आनंद झाला होता. त्याला आपल्याबरोबर इतकं महत्त्वाचं काय बरं बोलायचं असेल, असं कुतूहल तिला मनातून वाटत होतं.

❖

मध्यरात्र उलटून गेल्यावर पॅस्को यांनी कोठडीचं दार उघडून निकला आत सोडलं, तेव्हा डॅनी अजूनही जागाच असल्याचं पाहून त्याला आश्चर्य वाटलं. खरंतर

दिवसभर घडलेल्या घटना, प्रवासाचा थकवा, मानसिक ताण या सर्वांमुळे तो खूप दमला होता. तरीपण आपल्याकडची बातमी कोणालातरी सांगायला मिळाल्याचा त्याला मनातून खूप आनंद झाला.

स्कॉटलंडमध्ये घडलेल्या सर्व घडामोडी डॅनीने निकच्या तोंडून अगदी कान देऊन ऐकल्या. बिग अल् भिंतीकडे तोंड करून पडून होता. तो एक अक्षरही बोलला नाही.

"त्या मन्रोशी माझ्यापेक्षा तू कितीतरी जास्त व्यवस्थित बोलू शकला असतास." निक डॅनीला म्हणाला, "पहिली गोष्ट म्हणजे तू माझ्या काकांना एवढ्या मोठ्या रकमेवर डल्ला मारू दिलाच नसतास." सॉलिसिटर मन्रो यांच्या ऑफिसात आणखी काय काय घडलं हे डॅनीला अगदी तपशीलवार सांगायचं निकच्या मनात होतं, पण तेवढ्यात त्याचं डॅनीच्या चेहऱ्याकडे लक्ष गेलं आणि तो म्हणाला, "तू एवढा खूश कशामुळे दिसतोयस बरं?"

डॅनी आपल्या बंकबेडवरून खाली उतरला. त्याने उशीखाली हात घालून एक कॅसेट बाहेर काढली. ती आपल्याजवळच्या कॅसेट प्लेअरमध्ये घालून त्याने 'प्ले'चं बटण दाबलं.

"तुझं नाव काय?" एक जाडाभरडा आवाज म्हणाला.

"टोबी, टोबी मोर्टिमर." दुसरा आवाज म्हणाला. हा आवाज मात्र सुसंस्कृत होता.

"मग तू इथे कसा काय आलास?"

"माल सापडला."

"क्लास ए?"

"त्याहूनही वाईट. हेरॉईन. मला स्वत:लाच दिवसातून दोन वेळा ते लागायचं."

"मग आम्ही तुला व्यसनमुक्ती कार्यक्रमात घेतलंय या गोष्टीचा तुला आनंदच झाला असेल ना?"

"ती गोष्ट इतकी काही सोपी नाहीये." टोबी म्हणाला.

"आणि काल तू मला जी भानगड सांगितलीस त्याचं काय? मी त्या सर्व गोष्टींवर कसा काय विश्वास ठेवायचा?"

"ते सगळंच्या सगळं खरं आहे. मी या व्यसनमुक्ती कार्यक्रमात अर्ध्यात बाहेर का पडलो ते तुम्हाला समजावं, म्हणून तर मी ते सगळं तुम्हाला सांगितलं. माझा एक मित्र, दुसऱ्या माणसाला सुऱ्याने भोसकत असताना मी स्वत: डोळ्यांनी पाहिलंय आणि खरंतर मी ते लगेच पोलिसांना सांगायला हवं होतं."

"मग तू का नाही सांगितलंस?"

''कारण स्पेन्सरने मला तोंड बंद ठेवायला सांगितलं.''

''स्पेन्सर?''

''माझ मित्र. स्पेन्सर क्रेग. तो बॅरिस्टर आहे.''

''आणि कधी जन्मात ज्याला पाहिलं नाही अशा माणसाला एका बॅरिस्टरनं भोसकून मारलं, या गोष्टीवर मी विश्वास ठेवीन असं तुला वाटलं?''

''ते इतकं साधं नाही.''

''पोलिसांना ही गोष्ट फार सरळसोपी वाटली?''

''हो. वाटली. ईस्ट एंडमधला एक पोरगा आणि एक बॅरिस्टर या दोघांमधून त्यांना गुन्हेगार कोण ते ठरवायचं होतं. शिवाय तो बॅरिस्टर गुन्हा प्रत्यक्ष घडत असताना तिथे नव्हताच, असं शपथेवर सांगणारे तीन मित्रपण तिथे होते.'' त्यानंतर थोडा वेळ त्या टेपवर शांतता पसरली. मग तो आवाज पुढे म्हणाला, ''पण मी तिथे होतो.''

''मग नक्की खरोखर काय घडलं होतं?''

''त्या दिवशी जेराल्डचा तिसावा वाढदिवस होता. आम्ही सगळे जरा जास्तच प्यायलो होतो. त्याच वेळी ते तिघं आत शिरले.''

''तिघं कोण?''

''दोन माणसं आणि एक मुलगी. त्या मुलीमुळेच सगळा घोटाळा झाला.''

''त्या मुलीने भांडणाला सुरुवात केली का?''

''नाही, नाही, क्रेगला त्या मुलीचा मोह पडला, त्याची नजर तिच्यावर पडताक्षणीच! पण तिला त्याच्यात काहीच रस नव्हता. मग तो भडकला.''

''त्यामुळे मग त्या मुलीच्या बॉयफ्रेंडने भांडणाला सुरुवात केली का?''

''नाही. त्या मुलीची तिथून ताबडतोब निघून जायची इच्छा होती. मग ते तिघं उठून मागच्या दाराने बाहेर पडले.''

''एका गल्लीत का?'' तो जाडाभरडा आवाज म्हणाला.

''पण हे तुम्हाला कसं काय माहीत?'' तो हकिकत सांगणारा सुसंस्कृत आवाजाचा माणूस आश्चर्यचकित झाला होता.

''तू कालच मला सांगितलंयस.'' बिग अल्‌ला आपली चूक कळून आली होती. ती सावरण्याचा प्रयत्न करत तो म्हणाला.

''हो, खरंच.'' त्यानंतर परत दीर्घ काळ शांतता पसरली. ''ते तिघं बाहेर पडताक्षणीच स्पेन्सर आणि जेराल्ड धावतच पबमधून बाहेर पडले. मग त्यांच्या मागोमाग लॅरी आणि मीपण धावलो. पण त्यानंतर परिस्थिती फारच हाताबाहेर गेली.''

''तसं घडण्यात दोष कुणाचा होता?''

“स्पेन्सर आणि जेराल्डचा. त्या दोघा पोरांशी यांना भांडण उकरून काढायचं होतं. त्यांना वाटलं, आम्ही दोघं त्यांची बाजू घेऊ. पण मी शुद्धीतच नव्हतो. त्यामुळे माझा तर काही उपयोगच नव्हता आणि लॅरी कधीच असल्या भानगडीत पडत नाही.”

“लॅरी?”

“लॅरी डेव्हनपोर्ट.”

“सोपस्टार?” बिग अल् आवाजात शक्य तितकं आश्चर्य आणून म्हणाला.

“होय. पण तो आणि मी तिथे नुसते बघत उभे राहिलो. त्यांचं भांडण बघत.”

“म्हणजे तुमचा मित्र स्पेन्सर याने मुद्दाम भांडण उकरून काढलं?”

“होय. त्याला स्वतःला बॉक्सिंग चँपियन असल्याचा फार अभिमान आहे. तो केंब्रिजमध्ये असताना नेहमी बॉक्सिंगमध्ये जिंकायचा, पण ते दोघं वेगळ्या सामाजिक स्तरातले होते. नंतर स्पेन्सरने सुरी बाहेर काढली.”

“स्पेन्सरकडे सुरी होती?”

“हो. त्या गल्लीत जाण्यापूर्वी त्याने बारवरून ती सुरी उचलली होती. तो असंपण म्हणाला होता – ‘असू दे, गरज पडलीच तर!’ ”

“आणि तो त्या दोन माणसांना आणि त्या पोरीला आधीपासून ओळखत नव्हता?”

“नाही. पण त्याला ती पोरगी हवी होती. पण कार्टराईट त्याच्यावर भडकला. तो क्रेगपेक्षा बलदंड होता. पण मग क्रेगने सुरी काढून कार्टराईटच्या पायावर वार केला.”

“पण त्याने त्याला मारलं नाही?”

“नाही. फक्त पायावर वार केला. कार्टराईट कळवळून आपल्या जखमेकडे बघत होता, तेवढ्यात क्रेगने त्या दुसऱ्या पोराच्या छातीत सुरी भोसकली.” असं म्हणून तो आवाज बराच वेळ थांबला आणि नंतर म्हणाला, “आणि त्याला ठार मारलं.”

“तू पोलिसांना फोन केलास?”

“नाही. पण बहुतेक नंतर स्पेन्सरनेच पोलिसांना फोन केला असेल. त्याआधी त्याने आम्हाला सर्वांना घरी जायला सांगितलं. तो म्हणाला, जर कुणी विचारलंच तर सांगा – आम्ही बार सोडून बाहेर पाऊलच टाकलं नाही आणि काहीही पाहिलं नाही.”

“कुणी तुम्हाला काही प्रश्न विचारले?”

“दुसऱ्या दिवशी सकाळी पोलीस माझ्या घरी आले. मी खरंतर झोपलो

नव्हतो, पण मी काही सांगितलं नाही. त्याचा खरंतर फारसा प्रश्नच आला नाही, कारण आपण योग्य त्याच माणसाला अटक केली आहे अशी गुन्ह्याचा तपास करणाऱ्या डिटेक्टिव्हची खात्रीच होती. मला वाटतं मला पोलिसांपेक्षा क्रेगची जास्त भीती वाटत होती.''

त्यानंतर बराच वेळ टेप नुसतीच चालू होती. अखेर मोर्टिमरचा आवाज आला. ''या गोष्टीला दोन वर्षांच्या वर होऊन गेली आहेत, पण त्या पोराचा मनात विचार आला नाही, असा एकपण दिवस जात नाही. मी स्पेन्सरला आधीच कल्पना देऊन ठेवलीय की, जसा मी साक्ष देण्याइतका बरा होईना ना, तसा...'' आणि टेप संपली.

''वेल डन!'' निक म्हणाला. पण बिग अल्‌ने नुसताच भलामोठा हुंकार दिला. डॅनीने त्याला काय काय विचारायचं, काय बोलायचं ते नीट लिहून दिलं होतं आणि त्याने ते अगदी व्यवस्थित पार पाडलं होतं. मि. रेडमेन यांना अपिलाच्या वेळी लागणारे सर्वच्या सर्व मुद्दे त्यात येत होते.

''काहीही करून ही टेप मला मि. रेडमेन यांच्यापर्यंत पोहोचवायचीच आहे.'' डॅनी म्हणाला. त्याने टेप त्या कॅसेट प्लेअरमधून काढून परत उशीखाली ठेवली.

''ते काही फारसं कठीण पडू नये.'' निक म्हणाला, '' 'लीगल' असं लिहिलेल्या पाकिटातून ती त्यांना पाठवून दे. ज्या वकिलाच्या नावाचं ते पाकीट असेल, त्या वकिलाचा तुरुंगातल्या एखाद्या कैद्याशी काही काळ व्यवहार असल्याची, मादक द्रव्याच्या चोरट्या व्यापाराची जर ऑफिसरला शंका असेल तरच तो ते पाकीट उघडण्याचं धाडस करतो आणि कोणताही बॅरिस्टर असा भलतासलता धोका पत्करेल, असं कोणत्याही ऑफिसरला कधीही वाटणार नाही.''

''पण एखाद्या कैद्याला जर एखादा ऑफिसर सामील असला आणि समजा त्या ऑफिसरला या टेपविषयी समजलं तर!'' बिग अल्‌ म्हणाला.

''पण ते तर शक्यच नाही,'' डॅनी म्हणाला, ''कारण त्या टेपविषयी फक्त आपल्या तिघांनाच माहीत आहे.''

''मोर्टिमरला विसरू नको,'' अखेर उठून बसत बिग अल्‌ म्हणाला, ''आणि तो काही तोंड गप्प ठेवून बसणार नाही. शिवाय त्याला ड्रगच्या डोसची गरज असताना तर नाहीच.''

''मग मी त्या टेपचं काय करू?'' डॅनी म्हणाला, ''कारण त्या टेपशिवाय मला माझं अपील जिंकण्याचा काहीच चान्स नाही.''

''ती टेप पोस्टाने पाठवण्याचा धोका पत्करू नको.'' बिग अल्‌ म्हणाला. ''त्यापेक्षा रेडमेनची अपॉईंटमेंट घे. ती कॅसेट त्याला प्रत्यक्ष भेटल्यावरच दे.

तुम्हाला दोघांना हे माहीत आहे का की, काल एका व्यक्तीने आपल्या वकिलाची मुद्दाम भेट घेतली?''

निक आणि डॅनी काहीच बोलले नाहीत. बिग अल्नेच स्वतःच्या प्रश्नाचं अखेर उत्तर दिलं.

''तो भडवा लीच.'' तो म्हणाला.

''पण हा एक योगायोगसुद्धा असू शकेल.'' निक म्हणाला.

''त्याचा वकील नेमका स्पेन्सर क्रेग असावा हासुद्धा योगायोग असेल?''

''पण तो स्पेन्सर क्रेगच होता याची तुला पक्की खात्री आहे?'' डॅनी आपल्या बंकबेडचा कठडा घट्ट पकडत म्हणाला.

''ऑफिसर्स आमच्या हॉस्पिटलमध्ये नर्सशी गप्पा मारायला येऊन बसतात. त्यांच्यासाठी चहा मीच करतो ना!''

''जर एखाद्या हलकट ऑफिसरला त्या टेपविषयी कळलं, तर ती टेप कुणाच्या टेबलावर जाऊन पोहोचेल, हे सांगायची गरज नाही.'' निक म्हणाला.

''पण मग मी आता काय करू?'' डॅनी निराश होऊन म्हणाला.

''ती टेप पोहोचव तुझ्या वकिलापर्यंत.''

''इथे कन्सल्टेशनसाठी अपॉईंटमेंट घेतली आहे का तुम्ही?''

''तसंच काही नाही.''

''मग तुम्हाला काही कायदेशीर सल्ला वगैरे हवा आहे का?''

''तसंच काही नाही.''

''मग तुम्ही नक्की कशासाठी इथे आला आहात?'' स्पेन्सर क्रेगने विचारलं.

''मला लवकरच वाईनचा मोठा स्टॉक मिळण्याची दुर्मीळ संधी चालून आली आहे. पण एक छोटी अडचण आहे.''

''अडचण?'' क्रेग म्हणाला.

''त्यांना थोडी आगाऊ रक्कम हवी आहे.''

''किती?''

''दहा हजार पौंड.''

''मला त्याबद्दल थोडा विचार करायला अवधी हवा.''

''मला ते माहीतच होतं मि. क्रेग, पण फार जास्त वेळ लावू नका. आणखी एका पार्टीला माझ्यात इंटरेस्ट आहे. त्यांना माझ्याकडून काही प्रश्नांची या खेपेला नीट उत्तरं हवी आहेत.'' एवढं बोलून डनलॉप आर्म्सचा बारमन जरा

थांबला. मग पुढे सावकाश म्हणाला, "मी ३१ मेच्या आत त्याच्या प्रश्नांची उत्तरं देण्याचं त्याला वचन दिलंय."

दाराच्या कुलपात बाहेरून कुणीतरी किल्ली घालून फिरवल्याचा आवाज तिघांनीही ऐकला. ते तिघंही बुचकळ्यात पडले. असोसिएशनची वेळ अजून झाली नव्हती. चांगला तासभर अवकाश होता.

मग कोठडीचा दरवाजा उघडला. दारात हागन उभा होता. "कोठडीची झडती." तो म्हणाला. "तुम्ही तिघं चला कॉरिडॉरमध्ये."

निक, डॅनी आणि बिग अल् बाहेर आले. त्याबरोबर हागन स्वत: त्यांच्या कोठडीत शिरले आणि त्यांनी दार लावून घेतलं. ते पाहून तर त्यांना अधिकच आश्चर्य वाटलं. एखाद्या अधिकाऱ्याने कोठडीची झडती घेणं, ही गोष्ट तशी काही नवीन नव्हती. ते तर नेहमीच होत असे. ऑफिसर नेहमीच दारू, ड्रग्ज, सुरे आणि बंदुकांचा कोठडीत शोध घ्यायचे, पण पूर्वी कधीही झडतीची वेळ आली, तर त्या वेळी तीन ऑफिसर तिथे उपस्थित असायचे. कोठडीचं दार सताड उघडं ठेवण्यात यायचं. कोणीतरी खोटा पुरावा कोठडीत आणून ठेवलाय, अशी कैद्यांनी तक्रार करू नये, यासाठी ही खबरदारी घेण्यात यायची.

काही क्षणांतच कोठडीचं दार उघडून आतून हागन उगवले. त्यांना चेहऱ्यावरचं हसू लपवता येत नव्हतं. "ओ.के. पोरांनो, काही नाही मिळालं."

लीचला लायब्ररीत पाहून डॅनीला धक्काच बसला. आजपर्यंत त्याने कधीही एकाही पुस्तकाला हातसुद्धा लावला नव्हता. कदाचित त्याला वर्तमानपत्र वाचायचं असावं, असं डॅनीला वाटलं. तो उगीचच शेल्फमध्ये उचकापाचक करत होता. त्याला काहीच समजत नव्हतं.

"मी काही मदत करू का?" डॅनी म्हणाला.

"मला 'लॉ रिव्ह्यू'ची लेटेस्ट कॉपी हवीये."

"तुझं नशीब जोरावर दिसतंय." डॅनी म्हणाला. "काही दिवसांपूर्वी लॉ रिव्ह्यूचे फक्त जुने अंक तेवढे होते, पण नंतर कुणीतरी लायब्ररीत भरपूर पुस्तकं देणगी म्हणून दिली. त्यात लॉ रिव्ह्यूचा लेटेस्ट अंकपण दिला."

"मग इकडे दे तो." लीच म्हणाला.

डॅनी लीगल सेक्शनकडे गेला. त्याने एक जाडजूड लेदरच्या कव्हरचं पुस्तक काढलं आणि ते काऊंटरपाशी आणलं.

"नाव आणि नंबर?"

"मी कशाला तुला काही सांगू?"

"तू जर मला तुझं नाव आणि नंबर सांगितला नाहीस, तर मी लायब्ररीचं कार्ड कसं काय बनवणार? आणि त्याशिवाय तुला पुस्तक लायब्ररीबाहेर नेता नाही येणार."

"लीच ६२४१" तो म्हणाला.

डॅनीने एक नवीन लायब्ररीचं कार्ड बनवलं. त्याचा हात थरथर कापत होता. ती गोष्ट लीचच्या लक्षात येऊ नये म्हणून त्याने मनोमन देवाची प्रार्थना केली. "या खालच्या रेघेवर सही कर."

डॅनीने जिथे बोट ठेवलं होतं तिथे लीचने एक फुली मारली.

"पुस्तक तीन दिवसांत परत करावं लागेल." डॅनी म्हणाला.

"तू स्वत:ला कोण समजतोस रे? ऑफिसर आहेस का? मला पाहिजे तेव्हा परत आणीन मी."

लीचने पुस्तक हातात घट्ट पकडलं आणि एक अक्षरही न बोलता तो लायब्ररीच्या बाहेर पडला. डॅनी बुचकळ्यात पडला. लीचला स्वत:ची सहीसुद्धा करता येत नव्हती... आणि मग...

२८

क्रेगने आपली काळी पोर्श गाडी व्हिजिटर्स कारपार्कमध्ये लावली. अजून एक तासाने ते दोघं टोबीला भेटायला जाणार होते. त्याने जेराल्डला एका गोष्टीची आधीच कल्पना देऊन ठेवली होती. बेलमार्श तुरुंगातून बाहेर पडणं जितकं कठीण होतं, तितकंच त्याच्या आत प्रवेश मिळवणंसुद्धा अवघड होतं. एकामागोमाग एक दारे, जिथे तिथे चेकिंग, उलटतपासणी, झडती... आणि या सगळ्या गोष्टी रिसेप्शन एरियामध्ये पोहोचण्यापूर्वीच!

अखेर त्या दोघांनी डेस्कपाशी स्वत:ची नावं दिली. मग त्यांना एक किल्ली देण्यात आली. ती एका लॉकरची होती. स्वत:जवळच्या सगळ्या महत्त्वाच्या गोष्टी त्या लॉकरमध्ये ठेवण्याची त्यांना सूचना देण्यात आली. त्यांना जर तुरुंगातल्या कैद्याला तिथल्याच कँटीनमधून एखादी गोष्ट विकत घेऊन द्यायची इच्छा असली, तर त्यासाठी त्यांना काउंटरवर पैसे भरून प्लॅस्टिकची टोकन्स विकत घ्यावी लागणार होती. त्या टोकन्सवर १ पौंड, ५० पेन्स, २० पेन्स, १० पेन्स असे नंबर छापलेले असत. थोडक्यात कैद्याला भेटायला आलेल्या लोकांनी त्याला रोख पैसे देण्यास बंदी होती. त्या काउंटरच्या पुढे गेल्यावर त्यांची आणखी एकदा कसून झडती घेण्यात आली. या खेपेला त्या झडती घेणाऱ्या ऑफिसरबरोबर एक पोलिसी कुत्राही होता.

"नंबर एक आणि दोन." माईकवरून घोषणा झाली.

क्रेग आणि पेन प्रतीक्षा-कक्षाच्या एका कोपऱ्यात बसून होते. त्यांच्यासमोर टेबलवर 'प्रिझन न्यूज' तसंच 'लॉक अँड की' असे दोन अंक पडले होते. आपला नंबर कधी पुकारण्यात येतो, याची ते वाट पाहत होते.

"नंबर सतरा आणि अठरा." चाळीस मिनिटांनंतर घोषणा झाली.

क्रेग आणि पेन आपापल्या जागेवरून उठले आणि अजून काही दरवाजे पार करून पुढे निघाले. परत एकदा त्यांची आणखी कसून झडती घेण्यात

आली. मग त्यांना व्हिजिटर्स एरियात पाठवण्यात आलं. 'जी' रांगेत अकरा आणि बारा नंबरच्या खुर्च्यांवर त्यांना बसवण्यात आलं.

क्रेग एका हिरव्या खुर्चीवर बसला. ती जमिनीला वर ठोकून पक्की बसवली होती. पेन आपल्याजवळची टोकन्स घेऊन कँटीनमध्ये तीन कप चहा आणि थोडी चॉकलेट्स आणायला गेला. तो एका ट्रेमध्ये ते सर्व सामान घेऊन परत आला. हे टेबलसुद्धा असंच जमिनीला ठोकून पक्कं बसवलेलं होतं. पेनपण क्रेगच्या शेजारी बसला.

''आपल्याला आणखी किती वेळ थांबावं लागणार?'' तो म्हणाला.

''मला वाटतं, अजून थोडा वेळ लागेल.'' क्रेग म्हणाला. ''कैद्यांना एक-एक करून आत सोडतात. मला वाटतं आपली जेवढी झडती घेण्यात येते, त्याहून कितीतरी पटीने जास्त कडक झडती त्यांची घेण्यात येत असणार.''

❖

''मागे वळून बघू नको,'' बेथ कुजबुजत्या स्वरात म्हणाली, ''पण क्रेग आणि पेन हे दोघंही तुझ्यामागे तीन ते चार ओळी सोडून बसले आहेत. ते कुणालातरी भेटायला आले असणार.''

डॅनीच्या जिवाचा थरकाप झाला; पण त्याने मागे वळून बघण्याचा मोह टाळला. ''नक्की मोर्टिमरला भेटायला आले असतील; पण आता फार उशीर झाला आहे.''

''उशीर? कशासाठी?'' बेथ म्हणाली.

डॅनीने तिचा हात हातात घेतला. ''मला आत्ता स्पष्ट काही सांगता येणार नाही, पण पुढच्या खेपेला तू जेव्हा ॲलेक्सला भेटशील, तेव्हा तो तुला सगळं काही नीट समजावून सांगेल.''

''अरे वा, आता ॲलेक्स म्हणायला लागलायस?'' बेथ हसत म्हणाली, ''मग आता तुम्ही दोघं एकमेकांना नावाने एकेरीत हाक मारायला लागलात वाटतं?''

''अगं, फक्त त्याच्यामागेच म्हणतो मी त्याला तसं.''

''किती भित्रा आहेस रे तू!'' बेथ म्हणाली. ''मि. रेडमेन तुझा उल्लेख नेहमी 'डॅनी' असाच करतात. तू आजकाल रोजच्या रोज दाढी वगैरे करतोस, म्हणून ते किती खूश असतात माहिती आहे! त्यांनीच सांगितलं मला तसं. शिवाय तू केसपण जरा वाढवले आहेस. त्यांच्या मते अपिलाच्या वेळी जेव्हा तुला कोर्टात उपस्थित राहायची वेळ येईल, तेव्हा याने नक्कीच फरक पडेल.''

''गॅरेजचं कसं काय चाललंय?'' डॅनी विषय बदलून म्हणाला.

"डॅड आता जरा दमानेच घेत आहेत." बेथ म्हणाली, "त्यांच्यामागे मी केव्हाची लागले आहे, सिगारेट सोडा म्हणून. सारखे खोकत असतात. पण त्याबाबतीत माझं किंवा मॉमचं काहीच ऐकत नाहीत ते."

"मग त्यांनी आता मॅनेजर म्हणून कुणाला नेमलंय?"

"ट्रेव्हर सूटन."

"ट्रेव्हर सूटन? त्याला काही अक्कल तरी आहे का?"

"पण दुसऱ्या कुणालाच ती जागा नको होती."

"पण मग तू हिशेबाच्या वह्यांवर अगदी बारकाईने नजर ठेवून राहा बरं का!" डॅनी म्हणाला.

"का? ट्रेव्हर भामटा वाटतो का तुला?"

"तसं नाही, पण त्याला आकडेमोड जमत नाही."

"पण त्याबाबतीत मी काय करू शकणार?" बेथ म्हणाली. "डॅड माझ्याशी कधीच मोकळेपणाने बोलत नाहीत. विश्वासात घेऊन काही सांगत नाहीत आणि अगदी खरं सांगू, आजकाल मीपण कामात अगदी बुडून गेलेली आहे."

"मि. थॉमस फार राबवून घेतात का तुला?" डॅनी हसून म्हणाला.

बेथ हसली. "मि. थॉमस फारच चांगले बॉस आहेत, हे तर तुलाही माहीत आहे. तुझ्या खटल्याची सुनावणी चालू होती, तेव्हा ते किती चांगले वागले होते. आठवतंय ना? आणि नुकतीच त्यांनी मला पगारवाढपण दिलीय."

"ते स्वभावाने चांगले आहेत. अ गुड चॅप! यात काही शंका नाही; पण–" डॅनी म्हणाला.

"काय म्हणालास? अ गुड चॅप?" बेथला हसू फुटलं.

"हा सगळा त्या निकचा दोष आहे." डॅनी नकळत आपल्या केसांमधून हात फिरवत म्हणाला.

"तू अशाच प्रकारे वागणार-बोलणार असशील ना, तर खटल्यानंतर तुझ्या जुन्या दोस्तांमध्ये मुळीच रमणार नाहीस तू."

"पण तुझ्या एक गोष्ट लक्षात आली आहे ना," डॅनी तिच्या बोलण्याकडे दुर्लक्ष करत म्हणाला, "मि. थॉमस लट्टू आहेत बरं का तुझ्यावर!"

"काहीतरी विनोद करू नको." बेथ म्हणाली. "ते अतिशय सभ्यपणे वागतात माझ्याशी."

"हो. पण तरी मनातून लट्टू असू शकतातच ना?"

❖

"या इतक्या सुरक्षित पहाऱ्याच्या ठिकाणी ड्रग्ज कशी काय आणत असतील

लोक?'' पेन म्हणाला. त्याचं लक्ष वर बसवलेल्या क्लोजसर्किट टीव्हीकडे गेलं. वरच्या बाल्कनीत बसलेला ऑफिसर तर हातातली दुर्बीण रोखून त्याच्याचकडे बघत होता.

"ड्रग्जची वाहतूक करणारे लोक आता फारच हुशार होत चालले आहेत.'' क्रेग म्हणाला. "मुलांच्या नॅपीज, विग्ज... काही लोक तर निरोधमध्ये ड्रग्ज भरून सरळ खालून आत सरकवून देतात, कारण ऑफिसर झडती घेत असताना सहसा त्या ठिकाणी तपासायच्या भानगडीत पडत नाही. काहीतर इतके हातघाईवर आलेले असतात की, ते प्लॅस्टिकच्या छोट्याशा पिशवीत ड्रग्जची पावडर भरून ती सरळ गिळून टाकतात.''

"पण आत गिळलेलं ते पाकीट जर कधी आतल्या आत फुटलं तर?''

"तसं झालं तर अक्षरश: कुत्र्याच्या मौतीने मरतात. माझ्या एका अशिलाला ही कला चांगली अवगत होती. तो हेरॉईनचं पाकीट गळ्यापाशी गिळून तसंच धरून ठेवायचा आणि कोठडीत पोहोचल्यावर खोकला काढून ते बाहेर काढायचा. आपल्याला ही गोष्ट फार मोठा धोका पत्करण्यासारखी वाटते. पण जरा नुसती कल्पना कर, या कैद्यांना आठवड्याला फक्त बारा रुपये पगार मिळतो आणि एक अगदी लहानसं पाकीट विकून त्यांना पाचशे पौंड कमावता येतात. मग तेवढ्यासाठी हा धोका पत्करायला काहीच हरकत नाही असं त्यांना वाटतं. आपली त्यांनी इतकी कडक झडती घेण्यामागचं कारणही हेच होतं – टोबीला ड्रग्जच्याच गुन्ह्याबद्दल शिक्षा झाली आहे ना?''

"हा टोबी इथे यायला इतका वेळ का लावतोय? आणखी थोडा वेळ जर त्याने लावला, तर भेटीची वेळसुद्धा संपून जाईल.'' पेन थंडगार झालेल्या चहाकडे बघत म्हणाला.

"सॉरी टू डिस्टर्ब यू सर,'' एक ऑफिसर क्रेगच्या जवळ येऊन म्हणाला, "टोबी मोर्टिमर आजारी पडला आहे. तो आत्ता तुम्हाला भेटायला इथे येऊ शकणार नाही.''

"हलकट साला!'' क्रेग रागाने उठून उभा राहत म्हणाला, "वाटलंच मला! निदान आधी कळवायचं तरी आपल्याला!''

❖

"उठा! उठा! ताबडतोब आपापल्या कोठड्यांमध्ये चालू लागा. ताबडतोब म्हणजे खरोखर ताबडतोब!'' एक आवाज मोठ्यांदा ओरडून म्हणाला. शिट्ट्या वाजू लागल्या, भोंगे वाजू लागले. प्रत्येक कॉरिडॉरमध्ये ऑफिसर्स उगवले

आणि ते एकेका कैद्याचं मानगूट धरून त्याला कोठडीत हाकलू लागले.

"पण मला एज्युकेशन विभागात जायला हवं." डॅनी विरोध करत म्हणाला. इतक्यात त्याला कोठडीत ढकलण्यात आलं आणि दार त्याच्या तोंडावर बंद झालं.

"आज नाही डॅनी बॉय," बिग अल् सिगारेट पेटवून म्हणाला.

"हा सगळा काय गोंधळ चाललाय?" निक म्हणाला.

"एखादे वेळी एकच गोष्ट असेल नाहीतर अनेक गोष्टी एका वेळी घडल्या असतील." बिग अल् दीर्घ श्वास घेत म्हणाला.

"म्हणजे?"

"एखादे वेळी दुसऱ्या विंगमध्ये मारामारी झाली असेल आणि त्याचे पडसाद इतर विंग्जमध्ये उमटतील असं कदाचित स्क्र्यूना वाटत असेल किंवा कोणीतरी एखाद्या स्क्र्यूवरच हल्ला चढवला असेल. गॉड हेल्प द बास्टर्ड! एखाद्या ड्रगचा पुरवठा करणाऱ्याला रंगेहाथ पकडण्यात आलं असेल, नाहीतर एखाद्या कैद्याने स्वतःच्या कोठडीला आग लावून दिली असेल. माझी बेट..." असं म्हणून त्याने भरपूर धूर सोडला आणि पुढे म्हणाला, "नक्कीच एखाद्याने गळफास लावून घेतला असेल." मग त्याने सिगारेटच्या टोकावरची राख झटकली आणि म्हणाला, "तुम्हीच ठरवा काय ते. आता एक गोष्ट नक्की, पुढचे चोवीस तास आपल्याला कोठडीत डांबून ठेवण्यात येईल. कुणीही बाहेर काढणार नाही आपल्याला. निदान हा गोंधळ निस्तरण्यात येईपर्यंत!"

बिग अल्चं म्हणणं खरंच होतं. पुढचे सत्तावीस तास ते आतच होते. अखेर बाहेरून किल्ली फिरवल्याचा आवाज झाला.

"हा सगळा काय प्रकार होता?" दार उघडणाऱ्या ऑफिसरला निक म्हणाला.

"काही कल्पना नाही." ऑफिसरने नियमाच्या चौकटीत बसणारं उत्तर दिलं.

"कोणीतरी गळफास लावून घेतलाय." पलीकडच्या कोठडीतून आवाज आला.

"पुअर बास्टर्ड! या ठिकाणाहून बाहेर पडण्याचा तेवढाच मार्ग शिल्लक उरला असेल बिचाऱ्याकडे."

"आपल्या माहितीचा कोणी होता का?" शेजारच्या कोठडीतून आणखी एक आवाज आला.

"ड्रग ॲडिक्ट होता. फार दिवस झाले नव्हते इथे येऊन."

❖

जेराल्ड पेनने एका माणसाला मि. स्पेन्सर क्रेगच्या चेंबर्सचा पत्ता विचारला.

"त्या चौकात पलीकडच्या बाजूला, सर. नंबर सहा." तो माणूस म्हणाला.

"त्यांचं ऑफिस सर्वांत वरच्या मजल्यावर आहे.''

पेन घाईघाईने चौकातून पलीकडे गेला. रस्त्यावर पाटी होती – हिरवळीवरून चालू नये. त्याने त्या सूचनेचं नीट पालन केलं. आज सकाळी त्याला क्रेगचा फोन आला होता. ''आज दुपारी चारच्या सुमाराला माझ्या ऑफिसात आलास, तर इथून पुढे रोज रात्री व्यवस्थित झोप लागेल तुला.'' त्यामुळे तो आत्ता क्रेगच्या भेटीसाठी निघाला होता.

पेन चौकातून पलीकडे पोहोचल्यावर दगडी पायऱ्या चढून वर गेला आणि त्याने एक दार ढकलून उघडलं. मग तो एका जुनाट, कुबट वासाच्या कॉरिडॉरमध्ये शिरला. कॉरिडॉरच्या भिंतींवर जुन्या जज्जचे फोटो लटकत होते. कॉरिडॉरच्या शेवटी एक जुनाट लाकडी जिना होता. भिंतीवर एक काळा फळा होता आणि त्यावर ओळीने नावं लिहिलेली होती. प्रत्येक चेंबरमध्ये कोण बसतं हे त्यावरून समजत होतं. मि. क्रेग स्पेन्सर यांचं चेंबर सर्वांत वरच्या मजल्यावर आहे, असं त्याला थोड्या वेळापूर्वीच कुणीतरी सांगितलेलं होतं. त्या जुनाट, लाकडी जिन्याच्या पायऱ्या चढून धापा टाकत पेन सर्वांत वरच्या मजल्यावर पोहोचला. त्याची चांगलीच दमछाक झाली होती.

''मि. पेन?'' एक तरुणी म्हणाली. ती जिन्याच्या सर्वांत वरच्या पायरीवर त्याचीच वाट बघत उभी होती. ''मी मि. क्रेग यांची सेक्रेटरी. त्यांचा आत्ताच फोन आला होता. ते ओल्ड बेली बिल्डिंगमधून निघाले आहेत. आत्ता पाच मिनिटांत पोहोचतीलच इकडे. तुम्ही त्यांच्या ऑफिसमध्ये बसता का?'' असं म्हणून तिने त्याला त्या कॉरिडॉरमधून चालत क्रेगच्या ऑफिसकडे नेलं. ऑफिसचं दार उघडून त्याला आत जायला सांगितलं.

''थँक यू!'' असं म्हणत पेन एका मोठ्याशा खोलीत शिरला. त्यात सामानसुमान काही फारसं नव्हतंच. एक मोठं टेबल, दोन उंच पाठीच्या खुर्च्या. लेदरच्या. त्या टेबलाच्या दोन्ही बाजूंना एक-एक याप्रमाणे ठेवलेल्या होत्या.

''तुम्ही चहा किंवा कॉफी घेणार मि. पेन?''

''नाही. थँक यू.'' पेन म्हणाला. त्याने खिडकीतून खालच्या चौकाकडे नजर टाकली.

तिने बाहेर जाताना दार लावून घेतलं. पेन क्रेगच्या टेबलासमोरच्या खुर्चीत बसला. ते ओकंबोकंच होतं. जणूकाही त्या टेबलापाशी बसून कुणी काही कामच केलेलं नसावं. त्यावर फोटो नव्हते, फुलं नव्हती, स्मृतिचिन्हं नव्हती. फक्त एक ब्लॉटिंग पॅड, एक टेपरेकॉर्डर आणि एक जाडजूड लिफाफा. त्यावर मि. एस क्रेग असं लिहून 'खासगी' असा शिक्का मारलेला होता.

काही क्षणांतच क्रेग तिथे आला. त्याच्या मागोमाग त्याची सेक्रेटरीपण आली.

जणूकाही आपण त्याचं अशील आहोत असं भासवत पेनने उठून क्रेगशी औपचारिक हस्तांदोलन केलं.

"हॅव अ सीट ओल्ड बॉय," क्रेग म्हणाला, "मिस रसेल, मला इथे कोणाचाही व्यत्यय नकोय हं. जरा लक्ष ठेवा."

"ऑफ कोर्स मि. क्रेग." असं म्हणून ती बाहेर निघून गेली. जाताना तिने दार लावून घेतलं.

"मला जे वाटतंय तेच आहे का हे?" क्रेगच्या टेबलावर पडलेल्या एका जाड लिफाफ्याकडे बोट दाखवत पेन म्हणाला.

"आता आपण उघडून बघू या ना, त्यात काय आहे ते." क्रेग म्हणाला. "ते आज सकाळीच आलं. मी त्या वेळी कोर्टात होतो." त्याने तो लिफाफा उघडला आणि त्यातली गोष्ट बाहेर काढली. ती एक छोटीशी कॅसेट होती.

"ही तुझ्या हातात कशी काय आली?" पेन म्हणाला.

"ते तू न विचारलेलंच बरं." क्रेग म्हणाला. "एवढंच सांगतो, अगदी खालच्या स्तरातसुद्धा माझे मित्र पसरलेले आहेत." त्याने हसून ती कॅसेट उचलली आणि टेपरेकॉर्डरमध्ये घातली. "टोबीला सगळ्या जगासमोर काय सांगायचं होतं, ते आपल्याला कळेलच आता." त्याने 'प्ले'चं बटण दाबलं. क्रेग आपल्या खुर्चीत अगदी आरामात रेलून बसला. पेन मात्र आपल्या खुर्चीत कडेवर अवघडून बसला होता. त्याने आपली कोपरं टेबलावर टेकली होती. बरीच सेकंद तशीच गेली आणि मग कुणाचा तरी आवाज आला.

"तुमच्यापैकी नक्की कोण ही टेप ऐकतंय, हे काही कळायला मला मार्ग नाही." क्रेगला तो आवाज पहिल्याप्रथम काही ओळखू आला नाही. तो आवाज पुढे म्हणाला, "लॉरेन्स डेव्हनपोर्ट ऐकतोय का? पण ती शक्यता जरा कमीच वाटते. कदाचित जेराल्ड पेन असू शकेल." ते शब्द ऐकताच जेराल्ड पेनच्या पाठीच्या कण्यातून भीतीची एक लहर दौडत गेली. "मला वाटतं, नक्कीच स्पेन्सर क्रेग असणार." क्रेगचा चेहरा अजूनही निर्विकारच होता. "तुमच्यापैकी जो कोण असेल ते असो. मी एवढं एकच सांगू इच्छितो की, तुम्ही सर्व जण बर्नी विल्सनचा खून केल्याबद्दल जेलमध्ये जाणार एवढं नक्की! त्याबाबत मनात अजिबात शंका बाळगू नका. एवढंच नाही, तर मी निरपराध असताना इथे तुमच्यामुळे तुरुंगात पडलो आहे, त्याचीही शिक्षा तुम्हाला भोगावी लागणारच आहे. मग हे करण्यासाठी मला माझं उभं आयुष्य खर्च करावं लागलं तरी बेहत्तर! तुम्ही ज्या टेपच्या शोधात होता, ती टेप जर अजूनही मिळवण्याची इच्छा असली, तर एकच सांगतो. ती अशा ठिकाणी आहे की, ती घेण्यासाठी तुम्हाला मी ज्या ठिकाणी आहे, त्या ठिकाणी यावं लागेल. लॉकअपमध्ये!"

२१

गेल्या अनेक महिन्यांनंतर पहिल्यांदाच डॅनीने मोठ्या आरशात आपलं संपूर्ण प्रतिबिंब पाहिलं. स्वत:कडे पाहून त्याला खूप आश्चर्य वाटलं. त्याला वाटलं होतं त्याहून कितीतरी पटीने जास्त निकच्या व्यक्तिमत्त्वाचा प्रभाव त्याच्यावर पडलेला होता. अचानक त्याला एका गोष्टीची जाणीव होऊन खूप अवघडल्यासारखं झालं. आपल्या अंगातले हे इतके झकपक कपडे कोर्टात घालण्यासारखे नाहीत, असं त्याला तीव्रतेनं वाटलं. त्याऐवजी निक आपल्याला स्वत:चा सौम्य रंगाचा सूट, शर्ट आणि टाय देऊ करत होता, तो आपण घ्यायला हवा होता, असंही त्याला वाटून गेलं. निकच्या आणि डॅनीच्या कपड्यांच्या साईजमध्ये म्हणावा तितका फरकही नव्हता.

डॅनी आपल्या जागेवर – आरोपीच्या पिंजऱ्यात – बसला आणि तीन जज्जची वाट पाहू लागला. सकाळी सात वाजता तुरुंगाची पांढरी व्हॅन त्याला आणि इतर बारा कैद्यांना अपिलाच्या सुनावणीसाठी कोर्टात घेऊन आली होती. त्यातले किती जण आज रात्री तुरुंगात परत येतील बरं? आल्या आल्या डॅनीला एका कोठडीत बंद करण्यात आलं होतं. तिथे त्याला विचार करायला वेळ मिळाला होता. अर्थात, आज त्याला कोर्टात तोंड उघडून बोलायला मिळणारच नव्हतं. मि. रेडमेन यांनी या अपिलाची संपूर्ण प्रक्रिया त्याला अगदी तपशीलवार समजावून सांगितली होती. खटल्याच्या सुनावणीपेक्षा ती खूपच वेगळी असते, हेही त्यांनी त्याला सांगितलं होतं.

तीनही जज्जनी पूर्वी खटल्यात सादर करण्यात आलेला सर्व पुरावा नीट पडताळून पाहिला. त्याचप्रमाणे खटल्याच्या सुनावणीची संपूर्ण संहितापण त्यांनी वाचून काढली. आता याव्यतिरिक्त काहीतरी नवीन पुरावा पुढे आलेला असून त्यामुळे ज्युरींनी आणि जज्जनी दिलेला निर्णय पूर्णपणे बदलू शकतो अशी या तीनही जज्जची खात्री पटवून देण्याची कामगिरी मि. रेडमेन यांना पार पाडायची होती.

मि. रेडमेन यांनी डॅनीजवळची ती टेप ऐकल्यावर त्यांची एका बाबतीत खात्री पटली होती – त्या तीन जज्जच्या मनात खटल्याच्या पूर्वीच्या निकालाबद्दल संदेह निर्माण करण्याएवढी ताकद त्या टेपमध्ये नक्कीच होती; परंतु खुद्द टोबी मोर्टिमर कोर्टात येऊन साक्ष का देत नाहीये, हा विषय मात्र न निघाला तर बरं, असं त्यांना मनातून वाटत होतं.

थोड्या वेळाने डॅनीच्या कोठडीचं दार उघडलं आणि ॲलेक्स रेडमेन त्याला भेटायला आले. याच्या थोडे दिवस आधी त्या दोघांची जेव्हा भेट झाली होती, तेव्हा परत एकदा रेडमेन यांनी आग्रह धरला होता– डॅनीने आपल्याला ॲलेक्स म्हणत जावं, असं त्यांना मनापासून वाटत होतं. डॅनीने परत एकदा त्यांचं म्हणणं अमान्य केलं. त्याला मनातून कसंसंच वाटत होतं. खरंतर मि. रेडमेन यांनी त्याला अगदी सुरुवातीपासून कायम बरोबरीच्या नात्यानेच वागवलं होतं. ॲलेक्स रेडमेन यांनी तो नवीन पुरावा अगदी नीट पडताळून पाहिला. पुन:पुन्हा पाहिला! मोर्टिमरने आपलं जीवन संपवलं असलं तरी त्याच्या आवाजातली ती टेप त्यांच्या ताब्यात होती. ॲलेक्स रेडमेनच्या मते, तो हुकमी एक्का होता.

"त्याच त्याच उपमांचा वापर कधी करू नये मि. रेडमेन." डॅनी हसून म्हणाला.

ॲलेक्स रेडमेन हसले. "आणखी एक वर्ष जाऊ दे. स्वत:चा खटला स्वत:च चालवशील बघ तू."

"तशी वेळ न आली तर बरं!" डॅनी म्हणाला.

❖

डॅनीने मान वर करून पाहिलं. बेथ आणि तिची आई बाल्कनीत पहिल्याच रांगेत बसल्या होत्या. बाल्कनी प्रेक्षकांनी खच्चून भरली होती. त्यातले बरेच डॅनीच्या घराच्या आसपास राहणारेच होते. आज डॅनीची निर्दोष मुक्तता होऊन तो घरी परत येणार याविषयी त्यांच्या मनात काहीच संशय नव्हता. फक्त बेथच्या वडिलांना मात्र असं वाटत नव्हतं, याचं डॅनीला मनातून दु:ख झालं.

कोर्टाच्या बाहेरच्या बाजूला रस्त्यावरही प्रचंड गर्दी झाली होती. काही लोक मोठ्यांदा डॅनीच्या नावाचा घोष करत होते, तर काही हातात डॅनी निर्दोष असल्याचं सांगणाऱ्या पाट्या घेऊन उभे होते. अर्थात डॅनीला या कशाचीही कल्पना नव्हती. डॅनीने प्रेस सेक्शनकडे वळून पाहिलं. तिथे एक तरुण वार्ताहर हातात पेन आणि नोटपॅड सरसावून बसला होता. उद्याच्या पेपरात छापायला याला काही खास बातमी मिळेल का नाही? – डॅनीच्या मनात आलं. नुसती ती

टेप काही फार मोठा परिणाम साधू शकणार नव्हती. ॲलेक्सने डॅनीला या गोष्टीची कल्पना देऊनच ठेवली होती. पण एकदा का ती टेप कोर्टापुढे सादर झाली की, त्यातील सर्वच्या सर्व संभाषण संपूर्ण देशभरातील सर्व वृत्तपत्रांमध्ये छापून येणार याची अगदी ॲलेक्सला खात्रीच होती व तसं झालं म्हणजे मग...

डॅनी एकटा नव्हता. ॲलेक्स, निक, बिग अल् आणि अर्थात बेथ हे डॅनीच्या चाहत्यांच्या छोट्याशा आर्मीचे जनरल्स होते. ॲलेक्सने डॅनीपाशी एक गोष्ट कबूल केली होती. मोर्टिमरने टेपमध्ये सांगितलेली हकिकत खरीच आहे, अशी ग्वाही देणारा आणखी किमान एक साक्षीदार पुढे येईल, अशी ॲलेक्सला मनातून आशा वाटत होती. जर टोबी मोर्टिमर खरं काय ते सांगायला तयार झाला होता, तर मग जेराल्ड पेन किंवा लॅरी डेव्हनपोर्ट होणार नाही असं कशावरून? दोन वर्षं सदसद्विवेकबुद्धीची टोचणी सहन करत जगल्यानंतर खरं काय ते सांगून मोकळं व्हावं, असं त्यांना वाटलं तर?

"तुम्ही सरळ त्यांना जाऊन भेटत का नाही?" डॅनीने विचारलं होतं. "ते कदाचित तुमचं ऐकतील!"

पण ती गोष्ट केवळ अशक्य होती. ॲलेक्स रेडमेन यांनी डॅनीला ते नीट समजावून सांगितलं होतं. जर यदाकदाचित, योगायोगाने, एखाद्या पार्टीत तरी तो त्यांना सहज म्हणून भेटला, त्यांच्याशी बोलला, तरी तेवढ्या कारणावरूनसुद्धा त्याला ही केस लढवता आली नसती. त्याच्यावर नियमबाह्य वर्तनाचा शिक्का बसला असता.

"मग तुम्ही तुमच्याऐवजी दुसऱ्या कुणालातरी त्यांच्याकडे पाठवून नाही का देऊ शकत? बिग अल्ने ज्याप्रमाणे पुरावा गोळा केला, तसाच त्यांच्याकडून गोळा करून आणायचा."

"नाही." ॲलेक्स ठामपणे म्हणाला, "जर या कृत्यामागे माझा हात असल्याचं सिद्ध झालं, तर तुझा वकील जाईल आणि माझा जॉब जाईल."

"मग त्या बारमनचं काय?" डॅनीने विचारलं.

रेग जॅक्सनची म्हणजेच त्या बारमनची संपूर्ण पार्श्वभूमी ॲलेक्सने आधीच तपासून पाहिली होती. त्याला पूर्वी कधी एखाद्या गुन्ह्याविषयी शिक्षा वगैरे झाली होती का तेही पाहिलं होतं. त्याने तसं डॅनीला सांगितलं.

"मग?" डॅनी म्हणाला.

"काहीही नाही." ॲलेक्स म्हणाला. "तशी त्याला दोन वेळा चोरीचा माल जवळ बाळगल्याबद्दल नुसती अटक झाली होती, पण पोलीस काहीच सिद्ध करू शकले नव्हते. त्यामुळे मग त्याच्यावरचा आरोप मागे घेण्यात आला होता."

"आणि बेथचं काय?" डॅनी म्हणाला. "ते बेथला परत एकदा साक्ष देण्याची परवानगी देतील का?"

"नाही." ॲलेक्स म्हणाला. "जज्जनी तिची लेखी साक्ष वाचून काढली असेल. त्यांना तेच तेच परत ऐकण्याची इच्छा नसणार. त्याने डॅनीला आणखी एका गोष्टीचीपण कल्पना देऊन ठेवली. त्या जज्जनी नंतर जे समारोपाचं भाषण केलं होतं, त्यात तरी निदान त्यांना हा खटला परत एकदा नव्याने चालवण्यात येण्याची गरज आहे असं त्यांनी अजिबात सूचित केलं नव्हतं."

"थोडक्यात काय, सारं काही त्या टेपवरच अवलंबून आहे."

"बिग अल्चं काय?"

आपण अल्बर्ट क्रॅन ऊर्फ बिग अल्ला साक्षीसाठी बोलावण्याचा विचार केला होता; पण नंतर तो रहित केला, असं ॲलेक्सने डॅनीला सांगितलं. बिग अल्च्या साक्षीने भलं होण्याऐवजी वाईट होण्याचा धोका अधिक होता, असं त्याचं मत होतं.

"पण तो फार चांगला मित्र आहे माझा." डॅनी म्हणाला.

"मित्र आहे, पण गुन्हेगारी पार्श्वभूमी असलेला!"

❖

दहाचे टोले पडले. तीन जज्ज कोर्टात आले. कोर्टातले सर्व उपस्थित उठून उभे राहिले आणि जज्जना अभिवादन करून जज्ज आपापल्या खुर्चीत बसेपर्यंत तसेच थांबले. त्या जज्जमध्ये दोन पुरुष आणि एक स्त्री होती. या तिघांच्या हातात आपलं आयुष्य अवलंबून आहे, असं डॅनीला वाटलं. त्यांचा विग, गाऊन्स वगैरे घातलेला अवतार आणि अंधारात थोडेसे अंधूक दिसणारे आकार पाहून डॅनीला निराशा वाटली.

ॲलेक्स रेडमेनने समोर एक फाइल ठेवली होती. या खेपेला कोर्टात ॲलेक्स एकटाच उपस्थित असणार होता. सरकारी वकील अर्नोल्ड पिअरसन यांना उपस्थित राहावं लागणार नव्हतं. डॅनीला ते बरंच वाटलं.

सर्व जज्ज स्थानापन्न झाल्यानंतर त्यांच्यातले ज्येष्ठ जज्ज लॉर्ड जस्टिस ब्राऊन यांनी मि. रेडमेन यांना आपलं भाषण करण्याची विनंती केली.

ॲलेक्सने सुरुवातीला कोर्टासमोर खटल्याची पार्श्वभूमी समजावून सांगितली. त्या वेळी जज्जच्या मनात पुरेसा संदेह निर्माण करण्याचा त्याने आटोकाट प्रयत्न केला, पण त्यांच्या चेहऱ्यावरून तो प्रयत्न फारसा यशस्वी झाल्याचं काही दिसत नव्हतं. त्याला भाषण करताना मध्येच थांबवून जज्ज ब्राऊन यांनी दोन-

तीन वेळा नवीन पुरावा काय सादर करणार आहात, अशी चौकशी केली. जुन्या खटल्याचा सर्व तपशील तीनही जज्जनी अगदी बारकाईने वाचला असल्याचं त्यांनी मुद्दाम सांगितलं.

अखेर ॲलेक्सने त्यांना सांगितलं, ''मिलॉर्ड, मी आपल्यासमोर खरोखरच अत्यंत महत्त्वाचा पुरावा सादर करणार आहे.''

त्यानंतर ॲलेक्स आपल्या पुढच्या फाइलचं पान उलटून म्हणाला, ''मिलॉर्ड, माझ्याकडे एका टेपवर एक संभाषण ध्वनिमुद्रित आहे. तुम्ही पुरावा म्हणून त्याचा विचारा करावा अशी माझी विनंती आहे. हे संभाषण टोबी मोर्टिमर याच्या तोंडचं असून, डनलॉप आर्म्समध्ये जेव्हा खून घडला, तेव्हा तो त्या ठिकाणी उपस्थित होता. मूळ खटल्याच्या वेळी तो प्रकृती-अस्वास्थ्याच्या कारणासाठी साक्ष देऊ शकला नव्हता.'' ॲलेक्सने टेप उचलल्याबरोबर डॅनीने श्वास रोखून धरला. ॲलेक्सने आपल्या पुढ्यातील कॅसेट प्लेअरमध्ये ती टेप घातली. तो 'प्ले'चं बटण दाबणार इतक्यात लॉर्ड जस्टिस ब्राऊन पुढे झुकून म्हणाले ''जरा थांबा, मि. रेडमेन.''

डॅनीच्या जिवाचा थरकाप झाला. तीन जज्जची आपापसांत कुजबुज सुरू झाली. त्यानंतर जस्टिस ब्राऊन यांनी ॲलेक्सला एक प्रश्न विचारला, पण त्या प्रश्नाचं उत्तर त्यांना आधीपासूनच माहीत असावं.

''हे मि. मोर्टिमर साक्षीसाठी उपस्थित राहणार आहेत का?'' ते म्हणाले.

''नाही. मिलॉर्ड. पण ही जी टेप आहे ना –''

''पण ते आमच्यासमोर साक्षीला का उभे राहणार नाहीत मि. रेडमेन? ते अजूनही आजारीच आहेत का?''

''मिलॉर्ड, दुर्दैवाने त्यांचं नुकतंच निधन झालं.''

''त्यांच्या मृत्यूचं कारण काय?''

ॲलेक्सने मनातल्या मनात एक शिवी हासडली. लॉर्ड जस्टिस ब्राऊन यांना सगळं काही नक्की माहीत होतं, याची ॲलेक्सला खात्रीच होती, पण प्रत्येक गोष्टीची कोर्टाच्या रेकॉर्डसमध्ये शब्दशः नोंद व्हावी यासाठी हे सगळं चाललं होतं.

''त्यांनी हेरॉईनचा ओव्हरडोस घेऊन आत्महत्या केली मिलॉर्ड.''

''ते रजिस्टर्ड हेरॉईन ॲडिक्ट होते का?'' लॉर्ड जस्टिस ब्राऊन काही मुद्दा सोडायला तयार नव्हते.

''होय मिलॉर्ड, पण हे संभाषण ध्वनिमुद्रित करण्यात आलं, त्या वेळी त्यांच्या प्रकृतीत बरीच सुधारणा झाली होती. ते जवळजवळ व्यसनमुक्त झाले होते.''

“मग ही गोष्ट शपथेवर सांगण्यासाठी तुम्ही या कोर्टापुढे त्यांच्या डॉक्टरना हजर करालच ना?”

“दुर्दैवाने तसं करता येणार नाही मिलॉर्ड.”

“म्हणजे हे ध्वनिमुद्रण जेव्हा करण्यात आलं, तेव्हा तिथे एकही डॉक्टर उपस्थित नव्हता?”

“नव्हता मिलॉर्ड.”

“मग हे ध्वनिमुद्रण ज्या परिस्थितीत करण्यात आलं, त्याविषयी साक्ष देऊ शकेल असा तुरुंगातला ऑफिसर तरी त्या वेळी होता का उपस्थित?”

“नाही मिलॉर्ड.”

“मग मला एक सांगा मि. रेडमेन, नक्की कोण उपस्थित होतं तेव्हा?”

“एक मि. अल्बर्ट क्रॅन उपस्थित होते.”

“पण हे जर डॉक्टरही नाहीत आणि तुरुंगाचे ऑफिसरपण नाहीत, तर मग ते नक्की कोण आहेत?”

“एक कैदी.”

“खरं की काय? मि. रेडमेन, मग आता हा पुढचा प्रश्न विचारणं भागच आहे मला. हे ध्वनिमुद्रण मि. टोबी मोर्टिमर यांच्यावर कोणत्याही प्रकारचा दबाव न आणता करण्यात आलं आहे, असं सिद्ध करणारा काही पुरावा तुम्ही सादर करू शकणार आहात का?”

ॲलेक्स घुटमळला. “नाही मिलॉर्ड, पण एकदा तुम्ही ती टेप स्वत: ऐकलीत की, त्यावरून टोबी मोर्टिमरची ते सांगत असतानाची मन:स्थिती कशी होती, ते तुम्हाला कळेलच.”

“पण या ध्वनिमुद्रणाच्या वेळी मि. क्रॅन यांनी त्याच्या गळ्यापाशी सुरा धरला नसेलच, असं कशावरून मि. रेडमेन? तेवढंच कशाला, नुसते मि. क्रॅन समोर उभे आहेत या कल्पनेनेसुद्धा हा टोबी मोर्टिमर गर्भगळित झालेला असू शकेल.”

“मी म्हणतो त्याप्रमाणे तुम्ही जर स्वत: ती टेप ऐकलीत मिलॉर्ड, तर वस्तुस्थिती काय हे तुम्हाला कळेलच.”

“मी याबद्दल माझ्या सहकाऱ्यांशी जरा चर्चा करतो मि. रेडमेन.”

त्यानंतर परत एकदा ते तिघंही जज्ज आपापसांत कुजबुजत्या स्वरात बोलू लागले.

थोड्या वेळानंतर लॉर्ड जस्टिस ब्राऊन परत एकदा ॲलेक्स रेडमेनकडे वळले. “मि. रेडमेन तुम्ही सादर करत असलेला हा टेपचा पुरावा अग्राह्य असल्याने आम्ही टेप ऐकू शकत नाही, असं आमचं सर्वांचं मत पडलं.”

"पण मिलॉर्ड, एका नुकत्याच अस्तित्वात आलेल्या युरोपियन कमिशन डायरेक्टिव्ह नुसार –"

"हे बघा, तुमची ती युरोपियन डायरेक्टिव्ह माझ्या कोर्टाच्या कायद्याच्या चौकटीत बसत नाहीत." मि. ब्राऊन घाईने म्हणाले. मग स्वतःला सावरत म्हणाले, "या देशाच्या कायद्यात बसत नाहीत." त्यानंतर त्यांनी ॲलेक्स रेडमेनला आणखी एक तंबी दिली, "मी तुम्हाला आधीच सूचना देतोय मि. रेडमेन, या टेपमधलं संभाषण जर काहीही कारणाने वृत्तपत्रं किंवा इतर प्रसारमाध्यमांच्या हातात पडलं ना, तर मात्र हे प्रकरण फार गंभीर वळण घेईल."

काहीतरी खमंग, चुरचुरीत आपल्या हाती लागेल म्हणून समोरच्या बाजूला एकुलता एक वार्ताहर हातात पेन घेऊन सरसावून बसला होता. त्याने निराशेने पेन खाली ठेवलं. मि. रेडमेन अपिलाच्या पुराव्यासंबंधीची चर्चा संपताच ती टेप आपल्या हवाली करतील आणि मग त्यातलं संभाषण आपण आपल्या वाचकांना देऊ शकू असा त्याचा कयास होता. जज्जनी जरी ती टेप ऐकण्यास नकार दिला असला, तरी आपले वाचक त्यातलं संभाषण चवीने वाचतील, याची त्याला खात्रीच होती. पण आता ते शक्यच नव्हतं. त्याच्या वृत्तपत्राने त्या टेपमधल्या संभाषणाचा एखादा शब्द जरी छापून प्रसिद्ध केला असता, तरी तो कायद्याने गुन्हा ठरला असता. कितीही धाडसी पत्रकार आणि संपादक असले, तरी कुणीही हा धोका पत्करलाच नसता.

ॲलेक्सने हातातल्या थोड्या कागदपत्रांची उगीच जुळवाजुळव केली. पण या लॉर्ड जस्टिस ब्राऊनसाहेबांच्या परत वाटेला जाण्यात अर्थ नव्हता, हे त्याला कळून चुकलं होतं.

"मि. रेडमेन, तुम्हाला जो काही पुरावा सादर करायचा असेल तो करू शकता." जज्ज म्हणाले.

ॲलेक्सपाशी ती टेप वगळता आणखी काही थोडा-फार तुटपुंजा नवा पुरावा होता. त्या पुराव्याच्या जोरावर त्याने आपलं घोडं तसंच पुढे दामटलं, पण त्याचा लॉर्ड जस्टिस ब्राऊन यांच्या चेहऱ्यावर काहीही परिणाम झालेला दिसेना. अखेर ॲलेक्स आपलं भाषण संपवून जेव्हा खाली बसला, तेव्हा त्याने मनातल्या मनात एक शिवी हासडली. खरंतर अपिला संबंधीची ही सुनावणी होण्याच्या एक दिवस आधीच आपण ती टेप वार्ताहरांना सोपवली असती, तर बरं झालं असतं असं त्याला तीव्रतेने वाटू लागलं. एकदा तसं झालं असतं, तर मग जज्जना ती टेप ग्राह्य मानून पुरावा म्हणून जमा करून घ्यावीच लागली असती. पण हे खडूस लॉर्ड जस्टिस ब्राऊन! त्यांनी तर ॲलेक्सला टेपरेकॉर्डरच्या 'प्ले'च्या बटणाला हातपण लावून दिला नाही.

ॲलेक्सचे वडील या सगळ्या प्रकरणानंतर त्याला म्हणाले, ''जर का त्या जज्जनी त्या टेपचं पहिलं वाक्य ऐकलं असतं, तर त्यांना ती सगळीच्या सगळी टेप ऐकणं भागच पडलं असतं.'' पण प्रत्यक्षात एक वाक्यच काय, एक शब्दही त्यांनी ऐकला नव्हता.

तिघं जज्ज बारा वाजून सदतीस मिनिटांनी आपल्या चेंबरमध्ये परत गेले. ते काही वेळातच निकाल घेऊन परत आले. लॉर्ड जस्टिस ब्राऊन यांनी निकाल जाहीर केला – ''अपील नामंजूर!'' ॲलेक्स रेडमेनने मान खाली घातली.

त्याने डोळ्यांच्या कोपऱ्यातून डॅनीकडे पाहिलं. आता इथून पुढची वीस वर्षं आपण न केलेल्या गुन्ह्याची शिक्षा भोगत तुरुंगात खितपत पडणं डॅनीच्या नशिबी आलं होतं. त्याने हा खून केलेला नव्हता याची तर आता ॲलेक्स रेडमेनची शंभर टक्के खात्री पटली होती.

३०

गच्च भरलेल्या बॉलरूमच्या जिन्यापाशी लॉरेन्स डेव्हनपोर्ट येऊन उभा राहिला, तेव्हा जमलेल्या लोकांपैकी अनेकांच्या हातात शॅम्पेनचा तिसरा नाहीतर चौथा ग्लास होता. लॅरी बराच वेळ जिन्याच्या सर्वांत वरच्या पायरीवर उभा राहून खाली बॉलरूममध्ये जमलेल्या लोकांकडे नजर टाकत होता. अखेर बॉलरूममधल्या जवळजवळ सगळ्या लोकांचं लक्ष आपल्याकडे वेधलं असल्याची पूर्ण खात्री पटल्यावरच त्याने पुढचं पाऊल उचललं. त्याला पाहताच जमलेल्या लोकांनी टाळ्यांचा कडकडाट केला. लॅरी जिना उतरून खाली आला. कुणीतरी त्याच्या हातात शॅम्पेनचा ग्लास ठेवला. "यू वेअर मॅग्निफिसंट डार्लिंग!" एक नाजूक आवाज आला.

नाटकाचा प्रयोग संपून जेव्हा पडदा पडला होता, तेव्हा प्रेक्षागारातल्या सर्व प्रेक्षकांनी उभं राहून टाळ्यांचा कडकडाट केला होता. जे लोक नेहमी नाटकं बघायला जातात, त्यांच्या दृष्टीने यात खरंतर विशेष असं काहीच नसतं. पहिल्या प्रयोगाला बरेचदा प्रेक्षक अशी प्रतिक्रिया देतात. मुख्यत: त्या खेळाला पहिल्या आठ रांगा तर अभिनेत्यांच्या कुटुंबीयांनी, मित्रपरिवाराने, एजंट्सनी भरलेल्या असतात. उरलेल्या रांगांमध्ये त्यांचे काही चमचे आणि काही चाहते असतात. फक्त त्या प्रयोगाला जर एखादा ज्येष्ठ समीक्षक उपस्थित असेल, तर तो तेवढा खुर्चीवर बसून राहतो. उभं राहण्याचे कष्ट घेत नाही किंवा कदाचित तो लगेच निघूनही जातो, कारण त्याला घाईने नाटकाचं परीक्षण लिहून मध्यरात्रीच्या आत वृत्तपत्राकडे दुसऱ्या दिवशीच्या आवृत्तीसाठी पाठवून द्यायचं असतं.

डेव्हनपोर्टने सावकाश बॉलरूमवर एकवार नजर फिरवली. त्याचं लक्ष आपली बहीण सेरा हिच्याकडे गेलं. ती ग्रॅहम गिब्सनशी गप्पा मारत होती.

"तुला काय वाटतं, समीक्षक काय म्हणतील?" सेरा लॅरीचा एजंट ग्रॅहम गिब्सनला म्हणाली.

"ते खडूसपणे वागतील." गिब्सन म्हणाला. त्याने तोंडातून सिगारेटचा धूर सोडला. "एखादा अत्यंत गाजलेल्या टीव्ही मालिकेतला स्टार वेस्ट एंडमध्ये नाटकात झळकतो, तेव्हा त्यांची प्रतिक्रिया अशीच असते; पण आपल्याला तीन लाख पौंडांचा ॲडव्हान्स आधीच मिळालाय आणि नाटक फक्त चौदाच आठवडे चालणार आहे, त्यामुळे समीक्षक आपलं काहीही वाकडं करू शकणार नाहीत. महत्त्वाचा प्रश्न म्हणजे प्रेक्षागृहात टाळकी जमा झाली पाहिजेत सेरा; समीक्षकांचं जाऊ दे."

"लॅरीच्या हातात आणखी काही आहे का?"

"सध्यातरी काही नाही," गिब्सन म्हणाला, "पण आजच्या या प्रयोगानंतर भरपूर चौकश्या येतील अशी मला अगदी खात्रीच आहे."

"लॅरी, वेल डन!" सेरा म्हणाली. लॅरी तिच्या जवळ येऊन उभा राहिला होता.

"वा, काय झकास!" गिब्सन आपल्या हातातला ग्लास उंचावत म्हणाला.

"तुला खरंच असं वाटतं?" डेव्हनपोर्ट म्हणाला.

"म्हणजे काय? प्रश्नच नाही." सेरा म्हणाली. आपल्या भावाच्या मनात काय चलबिचल चालू असेल, याचा तिला अंदाज होता. "शिवाय तुझं पूर्ण चौदा आठवड्यांसाठी बुकिंग झालंय, असं गिब्सन म्हणत होता."

"खरंय. पण मला समीक्षकांचीच काळजी आहे. पूर्वी कधीही त्यांनी माझ्याविषयी चांगलं लिहिलेलं नाही."

"तू त्यांच्याकडे दुर्लक्ष कर." गिब्सन म्हणाला. "त्यांच्या मताला काही किंमत द्यायची गरज नाही. नाटकाचे पैसे सगळे वसूल होणार एवढं नक्की."

डेव्हनपोर्टने बॉलरूमवर नजर टाकली. आता यानंतर कुणाला गाठावं, असा विचार तो करत होता. इतक्यात त्याचं लक्ष स्पेन्सर क्रेग आणि जेराल्ड पेनवर गेलं. ते दोघं दुसऱ्या टोकाला उभे होते. ते बोलण्यात गर्क होते.

❖

"मला वाटतंय, आपण जी गुंतवणूक केली आहे ना, त्यातून आपल्याला दुप्पट फायदा होणार आहे." क्रेग म्हणाला.

"दुप्पट?" पेन म्हणाला.

"लॅरीला जेव्हा वेस्ट एंडच्या स्टेजवर नाटक करण्याची ऑफर आली, तेव्हा त्याने ती घाईघाईने स्वीकारली. आपण त्यासाठी जे तीन लाख पौंड खर्च केले, ते तर आपल्याला आत्ता नक्की परत मिळतीलच, पण त्याहून थोडे अधिकच हातात

पडतील. शिवाय आता कार्टराईट अपील हरलाय. त्यामुळे पुढची वीस वर्षं तरी त्याच्याबद्दल चिंता करायला नको.'' क्रेग जरा हसून म्हणाला.

''पण मला अजूनही त्या टेपची काळजीच वाटते.'' पेन म्हणाला, ''ती टेप जर अस्तित्वात नसती, तर मला जास्त बरं वाटलं असतं.''

''पण आता त्या टेपचा संबंधच येणार नाही.'' क्रेग म्हणाला.

''पण जर वृत्तपत्रवाल्यांच्या हातात ती पडली तर?'' पेन म्हणाला.

''त्या टेपला हात लावायची त्यांची हिंमतच होणार नाही.''

''पण तरीही ती इंटरनेटवर जाऊ शकेल. तसं झालंच, तर आपल्या दोघांचंही फार नुकसान होईल.''

''तू उगीच फार काळजी करतोस,'' क्रेग म्हणाला.

''माझ्या मनाला त्या विचाराने ग्रासलं नाही, अशी एकही रात्र जात नाही.'' पेन म्हणाला, ''रोज सकाळी उठल्यावर पहिला विचार मनात हाच येतो – कदाचित पेपरच्या पहिल्या पानावर आपला चेहरा झळकत असेल.''

''मला नाही वाटत पेपरच्या पहिल्या पानावर तुझा चेहरा झळकेल.'' क्रेग म्हणाला. इतक्यात लॅरी डेव्हनपोर्ट तिथे आला. ''अभिनंदन लॅरी! काय झकास काम केलंस तू!''

''तुम्ही दोघांनी या नाटकात गुंतवणूक केली आहे, असं माझ्या एजंटने मला सांगितलं.'' डेव्हनपोर्ट म्हणाला.

''हो. केलीच आहे मग.'' क्रेग म्हणाला. ''कुणावर पैसे लावावे, हे आम्हाला चांगलं समजतं लॅरी. आम्ही तर असं ठरवलंय की, यातून जो काही नफा होईल, त्याचा काही भाग आपल्या मस्केटिअर्सच्या पार्टीसाठी खर्च करायचा.''

तेवढ्यात दोन तरुण डेव्हनपोर्टपाशी आले आणि त्यांनी त्याची तोंडभरून प्रशंसा केली. डेव्हनपोर्ट मनातून सुखावला. ही संधी साधून क्रेग तिथून निसटला.

तो बॉलरूममधून हिंडत असताना त्याचं लक्ष सेरा डेव्हनपोर्टकडे गेलं. ती एका बुटक्या, जाडसर, टकल्या माणसाशी बोलत होती. त्याच्या हातात सिगार होती. क्रेगच्या आठवणीतल्या सेरापेक्षा ती कितीतरी जास्त सुंदर दिसत होती. तो जाडा माणूस तिचा पार्टनर तर नसेल, असा विचार त्याच्या मनात चमकून गेला. इतक्यात सेराने वळून त्याच्याकडे पाहिलं. क्रेग तिच्याकडे बघून हसला; पण तिने त्याला प्रतिसाद दिला नाही. 'कदाचित तिने आपल्याला पाहिलं नसावं' त्याला वाटलं. सेरा तिच्या भावापेक्षा कितीतरी सुंदर आहे, असं त्याचं मत होतं. खूप पूर्वी दोघांनी एक रात्र एकमेकांच्या सहवासात घालवली होती. तो चालत तिच्याजवळ गेला. लॅरीने आपलं गुपित तिला सांगितलंय की नाही, हे त्याला काढून घ्यायचं होतं.

"हॅलो स्पेन्सर." ती म्हणाली. क्रेगने खाली झुकून तिच्या दोन्ही गालांवर ओठ टेकले. "गिब्सन," सेरा म्हणाली, "हा स्पेन्सर क्रेग. लॅरीचा जुना मित्र. दोघं युनिव्हर्सिटीत बरोबर होते आणि स्पेन्सर, हा गिब्सन ग्रॅहॅम, लॅरीचा एजंट."

"तुम्ही या नाटकात गुंतवणूक केली आहे ना?" गिब्सन म्हणाला.

"हो. छोटीशीच." क्रेग म्हणाला.

"तू तर देवदूतासारखा उभा राहिलास! मला वाटलं नव्हतं!" सेरा म्हणाली.

"मी नेहमीच लॅरीच्या पाठीशी उभा राहिलो आहे," क्रेग म्हणाला, "पण लॅरी एक ना एक दिवस स्टार होईल, याबद्दल माझ्या मनात कधीच शंका नव्हती."

"पण तू स्वतःसुद्धा एक स्टारच झाला आहेस की!" सेरा हसून म्हणाली.

"मग मी एक विचारू?" क्रेग म्हणाला, "तू कधीच माझ्याकडे का येत नाहीस?"

"मी गुन्हेगारांच्या केसेस घेत नाही ना!" सेरा म्हणाली.

"पण तसं असलं, तरी कधीतरी माझ्याबरोबर डिनरला यायला हरकत नसावी. कारण मला..."

"पेपरची पहाटेची एडिशन आली." गिब्सन मधेच म्हणाला, "एक्स्क्यूज मी. आपल्याला साधं यश मिळालं का दणदणीत यश, ते बघून येतो मी!"

गिब्सन ग्रॅहॅम बॉलरूममधून चालत पलीकडच्या बाजूला गेला. मध्ये आलेल्या लोकांना अक्षरशः ढकलत, त्यांच्यामधून वाट काढत तो गेला. त्याला 'डेली टेलिग्राफ'चा अंक मिळताच त्याने लगेच रिव्ह्यू सेक्शन उघडला. समोरच ठळक मथळा छापलेला होता– 'ऑस्कर वाईल्ड स्टिल ॲट होम इन द वेस्ट एंड.' तो मथळा वाचताच त्याच्या चेहऱ्यावर हसू पसरलं. तो घाईने बातमी वाचू लागला. पण वाचता वाचता दुसऱ्या परिच्छेदापाशी पोहोचल्यावर ते हसू मावळलं आणि त्याच्या कपाळावर आठी पसरली.

लॉरेन्स डेव्हनपोर्टने नेहमीसारखाच साचेबंद अभिनय केला. या खेपेस जॅकच्या भूमिकेत, पण त्याने विशेष फरक पडला नाही. कारण प्रेक्षागृह डॉ. बेरेसफोर्डच्या चाहत्यांनी खच्चून भरलेलं होतं. त्याउलट ईव्ह बेस्ट ही ग्वेंडोलिन फेअरफॅक्सच्या भूमिकेत अगदी सुरुवातीपासूनच चमकली.

गिब्सनने डेव्हनपोर्टकडे पाहिलं. नशिबाने तो एका नवोदित अभिनेत्याशी बोलण्यात गर्क होता.

३१

ऑफिसर धावत धावत त्याच्या कोठडीपाशी पोहोचले, तेव्हा बराच उशीर झालेला होता. बरंच नुकसान झालेलं दिसत होतं. कोठडीतलं टेबल मोडून-तोडून त्याचे तुकडे करण्यात आले होते. गादी फाडण्यात आली होती. अंथरूण आणि पांघरुणाच्या चिंध्या इतस्तत: लोंबत होत्या. स्टीलचा आरसा भिंतीतून उखडून काढण्यात आला होता. मि. हागन यांनी कोठडीचं दार उघडलं तेव्हा डॅनी कोठडीतलं वॉश-बेसिन उखडून टाकण्याच्या बेतात होता. तीन ऑफिसर त्याला धरायला पुढे झाले, पण डॅनीने एकदम मि. हागन यांच्यावर हल्ला चढवला. नशिबाने त्यांनी त्याचा ठोसा चुकवला. कारण एखाद्या मिडल वेट बॉक्सिंग चँपियनला सहज लोळवेल इतका जबरदस्त ठोसा होता तो! दुसऱ्या ऑफिसरने डॅनीचा हात पकडला. तिसऱ्याने त्याच्या गुडघ्यावर लाथ घातली. तेवढ्यात हागन सावरले आणि त्यांनी त्याच्या हाता-पायांत बेड्या ठोकल्या. तोपर्यंत इतर दोन्ही ऑफिसर्सनी त्याला घट्ट धरून ठेवलं.

त्यांनी त्याला फरफटत त्याच्या कोठडीतून बाहेर आणलं आणि लोखंडाच्या जिन्यावर ओढत खाली नेलं. जांभळ्या कॉरिडॉर पलीकडच्या सेग्रेगेशन युनिटमध्ये कैद्यांना एकान्तवासात ठेवण्यात येत असे. तिथे ते एका नंबर नसलेल्या कोठडीपाशी आले. हागनने दार उघडलं आणि उरलेल्या दोघांनी डॅनीला आत ढकलला.

आतल्या थंडगार दगडी फरशीवर डॅनी बराच वेळ पडून राहिला. खोलीत जर आरसा असताच, तर त्यात डॅनीला आपला काळानिळा झालेला डोळा आणि संपूर्ण अंगावर उमटलेले माराचे वळ दिसले असते. पण आरसा नव्हता. शिवाय डॅनीला त्याचं काहीच सोयरसुतकसुद्धा नव्हतं. जेव्हा आयुष्यात आशेचा एकसुद्धा किरण शिल्लक नसतो आणि पुढची वीस वर्षं नुसती त्याविषयी विचार करण्यात घालवायचं नशिबी असतं, तेव्हा माणसाला कशाचंच सोयरसुतक उरत नाही.

❖

“माझं नाव माल्कम हर्स्ट.” पॅरोल बोर्डकडून आलेला प्रतिनिधी म्हणाला, “जरा बसा मि. मॉन्क्रीफ.”

या समोरच्या कैद्याला नक्की कोणत्या नावाने हाक मारायची याविषयी माल्कम हर्स्टने जरा वेळ विचार केला होता. “तुम्ही पॅरोलसाठी अर्ज केलाय ना मि. मॉन्क्रीफ?” तो म्हणाला, “बोर्डासमोर त्याविषयी मला अहवाल सादर करावा लागणार आहे. अर्थात मी तुमची केस हिस्टरी वाचलेली आहे. तुमच्या तुरुंगातल्या वास्तव्यात तुमची वर्तणूक कशी काय होती याविषयीपण लिहिलेलं आहे. तुमचे विंग ऑफिसर मि. पॅस्को यांनी तुमची वर्तणूक आदर्श होती, असं वर्णन केलं आहे.” निक त्यावर गप्प राहिला.

“तुम्ही एक एनहान्स्ड कैदी असल्याने तुम्हाला तुमच्या आदर्श वर्तणुकीबद्दल इतर कैद्यांहून जास्त स्वातंत्र्य आहे. त्याचप्रमाणे तुम्ही लायब्ररीत काम करता, तसंच तुरुंगात कैद्यांना इंग्रजी आणि इतिहास हे विषय शिकवता या गोष्टींची मी नोंद केलेली आहे. तुमच्याकडे शिकून तयार झालेल्या अनेक कैद्यांनी परीक्षांमध्ये उत्तम प्रावीण्य मिळवलं असून एक कैदी सध्या थ्री ए लेव्हल परीक्षेची तयारी करत आहे, असंही मला समजलं आहे.”

त्यावर दु:खी अंत:करणाने निकने मान हलवली. डॅनी अपील हरला असून तो आता लवकरच कोर्टातून इकडे परत येत असल्याची बातमी मि. हागनकडून त्याला नुकतीच समजली होती. डॅनी जेव्हा परत येईल, तेव्हा आपण कोठडीत त्याची वाट बघत थांबायचं, असं त्याने ठरवलं होतं; पण नेमका पॅरोल बोर्डाचा इंटरव्ह्यू त्याच वेळी आला होता. या इंटरव्ह्यूची तारीख आणि वेळ कित्येक आठवड्यांपूर्वी ठरली होती.

आपली तुरुंगातून सुटका झाली की, लगेच डॅनीचे वकील ॲलेक्स रेडमेन यांची गाठ घेऊन त्यांना काय लागेल ते साहाय्य करायचं, असं निकने ठरवलं होतं. जज्जनी कोर्टात ती टेप का वाजवू दिली नाही, ते निकला कळेना. आपण कोठडीत परतलो की, डॅनीच्या तोंडून काय ते समजेल, असा निकने विचार केला. पॅरोल बोर्डाचा रिप्रेझेंटेटिव्ह काय म्हणतो ते नीट लक्षपूर्वक ऐकण्याचा तो प्रयत्न करू लागला.

“मि. मॉन्क्रीफ, तुम्ही तुरुंगात असताना इंग्रजी विषयात ओपन युनिव्हर्सिटीची पदवी संपादन केलेली दिसते.” निकने त्यावर होकार दिला. “तुमचं तुरुंगातलं रेकॉर्ड अतिशय चोख, अतिशय उत्तम आहे याची मला पूर्ण कल्पना आहे, पण तरीही मला नियमानुसार तुम्हाला काही प्रश्न विचारावेच लागतील. त्याशिवाय माझा अहवाल मला पूर्ण करता येणार नाही.”

आपल्याला साधारणपणे काय प्रश्न विचारण्यात येतील, असं निकने मि. हागन यांना आधीच विचारून ठेवलं होतं, त्यामुळे तो तयारच होता. "ऑफ कोर्स!" तो म्हणाला.

"तुम्ही आर्मीत असताना तुमच्यावर असलेली जबाबदारी पार पाडण्याच्या कामात तुमच्या हातून निष्काळजीपणा घडला, असा आरोप तुमच्यावर ठेवण्यात आला होता. तुम्ही तो गुन्हा कबूल केला होता. बोर्डाने तुमच्याकडून तुमची जबाबदारी काढून घेऊन तुम्हाला आठ वर्षांची शिक्षा दिली होती. हे बरोबर आहे?"

"हो. बरोबर आहे मि. हर्स्ट."

हर्स्टने समोरच्या फॉर्ममधल्या चौकटीत टिकमार्क केला. "तुमचं प्लॅटून सर्बियन कैद्यांवर निगराणी ठेवत असताना अल्बेनियन अतिरेकी कपांउंडपर्यंत पोहोचले आणि ते त्यांच्यापाशी असलेल्या कलाश्निकोव्ह रायफल्सच्या फैरी हवेत झाडू लागले."

"हेही बरोबर."

"तुमच्या स्टाफ सार्जंटने त्याला प्रत्युत्तर दिलं."

"वॉर्निंग शॉट्स झाडले," निक म्हणाला. "पण तत्पूर्वी मी त्या अतिरेक्यांना त्यांचा गोळीबार थांबवण्याची ताकीद दिली होती."

"पण ही सगळी घटना स्वत:च्या डोळ्यांनी पाहणाऱ्या युनायटेड नेशन्सच्या दोन प्रतिनिधींनी त्याविषयी साक्ष देताना असं सांगितलं की, ते अल्बेनियन अतिरेकी त्या वेळी केवळ हवेत गोळीबार करत होते." त्यावर निकने स्वत:चं समर्थन करण्याचा काहीही प्रयत्न केला नाही. तो गप्प बसला. "आणि जरी खुद्द तुम्ही त्यांच्यावर गोळ्या झाडल्या नसल्या, तरी त्या वेळी वॉच-कमांडर तुम्ही होता."

"होय, होतो."

"आणि तुम्हाला ठोठावण्यात आलेली शिक्षा योग्य होती असं तुम्हाला अजूनही वाटतं?"

"होय."

त्यावर हर्स्टने काहीतरी लिहिलं आणि मग तो पुढे म्हणाला, "तुमची अर्धी शिक्षा भोगून झालेली आहे. आता जर तुम्हाला लगेच सोडण्याची शिफारस बोर्डाने केली, तर सुटकेनंतर काय करण्याचा तुमचा विचार आहे?"

"माझा स्कॉटलंडला परत जाण्याचा बेत आहे. तिथे जर एखाद्या शाळेने मला शिक्षकाची नोकरी दिली, तर मी ती घेईन."

हर्स्टने आणखी एका चौकटीत टिकमार्क केला. तो पुढे म्हणाला, "तुमच्यापुढे काही आर्थिक अडचणी असतील का? तुम्हाला शिक्षकाची नोकरी पत्करण्यास

अडथळा येऊ शकेल अशी काही अडचण आहे का?''

"नाही.'' निक म्हणाला, "अजिबातच नाही. उलट माझ्या आजोबांनी माझ्यासाठी पुरेशी तजवीज करून ठेवली आहे. मला परत कधीही काम करण्याची गरजसुद्धा पडू नये इतकी!''

आणखी एका चौकटीत टिक करून हर्स्ट म्हणाला, "तुम्ही विवाहित आहात मि. मॉन्क्रीफ?''

"नाही.''

"तुम्हाला मुलंबाळं आहेत का? तुमच्यावर कुणी अवलंबून आहे का?''

"नाही.''

"तुम्ही सध्या कुठलं औषध वगैरे घेत आहात?''

"नाही.''

"जर तुमची सुटका झाली, तर तुम्हाला राहण्यासाठी घर आहे का?''

"हो. माझं एक घर लंडनमध्ये, तर दुसरं स्कॉटलंडमध्ये आहे.''

"जर तुमची सुटका झाली, तर तुम्हाला लागेल ती मदत करायला तुमच्या घरी कुणी आहे का?''

"नाही.'' निक म्हणाला. हर्स्टने मान वर करून पाहिलं. या एकाच चौकटीत त्याने टिक केली नाही. "माझे आईवडील या जगात नाहीत. मला कुणी भावंडंपण नाहीत.''

"काका, आत्या?''

"एक काका आणि एक आत्या स्कॉटलंडमध्ये राहतात, पण माझा आणि त्यांचा कधीच जवळचा संबंध नव्हता आणि नाही. माझी एक मावशी कॅनडात असते. मी तिच्याशी पत्रव्यवहार केला आहे; पण आम्ही अजून कधीच भेटलेलो नाही.''

"आय अंडरस्टँड.'' हर्स्ट म्हणाला, "एक शेवटचा प्रश्न मि. मॉन्क्रीफ. या परिस्थितीत हा प्रश्न विचारणंसुद्धा थोडं विचित्रच आहे, पण तो प्रश्न मला विचारावाच लागतोय. तुमच्या हातून परत एखादा गुन्हा घडू शकेल असं काही कारण आहे का?''

"मला आता परत आर्मीतली नोकरी धरता येणार नाही. शिवाय तसं करण्याची माझी इच्छापण नाही. त्यामुळे तुमच्या प्रश्नाचं उत्तर नाही असंच आहे.''

"अगदी खरं आहे तुमचं म्हणणं.'' असं म्हणत हर्स्टने शेवटच्या चौकटीत टिक केली आणि म्हणाला, "आता एकच सांगा, तुमच्या मनात काही प्रश्न आहेत का? असेल तर मला विचारा.''

"मला एकच सांगा, बोर्डाचा निर्णय काय होतो, ते मला कधी कळेल?''

“मी आता काही दिवसांतच माझा अहवाल पूर्ण करून बोर्डासमोर ठेवीन.” हर्स्ट म्हणाला. “तो एकदा त्यांना मिळाला की, त्यानंतर काही आठवड्यांतच त्यांचा निर्णय होईल आणि तो तुम्हाला लगेच कळवण्यात येईल.”

“थँक यू मि. हर्स्ट.”

“थँक यू सर निकोलस.”

❖

“सर, आमच्यापुढे दुसरा काही पर्यायच नव्हता.” पॅस्को म्हणाला.

“ते बरोबर आहे,” गव्हर्नर म्हणाले, “पण या विशिष्ट कैद्याविषयी तुम्ही जरा कॉमन सेन्स बाळगायला हवा.”

“तुमचं काय म्हणणं आहे सर? कारण त्याने स्वत:च्या कोठडीत केवढातरी गोंधळ घातला. बरीच नासधूस केली.”

“मला त्याची कल्पना आहे. पण जन्मठेपेच्या कैद्यांचं अपील जर नामंजूर झालं तर त्यावर त्याची प्रतिक्रिया स्वाभाविकपणे काय होते, हे आपल्यालासुद्धा माहीत आहे. एकतर ते एकदमच अबोल, घुमे होऊन जातात, नाहीतर विध्वंसक होतात.”

“जरा थोडे दिवस एकान्तवासात काढले की, येईल त्याचं डोकं ठिकाणावर.” पॅस्को म्हणाला.

“तसं झालं तर बरंच आहे. तो जितका लवकरात लवकर नेहमीसारखा शांत होईल, तितकं बरंच. फार बुद्धिमान पोरगा आहे तो! मला वाटतं, मॉन्क्रीफची गादी तोच चालवेल इथे.”

“त्याच्याशिवाय दुसरं आहेच कोण? पण आता मात्र त्याचं स्वातंत्र्य कमी होणार आणि त्याला इतर कैद्यांएवढ्याच सवलती मिळणार. जास्त नाही.”

“ते फक्त एक महिन्यापुरतं.” गव्हर्नर म्हणाले.

“दरम्यानच्या काळात,” पॅस्को म्हणाला, “त्याच्या कामाबद्दल काय करायचं? त्याला एज्युकेशन विभागातून काढून परत चेन गँगमध्ये टाकू का?”

“नको बाबा!” गव्हर्नर म्हणाले. “ती त्याच्यापेक्षा आपल्यालाच जास्त शिक्षा होईल.”

“त्याच्या कँटीनच्या हक्काचं काय करायचं?”

“चार आठवडे कँटीनपण नाही आणि पगारपण नाही.”

“राईट सर.” पॅस्को म्हणाला.

“आणि जरा मॉन्क्रीफशी बोला. तो त्या कार्टराईटचा अगदी जिवलग मित्र आहे. त्याच्या टाळक्यात प्रकाश टाकायचं काम तोच करू शकेल. येते काही

आठवडे त्याला आधार देण्याचं काम तो मॉन्क्रीफ करेल.''

"चालेल सर.''

"पुढचा कोण आहे?''

"लीच सर.''

"आता या वेळी काय चार्ज ठेवलाय त्याच्यावर?''

"त्याने लायब्ररीतून एक पुस्तक नेलं, पण ते परतच केलं नाही.''

"इतक्या फालतू गोष्टी माझ्यापर्यंत कशाला आणता तुम्ही? तुमच्या तुम्ही का नाही सोडवून टाकत?''

"सर्वसामान्य परिस्थिती असती, तर तेच केलं असतं सर, पण हा 'लॉ रिव्ह्यू'चा लेदर बाऊंड महागडा अंक होता. तो आणून देण्यासंबंधी अनेकदा तोंडी आणि लेखी सूचना देऊनही लीचने तो परत केला नाही.''

"पण तरीही यासाठी त्याला माझ्यासमोर आणण्याची काय गरज आहे?''

"कारण नंतर ते पुस्तक आम्हाला ब्लॉकच्या मागच्या बाजूला असलेल्या कचरापेटीत सापडलं. त्याच्या अक्षरश: चिंध्या झालेल्या होत्या.''

"पण तो असं कशाला करेल?''

"मला संशय आहे सर, पण माझ्याकडे पुरावा नाही. पण लीचला महिनाभर एकान्तवासात ठेवलेलं बर, नाहीतर अख्ख्या लायब्ररीची नासाडी करेल तो.'' एवढं बोलून पॅस्को जरा घुटमळला. "आणखी एक प्रॉब्लेम आहे सर.''

"कुठला?''

"माझा एक खबऱ्या आहे. त्याने मला हे सांगितलं. लीच म्हणे कोणापाशीतरी कार्टराईटचा बदला घेण्याच्या गोष्टी करत होता.''

"का बरं? कार्टराईट ग्रंथपाल आहे म्हणून?''

"नाही सर. कुठल्यातरी टेपविषयी बोलणं चाललं होतं,'' पॅस्को म्हणाला. "पण याहून अधिक काही हाती लागलं नाही माझ्या.''

"तेवढं बस्स झालं.'' गव्हर्नर म्हणाले. "तुम्ही जरा त्या दोघांवरही चोवीस तास कडक पहारा ठेवा.''

"आत्ता आपल्याकडे स्टाफची जरा चणचण आहे साहेब.''

"त्यातल्या त्यात जेवढं करता येईल तेवढं करा. परत ते पूर्वी त्या दुसऱ्या एका कैद्याच्या बाबतीत झालं तसं व्हायला नको. त्या बिचाऱ्याने लीचकडे पाहून बोटांनी व्ही फॉर व्हिक्टरी अशी खूण केली होती.'' गव्हर्नर म्हणाले.

३२

डॅनी वरच्या बंकबेडवर बसून मनात एका पत्राचा विचार करत होता. त्याने असं काहीतरी लिहू नये, असं निकने त्याला कितीतरी वेळा सांगूनही त्याचा निर्णय बदलला नव्हता.

निक शॉवर घ्यायला गेला होता. बिग अल् हॉस्पिटलमध्ये एका ऑपरेशनच्या वेळी मदतनिसाचं काम करायला गेला होता. डॅनी कोठडीत एकटाच बसला होता. तो आपल्या बेडवरून उतरून खाली आला आणि टेबलापाशी पत्र लिहायला बसला. तो आधी बराच वेळ कोऱ्या कागदाकडे टक लावून बघत बसला. मगच त्याने पहिलं वाक्य लिहिलं.

प्रिय बेथ,

हे मी तुला लिहीत असलेलं अखेरचं पत्र. हे पत्र लिहिण्यापूर्वी मी मनात खूप विचार केलेला आहे आणि या निर्णयाला येऊन पोहोचलो आहे. मला जन्मठेपेची शिक्षा तर झालेलीच आहे, पण माझ्याबरोबर ही शिक्षा तुलाही व्हावी, हे योग्य नाही.''

एवढं लिहून त्याने भिंतीवर चिकटवलेल्या बेथच्या फोटोकडे पाहिलं आणि पुढे लिहू लागला.

तुला तर माहीतच आहे, आता मी पन्नास वर्षांचा होईपर्यंत माझी इथून सुटका नाही. हा विचार करूनच मी तुला असं सांगू इच्छितो की, तू आता तुझं नवीन आयुष्य सुरू कर. माझ्याशिवाय! तू जर परत कधी मला लिहिलंस, तर मी तुझं पत्र उघडणार नाही. तू जर तुरुंगात येऊन माझी भेट घेण्याचा प्रयत्न केलास, तरी मी कोठडीतच बसून राहीन. तुला भेटणार

नाही. माझ्याशी संपर्क साधण्याचा तू कितीही प्रयत्न केलास, तरी मी तुला भेटणार नाही. याबाबत माझं मन कधीच बदलणार नाही.

माझं तुझ्यावर किंवा ख्रिस्तीवर प्रेम नाही, असा मात्र याचा अर्थ लावू नकोस. असा विचार मनातही आणू नकोस. माझं तुम्हा दोघींवर खूप प्रेम आहे आणि जन्मभर राहील. पण आपणा दोघांच्याही दृष्टीने हे असं करणंच हिताचं आहे, अशी माझी खात्री आहे.

गुडबाय, माय लव्ह.

डॅनी

त्याने पत्राची घडी केली. ते एका पाकिटात घातलं. त्यावर बेथचा पत्ता घालून पाकीट बंद केलं.

कोठडीचं दार उघडलं, तेव्हा डॅनी भिंतीवरच्या बेथच्या फोटोकडेच बघत बसला होता.

"पत्रं." एक ऑफिसर कोठडीच्या दारात उभा राहून म्हणाला, "एक मॉन्क्रीफसाठी आणि एक..." इतक्यात त्याचं लक्ष डॅनीच्या हातातल्या घड्याळाकडे आणि गळ्यातल्या चांदीच्या साखळीकडे गेलं व तो जरासा घुटमळला.

"निक शॉवर घ्यायला गेलाय." डॅनी म्हणाला.

"राईट." तो ऑफिसर म्हणाला, "हे एक तुझ्यासाठी आणि दुसरं मॉन्क्रीफसाठी."

डॅनीने पत्रावरचं बेथचं अक्षर ताबडतोब ओळखलं, पण त्याने ते पत्र न उघडताच त्याचे तुकडे केले आणि टॉयलेटमध्ये फेकून दिले आणि फ्लश केला. दुसरं पत्र त्याने निकच्या उशीवर ठेवलं.

त्या पत्रावर मोठ्या अक्षरांत छापलेलं होतं, 'पॅरोल बोर्ड.'

❖

"मी त्याला किती वेळा लिहिलं आहे?" ॲलेक्स रेडमेनने आपल्या सेक्रेटरीला विचारलं.

"गेल्या महिन्याभरातलं हे चौथं पत्र." सेक्रेटरी म्हणाली.

ॲलेक्स खिडकीतून बाहेर बघत राहिला. बाहेर चौकात नेहमीसारखी वर्दळ होती. "हे जन्मठेपेच्या कैद्याचं अगदी नेहमीचंच लक्षण आहे."

"म्हणजे?" सेक्रेटरी म्हणाली.

"एकतर बाहेरच्या जगापासून स्वतःला अगदी पूर्णपणे तोडून टाकायचं,

नाहीतर वेगळं विशेष काही घडलेलंच नाही अशा थाटात वावरायचं. त्याने स्वत:ला जगापासून पूर्णपणे तोडून टाकायचं ठरवलेलं दिसतंय.''

''पण मग त्याला परत एकदा पत्र लिहिण्यात काही अर्थ तरी आहे का?''

''आहे ना!'' ॲलेक्स म्हणाला. ''मी त्याला मुळीच विसरलेलो नाही, ही जाणीव त्याला करून द्यायला त्याची गरज आहे.''

❖

निक शॉवर घेऊन परत आला, तेव्हा डॅनी टेबलापाशी अभ्यास करत बसला होता – बिझिनेस स्टडीज या विषयाचा. बिग अल् मात्र आपल्या बिछान्यात लोळत पडला होता. निक कमरेभोवती ओला टॉवेल गुंडाळून कोठडीत शिरला. त्याच्या अंगावरून पाण्याचे थेंब गळत होते. डॅनीने लेखन थांबवून निकचं घड्याळ, अंगठी आणि चांदीची साखळी त्याला परत दिली.

''थँक्स!'' निक म्हणाला. इतक्यात स्वत:च्या उशीवरच्या जाड खाकी लखोट्यावर त्याची नजर पडली. तो क्षणभर त्याच्याकडे टक लावून बघत बसला. डॅनी आणि बिग अल् मात्र काही न बोलता निकच्या चेहऱ्यावरचे भाव निरखत राहिले. त्यांना त्याची पहिली प्रतिक्रिया काय होते, हे जाणून घेण्याची उत्सुकता लागून राहिली होती. अखेर निकने टेबलावरची प्लॅस्टिकची सुरी उचलली आणि तो लखोटा उघडला. हे एक पत्र मात्र जसंच्या तसं, न उघडता निकपर्यंत पोहोचलं होतं. कारण ते उघडून वाचण्याची तुरुंगाधिकाऱ्यांना परवानगी नव्हती.

डिअर मि. मॉन्क्रीफ,

पॅरोल बोर्डच्या अनुमतीनेच हे पत्र मी तुम्हाला लिहीत आहे. तुम्ही स्वत:ची लवकर सुटका व्हावी असा विनंती-अर्ज केला होता. तो मंजूर झालेला आहे. त्यानुसार १७ जुलै २००२ रोजी तुमची शिक्षा संपुष्टात येईल.

त्यानंतर तुमच्या सुटकेचे तपशील, त्याचप्रमाणे पॅरोलचे नियम इत्यादी सर्व तुम्हाला वेगळ्या पत्राद्वारे सविस्तर कळवण्यात येईल. त्याच पत्रातून तुमच्या प्रोबेशन ऑफिसरचे नाव आणि त्याच्या ऑफिसचा पत्ताही तुम्हाला कळवण्यात येईल. त्यानुसार तुम्हाला त्या ऑफिसात नियमितपणे हजेरी लावावी लागेल.

तुमचा विश्वासू,

टी.एल. विल्यम्स

निकने आपल्या दोन्ही मित्रांकडे नुसतं पाहिलं. त्याची लवकरच सुटका होणार आहे, हे त्यांना सांगण्याची गरजच नव्हती.

''व्हिजिट्स–'' अतिशय मोठा आवाज आला. त्यानंतर काही क्षणांतच दार उघडून एक ऑफिसर आत आला. त्याच्या हातात पॅड होतं. ''तुला भेटायला कुणीतरी आलंय कार्टराईट. गेल्या आठवड्यात आली होती, तीच तरुणी आलेली आहे.'' डॅनीने वाचत असलेल्या पुस्तकाचं पुढचं पान उलटलं आणि नकारार्थी मान हलवली.

''ठीक आहे. जशी तुझी मर्जी.'' ऑफिसर म्हणाला आणि दार धाडकन लावून परत गेला.

निक आणि बिग अल् त्यावर काहीच बोलले नाहीत. त्याचं मन वळवण्याचे त्यांचे सगळे प्रयत्न असफल झाले होते.

३३

त्याने तो दिवस फार काळजीपूर्वक निवडला होता. अगदी ताससुद्धा! पण अगदी मिनिटसुद्धा आपल्या मनाप्रमाणे आपल्याला पाहिजे तसंच मिळेल, असं मात्र त्याला वाटलं नव्हतं. पण सगळंच ठरल्याप्रमाणे शिस्तशीर, निर्विघ्नपणे घडलं होतं.

गव्हर्नर साहेबांनी दिवस ठरवला होता. सीनियर ऑफिसरने त्यांना पाठिंबा दिला. या विशिष्ट दिवशी एक अपवादात्मक गोष्ट घडणार होती. त्या दिवशी इंग्लंड आणि अर्जेंटिनामध्ये वर्ल्डकप मॅच होती आणि ती पाहण्यासाठी सर्व कैद्यांना त्यांच्या कोठड्यांमधून बाहेर काढण्यात येणार होतं.

बाराला पाच कमी असताना कोठड्यांची कुलपं उघडण्यात आली. कैद्यांचे घोळकेच्या घोळके बाहेर पडून एकाच दिशेने निघाले. बिग अल् मात्र स्कॉट्समन असल्यामुळे आपल्या शत्रूला खेळताना बघण्याची त्याची मुळीच इच्छा नव्हती. तो आपल्या बंकबेडवर लोळतच राहिला.

डॅनी पुढच्याच भागात बसला होता. त्याचं सगळं लक्ष त्या जुनाट टीव्हीच्या पडद्याकडे खिळलं होतं. पंच कधी एकदा शिट्टी फुंकतात आणि खेळ कधी सुरू होतो याची वाट सर्वांप्रमाणेच तोही बघत होता. सगळे कैदी जोरजोरात टाळ्या वाजवत होते. कुणी शिट्ट्या वाजवत होते. अपवाद फक्त एकाचाच होता. तो तेवढा सर्व कैद्यांच्या मागे शांतपणे उभा होता. त्याची नजर टेलिव्हिजनकडे नव्हती. त्याचं लक्ष पहिल्या मजल्यावरच्या एका कोठडीच्या उघड्या दाराकडे होतं. त्यात राहणाऱ्या माणसाने आपलं नेहमीचं रुटीन नेमकं आजच मोडलं की काय, अशी त्याला मनातून धास्ती वाटत होती. कदाचित आजच्या मॅचमुळे तर तसं नसेल झालं? पण कोठडीतला माणूस मॅच बघतानाही दिसला नव्हता. त्याचा दोस्त तर पुढच्या भागात एकटाच बसलेला दिसत होता. म्हणजे हा माणूस नक्की होता. अजूनही स्वत:च्या कोठडीत असणारच.

तीस मिनिटं गेली. दोन्ही टीम्सचा स्कोअर शून्य होता. अजूनही त्याला हवा असलेला माणूस कुठे दिसत नव्हता.

हाफ-टाईम झाल्यावर पंचांची शिट्टी वाजणार इतक्यात अर्जेंटिनाच्या पेनल्टी एरियात एक इंग्लिश गडी आलेला दिसला. स्टेडियमवर जमलेल्या पन्नास हजार प्रेक्षकांनी जेवढा गजर केला, जवळपास तेवढाच गजर इथे जमलेल्या कैद्यांनीपण केला. काही ऑफिसरपण त्या आरड्याओरड्यात सहभागी झाले. हा असा दंगा होणार, याची त्याला अपेक्षाच होती. त्याने पद्धतशीरपणे आखलेल्या योजनेचाच तो एक भाग होता. त्याचे डोळे अजूनही वरच्या मजल्यावरच्या त्या विशिष्ट कोठडीवर खिळलेले होते. अचानक त्याचं सावज बिळातून बाहेर आलं. त्याच्या अंगात फक्त बॉक्सर शॉर्ट्स होत्या आणि त्याने खांद्यावर टॉवेल टाकला होता. खालच्या बाजूला काय चाललंय, याच्याकडे त्याचं लक्षही नव्हतं. त्याला त्यात काहीच रस दिसत नव्हता.

हा आता खाली कुणालाही न कळेल इतक्या हळूहळू जमलेल्या गर्दीपासून मागे सरकू लागला. कुणाचंही लक्ष नव्हतंच. हा वळला आणि झपाझप ब्लॉकच्या मागच्या भागात आला. त्यानंतर अतिशय चोरटेपणाने लोखंडी वर्तुळाकार जिना चढून वरच्या मजल्यावर येऊन पोहोचला. कुणीही तिकडे पाहिलं नाही. मॅचमधला महत्त्वपूर्ण क्षण आला होता.

त्याने वरच्या पायरीवरून एकदा खाली पाहून अंदाज घेतला. आपल्याकडे कुणाचं लक्ष नाही ना, याची खात्री करून घेतली. कुणी त्याच्या दिशेने ढुंकूनही पाहिलं नाही. अर्जेंटिनाचे खेळाडू पंचांभोवती गोळा होऊन तावातावाने भांडत होते. इंग्लंडच्या कप्तानाने बॉल उचलला होता आणि तो पेनल्टी बॉक्सच्या आत शिरत होता.

हा शॉवररूमच्या समोर येऊन थबकला आणि त्याने जरा कानोसा घेतला. आत गरम पाण्याची भरपूर वाफ जमा झाली होती. सगळं कसं ठरवलेल्या बेताप्रमाणेच चाललं होतं. तोपण शॉवररूममध्ये शिरला. त्याने नीट डोकावून पाहिलं. नशिबाने केवळ एकच एक लाकडी बाक होता. त्या बाकावर व्यवस्थित घडी केलेला एक टॉवेल ठेवलेला होता. याने तो टॉवेल उचलून त्याची एक सैलसर गाठ बनवली. शॉवर घेणाऱ्या माणसाने स्वतःच्या डोक्याला शांपू लावला असावा.

खालच्या मजल्यावर संपूर्णपणे शांतता पसरली होती. सर्व जण श्वास रोखून बसले होते. डेव्हिड बेकहॅमने बॉल पेनल्टी स्पॉटवर ठेवला होता. तो आता थोड्या अंतरावर मागे पळत चालला होता.

इकडे बेकहॅमच्या उजव्या पायाने बॉलला स्पर्श केला आणि तिकडे शॉवररूममध्ये वाट बघत बसलेल्या माणसाने दोन पावलं पुढे टाकली. खालच्या

बाजूला प्रचंड गोंधळ माजला होता. काही ऑफिसर्सपण त्या दणदणाटात सामील झाले होते.

स्वत:चे केस धुणाऱ्या कैद्याच्या कानावर तो गलका पडताच त्याने डोळे उघडले. त्याने कपाळावर हात धरला आणि साबणाचा फेस डोळ्यांत जाण्यापासून थोपवून धरला. आता तो पाऊल टाकून बाहेर पडणार आणि बाकावरून आपला टॉवेल ओढून घेणार इतक्यात कोणीतरी त्याच्या जांघेत सणसणीत लाथ घातली. ती इतकी जबरदस्त होती की, बेकहॅमसुद्धा पाहून थक्क झाला असता. त्याच वेळी त्याच्या बरगडीत पण त्या व्यक्तीने ठोसा मारला. त्यामुळे तो कोलमडून भिंतीवर आदळला. त्याने प्रतिकार करण्याचा प्रयत्न केला; पण कुणीतरी त्याचा गळा दाबला आणि केस पकडले आणि त्याचं डोकं मागे दाबलं. एकच जबरदस्त झटका आणि त्याची मानच मोडली. त्याचं निष्प्राण शरीर जराही आवाज न करता खाली कोसळलं.

त्याच्यावर हल्ला चढवणारा आता खाली वाकला आणि त्याने टॉवेलच्या सैलसर गाठीत त्याची मान अडकवली. त्यानंतर त्याने सर्व ताकदीनिशी त्या माणसाचं शरीर उचललं आणि त्याला भिंतीला टेकवून ठेवलं. त्याने आता टॉवेलचं एक टोक शॉवर स्टँडला बांधलं. त्यानंतर त्याने त्या माणसाने गळफास लावून घेतला असल्याचा आभास निर्माण होईल अशा तऱ्हेने सर्व देखावा तयार केला व जरा मागे जाऊन दुरून स्वत:च्याच कामगिरीकडे समाधानाने बघत उभा राहिला.

त्यानंतर तो शॉवररूमच्या दारापाशी आला. त्याने डोकं बाहेर काढून खाली काय चाललंय, त्याचा अंदाज घेतला. खाली नुसता सावळा गोंधळ चालू होता. विजयाचा आनंदीआनंद चालू होता. कैद्यांनी त्या उत्साहाच्या भरात सामानसुमानाची मोडतोड करू नये यासाठी सुरक्षा अधिकारी त्यांना आवरण्याचा कसोशीने प्रयत्न करत होते.

आता मात्र त्याने विजेच्या वेगाने हालचाल सुरू केली. तो चोरपावलांनी वर्तुळाकार लोखंडी जिना उतरून खाली आला. त्याच्या ओल्या पावलांचे ठसे लोखंडी जिन्यावर उमटले असते, पण ते काय लगेच वाळून गेले असते. एका मिनिटाच्या अवधीत तो स्वत:च्या कोठडीत होता. त्याच्या बेडवर आधीपासूनच स्वच्छ धुतलेला टी-शर्ट, जीन पँट आणि टॉवेल असे कपडे ठेवलेले होते. त्याने घाईने अंगातले कपडे काढले, अंग कोरडं करून दुसरे कपडे चढवले. भिंतीवरच्या आरशात पाहून केस सारखे केले आणि तो कोठडीबाहेर पडला.

आता कैदी मॅचचा पुढचा भाग कधी सुरू होतो याची अगदी उत्सुकतेने वाट बघत होते. तो येऊन कुणाच्याही नकळत त्या कैद्यांच्या गर्दीत अलगद मिसळून

गेला. बघता बघता सरकत सरकत तो त्या घोळक्याच्या अगदी मध्यभागी पोहोचला. त्यानंतर कितीतरी वेळ त्या घोळक्यातून शिट्ट्या, टाळ्या इत्यादी दंगा चालूच राहिला.

अखेर मॅच संपली. दंगा कमी होण्याऐवजी अधिकच वाढला. ऑफिसर ओरडत सुटले, "आपापल्या कोठड्यांमध्ये परत!" पण त्यांच्या त्या ओरडण्याकडे कुणी फारसं लक्षही दिलं नाही.

तो वळला आणि एका विशिष्ट ऑफिसरच्या दिशेने चालू लागला. जाता जाता त्याच्या कोपराची धडक त्या ऑफिसरला लागली.

"अरे जरा कुठे जातोयस ते नीट बघत जा ना लीच." पॅस्को म्हणाला.

"सॉरी गव्ह!" लीच म्हणाला आणि निघून गेला.

❖

डॅनी वरच्या मजल्यावर आपल्या कोठडीत परत आला. एव्हाना बिग अल् सर्जरी विभागात आपल्या ड्यूटीवर गेला असेल, याची त्याला कल्पना होती. पण निक मात्र अजूनही कोठडीमध्ये परत आलेला नव्हता. डॅनीला त्याचं आश्चर्य वाटलं. तो कोठडीतल्या टेबलापाशी बसला आणि भिंतीवर सेलोटेपने चिकटवलेल्या बेथच्या फोटोकडे बघत राहिला. त्या फोटोकडे पाहून त्याला बर्नीची तीव्रतेने आठवण आली. कदाचित आत्ता तो आणि बर्नी ही मॅच एकत्र बघत असते, जर... डॅनीने आपलं लक्ष लिहीत असलेल्या निबंधाकडे वळवण्याचा प्रयत्न केला; पण तो फोटोकडेच बघत बसला. आपल्याला तिची मुळीच आठवण येत नसल्याचं स्वत:च्याच मनाला तो वारंवार बजावत राहिला.

अचानक त्याला बाहेरच्या बाजूने एक मोठी किंकाळी ऐकू आली. त्याचबरोबर ऑफिसर्सचा आरडाओरडासुद्धा – "चला, चला, लवकर आपापल्या कोठडीत जा."

अचानक एका ऑफिसरने त्याच्या कोठडीचं दार उघडून डोकं आत खुपसलं, "मॉन्क्रीफ, बिग अल् कुठाय?"

डॅनीने त्या ऑफिसरची चूक दुरुस्त करण्याचा प्रयत्न केला नाही. त्याच्या गळ्यात अजूनही निकची चेन होती. हातात अंगठी आणि घड्याळही होतं. निकने अंघोळीला जाण्यापूर्वी त्याच्यापाशी सांभाळायला त्या गोष्टी दिल्या होत्या. तो फक्त एवढंच म्हणाला, "तो कामावर गेलाय."

एवढ्यात दार बंद झालं. ऑफिसर निघून गेला, पण डॅनीच्या मनात एक प्रश्न उभा राहिला. ऑफिसरने जर आपल्याला मॉन्क्रीफ म्हणून हाक मारली, तर

मग डॅनीचा ठावठिकाणा का नाही विचारला त्याने आपल्याला? त्याने परत निबंध लिहायला घेतला. पण बाहेरचा गोंगाट इतका वाढला होता की, आता मन एकाग्र करणं कठीण जात होतं. 'इंग्लंडने मॅच जिंकल्यावर बाहेर जो काही जल्लोष मगाशी झाला, त्या वेळी एखाद्या कैद्याचा तोल सुटलेला दिसतोय. त्यामुळेच त्याला एकान्तवासाची शिक्षा देऊन त्या कोठडीकडे नेण्यात येत असावं' असं त्याला वाटलं. काही मिनिटांनंतर दार उघडून परत तोच ऑफिसर आणि बिग अल् असे दोघं आत आले.

बिग अल्‌ला आत ढकलून ऑफिसर निघाला "हॅलो! निक." बिग अल् मुद्दाम ऑफिसरला ऐकू जाईल इतक्या मोठ्या आवाजात म्हणाला.

"हा काय प्रकार आहे?" डॅनी म्हणाला. पण बिग अल्‌ने तोंडावर बोट ठेवून त्याला गप्प राहण्याची खूण केली. नंतर तो कमोडपाशी जाऊन सीटवर बसला.

"हे बघ, मी कमोडवर बसलेलो असताना त्यांना बाहेरून दिसू शकत नाही. तू आहेस तिथे बसून कामात गर्क आहेस, असं दाखव. अजिबात मागे वळून बघू नकोस."

"पण का?"

"आणि तोंड उघडू नको. फक्त ऐक." डॅनीने पेन उचलून निबंधलेखनात गर्क असल्याचा बहाणा केला.

"निकने गळफास लावून घेतलाय."

डॅनीला वाटलं, आपल्याला जोरात उलटी होणार.

"पण का?" त्याने परत विचारलं.

"मी म्हणालो ना, बोलू नको. तो त्यांना शॉवररूममध्ये लटकत असलेला सापडला."

डॅनीने टेबलावर मुठी आपटण्यास सुरुवात केली. "हे खरं नाही. खरं नाही."

"शट अप गधड्या आणि ऐक. मी सर्जरीत असताना दोन स्क्र्यू मला शोधत आले. त्यातला एक म्हणाला, 'सिस्टर, लौकर या. कार्टराईटने गळफास लावून घेतलाय.' ते खरं नाही, हे माझ्या लगेच लक्षात आलं. कारण अगदी थोड्या वेळापूर्वीच मी तुला मॅच बघणाऱ्या लोकांमध्ये बसलेलं पाहिलं होतं. म्हणजे तो नक्की निक असणार होता. जेव्हा शॉवररूममध्ये कुणी डिस्टर्ब करायला येणार नाही, अशाच वेळी त्याला शॉवर घ्यायचा असतो."

"पण का?"

"त्याची चिंता तू आत्ता करू नकोस डॅनी बॉय." बिग अल् ठामपणे म्हणाला. "स्क्र्यू आणि सिस्टर पळतच निघून गेले. काही मिनिटं तरी मी तिथे

एकटाच होतो. मग दुसरा एक स्क्र्यू मला इकडे घेऊन आला.'' आता डॅनी नीट लक्ष देऊन ऐकत होता. ''त्याने मला सांगितलं, तू आत्महत्या केलीस.''

''पण त्यांच्या लक्षात येईलच ना, तो मी नव्हतो ते –''

''नाही. त्यांच्या नाही येणार लक्षात.'' बिग अल् म्हणाला. ''कारण मला जो काही वेळ मिळाला तेवढ्यात मी तुझ्या आणि निकच्या फायलींवरच्या नावांची अदलाबदल केली आहे.''

''तू काय केलंस?''

''तू नीट ऐकलं आहेस.''

''पण फायली नेहमी कुलपात असतात, असं तूच तर मला सांगितलं होतंस ना?''

''हो, इतर वेळी असतात, पण सर्जरीच्या वेळी नसतात. कदाचित सिस्टरना अचानक येऊन एखाद्या औषधाविषयीची माहिती चेक करावी लागलीच तर... म्हणून आणि सिस्टर तर घाईने निघून गेली होती ना!'' इतक्यात बाहेरून कुणाचीतरी चाहूल लागली. बिग अल् बोलायचा थांबून म्हणाला, ''लिहीत राहा, थांबू नको. बोलू नको.'' तो उठून आपल्या बेडपाशी आला आणि झोपला. बाहेरच्या बाजूने एक डोळा की-होलमधून त्यांच्यावर नजर ठेवून होता. तो थोड्या वेळाने गेला.

''पण तू असं केलंस तरी का?'' डॅनी म्हणाला.

''आता ते त्याचे बोटांचे ठसे आणि रक्तगट तपासून त्या फायलीतल्या नोंदींशी पडताळून बघतील ना. मग त्यांना वाटेल, तूच आत्महत्या केलीस. नाहीतरी या नरकात आणखी वीस वर्षं कशाला काढायला हवीस तू?''

''पण निकला तर आत्महत्या करायचं काहीच कारण नव्हतं.''

''ते माहीत आहे रे मला,'' बिग अल् म्हणाला, ''पण गळफास तू लावून घेतलास, असं जोपर्यंत त्यांना वाटतंय, तोपर्यंत कोणतीही चौकशी होणार नाही.''

''पण म्हणून तू सरळ आमच्या रेकॉर्डची अदलाबदल केलीस?'' डॅनीने बोलायला सुरुवात केली. मग अचानक थोडा वेळ तो गप्प झाला. त्यानंतर पुढे म्हणाला, ''त्यामुळे केवळ सहा आठवड्यांत मी इथून बाहेर पडेन.''

''हुशार आहेस. लगेच लक्षात आलं तुझ्या डॅनी बॉय.''

बिग अल्च्या या कृत्याचे परिणाम काय होणार आहेत, हे जेव्हा डॅनीच्या नीट लक्षात आलं, तेव्हा त्याचा चेहरा पांढरा पडला. तो बेथच्या फोटोकडे टक लावून बघत बसला. आपण अगदी इथून सुटून बाहेर पडलो, तरीसुद्धा आपल्याला तिची भेट कधीच घेता येणार नाही, हे त्याला कळून चुकलं. आपल्याला उर्वरित

आयुष्य निक मॉन्क्रीफ म्हणूनच घालवावं लागणार, हेही त्याचबरोबर त्याच्या लक्षात आलं. "हे असं करण्याआधी मला विचारावंसं वाटलं नाही का तुला?" तो बिग अल्‌ला म्हणाला.

"मी तुला विचारत बसलो असतो, तर फार उशीर झाला असता. एक गोष्ट विसरू नकोस. तुमच्या दोघांमधला निक कोण आणि डॅनी कोण हे ओळखू शकणारी हाताच्या बोटांवर मोजण्याएवढीच माणसं इथे आहेत. शिवाय एकदा त्यांनी फायलींचं चेकिंग केल्यानंतर, मरण पावला तो डॅनी आणि जिवंत आहे तो निक असं त्यांच्या मनावर आपोआपच बिंबलं जाईल."

"आणि जर आपण पकडले गेलो तर?"

"तर तू तुझी जन्मठेप ठरल्याप्रमाणे भोगशीलच आणि माझा हॉस्पिटलमधला जॉब जाऊन मला विंगमध्ये सफाई कामगार म्हणून काम करावं लागेल. त्यात काय मोठंसं?"

डॅनी परत थोडा वेळ गप्प झाला. नंतर तो म्हणाला, "पण हे सगळं यशस्वीपणे पार पाडता येईल, अशी काही मला खात्री नाही. आणि जर समजा–"

"जर समजा – नाही आणि काही नाही डॅनी बॉय. आपल्या कोठडीचं दार अजून चोवीस तासांनी उघडेल. तेवढ्या वेळात तू नीट मनाशी काय ते ठरवून ठेव. तू कार्टराईट आहेस का मॉन्क्रीफ आहेस ते. डॅनी कार्टराईट असशील, तर आणखी वीस वर्षं इथे जन्मठेपेची सजा भोगत खितपत पडावं लागेल. सर मॉन्क्रीफ निकोलस असशील, तर अजून सहा आठवड्यांत इथून बाहेर पडशील. आणखी एक गोष्ट विसरू नकोस. तुला स्वतःचं निर्दोषित्व सिद्ध करायचंय, स्वतःच्या नावाला लागलेला काळिमा धुवून काढायचाय ना? मग तू बाहेर असताना ती गोष्ट करणं किती सोपं जाईल तुला. शिवाय ज्या भडव्यांनी तुझ्या दोस्ताचा खून केला, त्यांचा सूडही घेता येईल तुला."

"मला विचारासाठी थोडा अवधी हवा." असं म्हणून डॅनी आपल्या बेडवर चढू लागला.

"पण फार वेळ नाहीये." बिग अल् म्हणाला. "एक लक्षात ठेव. निक नेहमी खालच्या बेडवर झोपायचा."

३४

"निक माझ्यापेक्षा पाच महिन्यांनी मोठा होता आणि अर्धा इंच बुटका." डॅनी म्हणाला.

"पण हे तुला कसं माहीत?" बिग अल् अस्वस्थपणे म्हणाला.

"ते सगळं त्याच्या डायऱ्यांमध्ये आहे." डॅनी म्हणाला. "आत्ता मी त्याच्या डायऱ्याच वाचतोय. निक या तुरुंगाच्या कोठडीत कसा काय आला त्या घटनेपाशी येऊन पोहोचलोय मी आणि त्याबद्दल तू मला कोणती कहाणी सांगायची, हे तुझं तूच ठरव." हे ऐकून बिग अल्च्या कपाळाला आठी पडली. "गेली दोन वर्षं मी डोळ्यांवर जणूकाही पट्टी बांधून इथे राहिलो. खरंतर सत्य माझ्या नजरेसमोर 'आ' वासून उभं होतं." डॅनी म्हणाला. "निकच्या प्लॅटूनला सर्बियन कैद्यांवर देखरेख करण्याचा हुकूम मिळाला, तेव्हा त्या दोन कोसोव्हन अल्बेनियन अतिरेक्यांना गोळ्या घालणारा स्टाफ सार्जंट तूच होतास."

"त्याहूनही वाईट गोष्ट घडली." बिग अल् म्हणाला, "कॅप्टन मॉन्क्रीफने अगदी स्पष्ट सूचना दिलेली होती. त्याने इंग्लिश आणि सर्बो-क्रोट भाषेत त्या अतिरेक्यांना वॉर्निंग दिल्याखेरीज कोणीही फायरिंग करायचं नाही."

"आणि तू त्याच्या ऑर्डरचं उल्लंघन केलंस."

"पण एखादा माणूस तुमच्यावर गोळ्या झाडायला लागला, तर त्या वेळी त्याला वॉर्निंग देत बसण्यात काय पॉईंट आहे?"

"पण दोघा यू.एन.च्या प्रतिनिधींनी कोर्ट मार्शलच्या वेळेस असंच सांगितलं की, ते अल्बेनियन केवळ हवेत गोळ्या झाडत होते."

"त्यांचं काय घेऊन बसलास?"

"आणि सगळा ठपका आला निकच्या माथी."

"हो ना!" बिग अल् म्हणाला. "मी कोर्ट मार्शलच्या वेळी खरं काय घडलं ते सगळं जसंच्या तसं सांगितलं, पण निकने सगळ्या प्रकरणाची

जबाबदारी आपणहून स्वीकारली आणि त्यांनी निकच्या शब्दांवर विश्वास ठेवला.''

''त्यामुळे तुला सदोष मनुष्यवधाच्या गुन्ह्याखाली शिक्षा झाली.''

''आणि मला केवळ दहाच वर्षांची शिक्षा झाली. त्याऐवजी माझ्यावर खुनाचा आरोप सिद्ध झाला असता, तर बावीस वर्षं जन्मठेप भोगत बसावं लागलं असतं आणि सुटकेची काहीही शक्यता नाही.''

''निकने तुझ्या असामान्य धैर्याविषयी बरंच काही लिहिलंय. तू अर्ध्याअधिक प्लॅटूनचे प्राण वाचवले आहेस, असंही त्याने लिहिलंय. त्यात तू त्याचेही प्राण वाचवलेस इराकमध्ये असताना, असंही म्हटलंय त्याने.''

''तो उगाच काहीतरी अतिरंजित लिहितो.''

''मला नाही वाटत तसं.'' डॅनी म्हणाला. ''पण अर्थात त्यामुळे एक गोष्ट स्पष्ट होते. तू त्याच्या आज्ञेचा भंग केला असूनसुद्धा सर्व ठपका त्याने स्वत:वर का ओढवून घेतला, त्यामागचं कारण कळतं.''

''मी कोर्ट मार्शलच्या वेळी सत्य सांगितलं,'' बिग अल् म्हणाला, ''पण तरी त्यांनी निकचं कमिशन काढून घेतलं. त्याला आपल्या कर्तव्यात कसूर केल्याबद्दल, निष्काळजीपणा दाखवल्याबद्दल आठ वर्षांची शिक्षा दिली. त्याने माझ्यासाठी केवढा मोठा स्वार्थत्याग केला, याची जाणीव मला आहे. त्याविषयी मी विचार केला नाही, असा एक दिवसपण जात नाही; पण मला एका गोष्टीची खात्री आहे, तू निकची जागा घ्यावीस असंच त्याला नक्की वाटलं असतं.''

''तू कशावरून असं म्हणतोस?''

''पुढे वाच डॅनीबॉय, पुढे वाच.''

❖

''या सगळ्याच प्रकरणाची मला जरा शंका वाटते. खरं नाही वाटत.'' रे पॅस्को गव्हर्नरला म्हणाले, ''हे बघ, एखाद्या जन्मठेपेच्या कैद्याने गळफास लावून घेणं काही नवीन नाही, हे तुलाही माहीत आहे आणि मलाही. त्याचं अपील फेटाळण्यात आलं ना?''

''पण कार्टराईट असं करेल? त्याला तर आयुष्यात जगण्याची उमेद वाटावी अशा कितीतरी गोष्टी होत्या.''

''पण त्या क्षणी त्याच्या मनात काय चाललं होतं, ते कळायला काहीच मार्ग नाही आता.'' गव्हर्नर म्हणाले. ''त्याने त्या दिवशी आपल्या कोठडीची नासधूस केली होती आणि नंतर त्याला एकान्तवासात कसं ठेवावं लागलं होतं, हे विसरू नकोस. त्याची प्रेयसी आणि त्याचं मूल भेटायला आल्यावर त्यांची भेट

घेणंदेखील नाकारलं त्याने. तिची पत्रंपण फाडून टाकली त्याने.''

"ते खरं. पण त्याचा बदला घेण्याची लीचने प्रतिज्ञा केल्यानंतर किती थोड्या दिवसांत ही गोष्ट घडली. तो काय नुसता योगायोग असू शकेल?''

"पण त्या दोघांमध्ये त्या लायब्ररीतल्या पुस्तकाच्या प्रकरणानंतर काहीही संपर्क झालेला नाही, असं तूच तर आपल्या अहवालात लिहिलं आहेस ना?''

"त्यामुळेच तर काळजीत पडलोय.'' पॅस्को म्हणाले. "जर एखाद्याने दुसऱ्याचा खून करायचं ठरवलं असेल, तर तो त्याच्या आसपास आधी कधीच फिरकणार नाही. आपणा दोघांना कुणी एकत्र पाहू नये, याची तो केवढी काळजी घेईल!''

"कार्टराईटचा मृत्यू मान मोडल्यामुळे झाल्याचं डॉक्टरांनी म्हटलंय.''

"लीच कोणाचीही मान मोडू शकतो.''

"लायब्ररीतलं पुस्तक परत केलं नाही म्हणून?''

"त्याला एक महिना एकान्तवासाची शिक्षा नाही का झाली त्याबद्दल?'' पॅस्को म्हणाले.

"तू ज्या टेपविषयी बोलत होतास, त्याचं काय झालं?''

पॅस्कोने मान हलवली. "त्याविषयी मला अजून नवीन काहीच माहिती हाती आली नाही,'' त्यांनी कबूल केलं. "पण मला आतला आवाज असं सांगतोय...''

"अरे, पण त्या प्रकरणाची चौकशी चालू करायची झाली, तर त्यासाठी मला नुसतं तुझा आतला आवाज सांगतोय हे कारण पुरणार नाही. आणखी काहीतरी भक्कम कारण हवं.''

"मृतदेहाचा शोध लागण्याच्या काही मिनिटं आधी तो लीच मला चालता चालता मुद्दाम धक्का मारून गेला.''

"मग काय झालं?''

"त्याच्या पायांत नवेकोरे बूट होते.''

"तुला यातून नक्की काय सुचवायचंय?''

"मॅच जेव्हा सुरू झाली, तेव्हा एक गोष्ट माझ्या नजरेला पडली होती. ती म्हणजे मॅच सुरू झाली, तेव्हा त्याच्या पायांत नेहमीचे कैद्यांना देण्यात येणारे जिमशूज होते. मग मॅच संपली तेव्हा त्याच्या पायांत नवेकोरे अदिदास कंपनीचे बूट कुठून आले? त्या सगळ्याचा ताळमेळ जुळत नाहीये.''

"पॅस्को, तुझ्या सूक्ष्म निरीक्षणाची मला दाद द्यावी लागेल. पण तरीसुद्धा या प्रकरणाच्या चौकशीचे आदेश देण्यासाठी एवढंसं कारण पुरेसं नाही.''

"त्याचे केस ओले होते.''

"पॅस्को,'' गव्हर्नर म्हणाले, "आपल्याकडे दोन पर्याय आहेत. एकतर आपण डॉक्टरांचा अहवाल ग्राह्य धरायचा आणि वरिष्ठांना ही आत्महत्या होती असं

कळवून टाकायचं किंवा मग पोलिसांना बोलावून त्यांना या प्रकरणाची चौकशी करण्याचे आदेश द्यायचे; पण दुसरा पर्याय जर आपण निवडायचा ठरवला, तर त्यासाठी नवेकोरे बूट आणि ओले केस एवढंसं कारण पुरणार नाही.''

''पण जर लीच–''

''आपल्याला ताबडतोब काय प्रश्न विचारण्यात येईल माहीत आहे? लीचने कार्टराईटला धमकी दिल्याचं जर तुम्हाला माहीत होतं, तर मग त्याला त्याच दिवशी दुसऱ्या तुरुंगात नेण्यासंबंधी तुम्ही का नाही सुचवलं?''

एवढ्यात दारावर हलकी थाप पडली.

''आत या.'' गव्हर्नर म्हणाले.

''सॉरी टू डिस्टर्ब यू,'' त्यांची सेक्रेटरी म्हणाली, ''पण तुम्हाला ही गोष्ट ताबडतोब दाखवावी, असं मला वाटलं.'' तिने त्याला तुरुंगाच्या स्टेशनरीतला एकरेघी कागद दाखवला.

गव्हर्नर साहेबांनी तो काळजीपूर्वक वाचला आणि पॅस्कोच्या हातात तो देत म्हणाले, ''याला म्हणतात पुरावा.''

पेनचा मोबाइल फोन वाजू लागला, तेव्हा तो एका गिऱ्हाइकाला मेफेअर भागातला एक आलिशान फ्लॅट दाखवण्यात गर्क होता. एखादं अत्यंत महत्त्वाचं गिऱ्हाईक असेल, तर तो आपला फोन बंद करत असे. पण फोनच्या स्क्रीनवर आत्ता स्पेन्सरचं नाव उमटलेलं पाहताच त्याने जरा दूर जाऊन तो फोन घेतला.

''गुड न्यूज.'' क्रेग म्हणाला, ''कार्टराईट मरण पावला.''

''मरण पावला?''

''त्याने आत्महत्या केली. शॉवर-रूममध्ये गळफास लावून घेतलेला सापडला.''

''तुला कसं काय माहीत?''

''ईव्हिनिंग स्टँडर्ड या पेपरात पहिल्या पानावर बातमी आहे. त्याने मरण्यापूर्वी चिठ्ठीपण लिहून ठेवली होती. त्यामुळे आपला प्रश्नच सुटलेला आहे.''

''पण जोपर्यंत ती टेप आहे, तोपर्यंत तसं म्हणता येणार नाही.''

''एक मेलेला माणूस दुसऱ्या मेलेल्या माणसाविषयी बोलतोय त्या टेपमध्ये. कुणाला त्या टेपमध्ये आता रस असणार आहे?''

कोठडीचं दार उघडून पॅस्को आत आले. त्यांनी थोडा वेळ डॅनीकडे निरखून पाहिलं, पण ते काही बोलला नाही. डॅनीने डायरीतून मान वर करून पाहिलं. आत्ता निकचा पॅरोल बोर्डाच्या हर्स्ट नावाच्या माणसाशी जो इंटरव्ह्यू झाला होता, त्याची हकिकत तो वाचत होता. नेमकं त्याच दिवशी त्याचं स्वत:चं अपील फेटाळण्यात आलं होतं. त्याच दिवशी त्याने स्वत:च्या कोठडीची तोडफोड केली होती आणि त्याबद्दल त्याला एकान्तवासात टाकण्यात आलं होतं.

"ओके. मंडळी, चला, जेवून घ्या आणि कामाला लागा आणि मॉन्क्रीफ," पॅस्को म्हणाले, "तुझ्या त्या कार्टराईट दोस्ताविषयी खूप वाईट वाटलं मला. तो दोषी आहे असं मला कधीच वाटलं नव्हतं." त्यावर त्यांना काय उत्तर द्यावं याचा डॅनी विचार करू लागला. पॅस्को तेवढ्यात कोठडीच्या बाहेर पडून दुसऱ्या कोठडीपाशी पोहोचलेसुद्धा.

"त्याला सगळं माहीत आहे." बिग अल् म्हणाला.

"म्हणजे आता आपण पकडले जाणार." डॅनी म्हणाला.

"मला नाही वाटत तसं." बिग अल् म्हणाला, "काय कारणाने ते माहीत नाही, पण तो ही आत्महत्येची गोष्ट खरी मानत असल्याचं दाखवतोय. पण इथला तो एकमेव माणूस असा आहे, ज्याला ते मनातून मुळीच पटलेलं नाहीये, याची मला अगदी खात्रीच आहे. बाय द वे निक, तुझं मतपरिवर्तन कशामुळे झालं?"

डॅनीने डायरी उचलली. त्यातली काही पानं उलटली आणि त्यातली विशिष्ट वाक्यं मोठ्यांदा वाचली – 'मला जर डॅनीची जागा घेता आली असती, तर ती मी आनंदाने घेतली असती. मला स्वातंत्र्य मिळण्याचा जेवढा हक्क आहे, त्याहून कितीतरी अधिक हक्क त्याला आहे.'

३५

फादर मायकेल यांनी आपला उजवा हात वर करून क्रॉसची खूण केली. डॅनी चर्चच्या प्रांगणात कुणालाही दिसणार नाही अशा पद्धतीने आडोशाला उभा राहून सर्वकाही बघत होता.

डॅनी कार्टराईटच्या अंतिम संस्कारांसाठी उपस्थित राहण्याची निकची विनंती गव्हर्नर साहेबांनी मान्य केली होती. बो इथल्या सेंट मेरीज चर्चमध्ये हे विधी सुरू होते. बिग अल्ने या कार्यक्रमाला उपस्थित राहण्याची विनंती केली असता, ती गव्हर्नर साहेबांनी मंजूर केली नाही, कारण बिग अल्चे शिक्षेचे अजून चौदा महिने बाकी होते. शिवाय त्याला पॅरोलसुद्धा मिळालेला नव्हता.

पोलिसांची गाडी माईल एंड रोडमध्ये शिरताच डॅनी ओळखीच्या खुणा दिसत आहेत का, ते खिडकीतून पाहू लागला. बेथ आणि तो दर शुक्रवारी संध्याकाळी जिथे बसायचे, ती जागा त्याला दिसली. नंतर गाडी त्यांच्या क्लेमंट ॲटली शाळेसमोर थोडा वेळ थांबली. या ठिकाणी आपल्या आयुष्यातली किती वर्षं वाया गेली, या विचारांनी डॅनीच्या मुठी घट्ट आवळल्या गेल्या.

थोड्या वेळाने गाडी विल्सन्स गॅरेजवरून पुढे गेली. डॅनीने मुद्दामच त्या वेळी खिडकीतून बघायचं नाही, असं ठरवलं होतं; पण ते त्याला शक्य झालंच नाही. गॅरेजपुढच्या छोट्याशा मोकळ्या जागेत जिवंतपणाच्या फारशा खाणाखुणा दिसत नव्हत्या. 'या विल्सन्स गॅरेजमधून सेकंडहँड गाडीतरी खरेदी करण्याची इच्छा कुणाला होणं शक्य आहे का?' डॅनीच्या मनात आलं. मग त्याने आपलं लक्ष रस्त्यापलीकडे असलेल्या मॉंटी ह्यूजेसच्या गॅरेजकडे वळवलं. नव्याकोऱ्या चमकदार मर्सिडीज गाड्या ओळीने उभ्या होत्या. झकपक पोशाख घातलेले तरुण तरतरीत विक्रेते हसून गिऱ्हाइकांशी बोलत होते.

मॉन्क्रीफचे शिक्षा भोगण्याचे केवळ पाचच आठवडे बाकी असूनही त्याला इथे गव्हर्नर साहेबांच्या सूचनेनुसार दोन ऑफिसरांसोबत येणं भाग पडलं होतं.

ते सावलीसारखे सतत त्याच्यासोबत होते. गव्हर्नर साहेबांनी निकला अशी सक्त ताकीद देऊन ठेवली होती की, कोणत्याही कायद्याचा जरासुद्धा भंग त्याच्या हातून झाला, तर गव्हर्नर साहेब त्याची पॅरोल बोर्डाकडे तक्रार करायला अजिबात कचरणार नव्हते.

"पण अर्थात तुला हे सगळे नियम, कायदेकानून नीट माहीतच आहेत निक." गव्हर्नर साहेब त्याला म्हणाले होते. "कारण तू जेव्हा आपल्या वडिलांच्या अंत्यविधीला हजर राहण्यासाठी इथून गेला होतास, तेव्हा हे सगळे नियम तुला आम्ही नीट समजावून सांगितलेच होते." डॅनी त्यावर काहीच बोलला नव्हता.

गव्हर्नर साहेबांनी घातलेले हे निर्बंध एका परीने डॅनीच्या पथ्यावरच पडले होते. कारण कार्टराईट परिवार, त्यांचे आप्तेष्ट आणि स्नेहीसंबंधी यांच्यामध्ये मिसळण्याची त्याला परवानगी नव्हती. तुरुंगातून बाहेर पडल्यापासून तुरुंगात परत येईपर्यंत सोबतच्या दोन पोलीस ऑफिसरांशिवाय आणखी कुणाशीही एक अक्षरसुद्धा बोलायचं नाही, अशी सक्त ताकीद त्याला देण्यात आली होती. नियमभंग केल्यास बेलमार्श तुरुंगात आणखी चार वर्षं काढावी लागतील, या नुसत्या विचारानेही त्याला कापरं भरलं होतं. नियमाचा भंग वगैरे करण्याचा विचारही त्याच्या मनाला शिवणं शक्य नव्हतं.

फादर मायकेल यांनी प्रार्थनेने कार्यक्रमाला सुरुवात केली. डॅनीच्या अपेक्षेपेक्षा फार जास्त गर्दी जमली होती. त्याची आई फिकट, ओढलेली दिसत होती. ती गेले कित्येक दिवस रडत असावी. बेथ तर इतकी हडकुळी दिसत होती, की तिने अंगात घातलेला ड्रेस त्याच्या चांगला परिचयाचा होता. पण तो आज तिला खूपच ढगळ दिसत होता. तिचा पूर्वीचा सुंदर बांधा कुठेतरी लोपला होता. त्याची दोन वर्षांची मुलगी ख्रिस्ती मात्र मजेत होती. त्या लहानग्या जिवाला त्या प्रसंगाचं गांभीर्य काय कळणार? ती आपल्या आईच्या आजूबाजूला खेळत होती. पण तिची स्वत:च्या वडिलांशी विशेष ओळख तरी कुठे होती? महिन्यातून एकदा भेटणाऱ्या वडिलांना ती विसरूनपण गेली असेल बिचारी! 'आपल्या वडिलांची तुरुंगातल्या कैद्याच्या वेषातली मूर्ती तिला इथून पुढे नाही आठवली तरी चालेल.' डॅनीच्या मनात आलं.

बेथचे वडील तिच्या शेजारी उभे होते. त्यांना पाहून डॅनीचं हृदय भरून आलं. त्यांची मान खाली होती. डॅनीच्या परिवाराच्या मागे थोड्या अंतरावर एक उंचनिंच, देखणा माणूस काळा सूट घालून उभा होता. त्याचे ओठ घट्ट आवळलेले होते. डोळ्यांत संताप स्पष्ट दिसत होता. आपण ॲलेक्स रेडमेन यांनी पाठवलेल्या एकाही पत्राचं उत्तर न दिल्याबद्दल डॅनीला अपराधी वाटलं.

फादर मायकेल यांची प्रार्थना म्हणून संपली. आता डॅनीविषयी गौरवपर भाषण करण्यापूर्वी त्यांनी मान खाली घातली. "डॅनी कार्टराईट याचा मृत्यू ही

आधुनिक जगातली एक शोकांतिका आहे,'' ते समोर उपस्थित जनसमुदायाला म्हणाले. शवपेटिकेकडे पाहत ते पुढे म्हणाले, ''एक तरुण मुलगा वाट चुकला, भरकटत गेला; इतका त्रास त्याने या जगात भोगला की, अखेर त्याने आपलं जीवन संपवलं. आपल्यापैकी जे कुणी डॅनीला जवळून ओळखत होते, त्यांचा तर डॅनीसारख्या सहृदय, कनवाळू माणसाच्या हातून आपल्या जिवलग मित्राचे प्राण घेण्यासारखा गंभीर गुन्हा होईल, यावर कधीच विश्वास बसू शकणार नाही. पोलिसांनी खरोखरच त्याला गुन्हेगार ठरवून पकडण्यात चूक तर नाही केली, असं अजूनही आपल्यापैकी बऱ्याच जणांना वाटतं.'' त्यांचे ते शब्द ऐकून समोर उभ्या असलेल्या शोकाकुल लोकांपैकी अनेकांनी उत्स्फूर्तपणे टाळ्या वाजवल्या. बेथचे वडीलही टाळ्या वाजवणाऱ्यांमध्ये होते, हे पाहून डॅनी मनातून सुखावला.

फादर मायकेल यांनी मान वर केली. ''पण आत्तातरी आपण एवढंच स्मरणात ठेवू या की, हा एक पुत्र, एक पिता, एक बुद्धिमान नेता आणि एक खेळाडू असलेला डॅनी कार्टराईट जिवंत असता, तर त्याचं नाव नक्कीच सर्वतोमुखी झालं असतं.'' परत एकदा टाळ्यांचा कडकडाट झाला. ''पण देवाच्या मनात तसं नव्हतं. देवाची मर्जी काय असते, हे आपणा सर्वांना एक गूढच आहे. त्याने आपल्या पुत्राला स्वत:कडे बोलावून घेतलं. कायमचं.'' एवढं बोलून फादर मायकेल यांनी पवित्र तीर्थ डॅनीच्या कबरीच्या अवतीभोवती शिंपडलं आणि ते म्हणाले, ''ईश्वर डॅनीच्या आत्म्यास शांती देवो!''

यानंतर मंद संगीत सुरू झालं. फादर मायकेल, बेथ आणि कार्टराईट परिवारातले इतर सदस्य कबरीच्या जवळ गुडघे टेकून बसले. इतर अनेक शोकाकुल व्यक्ती मागच्या बाजूला डॅनीचा अखेरचा निरोप घेण्यासाठी उभ्या होत्या. ॲलेक्स रेडमेनसुद्धा त्यात होते. ॲलेक्स रेडमेन मान खाली घालून डोळे मिटून काहीतरी पुटपुटत होता. त्यांचे शब्द डॅनीला, तसेच इतर कुणालाच ऐकू आले नाहीत. तो म्हणत होता– ''मी तुझ्या नावाला लागलेला कलंक धुवून काढीन. तुझ्या आत्म्याला त्यामुळे शांती मिळेल.''

शेवटची व्यक्ती निघून जाईपर्यंत डॅनीला हलण्याची परवानगी नव्हती. बेथ आणि ख्रिस्ती या दोघीही अखेर निघून गेल्या. दोघींनी त्याच्याकडे साधा कटाक्षसुद्धा टाकला नाही. पॅस्को जेव्हा मॉन्क्रीफला तुरुंगात परत नेण्यासाठी वळले, तेव्हा त्यांनी पाहिलं, मॉन्क्रीफचे डोळे पाणावले होते. आपले अश्रू केवळ आपल्या जिवलग मित्रासाठी – निकसाठी नाहीत, तर आपल्यावर खरं प्रेम करणारी किती माणसं जगात आहेत हे प्रत्यक्ष डोळ्यांनी बघण्याचा अत्यंत दुर्मीळ अनुभव आज आपल्याला आला, त्याबद्दलसुद्धा आहेत हे त्यांना सांगावं, असं डॅनीला वाटलं; पण तो विचार त्याने मनातच दाबला.

३६

डॅनीने मोकळ्या वेळापैकी प्रत्येक क्षण निकच्या डायऱ्यांच्या वाचनात घालवला. त्याने त्या परत परत वाचून काढल्या. अखेर निकविषयी समजून घ्यायचं काहीच बाकी उरलं नाही.

बिग अल् निकबरोबर पाच वर्षं सैन्यात त्याच्या हाताखाली काम करत होता. नंतर दोघं एकदमच बेलमार्शच्या तुरुंगात दाखल झाले होते. त्यामुळे अनेक न कळलेल्या गोष्टींचं स्पष्टीकरण त्याने डॅनीला दिलं. जर चुकून डॅनीची एखाद्या सैन्यातल्या अधिकाऱ्याशी गाठ पडलीच, तर त्याने कसं वागलं पाहिजे, तीस फुटांवरून आपल्या रेजिमेंटचा टाय परिधान केलेला माणूस कसा ओळखायचा अशा छोट्याछोट्या, पण महत्त्वाच्या बाबी त्याने डॅनीला शिकवल्या. निकची सुटका झाल्यावर 'पहिली कोणती गोष्ट त्याने केली असती?' या मुद्यावर बिग अल्ची आणि डॅनीची तासन् तास चर्चा चालायची.

"तो सरळ उठून स्कॉटलंडला गेला असता." बिग अल् म्हणाला.

"पण माझ्याकडे तर फक्त पंचेचाळीस पौंड आणि एक रेल्वे-व्हाऊचर असणार आहे." डॅनी म्हणाला.

"त्याच्याबद्दल काय करायचं ते मि. मन्रो करतील ना! तू का काळजी करतोस? निक नेहमी म्हणायचा, मि. मन्रोंना कसं हाताळायचं ते माझ्यापेक्षा डॅनीला जास्त चांगलं समजेल."

"हो, पण मी जर निकच्या जागी असतो तर!"

"अरे, पण आता तू आहेस ना त्याच्या जागी. तूच निक आहेस. मला वाटतं, या मि. मन्रोंची तू काही काळजी करू नकोस. फक्त एक लक्षात घे, तू जेव्हा त्यांना पहिल्यांदा भेटशील ना –"

"पहिल्यांदा नाही, दुसऱ्यांदा," डॅनी म्हणाला.

"ते ठीक आहे रे, पण त्यांनी निकला केवळ एक तास पाहिलेलं आहे.

शिवाय आता या खेपेला तू तिथे जाशील, तेव्हा ते मि. मन्रो, सर निकोलस मॉन्क्रीफ यांना भेटण्याची अपेक्षा ठेवूनच तुझी वाट बघत असतील. आपण एका अनोळखी, परक्या माणसाला भेटतोय अशी शंकाही त्यांना येणार नाही. त्यानंतरचे स्कॉटलंडमधले दिवसच तुला अवघड जातील.''

''पण मी लगेच दुसऱ्याच दिवशी लंडनला येईन.'' डॅनी म्हणाला.

''पण एक लक्षात ठेव. लंडनच्या ईस्ट एंड भागात चुकूनसुद्धा फिरकू नकोस.''

''लंडन शहरात वर्षानुवर्षं राहणारी हजारो-लाखो माणसं आजपर्यंत एकदाही लंडनच्या ईस्ट एंड भागात एकदाही गेलेली नाहीत.'' डॅनी जरा भावनाविवश होत म्हणाला. ''आणि निकचं हे निवासस्थान, 'द बोल्टन' नक्की कुठे आहे, हे मला जरी माहीत नसलं, तरी ते ईस्ट एंड भागात नक्कीच नाही, एवढं माहीत आहे.''

''पण मग एकदा लंडनमध्ये परतल्यावर तू करणार काय?''

''मी माझी स्वत:ची अंत्ययात्रा या डोळ्यांनी पाहिली. बेथची वेदना पाहिली. आता माझा निर्णय पक्का आहे. मी निरपराध आहे हे मला माहीत आहे, बेथला माहीत आहे; पण ते इतर जगालाही माहीत करून देण्याचा निर्धार मी केला आहे.''

''तू त्या कुठल्या फ्रेंच माणसाविषयी मला काय बरं सांगितलं होतंस एकदा?'' बिग अल् म्हणाला.

''एडमंड दान्ते.'' डॅनी म्हणाला. ''ज्या माणसांच्या कृष्णकृत्यामुळे माझं आयुष्य बरबाद झालं, त्यांचा सूड घेतल्याशिवाय मी गप्प बसणार नाही.''

''तू त्या सगळ्यांना ठार मारणार?''

''नाही. ठार मारणं फार सोपं आहे. त्यांच्या नशिबी हाल-अपेष्टा, दु:ख आलं पाहिजे. मृत्यूसुद्धा त्यापुढे बरा वाटेल अशा यातना त्यांच्या नशिबी आल्या पाहिजेत. ते सगळं कसं जमवून आणायचं, याचा भरपूर विचार केलाय मी.''

''मग तुझ्या या सूड घेण्याच्या यादीत त्या लीचचं नावही घालायला विसरू नकोस.''

''लीच? का बरं? त्याचा माझा काय संबंध?''

''कारण मला वाटतं, निकचा खून त्या लीचनेच केला आहे. मी स्वत:ला सारखा एकच प्रश्न विचारतो – आपली केवळ सहा आठवड्यांमध्ये इथून सुटका होणार आहे, हे माहीत असताना निक कशाला आत्महत्या करेल?''

''पण लीचने निकला का मारावं? त्याचं जर कुणाशी भांडण असलंच, तर ते माझ्याशी होतं.''

''पण तो मुळी निकच्या पाठीमागे नव्हताच.'' बिग अल् म्हणाला. ''एक विसरू नकोस, निक जेव्हा शॉवर घेत होता, तेव्हा त्याच्या गळ्यातली साखळी,

अंगठी आणि घड्याळ तुझ्या अंगावर होतं.''

''पण त्याचा अर्थ असा की –''

''लीचने चुकीच्या माणसाला मारलं.''

''पण मी त्याला केवळ एक लायब्ररीचं पुस्तक परत करायला सांगितलं म्हणून त्याला मला मारावंसं वाटलं असेल?''

''कारण तुझ्यामुळे त्याला एकान्तवासाची शिक्षा मिळाली.''

''पण केवळ तेवढ्यामुळे कुणी दुसऱ्याच्या जिवावर उठेल?''

''कदाचित नाहीसुद्धा उठणार,'' बिग अल् म्हणाला, ''पण तुला काय वाटतं, चुकीची टेप नेऊन दिल्यानंतर क्रेगने लीचला त्याचे पैसे दिले असतील? शिवाय तू त्या मि. हागन यांचाही तू फार आवडता नाहीस, असा माझा अंदाज आहे.''

कदाचित, कळत-नकळत निकच्या मृत्यूला आपणच कारणीभूत झालो असू, हा विचार मनातून काढून टाकण्याचा डॅनीने बराच प्रयत्न केला.

''पण निक, तू काहीही काळजी करू नकोस. एकदा तू इथून बाहेर पडलास की, मी त्या लीचचं जे काही करणार आहे, त्यानंतर त्याला त्यापेक्षा मरण बरं, असंच त्याला वाटेल!'' बिग अल् म्हणाला.

स्पेन्सर क्रेगला मेन्यूकार्डवर नजर टाकायचीसुद्धा गरज पडली नाही, कारण ते त्याचं आवडतं रेस्टॉरंट होतं. क्रेग तिथे नेहमी वेगवेगळ्या तरुणींना घेऊन येत असे. वेटरलाही त्या गोष्टीची सवय झालेली होती. कधीकधी तर तो एकाच आठवड्यात तीन वेगवेगळ्या बायकांनासुद्धा घेऊन येत असे.

''सॉरी, मला उशीर झाला.'' क्रेगसमोर बसता बसता सेरा म्हणाली, ''एका अशिलामुळे मी अडकून पडले.''

''तू खूप कष्ट करतेस,'' क्रेग म्हणाला. ''पण पूर्वीही करायचीसच.''

''माझा हा जो क्लाएंट आहे ना तो दुपारची अपॉईंटमेंट घेतो नेहमी. चांगली तासाभराची. पण नंतर माझा इतका वेळ खातो. त्याला वाटतं, मी दुपारभर मोकळीच आहे. आजतर मला घरी जाऊन कपडे बदलायलासुद्धा वेळ झाला नाही.''

''खरं की काय? पण तुझ्याकडे बघून काही तसं वाटत नाहीये.'' क्रेग म्हणाला. ''एक सांगू, काळा स्कर्ट, पांढरा ब्लाऊज आणि काळे स्टॉकिंग्ज घातलेल्या स्त्रिया मला नेहमीच भुरळ घालतात.''

''तू अजूनही अगदी पूर्वीसारखाच गोड गोड बोलणारा आहेस हं!'' असं म्हणत सेराने मेन्यू हातात घेऊन वाचायला सुरुवात केली.

"इथलं जेवण फार मस्त असतं. मी एक सुचवू –"

"मी रात्री फार मोजकं जेवते. एखादीच डिश घेते. माझा गोल्डन रूल आहे तो." सेरा म्हणाली.

"तुझे ते केंब्रिजमधले सगळे गोल्डन रूल्स आठवतातय मला. म्हणून तर तू अभ्यासात माझ्या पुढे असायचीस."

"हो, पण तू बॉक्सिंग चँपियन होतास ना, मला आठवतं त्याप्रमाणे?"

"वा! तुझी स्मरणशक्ती चांगली आहे की."

"बाय द वे, लॅरी कसा आहे? त्या नाट्यप्रयोगानंतर मला भेटलेलाच नाही तो."

"मलाही नाही." क्रेग म्हणाला. "पण आजकाल त्याचं संध्याकाळचं बाहेर पडणं बंदच झालंय."

"त्याच्यावर समीक्षकांनी जी काय टीकेची झोड उठवली, त्यामुळे तो दुखावला तर गेला नाही ना?"

"मला नाही वाटत तसं." क्रेग म्हणाला. "नट वकिलांसारखे असतात. आपल्याला नाही का, फक्त ज्युरींचं मत काय, हे महत्त्वाचं. जज्जना काय वाटतंय याची मी अजिबात पर्वा करत नाही."

तेवढ्यात त्यांच्या टेबलापाशी वेटर आला.

"मी जॉन डोरी घेईन," सेरा म्हणाली. "पण त्यासोबत सॉस वाढून आणू नका हं."

"माझ्यासाठी स्टेक आणा, अगदी रेअर." क्रेग म्हणाला. मग त्याने मेन्यूकार्ड वेटरला परत देऊन टाकलं आणि सेराकडे वळला.

"आज खूप दिवसांनी तुला भेटून किती बरं वाटतंय म्हणून सांगू! खूप वर्षांपूर्वी आपण जेव्हा वेगळे झालो तेव्हा फार चांगली मन:स्थिती नव्हती दोघांचीही." क्रेग म्हणाला.

"पण आपण दोघंही आता मोठे झालोय." सेरा म्हणाली. "मी तर असं ऐकलं की लवकरच तुला सरकारी वकील होण्याची संधी मिळणार आहे. तुझ्या नावाची चर्चा चालू आहे आणि तसं झालं, तर तू सर्वांत लहान वयाचा सरकारी वकील होशील."

❖

कोठडीचं दार अचानक उघडलं. डॅनी आणि बिग अल्‌ला आश्चर्याचा धक्का बसला, कारण एक तासापूर्वीच सर्व कैद्यांना बंद करण्यात आलं होतं.

"तू गव्हर्नर साहेबांना भेटण्याचा लेखी अर्ज केला होतास का मॉन्क्रीफ?"

"हो मि. पॅस्को, जर शक्य असलं तर."

"उद्या सकाळी आठ वाजता तुला पाच मिनिटं मिळतील त्यांची गाठ घ्यायला."

एवढंच बोलून दार धाडकन लावून पॅस्को गेला.

"आजकाल तू अगदीच निकसारखं बोलतोस.'' बिग अल् म्हणाला. "हे आणखी काही दिवस असंच चालू ठेवलंस, तर मी लवकरच तुला सलाम ठोकून 'सर' म्हणायला लागीन.''

"कॅरी ऑन सार्जंट.'' डॅनी म्हणाला.

बिग अल् जोरात हसू लागला. पण मग म्हणाला, "तुला गव्हर्नर साहेबांना कशाला भेटायचंय? तुझा विचार बदलला तर नाही ना?''

"नाही.'' डॅनी म्हणाला. "मी ज्या वर्गाला शिकवतो ना, तिथे दोन तरुण पोरं आहेत. चांगलीच हुशार आहेत. दोघांना जर एका कोठडीत ठेवलं, तर एकत्र अभ्यास करतील.''

"पण कुणाला कुठल्या कोठडीत ठेवायचं हे जेन्किन्स बघतो ना? मग त्याच्याशीच का नाही बोलत?''

"बोललो असतो, पण एक अडचण आहे.'' डॅनी म्हणाला.

"कोणती?'' बिग अल् म्हणाला.

"त्या दोघांनी लायब्ररीयनच्या पोस्टसाठी अर्ज केलाय. मी गव्हर्नर साहेबांना सांगणार आहे, त्या दोघांनाही लायब्ररीयन करून टाका. नाहीतर त्यांच्यातल्या एखाद्याला सफाई कामगाराचा जॉब मिळेल.''

"गुड ट्राय निक, पण तुला काय वाटलं, तुझ्या या थापांवर माझा विश्वास बसेल?'' बिग अल् म्हणाला.

"होय.'' डॅनी म्हणाला.

"वेल, तू माझ्यासारख्या मुरलेल्या सोल्जरसमोर थापा मारण्याचा प्रयत्न केलास, तर तोंडघशी पडशील. आधी कहाणी मनात व्यवस्थित रचून ठेवून मग तोंड उघड.''

"ठीक आहे. मग समजा आत्ता माझ्या जागी तू असतास, तर काय उत्तर दिलं असतंस?'' डॅनी म्हणाला.

"माईंड युवर ओन बिझिनेस.'' बिग अल् म्हणाला.

"मी तुला गाडीतून घरी सोडतो.'' क्रेग सेराला म्हणाला. एकीकडे त्याने वेटरकडे आपलं क्रेडिट-कार्ड दिलं.

"तुला वाकडी वाट तर करावी लागणार नाही ना?'' सेरा म्हणाली.

"तुझं घर माझ्या रस्त्यातच असावं अशी मी देवाची प्रार्थना करत होतो.'' क्रेग अनेक मुलींशी बोलताना वापरलेलं वाक्य म्हणाला.

सेरा उठून उभी राहिली, पण काही बोलली मात्र नाही. क्रेग तिच्या मागोमाग

दारापर्यंत गेला. ती कोट अंगात चढवू लागल्यावर त्याने घाईघाईने तिला मदत केली. मग त्याने तिचा दंड पकडून रस्त्यापलीकडे उभ्या असलेल्या आपल्या आलिशान गाडीकडे तिला नेलं.

दोघंही गाडीत बसले. क्रेगने गाडी सुरू केली आणि एकदम वेगात पुढे काढली. चौकात वळणावर तर त्याने गाडी इतक्या जोरात पिटाळली की, सेरा जवळजवळ त्याच्या अंगावर आदळली. त्याने ते निमित्त साधून आपला डाव हात तिच्या मांडीवर ठेवला. तिने तो हळूच दूर केला.

"सॉरी हं." क्रेग म्हणाला.

"काही प्रॉब्लेम नाही." सेरा म्हणाली. पण परत पुढच्या वळणावरही त्याने तोच प्रकार केला. आता मात्र तिने त्याच्या हाताला जरा जोरात हिसका मारून तो दूर केला. मग राहिलेल्या प्रवासात मात्र क्रेगने तसलं काही केलं नाही. त्यांच्या साध्या-सरळ गप्पा सुरूच राहिल्या. त्यावर त्याने समाधान मानलं. तिचं घर आल्यावर त्याने गाडी थांबवली.

सेराने सीटबेल्ट काढला. तिला वाटलं क्रेग सभ्य माणसासारखा खाली उतरून तिच्या बाजूला येईल आणि दार उघडून उभा राहील, पण त्याने तसं काही न करता तिच्या बाजूला झुकून तिच्या ओठांवर जबरदस्तीने ओठ ठेवण्याचा प्रयत्न केला. तिने मान जोरात वळवल्यामुळे त्याचे ओठ तिच्या गालांवर घासले. इतक्यात क्रेगने तिच्या कमरेभोवती हात टाकला आणि तिला जवळ ओढलं. दुसरा हात तिच्या मांडीवर ठेवला. आपली छाती तिच्या छातीवर दाबण्याचा प्रयत्न केला. ती त्याला दूर ढकलण्याचा प्रयत्न करू लागली, पण तो चांगलाच बलदंड होता. तो तिच्याकडे बघून एकवार हसला आणि त्याने तोंड परत तिच्या ओठांजवळ नेलं. अखेर तिने हार मानल्यासारखं दाखवलं आणि तो जवळ येताच त्याच्या तोंडाचा जोरात चावा घेतला. तो मागे कोसळला आणि म्हणाला, "यू बिच!"

सेराने तेवढ्यात संधी साधून गाडीचं दार उघडलं, पण त्या आलिशान गाडीतून उतरणं काही सोपं नव्हतं. अखेर ती त्याच्याकडे वळून म्हणाली, "आणि मी अशा गैरसमजुतीत होते की, तू बदलला आहेस." तिचा आवाज संतप्त होता. तिने गाडीचं दार धाडकन लावून घेतलं आणि निघून गेली. प्रत्युत्तरादाखल तो गाडीतून ओरडला, "मी तरी कशाला या भानगडीत पडलो कुणाला ठाऊक! नाहीतरी तू बिछान्यात काही म्हणावी तेवढी चांगली नव्हतीस." पण त्याचे हे उद्गार तिला ऐकू गेले नाहीत.

❖

पॅस्को डॅनीला घेऊन गव्हर्नर साहेबांच्या ऑफिसात शिरले.

"माझी भेट कशासाठी हवी होती मॉन्क्रीफ?"

"जरा नाजूक बाब आहे." डॅनी म्हणाला.

"मी ऐकतोय." गव्हर्नर म्हणाले,

"बिग अल्च्या संदर्भात."

"मला आठवतंय त्याप्रमाणे तो तुझ्या प्लॅटूनमध्ये स्टाफ-सार्जंट होता ना?"

"होय सर. त्यामुळेच त्याची जबाबदारी माझ्यावर आहे, असं मला वाटतं."

"नॅचरली." पॅस्को म्हणाला. "तू गेली चार वर्षं इथे आहेस. आम्ही तुला चांगलं ओळखतो. तू दारुडा किंवा व्यसनाधीन नाहीस याची कल्पना आहे आम्हाला. त्यामुळे तुझ्या मनात बिग अल्चं भलं करण्याचेच विचार असतील, हे नक्की. बोल, मनात तरी काय आहे तुझ्या?"

"बिग अल् आणि लीच या दोघांचं भांडण जुंपलेलं मी ऐकलं." डॅनी म्हणाला. "कदाचित मी जरा जास्तच काळजी करत असेन. पण असं आहे, मी जोपर्यंत इथे आहे, तोपर्यंत मी बिग अल्वर लक्ष ठेवू शकेन, पण इथून गेल्यानंतर जर त्याला काही झालं, तर मला फार अपराधी वाटेल."

"आम्हाला वेळीच सावध केल्याबद्दल धन्यवाद." गव्हर्नर म्हणाले. "तू इथून गेल्यावर बिग अल्चं काय करायचं याबद्दल पॅस्को आणि मी सविस्तर बोललो आहोत. बरं मॉन्क्रीफ, यानंतर लायब्ररीयनचं काम कुणाला द्यावं? तुला काय वाटतं?"

"माझ्या वर्गात शिकणारी दोन मुलं आहेत, सेजविक आणि पॉटर." डॅनी म्हणाला, "त्या दोघांमध्ये जर काम वाटून दिलं तर बरं पडेल."

"मॉन्क्रीफ, तू गव्हर्नरचं काम चांगलं केलं असतंस."

"हो, पण त्यासाठी लागणारी क्वालिफिकेशन्स माझ्याकडे नाहीत सर!"

त्यावर पॅस्को आणि गव्हर्नर मोठ्यांदा हसले. इतक्या दिवसांत त्या दोघांनाही हसताना त्याने पहिल्यांदाच पाहिलं होतं. गव्हर्नरांनी मानेने खूण केली. पॅस्कोने दार उघडून मॉन्क्रीफला बाहेर नेलं.

तेवढ्यात गव्हर्नर पॅस्कोला हाक मारून म्हणाले, "मि. पॅस्को, जरा थोडा वेळ इथेच थांबा. मि. मॉन्क्रीफ आपले आपण जातील लायब्ररीत."

"राईट गव्हर्नर."

"या मॉन्क्रीफचे अजून शिक्षा भोगण्याचे किती दिवस राहिले आहेत?" डॅनी निघून गेल्यावर गव्हर्नर म्हणाले.

"अजून दोन महिने सर." पॅस्को म्हणाला.

"मग आपल्याला जर लीचला इथून बाहेर दुसऱ्या तुरुंगात पाठवून द्यायचं

असेल, तर आपल्याला झटपट हालचाल करावी लागेल.''

''त्याला अजून एक पर्याय आहे सर.'' पॅस्को म्हणाले.

❖

ह्यूगो मॉन्क्रीफ आपल्यासमोर उभ्या असलेल्या संकटाचा सामना कसा करायचा याचा विचार करता करता उकडलेलं अंडं हातात घेऊन त्यावर काट्याने 'टकटक' असा आवाज करत होते. त्यांची पत्नी मार्गारेट टेबलाच्या दुसऱ्या टोकाला वाचत बसली होती. ते दोघंही सकाळच्या नाश्त्याच्या वेळी फारसं बोलत नसत. गेल्या कित्येक वर्षांचा हा प्रघात होता.

ह्यूगो यांनी टेबलापाशी बसून सकाळच्या डाकेनं आलेली सगळी पत्रं वाचली होती. स्थानिक गोल्फ क्लबकडून एक पत्र आलं होतं. अजून एक पत्र कॅलेडोनियन सोसायटीकडून आलं होतं. आणखीही बरीच पत्रं होती. सर्क्युलर्स होती. ती त्यांनी बाजूला ठेवली. अखेर एकदाचं त्यांना हवं असलेलं पत्र मिळालं. त्यांनी लोण्याची सुरी घेऊन त्याने पाकीट उघडलं आणि आतला कागद बाहेर काढला. नेहमीच्या पद्धतीने त्यांनी आधी सही बघितली : डेस्मॉन्ड गॅलब्रेथ. त्यांचा वकील. आपल्या वकिलाने काय सल्ला दिलाय, तो वाचता वाचता त्यांच्या हातातलं अंडं तसंच राहिलं.

सुरुवातीला पत्र वाचत असताना त्यांच्या चेहऱ्यावर हसू उमटलं, पण वाचता वाचता ते जेव्हा शेवटच्या परिच्छेदापाशी पोहोचले, तेव्हा त्यांच्या चेहऱ्यावर आठी उमटली. मि. ह्यूगोंच्या भावाचे अंतिम संस्कार पार पाडल्यानंतर त्यांच्या पुतण्याने म्हणजेच सर निकोलास मॉन्क्रीफ यांनी खरोखरच आपल्या स्वत:च्या सॉलिसिटरची म्हणजे मि. फ्रेझर मन्रो यांची भेट घेतली होती. मि. ह्यूगो यांच्या वकिलाने नीट चौकशी करून या गोष्टीची खात्री करून घेतली होती. फ्रेझर मन्रो यांनी लगेच दुसऱ्या दिवशी गॅलब्रेथ यांना फोन केला होता, पण त्या दोन गहाण पडलेल्या मालमत्तांचा विषय मात्र काढला नव्हता. त्यावरून गॅलब्रेथ यांची अशी धारणा झाली होती की, सर निकोलस यांच्या आजोबांच्या दोन मालमत्ता गहाण ठेवून जे वीस लाख पौंडाचं कर्ज काढण्यात आलं होतं, त्याबाबतीत ते ह्यूगो यांच्याशी वाद किंवा तंटाबखेडा उपस्थित करणार नसावेत. ह्यूगो गालातल्या गालात हसले. त्यांनी उकडलेल्या अंड्याचं साल काढून टाकून चमच्याने अंड्याचा एक तुकडा तोडून तोंडात घातला. आपला भाऊ ॲन्गस याचं या गहाणवटीच्या व्यवहारासाठी मन वळवताना ह्यूगो यांना कोण प्रयास पडले होते. तेही निकशी अजिबात सल्लामसलत न करता त्यांना तसं करायला लावणं तसं कठीणच पडलं

होतं. मि. फ्रेझर मन्रो यांनी या संपूर्ण कल्पनेलाच प्रचंड विरोध दर्शवला होता. पण सर ॲन्गस यांचे अखेरचे थोडेच दिवस राहिल्याचं त्यांच्या डॉक्टरांनी घोषित केल्यानंतर ह्यूगो तातडीने कामाला लागले होते.

रेजिमेंट सोडल्यानंतर सर ॲन्गस दारूच्या बरेच आहारी गेले होते. ह्यूगो डनब्रोथी हॉलला आपल्या भावाला भेटायला अनेकदा जात. दोघं एकत्र बसून पिण्याचा कार्यक्रमही करत. एकदा सुरू केलेली बाटली संपल्याशिवाय दोघंही उठत नसत. अखेरच्या दिवसांत तर सर ॲन्गस, ह्यूगो म्हणतील त्या कागदपत्रावर सही करत. ते स्वत: लंडनच्या निवासस्थानी फारसे कधी जातही नसत. त्यामुळे अगदी पहिल्यांदा ह्यूगो यांनी त्या घराच्या कागदपत्रांवर सर ॲन्गस याची सही घेऊन ते गहाण टाकलं. त्यानंतर राहिलेल्या मालमत्तेपैकी आणखी एक ह्यूगो यांनी गहाण टाकली. त्या मालमत्तेच्या दुरुस्तीचाच खर्च अगदी आभाळाला भिडत चालला आहे, अशी ह्यूगो यांनी सर ॲन्गस यांची समजूत करून दिली. अखेर सर ॲन्गस यांनी फ्रेझर मन्रो यांच्याशी सगळे संबंध तोडून टाकावे म्हणून ह्यूगो यांनी त्यांचं मन वळवलं. फ्रेझर मन्रो यांचा नाहीतरी आपल्या भावावर नको तेवढा जास्त पगडा आहे, असं ह्यूगो यांना वाटायचं.

मग सर ॲन्गसचा सगळा व्यवहार सांभाळण्यासाठी ह्यूगो यांनी डेस्मॉंड गॅलब्रेथ यांची नेमणूक करून टाकली. त्यांना कायद्याची भाषा चांगली अवगत होती, पण त्यांना त्यात पुरेसा रस मात्र नव्हता.

सर ॲन्गस यांनी अखेरचं मृत्युपत्र केलं. ही गोष्ट म्हणजे अंकल ह्यूगो यांचा खरा विजय होता. सर ॲन्गस यांच्या मृत्यूच्या अगदी थोडेच दिवस आधी या मृत्युपत्रावर सही झालेली होती. ह्यूगो यांनी त्यावर साक्षीदार म्हणून एका मॅजिस्ट्रेटची सहीपण मिळवली होती. हे मॅजिस्ट्रेट तिथल्या गोल्फ क्लबचे सेक्रेटरीसुद्धा होते.

त्यानंतर लगेच काही दिवसांनी ह्यूगो यांना सर ॲन्गस यांचं एक जुनं मृत्युपत्र सापडलं होतं. ते त्यांनी वाचलं. त्यात सर ॲन्गस यांनी आपल्या मृत्यूनंतर आपली सर्वच्या सर्व मालमत्ता आपला एकुलता एक मुलगा निकोलस याच्या नावे केली होती. ह्यूगो यांनी ते आधी घाईघाईने फाडून टाकलं. कारण निकोलसच्या सुटकेला फारच थोडे दिवस राहिले होते. न जाणो मुलगा आणि वडील यांच्यात काही समझोता झाला असता तर सारंच ओमफस झालं असत; परंतु सर ॲन्गस यांच्या त्या जुन्या मृत्युपत्राची मूळ प्रत फ्रेझर मन्रो यांच्याकडे सुरक्षित होती. ती मात्र अनेक खटपटी करूनसुद्धा ह्यूगो यांचे वकील गॅलब्रेथ मिळवू शकले नव्हते. आता सर ॲन्गस यांच्यानंतर आपण त्यांचे एकुलते एक वारसदार सर निकोलस यांचे प्रतिनिधी आहोत असं फ्रेझर मन्रो यांनी गॅलब्रेथ यांना ठणकावून सांगितलं होतं.

आपलं पहिलं अंडं खाऊन झाल्यानंतर ह्यूगो यांनी गॅलब्रेथ यांच्या पत्राचा तो

विशिष्ट परिच्छेद परत वाचला. हाच परिच्छेद वाचल्यावर मगाशी त्यांच्या कपाळाला आठी पडली होती. त्यांनी जोरात शिवी हासडली. ती ऐकून त्यांच्या पत्नीने वर्तमानपत्र वाचता वाचता आश्चर्याने मान वर करून पाहिलं. आज आपला पती नेहमीपेक्षा काहीतरी वेगळा का वागतो आहे, असा भाव तिच्या चेहऱ्यावर स्पष्ट दिसत होता.

"निकच्या आजोबांनी त्याच्यासाठी एक चावी ठेवली आहे, पण आपल्याला त्या चावीविषयी काहीही माहीत नसल्याचा दावा निक करत आहे; पण तो ती किल्ली गळ्यात घालून राजरोस हिंडत असतो, हे आपण सर्वांनी डोळ्यांनी पाहिलं आहे. मग तरी तो असं कसं काय म्हणू शकतो?"

"पण त्याने त्या अंत्यविधीच्या वेळी ती किल्ली गळ्यात घातलेली नव्हती." मागरिट म्हणाली. "तो खाली बसून, गुडघे टेकून प्रार्थना करत असताना मी अगदी नीट पाहिलं होतं."

"त्या किल्लीने नक्की कोणतं कुलूप उघडतं, याची कल्पना त्याला असेल का गं? तुला काय वाटतं?" ह्यूगो म्हणाले.

"असेलसुद्धा!" मागरिट म्हणाली, "पण त्याचा अर्थ नक्की कुठे शोधायचा, हे काही त्याला माहिती नसणार."

"माझ्या वडिलांनी त्यांचा तो दुर्मीळ स्टँप्सचा संग्रह नक्की कुठे दडवून ठेवलाय, ते खरंतर त्यांनी आम्हाला विश्वासात घेऊन सांगायला हवं होतं."

"पण त्यांची अखेरची वेळ जवळ आली, तेव्हा तुम्ही दोघं तर एकमेकांशी बोलतसुद्धा नव्हतात." मागरिटने त्यांना आठवण करून दिली. "आणि त्यांना ॲन्गस फार दुबळा आणि दारूच्या आहारी गेलेला आहे, असं वाटायचं."

"तुझं खरं आहे गं, पण त्याने किल्लीचा प्रश्न काही सुटत नाही."

"मला वाटतं आता आणखी तीव्रतेने प्रयत्न करावे लागतील. त्याचप्रमाणे युक्त्या-प्रयुक्त्यांचा अवलंब करावा लागेल."

"तुझ्या मनात तरी काय आहे?"

"एकदा निकची सुटका झाली की, आपण त्याच्या पाठलागावर राहिलं पाहिजे. त्यासाठी कुणाचीतरी नेमणूक केली पाहिजे. जर तो स्टँपचा संग्रह कुठे आहे, हे त्याला ठाऊक असलं, तर तो लगेच त्यामागे जाईल."

"पण हे सगळं कसं साधायचं ते मला नाही माहीत." अंकल ह्यूगो म्हणाले.

"तुम्ही नका त्याचा विचार करू." मागरिट म्हणाली. "ते सगळं तुम्ही माझ्यावर सोडा."

"तू जे काय म्हणशील ते!" ह्यूगो म्हणाले आणि त्यांनी दुसरं अंडं खायला सुरुवात केली.

३७

डॅनी सर्वांत खालच्या बंकबेडवर पडून होता. त्याचा डोळा मिटत नव्हता. निकच्या मृत्यूनंतर जे काही घडलं होतं, त्याचाच विचार त्याच्या मनात घोळत होता. बिग अल् घोरत नसूनसुद्धा डॅनीला आज झोप लागत नव्हती. बेलमार्श तुरुंगातली ही डॅनीची अखेरची रात्र होती. पहिली रात्र जशी भयाण, लांबलचक गेली होती, तशीच ही पण जाणार, अशी त्याची खात्रीच होती. ही रात्र आपण आयुष्यात कधीच विसरू शकणार नाही, हेही त्याला माहीत होतं.

गेल्या चोवीस तासांत अनेक कैदी आणि ऑफिसर त्याचा निरोप घेण्यासाठी येऊन गेले होते. सर्वांनी त्याला भरभरून शुभेच्छा दिल्या होत्या. निक किती लोकप्रिय होता, तेच यावरून दिसून येत होतं.

बिग अल् आज त्याच्या कोठडीत घोरत नव्हता, याचं कारण होतं कालच त्याला बेलमार्श तुरुंगातून नॉरफोक येथे असलेल्या वेलँड या तुरुंगात पाठवण्यात आलं होतं. निकने ज्या 'ए' लेव्हलच्या परीक्षेला बसायचं ठरवलं होतं, त्याची तयारी आता डॅनी करत होता, कारण निक म्हणून त्याला आता त्या परीक्षेला बसावं लागणार होतं. त्या परीक्षेतील गणित हा विषय डॅनीच्या आवडीचा होता. साहजिकच तो त्या विषयाच्या पेपरची उत्सुकतेने वाट पाहत होता. डॅनीला आपल्या आवडत्या दुसऱ्या विषयावर, म्हणजे इंग्रजीवर मात्र पाणी सोडावं लागलं. कारण निकने तो विषय घेतला नव्हता. त्या दिवशी दुपारी डॅनी जेव्हा आपल्या कोठडीत परतला, तेव्हा बिग अल्चा पत्ताच नव्हता. जणू काही तो त्या कोठडीत कधी राहिला होता का नाही... त्याची एकही वस्तू, एकही खूण तेथे नव्हती. डॅनीला त्याचा निरोपसुद्धा घेण्याची संधी मिळाली नव्हती.

डॅनीने गव्हर्नरची भेट कशासाठी मागितली होती, हे एव्हाना बिग अल्ला कळलंच असणार... आणि तो रागाने धुमसत असेल... डॅनीच्या मनात आलं.

पण एकदा नव्या तुरुंगात पोहोचला, की लवकरच तो शांत होईल याची पण डॅनीला खात्री होती. नवा सी कॅटॅगरीचा तुरुंग इथल्यापेक्षा पुष्कळच बरा असेल. प्रत्येक कोठडीत स्वतंत्र टीव्ही, रोजच्या रोज व्यायामासाठी जिममध्ये जाण्याची सोय, बऱ्यापैकी चवदार अन्न आणि त्याहीपेक्षा सर्वात महत्त्वाचं म्हणजे दिवसातील चौदा तास स्वत:च्या कोठडीबाहेर राहण्याची मुभा... हे सगळं एकदा पाहिलं की, बिग अल्‌चा राग मावळला असता. लीच पण बेलमार्शच्या तुरुंगातून अदृश्य झाला होता, पण नक्की कुठे ते कुणालाही माहीत नव्हतं आणि खरंतर कुणालाही त्या गोष्टीचं सोयरसुतकसुद्धा नव्हतं.

गेले काही दिवस डॅनीच्या मनात एक विचार चालू होता. त्याने एक योजना आखली होती. पण त्याने ती योजना मनात ठेवली होती. कागदावर काही उतरवून काढण्याची मुळीच सोय नव्हती. कारण जर का काहीही उघडकीला आलं असतं, तर आणखी वीस वर्षं नक्की तुरुंगात काढावी लागली असती. तो झोपून गेला.

तो उठला. त्याच्या मनात उठताक्षणी पहिला विचार आला तो बर्नीचा. क्रेग आणि त्याच्या त्या मस्केटिअर्सनी मिळून त्याचं आयुष्य त्याच्यापासून हिरावून घेतलं होतं. त्यानंतर त्याच्या मनात विचार आला तो निकचा. केवळ त्याच्यामुळेच आज आपल्याला ही नवीन आयुष्याची संधी मिळते आहे, हे डॅनीच्या मनात आलं. त्याच्या मनात शेवटी विचार आला, तो बेथचा. 'पण आत्ता आपण जो काही निर्णय घेतलेला आहे, त्यामुळेच बेथची भेट घेणं अशक्य होऊन बसलंय' याचीपण त्याला जाणीव झाली.

तो दुसऱ्या दिवशीचा विचार करू लागला. 'एकदा का उद्या फ्रेझर मन्रोबरोबरची मीटिंग झाली आणि निकच्या स्कॉटलंडमधल्या समस्यांची हाताळणी झाली की, आपण ताबडतोब इंग्लंडला जायचं आणि गेले सहा आठवडे जी योजना मनात बनवली आहे, ती प्रत्यक्षात उतरवण्याच्या कामी लागायचं' असं त्याने ठरवलं. आपण स्वत:च्या नावाला लागलेला कलंक खरोखरच धुऊन काढू शकू की नाही, याबद्दल त्याच्या मनात शंका होती. पण तरीही एका वेगळ्या प्रकारचा न्याय मिळवण्याचा विचार त्याच्या मनात घोळत होता. बायबलमध्ये 'अपराधाची शिक्षा' असं नाव दिलं होतं, तर एडमंड दान्तेने त्याला सरळसरळ 'सूड' असं म्हटलं होतं.

तो उठला. आता आपल्या भक्ष्यावर एखादं श्वापद जसं टपून बसतं, तसंच करायचं त्याने ठरवलं होतं. आपलं भक्ष्य आपल्या ओळखीच्या वातावरणात अगदी निर्धास्तपणे वावरत असताना जंगली श्वापद कसं दुरून त्याच्या प्रत्येक हालचालीवर नजर ठेवून असतं, तसंच. म्हणजे स्पेन्सर क्रेग कोर्टात, जेराल्ड

पेन मेफेअरमधल्या ऑफिसात आणि लॉरेन्स डेव्हनपोर्ट रंगभूमीवर. चौथा मस्केटिअर म्हणजे टोबी मोर्टिमरच्या वाट्याला इतकं दारुण, इतकं भयानक मरण आलं होतं की, तेवढा भयानक मृत्यू डॅनीनेही त्याच्यासाठी योजला नव्हता. पण डॅनीच्या दृष्टीने सर्वांत महत्त्वाची गोष्ट होती स्कॉटलंडला जाणं, फ्रेझर मन्रोला भेटणं आणि निकचं सोंग वठवलेलं त्याच्या लक्षात येऊन आपलं पितळ तर उघडं पडत नाही ना, हे पाहणं. जर या अडथळ्याच्या शर्यतीतला पहिलाच अडथळा तो पार करू शकला नसता, तर त्याची रवानगी या आठवड्याच्या शेवटी बेलमार्शच्या तुरुंगात होणार होती, एवढं निश्चित! डॅनी परत झोपला.

तो उठला. सकाळच्या कोवळ्या उन्हाचा चौकोन खिडकीतून कोठडीच्या फरशीवर उमटला होता. पण आपण अजूनही तुरुंगात आहोत, हे मात्र तो विसरू शकत नव्हता. कारण त्या उन्हाच्या चौकोनात बारच्या गजांच्या धूसर सावल्या उमटल्या होत्या. बाहेरून एका पक्ष्याची शीळ ऐकू येत होती. पण नंतर तोही उडून गेला.

डॅनीने पांघरूण बाजूला सारलं आणि अनवाणी पायांनी थंडगार फरशीवर उभा राहिला. मग तो चालत स्टीलच्या वॉशबेसिनपाशी गेला. तिथे त्याने गरम पाण्याने तोंड धुवून दाढी केली. मग छोट्याशा साबणाच्या तुकड्याने जमेल तेवढे हात, चेहरा, मान असं स्वच्छ धुतलं. या तुरुंगातल्या साबणाचा वास अजून किती वेळ सोबत राहणार होता, देवच जाणे.

मग बेसिनच्या वर लटकत असलेल्या स्टीलच्या आरशात त्याने स्वतःच्या प्रतिबिंबाकडे नीट निरखून पाहिलं. त्याचा चेहरा बऱ्यापैकी स्वच्छ दिसत होता. त्यानंतर त्याने तुरुंगातले कपडे अंगात चढवले. अखेरचे! बॉक्सर शॉर्ट्स, निळ्या-पांढऱ्या रेघांचा शर्ट, राखाडी मोजे आणि निकचे शूज. तो बेडच्या टोकावर बसून पॅस्को येण्याची वाट बघत राहिला. किल्ल्यांचा जुडगा खुळखुळत, 'गुड मॉर्निंग' म्हणत, "चला, पोरांनो, उठा, आपापल्या कामावर हजर व्हायला चला." असा आरडाओरडा करत. पण आज काही पॅस्को असं म्हणणार नव्हते. डॅनी वाट पाहत राहिला.

अखेर दारात किल्ली फिरवल्याचा आवाज झाला आणि पॅस्को दार उघडून सुहास्य मुद्रेने आत आले. "मॉर्निंग मॉन्क्रीफ!" ते म्हणाले, "जरा प्रसन्न चेहरा ठेव आणि चल माझ्याबरोबर. स्टोअरमधून तुझ्या वस्तू आणि कपडे ताब्यात घे आणि जा इथून एकदाचा. सोड आम्हाला आणि जा."

मग दोघं तुरुंगाच्या कॉरिडॉरमधून निघाले. पॅस्को म्हणाला, "आज नशिबाने हवा चांगली आहे. तुझा दिवस चांगला जाईल." जणू काही डॅनी समुद्रकिनारी सहलीलाच निघाला होता.

"मी इथून किंग क्रॉस स्टेशनला कसा जाऊ?" डॅनीने मुद्दामच विचारलं, कारण निकला ही गोष्ट माहीत असण्याची शक्यता नव्हती.

"असं कर, प्लमस्टेड स्टेशनवरून ट्रेन घेऊन कॅनन स्ट्रीटला उतर आणि तिथून भुयारी रेल्वेने सरळ किंग्ज क्रॉसला जा." पॅस्को म्हणाले. एव्हाना दोघंही स्टोअरपाशी पोहोचले होते. पॅस्कोने दरवाज्यावर टकटक केल्यावर तो स्टोअर मॅनेजरने आतून उघडला.

"मॉर्निंग मॉन्क्रीफ!" वेबस्टर म्हणाले. "या आजच्या दिवसाकडे तू गेली चार वर्षं डोळे लावून बसला असशील ना?" त्यावर डॅनी काही बोलला नाही. "मी सगळं तयार करूनच ठेवलंय." असं म्हणून वेबस्टरने मागच्या शेल्फमधून दोन प्लॅस्टिकच्या पिशव्या काढल्या आणि काऊंटरवर ठेवल्या. मग ते मागच्या खोलीत अदृश्य झाले. क्षणार्धात तो एक भलीमोठी लेदरची सूटकेस घेऊन परत आला. ती धुळीने भरलेली होती आणि त्यावर मोठ्या काळ्या अक्षरांत एन.ए.एम. अशी अक्षरं रंगवलेली होती – "वा, छान बॅग आहे," वेबस्टर म्हणाला. "पण ए म्हणजे काय?"

डॅनीच्या पटकन लक्षात येईना. निकोलस ॲन्गस मॉन्क्रीफ असा त्या आद्याक्षरांचा अर्थ होता की, आजोबांच्या अलेक्झांडर नावाचा तो ए तिथे लिहिला होता.

पण पॅस्कोने सुटका केली. "चल, चल मॉन्क्रीफ. मी काही रिकामा नाही इथे अख्खा दिवस तुझ्याबरोबर घालवायला."

डॅनीने शूरवीराप्रमाणे ती सूटकेस एका हातात आणि त्या दोन प्लॅस्टिकच्या थैल्या दोन्ही हातांत एकदम उचलण्याचा प्रयत्न केला, पण दर थोड्या अंतरावर त्याला थांबून हातातल्या सामानाची अदलाबदल करावी लागत होती.

"तुला मदत करायला आवडलं असतं मला मॉन्क्रीफ," पॅस्को कुजबुजत्या स्वरात म्हणाले, "पण काय आहे, तुझ्या एकट्याच्या बाबतीत असं करून चालणार नाही ना मला."

अखेर ते दोघं डॅनीच्या कोठडीपर्यंत पोहोचले. पॅस्कोने दार उघडलं. "हे बघ, मी साधारण अर्ध्या तासात तुला न्यायला येतो. तुला सोडायच्या आधी काही कैद्यांना घेऊन कोर्टात जायचंय मला." असं म्हणून कोठडीचं दार धाडकन लावून ते निघून गेले. 'असं आपल्या तोंडावर कोठडीचं दार आदळून कुणी निघून जाण्याची ही अखेरची वेळ!' असं डॅनीच्या मनात आलं.

डॅनीने सावकाश सामान आवरायला घेतलं. त्याने सूटकेस उघडून बिग अल्च्या बेडवर ठेवली. 'आज या बिग अल्च्या बेडवर रात्री कोण झोपेल कुणास ठाऊक!' त्याच्या मनात विचार आला. 'आज एखादा कैदी कोर्टात हजर

होणार असेल, ज्युरी आपल्याला निर्दोष सोडतील अशी आशा मनात बाळगून. पण तसं नाही घडलं, तर येईल बिचारा इथे!' त्याने प्लॅस्टिकची थैली पलंगावर पालथी केली. एखाद्या दरोडेखाराने आणलेली लूट मोजायला काढून बसावं, तसं वाटलं त्याला. त्या बॅगेतून दोन सूट, तीन शर्ट आणि आणखी काही कपडे निघाले. डॅनीने परत एकदा गडद रंगाचा सूट बाहेर काढला. हाच सूट स्वत:च्या अंत्ययात्रेला जाताना तो घालून गेला होता. त्याने त्यासोबत घालायला क्रीम रंगाचा शर्ट, रेघारेघांचा टाय आणि निकचे चमकदार काळे बूट काढले. चार वर्षांनंतरही त्या बुटांवरची चमक तशीच होती.

डॅनी कार्टराईटने आरशासमोर उभं राहून सर निकोलस मॉन्क्रीफ यांच्या प्रतिबिंबाकडे पाहिलं. अगदी परफेक्ट जंटलमन, ऑफिसर! त्याला स्वत:ची लाज वाटली. आपण तोतया आहोत, अशी भावना झाली.

त्याने आपले तुरुंगाचे कपडे व्यवस्थित घडी करून निकच्या पलंगावर एका कडेला ठेवून दिले. अजूनही त्याच्या मनात तो पलंग निकचा आहे, अशीच भावना होती. आता त्याने राहिलेले कपडे व्यवस्थित सूटकेसमध्ये पॅक केले. त्याने गादीखाली लपवलेली निकची डायरी आणि एक फाइल काढली. त्या फायलीत ओळीने काही पत्रं लावून ठेवलेली होती. फाइलवर 'फ्रेझर मन्रो' असं लिहिलेलं होतं. एकूण अठ्ठावीस पत्रं होती. ती सर्वच्या सर्व पत्रं डॅनीला मुखोद्गत होती. एकदा पॅकिंग झाल्यावर निकच्या वापरातल्या छोट्या छोट्या गोष्टी शिल्लक उरल्या. त्या डॅनीने टेबलावर पसरून ठेवल्या. बेथचा फोटो अजूनही भिंतीवर होता. त्याने सेलोटेप काळजीपूर्वक काढून तो फोटो सूटकेसच्या झाकणाच्या कप्प्यात नीट ठेवून दिला. मग ती सूटकेस बंद करून त्याने कोठडीच्या दाराला लावून ठेवली.

डॅनी परत टेबलापाशी बसून आपल्या प्रिय मित्राच्या छोट्या छोट्या वस्तूंकडे पाहू लागला. निकचं नाजूक घड्याळ. त्याच्या डायलच्या पाठीमागच्या बाजूला ११-७-९१ असं छापलेलं होतं. त्याच्या आजोबांनी त्याला भेट म्हणून दिलं होतं ते. मग डॅनीने सोन्याची अंगठी बोटावर चढवली. ती मॉन्क्रीफ घराण्याची परंपरेने चालत आलेली खास अंगठी होती. त्याने निकचं काळ्या लेदरचं पैशाचं पाकीट हातात उचललं. आता मात्र त्याला खरोखरच आपण चोर आहोत, असंच वाटलं. त्या पाकिटात सत्तर पौंड रोख आणि एक चेकबुक होतं. चेकबुकवर बँकेचा पत्ता छापलेला होता. त्याने ते पाकीट आपल्या अंगातल्या कोटाच्या आतल्या कप्प्यात ठेवलं. मग आपली खुर्ची फिरवून मि. पॅस्को आपल्याला न्यायला कधी येतात याची वाट बघत तो दाराकडे तोंड करून बसला. आता तो सुटकेसाठी सज्ज झाला होता. निकच्या

आवडीची एक उक्ती त्याला आठवली : इन प्रिझन, टाईम अँड टाईड वेट फॉर एव्हरी मॅन.

त्याने शर्टच्या आत हात घातला आणि गळ्यालगतच्या साखळीत लटकणाऱ्या किल्लीला हात लावला. पण त्या किल्लीने नक्की कोणतं कुलूप उघडणार होतं, देवच जाणे. निदान एक गोष्ट खरी – त्याने तुरुंगाचं गेट मात्र उघडणार होतं. कुठे काही मागमूस, काही ठावठिकाणा लागतोय का, ते बघायला निकच्या सगळ्या डायऱ्या त्याने पिंजून काढल्या होत्या. सगळी मिळून हजाराच्या वर पानं त्याने वाचून काढली होती; पण काही कळायला मार्ग नव्हता. निकने आपलं गुपित आपल्याबरोबर नेलं होतं.

आता एक वेगळीच किल्ली त्याच्या कोठडीच्या दारात फिरल्याचा आवाज झाला. दार उघडलं. बाहेर एकटा पॅस्को उभे होते. डॅनीला वाटलं, हे आता म्हणतील, 'गुड ट्राय कार्टराईट, पण तुला असं वाटलं का, की कुणाच्या लक्षात येणार नाही?' पण तसं काही झालं नाही. पॅस्को म्हणाले, "निघायची वेळ झाली मॉन्क्रीफ. जरा तरतरीत हो बरं!"

डॅनीने उठून निकची सूटकेस घेतली आणि तो कोठडीच्या बाहेर पडला. गेली दोन वर्षं ज्या कोठडीत काढली तिच्याकडे परत मागे वळून पाहिलंसुद्धा नाही त्यानं. तो पॅस्कोच्या पाठोपाठ वर्तुळाकार जिना उतरून खाली निघाला. तो ब्लॉक सोडून पुढे जात असताना कैद्यांनी अक्षरशः त्याच्या नावाचा घोष केला. त्यामध्ये लवकरच सुटका होणारे कैदी होते, तसेच जन्मभर इथेच खितपत राहणारे कैदीसुद्धा होते.

पॅस्को आणि डॅनी निळ्या कॉरिडॉरमधून पुढे निघाले. बी ब्लॉक आणि रिसेप्शन एरियाच्या मध्ये किती दारं, किती अडसर होते, हे तो विसरून गेला होता. रिसेप्शनपाशी मे. जेन्किन्स त्याचीच वाट बघत थांबले होते.

"गुड मॉर्निंग मॉन्क्रीफ!" ते दिलखुलासपणे हसत मोठ्यांदा म्हणाले. तो तुरुंगातून सुटून जाणाऱ्यांसाठी एक विशिष्ट आवाज काढत असत, तर आत येणाऱ्यांसाठी दुसरा. त्याने आपल्या समोरच्या लेजरमधली नोंद तपासून पाहिली. "गेल्या चार वर्षांत तू एकूण दोनशेअकरा पौंड वाचवले आहेस. शिवाय तुरुंगातर्फे तुला पंचेचाळीस पौंड भत्ता मिळेल. एकूण दोनशे छप्पन्न पौंड." असं म्हणून त्यानी सावकाश पैसे मोजले. मग ते त्यांनी डॅनीकडे दिले आणि लेजरच्या पानावर बोट ठेवून म्हणाले, "इथे सही कर." डॅनीने निकची सही ठोकली आणि ते पैसे खिशात घातले. आज सकाळपासून दुसऱ्यांदा त्याच्यावर ही वेळ आली होती. "आमच्यातर्फे तुला एक रेल्वेचं वॉरंट मिळेल. ते वापरून तू देशांतर्गत कुठल्याही एका ठिकाणी प्रवास करून जाऊ शकशील. कुठे जायचं

ते तू ठरव. आणि हो, वन वे तिकीट आहे बरं का. तुला काही परत इकडे बघायची आम्हाला इच्छा नाहीये.'' हा खास तुरुंगातला विनोद.

जेन्किन्स यांनी त्याला स्कॉटलंडमधल्या डनब्रॉथ या गावाचं तिकीट दिलं, पण त्याआधी आणखी एका कागदावर डॅनीला परत निकची खोटी सही करावी लागली. त्याचं आणि निकचं हस्ताक्षर खूप सारखं होतं. ते स्वाभाविकच होतं. शेवटी त्याला नीट लिहायला शिकवलं होतं ते निकनेच.

''मि. पॅस्को तुला गेटपर्यंत सोडायला येतील.'' जेन्किन्स म्हणाले. त्यांनी परत एकदा सही मात्र नीट निरखून पाहिली. ''चल, गुडबाय निक. मला अशी खात्री आहे की, आपण आता आयुष्यात परत कधी भेटणार नाही. दुर्दैवाने इथून बाहेर पडणाऱ्या फार कैद्यांना मी हे वाक्य म्हणू शकत नाही.''

डॅनीने मान हलवली. सूटकेस उचलली आणि पॅस्कोच्या पाठोपाठ निघाला. दोघं पायऱ्या उतरून प्रांगणात आले.

दोघंही चालत चालत एका उदासवाण्या दिसणाऱ्या निर्मनुष्य काँक्रीटच्या चौकात आले. येथे तुरुंगाच्या व्हॅन्स आणि कार पार्क करून ठेवलेल्या असत. शिवाय काही खासगी गाड्या तुरुंगातून रोज ये-जा करत. त्याही तिथेच होत्या. गेटपाशी जी चौकी होती तिथे एक नवा, अनोळखी ऑफिसर बसला होता.

''नाव?'' त्याने मानही वर न करता विचारलं. त्याच्या हातात एक पॅड होतं.

''मॉन्क्रीफ.'' डॅनी म्हणाला.

ऑफिसरने पॅडवर छापलेल्या नंबरांवरून बोट सरकवत नेलं.

''नंबर?''

''सी के अठ्ठेचाळीस दोन.'' डॅनी विचार न करता म्हणाला.

ऑफिसरचा चेहरा गोंधळलेला दिसला.

''सी के दहाशे एकोणऐंशी.'' पॅस्को त्याच्या कानात कुजबुजला.

''सी के दहाशे एकोणऐंशी.'' डॅनी म्हणाला. तो मनातून प्रचंड हादरलेला होता.

''हां. आहे.'' ऑफिसर म्हणाला, ''इथे सही कर.''

डॅनीने निकची सही थरथरत्या हाताने केली. ऑफिसरने त्याचं नाव आणि नंबर परत एकदा तपासून पाहिला. फोटोपण पाहिला. मग डॅनीच्या चेहऱ्याकडे पाहून तो जरासा घुटमळला.

''जास्त रेंगाळत बसू नको मॉन्क्रीफ,'' पॅस्को करड्या आवाजात म्हणाला, ''आमची कामं तिकडे खोळंबली आहेत. हो ना मि. टॉमकिन्स?''

"येस मि. पॅस्को!" असं म्हणून गेट ऑफिसरने आपल्या टेबलाखालचं लाल बटण दाबलं. समोरचं भलंमोठं लोखंडी दार हळूहळू उघडू लागलं.

डॅनी गेट हाऊसच्या बाहेर पडला. आपण आता नक्की काय करणार आहोत, याविषयी अजूनही तो संभ्रमात होता. पॅस्को गप्पच होते.

पहिलं गेट उघडून डॅनी आणि पॅस्को बाहेर पडल्यावर ते आपोआप बंद झालं आणि पुढचं दार उघडलं. अखेर पॅस्को म्हणाले, "गुड लक पोरा. तुला त्याची गरज भासेल."

डॅनीने त्यांचे हात प्रेमपूर्वक दाबले आणि म्हणाला, "थँक यू मि. पॅस्को! तुम्ही माझ्यासाठी खूप काही केलंत त्याबद्दल खरंच थँक यू!" डॅनीने निकची सूटकेस उचलली आणि निघाला.

डॅनी कार्टराईट आता स्वतंत्र होता, मोकळा होता. बेलमार्श तुरुंगातून सुटू शकणारा तो पहिलाच कैदी होता.

स्वातंत्र्य

३८

निक मॉन्क्रीफ रस्ता ओलांडून पलीकडे जात असताना रस्त्यातल्या एक-दोघांनी जरा चमकून त्याच्याकडे पाहिलं. गेटमधून कैदी बाहेर पडत असताना त्यांनी आजवर अनेकदा पाहिलं होतं. पण लेदरची सूटकेस हातात घेऊन अगदी जंटलमनसारखा सूट-बूट घालून बाहेर पडलेला हा पहिलाच होता.

डॅनीने जवळचं रेल्वे स्टेशन येईपर्यंत एकदाही मागे वळून पाहिलं नाही. ट्रेनमध्ये बसल्यावर तो खिडकीतून बाहेर बघत राहिला. त्याला मनातून खूप असुरक्षित वाटत होतं. भिंती नाहीत, काटेरी कुंपण नाही, उंच उंच लोखंडी गेट्स नाहीत आणि तुरुंगातले ऑफिसर्स नाहीत. 'निकसारखं दिसण्याचा, वागण्याचा, बोलण्याचा प्रयत्न कर. मात्र विचार डॅनीसारखा कर.' तो स्वत:च्या मनाला बजावत होता.

कॅनन स्ट्रीटपाशी डॅनी ट्रेनमधून उतरून ट्यूबमध्ये (भुयारी रेल्वेत) बसला. तुरुंगात त्याला अगदी सावकाश चालण्याची सवय लागली होती. इथे मात्र प्रवासी सगळीकडे झपाझपा चालत होते, लगबगीने हालचाली करत होते. अनेकांच्या अंगावर झकपक सूट्स होते, त्यांचं बोलणं स्टायलिश होतं, क्रेडिट कार्ड आणि स्मार्ट मनीचे विषय त्यांच्या तोंडात होते. पण तो त्या सर्वांहून कुठेही कमी नव्हता, हे निकनेच त्याला दाखवून दिलं होतं. फक्त ते त्याच्याहून वेगळ्या परिस्थितीत जन्माला आले होते, इतकंच!

किंग क्रॉस स्टेशन आल्यावर आपली जड सूटकेस सांभाळत निक उतरला. चालता चालता वाटेत एक पोलीस त्याला दिसला, पण त्याने निककडे ढुंकूनही पाहिलं नाही. त्याने गाड्यांचं वेळापत्रक निरखून पाहिलं. एडिंबरोला जाणारी पुढची ट्रेन अकराला होती. ती वॅव्हर्ले स्टेशनला त्याच दुपारी तीन वाजून वीस मिनिटांनी पोहोचणार होती. त्याने वृत्तपत्राच्या स्टँडवरून 'द टाइम्स' उचलला. जरा पुढे गेल्यावर लक्षात आलं – आपण नुसताच पेपर उचलला आणि पैसेच नाही

दिले. डॅनीला घाम फुटला. तो अक्षरश: पळत त्या न्यूजपेपर स्टँडपाशी गेला. त्याने नुकताच एक किस्सा ऐकला होता. ब्रिस्टॉल स्टेशनपाशी असंच एका कैद्याने एका डिस्प्ले कॅबिनेटमधून चॉकलेट उचललं आणि त्याचे पैसेच दिले नाहीत. त्याला ताबडतोब शॉप लिफ्टिंगबद्दल अटक झाली आणि अवघ्या सात तासांच्या आत तो बेलमार्शला परत आला. त्याला त्या गुन्ह्याबद्दल तीन वर्षांची शिक्षा झाली.

डॅनीने पेपरचे पैसे भरले आणि जवळच्या कॅफेत शिरला. तिथे बरीच मोठी रांग होती. तो काउंटरपाशी पोहोचला.

"काय घेणार?" ती म्हणाली.

त्यावर काय उत्तर द्यावं ते डॅनीला समजेना. गेली दोन वर्षं जे काही पानात पडेल ते खायची त्याला सवय झाली होती. "एग्ज, बेकन, मशरूम... आणि..."

"मग असं करा, सरळ संपूर्ण इंग्लिश ब्रेकफास्टच घ्या ना." ती म्हणाली.

"ठीक आहे. एक इंग्लिश ब्रेकफास्ट" डॅनी म्हणाला, "आणि..."

"चहा घेणार का कॉफी?"

"येस, कॉफी तर फारच ग्रेट!" तो म्हणाला. आपल्याला हवी ती गोष्ट मिळते आहे, याची सवय व्हायला अजून थोडे दिवस जावे लागणार, याची जाणीव त्याला झाली. त्याने कोपऱ्यातल्या टेबलापाशी एक जागा पकडली. त्याने सॉसची बाटली उचलून प्लेटमध्ये एका कडेला नीटनेटकेपणाने बेताचं सॉस वाढून घेतलं. त्याबद्दल निकला आपलं नक्की कौतुक वाटलं असतं, असं त्याच्या मनात आलं. त्याने हातातल्या पेपरचा बिझिनेस सेक्शन उघडला. 'निकसारखं दिसणं, वागणं, बोलणं असू दे, पण विचार मात्र डॅनीसारखा!'

इंटरनेट कंपन्यांचं दिवाळं निघण्याची बातमी होती. वाचता वाचता डॅनी जेव्हा पहिल्या पानावर पोहोचला तेव्हा त्याचा ब्रेकफास्ट संपला होता आणि तो कॉफीचा दुसरा कप संपवत होता. मगाशी त्याचा कप रिकामा झाल्यावर कुणीतरी टेबलापाशी येऊन त्याच्या कपात कॉफी ओतून गेलं होतं आणि तो 'थँक यू' म्हणाल्यावर चक्क त्या व्यक्तीने डॅनीकडे हसून पाहिलं होतं. डॅनी पुढच्या पानावरचा अग्रलेख वाचू लागला. कॉन्झर्वेटिव्ह पार्टीच्या नेत्यावर परत एकदा टीकेची झोड उठवण्यात आली होती. जर पंतप्रधानांनी निवडणुका जाहीर केल्याच असत्या तर डॅनीने टोनी ब्लेअरनाच मत दिलं असतं. 'पण निकचं काय? कदाचित निकचा पाठिंबा डंकन स्मिथला असता का? कारण डंकन स्मिथ पूर्वीचा सोल्जर होता ना!'

डॅनीने कॉफी संपवली; पण थोडा वेळ काही हालचाल न करता तो तसाच बसून राहिला. मि. पॅस्कोंनी अजून कुठे सांगितलं होतं कोठडीकडे परत जायला? डॅनी स्वत:शीच हसला, आपल्या खुर्चीतून उठला आणि कॅफेतून बाहेर पडला.

आता कसोटीचा क्षण जवळ आला होता. पलीकडे ओळीने बरेच टेलिफोन बूथ्स होते. डॅनीने खोलवर श्वास घेतला. मग त्याने खिशातून पाकीट बाहेर काढलं – निकचं पाकीट. त्यातून त्याने एक कार्ड काढलं. कार्डाच्या उजव्या कोपऱ्यात खालच्या बाजूला छापलेला नंबर त्याने लावला.

"मन्रो, मन्रो अँड कारमायकेल." पलीकडचा आवाज म्हणाला.

"मि. मन्रो प्लीज." निक म्हणाला.

"कोणते मि. मन्रो?"

डॅनीने कार्डावरचं नाव पाहून सांगितलं, "मि. फ्रेझर मन्रो."

"कोणाचा फोन आहे म्हणून सांगू?"

"निकोलस मॉन्क्रीफ."

"मी लगेच जोडून देते सर."

"थँक यू."

"गुड मॉर्निंग सर निकोलस!" काही क्षणांत एक दुसरा आवाज म्हणाला, "छान वाटलं तुमचा फोन आल्यावर."

"गुड मॉर्निंग मि. मन्रो!" डॅनी सावकाश म्हणाला, "आज थोड्या वेळाने मी स्कॉटलंडला येण्याचा विचार करतोय. तुम्हाला उद्या जर थोडा वेळ असला, तर भेटावं म्हणत होतो."

"ऑफ कोर्स सर निकोलस. उद्या दहा वाजता चालेल ना?"

"ॲडमिरेबली." डॅनीने निकचा आवडता शब्द वापरला.

"ठीक आहे. मग उद्या सकाळी दहा वाजता मी माझ्या ऑफिसात तुमची वाट पाहतो."

"गुडबाय मि. मन्रो." डॅनी म्हणाला आणि पुढचे तोंडावर आलेले शब्द त्याने गिळले. तो मन्रो यांना त्यांच्या ऑफिसचा पत्ता विचारणार होता. नशीब, त्याच्या लगेच लक्षात आलं. तो घामाने निथळला होता. बिग अल् म्हणाला ते खरंच होतं. मन्रो निकच्या फोनची अपेक्षा करत होते. त्यामुळे आपण निकऐवजी दुसऱ्याच कुणाशीतरी बोलत आहोत, अशी शंका त्यांना येण्याचं तर काहीच कारण नव्हतं.

ट्रेन येताच डॅनी घाईने आत चढला. ट्रेन सुटण्याची वाट बघता बघता त्याने आपलं लक्ष हातातल्या पेपरमधल्या स्पोर्ट्स सेक्शनकडे वळवलं. फुटबॉलचा सीझन सुरू व्हायला महिनाभर अवकाश होता, पण आपल्या वेस्ट हॅमच्या टीमबद्दल त्याला बरीच आशा होती. परत आपल्याला अप्टॉन पार्कमध्ये कधीच जाता येणार नाही, कारण तिथे कुणीतरी आपल्याला नक्की ओळखेल या विचारांनी त्याचं मन उदास झालं. 'एक लक्षात ठेवायला हवं– कार्टराईट मेलाय! त्याला पुरून पण टाकलंय लोकांनी.'

ट्रेन हळूहळू सुरू झाली आणि सावकाश स्टेशनबाहेर आली. डॅनी खिडकीबाहेर बघत होता. गाडी लवकरच लंडन शहर सोडून बाहेर निघाली. गाडीने आता चांगलाच वेग घेतला होता. डॅनी अजून कधीच स्कॉटलंडला गेलेला नव्हता. व्हिकारेज रोड-वॅटफोर्डच्या पुढे उत्तरेला तो कधीच गेला नव्हता.

डॅनीला आता थकवा जाणवू लागला होता. तुरुंगाच्या बाहेर पडून तसे काही तासच झाले होते. गोष्टी फार वेगात घडत होत्या. सर्वांत कठीण गोष्ट म्हणजे सगळे निर्णय स्वत:चे स्वत:लाच घ्यावे लागत होते. त्याने निकच्या घड्याळात वेळ पाहिली. नाही. नाही. स्वत:च्या घड्याळात. सव्वा अकरा. त्याने उरलेला पेपर वाचण्याचा प्रयत्न केला, पण थोड्याच वेळात त्याचा डोळा लागला.

"तिकीट प्लीज."

डॅनी दचकून उठला. त्याने डोळे चोळले आणि आपलं रेल्वेचं वॉरंट कंडक्टरच्या हाती ठेवलं. "आय ॲम सॉरी सर, पण हे तिकीट एक्सप्रेस ट्रेनला चालणार नाही. तुम्हाला जास्तीचे पैसे भरावे लागतील."

"पण मला तर –" डॅनी म्हणू लागला आणि एकदम थांबला. "सॉरी हं. किती पैसे?"

"चौऱ्याऐंशी पौंड."

आपण इतकी मूर्खासारखी चूक कशी काय केली, असं डॅनीच्या राहून राहून मनात येत होतं. त्याने खिशातून पाकीट काढून पैसे भरले. कंडक्टरने त्याला त्याची पावती दिली आणि म्हणाला, "थँक यू सर."

कंडक्टरने नकळत त्याच्याकडे पाहून 'सर' हे संबोधन वापरलं होतं. पूर्वी ईस्ट एंडमध्ये राहत असताना कोणताही बस-कंडक्टर डॅनीला कधीच 'सर' म्हणत नव्हता.

"आपण गाडीत जेवण घेणार का सर?"

परत एकदा तेच संबोधन – सर. 'हे केवळ आपला पोशाख आणि आपली बोलण्याची धाटणी, यामुळेच.'

"या गाडीची डायनिंग कार त्या बाजूला चार डबे सोडून आहे. अर्ध्या तासात जेवणाची वेळ होईलच."

"आय ॲम ग्रेटफुल!" डॅनीने परत एकदा निकचे आवडते शब्द वापरले.

डॅनी खिडकीतून बाहेर बघत बसला. रस्त्यावरची झाडं मागे पडत होती. खेडी, माणसं मागे पडत होती. बऱ्याच वेळानंतर त्याने परत एकदा पेपर उघडला आणि अर्थव्यवहाराचं पान उघडलं. एवढ्यात माईकवर घोषणा झाली. डायनिंग कार उघडली होती. तो जपून जपून चालत डायनिंग कारकडे गेला

आणि त्याने छोट्याशा टेबलापाशी जागा धरली. आपल्यासमोर कोणीही येऊन बसू नये, अशी त्याने मनोमन प्रार्थना केली आणि मेन्यूकार्ड बारकाईने वाचण्यास सुरुवात केली. 'निकने काय बरं ऑर्डर केलं असतं?' तेवढ्यात वेटर आला.

"द पेट." डॅनी म्हणाला. त्याला त्या पदार्थाचा उच्चार नीट करता येत असला, तरी तो नक्की कसा लागतो, याची मात्र त्याला अजिबात कल्पना नव्हती. पूर्वी तो असल्या फॉरीन नावाच्या डिशेस कधीच ऑर्डर करायचा नाही. "बरं आणि त्यानंतर स्टेक आणि किडनी पाय."

"आणि पुडिंग कोणतं?"

जेवणाच्या सगळ्या तीनही कोर्सची ऑर्डर एकदम, एका दमात कधीच द्यायची नसते असं निकनेच त्याला शिकवलं होतं. "नंतर विचार करून सांगतो," डॅनी म्हणाला.

"ऑफ कोर्स सर!"

जेवण संपत आलं, तोपर्यंत डॅनीचं 'टाइम्स'मधलं अक्षर अन् अक्षर वाचून झालं होतं. त्याने नाटकांची परीक्षणंसुद्धा वाचून काढली होती. त्यामुळे त्याला लॅरी डेव्हनपोर्टची तीव्रतेने आठवण झाली. पण डेव्हनपोर्टची वेळ अजून आली नव्हती. डॅनीच्या मनात इतर काही गोष्टी घोळत होत्या. त्याने जेवणाचा मनमुराद आस्वाद घेतला. अखेरीस मात्र वेटरने तब्बल सत्तावीस पौंडांचं बिल समोर आणून ठेवलं. त्याने दहा-दहा पौंडाच्या तीन नोटा काढून त्याला दिल्या. आपलं पैशाचं पाकीट हलकं होत चाललंय, याची त्याला प्रकर्षाने जाणीव झाली.

निकच्या डायरीत अशी नोंद होती की, मि. मन्रो यांच्या मते स्कॉटलंड आणि लंडन या दोन्ही ठिकाणच्या मालमत्ता जर विक्रीस काढल्या असत्या, तर त्यांना चांगली किंमत आली असती. पण त्याचबरोबर मि. मन्रो यांनी असाही इशारा दिलेला होता की, विक्रीचे हे व्यवहार मनाजोगते व्हायला अनेक महिने गेले असते. आपण दोनशे पौंडांहूनही कमी रकमेवर अनेक महिने तग धरू शकणार नाही, याची डॅनीला पुरेपूर कल्पना होती.

डॅनी आपल्या सीटवर येऊन बसला. दुसऱ्या दिवशी त्याची मन्रो यांच्याबरोबर मीटिंग होती त्या वेळी काय काय होईल याचा तो विचार करत बसला. थोड्या वेळाने ट्रेन न्यू कॅसलला थांबली. डॅनीने सूटकेस उघडून मि. मन्रो यांची फाइल बाहेर काढली. फाइल उघडून त्याने त्यांची पत्रं परत एकदा वाचायला घेतली. निकने मि. मन्रोंना जे काही प्रश्न विचारले होते, त्या सर्वांची त्यांनी त्या पत्रांत व्यवस्थित उत्तरं दिली होती. परंतु मुळात निकने त्यांना जी पत्रं लिहिली होती, त्यात त्याने नक्की काय विचारलं होतं, हे कळायला काहीच मार्ग नव्हता. मि. मन्रो यांची उत्तरं वाचून त्यावरून निकने त्यांना काय विचारलं असेल, याचा

अंदाज करण्याचा त्याने प्रयत्न केला. त्यासाठी त्याच्याकडे केवळ पत्रांवरच्या तारखा आणि निकने डायरीत केलेल्या नोंदी एवढाच आधार होता. तो सगळा पत्रव्यवहार वाचल्यावर डॅनीची परत एकदा शंभर टक्के खात्री पटली. निक चार वर्षं तुरुंगात असल्याचा अंकल ह्यूगो यांनी मोठा फायदा घेतला होता.

डॅनी पूर्वी जेव्हा गॅरेजमध्ये काम करायचा, तेव्हा त्याला या ह्यूगोसारखी अनेक गिऱ्हाइकं भेटली होती. लोकांना भरमसाठ दराने कर्ज देणारे सावकार, प्रॉपर्टी डीलर्स, उधारीचे धंदे करणारी पोरं... असे कितीतरी लोक. त्या सर्वांनीच या ना त्या प्रकारे त्याचा गैरफायदा घेण्याचा प्रयत्न केला होता, पण त्यात कोणालाही यश आलं नव्हतं. डॅनी कॉन्ट्रॅक्ट व्यवस्थित वाचू शकत नसल्याची गोष्ट त्यांच्यापैकी कोणालाही कळली नव्हती. सुटकेआधी अगदी थोडे दिवस त्याने निकच्या नावाने ए लेव्हलची परीक्षा दिली होती. निकला त्या परीक्षेत घवघवीत यश मिळालं होतं की नाही, देव जाणे! आता हा वाक्प्रचारसुद्धा निकच्या आवडीचा होता. त्याने आपल्या तुरुंगातल्या सोबत्याला – निकला – एक वचन दिलं होतं – जर अपील जिंकलो, तर नक्की पदवी परीक्षेचा अभ्यास करीन. अजूनही आपण ते वचन पाळायचं आणि जरूर पडली तर निकच्या नावे परीक्षेला बसून पदवी तर मिळवायचीच, असा ठाम निर्धार त्याने केला. 'निकसारखा विचार कर. डॅनीला विसरून जा.' डॅनी स्वत:च्या मनाला समजावू लागला. 'तू निक आहेस, तू निक आहेस.' मग परत एकदा त्याने सगळी पत्रं नजरेखालून घातली; परीक्षेची तयारी करत असल्यासारखी. या परीक्षेत नापास होऊन कदापि चालणार नव्हतं.

साडेतीन वाजता ट्रेन वॅव्हर्ले स्टेशनात शिरली. दहा मिनिटं उशिरा. सगळ्या गर्दीबरोबर डॅनीपण प्लॅटफॉर्मवर उतरून चालू लागला. पुढची ट्रेन डनबराला जाणारी होती. डॅनीने वेळापत्रक आधीच बघून ठेवलं. अजून वीस मिनिटं अवकाश होता. त्याने 'एडिंबरा इव्हिनिंग न्यूज' वृत्तपत्राचा अंक विकत घेतला आणि खाण्यासाठी एक बर्गर विकत घेतला. आपण समाजातल्या वरच्या स्तरातले नसल्याची गोष्ट मि. मन्रो यांच्या लक्षात येईल की काय, ही धास्ती त्याला मनातून वाटत होती. पुढची ट्रेन ज्या प्लॅटफॉर्मवरून घ्यायची होती, तिथे जाऊन तो एका बाकावर बसला. वृत्तपत्रात विविध नावं, विविध ठिकाणं होती. त्याने ती नावं कधीच ऐकलेली नव्हती. डडलिंगस्टनमधल्या प्लॅनिंग कमिटीबरोबरच्या समस्या, अपूर्णावस्थेतल्या स्कॉटिश पार्लमेंट बिल्डिंगचा खर्च, एडिंबरा फेस्टिव्हलचा समग्र वृत्तान्त देणारी खास पुरवणी हे फेस्टिव्हल पुढच्या महिन्यात होणार होते.

दहा मिनिटांनंतर डॅनी डनबराला जाणाऱ्या क्रॉसकंट्री ट्रेनमध्ये चढला. प्रवास चाळीस मिनिटांचा होता. ही ट्रेन भलत्या भलत्या नावांच्या अनेक स्टेशनांवर थांबत

चालली होती. ती नावं डॅनीला नीट उच्चारतासुद्धा येत नव्हती. चार वाजून चाळीस मिनिटांनी ती छोटीशी ट्रेन धडधड करत डनबरा स्टेशनात शिरली. डॅनीने आपली सूटकेस ओढत प्लॅटफॉर्मवर उतरवली आणि बाहेर पडून रस्त्याच्या फुटपाथवर येऊन उभा राहिला. टॅक्सीस्टँडपाशी एक रिकामी टॅक्सी उभी होती. ती पाहून त्याच्या जिवात जीव आला. ड्रायव्हरने त्याची सूटकेस डिकीत टाकली. निक टॅक्सीत ड्रायव्हरच्या जवळच बसला.

"कुठे?" ड्रायव्हर म्हणाला.

"तुम्ही एखादं चांगलं हॉटेल सुचवा ना!"

"इथे एकच हॉटेल आहे." ड्रायव्हर म्हणाला.

"वा! मग तर प्रश्नच मिटला." डॅनी म्हणाला. गाडी सुरू झाली.

मीटरवर साडेतीन पौंड झाले. त्यावर थोडीशी टीप देऊन डॅनी खाली उतरला, तो 'हॉटेल मॉन्क्रीफ आर्म्स'च्या दारात. पायऱ्या चढून वर जाऊन त्याने रिसेप्शनपाशी आपल्या हातातली सूटकेस ठेवली.

"मला आज रात्रीपुरती रूम हवी आहे." रिसेप्शन काउंटरवरच्या मुलीला तो म्हणाला.

"सिंगल रूम?"

"होय. थँक्यू!"

"या बुकिंग फॉर्मवर जरा सही करता का सर?" एव्हाना क्षणाचाही विचार न करता डॅनी निकची सही अगदी आरामात करू लागला होता. "आणि मला जरा तुमच्या क्रेडिट कार्डाची कॉपी काढावी लागेल."

"पण माझ्याकडे तर..." डॅनी बोलताना मध्येच थांबला. "मी रोखच भरेन." निक म्हणाला.

"ऑफकोर्स सर." असं म्हणून तिने तो फॉर्म त्याच्यापुढे सरकवला. नंतर तिने फॉर्म हातात घेऊन त्याचं नाव वाचल्यावर मात्र तिला आपल्या चेहऱ्यावरचं हास्य लपवणं कठीण गेलं. ती एक शब्दही न बोलता पाठीमागच्या खोलीत अदृश्य झाली. थोड्या वेळाने स्वेटर आणि तपकिरी कॉड्रॉय पँट घातलेला मध्यमवयीन माणूस तिथे अवतरला.

"वेलकम सर निकोलस! मी रॉबर्ट किलब्राईड. या हॉटेलचा मॅनेजर. माफ करा सर, पण तुम्ही आज इकडे येणार आहात याची काहीच कल्पना नव्हती आम्हाला. मी वॉल्टर स्कॉट सूटमध्ये तुमची व्यवस्था करतो." सामान ट्रान्सफर करण्याविषयी तो काहीतरी बोलू लागला. ट्रान्सफर हा शब्द ऐकून प्रत्येक कैद्याच्या अंगावर सरसरून काटा येतो. "पण–" डॅनी चाचरत म्हणाला. आपल्या पाकिटात किती कमी पैसे शिल्लक आहेत याची त्याला पुरती जाणीव होती.

''त्याचे जास्त पैसे लावणार नाही मी.'' मॅनेजर म्हणाला.

''थँक्यू.'' निक म्हणाला.

''आज सायंकाळचं जेवण तुम्ही आमच्या हॉटेलातच घेणार ना सर?''

''होय.'' निक म्हणाला. ''नाही.'' डॅनी घाईने म्हणाला. आपलं पाकीट खाली असल्याची जाणीव त्याला झाली. ''माझं जेवण झालंय.''

''ऑफकोर्स सर निकोलस. मी तुमचं सामान तुमच्या खोलीत पाठवण्याची व्यवस्था करतो.''

एक तरुण पोरगा डॅनीला वॉल्टर स्कॉट सूटकडे घेऊन गेला.

''माझं नाव अँड्रयू.'' तो दार उघडत म्हणाला. ''तुम्हाला जर कशाचीही गरज भासली, तर फोन करा.'' तो पुढे म्हणाला.

''उद्या सकाळी दहाला माझी मीटिंग आहे. त्यासाठी मला एक शर्ट आणि एक पँट तातडीने इस्त्री करून हवी आहे.'' डॅनी म्हणाला.

''ऑफ कोर्स, सर. अगदी वेळेत मिळेल सर.''

''थँक्यू.'' डॅनी म्हणाला. परत एकदा टीप द्यावी लागली.

खोलीत गेल्यावर डॅनी पलंगाच्या टोकावर बसला. त्याने टीव्ही सुरू केला. स्थानिक बातम्या सुरू होत्या. डॅनीने त्या पाहिल्या. बातमीदाराचा आवाज आणि बोलण्याची धाटणी पाहून त्याला बिग अल्‌ची आठवण झाली. हळूहळू चॅनेल्स बदलत बदलत त्याने अखेर बीबीसी लावल्यावर त्याला एकूणएक शब्द कळू लागला, पण त्यानंतर काही क्षणांतच त्याला झोप लागून गेली.

३१

डॅनीला जाग आली. आपण बाहेरचे कपडे घालूनच झोपी गेलो असल्याचं त्याच्या लक्षात आलं. टीव्ही चालूच होता. एक कोणतातरी ब्लॅक अँड व्हाईट सिनेमा संपून शेवटची टायटल्स चाललेली दिसत होती. टीव्ही बंद करून त्याने कपडे काढले आणि तो झोपण्यापूर्वी शॉवर घ्यावा म्हणून बाथरूममध्ये शिरला.

शॉवरची संततधार अंगाला सुखावह वाटत होती. पाणी पुरेसं गरम होतं. शिवाय ते मध्येच गायब होत नव्हतं. हातात भल्यामोठ्या ब्रेडच्या स्लाईसएवढा सुगंधी साबण घेऊन त्याने भरपूर फेस करून अंघोळ केली. मग गुबगुबीत, मऊमऊ टर्किश टॉवेलने अंग खसखसून पुसलं. गेल्या अनेक वर्षांत पहिल्यांदाच त्याला अंघोळ केल्यावर इतकं स्वच्छ वाटलं होतं.

तो मऊ गादीत चढला. त्याने स्वच्छ पांघरूण अंगावर ओढून घेऊन पिसांच्या उशीवर डोकं टेकलं. लवकरच तो गाढ झोपी गेला. अंथरूण फारच जास्त आरामदायी होतं. त्याने नुसती कूस पालटली, तर त्या गादीचा शेप बदलत होता, इतकी मऊ गादी होती ती. त्यामुळे त्याला परत जाग आली. त्यानं अंगावरच्या अनेक पांघरुणांपैकी एक पांघरूण काढून खाली टाकलं आणि कूस पालटून तो परत झोपला. पण परत जागा झाला. उशी जरा जास्तच मऊ होती. मग तीपण त्याने दिली खाली भिरकावून. तो परत झोपला. परत मात्र त्याला जाग आली, ती सूर्याचं ऊन अंगावर आल्यानंतर, पक्ष्यांच्या किलबिलाटाने. त्याने वळून पाहिलं. दारात मि. पॅस्को हसत उभे असतील या अपेक्षेने. पण हे दार काही वेगळंच दिसत होतं. ते लाकडी होतं; स्टीलचं नव्हतं. दाराला आतल्या बाजूने चक्क हँडल होतं. 'म्हणजे आपल्याला हवं तेव्हा आतून दार उघडता येणार तर!'

डॅनी बेडवरून खाली उतरला आणि मऊ-मऊ कार्पेटवरून सावकाश चालत बाथरूममध्ये गेला. बाथरूम म्हणजे एक भली मोठीच्या मोठी खोली

होती. तिथे त्याने परत एकदा शॉवर घेतला. आता त्याने केसपण धुतले आणि बाथरूममधल्या आरशात बघून घोटून दाढी केली.

दारावर हलकेच थाप पडली. बाहेरून धक्का मारून कुणीही धाडकन दार उघडलं नाही. ते बंदच राहिलं. डॅनीने अंगात हॉटेलचा ड्रेसिंग गाऊन घातला आणि दार उघडलं. पाहतो तर काय, कालचाच तरुण पोरगा हातात एक कपड्यांचं पार्सल घेऊन उभा होता.

''तुमचे कपडे सर.''

''थँक्यू!'' डॅनी म्हणाला.

''ब्रेकफास्ट दहा वाजेपर्यंत चालू असतो. डायनिंग-रूममध्ये.''

डॅनीने धुतलेला शर्ट आणि रेघारेघांचा टाय घातला. मग त्यावर इस्त्रीचा सूट चढवला. त्याने आरशात स्वत:ला निरखून पाहिलं. आपणच सर निकोलस मॉन्क्रीफ आहोत, याबद्दल कुणाच्या मनात शंका उत्पन्न होणंच शक्य नाही, याची त्याला खात्री पटली. इथून पुढे कधीही तोच तोच शर्ट आठवड्यातले सहा दिवस, ओळीने घालावा लागणार नव्हता. एकच जीन्सची पँट महिनाभर न धुता वापरावी लागणार नव्हती. एकच बुटांचा जोड वर्षभर वापरावा लागणार नव्हता. 'अर्थात, मि. मन्रो आपल्या सगळ्या आर्थिक समस्या सोडवतील, असं यात आपण गृहीत धरायचं, हेही विसरून चालणार नाही' त्याच्या मनात आलं.

डॅनीने आपलं पैशाचं पाकीट चाचपून पाहिलं. कालपर्यंत चांगलं 'जाडजूड लागणारं पाकीट'... डॅनीने मनातल्या मनात शिवी हासडली. एकदा या हॉटेलचं बिल चुकतं केल्यानंतर फारसं काही शिल्लक राहणार नव्हतं. तो दार उघडून बाहेर पडला. आपल्या मागे नकळत दार लावून घेत असताना किल्ली आतच राहिल्याचं त्याच्या लक्षात आलं. 'अरे बाप रे... आता पॅस्कोकडून दार उघडून घ्यावं लागणार. मग आता आपल्या नावावर रिपोर्ट तर नाही ना लिहिला जाणार?' त्याने मनोमन परत एक शिवी हासडली. 'डॅम!' निकपण अगदी असंच म्हणायचा. मग तो डायनिंग रूमचा शोध घेत निघाला.

डायनिंग-रूमच्या मध्यभागी टेबल लावण्यात आलं होतं. विविध प्रकारची सीरियल्स, फ्रूट ज्युसेस, गरम शेगडीवर ठेवलेलं पॉरीज, अंडी, बेकन, ब्लॅक पुडिंग, पॅनकेक्स अशी खाद्यपदार्थांची नुसती लयलूट होती. वेटरने डॅनीला खिडकीजवळच्या टेबलापाशी नेऊन बसवलं आणि ताजं वृत्तपत्र त्याच्या हाती ठेवलं. त्याने फायनान्शिअल पेजेस चाळण्यास सुरुवात केली. बँक ऑफ स्कॉटलंड नवीन मालमत्ता विकत घेणार असल्याची बातमी होती. तुरुंगात असताना डॅनीने एक बातमी वाचली होती. आरबीएसने नॅटवेस्ट बँक टेकओव्हर केली होती.

डॅनीने आजूबाजूला वळून पाहिलं. 'आपली बोलण्याची धाटणी खऱ्या खुऱ्या स्कॉटिश माणसासारखी नसल्याचं इथल्या हॉटेलच्या कर्मचाऱ्यांच्या नक्की लक्षात येईल. कुणीतरी याबद्दल काहीतरी म्हणेल' अशी भीती त्याला मनोमन वाटत होती. पण ऑफिसर लोकांचं बोलणं अगदी अस्सल स्कॉटिश माणसांसारखं कधीच नसतं असं बिग अल्नेच त्याला एकदा सांगितलं होतं. निकचं तरी बोलणं कुठे तसं होतं? त्याच्यासमोरच्या प्लेटमध्ये दोन गरमगरम पॅनकेक्स होते. 'आपल्या वडिलांना तर ही मेजवानीच वाटली असती!' त्याच्या मनात आलं. तुरुंगातून सुटका झाल्यानंतर स्वत:च्या वडिलांविषयी आज पहिल्यांदाच त्याच्या मनात विचार आला होता.

"आणखी काही हवंय का सर?"

"नो, थँक्यू!" डॅनी म्हणाला, "पण माझं बिल तयार ठेवलंत तर बरं होईल."

"ऑफ कोर्स सर." वेटर म्हणाला.

डायनिंग रूममधून बाहेर पडत असताना एकदम डॅनीच्या लक्षात आलं. 'खरंच, मि. मन्रो यांचं ऑफिस नक्की आहे तरी कुठे?' त्यांच्या बिझिनेस कार्डावर पत्ता होता – १२, अर्जिल स्ट्रीट. पण तिथे कसं जायचं हे त्या हॉटेलच्या रिसेप्शनिस्टला विचारणं शक्यच नव्हतं. 'आपण डनबरातच जन्मलो इथेच लहानाचे मोठे झालो अशीच सर्वांची समजूत आहे ना!' डॅनीने रिसेप्शन काउंटरपाशी जाऊन खोलीची स्पेअर किल्ली घेतली आणि तो खोलीत परत आला. साडेनऊ वाजले होते. हा अर्जिल स्ट्रीट नक्की कुठे आहे हे शोधायला अजून तीस मिनिटं अवकाश होता. दरवाज्यावर थाप पडली. दरवाज्यावर थाप पडल्याचा आवाज येताच घाईने उठायचं आणि धाडकन दार उघडून कोण आत येतं, याची वाट बघत बसायची, ही सवय अंगात इतकी मुरली होती की, ती जायला आणखी काही दिवस जावे लागणार होते.

दारात हॉटेलचा पोर्टर उभा होता.

"सर, मी तुमचं सामान न्यायला आलोय. तुम्हाला टॅक्सी लागणार आहे?"

"नाही, मी अर्जिल स्ट्रीटला तर चाललोय!" डॅनीने अंधारात बाण मारला.

"हो का? मग मी तुमचं सामान रिसेप्शन काउंटरपाशी ठेवायला देतो. तुम्ही ते नंतर सवडीने घेऊन जाऊ शकता."

"अर्जिल स्ट्रीटकडे जाण्याच्या रस्त्यावर ते केमिस्टचं दुकान अजून आहे का?" डॅनीने विचारलं.

"नाही. ते काही वर्षांपूर्वी बंद पडलं. तुम्हाला काय हवंय?"

"मला रेझरची ब्लेड्स आणि शेव्हिंग क्रीम हवंय."

"मग तुम्हाला लेथ्सकडे मिळेल ते. पूर्वी जॉन्सन्स होतं ना, त्याच्याच जरासं पुढे गेलं की आहे."

"मेनी थँक्स." डॅनी म्हणाला आणि निघाला. ते जॉन्सन्स कुठे होतं, याची त्याला अंधूकशीही कल्पना नव्हती.

❖

डॅनीने निकच्या घड्याळात पाहिलं. सकाळचे ९-३६. तो घाईने जिना उतरून खाली रिसेप्शनपाशी आला. त्याने आता एक निराळीच शक्कल लढवली.

"तुमच्याकडे 'टाइम्स'चा अंक आहे का हो?"

"नाहीये सर निकोलस; पण तुमच्यासाठी लगेच मागवून घेते."

"जाऊ दे. तुम्ही नका त्रास घेऊ. मीच जाऊन आणतो. तेवढाच व्यायाम!"

"मेन्झीजकडे बघा. नक्की मिळेल." रिसेप्शनिस्ट म्हणाली. "हॉटेलातून बाहेर पडलात की डावीकडे बघा. साधारण १०० यार्ड." मग ती अचानक थांबली आणि म्हणाली, "ऑफकोर्स, मेन्झीज कुठे आहे, ते तुम्हाला माहीत असणारच म्हणा."

डॅनी हॉटेलातून बाहेर पडला. तो डावीकडे वळला. लांबूनच त्याला मेन्झीजची पाटी दिसली. तो आत शिरला. त्याला तिथे ओळखणारं कुणीच नव्हतं. त्याने 'टाइम्स'चा अंक विकत घेतला. काउंटरपाशी पैसे द्यायला गेल्यावर तिथल्या मुलीने त्याला 'सर' किंवा 'सर निकोलस' अशी हाक मारली नाही. त्याला मनातून हायसं वाटलं. तो तिला म्हणाला, "अर्जिल स्ट्रीट इथून बराच लांब आहे का?"

"काही फार नाही. दुकानाच्या बाहेर पडून उजवीकडचा रस्ता धरा आणि मॉन्क्रीफ आर्म्सवरून तसंच पुढे जा."

डॅनी बाहेर पडला आणि तिने सांगितलेल्या दिशेने निघाला. रस्त्यातल्या सर्व खाणाखुणा तो नजरेने व्यवस्थित टिपून घेत होता. अखेर त्याला पाटी दिसली– 'अर्जिल स्ट्रीट.' त्या ठिकाणी वळता वळता त्याने घड्याळात पाहिलं. ९-५४ झाले होते. अजून काही मिनिटांचा अवधी होता, पण उशीर करून अजिबात चालणार नव्हता. निक फारच वक्तशीर होता. डॅनीला बिग अल्चं आवडतं वाक्य आठवलं. "सैन्य उशिरा पोहोचलं, तर लढाईत हार पत्करावी लागते. नेपोलियनला विचारा."

रस्त्यावरचे घर-नंबर पाहत तो पुढे जाऊ लागला. क्रमांक २, ४, ६, ८. हळूहळू त्याने आपला चालण्याचा वेग कमी केला. अखेर १२ क्रमांकाच्या

इमारतीपाशी तो थबकला. बाहेर चकचकीत पितळेची पाटी होती. त्यावर नावं कोरलेली होती – 'मन्रो, मन्रो अँड कारमायकेल.'

डॅनीने दीर्घ श्वास घेतला आणि तो दार उघडून आत शिरला. रिसेप्शन काउंटरच्या मागे बसलेल्या मुलीने वर पाहिलं. त्याच्या छातीत प्रचंड धडधड होत होती. ती बाहेर कुणाला ऐकू तर येणार नाही, अशी भीती त्याला वाटत होती. तो तिला आपलं नाव सांगणार एवढ्यात तीच म्हणाली, ''गुड मॉर्निंग सर निकोलस! मि. मन्रो तुमची वाटच पाहत आहेत.'' ती आपल्या जागेवरून उठली आणि म्हणाली, ''या माझ्याबरोबर.''

डॅनी पहिल्या कसोटीला तर उतरला होता; पण त्याने अजून तोंड उघडलं नव्हतं.

❖

''तुमच्या पार्टनरचा मृत्यू झालेला आहे.'' काउंटरच्या मागे उभी असलेली पोलीस ऑफिसर म्हणाली, ''तेव्हा मि. कार्टराईट यांच्या सर्व व्यक्तिगत गोष्टी मी जरूर तुमच्या हवाली करीन. फक्त मला तुमचं काहीतरी आयडेंटिफिकेशन लागेल.''

बेथने आपली पर्स उघडून त्यातून आपलं ड्रायव्हिंग लायसेन्स बाहेर काढलं.

''थँक्यू!'' ऑफिसर म्हणाली. तिने ते लायसेन्स काळजीपूर्वक तपासून पाहिलं आणि मग परत दिलं. ''मिस विल्सन, मी प्रत्येक वस्तूचं वर्णन वाचून दाखवते आणि ती वस्तू तुम्ही आयडेंटिफाय करा.'' त्यानंतर त्या ऑफिसरने एक कार्डबोर्डची बॉक्स उघडली आणि त्यातून जीनची पँट काढली. ''एक जीनची पँट. फिकट निळ्या रंगाची.'' ती म्हणाली. बेथने ती जीन पँट पाहिली. डॅनीच्या पायावर जिथे वार लागला होता, तिथे ती पँट फाटलेली होती. ते पाहताच बेथला रडू कोसळलं. ती त्या धक्क्यातून सावरेपर्यंत ती ऑफिसर क्षणभर थांबली. मग पुढे म्हणाली, ''एक वेस्ट हॅम शर्ट, एक तपकिरी लेदर बेल्ट, एक सोन्याची अंगठी, एक करड्या रंगाची मोज्यांची जोडी, लाल रंगाच्या बॉक्सर शॉर्ट्‌स, काळे बूट, एक पैशाचं पाकीट, त्यात पस्तीस पौंड आणि बो स्ट्रीट बॉक्सिंग क्लबचं सभासद कार्ड. मिस विल्सन, तुम्ही जरा इथे सही कराल का?'' अखेर ती म्हणाली. तिने एका फॉर्मवर बोट ठेवलं होतं.

बेथने सही करताच त्या ऑफिसरने त्या सर्व गोष्टी त्या कार्डबोर्डच्या बॉक्समध्ये नीट भरल्या आणि त्या बेथच्या हाती ठेवल्या. 'थँक्यू' असं म्हणून बेथ जाण्यासाठी वळली आणि तिला समोर उभे राहिलेले तुरुंगाधिकारी दिसले.

"गुड आफ्टरनून मिस विल्सन!" ते म्हणाले. "माझं नाव रे पॅस्को."

बेथ हसून म्हणाली, "डॅनीला तुम्ही खूप आवडायचा."

"आणि मलापण त्याचं कौतुक वाटायचं." पॅस्को म्हणाला, "पण मी त्यासाठी इथे आलेलो नाही. एक मिनिट, मी धरतो तुमची बॉक्स." असं म्हणून त्याने तिच्या हातातून ती बॉक्स घेतली आणि दोघं कॉरिडारमधून चालू लागले. "मला एवढीच माहिती हवी होती की, त्या अपिलाविरुद्ध तुमचा वरच्या कोर्टात जाण्याचा विचार आहे का नाही?"

"पण आता काय अर्थ आहे त्यात?" बेथ म्हणाली. "डॅनी तर गेला."

"पण तो जर जिवंत असता, तर तुम्ही काय केलं असतं?" पॅस्को म्हणाला.

"मग मी त्याचं निर्दोषत्व सिद्ध करण्यासाठी माझ्या शरीरात रक्ताचा अखेरचा थेंब असेपर्यंत लढले असते." बेथ तीव्रपणे म्हणाली.

बोलता बोलता ते दोघं फ्रंट गेटपाशी पोहोचले. "मला असं वाटतंय," पॅस्को म्हणाले, "आपलं निर्दोषत्व सिद्ध व्हावं, आपल्या नावाला लागलेला कलंक धुवून निघावा, असं डॅनीला नक्की वाटत असणार."

४०

"गुड मॉर्निंग, मि. मन्रो!" डॅनी म्हणाला. त्याने आपला हात पुढे केला. "आज परत भेटलो आपण."

"मि. निकोलस, तुमचा प्रवास ठीक झाला ना?"

निकने फ्रेझर मन्रो यांच्याविषयी इतकं तपशीलवार सांगितलं होतं की, जणूकाही आपण त्यांना चांगलं ओळखत आहोत, असंच डॅनीला वाटलं. "होय, थँक यू. गाडीच्या प्रवासात मी आपला पत्रव्यवहार अगदी तपशीलवार वाचला. तुम्ही दिलेल्या सूचनांवरही बराच विचार केला." डॅनी म्हणाला. मन्रो यांनी डॅनीला खुर्चीवर बसवलं.

"मला वाटतं, मी नुकतंच तुम्हाला जे पत्र पाठवलंय, ते तुम्हाला वेळेत मिळालेलं नसणार." मन्रो म्हणाले, "मी खरंतर फोन केला असता, पण–"

"ते शक्य नव्हतं ना!" डॅनीने त्यांचं वाक्य पुरं केलं. पण त्याला खरी उत्सुकता होती ती मन्रो यांनी त्या पत्रात काय लिहिलेलं असावं याची.

"खरं सांगायचं तर बातमी काही फारशी चांगली नाही." मन्रो म्हणाले. त्यांनी बोटांनी टेबलावर नकळत ताल धरला होता. त्यांच्या या सवयीबद्दल निकने सांगितलेलं नव्हतं. "तुमच्याविरुद्ध एक अर्ज करण्यात आलाय." त्यांचे ते शब्द ऐकताच डॅनीने खुर्चीचा हात घट्ट पकडला. 'बाहेर पोलीस तर आले नाहीत ना आपल्यासाठी?' त्याच्या मनात आलं. "तुमचे काका ह्यूगो यांनी केलाय तो अर्ज." ते ऐकून डॅनीने मनातल्या मनात सुटकेचा नि:श्वास सोडला. "खरंतर मी या गोष्टीची मनाशी तयारीच करायला हवी होती. माझ्या हे आधी कसं नाही लक्षात आलं? सगळी चूक माझीच आहे." मि. मन्रो म्हणाले.

काय ते सांगून टाका ना एकदा, असं म्हणावंसं डॅनीला वाटत होतं; पण निक काही न बोलता गप्प बसला.

''त्यांनी अर्जात असं म्हटलंय की, तुमच्या वडिलांनी स्कॉटलंडमधली इस्टेट आणि लंडनमधलं घर त्यांच्या स्वत:च्या म्हणजे तुमचे अंकल ह्यूगो यांच्या नावावर ठेवलं असून, तुमचा त्यावर काहीही हक्क नाही.''

''पण हा तर निव्वळ मूर्खपणा आहे!'' डॅनी म्हणाला.

''मी तुमच्याशी पूर्णपणे सहमत आहे आणि तुमची परवानगी असेल, तर मी त्यांना उत्तरही देऊन टाकतो की, आमची त्या अर्जाविरुद्ध लढण्याची तयारी आहे.'' मन्रो यांच्या बोलण्याला डॅनीने होकार दिला, पण निकने मात्र इतक्या घाईने होकार दिला नसता. त्यावर बराच काळजीपूर्वक विचार केला असता, असं त्याच्या मनात आलं. ''इतकंच नाही, तर तुमच्या अंकलच्या वकिलांनी एक समझोत्याचा प्रस्तावही पुढे ठेवलाय.'' डॅनीने ते ऐकून नुसती मान हलवली. त्याला घाईने स्वत:चं काही मत द्यायचं नव्हतं. ''तो असा की, तुम्ही तुमच्या अंकलच्या म्हणण्याला संमती दिली आणि या दोन्ही प्रॉपर्टी त्यावरच्या बोज्यासह त्यांच्या स्वाधीन केल्या, तर हा अर्ज मागे घेण्यास ते तयार आहेत.''

''ते खोटारडे आहेत!'' डॅनी म्हणाला. ''मला आठवतंय त्याप्रमाणे तुम्ही मला पूर्वी असं सांगितलं होतं की, माझ्या वडिलांना मुळात या दोन्ही प्रॉपर्टीज गहाण ठेवून त्यावर कर्ज काढण्याचा अधिकारच नव्हता आणि त्यामुळे मीच अंकलना कोर्टात खेचायला हवं खरंतर.''

''हो, असा सल्ला मी खरोखरच दिला होता,'' मि. मन्रो म्हणाले. ''पण सर निकोलस, त्या वेळी तुम्ही मला असं म्हणाला होता – मी माझ्या वडिलांच्या इच्छेविरुद्ध जाऊ शकत नाही.''

''मि. मन्रो, त्या वेळी मला खरोखरच तसं वाटत होतं,'' डॅनी म्हणाला, ''पण तेव्हापेक्षा आज परिस्थिती बदलली आहे. अंकल ह्यूगो यांनी आपल्या स्वत:च्या पुतण्याविरुद्ध कोर्टात जावं, ही गोष्ट माझ्या वडिलांना नक्कीच रुचली नसती.''

''मला पटतं तुमचं म्हणणं.'' मि. मन्रो म्हणाले. आपल्या अशिलाचं असं हृदयपरिवर्तन कसं काय झालं असावं याविषयी त्यांना वाटणारं आश्चर्य त्यांच्या चेहऱ्यावर स्पष्ट उमटलं होतं. ''मग सर निकोलस, आपण त्यांचा हा खोटारडेपणा उघडकीस आणला तर?''

''पण तो कसा काय आणायचा?''

''आपण त्या अर्जाविरुद्ध उलटा अर्ज करायचा.'' मन्रो म्हणाले. ''तुमच्या वडिलांना तुमचा सल्ला न घेता मुळात त्या दोन प्रॉपर्टीज गहाण ठेवून त्यावर कर्ज काढण्याचा अधिकार तरी होता का नाही, असा प्रश्न आपणच कोर्टाला

विचारायचा. मी खरंतर अगदी खात्री असल्याशिवाय कधी बोलत नाही सर निकोलस, पण मला वाटतं, या बाबतीत कायदा तुमच्या बाजूचा आहे, पण तुम्ही तरुणपणी 'ब्लॅक हाऊस' हे पुस्तक वाचलं असेलंच ना?

"अगदी अलीकडेच वाचलंय." डॅनी म्हणाला.

"तर मग अशा प्रकारच्या भानगडीत गुंतण्याचे परिणाम काय होऊ शकतात, याची तुम्हाला चांगली कल्पना असेलच ना?"

"पण मला वाटतं, इथे तसं काही घडणारच नाही. अंकल ह्यूगो कोर्टाबाहेर समझोता करायला नक्की तयार होतील." डॅनी म्हणाला.

"असं कशावरून वाटतं तुम्हाला?"

"आपला स्वतःचा फोटो 'स्कॉट्‌समन' आणि 'एडिंबरो इव्हिनिंग न्यूज'च्या पहिल्या पानावर छापून यावं, असं त्यांना नक्कीच वाटत नसणार. शिवाय त्यांचा स्वतःचा पुतण्या गेली चार वर्षं कुठे होता याची आठवण ते पेपरवाले त्यांना करून देतीलच की!"

"ही गोष्ट माझ्या लक्षातच आली नव्हती," मन्रो म्हणाले. "पण अधिक विचार करता मलापण आता तुमचं म्हणणं पटू लागलंय." एवढं बोलून ते थांबले. त्यांना जरासा खोकला आला. "गेल्या वेळी आपण जेव्हा भेटलो होतो, तेव्हा तुमचं मत तर असं पडलं होतं की..."

"आपण गेल्या खेपेला भेटलो ना मि. मन्रो, तेव्हा माझ्या मनात इतर बरेच विषय घोळत होते. त्यामुळेच तुम्ही मला जे काही सांगण्याचा प्रयत्न करत होता, त्याचं महत्त्व माझ्या तितकंसं लक्षातही आलेलं नव्हतं. पण त्यानंतर मला त्यावर विचार करायला बराच वेळ मिळाला... आणि..." डॅनीने कोठडीत हा डायलॉग असंख्य वेळेला म्हणून त्याची नीट रंगीत तालीम केली होती. बिग अल्‌ने फ्रेझर मन्रो यांची भूमिका केली होती.

"ते मात्र खरं!" चष्मा सारखा करत मि. मन्रो म्हणाले. "मग आता तुमची परवानगी असेल, तर मी पुढच्या तयारीला लागतो. लवकरच पावलं उचलायला हवीत. पण एक सांगतो, हे प्रकरण काही एवढ्यात मिटेल, असं लक्षण दिसत नाही."

"पण किती वेळ?" डॅनी म्हणाला.

"केस कोर्टात उभी राहायलासुद्धा काही वेळ जाईल."

"मग जरा अडचणच आहे." डॅनी म्हणाला. "माझ्या बँकेतल्या अकाउंटमध्ये एवढे पैसे असतील की नाही, याची मला कल्पना नाही."

"मग तुम्ही तुमच्या बँकर्सशी बोलून त्यानंतर काय ते मला सांगालच ना?"

"नक्कीच." डॅनी म्हणाला.

मन्रो यांनी परत घसा साफ केला. ''आणखी एक-दोन बाबींविषयी आपली चर्चा होणं आवश्यक आहे सर निकोलस.'' डॅनीने नुसती मान हलवली. मन्रो यांनी आपला चष्मा डोळ्यांवर नीट चढवला आणि समोरच्या कागदपत्रांमध्ये शोधाशोध सुरू केली. ''तुम्ही तुरुंगात असताना नुकतंच एक मृत्युपत्र बनवलेलं आहे,'' मन्रो एक कागद बाहेर काढून म्हणाले.

''त्यातला तपशील मला जरा परत एकदा सांगता का?'' डॅनी म्हणाला. निकचं हस्ताक्षर त्याने लांबूनही ओळखलं. तुरुंगातला रेघी कागदही त्याच्या परिचयाचाच होता.

''तुम्ही तुमच्या इस्टेटीचा बराचसा हिस्सा डॅनिएल कार्टराईट या व्यक्तीच्या नावे ठेवला आहे.''

''ओ, माय गॉड!'' डॅनी म्हणाला.

''यामुळे मला आता असं वाटतं की, तुम्हाला हे मृत्युपत्र बदलायचं असणार, हो ना सर निकोलस?''

''त्याचं असं झालं की, डॅनी कार्टराईट काही दिवसांपूर्वीच वारला.'' डॅनी स्वतःला सावरत घाईने म्हणाला.

''मग आता लवकरात लवकर तुम्हाला नवीन मृत्युपत्र करावं लागेल. पण अगदी खरं सांगायचं, तर सध्या आपल्यासमोर त्यापेक्षाही अधिक महत्त्वाच्या अनेक गोष्टी आहेत.''

''त्या कोणत्या?''

''एक किल्ली आहे. तुमच्या अंकल ह्यूगोंना काहीही करून ती मिळवायचीच आहे. त्यासाठी जिवापाड धडपड चालली आहे त्यांची.''

''काय? किल्ली?''

''हो ना.'' मन्रो म्हणाले. ''त्यांच्या म्हणण्याप्रमाणे तुमच्यापाशी एक चांदीची साखळी आणि त्यात एक किल्ली असून, त्यासाठी तुम्हाला एक हजार पौंड देण्याची त्यांनी तयारी दाखवली आहे. त्यांचं म्हणणं असं की, या दोन्ही वस्तू फारशा महागामोलाच्या नसल्या, तरी त्या आपल्या घरातच राहिल्या पाहिजेत.''

''हो ना. मग त्या घरातच राहतील.'' डॅनी म्हणाला. ''मी तुम्हाला खासगीत एक प्रश्न विचारू मि. मन्रो? ती किल्ली नक्की कशाची आहे याची तुम्हाला काही कल्पना आहे?''

''नाही. मला काहीच कल्पना नाही.'' मन्रो म्हणाले. ''तेवढ्या एका बाबतीत तुमच्या आजोबांनी मला विश्वासात घेतलं नाही. पण मला एवढंच म्हणायचंय की, जर तुमचे अंकल ती किल्ली मिळवण्यासाठी एवढे घाबरे झाले असतील,

तर ती ज्या कुलपाची असेल, त्या कुलपाआड दडलेली वस्तू एक हजार पौंडाहून कितीतरी जास्त किमतीची असणार.''

''नक्कीच!'' डॅनी म्हणाला.

''मग त्यांच्या या प्रस्तावाला मी काय उत्तर देऊ?'' मन्रो म्हणाले.

''त्यांना सांगा, अशा प्रकारच्या किल्लीविषयी मला काहीही माहीत नाही.''

''जशी तुमची इच्छा सर निकोलस. पण एक सांगू, तुमचे अंकल इतक्या सहजासहजी हार मानणार नाहीत. ते आणखी मोठ्या रकमेचा प्रस्ताव घेऊन हजर होतील बघा.''

''त्यांनी काहीही प्रस्ताव आणला, तरी माझं उत्तर तेच असेल.''

''मग ठीक आहे.'' मि. मन्रो म्हणाले. ''बरं, पण तुम्ही स्कॉटलंडमध्येच स्थायिक होणार का?''

''नाही. मि. मन्रो. मी लवकरच लंडनला परतणार आहे. माझे काही आर्थिक व्यवहार निस्तरायचे आहेत तिकडे. पण मी सतत तुमच्या संपर्कात राहीन, याची खात्री बाळगा.''

''मग तुम्हाला तुमच्या लंडनच्या घराची किल्ली लागेल.'' मन्रो म्हणाले. ''तुमच्या वडिलांच्या मृत्यूनंतर ती माझ्याच ताब्यात आहे.'' ते खुर्चीवरून उठले आणि खोलीच्या कोपऱ्यात असलेल्या एका भल्यामोठ्या तिजोरीकडे गेले. त्यांनी तिजोरीचं दार उघडलं. आत भरपूर कप्पे होते. ते सगळे कागदपत्रांनी खच्चून भरलेले होते. त्यांनी वरच्या कप्प्यातून दोन लिफाफे काढले.

''लंडनच्या आणि इथल्या अशा दोन्ही घरांच्या किल्ल्या माझ्या ताब्यातच आहेत सर निकोलस. तुम्ही आता त्या तुमच्या ताब्यात घ्या.''

''नको. थँक्यू!'' डॅनी म्हणाला. ''सध्या तरी मला फक्त लंडनच्या घराची किल्ली लागेल. पण स्कॉटलंडमधल्या इस्टेटीची किल्ली तुमच्याजवळच ठेवली तर फार बरं होईल. नाहीतरी मी काय एका वेळी दोन घरांत राहणार आहे का?''

''तेही खरंच.'' मन्रो म्हणाले. त्यांनी एक जाडजूड लिफाफा डॅनीकडे सुपूर्द केला.

''थँक यू!'' डॅनी म्हणाला. ''तुम्ही आज इतके वर्षं माझ्या कुटुंबीयांचं काम पाहिलंत,'' मन्रोंच्या चेहऱ्यावर स्मितहास्य पसरलं. डॅनी पुढे म्हणाला, ''माझे आजोबा–''

''हंऽ'' मन्रोंच्या तोंडातून एक दीर्घ सुस्कारा बाहेर पडला. डॅनीला वाटलं, 'आपण जरा गरजेपेक्षा जास्तच बोलून तर नाही गेलो!' तेवढ्यात मन्रो म्हणाले, ''सॉरी हं, तुम्हाला बोलताना मध्येच थांबवतोय; पण तुम्ही तुमच्या आजोबांचं नाव घेतलंत, त्यामुळे मला आणखी एका गोष्टीची आठवण झाली. ती गोष्ट

तुमच्या नजरेस आणून देणं गरजेचं आहे.'' एवढं बोलून ते परत तिजोरीपाशी गेले. त्यातून एक आणखी लहान लिफाफा काढून तो घेऊन ते डॅनीपाशी आले. त्यांच्या चेहऱ्यावर आनंद स्पष्ट दिसत होता. ''हे घ्या. हे मी स्वत: प्रत्यक्ष तुमच्या हातात द्यावं, असा तुमच्या आजोबांचा आग्रह होता. पण ते तुमच्या वडिलांच्या मृत्यूनंतरच द्यावं, हेही त्यांनीच सांगितलं होतं. आपण गेल्या खेपेस भेटलो, तेव्हाच खरंतर मी हे तुम्हाला द्यायला हवं होतं, पण त्या वेळची परिस्थिती, तुमच्यावर असणारी बंधनं... खरं सांगू, त्या सगळ्या प्रकारामुळे ते मी विसरलो.'' डॅनीने तो लिफाफा हातात घेऊन, जरासा उघडून आत डोकावून पाहिलं; पण आत काहीच नव्हतं.

''तुम्हाला याचा अर्थ काय, याची काही कल्पना आहे का?'' डॅनीने विचारलं.

''नाही. काहीही नाही.'' मन्रो म्हणाले. ''पण तुमच्या आजोबांच्या स्टॅंप्स कलेक्शनचा छंद लक्षात घेता कदाचित त्या लिफाफ्यावरचा जो स्टॅंप आहे, तो महत्त्वाचा असू शकेल.''

डॅनीने ते पाकीट काळजीपूर्वक कोटाच्या आतल्या खिशात ठेवलं. तो काहीच बोलला नाही.

मन्रो आपल्या खुर्चीवरून उठले. ''सर निकोलस, लवकरच आपण स्कॉटलंडमध्ये भेटू अशी मी आशा करतो. दरम्यान कधीही माझी मदत लागली, तर मला बेलाशक फोन करा.''

''तुमचे आभार कसे मानावेत तेच मला कळत नाही. मी तुमची परतफेड कशी करू?'' डॅनी म्हणाला.

''आपण एकदा तुमच्या अंकल ह्यूगोंचं प्रकरण निकालात काढलं की, त्यानंतर तुम्ही माझी चांगली व्यवस्थित परतफेड कराल याची मला खात्री आहे.'' असं म्हणून ते हसले आणि सर निकोलस यांना सोडायला दारापर्यंत आले. दारापाशी त्यांनी सर निकोलस यांच्याशी हस्तांदोलन करून त्यांचा निरोप घेतला.

मि. मन्रो बराच वेळ दारातच थांबले होते. पाठमोऱ्या सर निकोलस यांच्याकडे बघत असताना त्यांच्या मनात येत होतं, 'हेपण अगदी आपल्या आजोबांसारखेच आहेत!' फक्त सर निकोलस यांनी या अशा परिस्थितीतही रेजिमेंटचा टाय घालून यावं, हेच त्यांना जरा जगावेगळं वाटलं होतं.

❖

''त्याने काय केलंय?'' सर ह्यूगो फोनमध्ये गडगडले.

''त्यांनी तुमच्या अर्जाविरुद्ध उलटा अर्ज केलाय. तुम्ही त्यांच्या दोन प्रॉपर्टी

गहाण ठेवून जे वीस लाख घेतले आहेत, ते त्यांना परत हवे आहेत.''

''याच्या मागे नक्कीच त्या फ्रेझर मन्रोचा हात असणार.'' ह्यूगो म्हणाले. ''आपल्या वडिलांच्या इच्छेविरुद्ध जाण्याची त्या निकची काय बिशाद आहे? पण मग आता आपण काय करायचं?''

''काय करणार? आपण जे काय उत्तर द्यायचं असेल ते कोर्टातच द्यायचं. तसं लेखी कळवायचं त्यांना.''

''पण आपल्याला तसं करणं परवडणार नाही.'' ह्यूगो म्हणाले. ''तुम्हीच म्हणाला होता ना, जर का ही केस कोर्टात गेली, तर आपलीच हार होईल म्हणून? आणि वृत्तपत्रवाल्यांची तर चैनच होईल.''

''ते तर खरंच आहे. पण कोर्टात जाण्याची वेळच नाही येणार.''

''हे इतक्या खात्रीपूर्वक कसं काय सांगू शकता तुम्ही?''

''कारण जर केस कोर्टात गेलीच, तर ती काही वर्षं रेंगाळेल, अशी व्यवस्था मी करीन आणि तुमच्या पुतण्याचं मग दिवाळंच वाजेल. त्याच्या बँकेत किती पैसे आहेत, हे आपल्याला माहीतच आहे. फक्त मी त्याच्याकडून कवडी कवडी वसूल करून त्याला रस्त्यावर आणेपर्यंत तुम्ही धीर धरा.''

''आणि त्या किल्लीचं काय?''

''मन्रो म्हणतोय, अशा किल्लीविषयी त्यांना काही कल्पना नाही.''

''त्याला थोडे पैसे चारा ना!'' ह्यूगो म्हणाले. ''त्या किल्लीने नक्की काय उघडतं हे एकदा का त्या निकला कळलं ना, तर मी मरेपर्यंत तो ती किल्ली मला देणार नाही.''

४१

लंडनच्या ट्रेनमध्ये बसल्यावर डॅनीने आजोबांकडून मिळालेला लिफाफा बाहेर काढला. निकच्या आजोबांनी त्याच्या वडिलांच्या नकळत हा लिफाफा निकला देण्याची व्यवस्था का बरं केली असावी? त्याने त्या लिफाफ्याकडे निरखून पाहिलं.

डॅनीने आता आपलं लक्ष त्यावरच्या पोस्टाच्या स्टँपकडे वळवलं. तो फ्रेंच स्टँप होता. पाच फ्रँक्स किमतीचा. त्यावर ऑलिंपिक्स गेम्सचा सिंबॉल छापलेला होता. त्या पाकिटावर पॅरिसच्या पोस्टाचा शिक्का होता आणि तारीख होती १८९६. निकच्या डायऱ्या वाचल्यावर डॅनीला एक गोष्ट कळून चुकली होती. ती म्हणजे निकचे आजोबा सर अलेक्झांडर मॉन्क्रीफ यांना पोस्टाच्या स्टँपचा संग्रह करण्याचा छंद होता. त्यामुळे तो स्टँप अत्यंत दुर्मीळ आणि मौल्यवान असावा, पण त्या बाबतीत नक्की कुणाचा सल्ला घ्यावा हे काही त्याला कळेना. त्या पाकिटावरचा नाव आणि पत्ता विशेष महत्त्वाचा असेल, असं काही त्याला वाटत नव्हतं. त्यावर नाव आणि पत्ता होता. बॅरन दे कुबर्टिन, २५ रु द ला क्राईक्स रु; जीनिव्हा, स्वित्झर्लंड. 'पण हा कोण जो सरदार होता, त्याचं निधन होऊनही कित्येक वर्षं लोटली असणार'

किंग्जक्रॉस स्टेशनवर उतरल्यावर डॅनीने साऊथ केन्सिंग्टनची भुयारी ट्रेन घेतली, पण लंडनच्या त्या भागात गेल्यावर त्याला कधीच घरच्यासारखं वाटणं शक्य नव्हतं. त्याने स्टेशनवर उतरल्यावर त्या भागाची सर्व माहिती, नकाशा इत्यादी असलेली ए टू झेड ही पुस्तिका विकत घेतली आणि पत्ता शोधत शोधत 'द बोल्टन्स'पाशी अखेर पोहोचला. हातात निकची सूटकेस होती. ती तशी बरीच जड होती; पण जवळची पुंजी संपुष्टात आलेली होती. त्यामुळे टॅक्सीवर पैसे खर्च करणं त्याने टाळलं.

अखेर तो बारा नंबरच्या घरापाशी येऊन थांबला. त्या इतक्या भव्य वास्तूमध्ये केवळ एक कुटुंब कधी काळी राहत होतं, या गोष्टीवर त्याचा विश्वासच बसेना.

तिथलं गॅरेजसुद्धा डॅनीच्या स्वत:च्या घरापेक्षा मोठं होतं. त्याने मेनगेट उघडलं. ते कर्कश आवाज करत उघडलं. मग तो विस्तीर्ण प्रांगणातून चालत घराच्या दारापाशी आला. वाटेत बरंच तण माजलं होतं. वाळलेला पालापाचोळा इतस्तत: पडला होता. त्याने घराची बेल वाजवली. घरात कुणीही सध्या राहत नाही हे माहीत असूनही! का कोण जाणे; पण स्वत:जवळची किल्ली लावून ते दार उघडावंसं त्याला वाटेना. पण कितीही बेल वाजवूनही कुणी दार उघडलं नाही.

मग डॅनीने अखेर कुलपाला किल्ली लावून ती फिरवण्याची बरीच खटपट केली. अखेर काही वेळाने ते कसंबसं उघडलं. आत प्रवेश करून त्याने हॉलमधला दिवा लावला. निकने आपल्या डायरीत जसं वर्णन केलं होतं, अगदी हुबेहूब तसाच होता तो. जमिनीवर रंग उडालेला हिरवा रुजामा होता, भिंतीवर लाल नक्षीचा वॉल-पेपर होता आणि अतिशय जाडजूड पडदे छतापासून जमिनीपर्यंत लावलेले होते. त्याला जागोजागी कसर लागली होती. भिंतीवर सध्या कोणतंही चित्र टांगलेलं नसलं, तरी कधी काळी बरीच तैलचित्रं जागोजागी लटकत असणार अशा पुसट चौकोनी खुणा उमटलेल्या होत्या. ती तैलचित्रं कुणी काढून नेली असणार आणि आता ती कुणाच्या घरात लटकत असणार, याविषयी डॅनीच्या मनात मुळीच शंका नव्हती.

मग तो आत शिरला आणि हळूहळू या खोलीतून त्या खोलीत फेरफटका मारू लागला. ते कुणाचं घर असण्यापेक्षा एखादं म्युझियम असल्याचाच भास होत होता. त्याने आधी संपूर्ण तळमजला पालथा घातला. मग तो पायऱ्या चढून वरच्या मजल्यावर गेला. वर एक भलामोठा कॉरिडॉर होता. त्याच्या टोकाला भलीमोठी बेडरूम होती. बेडरूममध्ये भिंतीतलं कपाट होतं. त्यात बरेच जुनेपुराणे सूट टांगलेले दिसत होते. ते एखाद्या ऐतिहासिक नाटकात नक्की शोभून दिसले असते. तसेच जुन्या फॅशनचे शर्ट्सपण होते. हे सगळे कपडे नक्कीच निकच्या आजोबांचे असावे असा डॅनीने तर्क केला, कारण निकचे वडील तर जन्मभर स्कॉटलंडमध्येच राहिले होते. सर अलेक्झांडर यांच्या मृत्यूनंतर अंकल ह्यूगो यांनी सगळी तैलचित्रं काढून नेली असावीत. आणखीही काही उचलून नेण्यासारख्या असतील त्या सर्व मौल्यवान वस्तू त्यांनी नक्कीच नेल्या असणार आणि निक तुरुंगात असताना निकच्या वडिलांना फसवून घर गहाण ठेवून त्यावर वाटेल तेवढं कर्ज काढून ठेवलं होतं. आपल्याला त्या मस्केटिअर्सचा समाचार घेण्याआधी या अंकल ह्यूगोंचा नीट समाचार घ्यावा लागणार, असं डॅनीला मनातून वाटू लागलं.

डॅनीने सर्वच्या सर्व सात बेडरूम्स पाहिल्या. त्यानंतर त्या घरातली पहिली रात्र घालवण्यासाठी त्याने त्यातली एक लहानशी खोली निवडली. त्या खोलीतली

कपाटं आणि ड्रॉवर्स उघडून पाहिल्यावर ती खोली निकच्या तरुणपणी तो वापरत असणार, अशी डॅनीची खात्रीच झाली. त्या खोलीतल्या कपाटात असंख्य सूट्स, शर्ट्स आणि बुटांच्या जोड्या होत्या. त्या डॅनीला व्यवस्थित बसणाऱ्या होत्या, परंतु ते कपडे ज्या व्यक्तीचे होते, ती व्यक्ती सैन्यात असणार आणि तिला कपड्यांच्या आधुनिक फॅशनविषयी थोडंसुद्धा देणं-घेणं नसणार, असंच त्यांच्याकडे पाहून वाटत होतं.

डॅनीने एकदा त्या खोलीत मुक्काम ठोकायचं ठरवल्यावर सूटकेस तिथे आणून उघडली आणि त्यातलं सामान व्यवस्थित लावून टाकलं. त्यानंतर तो घराच्या वरच्या मजल्यावर गेला. तिथे एक मुलांची खोली होती. त्या खोलीत कित्येक वर्षांत कुणीही पाऊल टाकलं नसावं, असंच वाटत होतं. त्याशेजारी आणखी एक खोली लहान मुलांच्या खेळण्यांनी भरलेली होती. पण त्यातल्या एकाही खेळण्याशी कुणीच कधी खेळलं नसावं, असं वाटत होतं. ती खेळणी पाहून त्याला बेथची आणि ख्रिस्तीची आठवण झाली. त्या खेळण्यांच्या खोलीतून त्याने बाहेर पाहिलं. बाहेर बाग होती. संध्याकाळच्या अंधूक प्रकाशातही त्या बागेची दुरवस्था त्याच्या लक्षात आली. बऱ्याच वर्षांत कुणी त्या बागेची निगराणी केलेली नव्हती.

डॅनी निकच्या रूममध्ये परत आला. त्याने कपडे काढले आणि बाथरूममध्ये जाऊन अंघोळीचं पाणी काढलं. बाथटबमध्ये बसून तो विचार करू लागला. अखेर बऱ्याच वेळानंतर ते पाणी गार झाल्याचं त्याच्या लक्षात आलं. अंघोळ झाल्यावर तो बिछान्यात शिरून झोपला आणि काही क्षणांतच त्याला गाढ झोप लागली. बिछान्यावरची गादी जवळजवळ त्याच्या तुरुंगातल्या कोठडीमधल्या गादीइतकीच टणक होती.

सकाळी डॅनीला जाग आली. त्याने अंगात ड्रेसिंग गाऊन आणि पायजमा चढवला आणि स्वयंपाकघर कुठे आहे, त्याच्या शोधात निघाला.

पायऱ्या उतरून खाली गेल्यावर बेसमेंटमध्ये स्वयंपाकघर होतं. एक भलीमोठी गॅसची शेगडी होती. शेल्फात अगणित काचेच्या बरण्या होत्या. त्यात नक्की काय होतं, ते बाहेरून काही कळत नव्हतं. आणखी एक गमतीदार गोष्ट त्याच्या नजरेला पडली. भिंतीवर ओळीने बेलची बटणं होती. त्यावर हॉल, बेडरूम, मुलांची खोली अशी नावं लिहिलेली होती. आपल्याला आत्ता खाण्यायोग्य काही आढळतंय का, याचा त्याने शोध सुरू केला. पण पॅकबंद डब्यांवरच्या तारखापण

इतक्या जुन्या होत्या की, त्यातले पदार्थ खाण्यायोग्य राहिले असण्याची शक्यता नव्हती. संपूर्ण घरात एक प्रकारचा कुबट वास भरून राहिलेला होता. तो कसला ते आता इथे आल्यावर त्याला कळलं. 'निकच्या खात्यात जरी थोडेच पैसे शिल्लक असले, तरी सर्वांत आधी कुणालातरी बोलावून हे घर साफ करून घ्यायला हवं' मग त्याने घाईने एक खिडकी उघडताच वाऱ्याची झुळूक आत आली. बऱ्याच दिवसांनी त्या ठिकाणी ताज्या हवेचा शिरकाव झाला होता.

किचनमध्ये खायला काहीच मिळालं नाही. अखेर डॅनी कपडे बदलण्यासाठी परत बेडरूममध्ये आला. निकच्या कपड्यांच्या कपाटातून शक्य तेवढे जुन्या फॅशनचे कपडे शोधून त्याने घातले. पण तरीही तो अत्यंत झकपक दिसू लागला.

बरोबर आठ वाजता चौकातल्या चर्चच्या घड्याळाचे ठोके पडले. डॅनीने टेबलावरचं पैशांचं पाकीट उचलून जाकिटाच्या खिशात टाकलं. निकच्या आजोबांनी निकसाठी जो लिफाफा ठेवला होता, त्याच्याकडे डॅनीने निरखून पाहिलं. त्यावर जो स्टॅंप होता, त्याविषयी कुणाशीही काहीही न बोलण्याचं त्याने ठरवलं. त्याने मग खिडकीपाशी बसून निकोलस मॉन्क्रीफ यांच्या नावे पाचशे पौंडाचा चेक लिहिला. 'पण निकच्या खात्यात पाचशे पौंड असतील का?' ही गोष्ट शोधून काढण्याचा एकमेव मार्ग शिल्लक होता.

काही क्षणांनंतर घराबाहेर पडताना दार ओढून घेण्याआधी त्याने आठवणीने किल्ल्या बरोबर घेतल्या. रस्त्याच्या शेवटपर्यंत तो सरळ चालत राहिला. मग उजवीकडे वळून केन्सिंग्टन भुयारी रेल्वेच्या स्टेशनपर्यंत चालत निघाला. वाटेत थांबून त्याने टाइम्स विकत घेतला. टाइम्स घेऊन दुकानाबाहेर पडत असताना बाहेरच्या नोटिस बोर्डाकडे त्याचं लक्ष गेलं – 'नुसता मेसेज करा आणि सिल्व्हिया तुमच्या घरी येईल. १०० पौंड.' 'लॉन कापण्याचे मशीन विकणे आहे. केवळ दोन वेळा वापरलेले! २५० पौंड.' निकच्या खात्यात २५० पौंड आहेत अशी खात्री जर डॅनीला असती, तर त्याने ते मशीन विकत घेण्याचा नक्की विचार केला असता. 'घराची स्वच्छता करून देऊ. तासाला पाच पौंड. रेफरन्स देऊ. कॉल मिसेस मर्फी.' डॅनीने तो नंबर लिहून घेतला. 'या मर्फीबाईंची हजार तास काम करण्याची तयारी आहे का?' डॅनीच्या मनात आलं. 'आपल्या शॉपिंग लिस्टमध्ये आणखी एका गोष्टीची आठवणीने नोंद करायला हवी... अर्थात, त्यासाठी निकच्या खात्यात किती पैसे आहेत, हे समजायला हवं.'

चारिंगक्रॉस स्टेशन आल्यावर डॅनी ट्रेनच्या बाहेर पडला, तेव्हा त्याने मनात दोन गोष्टी ठरवून टाकल्या होत्या. बँकेचा मॅनेजर निकला व्यवस्थित जवळून

ओळखत होता का त्याला कधीच भेटलेला नव्हता, यावर त्यापैकी कोणती गोष्ट करायची ते अवलंबून होतं.

तो रस्त्याने शोधक नजरेने बँकेची पाटी कुठे दिसते का, ते बघत चालू लागला. निकच्या चेकबुकवर बँकेचं नाव आणि रस्त्याचं नाव, एवढंच लिहिलेलं होतं. म्हणजे बँक चांगलीच मोठी आणि प्रसिद्ध असणार होती, कारण त्यांना बिल्डिंगचा नंबर पत्त्यामध्ये लिहिण्याची गरज भासलेली नव्हती. जरासं पुढे गेल्यावर रस्त्याच्या पलीकडच्या बाजूला एक प्रचंड बिल्डिंग लागली. ती ब्रॉन्झ रंगाची होती आणि तिच्या पुढच्या भागात मोठमोठी काचेची दारं होती. वर नाव होतं. त्याने रस्ता ओलांडला. निककडे किती मालमत्ता होती, हे सत्य आता लवकरच उघड होणार होतं.

फिरत्या काचेच्या दरवाज्यातून तो बँकेच्या बिल्डिंगमध्ये शिरला. आत शिरल्यावर त्याने सावधपणे इकडे-तिकडे पाहिलं आणि मग जरासा सावरला. समोर एक लिफ्ट होती. ती घेऊन तो वरच्या मजल्यावरच्या बँकेत गेला. काचेचं छत असलेल्या प्रचंड मोठ्या हॉलमध्ये ओळीने अनेक काउंटर्स होती. काउंटर्सपाशी खिडक्यांमागे काळा कोट घातलेले कर्मचारी आपापलं काम करत बसले होते. त्यात एक अगदी तरुण, कोवळा मुलगा होता. नवखा दिसत होता. डॅनी मुद्दामच त्याच्याजवळ गेला. "मला खात्यातून पैसे काढायचे आहेत."

"किती काढायचे आहेत, सर?"

"पाचशे पौंड." डॅनी सकाळी लिहून ठेवलेला चेक त्याच्या हातात ठेवत म्हणाला.

त्या मुलाने अकाउंट नंबर आणि नाव आपल्या कॉम्प्युटरवर चेक केलं आणि जरा चाचरत म्हणाला, "सर निकोलस, तुम्ही जरा दोन मिनिटं थांबता का?" ते ऐकून डॅनीच्या मनात विचारचक्रं सुरू झाली. 'निकच्या अकाउंटमधून शिलकीपेक्षा जास्त रक्कम तर नाही काढली आपण? का ते अकाउंट बंद करण्यात आलं होतं. असं तर नाही ना की, आपण तुरुंगातून सुटून आल्यामुळे ते मुद्दाम आपल्याशी असं वागतायत?' पण त्यानंतर काही क्षणांतच एक वयस्कर माणूस तिथे आला आणि डॅनीकडे पाहून प्रेमाने हसला. 'हा माणूस निकच्या ओळखीचा होता की काय?'

"आपण सर निकोलस का?" तो माणूस म्हणाला.

"येस." डॅनी म्हणाला. त्याच्या मनातल्या एका प्रश्नाचं उत्तर त्याला आपोआप मिळालं होतं.

"माझं नाव मि. वॉटसन. मी मॅनेजर आहे इथला. इतक्या दिवसांनंतर अखेर तुम्हाला भेटून खूप बरं वाटलं." डॅनीने त्याच्याशी शेकहँड केला. मॅनेजर म्हणाला,

"जरा माझ्या ऑफिसात येता का? आपल्याला निवांत बोलता येईल."

"चालेल मि. वॉटसन." डॅनी मनातून वाटत नसलेला आत्मविश्वास चेहऱ्यावर आणण्याचा प्रयत्न करत म्हणाला. तो मॅनेजरच्या पाठोपाठ एका छोट्याशा ऑफिसात शिरला. टेबलामागच्या भिंतीवर एका माणसाचं तैलचित्र लटकत होतं. त्याखाली 'जॉन कँपबेल, संस्थापक, १६९२' अशी अक्षरं कोरण्यात आली होती.

डॅनी खुर्चीवर बसण्याआधीच मि. वॉटसन यांनी बोलायला सुरुवात केली. "सर निकोलस, इथे असं दिसतंय की, गेल्या चार वर्षांत तुम्ही एकदाही पैसे काढलेले नाहीत तुमच्या खात्यातून." त्यांची नजर कॉम्प्युटरच्या स्क्रीनवर खिळलेली होती.

"बरोबर आहे." डॅनी म्हणाला.

"तुम्ही परदेशी वगैरे गेला होता का?"

"नाही; पण इथून पुढे मात्र मी नियमितपणे या खात्याचे व्यवहार करणार आहे. अर्थात, माझ्या अनुपस्थितीत तुम्ही जर माझं खातं व्यवस्थित सांभाळलेलं असेल, तर!"

"तुम्ही तशी खात्री बाळगा सर निकोलस!" मॅनेजर म्हणाला. "आम्ही तुमच्या खात्यातल्या रकमेवर द.सा.द.शे. तीन टक्क्याने व्याज दिलं आहे."

डॅनीच्या मनावर त्या गोष्टीची काही विशेष छाप पडली नाही; पण तरीही तो म्हणाला, "आणि माझ्या करंट अकाउंटमध्ये किती जमा आहे?"

मॅनेजर स्क्रीनकडे बघत उत्तरला, "सात हजार दोनशे बारा पौंड."

डॅनीने मनातल्या मनात एक सुटकेचा निश्वा:स टाकला. मग त्याने विचारलं, "या खात्याखेरीज माझ्या नावचे आणखी काही अकाऊंट्स किंवा महत्त्वाचे दस्तऐवज अथवा मौल्यवान वस्तू तुमच्या ताब्यात आहेत का?" मॅनेजरच्या चेहऱ्यावर आश्चर्य पसरलेलं पाहून डॅनी म्हणाला, "माझ्या वडिलांचं काही दिवसांपूर्वीच निधन झालं आहे."

मॅनेजर मान हलवून म्हणाला, "मी बघून सांगतो सर." मग त्याने की बोर्डची काही बटणं दाबली. नंतर मान हलवत म्हणाला, "इथे असं दिसतंय की, तुमच्या वडिलांचं खातं दोन महिन्यांपूर्वीच बंद करण्यात आलं. त्यांची सर्व मालमत्ता एडिंबरामधल्या क्लाईड्सडेल या बँकेकडे जमा करण्यात आली आहे."

"हो, बरोबर." डॅनी म्हणाला, "आमचे ह्यूगो अंकल."

"ह्यूगो मॉन्क्रीफ हे खरोखरच त्या मालमत्तेचे वारसदार होते." बँक मॅनेजर म्हणाले.

"मला जे वाटलं होतं, तेच झालं." डॅनी म्हणाला.

"मी तुमच्यासाठी आणखी काही करू शकतो का सर निकोलस?"

"हो. मला क्रेडिट कार्डाची गरज आहे."

"ऑफ कोर्स!" वॉटसन म्हणाले. "हा फॉर्म भरता का सर?" असं म्हणून त्याने डॅनीच्या हातात एक अर्ज ठेवला. "लवकरच आम्ही तुमच्या घरच्या पत्त्यावर एक क्रेडिट कार्ड पाठवून देऊ."

निकची जन्मतारीख, जन्मगाव इ. गोष्टी डॅनीला मुखोद्‌गत होत्या; पण व्यवसाय आणि वार्षिक उत्पन्न या कलमाखाली काय भरावं हे त्याला कळेना.

"आणखी एक गोष्ट विचारायची होती." डॅनी म्हणाला. त्याने आपल्या खिशातून एक पाकीट बाहेर काढलं आणि मॅनेजरच्या पुढ्यात टाकलं. "मला याच्या किमतीचा अंदाज कोण काढून देईल?"

"स्टॅनले गिबन्स." मॅनेजरने क्षणाचाही विलंब न लावता सांगितलं. "या विषयात ते नावाजलेले आहेत. आंतरराष्ट्रीय ख्यातीचे आहेत ते!"

"त्यांचं ऑफिस आहे तरी कुठे?"

"इकडे पलीकडे रस्त्यालाच त्यांची एक शाखा नव्याने उघडली आहे. तिथले मि. प्रेंडरगास्ट यांच्याशी तुम्ही प्रत्यक्ष जाऊन बोला ना!" मॅनेजर म्हणाला.

"तुम्हाला बरीच माहिती आहे की! बरं झालं मी तुम्हालाच विचारलं ते."

"वेल, गेली दीडशे वर्षं त्यांचे बँकेचे व्यवहार आम्हीच बघतो."

डॅनी खिशात पाचशे पौंड घेऊन बँकेच्या बाहेर पडला आणि स्टॅनले गिबन्सच्या शोधात निघाला. जात असताना त्याला वाटेत एक मोबाइलचं दुकान लागलं. त्या दुकानाला भेट दिल्यानंतर त्याच्या सामानाच्या यादीतली आणखी एक वस्तू आणून झाली. मोबाइलचं जरा नवं मॉडेल विकत घेऊन बाहेर पडताना त्याने त्या दुकानदारालाच स्टॅनले गिबन्सचा पत्ता विचारला.

"डाव्या हाताला साधारण पन्नास यार्डांवर आहे ते दुकान." तो म्हणाला.

डॅनी रस्त्यावरून चालत असताना अखेर त्याला एका दारावर हवी ती पाटी लागली. आतल्या बाजूला एक उंच, शिडशिडीत माणूस एका काउंटरच्या पाठीमागे उभा होता. तो काउंटरवर ठेवलेल्या कॅटलॉगची पानं चाळत होता. डॅनी आत शिरताच तो घाईने ताठ उभा राहिला.

"मि. प्रेंडरगास्ट?" डॅनी म्हणाला.

"हो. मीच. काय हवंय?"

डॅनीने खिशातून ते पाकीट काढून काउंटरवर ठेवलं. "मगाशी पलीकडच्या बँकेतल्या मि. वॉटसन यांनी तुमचं नाव सुचवलं. तुम्ही याची अंदाजे किंमत किती ते मला सांगू शकाल, असं ते म्हणाले."

"मी प्रयत्न करीन." प्रेंडरगास्ट म्हणाले. त्यांनी काउंटरच्या खणातून एक

भिंग बाहेर काढलं. त्यांनी भरपूर वेळ लावून त्या पाकिटाचं अगदी नीट निरीक्षण केलं आणि नंतर म्हणाले, ''फाईव्ह फ्रँक इंपीरिअलची ही फर्स्ट एडिशन दिसते आहे. मॉडर्न ऑलिंपिक गेम्सची जेव्हा सुरुवात झाली, तेव्हा त्यासाठी काढण्यात आलेला आहे हा स्टँप. खुद्द या स्टँपची किंमत काही फारशी नाही. काही शेकडा पौंड्सहून तर नक्की जास्त नाही. पण दोन फार महत्त्वाचे मुद्दे आहेत. ते जर विचारात घेतले, तर मात्र नक्की भरपूर किंमत येऊ शकते.''

''कोणते मुद्दे?'' डॅनी म्हणाला.

''पोस्टाचा शिक्का बघा. ६ एप्रिल १८९६.''

''पण त्याचं नक्की काय महत्त्व बरं?'' डॅनी आवाजातली अधीरता लपवत म्हणाला.

''फर्स्ट मॉडर्न ऑलिंपिक्सच्या ओपनिंग सेरेमनीची तारीख आहे ही.''

''आणि दुसरा मुद्दा कोणता?'' आता मात्र डॅनीला उत्सुकता आवरेना.

''या पाकिटावर नाव, पत्ता कुणाचा लिहिलाय, ते बघा जरा.'' मि. प्रेंडरगास्ट स्वत:वर खूश होत म्हणाले.

''बॅरन दे क्युबर्टिन.'' डॅनी म्हणाला. त्याला तो नाव, पत्ता एव्हाना तोंडपाठ झालेला होता.

''अगदी बरोबर!'' प्रेंडरगास्ट म्हणाले. ''या बॅरननेच मॉडर्न ऑलिंपिक्सची स्थापना केली. म्हणूनच हे पाकीट हा 'कलेक्टर्स आयटेम' झालाय. फार दुर्मीळ गोष्ट आहे ही.''

''याची अंदाजे किंमत सांगू शकाल का?'' डॅनी म्हणाला.

''ते इतकं काही सोपं नाहीये सर. कारण ही वस्तू फारच दुर्मीळ आहे; पण मी याचे तुम्हाला दोन हजार पौंड द्यायला तयार आहे.''

''थँक्यू! पण विकण्यापूर्वी मला जरा विचार करावा लागेल.'' असं म्हणून डॅनी जायला निघाला.

''मग बावीसशे पौंड?'' प्रेंडरगास्ट म्हणाला. तोपर्यंत डॅनी बाहेरही पडला होता.

४२

डॅनीने नंतरचे काही दिवस बोल्टनच्या घरात स्थिरस्थावर होण्यात घालवले. खरंतर केन्सिंग्टन भागात असलेल्या या घरात आपल्याला कधीही घरच्यासारखं वाटेल, याची त्याला काहीही आशा नव्हती. पण मग त्याला मॉली भेटली.

मॉली मर्फी मूळची कौंटी कॉर्क इथली होती. त्यामुळे तिचं बोलणं आणि तिचे शब्दोच्चार नीट कळायला डॅनीला काही दिवस लागले. ती डॅनीपेक्षा बरीच बुटकी होती; चांगली फूटभर तरी. शिवाय ती इतकी हडकुळी होती की, आपल्या घरी ही रोज इतके तास कसं काय काम करू शकणार आहे, हा डॅनीला पडलेला प्रश्नच होता. ती काय वयाची होती, हे कळायला मार्ग नव्हता. पण ती डॅनीच्या आईपेक्षा लहान असावी आणि बेथपेक्षा मोठी, असं वाटत होतं. ती डॅनीला पाहताक्षणी तिच्या तोंडून बाहेर पडलेले पहिले शब्द होते, "मी तासाला पाच पौंड घेईन आणि रोख. मी त्या हरामखोर इंग्लिश लोकांना काहीही टॅक्स देणार नाही." सर निकोलस हे उत्तरसीमेपलीकडच्या भागातून आलेले आहेत हे समजताच खूश होऊन ती म्हणाली, "मी नीट काम करत नाही असं जर तुम्हाला वाटलं, तर मी या आठवड्याच्या शेवटी काम सोडून जाईन."

सुरुवातीचे काही दिवस डॅनीने मॉलीकडे बारकाईने नजर ठेवली. पण मग एक गोष्ट त्याला अगदी नीट कळून चुकली – ज्या मुशीतून आपल्या आईची जडण-घडण झालेली आहे, त्याच मुशीतून हिचीपण जडण-घडण झालेली आहे. आठवड्याच्या शेवटी घर कसं लखलखीत झालेलं होतं. अगदी कानाकोप‍ऱ्यातसुद्धा कुठे नावालाही धूळ नव्हती. बाथटबमध्ये डाग नव्हते की पाण्याचे शिंतोडे नव्हते. फ्रीज उघडून काहीही बाहेर काढलं तरी ते ताजं असायचं.

आठवडा लोटल्यानंतर मॉलीने त्याच्यासाठी रात्रीचं जेवण बनवायला सुरुवात केली, तसंच ती त्याचे कपडे स्वच्छ धुऊन इस्त्री करून ठेवू लागली. तीन आठवडे लोटले आणि 'आपलं या मॉलीशिवाय इतके दिवस कसं काय चाललं

होतं बरं?' असं त्याच्या मनात आलं. मॉली इतकी हुशार आणि नीटनेटकी होती की, तिने घराचा ताबा घेतल्यावर डॅनीला इतर गोष्टींवर विचार करायला सवड मिळू लागली. मि. मन्रो यांनी त्याला पत्र लिहिलं होतं. त्यांनी अंकल ह्यूगो यांच्यावर रिट पिटीशन दाखल केलं होतं. परंतु ह्यूगोच्या वकिलांनी त्यावर उत्तर देण्यासाठी कायद्याने मान्य असलेला एकवीस दिवसांचा कालावधी घेतला होता.

गॅलब्रेथ नेहमी सगळ्या गोष्टींसाठी जास्तीत जास्त वेळकाढूपणा करतो याची मि. मन्रो यांनी सर निकोलसना आधीच कल्पना देऊन ठेवली होती. पण अर्थात आपण त्याला मधूनच, जेव्हा संधी मिळेल तेव्हा डिवचत राहायचं, असंपण सांगितलं होतं. 'आता मि. मन्रो आपल्यासाठी एवढं जे सगळं काही करतायत, त्याची आपल्या खिशाला किती बरं झळ पोहोचणार आहे?' असा विचार डॅनीच्या मनात चमकून गेला. पण डॅनीला मि. मन्रो यांच्या पत्रात पुढे त्याच्या या प्रश्नाचं उत्तर लगेच सापडलं. पत्रासोबत एक बिल जोडलेलं होतं. चार हजार पौंडाचं. निकच्या वडिलांच्या अंत्यसंस्कारांच्या दिवसापासून आजपर्यंत केलेल्या सर्व कामाचं ते बिल होतं.

पोस्टाने निकचं बँक स्टेटमेंट येऊन पडलं होतं. डॅनीने ते वाचलं. सोबत एक क्रेडिट-कार्डसुद्धा होतं. मि. मन्रो यांच्या फीचे चार हजार पौंड चुकते केल्यानंतर खात्यातल्या रकमेला भलामोठा खड्डा पडणार होता. अजून किती दिवस आपला निभाव लागणार आहे अशी चिंता डॅनीच्या मनाला भेडसावू लागली. त्याला आपल्या जुन्या आयुष्याची खूप आठवण होऊ लागली. 'खरंच, त्या साध्यासुध्या आयुष्यात किती सुखी, समाधानी होतो आपण!'

गेल्या काही आठवड्यांत डॅनीने गरजेच्या थोड्या-फार वस्तू खरेदी केल्या होत्या. एक लॅपटॉप, एक प्रिंटर, एक चांदीची फोटो फ्रेम, अनेक फाईल्स, विविध प्रकारची पेनं आणि पेन्सिली, खोडरबरं आणि भरपूर कोरे कागद. बर्नीच्या मृत्यूसाठी जबाबदार असणाऱ्या तिघा माणसांची जास्तीत जास्त माहिती गोळा करण्यास त्याने सुरुवात केली होती. पहिल्या महिन्यात स्पेन्सर क्रेगबद्दल जी काही माहिती हाती आली, ती सगळी त्याने नोंदवून ठेवली. ती माहिती तशी काही फार जास्त नव्हती. पण एखाद्या अवघड परीक्षेत उत्तीर्ण व्हायचं असेल, तर त्यासाठी संशोधन किती महत्त्वाचं असतं, माहिती गोळा करून त्याची व्यवस्थित नोंद ठेवणं किती गरजेचं असतं, हे निकने त्याच्या मनावर पुरेसं बिंबवलं होतं. त्याने अशा प्रकारे माहिती गोळा करायला सुरुवात केलेली असतानाच त्याला मि. मन्रो यांच्याकडून ते बिल मिळालं. त्याबरोबर आपल्याजवळची पुंजी किती लवकर संपुष्टात येणार आहे, हे त्याला कळून चुकलं. मग त्याला त्या पाकिटाची आठवण झाली. आणखी कुठल्यातरी तज्ज्ञ व्यक्तीला ते पाकीट नेऊन दाखवण्याची वेळ आली होती.

मॉली रोज सकाळी दारात पडलेलं वृत्तपत्र त्याच्या खोलीत आणून ठेवायची. तसं ते तिनं आताही ठेवलेलं होतं. त्याने ते उचलून चाळलं. कलाविभागातल्या एका बातमीनं त्याचं लक्ष वेधून घेतलं. एका अमेरिकन संग्राहकाने क्लिम्ट नावाच्या चित्रकाराने चितारलेलं तैलचित्र सोद्बीजनामक ऑक्शन हाऊसमधल्या लिलावात पाच कोटी दहा लाख पौंडांना विकत घेतलं होतं. मग डॅनीने लगेच आपला लॅपटॉप उघडून आणि नेट लावून गुगल सर्च विंडोमध्ये 'क्लिम्ट' हा शब्द टाईप करताच त्याला बरीच माहिती मिळाली. क्लिम्ट हा एक ऑस्ट्रियन सिम्बॉलिस्ट पेंटर होता. १८६२ ते १९१८ या काळातला. मग त्याने सोद्बीज या ऑक्शन हाउसविषयीपण बराच सर्च केला. त्यावरून अशी माहिती मिळाली की, ते एक सुप्रसिद्ध ऑक्शन हाउस होतं. जुन्या दुर्मीळ कलाकृती आणि वस्तू, पुस्तकं, जडजवाहीर आणि इतर संग्राह्य गोष्टींचा त्यांच्या ऑक्शन हाऊसमध्ये लिलाव करण्यात येत असे. मग त्याने त्यांच्या वेबसाईटवर जाऊन आणखी तपशीलवार माहिती मिळवली. संग्राह्य वस्तूंमध्ये पोस्टाच्या जुन्या दुर्मीळ स्टँपचाही अंतर्भाव होता. ज्या कुणालाही या संदर्भात अधिक माहिती हवी असेल, त्यांनी सोद्बीजशी दूरध्वनीवर संपर्क साधावा अथवा त्यांच्या न्यू बाँड स्ट्रीटवरच्या ऑफिसला भेट द्यावी, असं त्यात म्हटलं होतं.

आपण आधी न कळवता थेट त्यांच्या ऑफिसात जाऊन हजर व्हायचं, असं डॅनीने ठरवलं. पण अर्थात आज नाही. कारण आज त्याला नाटकाला जायचं होतं; पण नाटक बघायला मात्र जायचं नव्हतं. दुसरंच एक काम होतं.

❖

वेस्ट एंड भागातल्या नाट्यगृहात डॅनी आजवर कधीच गेलेला नव्हता किंबहुना एकदाच गेला होता. बेथच्या एकविसाव्या वाढदिवसाला तो पॅलेस थिएटरमध्ये 'ल मिझरेबल' नावाचं संगीत नाटक बघायला गेला होता. पण खरंतर त्याला ते मुळीच आवडलं नव्हतं. परत कधीही असलं संगीत नाटक बघायला जायचं नाही, असं त्याने ठरवलं होतं.

त्याने आदल्या दिवशी फोन करून *'द इम्पॉर्टन्स ऑफ बीइंग अर्नेस्ट'* नावाच्या नाटकाच्या सकाळच्या खेळाचं तिकीट बुक करून ठेवलं होतं. नाटक सुरू होण्याच्या १५ मिनिटं आधी येऊन तिकीट ताब्यात घ्यावं लागेल, असं त्याला सांगण्यात आलं होतं. डॅनी ठरलेल्या वेळेच्या थोडा आधीच तिथे येऊन पोहोचला. प्रेक्षागृहात विशेष कुणी नव्हतंच. त्याने तिकीट ताब्यात घेतलं. कार्यक्रमाचे तपशील असलेलं माहितीपत्रक विकत घेतलं आणि आपल्या जागेवर जाऊन बसला. एच रांगेमध्ये शेवटच्या खुर्चीत. त्याच्या आजूबाजूला जेमतेम मूठभर लोक विखरून बसलेले होते.

मग त्याने माहितीपत्रक उघडून आजच्या नाटकाविषयी माहिती वाचायला सुरुवात केली. ऑस्कर वाईल्डचं हे नाटक १८९५ साली सर्वांत प्रथम रंगमंचावर आलं आणि ते अत्यंत गाजलं. लंडनच्या सेंट जेम्स थिएटरमध्ये त्याचा पहिला खेळ झाला होता. थोड्या वेळाने एकामागोमाग एक प्रेक्षक थिएटरमध्ये येऊ लागले. त्याच्या रांगेतसुद्धा बरेच लोक येत होते. दर वेळी कुणी आलं की, त्याला उभं राहून त्या माणसाला जायला जागा द्यावी लागत होती.

नाट्यगृहातले दिवे विझले. एव्हाना प्रेक्षागृह जवळजवळ पूर्ण भरलं होतं. बऱ्याचशा खुर्च्या तरुण मुलींनीच भरल्या होत्या. पडदा उघडला. रंगमंचावर लॉरेन्स डेव्हनपोर्ट कुठेच दिसत नव्हता. पण डॅनीला फार वेळ वाट पाहावी लागली नाही. काही क्षणांतच त्याचं रंगमंचावर आगमन झालं. हा चेहरा विसरणं डॅनी कधीच शक्य नव्हतं. प्रेक्षकांपैकी एक-दोघांनी जोरजोरात टाळ्या वाजवायला सुरुवात केली. डेव्हनपोर्टने आपला पहिला डायलॉग म्हणायला सुरुवात करण्याआधी एक नाट्यमय पॉज घेतला.

आपण त्या क्षणीच रंगमंचावर जावं आणि हा डेव्हनपोर्ट काय लायकीचा माणूस आहे, हे जमलेल्या सगळ्या लोकांना ओरडून सांगावं, अशी डॅनीला तीव्र इच्छा झाली. त्या रात्री डनलॉप आर्म्समध्ये या डेव्हनपोर्टच्या मित्राने सुरा भोसकून आपल्या जिवलग दोस्ताचा खून केला आणि त्या वेळी हा हीरो, हा डेव्हनपोर्ट काही न करता नुसता उभा होता, हे त्या लोकांना सांगावं, असं त्याला वाटलं. आत्ता रंगमंचावर मोठ्या साहसी, धीरोदात्त नायकाची भूमिका साकारणारा हा माणूस त्या वेळी त्याच्या किती विरुद्ध वागला होता, हेही त्यांना सांगण्याची डॅनीला इच्छा झाली. त्या रात्री त्याने भेकडाची भूमिका फारच उत्तम रीतीने साकार केली होती.

प्रेक्षागृहातल्या तरुण मुलींचे डोळे जसे डेव्हनपोर्टवर खिळलेले होते, तसेच डॅनीचेही होते. एवढा आत्मकेंद्री माणूस त्याने आजवर पाहिलेला नव्हता. मध्यंतर झालं. पडदा पडला. एव्हाना डॅनीला डेव्हनपोर्टची शिसारी आली होती. खरंतर ते नाटक अर्धं सोडून डॅनी घरी परत आला असता आणि आपल्या फायलीत डोकं खुपसून बसला असता; पण डेव्हनपोर्टविषयी मनातून डॅनीला कितीही घृणा वाटत असली, तरी त्याला नाटक मात्र आवडलं होतं. मग त्याने ते शेवटपर्यंत बघायचं ठरवलं.

मध्यंतरात नाट्यगृहामधल्या बारमध्ये लोकांची एकच गर्दी उसळली होती. डॅनीपण तिथे गेला. बारमनच्या समोर ड्रिंक्स घेण्यासाठी लोकांची भलीमोठी रांग लागली होती. तिथे जाऊन तो उभा राहिला. पण ती रांग संपायलाच तयार नव्हती. अखेर कंटाळून वेळ घालवण्यासाठी डॅनीने माहितीपत्रक उघडून ऑस्कर वाईल्डबद्दल माहिती वाचायला सुरुवात केली. आपल्या ए लेव्हलच्या परीक्षेसाठी सिलॅबसमध्ये

या ऑस्कर वाईल्डचा अंतर्भाव केला असता, तर किती बरं झालं असतं, असं त्याला वाटलं. बारच्या एका कोपऱ्यात उभं राहून दोन मुली मोठमोठ्या आवाजात बोलत होत्या. त्यांच्या त्या तारस्वरातल्या बोलण्याने डॅनीचं लक्ष वेधून घेतलं.

"लॅरी कसा वाटला गं तुला?" पहिली म्हणाली.

"एकदम वंडरफुल!" दुसरी म्हणाली. "अगं, पण तो गे आहे म्हणे! शीऽऽ किती वाईट ना!"

"ते जाऊ दे गं. पण तुला नाटक आवडलं का?"

"हो, खूपच. मी शेवटच्या दिवशी रात्रीच्या शोला परत एकदा येणार आहे."

"आत्ताच्या शोची तिकिटं कशी काय मिळवलीस गं?"

"बॅकस्टेजला काम करणारा अर्नेस्ट नावाचा एक जण आमच्या जवळ राहतो."

"मग नाटकानंतरच्या पार्टीलापण तुला बोलावणं आहे की काय?"

"हो. पण मी त्या पार्टीला त्याची डेट म्हणून जायचं, अशी अट घातली आहे त्याने मला."

"काय गं, पण तुला लॅरीला भेटायला मिळेल का?"

"अगं, तेवढ्यासाठी तर मी त्या मुलाबरोबर जायला कबूल झालेय ना!"

इतक्यात नाटक सुरू होत असल्याची सूचना देणारी घंटा वाजली. लोकांनी आपले ग्लास घाईने रिकामे केले आणि घाईने प्रेक्षागृहात शिरू लागले. डॅनीपण आत जाऊन खुर्चीत बसला.

पडदा उघडला. नाटकाला सुरुवात झाली. डॅनी नाटकात इतका गुंगून गेला की, इथे येण्यामागचा आपला मूळ हेतू काय याचाही त्याला विसर पडला. तरुण मुलींच्या नजरा लॅरीवर खिळून होत्या. डॅनी मात्र रंगमंचावरच्या दोन माणसांपैकी अर्नेस्ट कोण निघतो, याचा अंदाज करत बसला होता.

नाटक संपलं. पडदा पडला. नंतर प्रथेप्रमाणे पडदा परत उघडून नाटकातल्या सर्वच्या सर्व कलाकारांनी रंगमंचावर येऊन प्रेक्षकांना अभिवादन केलं. सर्व प्रेक्षक उभे राहून ओरडू लागले, जल्लोष करू लागले. टाळ्यांचा कडकडाट करू लागले. काही लोक तर किंकाळ्यापण फोडू लागले. पण त्या किंकाळ्या कानावर पडताच डॅनीला आठवण झाली ती त्या दुर्घटनेच्या रात्री बेथच्या तोंडून बाहेर पडलेल्या किंकाळ्यांची! या प्रेक्षकांना ज्या हीरोचं एवढं कौतुक वाटतंय, त्याच्याविषयीचं सत्य उघडकीला आलंच पाहिजे, असं डॅनीला तेव्हा मनोमन वाटलं.

थोड्या वेळाने पडदा पडला. प्रेक्षक नाट्यगृहाबाहेर पडून फुटपाथवर आले. काही प्रेक्षक तर सरळ रंगमंचाकडे जाणाऱ्या दाराकडे धावले, पण डॅनी मात्र बाहेर पडून बॉक्स ऑफिसकडे गेला.

बॉक्स ऑफिसचा मॅनेजर हसून म्हणाला, "काय? आवडलं का नाटक?"

"हो. आवडलं ना! शेवटच्या दिवशीच्या रात्रीच्या खेळाचं तिकीट शिल्लक आहे का हो?"

"नाही हो सर. सगळी संपली."

"अगदी एकसुद्धा नाही का? कुठलीही जागा असली तरी चालेल मला."

बॉक्स ऑफिस मॅनेजरने कॉम्प्युटरच्या स्क्रीनवर पाहिलं. "डब्ल्यू रांगेत एक तिकीट शिल्लक आहे."

"मला चालेल." आपलं क्रेडिट कार्ड त्याला देत डॅनी म्हणाला. "पण मग त्या खेळानंतरच्या पार्टीत मला भाग घेता येईल ना?"

"सॉरी हं. नाही घेता येणार." मॅनेजर हसून म्हणाला. "त्या पार्टीला फक्त निमंत्रितांनाच प्रवेश आहे." त्याने डॅनीचं कार्ड घेऊन ते मशीनमधून स्वाईप केलं. "सर निकोलस मॉन्क्रीफ!" तो डॅनीकडे निरखून बघत म्हणाला.

"बरोबर." डॅनी म्हणाला.

मॅनेजरने जवळच्या प्रिंटरवर एक तिकीट प्रिंट करून ते एका पाकिटात घातलं आणि डॅनीला दिलं.

डॅनी भुयारी रेल्वेने घरी जात असताना सर्व वेळ हातातलं माहितीपत्रक वाचत होता. ऑस्कर वाईल्डबद्दलची सर्व माहिती त्याने अधाशासारखी वाचून काढली. त्याने हे नाटक सोडून आणखी इतर कोणती नाटकं लिहिली आहेत, तेही त्याने वाचलं. मग त्याने पाकीट उघडून तिकीट बघायला बाहेर काढलं. सी-९.

'अरे, काहीतरी चूक झालेली दिसते!' मग त्याने पाकीट नीट उघडून पाहिलं, तर आत अजून एक कार्ड होतं.

द गॅरिक थिएटर

यांच्यातर्फे

द इम्पॉर्टन्स ऑफ बीईंग अर्नेस्ट

या नाट्यप्रयोगाच्या अंतिम खेळानंतर आयोजित केलेल्या स्नेहभोजनास आपणास अगत्याचे निमंत्रण

रविवार, दि. १४ सप्टेंबर २००२

स्थळ : डोर्शेस्टर

वेळ : रात्री ११ नंतर

कृपया सोबत ही निमंत्रणपत्रिका घेऊन येणे.

'सर' निकोलस असणं ही गोष्ट किती महत्त्वाची आहे, हे डॅनीच्या आता खरं लक्षात आलं.

४३

"इंटरेस्टिंग! फारच इंटरेस्टिंग!" मि. ब्लंडेल हातातलं भिंग टेबलावर परत ठेवता ठेवता म्हणाले. आपल्यासमोर बसलेल्या महत्त्वाच्या गिऱ्हाइकाकडे बघून ते तोंडभरून हसले.

"साधारण काय किंमत असेल याची?" डॅनी म्हणाला.

"काही कल्पना नाही." ब्लंडेल म्हणाले.

"पण मी तर असं ऐकलंय की, तुम्ही या क्षेत्रातले तज्ज्ञ आहात."

"तसा तर माझाही समज आहे स्वत:बद्दल," ब्लंडेल म्हणाले. "पण खरं सांगू, गेल्या तीस वर्षांत ही इतकी अभिनव गोष्ट खरोखरच पाहण्यात आलेली नाही माझ्या." त्यांनी भिंग परत उचलून अगदी खाली झुकून ते पाकीट परत एकदा न्याहाळलं. "हा जो पोस्टाचा स्टॅंप आहे ना, तो काही म्हणावा तेवढा दुर्मीळ नाही; परंतु ऑलिंपिक सोहळ्याला सुरुवात झाली, त्याच दिवशीचा पोस्टाचा शिक्का त्या पाकिटावर असणं ही गोष्ट फार लक्षणीय आहे. शिवाय त्या पाकिटावर बॅरन दे कुबर्टिन यांचं नाव."

"मॉडर्न ऑलिंपिक्सचे संस्थापक!" डॅनी म्हणाला. "म्हणजे तर ही गोष्ट फारच दुर्मीळ!"

"अर्थात तरीही याला अगदी एकमेवाद्वितीय म्हणता येणार नाही." ब्लंडेल म्हणाले, "पण एकूण असं आहे की, याची किंमत निश्चित करणं फार अवघड आहे."

"तुम्ही निदान मला काही साधारण अंदाज तरी देऊ शकाल का?" डॅनी जरा आशेने म्हणाला.

"जर ते पाकीट डीलरने तुमच्याकडून खरेदी केलं, तर साधारणपणे बावीसशे ते अडीच हजार पौंडापर्यंत मिळू शकतील. पण एखाद्या गुणग्राहक, रसिक संग्राहकाने खरेदी केलं, तर तीन हजार पौंडसुद्धा मिळू शकतील आणि

समजा अशा दोन संग्राहकांना ते पाकीट आपल्या संग्रहात काय वाटेल ते झालं तरी हवंच, असं वाटलं... तर मग काय सांगावं? मी तुम्हाला एक उदाहरण देतो सर निकोलस –गेल्या वर्षी दान्ते गॅब्रिएल रोझेटी याने बनवलेलं 'अ व्हिजन ऑफ फिआमेट' नावाचं एक तैलचित्र इथे, 'सोद्‌बीज'मध्ये लिलावासाठी आलं होतं. आमचा अंदाज पंचवीस ते तीस लाख पौंडाचा होता. अगदी बाजारभावाचा विचार करता खूप जास्तच होती ही रक्कम. लिलावाला सुरुवात झाल्यावर जेव्हा त्या चित्राची बोली साधारण तेवढ्या रकमेला जाऊन पोहोचली, तेव्हा उपस्थित असलेले सर्व नाणावलेले डीलर्स एक-एक करून मागे हटले; परंतु अॅन्ड्र्यू लॉईड वेबर आणि एलिझाबेथ रॉटशिल्ड या दोघांनाही आपल्या संग्रहासाठी काय वाटेल ते करून ते तैलचित्र मिळवायचंच होतं. अखेरची बोली किती झाली ठाऊक आहे? नव्वद लाख पौंड. आजवर याआधी रोझेटीचं चित्र याच्या निम्म्या किमतीला विकत गेल्याचं उदाहरण होतं. तेही एकमेव!''

''म्हणजे कदाचित माझ्या या पाकिटाची तुम्ही अंदाजे किंमत सांगितली, त्याच्या दुप्पट किमतीलासुद्धा ते विकलं जाऊ शकेल, असंच तुम्हाला सुचवायचंय ना?'' डॅनीने विचारलं.

''मुळीच नाही सर निकोलस. मी फक्त एवढंच सुचवतोय की, ते केवढ्याला विकलं जाईल, काही सांगता येत नाही.''

''पण निदान अँड्र्यू लॉईड वेबर आणि एलिझाबेथ रॉटशिल्ड हे दोघंही त्याचा लिलाव होत असताना उपस्थित राहतील, एवढं तरी तुम्ही बघाल ना?'' डॅनी म्हणाला.

ते ऐकून ब्लंडेल यांनी मान मुद्दामच खाली घातली. सर निकोलस यांच्या बोलण्याचं आपल्याला हसू येतंय हे त्यांच्या लक्षात न आलं तर बरं, असं त्यांना मनातून वाटत होतं. ''नाही सर निकोलस. अँड्र्यू लॉईड वेबर आणि एलिझाबेथ रॉटशिल्ड या दोघांनाही स्टॅंपच्या संग्रहात काहीही रस नाही, असा माझा तर्क आहे. पण तुम्ही जर हे पाकीट लिलाव करण्यासाठी आमच्या ताब्यात दिलंत, तर पुढच्या वेळच्या लिलावापूर्वी त्याचा फोटो आणि वर्णन आमच्या सचित्र कॅटलॉगमध्ये छापून आणण्याची व्यवस्था आम्ही करू. हा कॅटलॉग जगभरातल्या सर्व नाणावलेल्या आर्ट डीलर्सकडे नक्की पाठवण्यात येईल.''

''तुमच्या यानंतर लगेचच्या स्टॅंप्सच्या लिलावाची तारीख काय?'' डॅनी म्हणाला.

''सोळा सप्टेंबर.'' ब्लंडेल म्हणाला. ''अजून जेमतेम सहा आठवड्यांचा कालावधी आहे.''

''अरे बाप रे! इतके जास्त दिवस?'' डॅनी म्हणाला. त्याला वाटत होतं, आपलं हे पाकीट अगदी लवकरात लवकर विकलं जाईल.

"अजून तर आम्ही कॅटलॉग बनवतोय. लिलावाच्या तारखेच्या दोन आठवडे आधी आम्ही आमच्या नेहमीच्या गिऱ्हाइकांना पोस्टाने तो कॅटलॉग पाठवून देऊ."

डॅनीला त्या पाकिटासाठी मि. प्रेंडरगास्ट यांनी तिथल्या तिथे २२०० पौंड रोख देऊ केले होते. त्या गोष्टीची त्याला आठवण झाली. आणखी थोडी घासाघीस केल्यावर ते नक्कीच २५०० पौंड द्यायला राजी झाले असते. 'आपण त्यांचा तो प्रस्ताव मान्य केला, तर आपल्याला असं सहा आठवडे ताटकळत बसावं लागणार नाही.' निकच्या लेटेस्ट बँक स्टेटमेंटप्रमाणे त्याच्या खात्यात केवळ १९१८ पौंड शिल्लक होते. सोळा सप्टेंबरपर्यंत तर ते पैसे पुरणंही कठीण होतं. शिवाय त्यानंतरही खात्यात काही नवीन भर पडण्याची शक्यता दिसत नव्हती.

सर निकोलस विचारात पूर्ण गढून गेलेले पाहून ब्लंडेल यांनी त्यांना कसलीही घाई केली नाही. शिवाय सर निकोलस हे जर खरंच सर मॉन्क्रीफ यांचे नातू असतील तर... मग तर एका नव्या नातेसंबंधाची ही एक फार चांगली सुरुवात होती.

निकने या दोन्हींपैकी कोणता पर्याय निवडला असता, याची डॅनीला पुरती कल्पना होती. त्याने मि. प्रेंडरगास्ट यांच्याकडून दोन हजार पौंड घेऊन ते तातडीने जाऊन बँकेत भरले असते. त्यामुळेच आपण काय निर्णय घ्यायला हवा, हे डॅनीला आपोआपच कळून चुकलं. त्याने ते पाकीट उचलून मि. ब्लंडेल यांच्याकडे सोपवलं आणि म्हणाला, "माझं हे पाकीट ज्यांना कसंही करून हवंच आहे, अशी दोन माणसं शोधण्याची जबाबदारी मी तुमच्यावर सोपवतोय."

"मी माझ्याकडून जास्तीत जास्त प्रयत्न करीन." ब्लंडेल म्हणाले. "ऑक्शनची तारीख जवळ आली की, आमच्याकडून तुम्हाला कॅटलॉगपण मिळेल सर निकोलस, आणि कार्यक्रमाचं निमंत्रणपण! मी त्याचबरोबर तुम्हाला हेपण सांगू इच्छितो की, तुमच्या आजोबांबरोबर त्यांचा संग्रह वाढवण्याचं काम करताना फार छान वाटायचं मला. किती सुंदर संग्रह होता त्यांचा!"

"त्यांचा सुंदर संग्रह?" डॅनी म्हणाला.

"तुम्हाला त्यांच्या संग्रहात कधीही भर टाकायची असली, तर तुम्ही माझ्या कानावर घाला अथवा तो संपूर्ण संग्रह किंवा त्यातला काही भाग विकायचा असला, तरीपण आधी मला सांगा."

"थँक यू!" डॅनी म्हणाला. "मी तुमच्या नक्की संपर्कात राहीनच." याहून एक अक्षरही जास्त न बोलता तो सोदूबीजमधून निघाला. 'उगाच मि. ब्लंडेल यांनी आणखी खोलात शिरून आपल्याला काही प्रश्न विचारले आणि त्याची उत्तरं

आपल्याला नाही देता आली, तर आपण गोत्यात येऊ' असा विचार त्याच्या मनात आला. 'पण सर अलेक्झांडर यांचा हा अप्रतिम संग्रह कुठे असेल? कसला असेल? त्याच्याविषयी अधिक माहिती आपल्याला कुठं मिळू शकेल बरं?' असंही त्याच्या मनात आलं.

पण चालत चालत बाँड स्ट्रीटला आल्यावर डॅनीच्या मनात आलं, 'आपण मि. प्रेंडरगास्ट यांचा प्रस्ताव स्वीकारायला हवा होता, कारण त्या पाकिटाच्या लिलावातून जरी समजा सहा हजार पौंड मिळाले, तरीही अंकल ह्यूगो यांच्याशी जी कायदेशीर झुंज द्यायची आहे, त्याला ती एवढीशी रक्कम कशी काय पुरणार आहे? त्यापेक्षा जर आपली तुटपुंजी शिल्लक संपण्यापूर्वी कोर्टाच्या बाहेरच त्यांच्याशी समझोता करून प्रकरण मिटवून टाकलं, तर निदान हातात नोकरी येईपर्यंत तरी आपलं भागेल.' पण दुर्दैवाने ईस्ट एंडच्या गॅरेजमध्ये एक मेकॅनिक म्हणून काम करण्यासाठी लागणारं तंत्रविषयक ज्ञान आणि कौशल्य सर मॉन्क्रीफ यांच्याजवळ नव्हतं. खरंतर आपली नक्की कोणती नोकरी करण्याची पात्रता आहे, याबद्दल डॅनीला अलीकडे शंका येऊ लागली होती.

डॅनी बाँड स्ट्रीटवरून आता पिकॅडलीपाशी आला. मि. ब्लंडेल यांचे ते शब्द – तुमच्या आजोबांचा अप्रतिम सुंदर संग्रह – पुन:पुन्हा डॅनीच्या मनात घोळत होते. कुणीतरी आपला पाठलाग करत असल्याचं त्याच्या लक्षातही आलं नाही; पण अर्थात पाठलाग करणारा माणूस आपल्या कामात चांगलाच निष्णात होता.

❖

अंकल ह्यूगो यांनी फोन उचलला.

"तो आत्ताच सोद्‌बीजमधून बाहेर पडून पिकॅडलीच्या एका बसस्टॉपपाशी उभा आहे."

"याचा अर्थ त्याच्याजवळचे पैसे संपत आलेले दिसतायत." ह्यूगो म्हणाले. "तो सोद्‌बीजकडे कशासाठी गेला होता?"

"तिथले मि. ब्लंडेल आहेत ना, त्यांच्याकडे त्याने एक पाकीट ठेवलंय. सहा आठवड्यांनंतर त्या पाकिटाचा लिलाव होणार आहे."

"त्या पाकिटावर काय आहे?" ह्यूगो म्हणाले.

"त्यावर एक स्टॅंप आहे. मॉडर्न ऑलिंपिक्स सुरू झाल्या ना, त्या दिवशीचा. मि. ब्लंडेल यांच्या मते त्याची किंमत दोन ते अडीच हजारांच्या घरात असेल."

"लिलाव कधी आहे?"

"सोळा सप्टेंबरला."

"मग तेव्हा मला तिथे हजर राहायलाच हवं." ह्यूगो फोन खाली ठेवत म्हणाले.

"आपल्या संग्रहातला एखादा स्टँप असा विकायला तुमच्या वडिलांनी कधीच काढला नसता, नाही का? अर्थात जर..." त्यांची बायको मार्गरिट म्हणाली.

"तुला काय म्हणायचंय? माझ्या नीट लक्षात नाही आलं?" ह्यूगो म्हणाले.

"तुमच्या वडिलांनी जगातला सर्वांत सुंदर असा स्टँपचा संग्रह जमा करण्यात आपलं आयुष्य घालवलं. पण ते ज्या दिवशी गेले, त्याच दिवशी तो संग्रह अचानक गायब झाला. एवढंच नव्हे, तर त्यांच्या मृत्युपत्रात त्या संग्रहाचा साधा उल्लेखही नाही. एका गोष्टीचा तेवढा उल्लेख आहे. तो म्हणजे एका किल्लीचा आणि एका पाकिटाचा आणि ते दोन्ही त्यांनी त्या निकच्या नावे ठेवलंय."

"अजूनही माझ्या नीट नाही गं लक्षात आलं, तुला काय म्हणायचंय ते."

"ती किल्ली आणि ते पाकीट या दोन्हींचा नक्कीच परस्परांशी काहीतरी संबंध आहे." मार्गरिट म्हणाली.

"तुला असं कशामुळे वाटतंय?"

"कारण तो स्टँप इतका काही महत्त्वाचा असेल, असं मला मुळीच वाटत नाही."

"पण आत्ता दोन हजार पौंड ही त्या निकच्या दृष्टीने चांगली मोठी रक्कम आहे."

"पण तुमच्या वडिलांच्या दृष्टीने ती रक्कम काही फारशी मोठी नव्हती ना! माझ्या मते, त्या पाकिटावर जे नाव आणि जो पत्ता आहे, तो फार महत्त्वाचा असणार. त्यामुळेच आपल्याला त्या संग्रहाचा थांगपत्ता लागू शकेल."

"अगं, पण तरीही ती किल्ली आपल्याकडे नाहीच ना?" ह्यूगो म्हणाले.

"एकदा मॉन्क्रीफ यांच्या मालमत्तेचे खरे वारसदार तुम्हीच आहात, ही गोष्ट तुम्ही सिद्ध करू शकलात, तर मग त्या किल्लीचं महत्त्वच संपून जाईल."

❖

डॅनी नॉटिंग हिल गेटकडे जाणाऱ्या बसमध्ये चढला. त्याच्यावर दर महिन्याला आपल्या प्रोबेशन ऑफिसरला जाऊन भेटण्याची सक्ती होती. आपण त्या मीटिंगला वेळेत पोहोचू, अशी मनातून आशा करतच तो आत चढला. आणखी दहा मिनिटांचा उशीर झाला असता, तरी त्याला टॅक्सी घ्यावी लागली असती. त्याच्या प्रोबेशन ऑफिसर मिसेस बेनेट यांनी त्याला पत्र लिहिलं होतं. काहीतरी महत्त्वाचं घडलं असल्याचं त्यात त्यांनी कळवलं होतं. त्यांचे ते शब्द वाचून डॅनी

मनातून फार अस्वस्थ झाला होता. 'आपण नक्की कोण आहोत याचा जर तुरुंगातल्या अधिकाऱ्यांना पत्ता लागला असता, तर त्यांनी प्रोबेशन ऑफिसरमार्फत नक्कीच कळवलं नसतं. मध्यरात्री येऊन पोलिसांनी सरळ आपल्याला अटक केली असती.' अशी त्याने स्वतःच्या मनाची समजूत काढली.

आपण धारण केलेल्या या नव्या रूपाबद्दल दर दिवसागणिक डॅनीचा आत्मविश्वास बळावत चालला होता ही गोष्ट खरी असली, तरीसुद्धा आपण एक फरारी कैदी आहोत, ही जाणीव मात्र त्याचा पिच्छा सोडत नव्हती. अगदी क्षुल्लक गोष्टीनेही आपलं हे बिंग अचानक उघडकीला येऊ शकतं; एखादा दृष्टिक्षेप, एखादा चुकीचा शब्द, कुणीतरी विचारलेला एखादा साधासाच प्रश्न आणि त्याचं उत्तर आपल्याला देता न येणं... उदाहरणार्थ... ''काय हो, लोरेटोला तुमचे हाऊसमास्टर कोण होते?'' किंवा ''सँडहर्स्टला तुम्ही कोणत्या कॉलेजात होता?''... ''तुमचा कुठल्या रग्बी टीमला पाठिंबा आहे?''

नॉटिंग हिल गेटच्या स्टॉपला बस थांबल्यानंतर त्यातून दोन माणसं बाहेर पडली. त्यातला एक माणूस तर जॉगिंग करतच स्थानिक प्रोबेशन ऑफिसकडे निघाला. दुसरा त्याच्या मागोमाग भराभरा चालत होता, पण तो मात्र ऑफिसच्या इमारतीत शिरला नाही. बाहेरच थांबला. मीटिंगला अगदी थोडा वेळ राहिलेला असताना डॅनीने ऑफिसातल्या रिसेप्शन काउंटरपाशी जाऊन आपण आल्याची वर्दी दिली, पण मिसेस बेनेट त्याला भेटायला मोकळ्या होईपर्यंत त्याला चांगलं वीस मिनिटं थांबावं लागलं.

डॅनी थोड्या वेळाने एका छोट्या चौकोनी ऑफिसात शिरला. त्यात केवळ एक टेबल आणि दोन खुर्च्या होत्या. खोलीला पडदे नव्हते. जमिनीवर एक जुनं-पुराणं विरलेलं कार्पेट होतं. ते ऑफिस डॅनीच्या बेलमार्श तुरुंगातल्या कोठडीपेक्षा फारसं वेगळं नव्हतं.

''कसा आहेस मॉन्क्रीफ?'' मिसेस बेनेट म्हणाल्या. डॅनी त्यांच्यासमोरच्या प्लॅस्टिकच्या खुर्चीत बसला. सर निकोलस नाही... सर नाही... नुसतं मॉन्क्रीफ.

'निकप्रमाणे आविर्भाव कर, पण विचार मात्र डॅनीसारखा कर.' त्याने स्वतःला बजावलं. ''वेल, थँक यू मिसेस बेनेट आणि तुम्ही कशा आहात?''

त्यावर त्यांनी काही उत्तर दिलं नाही. फक्त स्वतःसमोरची एक फाइल उघडली. प्रोबेशनवर असलेल्या, नुकतीच सुटका झालेल्या प्रत्येक कैद्याला महिन्यातून एकदा ज्या प्रश्नांची उत्तरं द्यावी लागत, ते सगळे प्रश्न त्यांच्यासमोरच्या कागदावर लिहिलेले होते. ''मी परत एकदा हे सगळे प्रश्न तुला विचारते.'' त्या म्हणाल्या. ''शिक्षकाची नोकरी मिळवण्याच्या प्रयत्नाला काही यश आलं का?''

डॅनी एक गोष्ट पूर्णपणे विसरून गेला होता. तुरुंगातून सुटका झाल्यावर लगेच

स्कॉटलंडला परत जाऊन शिक्षकाची नोकरी धरायची, असा निकचा बेत होता.

"अजून नाही." डॅनी म्हणाला. "काही कौटुंबिक समस्या सोडवण्यात अपेक्षेपेक्षा जास्त वेळ गेला माझा."

"कौटुंबिक समस्या?" मिसेस बेनेट म्हणाल्या. त्याच्या तोंडून या उत्तराची त्यांनी अजिबात अपेक्षा केली नव्हती. कौटुंबिक समस्या म्हटल्या की, नसत्या कटकटी आल्याच. "या समस्यांविषयी माझ्याशी बोलणार का?"

"नाही, पण थँक यू मिसेस बेनेट." डॅनी म्हणाला. "माझ्या आजोबांच्या मृत्युपत्राच्या संदर्भातल्या काही गोष्टी आहेत, पण तुम्ही काळजी करण्यासारखं काही नाही."

"ते मी ठरवीन." मिसेस बेनेट जरा करारीपणे म्हणाल्या. "पण मग याचा अर्थ तुम्हाला काही आर्थिक अडचण वगैरे आहे का?"

"नाही मिसेस बेनेट."

"काही नोकरी मिळाली का?" आपल्या कागदावर छापलेल्या प्रश्नावलीकडे बघत त्या म्हणाल्या.

"नाही. पण भविष्यात नोकरी करायची, असं माझ्या मनात आहे."

"जमलं तर शिक्षकाची ना?"

"हो. तशी आशातरी निदान मनात बाळगून आहे."

"वेल! पण ती जर नाही मिळाली, तर दुसरी एखादी नोकरी करण्याचाही विचार तुम्ही करून ठेवा."

"उदाहरणार्थ कोणती?"

"तुम्ही तुरुंगात लायब्ररियन होता ना?"

"हो. तशी नोकरी मिळाली, तर तीही करायची तयारी आहे माझी." डॅनी म्हणाला. आपल्या या उत्तरामुळे मॅडम प्रश्नासमोरच्या चौकोनात टिकमार्क करतील अशी डॅनीला आशा वाटली.

"आत्ता सध्या तुमची राहायची काही सोय झाली आहे का नाही? का तुम्ही तुरुंगाच्या होस्टेलवरच राहत आहात?"

"नाही. राहायची सोय आहे माझी."

"तुमच्या कुटुंबीयांबरोबर राहताय का?"

"मला घरचं कोणी नाही."

त्यावर त्या मॅडमनी एक टिकमार्क, एक फुली आणि एक प्रश्नचिन्ह असं ओळीने तीन प्रश्नांपुढच्या तीन चौकोनांत केलं. त्या पुढे म्हणाल्या, "तुम्ही भाड्याच्या घरात राहताय का एखाद्या मित्राच्या घरी?"

"मी माझ्या स्वतःच्या घरात राहतोय."

मिसेस बेनेट जरा गोंधळात पडलेल्या दिसल्या. आजपर्यंत कोणत्याही कैद्याने त्या प्रश्नाचं हे उत्तर दिलेलं नव्हतं. मग त्यांनी थोडा विचार करून टिकमार्क केला. ''आता फक्त एकच प्रश्न. ज्या गुन्ह्यासाठी तुम्हाला तुरुंगात टाकण्यात आलं होतं, तोच गुन्हा परत करण्याची प्रबळ इच्छा तुम्हाला तुरुंगातून सुटल्यानंतर कधी झाली का हो?''

'हो. मला लॉरेन्स डेव्हनपोर्टला ठार मारण्याची तीव्र इच्छा झाली. अनेकदा झाली.' असं त्यांना सांगावंसं डॅनीच्या मनात आलं. पण सावरून निक म्हणाला, ''नाही मॅडम, एकदाही नाही.''

''आज एवढंच पुरे मॉन्क्रीफ. एक महिन्यानंतर पुन्हा भेटू. दरम्यानच्या काळात तुला कधीही माझ्या मदतीची गरज भासली, तर जरूर विचार.''

''थँक यू!'' डॅनी म्हणाला. ''पण तुम्ही तुमच्या पत्रात म्हणाला होता, काहीतरी महत्त्वाचं आहे.''

''असं म्हणाले का मी?'' असं म्हणून मिसेस बेनेट यांनी टेबलावरची फाइल बंद केली. फायलीच्या खाली एक बंद पाकीट होतं. ''हो. बरोबर.'' असं म्हणून त्यांनी ते पाकीट त्याच्या हातात ठेवलं. त्यावर लिहिलेलं होतं – प्रति, एन.ए. मॉन्क्रीफ – आणि डाव्या हाताला लिहिलेलं होतं, द्वारा – एज्युकेशन डिपार्टमेंट, बेलमार्श.

डॅनीने ते पत्र उघडलं. ते पत्र मिसेस बेनेट यांना का महत्त्वाचं वाटत होतं, त्याचा लगेच उलगडा झाला.

तुमच्या 'ए' लेव्हल परीक्षेचा निकाल आलेला आहे.
बिझिनेस स्टडीज – 'ए'
मॅथेमॅटिक्स – 'ए'

डॅनीने ते वाचून जोरात उडी मारून अत्यानंदाने हवेत एक ठोसा मारला. आपण या मॉन्क्रीफचं अभिनंदन करावं का घाईने बटण दाबून सिक्युरिटी गार्डला बोलावून घ्यावं, ते मिसेस बेनेट यांना कळेना. अखेर डॅनी सावरल्यावर त्या म्हणाल्या, ''तुम्हाला जर पदवी परीक्षेला बसायचं असेल मॉन्क्रीफ, तर मी तुम्हाला परवानगी मिळवून देण्यासाठी जी काय करावी लागेल ती खटपट करीन.''

❖

ह्यूगो मॉन्क्रीफ यांनी सोदबीजचा सचित्र कॅटलॉग परत परत वाचून पाहिला. त्यांचं आता मार्गारेटशी एकमत झालं. सदतीस क्रमांकाच्या वस्तूचं वर्णन लिहिलेलं

होतं : एक दुर्मीळ पाकीट असून त्यावर मॉडर्न ऑलिंपिक्सच्या ओपनिंग सेरेमनीच्या निमित्ताने प्रकाशित झालेला फर्स्ट एडिशन स्टँप आहे. या पाकिटावर पत्ता ऑलिंपिक्स गेम्सचे संस्थापक बॅरन पिअर दे कुबर्टिन यांचा आहे. याची अंदाजे किंमत २२०० ते २५०० पौंड आहे.

"मला वाटतं, लिलावात विक्री करण्याच्या वस्तू आधी बघण्यासाठी मांडून ठेवलेल्या असतात ना, तेव्हा मी स्वत: तिथे जाऊन तो स्टँप बघूनच येतो." ते आपल्या पत्नीला म्हणाले.

"हे असलं काहीही करायचं नाही हं." मार्गारेट ठामपणे म्हणाली, "तसं झालं तर निक नक्कीच सावध होईल. शिवाय आपल्याला खुद्द त्या स्टँपमध्ये फारसा रस नसल्याची गोष्टपण त्याला लगेच कळून येईल."

"अगं, पण मी जर त्या लिलावाच्या एक दिवस आधीच लंडनला जाऊन त्या पाकिटावरचा पत्ता उतरवून आणला, तर मग तो संग्रह कुठे शोधायचा ते आपोआपच समजेल आपल्याला. म्हणजे उगीच ते पाकीट लिलावात खरेदी करण्याचा फुकट खर्च नको."

"पण मग हुकमाचा एक्का आपल्या हातात राहणार नाही."

"तुला नक्की काय म्हणायचंय बये? माझ्या नीटसं काही ध्यानात येत नाहीये."

"आपल्याकडे ती किल्ली तर नाहीये, पण तुमच्या वडिलांच्या एकुलत्या एक वारसाकडे म्हणजे तुमच्याकडे ते पाकीट आणि वडिलांचं नवं मृत्युपत्र जर असलं, तर मग ज्या कुणाच्या ताब्यात तो संग्रह सध्या आहे, त्याला तुम्ही खरोखर वडिलांचे कायदेशीर वारस असल्याचं पटवणं आपल्याला नक्की जड जाणार नाही."

"लिलावाच्या जागी तो निक नक्कीच असेल ना पण!'

"पण जर अजूनपर्यंत त्याच्या ही गोष्ट लक्षात आली नसेल की, पाकिटावरचा स्टँप महत्त्वाचा नसून तो पत्ताच महत्त्वाचा आहे, तर मग त्याला काहीही करता येणार नाही. फार उशीर झालेला असेल सर्वच गोष्टींना."

❖

डॅनीने परत एकदा तो कॅटलॉग उघडून पाहिला. सदतिसाव्या वस्तूचं वर्णन त्याने नीट वाचलं. आपल्या पाकिटाचं इतकं व्यवस्थित वर्णन छापण्यात आलेलं पाहून तो प्रसन्न झाला. फक्त, इतर बऱ्याच वस्तूंचे त्या कॅटलॉगमध्ये फोटो छापलेले होते, पण त्या पाकिटाचा फोटो मात्र त्यात नव्हता, हे पाहून त्याची जरा निराशा झाली.

त्याने त्यानंतर कॅटलॉगमधल्या लिलावाचे नियम वाचायला सुरुवात केली –

लिलावात वस्तू ज्या किमतीला विकली जाईल त्याच्या दहा टक्के कमिशन सोद्‌बीजतर्फे कापून घेण्यात येते. त्याचप्रमाणे जी व्यक्ती ती वस्तू विकत घेते, त्यांच्याकडून ते वीस टक्के कमिशन वसूल करतात. हे वाचून त्याला धक्काच बसला. 'एवढं सगळं सव्यापसव्य करून जर हातात फक्त १८०० पौंडच पडणार असतील, तर ते पाकीट स्टॅनले गिबन्स यांना विकलं तर काय हरकत आहे?' असं त्याच्या मनात आलं. निकने तरी नक्की तेच केलं असतं.

डॅनीने तो कॅटलॉग बंद केला. आज सकाळी पोस्टाने त्याला आणखी एक पत्र आलं होतं. त्यात लंडनच्या एका युनिव्हर्सिटीचं माहितीपत्रक होतं आणि त्याबरोबर डिग्री कोर्सचा अर्जपण होता. त्याने तो अर्ज अगदी तपशीलवार वाचला. 'आपण निकला आणि बेथला पदवी परीक्षेला बसण्याचं वचन तर देऊन बसलोय, पण आता ते जर पाळायचं असेल तर आपल्याला आपल्या जीवनपद्धतीत फार मोठा बदल घडवून आणावा लागेल' असं त्याच्या मनात आलं.

निकच्या करंट अकाउंटमध्ये आता केवळ ७१६ पौंड जमा होते. त्यात जमेच्या बाजूला एकही नोंद नव्हती. आता आपल्याला जर काटकसरीने राहण्याची वेळ आली, तर सर्वांत आधी मॉलीला कामावरून काढून टाकावं लागणार, अशी त्याला मनातून भीती वाटली. पण तसं केलं तर आपलं घर लवकरच पूर्वस्थितीत यायला वेळ लागणार नाही, असंही त्याच्या मनात आलं.

अंकल ह्यूगो यांच्याशी मि. मन्रो यांनी जी कायदेशीर लढाई सुरू केली होती, तिचं पुढे काय झालं, हे डॅनीने मुद्दामच त्यांना पत्र पाठवून विचारायचं टाळलं होतं. 'उगाच पत्राच्या उत्तरासोबत त्यांनी नवीन बिल जोडून पाठवून दिलं तर काय घ्या!' तो जरा वेळ शांत बसला. आपण निकची जागा नक्की कशासाठी घेतली आहे, याचा तो शांतपणे विचार करू लागला. बिग अल्‌ने त्याला हे सुचवलं होतं. आपण जर एकदा तुरुंगातून निसटलो तर मग काहीच अशक्य नाही, हे त्याला व्यवस्थित पटलं होतं; परंतु आता प्रत्यक्षात सुटल्यानंतर त्याला एक गोष्ट कळून चुकली होती. हातात दमडी नसताना तीन यशस्वी लोकांचा सूड घेणं, ही गोष्ट वाटली तेवढी सोपी मुळीच नव्हती. 'आपण बऱ्याच दिवसांपूर्वी मेलो आहोत, अशी त्या लोकांची समजूत आहे, एवढी एकच जमेची बाजू आहे.' त्याच्या मनात आलं. मग त्याने मनातल्या मनात ठरवलेल्या बेताची एकदा व्यवस्थित उजळणी करून पाहिली. आज रात्री 'द इम्पॉर्टन्स ऑफ बीईंग अर्नेस्ट' या नाटकाचा शेवटचा खेळ होता. नाटकाचा पडदा पडल्यानंतरच डॅनीने ठरवलेलं काम सुरू होणार होतं. कारण नाटकानंतरच्या पार्टीतच त्याची आणि लॉरेन्स डेव्हनपोर्टची समोरासमोर गाठ पडणार होती. पहिल्यांदाच!

४४

डॅनी आपल्या जागेवर उठून उभा राहिला. सर्व प्रेक्षक उभे राहून टाळ्यांचा कडकडाट करत होते. त्यातच तोही सामील झाला. काही लोक खुर्च्यांमध्ये बसून होते. उभे राहून टाळ्या वाजवत नव्हते. तसं त्यालाही बसून राहायला काही हरकत नव्हती. कुणालाही काही वाटलं नसतं. परंतु वस्तुस्थिती अशी होती की, त्याला ते नाटक खूपच आवडलं होतं. दुसऱ्यांदा पाहताना तर अधिकच आवडलं होतं. पण मधल्या काळात त्याने त्या नाटकाची पूर्ण संहिता मिळवून वाचून काढली होती, त्यामुळेही तसं असेल.

तिसऱ्या रांगेत कलाकारांच्या मित्रपरिवारासोबत बसून नाटक पाहताना तर अधिकच मजा आली होती. त्याच्या एका बाजूला नाटकाचा नेपथ्यकार बसला होता, तर दुसऱ्या बाजूला निर्मात्याची बायको. नाटकाचं मध्यंतर नेहमीपेक्षा जास्त मोठं होतं. त्या वेळात त्या दोघांनीही त्याला ड्रिंकला बोलवलं. आजूबाजूला लोकांच्या नाटकाबद्दल गप्पा चालल्या होत्या, पण त्याने त्यावर काही मतप्रदर्शन करायचं टाळलं. अर्थात त्याने काही फरक पडलाच नसता. प्रत्येकजण आपापल्या मताशी ठाम होता. तिथे जमलेली सर्वच मंडळी या ना त्या प्रकारे नाट्यव्यवसायाशी संबंधित होती. त्यांच्यात आणि डॅनीमध्ये केवळ एकच साधर्म्य होतं. आपला पुढचा जॉब काय असणार आहे, हे डॅनीप्रमाणेच त्यांच्यापैकी कुणालाही माहीत नव्हतं.

डेव्हनपोर्टला प्रेक्षकांच्या अभिनंदनाचा स्वीकार करण्यासाठी परत परत रंगमंचावर यावं लागलं. त्यानंतर हळूहळू प्रेक्षक थिएटरच्या बाहेर पडू लागले. आकाश निरभ्र होतं. स्वच्छ चांदणं पडलं होतं. डॅनी चालतच डॉर्चेस्टरच्या दिशेने निघाला. तेवढाच शरीराला व्यायाम म्हणून! शिवाय टॅक्सी परवडण्यासारखी स्थिती सध्यातरी नव्हतीच.

तो पिकॅडली सर्कसच्या दिशेने रमतगमत निघाला. अचानक मागून आवाज आला, ''सर निकोलस?'' त्याने मागे वळून पाहिलं, तर बॉक्स ऑफिसचा

मॅनेजर त्याच्याकडे पाहून जोरजोरात हात हलवत होता. त्याने दुसऱ्या हाताने एका टॅक्सीचं दार उघडून धरलं होतं. ''तुम्ही आत्ता पार्टीलाच निघाला आहात ना? मग चला ना आमच्यासोबतच.''

''थँक यू!'' डॅनी म्हणाला आणि टॅक्सीत शिरला. मागच्या सीटवर दोन तरुणी बसलेल्या होत्या.

''हे सर निकोलस मॉन्क्रीफ.'' तो मॅनेजर निकची त्या तरुणींशी ओळख करून देत म्हणाला.

''निक,'' डॅनी म्हणाला. टॅक्सी मोठी होती. तो मॅनेजर आणि डॅनी त्या मुलींसमोर त्यांच्याकडे तोंड करून बसले होते.

''निक, ही माझी गर्लफ्रेंड शार्लेट. ही नेपथ्य विभागात काम करते आणि ही केटी. ही आत्ता एका भूमिकेची तयारी करते आहे आणि माझं नाव पॉल.''

''कोणत्या भूमिकेची तयारी करते आहेस?'' डॅनीने केटीला विचारलं.

''ईव्ह बेस्ट जी ग्वेंडोलिनची भूमिका करते ना, त्याचीच मी सध्या तयारी करतेय.''

''पण आजच्या प्रयोगात तू नव्हतीस.'' डॅनी म्हणाला.

''नाही, आज नव्हते.'' केटी म्हणाली. ''या सगळ्या दिवसांत केवळ एकाच प्रयोगात मी काम केलं होतं. एक दुपारचा प्रयोग होता. त्या वेळी ईव्ह बेस्टला बीबीसी चॅनेलवर शूटिंग होतं.''

''पण मग फ्रस्ट्रेशन नाही येत?''

''येतं ना, पण काहीच काम नसल्यापेक्षा तरी बरं.''

''कधीतरी मुख्य नायक-नायिका आजारी पडतील किंवा इतर कारणाने कामावर येऊ शकणार नाहीत. मग आपल्याला रंगमंचावर यायला मिळेल. कुणालातरी आपलं काम पसंत पडेल आणि आणखी कुठेतरी ब्रेक मिळेल अशी आशा उमेदवारी करणाऱ्या प्रत्येक कलावंताला असते.'' पॉल म्हणाला. ''लॅरी ऑलिव्हर कोरिओलेनसची भूमिका करत होता. पण अशीच एकदा काही कारणाने स्ट्रॅटफोर्डमधल्या प्रयोगात अल्बर्ट फिनेला ती करायची संधी मिळाली आणि तो अक्षरश: एका रात्रीत स्टार झाला.''

''वेल, मी दुपारच्या वेळी एकुलत्या एका प्रयोगात काम केलं, पण माझ्या बाबतीत मात्र तसं काहीच घडलं नाही.'' केटी जरा विषादाने म्हणाली, ''पण निक, तुझ्याबद्दल सांग ना, तू काय करतोस?''

डॅनीने त्यावर लगेच काही उत्तर दिलं नाही. त्याचं मुख्य कारण असं होतं की, आतापर्यंत त्याच्या प्रोबेशन ऑफिसरखेरीज आणखी कुणीच त्याला हा प्रश्न विचारलेला नव्हता. ''मी सैन्यात होतो.'' तो म्हणाला.

"माझा भाऊ सैन्यात आहे," शार्लेट म्हणाली, "पण ते त्याला इराकला पाठवून देतील, अशी मला सारखी भीती वाटत असते. तू कधी इराकला गेला होतास?"

डॅनीने निकच्या डायरीतला मजकूर आठवण्याचा खूप प्रयत्न केला. "दोन वेळा," तो म्हणाला. "पण अलीकडच्या काळात नाही."

टॅक्सी डॉर्चेस्टरच्या दिशेने निघाली. केटीने डॅनीकडे पाहून स्मितहास्य केलं. याआधी अशाच प्रेमाने आणखी एक सुंदर तरुणी त्याच्याकडे पाहून हसायची. तिची त्याला आत्ता तीव्रतेने आठवण झाली.

टॅक्सी थांबली. डॅनी सगळ्यांत शेवटी बाहेर पडला. त्याच्या नकळत त्याच्या तोंडून शब्द बाहेर पडले, "अरे, मी देतो ना! थांब."

मग त्याला वाटलं, 'पॉल काही आपल्याला टॅक्सीभाडं भरू देणार नाही.' पण पॉल म्हणाला, "थँक्स निक." डॅनीने खिशातून पैशाचं पाकीट काढलं आणि दहा पौंडांची नोट ड्रायव्हरला दिली. त्याची आर्थिक स्थिती आता प्रमाणाबाहेर खालावली होती. एक गोष्ट तर नक्कीच होती – आज रात्री पार्टी संपल्यावर त्याला घरी पायीपायीच जावं लागणार होतं.

केटी जरा मागे रेंगाळली. निकने तिला गाठलं. "पॉल म्हणाला, आज दुसऱ्यांदा आलायस तू हे नाटक पाहायला." ती म्हणाली. दोघं हॉटेलात बरोबर निघाले.

"मी म्हटलं, तू ग्वेंडोलिनचं काम करतेस का ते बघावं म्हणून आलो." डॅनी मिस्कीलपणे हसत म्हणाला.

तिने हसून त्याच्या गळ्यात पडून त्याच्या गालावर अलगद ओठ टेकवले. हा अनुभव डॅनीला गेल्या कित्येक दिवसांत आलेलाच नव्हता. "तू फार गोड आहेस निक!" ती म्हणाली आणि तिने त्याला हाताला धरून ओढतच बॉलरूमकडे नेलं.

"मग आता पुढे काय करायचा विचार आहे?" डॅनी मोठ्यांदा ओरडून म्हणाला. आत इतका कोलाहल होता की, त्याचा आवाज कसाबसा तिच्या कानापर्यंत पोहोचला.

"एका इंग्लिश टूरिंग कंपनीबरोबर निघालेय. तीन महिन्यांकरता! आता तुला माझं काम बघायचं असेल, तर ते शक्य होईल निक."

"कुठल्या कुठल्या गावांना तुमच्या नाटकाचे प्रयोग होणार आहेत?"

"न्यूकॅसल, शेफील्ड, बर्मिंगहॅम, केंब्रिज, ब्रॉमली."

"ब्रॉमलीला येऊन बघता येईल." डॅनी म्हणाला. इतक्यात वेटर त्यांच्यासाठी ग्लासात शॅम्पेन घेऊन आला.

डॅनीने गच्च भरलेल्या बॉलरूमकडे पाहिलं. सगळे जण एकदमच बोलत सुटले होते. काही शॅम्पेनचे घुटके घेत होते, तर काही या घोळक्याकडून त्या घोळक्याकडे जात गप्पा मारत होते. 'पुढचा एखादा जॉब आपल्या पदरात पडला तर बरं!' या आशेने दिग्दर्शकांच्या, निर्मात्यांच्या आणि एजंटांच्या भेटी घेत होते. त्यांच्यावर छाप पाडण्यासाठी धडपड करत होते.

डॅनीने केटीच्या हातातून आपला हात अलगद सोडवून घेतला. तो एका खास उद्देशाने आज इथे आला होता, त्याचा त्याला स्वतःच्या मनाला विसर पडू द्यायचा नव्हता. त्याने बॉलरूमवर एकवार बारकाईने नजर टाकून लॉरेन्स डेव्हनपोर्टचा शोध घेतला, पण तो कुठेच दिसत नव्हता. तो थोड्या वेळाने जरा नाट्यपूर्ण रीतीने नक्की प्रवेश करणार, अशी डॅनीची खात्रीच होती.

"माझा इतक्यात कंटाळा आला?" केटी म्हणाली. तिने शेजारून जाणाऱ्या वेटरकडून एक शॅम्पेनचा ग्लास उचलला.

"मुळीच नाही!" डॅनीने सारवासारव करण्याचा प्रयत्न केला. इतक्यात एक तरुण तिथे आला.

"हाय केटी," असं म्हणत त्याने तिच्या गालावर ओठ ठेवले. "नवीन काही काम मिळालं की नाही? का सध्या विश्रांती चालली आहे?"

डॅनीने शेजारून चाललेल्या वेटरच्या हातातल्या ट्रेमधून एक सॉसेज उचलून तोंडात टाकलं. परत एकदा डेव्हनपोर्टचा शोध घेण्यासाठी त्याने बॉलरूमवरून नजर फिरवली. त्याला अचानक एक माणूस दिसला. 'हा आज इथे असणार हे आपल्या आधीच कसं नाही बरं लक्षात आलं?' त्याच्या मनात आलं. तो माणूस बॉलरूमच्या मध्यभागी मुलींच्या घोळक्यात उभा होता. त्याच्या तोंडून बाहेर पडणारा प्रत्येक शब्द त्या मुली अगदी आतुरतेने ऐकत होत्या. 'गेल्या खेपेला आपण याला जेव्हा पाहिलं होतं, तेव्हा हा आपल्याला एवढा उंच वाटला नव्हता; पण अर्थात ती अंधारी गल्ली होती आणि बर्नीचे प्राण वाचवण्याकडे आपलं सगळं लक्ष लागलेलं होतं.'

डॅनीने त्याला जवळ जाऊन नीट निरखून बघायचं ठरवलं. त्याने त्याच्या दिशेने चार पावलं टाकली. त्याच्यापासून अगदी थोड्या अंतरावर जाऊन तो थांबला. तेवढ्यात स्पेन्सर क्रेगने थेट त्याच्याकडे पाहिलं. डॅनी जागच्या जागी थिजला. पण मग त्याच्या लक्षात आलं, स्पेन्सर क्रेग त्याच्या खांद्यावरून पलीकडे बघत होता. बहुधा एखाद्या मुलीकडेच बघत असणार.

आपल्या जिवलग मित्राच्या मारेकऱ्याकडे डॅनी अगदी निरखून पाहत राहिला. "त्याला वाटतंय, आपण कसे सहीसलामत सुटलो! पण मी जिवंत असेपर्यंत तरी तू असा सुटणार नाहीस बेट्या!" डॅनी पुटपुटला. जरा मोठ्यांदाच! अगदी

क्रेगला ऐकू जाईल इतपत मोठ्यांदा. डॅनी आता हळूच क्रेगच्या भोवतालच्या घोळक्याच्या अगदी जवळ जाऊन उभा राहिला. तो ज्या माणसाच्या मागे उभा होता, त्याला डॅनीची अचानक चाहूल लागली आणि तो थोडा वैतागून एकदम मागे वळला. डॅनी आणि जेराल्ड पेन एकमेकांकडे बघत राहिले. खटल्यानंतर त्याचं वजन भरपूर वाढलेलं दिसत होतं. डॅनीने क्षणभर त्याला ओळखलंच नाही. त्याच्याकडे एकवार नजर टाकून जेराल्ड पेन परत त्या घोळक्याकडे वळला. त्याला डॅनीमध्ये काहीच रस नव्हता. नाहीतरी खटल्याच्या वेळी साक्षीदाराच्या पिंजऱ्यात उभा राहून साक्ष देतानासुद्धा त्याने डॅनीकडे एकदाही नीट पाहिलेलं नव्हतं. 'ही युक्ती त्याला नक्कीच क्रेगने शिकवलेली असणार!'

क्रेग आता दोन मुलींशी गप्पा मारत होता. डॅनीने एकीकडे जवळच्या वेटरच्या हातातल्या ट्रेमधून स्मोक्ड सालमनचा तुकडा तोंडात टाकला आणि तो क्रेगचं बोलणं लक्षपूर्वक ऐकू लागला. "कोर्टसुद्धा रंगमंचासारखंच असतं. फक्त आपल्याला पडदा कधी पडणार हे तेवढं ठाऊक नसतं." अशी चघळून चोथा झालेली कोटी क्रेगने केली. त्या दोन्ही मुली आज्ञाधारकपणे त्यावर हसल्या.

"अगदी खरं आहे!" डॅनी मोठ्यांदा म्हणाला. क्रेग आणि पेन या दोघांनी चमकून त्याच्याकडे पाहिलं; पण त्यांच्या डोळ्यांत डॅनीला ओळखलं असल्याचं काहीही चिन्हं नव्हतं. खरंतर त्या दोघांनी दोन वर्षांपूर्वीच त्याला पाहिलेलं होतं. पण त्या वेळी त्याचे केस अगदी आखूड कापलेले होते, त्याची दाढी वाढलेली होती आणि त्याच्या अंगात कैद्याचे कपडे होते. शिवाय डॅनी कार्टराईटचा विचार करायचं त्यांना काय कारण होतं? तो त्यांच्यालेखी मेलेला होता. जमिनीच्या पोटात चिरविश्रांती घेत होता.

"काय, कसं चाललंय निक?" असा आवाज ऐकून डॅनी वळला. पॉल त्याच्या शेजारी येऊन उभा होता.

"अगदी मजेत आहे. थँक यू!" डॅनी म्हणाला. "मला वाटलं होतं त्यापेक्षा फारच मजा येतेय की इथे!" तो उगीचच म्हणाला. डॅनी क्रेगच्या आणि पेनच्या अजून थोडा जवळ सरकला; पण ते त्या दोघांच्या अजिबात लक्षात आलेलं दिसलं नाही, इतके ते त्या दोन मुलींशी बोलण्यात रंगून गेले होते.

एवढ्यात बॉलरूममध्ये टाळ्यांचा कडकडाट झाला. सगळ्यांची डोकी त्या दिशेला वळली. लॉरेन्स डेव्हनपोर्टने अत्यंत नाट्यपूर्ण रीतीने प्रवेश केला. त्याने दारात थांबून मोठ्या थाटात एक हास्य प्रेक्षकांकडे फेकलं आणि हात हलवला. मग सावकाश ढांगा टाकत तो बॉलरूमच्या मध्याकडे आला. येता येता त्याच्यावर जी स्तुतिसुमनं झडत होती, त्यांचा तो हसून स्वीकार करत होता. त्याचं ते वागणं पाहून डॅनीला स्कॉट फिट्झगेराल्डच्या सुप्रसिद्ध ओळी

आठवल्या : डान्स करत असताना त्या अभिनेत्याला कुठे आरसा दिसला नाही. मग त्याने पाठीमागे झुकून वर टांगलेल्या हंड्या-झुंबरांमध्ये स्वत:चं प्रतिबिंब पाहिलं.

"तुला त्याला भेटायचंय?" पॉल म्हणाला. डॅनीची नजर डेव्हनपोर्टवर खिळल्याचं त्याच्या लक्षात आलं होतं.

"हो, जरूर. आवडेल की मला!" डॅनी म्हणाला. क्रेग आणि पेनने जसं आपल्याकडे दुर्लक्ष केलं तसंच हा पण करतो का, ते बघण्याची डॅनीला उत्सुकता लागून राहिली होती.

"मग ये माझ्या मागोमाग." बॉलरूममधल्या गर्दीतून वाट काढत दोघं निघाले, पण डेव्हनपोर्टच्या जवळ पोहोचण्याआधीच डॅनी अचानक थांबला. डेव्हनपोर्ट एका तरुणीशी अत्यंत प्रेमाने बोलत होता. डॅनी तिच्याकडे एकटक बघत राहिला.

"सो गुडलुकिंग!" डॅनी म्हणाला.

"हो, खरंच फार देखणा आहे तो!" पॉल म्हणाला. डॅनी त्याची ती चूक दुरुस्त करणार इतक्यात तो पुढे होऊन डेव्हनपोर्टला म्हणाला, "लॅरी, या माझ्या मित्राशी ओळख करून द्यायची आहे तुझी. हा निक मॉन्क्रीफ."

डेव्हनपोर्टने डॅनीकडे विशेष लक्ष दिलं नाही. साधा शेकहँडसुद्धा केला नाही. डेव्हनपोर्टच्या लेखी त्याला बघण्यासाठी जमा झालेल्या अनेक लोकांपैकीच तो एक होता. डॅनी डेव्हनपोर्टच्या त्या मैत्रिणीकडे पाहून हसला.

"हॅलो, मी सेरा." ती आपणहोऊन म्हणाली.

"मी निक. निक मॉन्क्रीफ." तो म्हणाला. "तूपण नाटकात काम करतेस का?"

"छे! मुळीच नाही. माझं काम नाही बुवा इतकं काही ग्लॅमरस. मी वकील आहे."

"पण तू वकील मुळीच वाटत नाहीस." डॅनी म्हणाला. सेरा त्यावर काहीच बोलली नाही. तिने याआधी हे वाक्य अनेकांच्या तोंडून ऐकलं असणार.

"आणि तू काय करतोस? तूपण नाटकात काम करणारा अभिनेता आहेस का?"

"तुला काय वाटतं, तो मी आहे." डॅनी म्हणाला. आता मात्र ती जराशी हसली.

"हाय सेरा." अजून एक तरुण आता तिथे अवतरला होता. तो तिच्या कमरेभोवती हात टाकत म्हणाला, "आत्ता इथे जमलेल्या मुलींपैकी सर्वांत सुंदर तूच आहेस." असं म्हणत त्याने तिच्या दोन्ही गालांवर ओठ टेकले.

सेरा मोठ्यांदा हसली. ''खरं की काय चार्ली! हे जर दुसऱ्या कुणी म्हटलं असतं ना, तर मी अगदी खूश झाले असते हं. पण मला माहीत आहे, खरं म्हणजे तुला माझ्यात रस नसून माझ्या भावामध्ये रस आहे. हो ना?''

''काय? तू लॅरी डेव्हनपोर्टची बहीण आहेस?'' डॅनी आश्चर्याने थक्क होऊन म्हणाला. त्याचा स्वतःच्या कानांवर विश्वास नव्हता.

''आता कुणीतरी त्याची बहीण असणारच की!'' ती हसून म्हणाली, ''पण जाऊ दे. मला त्याची सवय झाली आहे.''

''आणि तुझ्या या मित्राचं काय?'' डॅनीकडे बघत चार्ली म्हणाला.

''मला नाही वाटत, त्याला लॅरीत तसला काही इंटरेस्ट आहे असं.'' सेरा म्हणाली. ''निक, हा चार्ली डंकन. या नाटकाचा निर्माता.''

''अरे अरे,'' चार्ली म्हणाला आणि डेव्हनपोर्टच्या भोवती जमलेल्या घोळक्याकडे वळला.

''मला वाटतं, तो चार्ली तुझ्यावर खूश आहे.'' सेरा म्हणाली.

''पण मी नाही हं त्याच्यावर खूश.'' डॅनी म्हणाला.

''ते माझ्या नीट लक्षात आलंय.'' सेरा मिस्कीलपणे हसत म्हणाली.

डॅनी मग मुद्दामच सेराशी गप्पा मारत, सलगी करत थांबला. 'आता आपलं डेव्हनपोर्टकडे काही फारसं काम नाही. आता आपल्याला जी काही माहिती हवी आहे, ती त्याची ही बहीण देऊ शकेल.' असं त्याच्या लक्षात आलं.

''आपण दोघं एकदा तुला वेळ असेल तेव्हा–'' डॅनी म्हणतच होता, तेवढ्यात मागून आवाज आला, ''हाय सेरा! काय गं, तुला कधी वेळ...''

''हॅलो स्पेन्सर!'' सेरा कोरडेपणे म्हणाली. ''तुझी आणि निक मॉन्क्रीफची ओळख झाली आहे का?''

''नाही.'' तो म्हणाला. त्याने डॅनीशी उगाच तोंडदेखला शेकहँड केला आणि तो सेराला पुढे म्हणाला, ''लॅरीचं आजचं काम किती अप्रतिम झालं हे त्याला सांगण्यासाठी मी इकडे येत होतो, तेवढ्यात मला तू दिसलीस.''

''वेल, नाऊ इज युवर चान्स.'' सेरा म्हणाली.

''पण अगं, मला तुझ्याशी जरा बोलायचं होतं.''

''पण मी आता घरी निघाले आहे.'' सेरा घड्याळाकडे बघत म्हणाली.

''पार्टी आत्तातर कुठे सुरू होते आहे. अजून थांब ना थोडा वेळ.''

''ते शक्य नाही स्पेन्सर. उद्या सकाळची केस सुरू होण्याआधी थोडी कागदपत्रं नजरेखालून घालायची आहेत.''

''पण तुला जर थोडा वेळ...''

''आपण गेल्या खेपेला भेटलो तेव्हाही तू हे असंच म्हणाला होतास.''

''पण खरं सांगू? आपली सुरुवातच चुकीच्या पायावर झाली.''

''पायावर? मला आठवतं त्याप्रमाणे चुकीच्या हातावर!'' त्याच्याकडे पाठ फिरवत सेरा म्हणाली.

''सॉरी निक, त्या सगळ्या प्रकाराबद्दल सॉरी.'' सेरा म्हणाली. ''काही लोकांना नकार दिला तरी त्याचं काही वाटतच नाही. तर काही लोकांना...'' असं म्हणून ती त्याच्याकडे पाहत हलकेच हसली. ''आपली परत कधी भेट झाली, तर किती बरं होईल!''

''मग मी तुला कसं... कधी...'' डॅनीने बोलायला सुरुवात केली, पण एव्हाना सेरा बॉलरूमच्या मध्यभागी जाऊन पोहोचली होती. थोडक्यात काय की, एखाद्या पुरुषाला जर आपल्या सहवासाची ओढ असेल, तर तो कसंही करून आपला पत्ता काढत येऊन पोहोचेलच, असा आत्मविश्वास असणाऱ्या काही स्त्रिया असतात, त्यापैकी ती एक होती. डॅनी परत फिरला. त्याचं लक्ष गेलं, तर क्रेग त्याच्याकडे निरखून पाहत होता.

''स्पेन्सर, बरं झालं तू आलास!'' डेव्हनपोर्ट म्हणाला. ''आज सगळं ठीक झालं ना?''

''ठीक काय? फारच सुंदर!'' क्रेग म्हणाला.

डॅनीला वाटलं, 'आता आपण इथून काढता पाय घेतलेलाच बरा!' आता डेव्हनपोर्टशी बोलायची काहीच गरज नव्हती. शिवाय सेराप्रमाणे त्यालापण एका मीटिंगची तयारी करायचीच होती. 'लिलावकर्ते जेव्हा सदतीस नंबरच्या वस्तूच्या नावाची घोषणा करतील, तेव्हा आपल्याला डोळ्यांत तेल घालून लक्ष ठेवायला हवं!' डॅनीच्या मनात आलं.

''हाय स्ट्रेंजर, कुठे गायब झाला होतास?''

''एक जुना शत्रू भेटला. आणि तू?'' डॅनी म्हणाला.

''नेहमीचाच घोळका. इतका कंटाळा आला!'' केटी म्हणाली.

''मला या पार्टीतून कधी एकदा बाहेर पडतोय असं झालंय. तुझं काय?''

''मीपण निघालोच आहे.'' डॅनी म्हणाला.

''गुड आयडिया! मग आपण दोघं बरोबर सटकू या. चालेल?''

मग दोघं एकत्रच निघाले. बॉलरूम पार करून फिरत्या दारापाशी पोहोचले. केटीने दरवाज्यातून बाहेर पडून फुटपाथवर पाऊल टाकल्या टाकल्या एक टॅक्सी थांबवली.

''कुठे जाणार मिस?'' टॅक्सी ड्रायव्हर म्हणाला.

''कुठे निघालोय आपण?'' केटीने डॅनीला विचारलं.

''बारा नंबर, द बोल्टन्स.'' डॅनीने सरळ स्वतःच्या घराचा पत्ता सांगितला.

"राईट गव्ह!'' ड्रायव्हर म्हणाला. त्याच्या तोंडचे ते शब्द ऐकून डॅनीच्या मनात जुन्या कटू आठवणी जाग्या झाल्या.

डॅनी टॅक्सीत पुरता नीट बसलाही नव्हता, एवढ्यात केटीचा हात आपल्या मांडीवर असल्याचं त्याला जाणवलं. तिने दुसरा हात त्याच्या गळ्यात टाकला आणि त्याला जवळ ओढलं.

"मला इतके दिवस इतरांची उमेदवारी करत राहण्याचा अगदी कंटाळा आलाय. फॉर अ चेंज मी आज पुढाकार घ्यायचं ठरवलंय.'' असं म्हणून तिने वाकून त्याच्या ओठांवर ओठ टेकले.

टॅक्सी निकच्या घरापाशी पोहोचेपर्यंत केटीच्या ब्लाऊजची बरीचशी बटणं उघडलेलीच होती. अगदी एक-दोन उघडायची राहिली होती. केटी निकच्या आधी घाईने उडी मारून उतरली. त्या रात्री परत एकदा निकला टॅक्सीचं बिल भरावं लागलं.

"मी जर तुझ्या वयाचा असतो, तर किती बरं झालं असतं!'' म्हातारा टॅक्सी ड्रायव्हर डॅनीकडे बघून हसत म्हणाला.

डॅनी मोठ्यांदा हसला आणि केटीच्या मागोमाग घराच्या दाराकडे गेला. त्याने अंधारात कशीतरी चाचपडत किल्ली कुलपाला लावून दार उघडलं. हॉलमध्ये पाऊल टाकताच केटीने डॅनीच्या अंगातला कोट काढून बाजूला फेकला. एकमेकांची वस्त्रं उतरवून फेकत, धडपडत दोघं कसेबसे बेडरूमकडे पोहोचले. तिने त्याला पलंगावर खेचलं आणि आपल्या अंगावर ओढलं. गेल्या कित्येक दिवसांत हा अनुभव डॅनीला आला नव्हता.

४५

डॅनी बसमधून अक्षरश: उडी मारून उतरला आणि बाँड स्ट्रीटच्या दिशेने चालू लागला. दूरवर एक निळा झेंडा हवेत फडकत होता. त्याच्यावर ठळक अक्षरं चमकत होती – द सोद्‌बीज.

डॅनीने आजवर कधी लिलाव प्रत्यक्षात पाहिलेलाच नव्हता. आपण खरंतर आधी मुद्दाम इकडे येऊन एक-दोन लिलाव पाहिले असते तर बरं झालं असतं, असं त्याला वाटलं. तो आत शिरत असताना दारावरच्या वॉचमनने त्याला सलाम ठोकला. जणूकाही दुर्मीळ कलाकृतींवर पाण्यासारखा पैसा उधळणाऱ्या लक्षाधीशांपैकीच तो एक होता.

"स्टँपचा लिलाव कुठे होणार आहे?" रिसेप्शन डेस्कपाशी बसलेल्या मुलीला डॅनीने विचारलं.

"जिना चढून वर जा." ती आपल्या उजवीकडे बोट दाखवून म्हणाली. "पहिल्या मजल्यावर आहे. वर गेलात की दिसेलच लगेच. तुम्हाला पॅडल हवंय का?" तिने विचारलं. डॅनीला तिच्या त्या प्रश्नाचा अर्थच कळला नाही. "तुम्ही बोली लावणार आहात का? तुम्हाला काही खरेदी करायची आहे का?" ती म्हणाली.

"नाही." डॅनी म्हणाला. "उलट मला काही पैशांची प्राप्ती होईल, अशी आशा करतोय."

डॅनी जिना चढून वर गेला. वर एक प्रचंड मोठा हॉल होता. आत दिव्यांचा लखलखाट होता. पाच-सहा लोक इकडेतिकडे फिरत होते. आपण योग्य ठिकाणी आलोय की नाही, हे काही त्याला समजेना. इतक्यात मि. ब्लंडेल एका स्मार्ट हिरव्या पोशाखातल्या माणसाशी बोलताना त्याला दिसले. खोलीत खुर्च्यांच्या रांगा होत्या, पण त्यातल्या बऱ्याचशा अजून रिकाम्याच होत्या. व्यासपीठ अर्धवर्तुळाकार होतं. त्याला चकचकीत चमकदार पॉलिश केलेलं होतं. या

ठिकाणीच लिलाव होणार, अशी आता डॅनीची खात्री पटली. मागच्या बाजूला एका मोठ्या स्क्रीनवर विविध चलनं आणि त्यांचे त्या दिवशीचे दर झळकत होते. त्यामुळे परदेशातून आलेल्या ग्राहकांना स्वत:च्या खिशाला नक्की किती झळ लागणार आहे, याचा अचूक अंदाज येणं शक्य होणार होतं. हॉलच्या उजव्या हाताला एका लांबलचक टेबलावर पांढऱ्या टेलिफोनची एक रांगच होती.

हळूहळू आणखी आणखी लोक हॉलमध्ये येऊ लागले. डॅनी मुद्दामच हॉलच्या मागच्या भागात रेंगाळत होता. शेवटच्या ओळीतल्या अगदी कडेच्या खुर्चीत बसायचं, असं त्याने मनाशी ठरवून टाकलं होतं. त्यामुळे त्याला खोलीतल्या प्रत्येकावर नजर ठेवता येणार होती – लिलावकर्ते, ग्राहक, बघे, अशा सगळ्यांवर. डॅनीने हातातल्या कॅटलॉगची पानं चाळायला सुरुवात केली. खरंतर त्याने तो आधी अनेकदा वाचला होता. त्याला खरा रस होता तो फक्त वस्तू नंबर सदतीसमध्ये! मग त्याचं लक्ष गेलं छत्तीस नंबरच्या वस्तूकडे. १८६१ सालचा केप ऑफ गुड होप इथे छापण्यात आलेला तो एक चार पेन्स किमतीचा स्टँप होता. त्याची कमीत कमी अंदाजे किंमत ४०,००० पौंड तर जास्तीत जास्त अंदाजे किंमत ६०,००० पौंड वर्तवण्यात आली होती. त्या कॅटलॉगमधली सर्वांत महागडी वस्तू होती ती!

डॅनीचं दाराकडे लक्ष गेलं. स्टॅनले गिबन्सचे मि. प्रेंडरगास्ट आत शिरत होते. ते सरळ खोलीच्या मागच्या भागात बसलेल्या आर्ट डीलर्सपाशी गेले. सर्व जण आपापसांत कुजबुजत होते.

आता हॉलमधली गर्दी वाढत चालली होती. बरेच लोक हातात पॅडल्स घेऊन बसलेले पाहून डॅनीने मनातल्या मनात सुटकेचा नि:श्वास सोडला. डॅनीने घड्याळात पाहिलं – हे घड्याळ निकच्या आजोबांनी निकला एकविसाव्या वाढदिवसाला दिलं होतं. इतक्यात एक जाडजूड माणूस हातात सिगार घेऊन आत शिरला. तो किमान अडीचशे पौंड वजनाचा होता. तो व्यासपीठापासून पाचव्या ओळीतल्या त्याच्या राखीव खुर्चीत जाऊन बसला.

मि. ब्लंडेल यांची नजर त्या माणसावर पडताच ते घाईघाईने गप्पा मारायच्या सोडून त्या माणसापाशी आले. दोघांनीही काहीतरी बोलून सरळ डॅनीकडेच पाहिलं. डॅनीला ते पाहून आश्चर्याचा धक्का बसला. ब्लंडेलने आपल्या हातातला कॅटलॉग उंच करून डॅनीला अभिवादन केलं. हातात सिगार घेऊन बसलेल्या माणसाने डॅनीकडे पाहून ओळखीचं हास्य केलं. मग त्याने ब्लंडेलबरोबरचं आपलं संभाषण पुढे चालू ठेवलं.

नेहमी लिलावाला हजर राहणारे लोक ठरलेल्या वेळेच्या काही क्षणच आधी येऊन खुर्च्यांमध्ये स्थानापन्न झाले. ब्लंडेल आता घाईने पुढे गेले. व्यासपीठाच्या

सहा पायऱ्या चढून ते वर गेले. आपल्यासमोरच्या गिऱ्हाइकांकडे पाहून गोड हसले. व्यासपीठाच्या मागच्या भिंतीवरच्या घड्याळाकडे त्यांनी एक नजर टाकली आणि टेबलावरच्या ग्लासात पाणी ओतून ठेवलं. मग त्यांनी आपल्या समोरच्या माईकवर बोटांनी टकटक केलं. त्यानंतर ते म्हणाले, "गुड मॉर्निंग लेडीज अँड जंटलमेन! आम्ही दर दोन वर्षांतून एकदा दुर्मीळ स्टँपचा लिलाव करत असतो. आजच्या या लिलावात तुम्हा सर्वांचं हार्दिक स्वागत. आता क्रमांक एक." त्यानंतर लगेच त्यांच्या शेजारच्या स्क्रीनवर एक दुर्मीळ स्टँपची प्रतिमा उमटली. तो डॅनीच्या हातातल्या कॅटलॉगमधलाच फोटो होता.

"आज आपण एक पेनी किमतीच्या स्टँपने या लिलावाची सुरुवात करत आहोत. हा १८४१ सालातला आहे. इतक्या जुन्या काळचा असून तो अजून नवाकोरा दिसतोय. मला इथे कुणीतरी एक हजार पौंडाच्या बोलीने सुरुवात केली आहे, असं दिसतंय." मागच्या बाजूला मि. प्रेंडरगास्टच्या घोळक्यातल्या एका डीलरने हातातलं पेडल उंचावलं. "बाराशे पौंड." त्यांच्या तोंडून ते शब्द बाहेर पडतात न पडतात, तोच तिसऱ्या रांगेतून एक हात वर आला. एकूण सहा वेळा वेगवेगळ्या रकमांची बोली घोषित होऊन अखेर १८०० पौंडाला तो स्टँप विकला गेला.

त्या स्टँपच्या अंदाजे वर्तवण्यात आलेल्या किमतीपेक्षा कितीतरी जास्त रकमेला तो विकला गेल्याचं पाहून डॅनीच्या चेहऱ्यावर समाधानाचं हास्य पसरलं. पण त्यानंतर पुढच्या वस्तू विकल्या जाऊ लागल्यावर त्याला एक गोष्ट कळून चुकली – कोणत्या वस्तूचा भाव कितीपर्यंत वाढेल याचं काही ठरावीक गणित नव्हतं. इथे कसलाच अंदाज वर्तवणं शक्य नव्हतं. कुठलातरी स्टँप प्रमाणाबाहेर जास्त किमतीला जात होता, तर एखाद्या स्टँपच्या कमीत कमी अंदाज छापलेल्या किमतीलापण गिऱ्हाईक मिळत नव्हतं. मग अशा वेळी तो लिलावकर्ता पडलेल्या आवाजात 'नो सेल' अशी घोषणा करत होता. ३७ नंबरच्या स्टँपच्या वाट्यालापण हे 'नो सेल'चं नशीब आलं तर पुढे काय, याचा विचार तूर्त तरी डॅनी मनात येऊ देत नव्हता.

डॅनी मधूनच त्या सिगार ओढणाऱ्या माणसाकडे दृष्टिक्षेप टाकत होता; पण सुरुवातीच्या स्टँपसाठी त्याने एकदाही हात वर केला नव्हता. 'त्या माणसाला नक्कीच ते आपलं पाकीट विकत घ्यायचं असणार, नाहीतर ब्लंडेल यांनी त्याच्याशी बोलताना आपल्याकडे बोट दाखवत कुजबुज कशाला केली असती?' डॅनीच्या मनात आलं.

आता लिलाव पुकारणारा पस्तीस नंबरच्या स्टँपपाशी पोहोचला होता. थोड्याच वेळापूर्वी एक छोटासा स्टँपचा संग्रह एक हजार पौंडाला विकला गेला

होता. जसजसा वेळ जात होता, तसा डॅनी अधिकाधिक नर्व्हस होत चालला होता. छत्तीस नंबरची घोषणा झाली आणि हॉलमध्ये एकच कुजबुज सुरू झाली. डॅनीने उत्सुकतेने हातातला कॅटलॉग उघडून पाहिला – १८६१ केप ऑफ गुड होप, चार पेनी स्टॅंप. जगात आजपर्यंत असे फक्त सहाच स्टॅंप शिल्लक असल्याची नोंद होती.

ब्लंडेल यांनी त्याच्या बोलीची सुरुवातच मुळी ३०,००० पौंडांनी केली. काही संग्राहक आणि काही डीलर्स थोड्याच वेळात मागे हटले आणि केवळ दोन इच्छुकांमध्ये स्पर्धा सुरू झाली. त्यांच्यातला एक तर समोरच बसला होता – सिगार तोंडात धरून आणि दुसरा अनाम ग्राहक टेलिफोनद्वारे बोली लावत होता. डॅनीने आता त्या सिगार ओढणाऱ्या माणसाचं अगदी बारकाईने निरीक्षण करायला सुरुवात केली. तो स्वत: काही बोली लावत असल्यासारखं वरकरणी तरी दिसत नव्हतं. पण अखेर मि. ब्लंडेलने घोषणा केल्यावर टेलिफोनवर बोलणाऱ्या बाईने मान हलवून होकार भरताच ते त्या सिगार ओढणाऱ्या माणसाकडे वळून म्हणाले, "विकला गेला हा स्टॅंप मि. हनसॅकर. पंचाहत्तर हजार पौंडांना." त्यावर त्या माणसाने स्मितहास्य करून सिगार तोंडातून बाहेर काढली.

या दोघांच्या चुरशीने चाललेल्या खेळात डॅनी इतका गुंगून गेला होता की, ब्लंडेल यांनी केलेली घोषणा ऐकून तो एकदम भानावर आला. ते म्हणाले, "लॉट नंबर सदतीस. एक अनन्यसाधारण लिफाफा! त्यावर १८९६ साली छापलेला फर्स्ट एडिशन स्टॅंप आहे. हा फ्रेंच सरकारतर्फे प्रकाशित करण्यात आला आहे. मॉडर्न ऑलिंपिक गेम्सच्या उद्‌घाटन-सोहळ्याच्या निमित्ताने हा स्टॅंप काढण्यात आला होता. या पाकिटावर जो पत्ता लिहिण्यात आला आहे, तो या गेम्सचे संस्थापक बॅरन पिअरो द कुबर्टिन यांचा आहे. यांची सुरुवातीची बोली एक हजार पौंड आहे. कुणाला रस आहे का?" ब्लंडेलने सुरुवात इतक्या कमी रकमेने केलेली पाहून डॅनी जरा निराश झाला. पण अचानक बरेच हात एकदम वर झाले.

"पंधराशे?" अजूनही सगळे हात वरच होते.

"दोन हजार?" आता बरेच हात खाली झाले.

"पंचवीसशे?" मि. हनसॅकर यांनी एक सिगार काढून तोंडात धरली, पण पेटवली मात्र नाही.

"तीन हजार?" डॅनीने मान वाकडी करून संपूर्ण हॉलवरून नजर फिरवली, पण कोण बोली लावत होतं ते कळायला काही मार्ग नव्हता.

"पस्तीसशे?"

अजून सिगार तोंडातच होती.

"चार हजार? चार हजार पाचशे? पाच हजार. पाच हजार पाचशे. सहा हजार." आता मि. हनसॅकर यांनी तोंडातली सिगार काढून हातात घेतली. त्यांच्या कपाळाला आठी पडली होती.

"पुढच्या रांगेत बसलेल्या गृहस्थांना हा स्टॅंप विकण्यात येत आहे. सहा हजार पौंडांना!" असं म्हणून रिवाजानुसार लिलावकर्त्याने हातातला हातोडा आपटला. "पुढचा लॉट. नंबर अडतीस. एक अत्यंत दुर्मीळ."

पुढच्या रांगेत कोण बसलंय हे पाहण्याचा डॅनीने प्रयत्न केला, पण त्यांच्यापैकी नक्की कुणी तो लिफाफा विकत घेतला ते कळायला काहीच मार्ग नव्हता. अंदाजापेक्षा तिपटीने जास्त किमतीला तो लिफाफा विकत घेतल्याबद्दल त्या व्यक्तीचे आभार मानण्याची डॅनीला इच्छा झाली. तेवढ्यात त्याच्या खांद्याला कुणीतरी स्पर्श केला. डॅनीने मागे वळून पाहिलं, तर तो सिगारवाला माणूस.

"माझं नाव जीन हनसॅकर." ते अतिशय मोठ्या आवाजात म्हणाले. अगदी लिलावकर्त्याच्या आवाजाएवढ्या मोठ्या आवाजात. "सर निकोलस, आपण कुठेतरी जाऊन कॉफी घेऊ या का? आपल्या दोघांच्या हिताची एक गोष्ट बोलायची होती तुमच्याशी! मी मूळचा टेक्सासचा आहे. माझी आणि तुमच्या आजोबांची चांगली ओळख होती. आम्ही वॉशिंग्टनमध्ये भेटलो." दोघं हॉलमधून बाहेर पडून जिन्याने खाली निघाले. डॅनी एक अक्षरही बोलला नाही. निक म्हणून वावरायला लागल्यापासून त्याने हेच धोरण अवलंबलेलं होतं. आपणहोऊन काही बोलायचं नाही, कुणाच्या शब्दांत सापडायचं नाही. दोघं तळमजल्यावर पोहोचल्यावर हनसॅकर यांनी त्याला तिथल्या रेस्टॉरंटमध्ये नेलं. तिथे ते ज्या सहजतेने जाऊन एका टेबलापाशी बसले, त्यावरून ती त्यांची नेहमीची सीट असणार.

"दोन ब्लॅक कॉफी." डॅनीला त्याची आवड विचारायच्या भानगडीत न पडताच शेजारून जाणाऱ्या वेटरला त्यांनी ऑर्डर देऊनही टाकली. "बरं, एक सांगू सर निकोलस? मी जरा कोड्यात पडलोय."

"कोड्यात?" डॅनीने प्रथमच तोंड उघडलं.

"मला एक गोष्ट कळली नाही. आधी तुम्ही तो लिफाफा लिलावात विक्रीला ठेवलात आणि नंतर तुमच्या अंकल ह्यूगोमध्ये आणि माझ्यात चुरस लावून देऊन तो त्यांना विकलात, असं का केलंत? तुम्ही आणि ते बरोबर आहात का यात? तुम्हाला असं वाटत होतं का की, मी याहूनही जास्त मोठी बोली लावावी?"

"माझे अंकल आणि मी एकमेकांशी बोलतसुद्धा नाही." डॅनी अत्यंत सावकाश, एकेक शब्द तोलूनमापून उच्चारत म्हणाला.

"मग तुमच्या आजोबांमध्ये आणि तुमच्यात ही गोष्ट कॉमनच आहे!" हनसॅकर म्हणाले.

“तुमची आणि माझ्या आजोबांची मैत्री होती?” डॅनी म्हणाला.

“मैत्री म्हणणं म्हणजे त्यांचा अनादर करण्यासारखं होईल. आमचं गुरू-शिष्याचं नातं होतं. फार पूर्वी, १९७७ साली मी नुकताच कुठे स्टँपचा संग्रह करायला सुरुवात केली होती... तसा नवशिकाच होतो या क्षेत्रात... तेव्हा एकदा त्यांनी एक स्टँप माझ्याशी चुरस लावून एका लिलावात विकत घेतला होता. पण एक सांगू? त्यांनी मला खूप काही शिकवलं. खुल्या दिलाने, काहीही आडपडदा न बाळगता. हे वर्तमानपत्रवाले माझ्याविषयी जे काही लिहितात ते मी वाचतो. त्यांच्या मते, माझा स्टँपचा संग्रह या पृथ्वीतलावर एकमेवाद्वितीय आहे. पण ते खरं नाही. तुमच्या स्वर्गवासी आजोबांचा संग्रह एकमेवाद्वितीय आहे.” हनसॅकर कॉफीचा एक घुटका घेऊन पुढे म्हणाले, “खूप वर्षांपूर्वी मला त्यांनी एक खासगी गोष्ट सांगितली होती. आपण आपला संग्रह आपल्या दोन मुलांपैकी एकाच्याही हवाली न करता तो आपल्या मृत्यूनंतर आपल्या नातवाला मिळेल, अशी व्यवस्था करणार असल्याचं त्यांनी मला सांगितलं होतं.”

“माझे वडील वारले.” डॅनी म्हणाला.

हनसॅकर यांच्या चेहऱ्यावर आता आश्चर्यचकित झाल्याचे भाव होते. ते म्हणाले, “मला ठाऊक आहे ते. मी त्यांच्या अंत्ययात्रेला आलो होतो. मला वाटलं, तुम्ही मला त्या वेळी पाहिलं.”

“हो, पाहिलं होतं.” डॅनी म्हणाला. निकने आपल्या डायरीत ज्या अगडबंब अमेरिकन माणसाचं वर्णन लिहून ठेवलंय तेच हे हनसॅकर महाशय, हे त्याच्या आता लक्षात आलं. “पण त्यांनी मला फक्त माझ्या वकिलाशीच बोलायची परवानगी दिली. बाकी कुणाशी बोलू दिलं नाही.” तो घाईने म्हणाला.

“हो, मला कल्पना आहे त्याची.” हनसॅकर म्हणाले. “पण त्या वेळी मी तुमच्या अंकल ह्यूगोंना भेटून एक गोष्ट त्यांच्या कानावर घातली होती. तो स्टँपचा संग्रह कधीही विकायचा असला, तर तो विकत घेण्यात मला रस आहे, हे मी त्यांना सांगितलं. त्यांनी मला त्याविषयी कळवण्याचा शब्दपण दिला होता. पण त्याच वेळी मला एक गोष्ट कळून चुकली की, त्यांच्या वाट्याला वारसाहक्काने तो संग्रह आलेलाच नाही. याचा अर्थ तुमच्या आजोबांनी आपल्या मनासारखं केलं असणार. त्यांनी तो संग्रह तुमच्या नावे ठेवलेला असणार, हेही माझ्या लक्षात आलं. त्यामुळे तो लिफाफा तुम्ही लिलावात विक्रीला ठेवल्याचं मि. ब्लंडेल यांनी मला कळवताच मी मुद्दाम इकडे आलो. तुमची भेट घेण्यासाठी.”

“पण खरं सांगू? तो संग्रह कुठे आहे हेसुद्धा मला माहीत नाही.” डॅनी म्हणाला.

“कदाचित त्यामुळेच तुमचे अंकल ह्यूगो त्या लिफाफ्यासाठी एवढी जास्त रक्कम मोजायला तयार झाले असावेत.” हनसॅकर म्हणाले, “कारण त्यांना स्टॅंपमध्ये काडीइतकाही रस नाही. ते बघा, इकडेच येतायत तुमचे अंकल.” असं म्हणून मि. हनसॅकरनी आपल्या हातातली सिगार दरवाज्याच्या दिशेने रोखली. डॅनीने पाहिलं, तर रिसेप्शन काउंटरपाशी एक माणूस उभा होता. 'अच्छा, म्हणजे हे आहेत तर अंकल ह्यूगो!' डॅनीने त्यांच्याकडे जरा निरखून पाहिलं. 'त्यांना तो लिफाफा नक्की कशासाठी हवा असेल बरं? त्याच्या किमतीच्या तिप्पट पैसे मोजून का घेतला असेल त्यांनी तो विकत?' डॅनीने नीट पाहिलं तर अंकल ह्यूगो मि. ब्लंडेल यांना चेक देत होते. मग ब्लंडेल यांनी तो लिफाफा त्यांच्या स्वाधीन केला.

“तू मूर्ख आहेस.” डॅनी स्वत:शी पुटपुटला. तो खुर्चीवरून उठला.

“काय म्हणालात?” हनसॅकर म्हणाले. त्यांच्या तोंडातली सिगार खाली पडली.

“तुम्हाला नाही हो, मी स्वत:लाच म्हणालो.” डॅनीने घाईघाईने स्पष्ट केलं. “दोन महिने तो लिफाफा रोज माझ्या नजरेसमोर असून माझ्या ही गोष्ट कशी लक्षात आली नाही? त्यांना त्या लिफाफ्यावरच्या पत्त्यामध्ये इंटरेस्ट आहे. कारण सर अलेक्झांडर यांचा संग्रह नक्की त्या ठिकाणी असणार.”

जीन हनसॅकर आता तर आणखीनच बुचकळ्यात पडलेले दिसले. निक आपल्या आजोबांचा उल्लेख 'सर अलेक्झांडर' असा का बरं करत असावा?

“मला जायला हवं मि. हनसॅकर. माफ करा. मी खरंतर तो लिफाफा विकायलाच नको होता.”

“तुम्ही नक्की कशाविषयी बोलताय हे मला समजलं असतं तर बरं झालं असतं.” हनसॅकर म्हणाले. त्यांनी खिशातून पैशाचं पाकीट बाहेर काढून त्यातलं व्हिजिटिंग कार्ड निकच्या हातात ठेवलं. “तुम्ही जर कधीही तो संग्रह विकायचं ठरवलं, तर निदान पहिली संधी मला द्या. मी तुम्हाला नक्की चांगली किंमत देईन. शिवाय दहा टक्के कमिशनही कापलं जाणार नाही.”

“हो आणि तुम्हालाही वीस टक्के द्यावे लागणार नाहीत.” डॅनी हसून म्हणाला.

“तुम्हीसुद्धा तुमच्या आजोबांसारखेच! अ चिप ऑफ द ओल्डर ब्लॉक!” मि. हनसॅकर म्हणाले. “तुमचे आजोबा खरोखर अत्यंत कुशाग्र बुद्धीचे होते. तुमचे अंकल ह्यूगो तसे नाहीत, हे एव्हाना तुमच्या लक्षात आलंच असेल.”

“गुडबाय मि. हनसॅकर!” हनसॅकर यांचं कार्ड निकच्या पाकिटात ठेवत डॅनी म्हणाला. डॅनीची नजर मात्र ह्यूगो मॉन्क्रीफ यांच्यावर खिळून होती. त्यांनी आता तो

लिफाफा आपल्या ब्रीफकेसमध्ये ठेवला होता. नंतर ते लॉबीतून चालत बाहेर पडले. तिथे एक स्त्री त्यांचीच वाट बघत उभी होती. डॅनीचं प्रथमच तिच्याकडे लक्ष गेलं. दोघं हातात हात घालून घाईघाईने बिल्डिंगच्या बाहेर पडले.

डॅनी त्यांच्यानंतर जरा वेळाने बाहेर पडून त्यांचा पाठलाग करू लागला. आता तो बाँड स्ट्रीटवर पोहोचला होता. ते फारच झपझप चालत होते. ते प्रचंड घाईत होते हे तर उघडच होतं. चर्चिल आणि रुझवेल्टच्या पुतळ्यापाशी ते उजवीकडे वळले आणि पुढे जाऊन परत डावीकडे वळले. त्यानंतर जरा पुढे जाऊन ते ब्राऊन्स हॉटेलमध्ये अदृश्य झाले.

डॅनी थोडा वेळ हॉटेलच्या समोर घुटमळला. आता यापुढे कोणतं पाऊल उचलावं, याचा विचार तो करू लागला. 'त्यांनी जर आपल्याला पाहिलं, तर ते आपल्याला नक्कीच निक समजतील' याची त्याला खात्री होती. मग त्या हॉटेलच्या बिल्डिंगमध्ये तो अगदी सावधपणे शिरला. लॉबीत दोघांपैकी कुणीच नव्हतं. मग डॅनी एका खुर्चीवर बसला. एका मोठ्या खांबाच्या आडोशाला. त्यामुळे तो कुणाला दिसत नव्हता; पण त्याला हॉटेलच्या रिसेप्शन एरियाकडे लक्ष ठेवणं सोपं जाणार होतं. लॉबीच्या दुसऱ्या भागात एक माणूस येऊन बसला, पण डॅनीने त्याच्याकडे फारसं लक्ष दिलं नाही.

डॅनी आणखी अर्धा तास तिथे थांबला. आपल्याला चकवून ते गायब झाले की काय, अशी शंका त्याला मनातून येऊ लागली. आपण उठून रिसेप्शनपाशी जाऊन सरळ चौकशी करावी म्हणून तो उठला, इतक्यात लिफ्टचं दार उघडून अंकल ह्यूगो आणि ती स्त्री बाहेर पडले. हातात दोन सूटकेस घेऊन. दोघं थेट रिसेप्शन डेस्कपाशी गेले. त्या स्त्रीने हॉटेलचं बिल चुकतं केलं आणि दोघं घाईघाईने हॉटेलच्या मागच्या दाराने बाहेर पडले. डॅनी उठून पळत बाहेर पडला. एवढ्यात ते एका टॅक्सीत बसून निघूनसुद्धा गेले. त्याने टॅक्सी स्टँडवरची दुसरी टॅक्सी पकडली. दार लावत तो ड्रायव्हरच्या अंगावर ओरडला, "लवकर, त्या पुढच्या टॅक्सीच्या मागोमाग चला.''

"वा! उभा जन्म मी याचीच वाट बघत होतो. आजवर कुणीच मला असं काम सांगितलेलं नव्हतं.'' तो ड्रायव्हर म्हणाला आणि निघाला.

पुढची टॅक्सी उजवीकडे वळली आणि हाइड पार्क कॉर्नरच्या दिशेने निघाली.

"ते लोक एअरपोर्टकडे जातायत बहुतेक.'' टॅक्सी ड्रायव्हर डॅनीला म्हणाला. त्याचा अंदाज बरोबर होता हे वीस मिनिटांनंतर सिद्धच झालं.

दोन्ही टॅक्सी एअरपोर्टपाशी येऊन थांबल्या.

"टर्मिनल टूकडे निघाले आहेत ते. याचा अर्थ ते नक्कीच युरोपमधल्या कुठल्यातरी ठिकाणी चालले असणार.'' टॅक्सी ड्रायव्हर म्हणाला. मीटरवर साडेचौतीस

पौंड झाले होते. डॅनीने ड्रायव्हरच्या हातात चाळीस पौंड ठेवले; पण अंकल ह्यूगो आणि ती स्त्री दिसेनाशी होईपर्यंत तो टॅक्सीतच बसून राहिला.

ते आत शिरल्यावर थोड्या वेळाने तोपण आत शिरला. दोघं पुढे होऊन बिझिनेस क्लास पॅसेंजर्सच्या रांगेत जाऊन उभे राहिले. डॅनीने स्क्रीनकडे पाहिलं –

BA 0732 जीनिव्हा, १३:५५

"मूर्ख! मूर्ख!" डॅनी परत स्वत:शी म्हणाला. त्याला त्या लिफाफ्यावरचा पत्ता आठवला. पण जीनिव्हात नक्की कुठे बरं होतं ते ठिकाण? त्याने आपल्या घड्याळाकडे पाहिलं. अजून भरपूर वेळ होता. तिकीट घेऊन विमानात जाऊन बसण्याइतका! तो पळतच ब्रिटिश एअरवेजच्या काउंटरसमोरच्या रांगेत उभा राहिला. "मला १३:५५च्या जीनिव्हा फ्लाईटमध्ये जागा मिळेल का?" तो म्हणाला. आपल्या आवाजातली अधीरता लपवण्याचा त्याने आटोकाट प्रयत्न केला.

"तुमच्याकडे काही सामान आहे का सर?" काउंटवरची स्त्री म्हणाली.

"काही नाही." डॅनी म्हणाला.

तिने कॉम्प्युटरच्या स्क्रीनवर पाहिलं. "अजून त्यांनी गेट बंद केलेलं नाही. तुम्हाला मिळू शकेल ही फ्लाईट. बिझिनेस क्लास का इकॉनॉमी क्लास?"

"इकॉनॉमी." डॅनी म्हणाला. विमानात आपण अंकल ह्यूगोच्या दृष्टीस पडू नये अशी त्याची इच्छा होती.

"खिडकीची सीट पाहिजे का मधल्या पॅसेजच्या कडेची?"

"खिडकीची." डॅनी म्हणाला.

"वीसशे सतरा पौंड सर."

"थँक यू!" असं म्हणत डॅनीने आपलं क्रेडिट कार्ड तिच्याकडे सरकवलं.

"सर, तुमचा पासपोर्ट?"

डॅनीकडे आजवर कधीच पासपोर्ट नव्हता. "माझा पासपोर्ट?"

"होय सर, तुमचा पासपोर्ट."

"ओ नो! मी पासपोर्ट घरीच विसरून आलो वाटतं."

"सर, मग तुम्हाला या फ्लाईटने प्रवास करता येणार नाही. सॉरी सर."

"मूर्ख! मूर्ख!" डॅनी म्हणाला.

"काय म्हणालात सर?"

"आय ॲम सो सॉरी." डॅनी दिलगिरीने म्हणाला. "ते मी तुम्हाला नाही, मला स्वत:लाच म्हणालो."

ती हसली.

डॅनी मागे वळला आणि अत्यंत निराश मन:स्थितीत विमानतळाबाहेर पडला. त्याच वेळी ह्यूगो आणि त्यांच्याबरोबरची स्त्री *'डिपार्चर्स – पॅसेंजर्स ओन्ली'* असं लिहिलेल्या गेटमधून आत शिरत होते. डॅनीचं काही तिकडे लक्ष गेलं नाही, पण तिथे असलेल्या आणखी एका व्यक्तीचं मात्र तिकडे लक्ष होतं. ती व्यक्ती डॅनीवरही बारकाईने नजर ठेवून होती.

❖

अंकल ह्यूगो यांनी आपला मोबाइल कानाला लावला आणि नेमकी त्याच वेळी त्यांच्या फ्लाईटची घोषणा झाली. सर्व प्रवाशांना विमानात जाण्याची सूचना करण्यात आली.

''त्याने तुमचा सोद्‌बीजपासून हॉटेलपर्यंत आणि हॉटेलपासून इथपर्यंत पाठलाग केला.''

''तोपण आमच्याबरोबर याच फ्लाईटने निघालाय का?''

''नाही. त्याच्याजवळ पासपोर्ट नव्हता.''

''टिपिकल निक! आता कुठे आहे तो?''

''तो लंडनला परत निघालाय. म्हणजे आता निदान तुम्ही त्याच्या चोवीस तास आधी निघाला आहात.''

''लेट्स होप, तेवढे पुरतील. पण त्याला तू नजरेआड होऊ देऊ नकोस हं.'' असं म्हणून अंकल ह्यूगो यांनी आपला फोन बंद केला आणि ते मार्गारिटबरोबर विमानात शिरले.

❖

''आणखी एखादी तुमच्या घरातली खानदानी दुर्मीळ वस्तू मिळाली का तुम्हाला?'' मि. ब्लंडेल यांनी डॅनीला आशेने विचारलं.

''नाही, तसं काही नाही, पण तुम्ही आज सकाळी जो लिफाफा विकला त्याची एखादी कॉपी आहे का तुमच्याकडे? असली तर हवी होती.'' डॅनी म्हणाला.

''येस, ऑफ कोर्स!'' ब्लंडेल म्हणाले. ''आमच्याकडे लिलावात ज्या ज्या वस्तूंची विक्री होते, त्या प्रत्येक वस्तूचा आम्ही एक फोटो काढून ठेवतो. पुढे यदाकदाचित काही वाद उद्‌भवलाच तर असावा, म्हणून.''

''मला तो फोटो आत्ता बघायला मिळेल का?'' डॅनी म्हणाला.

"का हो? काही प्रॉब्लेम?"

"नाही," डॅनी म्हणाला. "मला फक्त या लिफाफ्यावरचा पत्ता बघायचा होता."

"ऑफ कोर्स!" ब्लंडेल म्हणाले. त्यांनी कॉम्प्युटरच्या की-बोर्डवरची काही बटणं दाबली. क्षणार्धात त्या पाकिटाचा फोटो कॉम्प्युटर स्क्रीनवर झळकू लागला. त्याने कॉम्प्युटचा स्क्रीन डॅनीकडे फिरवला. त्यावरचा पत्ता डॅनीने वाचला.

Baron De Coutertfin

25 we De La Croin-Rouge

Genere

Ra Suizze

डॅनीने नाव आणि पत्ता टिपून घेतला. "हे बॅरन दे कुबर्टिन स्टँपचा संग्रह करणारे होते का हो? तुम्हाला काही कल्पना आहे का?" डॅनी म्हणाला.

"मला तरी तसं काही माहीत नाही," ब्लंडेल म्हणाले. "पण एक खरं, त्यांचा मुलगा युरोपातल्या काही महत्त्वाच्या बँकेच्या संस्थापक मंडळात होता."

"मूर्ख! मूर्ख!" डॅनी मागे वळून बाहेर पडताना म्हणाला.

"सर निकोलस, आज सकाळी इथे झालेल्या लिलावाबद्दल तुम्ही नाराज तर नाही ना? सगळं तुमच्या मनाप्रमाणे झालं ना?"

डॅनी परत मागे वळला. "नाराज? नाही हो, अजिबात नाही मि. ब्लंडेल. सॉरी हं. खरंतर तुमचे आभार मानायला हवे होते मी." तो अजिजीने म्हणाला. 'आपण निकप्रमाणे समाजात वागलं पाहिजे आणि डॅनीप्रमाणे विचार केला पाहिजे' असं त्याने स्वत:ला परत बजावलं.

❖

डॅनीने लंडनला आपल्या घरी पोहोचल्यावर ताबडतोब निकचा पासपोर्ट शोधला. तो कुठे होता, ते मॉलीला माहीत होतं. "आणि हो मि. फ्रेझर मन्रो म्हणून कुणाचातरी फोन आला होता. त्यांनी फोन करायला सांगितलाय."

डॅनी आपल्या स्टडीत आला. तिथून त्याने मि. मन्रो यांना फोन केला आणि सकाळपासून घडलेल्या सगळ्या गोष्टी त्यांच्या कानावर घातल्या. मि. मन्रो यांनी सगळं लक्षपूर्वक ऐकून घेतलं, पण ते त्यावर काहीच बोलले नाहीत.

"तुम्ही मला फोन केलात ते बरं झालं." ते डॅनीला म्हणाले. "एक महत्त्वाची बातमी आहे; पण ती फोनवर बोलणं योग्य होणार नाही. तुम्ही आता एवढ्यात स्कॉटलंडला कधी येणार आहात?"

"मी आज रात्रीची ट्रेन घेऊन येऊ शकेन."डॅनी म्हणाला.

"गुड! मग येताना न विसरता तुमचा पासपोर्ट घेऊन या सर निकोलस."

"काय? स्कॉटलंडला जायला पासपोर्ट?"

"नाही सर निकोलस. जीनिव्हाला जायला."

४६

चेअरमनच्या सेक्रेटरीने मि. आणि मिसेस मॉन्क्रीफ यांना बोर्डरूममध्ये नेलं.

"चेअरमन आत्ता येतीलच एवढ्यात!" ती म्हणाली. "तुम्ही वाट बघत नुसतं बसणार? त्यापेक्षा चहा-कॉफी घेता का?"

"नो थँक्यू," मार्गारेट म्हणाली. अंकल ह्यूगो खोलीत येरझाऱ्या घालू लागले. खोलीच्या मधोमध प्रचंड मोठं लंबवर्तुळाकार टेबल होतं. त्याच्या बाजूने सोळा खुर्च्या मांडून ठेवलेल्या होत्या. त्यांपैकी एका खुर्चीत मार्गारेट बसली. खोलीच्या भिंती फिकट निळ्या रंगात रंगवलेल्या होत्या. भिंतीवर जुन्या चेअरमन लोकांची तैलचित्रं टांगलेली होती. एकंदर खोलीची सजावट भपकेबाज होती. सेक्रेटरी खोलीतून निघून गेल्यावर आणि दार बंद झाल्यावर मार्गारेट म्हणाली, "ह्यूगो, शांत हो. चेअरमनना तुझ्या वागण्यावरून कसलीही शंका यायला नको. आपणच खरे कायदेशीर वारस आहोत अशी खात्री पटायला हवी ना त्यांची. तू इथे ये आणि शांतपणे बस बघू."

"तू म्हणतेयस ते सगळं ठीक आहे गं, पण या मीटिंगमध्ये काय घडतंय त्यावर आपलं सगळं भविष्य अवलंबून आहे." ते म्हणाले. ते अजूनही येरझाऱ्या घालत होते.

"पण मग तर तू अधिकच शांत राहायला हवं. मनातली चलबिचल चेहऱ्यावर अजिबात दिसू देता कामा नयेस. जे कायद्याने आपलं आहे त्यावर वाजवी हक्क सांगण्यासाठीच तू इथे आला आहेस, असं त्यांना वाटलं तर पाहिजे ना!" ती म्हणाली. इतक्यात खोलीचं दार उघडलं.

एक वयस्कर गृहस्थ आत आले. ते पाठीत वाकलेले होते. हातात चांदीच्या मुठीची काठी घेऊन ते जरासे लंगडत आत शिरले, पण त्यांचं व्यक्तिमत्त्व इतकं करारी होतं की, ते बँकेचे चेअरमन आहेत हे कुणीही न सांगताच सहज लक्षात येत होतं.

"गुड मॉर्निंग मि. अँड मिसेस मॉन्क्रीफ!" असं म्हणून त्यांनी मॉन्क्रीफ पती-पत्नींशी हस्तांदोलन केलं. "माझं नाव पिअर द कुबर्टिन. तुम्हाला भेटून खरंच खूप आनंद झाला." ते म्हणाले. त्यांचं इंग्रजी बोलणं सफाईदार असलं, तरी त्यात जरासा हेल होता. ते टेबलापाशी बसले. त्यांच्या डोक्यावर एक तैलचित्र टांगलेलं होतं. त्यातल्या वयोवृद्ध व्यक्तीच्या आणि त्यांच्या चेहऱ्यात फारच साधर्म्य होतं. "मी तुमची काय मदत करू? बोला."

"तशी साधीच गोष्ट आहे." अंकल ह्यूगो म्हणाले, "माझ्या वडिलांनी तुमच्या ताब्यात ठेवलेली गोष्ट वारसाहक्काने मला मिळायला हवी. त्यासाठी मी आलोय."

ते ऐकून चेअरमन साहेबांच्या चेहऱ्यावर काहीच भाव उमटले नाहीत. "तुमच्या वडिलांचं नाव?" ते म्हणाले.

"सर अलेक्झांडर मॉन्क्रीफ."

"आणि तुमच्या वडिलांनी या बँकेशी काही व्यवहार केले होते, असं तुम्हाला कशामुळे वाटतंय?"

"आमच्या घराण्यात ही गोष्ट सर्वांनाच माहीत होती. मी आणि माझे बंधू ॲन्गास या दोघांशी बोलताना आमच्या वडिलांनी वारंवार तुमच्या बँकेचा उल्लेख केला होता आणि या बँकेशी आपलं किती जुनं, जिव्हाळ्याचं नातं आहे, तेही सांगितलं होतं. त्याच वेळी त्यांनी तुमच्या बँकेत त्यांचा स्टँपचा संग्रह सुरक्षित ठेवण्यात आल्याचंही सांगितलं होतं."

"तुम्ही हा जो दावा करताय तो सिद्ध करायला तुमच्याकडे काही पुरावा आहे का?" चेअरमन म्हणाले.

"नाही." अंकल ह्यूगो म्हणाले. "या अशा गोष्टींची लेखी नोंद करून ठेवणं माझ्या वडिलांना पटत नसे. आमच्या देशातले टॅक्सविषयीचे कायदेकानून लक्षात घेता ते योग्य नाही, असं त्यांना वाटायचं. पण तुम्हाला त्यांच्या मनात काय आहे याची पूर्ण कल्पना असल्याची त्यांनी मला खात्री दिली होती."

"आय सी!" चेअरमन म्हणाले. "मग तुमच्या वडिलांनी निदान तुम्हाला बँक अकाउंट नंबर तरी नक्कीच सांगितला असेल."

"नाही." ह्यूगो म्हणाले. ते आता जरा उतावीळ झाले होते हे जाणवत होतं. "पण आमच्या कुटुंबांच्या वकिलांनी मला एका गोष्टीची स्पष्ट कल्पना दिलेली आहे. माझ्या भावाचा मृत्यू झाल्यामुळे मी आता माझ्या वडिलांचा एकमेव वारस उरलो आहे. त्यामुळे कायद्याने आता तुम्हाला माझ्या वडिलांचा ठेवा माझ्याकडे सुपूर्द करावाच लागेल."

“तुम्ही म्हणता ते खरं असेलही,” चेअरमन म्हणाले, “पण तुमच्या म्हणण्याला पुष्टी देणारी काही कागदपत्रं तुमच्याकडे आहेत का?”

“होय.” ह्यूगो स्वत:ची ब्रीफकेस चेअरमनसमोर टेबलावर ठेवत म्हणाले. त्यांनी ती उघडून आतून तो लिफाफा बाहेर काढला. आदल्या दिवशी सोद्बीजमध्ये लिलावात खरेदी केलेला तो लिफाफा त्यांनी समोर बसलेल्या चेअरमनसाहेबांच्या दिशेने सरकवला. “हा माझ्या वडिलांनी माझ्यासाठी ठेवला होता.”

दे कुबर्टिन यांनी तो लिफाफा बराच वेळ न्याहाळला. त्यावरचा पत्ता त्यांच्या आजोबांचा होता. “फारच आश्चर्यकारक!” ते म्हणाले. “पण यावरून तुमच्या वडिलांचं या बँकेत खातं होतं, हे काही सिद्ध नाही होत. आत्ता या क्षणी तरी त्या गोष्टीची खात्री पटवून घेणं मला अत्यंत महत्त्वाचं वाटतं. जरा एक मिनिट तुम्ही इथेच बसा. मी येतोच.” असं म्हणत चेअरमन उठून विशेष काही न बोलता खोलीतून निघून गेले.

“तुमच्या वडिलांचे या बँकेशी व्यवहार होते, हे त्यांना अगदी नीट माहीत आहे,” मार्गारेट म्हणाली. “पण का कुणास ठाऊक, ते मुद्दाम वेळकाढूपणा करतायत.”

❖

“गुड मॉर्निंग सर निकोलस!” असं म्हणत फ्रेझर मन्रो उठून उभे राहिले. “कसा झाला तुमचा प्रवास?”

“खरंतर प्रवास सुखाचा व्हायला काही हरकत नव्हती, पण आत्ता या क्षणी माझे काका जीनिव्हात जाऊन वारसाहक्काने मला मिळणारा ऐवज बळकावण्याची धडपड करत आहेत, या विचारांनी मला रात्रभर झोप लागली नाही.” डॅनी म्हणाला.

“शांत राहा. काळजी करू नका.” मन्रो म्हणाले. “माझा असा अनुभव आहे की, स्वीस बँकेची माणसं कोणताही निर्णय घाईगडबडीने घेत नाहीत. आपण जीनिव्हाविषयी काय करायचं ते तर बघूच, पण सध्यातरी आपल्यासमोर अत्यंत महत्त्वाची कामं आ वासून उभी आहेत.”

“फोनवर बोलणं शक्य नाही असं याच संदर्भात म्हणाला होता का तुम्ही?” डॅनी म्हणाला.

“अर्थातच!” मन्रो म्हणाले. “आणि एक सांगू? बातमी काही फार चांगली नाहीये. तुमच्या अंकल ह्यूगोंनी असा दावा केलाय की, तुमच्या आजोबांनी मृत्युशय्येवर असताना एक नवीन मृत्युपत्र केलं होतं. त्या मृत्युपत्रानुसार त्यांनी

तुमचं नाव वारसदार म्हणून काढून टाकून आपली संपूर्ण मालमत्ता तुमच्या वडिलांच्या नावे केली होती.''

''या मृत्युपत्राची कॉपी आहे का तुमच्याकडे?'' डॅनी म्हणाला.

''आहे; पण तो फॅक्स आहे. मी काही त्यावर विश्वास ठेवायला तयार नव्हतो. त्यामुळे मी स्वतः मुद्दाम एडिंबरोला गेलो. मि. डेस्मॉंड गॅलब्रेथ यांना त्यांच्या ऑफिसात जाऊन भेटलो आणि मृत्युपत्राची मूळ प्रत पाहायला मागितली.''

''मग तुम्ही काय निष्कर्ष काढलात त्यावरून?'' डॅनी म्हणाला.

''मी पहिली कोणती गोष्ट केली, तर तुमच्या आजोबांच्या मूळ मृत्युपत्रावर असलेल्या सहीशी या नवीन मृत्युपत्रावरची सही पडताळून पाहिली.''

''मग?'' डॅनी आवाजातली अधीरता लपवत होता.

''माझातर काही विश्वास बसत नाहीये, पण सही जर बनावट असेल, तर मग फार हुशारीने, अत्यंत हुबेहूब नक्कल केली आहे, असंच म्हणावं लागेल.'' मन्रो म्हणाले. ''वरकरणी तरी या मृत्युपत्रासाठी वापरलेला कागद किंवा टाईपरायटरची रिबन याविषयी काहीही शंका घ्यायला जागा नाही. तुमच्या आजोबांनी पहिल्या ज्या मृत्युपत्रात तुमच्या नावे संपत्ती ठेवली होती, तो कागद आणि नव्या मृत्युपत्राचा कागद एकाच काळातले, एकाच बनावटीचे आहेत.''

''याहून आणखी वाईट बातमी आहे का?'' डॅनी म्हणाला.

''हो, आहे ना!'' मन्रो म्हणाले. ''तुमच्या आजोबांनी मृत्युपूर्वी तुमच्या वडिलांना एक पत्र पाठवल्याचं मि. गॅलब्रेथ यांनी सांगितलं.''

''तुम्हाला ते त्यांनी बघू दिलं का?''

''हो. ते पत्र टाईप केलेलं होतं. त्या गोष्टीचं मला जरा नवल वाटलं, कारण तुमचे वडील नेहमी हाताने पत्र लिहीत असत. त्यांना मशीन्स आवडत नसत. टाईपरायटरमुळे सुंदर हस्तलेखनाची कलाच नाहीशी होईल, असं त्यांचं म्हणणं होतं.''

''त्या पत्रात काय म्हटलं आहे?'' डॅनी म्हणाला.

''त्यात असं म्हटलंय की, तुमच्या आजोबांनी तुमचं वारसदार म्हणून नाव काढून टाकायचं ठरवलं असून त्यानुसार त्यांनी आपली सर्वच्या सर्व मालमत्ता तुमच्या वडिलांच्या नावे एका नव्या मृत्युपत्राद्वारे केलेली आहे. हे सगळं मला फार हुशारीचं, धूर्त आणि कावेबाजपणाचं वाटतंय.''

''कशामुळे?''

''कारण ती मालमत्ता तुमच्या आजोबांनी आपल्या दोन्ही मुलांमध्ये म्हणजे तुमच्या वडिलांना आणि तुमच्या काकांना सारखी वाटण्यात यावी, असं जर या नवीन मृत्युपत्रात म्हटलं असतं, तर ते संशयास्पद वाटलं असतं. तुमच्या काकांचा

संशय घेण्यास थोडी तरी जागा होती. तुमच्या आजोबांचं आणि तुमच्या काकांचं अजिबात पटत नव्हतं. ते एकमेकांशी कित्येक वर्षं बोलतसुद्धा नव्हते ही गोष्ट बऱ्याच जणांना माहीत आहे.''

''पण आता या प्रकारे आपोआप सगळंच्या सगळं अंकल ह्यूगोंनाच मिळणार. कारण माझ्या वडिलांनी आपली सगळी मालमत्ता त्यांच्या नावे केली आहे. पण तुम्ही 'धूर्त' शब्द वापरलात, याचा अर्थ असा आहे की, ते पत्र खरोखरच माझ्या आजोबांनी लिहिलेलं आहे का नाही, याविषयी तुमच्या मनात शंका असणार. हो ना?''

''मला शंका तर नक्कीच आहे.'' मि. मन्रो म्हणाले. ''ते पत्र टाईप केलेलं आहे, एवढ्या एकाच गोष्टीमुळे माझ्या मनात संशय निर्माण झालेला आहे, असं नव्हे. त्या पत्राला वापरलेला विशिष्ट कागद तुमच्या आजोबांकडचा आहे, कारण मी ते विशिष्ट कागद ओळखतो. पण एक विचित्र गोष्ट मला आढळली. त्या नवीन मृत्युपत्राचं पहिलं पान तेवढं टाईप केलेलं आहे आणि दुसरं पान हस्तलिखित आहे. त्या दुसऱ्या पानावर अगदी चारच ओळी हाताने लिहिलेल्या आहेत – ही माझी व्यक्तिगत इच्छा आहे. तुम्हा दोघांनी मिळून माझी ही इच्छा जशीच्या तशी प्रत्यक्षात आणली जाते ना, ते पाहावे. तुमचा प्रेमळ पिता, अलेक्झांडर मॉन्क्रीफ. परंतु एक गोष्ट तर फारच चमत्कारिक आहे. ती ही की, याच चार ओळी अगदी अशाच पद्धतीने तुमच्या आजोबांच्या मूळ मृत्युपत्रावर लिहिलेल्या होत्या. त्यात एका शब्दाचाही फरक नाही. हा काय योगायोग म्हणायचा की काय?''

''मग ही गोष्ट पुरावा म्हणून पुरेशी नाही?''

''नाही ना!'' मि. मन्रो म्हणाले. ''ते पत्र बनावट आहे असा आपल्याला संशय आला आहे हो, पण ते तुमच्या आजोबांची वैयक्तिक स्टेशनरी वापरून लिहिलेलं आहे. त्यासाठी वापरण्यात आलेला टाईपरायटर तुमच्या आजोबांच्या काळातला आहे. त्याचं पहिलं पान जरी टाईप केलेलं असलं, तरी दुसरं पान तुमच्या आजोबांनी लिहिलेलं आहे, ही गोष्ट तर वादातीतच आहे. त्यामुळे देशातलं कोणतंही कोर्ट तुमचं, माझं म्हणणं मान्य करणार नाही. इतकंच नाही, तर तुमच्या अंकलनी आपल्यावर कालच एक नवीन दावा लावलाय – अतिक्रमणाचा दावा!''

''अतिक्रमणाचा दावा?'' डॅनी म्हणाला.

''आपण स्कॉटलंड आणि लंडन इथल्या मालमत्तेचे एकुलते एक वारस आहोत, एवढंच म्हणून ते गप्प बसलेले नाहीत, तर लंडनमधल्या बोल्टन्समधल्या घरात तुम्ही अनधिकाराने घुसून तिथे राहात असल्याचा त्यांनी दावा केला आहे.

त्यामुळे तुम्ही एकतर ते घर ताबडतोब सोडावं, नाहीतर ज्या दिवशी तुम्ही त्या घरात राहू लागलात त्या दिवसापासूनचं भाडं द्यावं, असं त्यांचं म्हणणं आहे. तेही त्या भागातल्या चालू दरानुसार!''

''थोडक्यात काय, तर मी सर्वकाही गमावून बसलो आहे.''

''तसंच काही नाही.'' मन्रो म्हणाले. ''आत्तातरी परिस्थिती फारशी चांगली दिसत नाही, ही गोष्ट खरी. स्कॉटलंड आणि लंडनच्या घरांचा निकाल काय लागेल ते सांगता येणार नाही, पण जीनिव्हाचं म्हणाल, तर किल्ली तुमच्याकडे आहे. तुमच्या आजोबांच्या मालकीची वस्तू ती बँक अशा माणसाच्या हातात कधीच सुपूर्द करणार नाही, ज्याच्याजवळ किल्ली नाही.'' असं म्हणून ते क्षणभर थांबून मग पुढे म्हणाले, ''आणि एक गोष्ट मी तुम्हाला अगदी खात्रीपूर्वक सांगतो. तुमच्यावर आत्ता जो प्रसंग आलाय तो जर तुमच्या आजोबांवर आला असता, तर त्यांनी काही ते सहजासहजी, काही प्रतिकार न करता ऐकून घेतलं नसतं.''

''आणि मीही नाही ऐकून घेणार,'' डॅनी म्हणाला. ''पण अंकल ह्यूगोंशी प्रतिकार करण्याइतकं आर्थिक पाठबळ मला नाही ना. काल तो लिफाफा विकून मला काही पैसे मिळाले आहेत हे जरी खरं असलं, तरी परत अंकल ह्यूगो माझ्यावर आणखी एखादा दावा लावतील. मग तर मला दिवाळखोरच बनण्याची वेळ येईल.''

मि. मन्रो इतक्या वेळात प्रथमच हसले. ''सर निकोलस, या समस्येची मला आधीपासून कल्पना होतीच. त्यामुळे तुमच्या आत्ताच्या परिस्थितीबद्दल काय करता येईल याविषयी कालच मी माझ्या पार्टनर्सबरोबर चर्चा केली आहे.'' त्यांनी घसा खाकरला. ''आम्ही सर्वांनी एकमताने असा निर्णय घेतलाय की, संपूर्ण प्रकरणाचा काय तो निकाल लागेपर्यंत आता तुम्हाला आमच्या फीचं कोणतंही बिल पाठवायचं नाही.''

''पण कोर्टात जर केस हरलो आपण मि. मन्रो – आणि मला या प्रकाराचा चांगला अनुभव आहे – तर मी जन्मभरासाठी तुमचा कर्जबाजारी होईन.'' डॅनी म्हणाला.

त्यावर मन्रो म्हणाले, ''आपण जर केस हरलो, तर आम्ही तुमच्याकडून काहीच फी आकारणार नाही. कारण तुमच्या आजोबांचं फार मोठं ऋण आहे आमच्या फर्मवर.''

❖

काही मिनिटांनंतर चेअरमन परत आले. परत मि. आणि मिसेस ह्यूगो मॉन्क्रीफ यांच्या समोरच्या खुर्चीवर बसले. ते हसून म्हणाले, ''मि. मॉन्क्रीफ, सर अलेक्झांडर यांनी खरोखरच आमच्या बँकेशी काही व्यवहार केलेले आहेत, अशी मी स्वत:ची खात्री पटवून आलो आहे. आता आपण एकच करू या. त्यांच्या मालमत्तेचे तुम्ही एकमेव वारसदार आहात, एवढी एक गोष्ट आपण सिद्ध करू या, म्हणजे झालं.''

''तुम्हाला काय लागतील ती कागदपत्रं मी सादर करेन.'' ह्यूगो आत्मविश्वासाने म्हणाले.

''मला एक सांगा, तुमच्याजवळ तुमचा पासपोर्ट आहे का मि. मॉन्क्रीफ?''

''हो, आहे ना!'' ह्यूगो म्हणाले. त्यांनी ब्रीफकेसमधून आपला पासपोर्ट काढून चेअरमन साहेबांच्या हाती ठेवला.

चेअरमन साहेबांनी पासपोर्टवरचा फोटो नीट निरखून पाहिला. सगळी माहिती वाचली आणि तो परत केला. ''तुमच्याकडे तुमच्या वडिलांच्या मृत्यूचा दाखला आहे का?''

''आहे ना,'' ह्यूगो म्हणाले आणि त्यांनी डेथ सर्टिफिकेट काढून चेअरमन साहेबांच्या हाती दिलं.

आता चेअरमन साहेबांनी ते फारच काळजीपूर्वक वाचून मग मान डोलावली आणि म्हणाले, ''तुमच्याकडे तुमच्या वडील बंधूंचं डेथ सर्टिफिकेट आहे का?'' ह्यूगोंनी तेपण काढून दिलं. तेही चेअरमनसाहेबांनी नीट वाचलं. ''मला तुमच्या बंधूंचं मृत्युपत्रसुद्धा लागेल. आपल्यानंतर आपली सर्व मालमत्ता तुम्हाला मिळावी, असंच म्हटलंय ना त्यांनी त्यात?'' ह्यूगोंनी परत तेपण चेअरमन साहेबांकडे दिलं. ह्यूगो हातात एक यादी घेऊन बसले होते. मि. गॅलब्रेथ यांनीच ती त्यांना बनवून दिली होती. चेअरमन साहेब अगदी त्या यादीबरहुकूमच एकेक कागदपत्र बघायला मागत होते. एकेक कागदपत्र त्यांच्या हातात ठेवल्यावर ह्यूगो त्या यादीत टिकमार्क करत होते.

दे कुबर्टिन त्यानंतर बराच काळ काहीच बोलले नाहीत. ते कितीतरी वेळ ॲन्गस मॉन्क्रीफ यांचं मृत्युपत्र वाचत बसले होते. ''हे सगळं तर अगदी व्यवस्थित दिसतंय,'' अखेर ते म्हणाले. ''पण त्याहूनही महत्त्वाची गोष्ट म्हणजे तुमच्याकडे तुमच्या वडिलांचं मृत्युपत्र आहे का?''

''हो, आहे तर! त्यांनी आपल्या मृत्यूच्या सहा आठवडे आधी बनवलेलं मृत्युपत्र माझ्याकडे आहे. त्यावर त्यांची स्वाक्षरी आणि तारीखही आहे. इतकंच नव्हे, तर त्या पत्रासोबत त्यांनी मला आणि माझा भाऊ ॲन्गस याला एक पत्रसुद्धा लिहिलं होतं. तेही माझ्याकडे आहे.'' असं म्हणून ती दोन्ही कागदपत्रं ह्यूगोंनी चेअरमन साहेबांपुढे

सरकवली. पण चेअरमन साहेबांनी त्याला हातही लावला नाही.

ते फक्त एवढंच म्हणाले, "आता एक शेवटचा प्रश्न मि. मॉन्क्रीफ. तुमच्याकडे एक किल्ली आहे का?"

ह्यूगो अस्वस्थ झाले. तेवढ्यात मार्गरिट म्हणाली, "एक किल्ली होती; पण अलीकडेच ती कुठेतरी हरवली आहे. पण मी गेल्या काही वर्षांत अनेकदा स्वत:च्या डोळ्यांनी ती पाहिली होती. ती किल्ली आकाराने अगदीच छोटी आहे, चांदीची आहे आणि मला आठवतं त्याप्रमाणे त्यावर एक नंबर छापलेला आहे."

"तुम्हाला निदान तो नंबर तरी आठवतो का मिसेस मॉन्क्रीफ?" चेअरमन म्हणाले.

"दुर्दैव आहे की, नेमका तोच तर आठवत नाहीये!"

"पण मग या परिस्थितीत बँकेची काय अडचण होईल ते तुम्ही समजून घेऊ शकाल." दे कुबर्टिन म्हणाले. "तुम्हाला कल्पना असेलच की, जर किल्ली तुमच्याकडे नसेल, तर आम्ही काहीच करू शकत नाही. अर्थात..." असं म्हणून ते क्षणभर थांबले. मग मार्गरिटने तोंड उघडून बोलायला सुरुवात करायच्या आत पुढे म्हणाले, "ते मृत्युपत्र आम्ही आमच्या एका तज्ज्ञांना वाचायला सांगू. सर्वत्र हे असं करण्यात येतं, याची तुम्हाला कल्पना असेलच. ते मृत्युपत्र 'अस्सल' आहे, अशी एकदा आमच्या तज्ज्ञांनी ग्वाही दिली की, सर अलेक्झांडर यांचा जो काही ऐवज आमच्याकडे जमा आहे, तो आम्ही तुमच्या हाती सुपूर्द करू."

"आणि त्याला किती वेळ लागेल?" ह्यूगो म्हणाले. आपण नक्की कुठे आहोत आणि कशाच्या मागे आहोत हे शोधून काढायला निकला फार वेळ लागणार नाही, याची त्यांना पूर्ण कल्पना होती.

"एक दिवस किंवा फार तर दीड दिवस." चेअरमन म्हणाले.

"आम्ही परत कधी येऊ भेटायला?" मार्गरिट म्हणाली.

"उद्या दुपारी तीनपर्यंत आलात तर बरं पडेल."

"थँक यू. मग भेटू उद्या." मार्गरिट म्हणाली.

दे कुबर्टिन मि. आणि मिसेस मॉन्क्रीफ यांना बँकेच्या दारापर्यंत सोडण्यासाठी आले.

❖

"तुमचं ब्रिटिश एअरवेजच्या बार्सेलोना फ्लाईटला बिझिनेस क्लासला मी

बुकिंग केलंय.'' बेथ म्हणाली. ''तुम्ही रविवारी संध्याकाळी हीथ्रो एअरपोर्टवरून फ्लाईट घ्या. तुमची राहण्याची सोय आर्ट्स हॉटेलमध्ये केली आहे.'' तिने आपल्या बॉसच्या हातात एक फोल्डर दिलं. त्या फोल्डरमध्ये बॉसना या ट्रिपसाठी लागणारी सगळी कागदपत्रं होती. त्याचबरोबर बार्सेलोना शहराचा नकाशा आणि तिथल्या उत्तमोत्तम रेस्टॉरंटची नावं आणि पत्तेसुद्धा होते. ''कॉन्फरन्स सकाळी नऊला सुरू होणार आहे. सुरुवातीला इंटरनॅशनल प्रेसिडेंट डिक शेरवूड यांचं भाषण आहे. इतर सात व्हाइस प्रेसिडेंटसह तुम्हाला त्या वेळी स्टेजवर बसावं लागणार आहे. तुम्ही पावणेनऊलाच तिथे हजर राहावं अशी संयोजकांची सूचना आहे.''

''हे हॉटेल कॉन्फरन्सच्या ठिकाणाहून किती लांब आहे?'' मि. थॉमस म्हणाले.

''अगदी रस्ता ओलांडल्यावर समोरच आहे.'' बेथ म्हणाली. ''तुम्हाला आणखी काही माहिती लागणार आहे?''

''एकच गोष्ट.'' थॉमस म्हणाले, ''तू येशील का माझ्यासोबत या ट्रिपला?''

बेथला त्यांचा प्रश्न ऐकून धक्काच बसला. असं याआधी कधी घडलं नव्हतं. ती त्यांना म्हणाली, ''माझी बार्सेलोनाला जायची खूप दिवसांपासूनची इच्छा होती.''

''वेल, नाऊ इज युवर चान्स.'' थॉमस हसून म्हणाले.

''पण मला तिथे काही काम असणार आहे का?'' बेथ म्हणाली.

''वेल, सोमवारी सकाळी ठरलेल्या वेळी मी त्या स्टेजवरच्या खुर्चीत बसतोय ना, हे पाहणं, हे काम आहेच ना!'' थॉमस म्हणाले.

त्यावर बेथ काहीच बोलली नाही. ''माझ्या मनात आलं, तू सारखी कामंच तर करत असतेस. या खेपेला जरा रिलॅक्स होशील.'' थॉमस म्हणाले. ''आपण ऑपेरा बघायला जाऊ, थायसन कलेक्शनला भेट देऊ, पिकासोच्या सुरुवातीच्या काळातल्या कलाकृती पाहू, मिरोचं जन्मगाव पाहू. शिवाय तिथलं जेवण म्हणे...''

'ते मि. थॉमस तुझ्यावर चांगलेच खूश आहेत बरं का!' डॅनीचे शब्द बेथला आठवले आणि तिच्या ओठांवर अस्फुट स्मित उमटलं. ''थँक यू मि. थॉमस, पण खरं सांगू, मी इथेच थांबले आणि इथली सगळी कामं नीट सुरळीत होत आहेत का नाही यावर लक्ष ठेवलं, तर ते जास्त चांगलं होईल.''

''बेथ,'' थॉमस आपल्या खुर्चीत जरा रेलून बसत हाताची घडी घालून म्हणाले, ''तू एक सुंदर, आकर्षक, बुद्धिमान मुलगी आहेस. तू आनंदात राहावंस, कधीतरी आयुष्यातल्या चार चांगल्या क्षणांचा आस्वाद घ्यावास, असं डॅनीला नक्कीच वाटत असेल. तुला खरंच गरज आहे त्याची.''

''तुम्ही खूप चांगले आहात मि. थॉमस. पण खरं सांगू, मला नाही यावंसं वाटत.''

"मला कळतंय सगळं. खरंच कळतंय." थॉमस म्हणाले. "काही झालं तरी मी पाहिजे तेवढा वेळ तुझ्यासाठी वाट बघत थांबायला तयार आहे. डॅनीच्या अंगात जे काही सगळे गुण होते, त्याचा अंदाज अजून मला नीटसा आलेला नाही."

बेथ हसली. "ऑपेरा, बेस्ट आर्ट गॅलरीज आणि उत्कृष्ट वाइन हे सगळंच्या सगळं एकत्र केल्यावर जे रसायन तयार होईल, ते म्हणजे डॅनी होता. खरंतर तो त्याहूनही कितीतरी जास्तच होता."

"हो. पण तरी मी एवढ्यात हार मानणार नाही." थॉमस म्हणाले. "जेव्हा पुढच्या वर्षी वार्षिक कॉन्फरन्स रोममध्ये होईल तेव्हा मी प्रेसिडेंट बनलेलो असेन, तेव्हा मी परत एकदा प्रयत्न करीन."

"कॅराव्हॅजिओ!" असं म्हणून बेथने एक सुस्कारा टाकला.

"कॅराव्हॅजिओ?" थॉमस यांच्या चेह‌ऱ्यावर मोठं प्रश्नचिन्ह होतं.

"डॅनीने आणि मी हनिमूनला सेंट ट्रोपेझला जायचं असं आधी ठरवलं होतं, पण मग नंतर त्याच्या तुरुंगातल्या दोस्ताने, निक मॉन्क्रीफने त्याला कॅराव्हॅजिओबद्दल सांगितलं. खरंतर डॅनीच्या मृत्यूच्या आधी मी त्याला जेव्हा भेटले, तेव्हा त्याने मला रोमला घेऊन जाण्याचं वचन दिलं होतं." बेथ म्हणाली. अजूनही आत्महत्या हा शब्द डॅनीच्या बाबतीत बोलत असताना तिला उच्चारणं जड जाई. "रोमला गेल्यावर तो मला कॅराव्हॅजिओची ओळख करून देणार होता."

"म्हणजे खरंतर मला काही चान्सच नाही. हो ना?" थॉमस म्हणाले.

बेथ त्यावर काहीच बोलली नाही.

त्याच सायंकाळी डॅनी आणि मि. मन्रो जीनिव्हा एअरपोर्टवर उतरले. कस्टममधून बाहेर पडताना डॅनी टॅक्सी शोधायला गेला. टॅक्सीत बसल्यावर थोड्याच वेळात त्यांचं हॉटेल आलं. ते शहराच्या जुन्या भागात चर्चशेजारी होतं. ते ड्रायव्हरनेच त्यांना सुचवलं होतं.

मन्रो यांनी स्वतःच्या ऑफिसातून निघण्याआधी दे कुबर्टिन यांना फोन केला होता. दुसऱ्या दिवशी सकाळी दहा वाजता त्या दोघांची भेट घेण्याचं चेअरमन साहेबांनी कबूल केलं होतं. ते एकंदर या प्रकरणात फारच खुशीत असावेत, असं डॅनीला उगीचच वाटलं.

जेवणाच्या वेळी मि. मन्रो यांनी डॅनीला एक भलीमोठी यादी दिली. चेअरमन साहेबांबरोबरच्या मीटिंगमध्ये कोणकोणती कागदपत्रं न्यावी लागतील,

त्याची यादी होती ती.

"आपलं काही राहिलं तर नाही ना?" डॅनी म्हणाला.

"तसं तर काहीच नाही," मन्रो म्हणाले. "फक्त तुम्ही ती किल्ली आणायला मात्र विसरू नका."

❖

ह्यूगो यांनी पलंगाशेजारच्या टेबलावरचा फोन उचलला. "हॅलो?" ते म्हणाले.

"त्याने एडिंबरोला जाणारी रात्रीची ट्रेन घेतली आणि तिथे उतरून तो डनब्रॉथला गेला."

"नक्की त्या मन्रोला जाऊन भेटला असणार."

"आज सकाळी दहा वाजता, त्यांच्या ऑफिसात."

"मग तो लंडनला परत गेला की नाही?"

"नाही. तो आणि मन्रो एकत्रच बाहेर पडले आणि एअरपोर्टला जाऊन त्यांनी ब्रिटिश एअरवेजची फ्लाइट घेतली. साधारण एक तासापूर्वी ते पोहोचलेपण असतील."

"मग तूही त्या फ्लाइटमध्ये होतास ना?"

"नाही." तो फोनवरचा आवाज म्हणाला.

"का नाही?"

"कारण त्या वेळेस माझ्याकडे माझा पासपोर्ट नव्हता."

ह्यूगोने फोन ठेवून आपल्या पत्नीकडे पाहिलं. ती गाढ झोपली होती. तिला आत्ता उठवायचं नाही, असं त्यांनी ठरवलं.

४७

डॅनी रात्रभर जागाच होता. आपण किती अवघड परिस्थितीत सापडलो आहोत या विचारांनी त्याला झोप लागत नव्हती. त्याची संकटं तर दूर व्हायला तयारच नव्हती. उलट रोज नित्यनवीन संकटांची मालिकाच समोर उभी राहत होती. त्यामुळे तो मनातून खचून गेला होता.

तो सावकाश उठला आणि आवरून, तयार होऊन खाली ब्रेकफास्ट करायला गेला. मि. मन्रो कोपऱ्यातल्या टेबलापाशी येऊन बसले होते. त्यांच्यासमोर कागदपत्रांचा मोठा गठ्ठाच होता. नंतरची चाळीस मिनिटं दोघांनी प्रश्नोत्तरांची रंगीत तालीम केली. चेअरमन साहेब कोणते प्रश्न विचारू शकतील याची एक मोठी यादीच मि. मन्रो यांनी बनवली होती; पण डॅनीचं लक्ष गेलं, तर एक व्यक्ती डायनिंग रूममध्ये येऊन खिडकीजवळच्या टेबलापाशी बसली. अत्यंत आत्मविश्वासाने. जणूकाही ही जागा त्याच्यासाठी राखीव असावी, अशा थाटात! त्या व्यक्तीकडे बघण्याच्या नादात डॅनीने मि. मन्रो यांचा प्रश्न ऐकलाच नाही.

"हं, तर सर निकोलस, चेअरमन साहेबांनी समजा हा प्रश्न तुम्हाला विचारला, तर तुम्ही त्याचं कसं उत्तर द्याल?''

"मला वाटतं, जगातले एक नामांकित स्टॅंप संग्राहक इथे ब्रेकफास्ट घ्यायला आले आहेत.'' डॅनी हलकेच कुजबुजला.

"तुमच्या बोलण्यावरून असं मानायला हरकत नाही ना की, तुमचे मि. जीन हनसॅकर आपल्या बाजूचे आहेत?'' मन्रो म्हणाले.

"मला वाटतं, आज नेमके मि. हनसॅकरपण जीनिव्हात उपस्थित असावेत हा नक्कीच योगायोग नाही.''

"हो. नक्कीच योगायोग नाही.'' मन्रो म्हणाले. "एवढंच नाही, तर तुमचे अंकल ह्यूगो आत्ता जीनिव्हात आहेत, याचीपण त्यांना पूर्णपणे कल्पना असणारच.''

"पण मग आता मी काय करायला हवं?'' डॅनी म्हणाला.

“हे बघा, आत्तातरी तुम्ही काहीच करू नका.” मन्रो म्हणाले. “हे मि. हनसॅकर नुसते गिधाडासारखे घिरट्या घालत राहतील. तुमच्या दोघांपैकी कोणाला आजोबांच्या मालमत्तेचा वारसदार ठरवण्यात येतंय ते बघतील आणि नंतरच खाली झेपावतील.”

“गिधाड कसलं? त्यामानाने केवढे जाडजूड आहेत ते!” डॅनी म्हणाला. “पण तुमचा मुद्दा माझ्या लक्षात आला. पण ते जर मला प्रश्न विचारायला लागले, तर मी त्यांना काय उत्तर देऊ?”

“आपली मि. दे कुबर्टिन यांच्याबरोबरची मीटिंग पार पडेपर्यंत तरी तुम्ही काहीच बोलू नका.”

“पण आम्ही गेल्या खेपेला भेटलो, तेव्हा हे मि. हनसॅकर इतकं चांगलं वागले माझ्याशी. त्यांना अंकल ह्यूगो अजिबात आवडत नाहीत, हे तर त्यांच्या बोलण्यातून उघडच झालं. त्यांना नक्कीच माझ्याशी व्यवहार करायला आवडेल.”

“तुम्ही भलत्या भ्रमात राहू नका. द कुबर्टिन ज्याला तुमच्या आजोबांचा कायदेशीर वारस म्हणून घोषित करतील, त्याच्याबरोबर मि. हनसॅकर लगेच व्यवहार करायला खुशीने तयार होतील. बहुतेक त्यांनी तुमच्या अंकल ह्यूगोंच्या पुढे एखादा प्रस्ताव एव्हाना ठेवलाही असेल.” असं म्हणून मन्रो टेबलापासून उठले आणि मि. हनसॅकर यांच्याकडे ढुंकूनसुद्धा न बघता बाहेर निघून गेले. त्यांच्या मागोमाग डॅनीपण लॉबीत गेला.

“टॅक्सीने मि. कुबर्टिन यांच्या बँकेत जायला साधारण किती वेळ लागेल आपल्याला?” डॅनी म्हणाला.

“तीन ते चार मिनिटं लागतील. ते रहदारीवर अवलंबून आहे.” मि. मन्रो म्हणाले.

“आणि जर पायी चालत गेलो तर?”

“तीन मिनिटं.”

❖

वेटरने हलकेच दरवाजा ठोठावला. “रूम सर्व्हिस!” आत शिरण्याआधी तो म्हणाला. त्याने खोलीच्या मध्यभागी टेबलावर ब्रेकफास्ट मांडला. शेजारी ‘द टेलेग्राफ’ या वृत्तपत्राचा अंक ठेवला. जर ‘द स्कॉट्समन’ उपलब्ध नसला, तर त्याला पर्याय म्हणून मार्गारेट हा पेपर नाइलाजाने वाचत असे. मार्गारेटने दोघांच्या कपात कॉफी ओतली. तोपर्यंत ह्यूगो यांनी ब्रेकफास्टच्या बिलावर सही केली.

“तुला काय वाटतं गं? आपल्याकडे किल्ली नसली तर या सगळ्या प्रकरणाचा आपल्या बाजूने निकाल लागेल?”

“आपलं मृत्युपत्र अस्सल आहे याबद्दल त्यांची खात्री पटली म्हणजे झालं.”

मागरिट म्हणाली. ''मग त्यांच्यापुढे पर्यायच राहणार नाही. नाहीतर त्यांची कोर्ट-कचेऱ्यांच्या खेपा करायची तयारी तरी असली पाहिजे आणि स्वीस बँकांना अशा प्रकारे त्यांच्या कोणत्याही व्यवहाराचा गवगवा होणं परवडण्यासारखं नाही.''

''ते त्या मृत्युपत्रात कोणत्याही प्रकारची खोट काढूच शकणार नाहीत.''

''तसं जर असेल तर आज संध्याकाळपर्यंत तुमच्या वडिलांचा तो संग्रह आपल्या ताब्यात असेल. मग तुम्हाला हनसॅकरशी वाटाघाटी करून त्याची किंमत निश्चित करावी लागेल. ते जेव्हा तुमच्या वडिलांच्या अंत्ययात्रेला स्कॉटलंडला आले होते, तेव्हा त्यांनी त्या संग्रहासाठी चार कोटी डॉलर्स देण्याची तयारी दाखवली होती. पण मला वाटतं, ते पाच कोटीलासुद्धा सहजासहजी तयार होतील.'' मागरिट म्हणाली. ''मी तर मि. गॅलब्रेथ यांना तसं कॉंट्रॅक्टपण बनवून ठेवायला सांगितलंय.''

''पण आमच्यापैकी कोणाच्या वाट्याला तो संग्रह येणार आहे, कुणास ठाऊक. एव्हाना आपण इथे का आलो आहोत याचा त्या निकला नक्कीच पत्ता लागलेला असेल.'' ह्यूगो म्हणाले.

''पण तो त्याबाबतीत काहीही करू शकणार नाही.'' मागरिट म्हणाली. ''तो तर तिकडे इंग्लंडमध्येच भटकतोय ना?''

''अगं पण कोणत्याही क्षणी विमान पकडून तो इकडे येऊ शकतो. कदाचित तो इथे आलेलासुद्धा असेल.'' ह्यूगो म्हणाले. निक जीनिव्हात पोहोचलेला आहे, ही बातमी आपल्या बायकोला इतक्यात सांगायची त्यांची इच्छा नव्हती.

''ह्यूगो, तू एक गोष्ट विसरतोयस. तो सध्या प्रोबेशनवर आहे. त्याला प्रवास करण्याची मुळी परवानगीच नाही.'' मागरिट म्हणाली.

''पण त्याच्या जागी जर मी असतो ना, तर एवढा धोका पत्करला असता. पाच कोटी डॉलर्ससाठी तर नक्कीच!'' ह्यूगो म्हणाले.

''तू पत्करशील रे, पण निक आज्ञेचा भंग करणार? शक्यच नाही ते आणि समजा त्याने तो धोका पत्करलाच, तर त्या दे कुबर्टिनला नुसता एक फोन केला की, झालं. खेळ खलास! मग कोणत्या मॉन्क्रीफशी त्यांना व्यवहार करायचाय, ही गोष्ट तेच ठरवतील. एकीकडे एक पार्टी त्यांना कोर्टात खेचू शकते, तर दुसरी पार्टी स्वत:च परत जेलमध्ये चार वर्षं शिक्षा भोगायला जाऊ शकते.''

❖

डॅनी आणि फ्रेझर मन्रो ठरलेल्या वेळेच्या जरासे आधीच बँकेत पोहोचले. तिथे चेअरमन साहेबांची सेक्रेटरी त्यांची वाटच पाहत होती. ती त्यांना लगेच बोर्डरूममध्ये घेऊन गेली. ते दोघं बसताच तिने त्यांना इंग्लिश चहा हवा का, असं विचारलं.

"मी काही तुमच्याकडचा इंग्लिश चहा पिणार नाही. थँक यू!" फ्रेझर मन्रो हसून उत्तरले. 'पण ते जे काही बोलले त्यातलं अक्षर तरी हिला समजतंय का नाही देव जाणे!' असं डॅनीच्या मनात आलं. मग त्यांचा तो मिस्कील विनोद कळणं तर फारच दूरची गोष्ट!

"दोन कॉफी प्लीज," डॅनी म्हणाला. ती हसून तिथून निघून गेली.

मॉडर्न ऑलिंपिक गेम्सच्या संस्थापकांचं चित्र भिंतीवर लटकत होतं. डॅनी त्याच्याकडे विस्मयाने पाहत होता. एवढ्यात चित्रातल्या व्यक्तीचे वंशज दार उघडून बोर्डरूममध्ये आले.

"गुड मॉर्निंग सर निकोलस!" असं म्हणत त्यांनी पुढे होऊन मि. मन्रो यांचा हात हातात घेतला.

"नाही, नाही. माझं नाव फ्रेझर मन्रो. हे सर निकोलस. यांचा मी कायदेविषयक सल्लागार आहे."

"माफ करा हं!" ते वयस्कर गृहस्थ म्हणाले. त्यांना बरंच अवघडल्यासारखं झालं. मग डॅनीशी हस्तांदोलन करत ते म्हणाले, "माफ करा, खरंच."

"नॉट ॲट ऑल बॅरन. अशी चूक होणं साहजिक आहे." डॅनी म्हणाला

दे कुबर्टिन यांनी किंचित झुकून डॅनीला अभिवादन केलं. "माझ्याप्रमाणेच तुम्हीसुद्धा एका फार महान व्यक्तीचे नातू आहात." मग सर निकोलस आणि फ्रेझर मन्रो यांना त्यांनी स्वत: नेऊन खुर्च्यांवर बसवलं. "व्हॉट कॅन आय डू फॉर यू?" ते म्हणाले.

"सर अलेक्झांडर यांचं प्रतिनिधित्व करण्याचा बहुमान मला मिळाला होता." मि. मन्रो म्हणाले. "आणि आता सर निकोलस मॉन्क्रीफ यांचा प्रतिनिधी म्हणूनही मीच काम बघत आहे." मि. मन्रो यांनी त्यानंतर आपली ब्रीफकेस उघडून त्यातून एक पासपोर्ट, एक डेथ सर्टिफिकेट आणि सर अलेक्झांडर यांचं मृत्युपत्र काढून टेबलावर ठेवलं.

"थँक यू." दे कुबर्टिन म्हणाले. पण त्यांनी त्यापैकी एकाही गोष्टीकडे ढुंकूनसुद्धा पाहिलं नाही. "सर निकोलस, तुम्ही मला फक्त एकच सांगा. तुमच्या आजोबांची किल्ली तुमच्याकडे आहे का?"

"हो, आहे." डॅनी म्हणाला. मग त्याने आपल्या गळ्यातल्या साखळीतून ती किल्ली बाहेर काढून दे कुबर्टिन यांच्या हाती ठेवली. त्यांनी ती क्षणभर अगदी नीट निरखून पाहून परत डॅनीच्या हातात दिली. मग ते आपल्या जागेवरून उठून म्हणाले, "माझ्याबरोबर चला दोघंही."

"हे बघा सर निकोलस, अगदी गप्प राहा. एक अक्षरही बोलू नका." फ्रेझर मन्रो डॅनीच्या कानात कुजबुजत्या स्वरात म्हणाले. दोघं चेअरमन साहेबांच्या

मागोमाग निघाले. "एक गोष्ट तर उघडच आहे, ते तुमच्या आजोबांच्या सूचनांचं तंतोतंत पालन करत आहेत." ते तिघंही एका लांबलचक कॉरिडॉरमधून पुढे चालत होते. भिंतीवर जुन्या व्यक्तींची तैलचित्रं लटकत होती. चालता चालता ते एका छोट्याशा लिफ्टपाशी येऊन थांबले. लिफ्टची दारं उघडल्यावर दे कुबर्टिन यांनी आधी डॅनी आणि मन्रो यांना पुढे होऊ दिलं आणि आपण नंतर आत शिरले. त्यानंतर त्यांनी –२ अशी खूण असलेलं बटण दाबलं. लिफ्ट सुरू झाली. जरा वेळाने लिफ्ट थांबून तिची दारं उघडली. मग दे कुबर्टिन म्हणाले, "दोघंही माझ्या मागोमाग या."

परत एकदा लांबलचक कॉरिडॉर. मंद पिवळट रंगाच्या भिंतींवर परत एकदा तसल्याच जुन्यापुराण्या तसबिरी लटकत होत्या. कॉरिडॉरच्या शेवटी एक दणकट स्टीलचं बनवलेलं जाडजूड स्टीलचं दार होतं. ते दार पाहून डॅनीच्या मनात दुःखद आठवणी जाग्या झाल्या. त्या दाराला दोन कुलपं होती. दे कुबर्टिन यांनी खिशातून एक किल्ली काढून त्यापैकी वरच्या कुलपात घातली. मग त्यांनी पाठीमागे फिरून डॅनीकडे पाहून मान हलवली. डॅनीने पुढे होऊन स्वत:जवळची किल्ली खालच्या कुलपाला लावली. ते भक्कम स्टीलचं दार उघडलं.

दार उघडल्यावर आतल्या बाजूच्या जमिनीवर एक दोन इंच रुंदीची पिवळी जाडजूड रेघ दाराच्या सुरुवातीलाच ओढण्यात आली होती. डॅनी ती ओलांडून आत शिरला. आतल्या खोलीत जमिनीपासून छतापर्यंत सर्वत्र शेल्फच शेल्फं होती. ती सगळी मोठमोठ्या जाडजूड पुस्तकांनी भरलेली होती. प्रत्येक शेल्फवर एक कार्ड लावलेलं होतं. इ.स. १८४० पासून इ.स. १९९२ पर्यंत.

"आत येऊन बघा ना!" डॅनी मागे वळून म्हणाला. त्याने एका शेल्फामधलं एक पुस्तक काढून चाळायला सुरुवात केली. मि. मन्रो आत आले; परंतु दे कुबर्टिन मात्र खोलीच्या बाहेरच थांबले. ते म्हणाले, "सॉरी, पण बँकेच्या नियमानुसार आम्हाला आत पाऊल टाकता येत नाही. पण तुमचं इथलं काम झालं की, तुम्ही फक्त बाहेरच्या गार्डला तसं सांगा. मग तो तुम्हाला बोर्डरूममध्ये माझ्याकडे घेऊन येईल."

डॅनी आणि मन्रो यांनी त्या अल्बम्सची पानं उलटून बघण्यात अर्धा तास घालवला. जीन हनसॅकर टेक्सासहून फ्लाईट घेऊन घाईघाईने जीनिव्हामध्ये येऊन का दाखल झाले असतील, ते आता त्यांच्या लक्षात येत होतं.

"मला काहीही कळलेलं नाहीये." मन्रो म्हणाले. त्यांच्या हातात एका अल्बमचं पान उघडलेलं होतं.

"इकडे येऊन हे पाहा, म्हणजे तुमच्या काय ते नीट लक्षात येईल." डॅनी म्हणाला. त्याच्या हातात एक पुस्तक होतं. पण त्यावर इसवी सन, तारीख वगैरे

घातलेली नव्हती. संपूर्ण खोलीत ते एकमेव पुस्तक होतं.

मि. मन्रो यांनी त्याची पानं उलटण्यास सुरुवात केली. त्यातलं हस्ताक्षर त्यांच्या चांगलंच ओळखीचं होतं. प्रत्येक पानावर कोणता स्टँप कधी, कुठे व काय किमतीला विकत घेतला याचा इतिहास वळणदार व सुवाच्य अक्षरात लिहिलेला होता. ते पुस्तक काळजीपूर्वक डॅनीच्या हातात परत देत मन्रो म्हणाले, "हनसॅकर यांची परत गाठ घेण्यापूर्वी या सर्व नोंदी फार नीट वाचून ठेवायला लागतील तुम्हाला सर निकोलस."

❖

दुपारी तीन वाजता मि. आणि मिसेस मॉन्क्रीफ यांना बोर्डरूममध्ये नेऊन बसवण्यात आलं. टेबलाच्या विरुद्ध टोकाला बॅरन दे कुबर्टिन आधीपासूनच स्थानापन्न झालेले होते. त्यांच्या दोन्ही बाजूंना तीन-तीन सहकारीपण बसलेले होते. मिस्टर आणि मिसेस मॉन्क्रीफ आत येताच सातही जण उठून उभे राहिले. मिसेस मॉन्क्रीफ खाली बसल्यावर मगच ते परत खाली बसले.

"तुमच्या वडिलांचं मृत्युपत्र आम्हाला तपासण्याची संधी दिल्याबद्दल धन्यवाद." दे कुबर्टिन म्हणाले, "आणि त्याचबरोबर त्यासोबतचं ते पत्रसुद्धा!" त्यांचे शब्द ऐकून ह्यूगो हसले. "परंतु तुम्हाला एक गोष्ट सांगताना आम्हाला खेद वाटतो की, हे मृत्युपत्र नियमामध्ये बसत नाही."

"तुमचं असं म्हणणं आहे का की, ते बनावट आहे?" ह्यूगो संतापाने उठून उभं राहत म्हणाले.

"आत्ता या क्षणी आम्ही तसं काहीही म्हणत नाही मि. मॉन्क्रीफ, हे तुम्हालाही माहीत आहे; परंतु आमच्या बँकेने जे नियम घालून दिलेले आहेत, त्यात मात्र ते बसत नाही." एवढं बोलून त्यांनी ते मृत्युपत्र आणि त्यासोबतचं पत्र मि. ह्यूगो मॉन्क्रीफ यांच्या दिशेने सरकवलं.

"पण..." ह्यूगो म्हणू लागले.

"नक्की कोणत्या गोष्टीमुळे तुम्ही माझ्या पतीचं म्हणणं अग्राह्य धरलं, ते जरा स्पष्ट करून सांगता का?" मार्गारेट शांत आवाजात म्हणाली.

"नाही मॅडम. आम्ही ते सांगू शकत नाही."

"ठीक आहे, मग नंतर आमच्या वकिलांकडून तुम्हाला नोटिस येईलच." मार्गारेट उठत म्हणाली. तिने ती कागदपत्रं हातात घेऊन आपल्या पतीच्या ब्रीफकेसमध्ये ठेवली.

चेअरमन साहेबांची सेक्रेटरी त्या पती-पत्नींना खोलीच्या बाहेर घेऊन गेली. ते जात असताना सर्व सात बोर्ड मेंबर्स उठून उभे राहिले होते.

४८

दुसऱ्या दिवशी सकाळी फ्रेझर मन्रो डॅनीच्या खोलीत आले. डॅनी त्या वेळी खोलीच्या मधोमध मांडी घालून बसला होता. त्याच्या अंगात अजूनही ड्रेसिंग-गाऊनच होता आणि सभोवताली भरपूर कागदपत्रं पसरलेली होती.

''सर निकोलस, तुम्ही कामात असाल तर मी नंतर येऊ का?'' मन्रो म्हणाले.

''नाही, नाही. आत या ना!'' असं म्हणून डॅनी उडी मारून उठला.

खोलीभर पसरलेल्या कागदपत्रांकडे बघत मि. मन्रो म्हणाले, ''तुम्हाला रात्री नीट झोप लागली का?''

''खरं सांगू, मी रात्रभर झोपलेलोच नाही.'' डॅनी म्हणाला. ''मी सगळी आकडेमोड परत परत तपासत बसलो होतो.''

''मग त्यातून काही निष्पन्न झालं का?''

''तसं पाहिलं तर झालं म्हणायला हरकत नाही. माझ्या मते माझ्याप्रमाणे मि. जीन हनसॅकर यांनीसुद्धा सगळी रात्र तळमळून जागून काढली असेल. या संग्रहाची किंमत नक्की किती असावी, या विचारात ते जागे राहिले असतील.''

''मग तुमचा स्वत:चा काय अंदाज आहे?''

''वेल,'' डॅनी म्हणाला, ''या संग्रहात एकंदर तेवीस हजार एकशे अकरा स्टँप आहेत. हे एकूण सत्तर वर्षांच्या कालावधीत माझ्या आजोबांनी खरेदी केलेले आहेत. त्यांनी १९२० साली, स्वत:च्या वयाच्या तेराव्या वर्षी हा संग्रह करण्यास सुरुवात केली आणि इ.स. १९९८ पर्यंत त्यांचं हे संग्रह करण्याचं काम चालूच होतं. त्यानंतर अगदी थोड्याच महिन्यांत त्यांचं निधन झालं. त्यांनी एकूण १,३७,२९,४१२ पौंड त्यावर खर्च केले.''

''मि. हनसॅकर यांच्या मते तुमच्या आजोबांचा हा संग्रह संपूर्ण जगात एकमेवाद्वितीय आहे. असं त्यांचं मत काही उगीच झालेलं नाही.'' मन्रो म्हणाले.

डॅनीने मान हलवून त्यावर होकार दिला. ''त्यातले काही स्टँप्स तर अत्यंत

दुर्मीळ आहेत. एका स्टँपला तर त्यांनी १९७८ साली १,५०,००० डॉलर्स मोजले होते. अजून एक स्टँप १९८० सालच्या एप्रिल महिन्यात त्यांनी ८,००,००० डॉलर्सना खरेदी केला होता. ही त्यातल्या त्यात गुड न्यूज आहे,'' डॅनी म्हणाला. ''पण त्याचबरोबर दुसरी एक गोष्ट मात्र तितकीशी चांगली नाही. त्या संग्रहातल्या प्रत्येक स्टँपचं तज्ज्ञाकडून व्हॅल्युएशन करून घेऊन त्या संग्रहाच्या एकंदर किमतीचा अंदाज लावायला कमीत कमी एक वर्ष लागेल. ही गोष्ट मि. हनसॅकर यांनासुद्धा चांगली ठाऊक आहे. पण त्यांची एक वर्षभर थांबण्याची मुळीच तयारी नसेल. माझ्या आजोबांनी लिहून ठेवलेल्या नोंदी मी तपशीलवार वाचून काढल्या आहेत. त्यात त्यांनी मि. हनसॅकर यांच्या एका प्रतिस्पर्ध्याचा उल्लेख केलेला आहे. त्याचं नाव आहे मि. टोमोजी वाटानबे. हा टोकियोमधला डीलर आहे.'' असं म्हणून डॅनीने खाली पडलेलं एक कात्रण उचललं. ते 'टाइम मॅगेझिन'मधून काढलेलं होतं. डॅनी पुढे म्हणाला, ''माझ्या आजोबांनंतर दुसऱ्या क्रमांकावर हे दोघंच होते; पण आता त्यांच्यातल्या ज्या कोणाला माझ्या आजोबांचा संग्रह मिळेल, तो जगातला पहिल्या क्रमांकाचा संग्राहक होईल, हे निश्चित!''

मि. मन्रो खूश होऊन म्हणाले, ''वा! ही तर फारच चांगली बातमी आहे. त्यामुळे तुमची पोझिशन चांगली बळकट झाली आहे.''

''तसं म्हणायला हरकत नाही,'' डॅनी म्हणाला. ''पण त्याबरोबरच आणखी एक सावधगिरीपण मला बाळगली पाहिजे. माझ्या मते आजोबांच्या संग्रहाची किंमत अगदी ढोबळमानाने अंदाज केला तरीसुद्धा पाच कोटी डॉलर्सच्या घरात आहे. मी हा संग्रह विकायला काढलाच, तर एवढी मोठी रक्कम मोजून तो विकत घ्यायला तयार होतील असे केवळ दोनच ग्राहक या जगात आहेत. म्हणजेच मी संग्रहाची किंमत अवाच्या सवा न लावता अगदी वाजवी लावणंसुद्धा तितकंच महत्त्वाचं आहे.''

''माझ्या नाही लक्षात आलं, तुम्हाला काय म्हणायचंय ते.''

''खरं सांगू, हा जुगार आता लवकरच सुरू होणार आहे. समजा, आता थोड्याच वेळात या खोलीच्या दारावर थाप पडली आणि दारात ब्रेकफास्ट घेऊन जर वेटर उभा नसेल, तर एक खात्रीनं सांगतो, नक्कीच मि. हनसॅकर असणार. गेली अनेक वर्षं स्टँपच्या ज्या संग्रहावर ते नजर ठेवून आहेत, तो खरेदी करण्याच्या इच्छेने ते इकडे नक्की येणार. त्यामुळेच मी आता ताबडतोब अंघोळ करून, कपडे बदलून तयार होतो. त्यांच्याकडे संग्रहासाठी किती रकमेची मागणी करायची या विचारांनी मला रात्रीची झोपसुद्धा लागली नाही.''

❖

"मि. गॅलब्रेथ आहेत का?"

"तुम्ही कोण बोलताय?" फोनवरून पलीकडचा आवाज म्हणाला.

"ह्यूगो मॉन्क्रीफ."

"मी लगेच फोन जोडून देते सर."

"काय मग? जीनिव्हामध्ये सगळं कसं काय पार पडलं?" फोनवर येताक्षणी गॅलब्रेथ म्हणाले.

"आम्ही रिकाम्या हातानं तिथून बाहेर पडलो."

"का बरं? असं कसं शक्य आहे? तुमचा दावा ग्राह्य असल्याचे सगळे पुरावे, सगळी कागदपत्रं तुम्ही घेऊन गेला होतात तरी असं कसं घडलं? तुम्ही तर तुमच्या वडिलांचं मृत्युपत्रसुद्धा बरोबर नेलं होतं."

"दे कुबर्टिन यांनी ते मृत्युपत्र बनावट असल्याचं सूचित करून त्यांच्या ऑफिसातून आम्हाला अक्षरश: हाकलून बाहेर काढलं."

"पण हे असं कसं घडलं? मी स्वत: ते मृत्युपत्र या भागातल्या नावाजलेल्या तज्ज्ञ व्यक्तींकडून तपासून घेतलं होतं आणि ते अस्सल असल्याची ग्वाही सर्वांनी दिली होती."

"वेल, तुमच्या त्या तज्ज्ञ व्यक्तींचं आणि दे कुबर्टिन यांचं एकमत झालं नाही. त्यामुळेच यापुढे आपण काय करायचं, कोणती चाल खेळायची हे विचारण्यासाठीच मी हा फोन केलेला आहे."

"तुम्ही तत्काळ दे कुबर्टिन यांना फोन करा. आपण त्यांच्यावर दावा लावणार आहोत याची त्यांना कल्पना द्या; तोही जीनिव्हा आणि लंडन या दोन्ही ठिकाणी. म्हणजे त्या मृत्युपत्राची ग्राह्यता कोर्टाने ठरवेपर्यंत ते कुणाशीही कोणताही व्यवहार करणार नाहीत."

"मी जीनिव्हाला निघण्यापूर्वी आणखी एका गोष्टीच्या संदर्भात तुमच्याशी चर्चा केली होती. मला वाटतं, ती गोष्ट करण्याची वेळ आता येऊन ठेपलेली आहे."

"मला जर ती गोष्ट करायची असली, तर त्यासाठी मला फक्त एकच माहिती तुमच्याकडून लागेल, ती म्हणजे तुमच्या पुतण्याच्या फ्लाईटचा नंबर." गॅलब्रेथ म्हणाले.

❖

वीस मिनिटांनंतर डॅनी जेव्हा बाथरूममधून बाहेर आला, तेव्हा मि. मन्रो त्याला

म्हणाले, ''तुम्ही मगाशी म्हणालात, ते अगदी बरोबर होतं.''

''कशाविषयी?'' डॅनी म्हणाला. टेबलावर ब्रेकफास्ट मांडलेला होता. तो टेबलापाशी येऊन बसला.

''तुम्ही अंघोळीला गेल्यावर दारावर थाप पडली. मी दार उघडलं, तर हा ब्रेकफास्ट घेऊन एक वेटर दारात उभा. चांगला तरुण, तरतरीत आणि हसतमुख होता. त्याने मला बरीच माहिती पुरवली.''

''पण मग तो वेटर इथला स्वित्झर्लंडचा नक्कीच नसणार.'' डॅनी म्हणाला.

''हे मि. हनसॅकर दोन दिवसांपूर्वीच या हॉटेलात येऊन उतरले आहेत. हॉटेलतर्फे त्यांना विमानतळावरून आणण्यासाठी आलिशान लिमोझीन गाडी पाठवण्यात आली होती. त्या वेटरने दहा स्विस फ्रँकच्या मोबदल्यात मला आणखीही असं सांगितलं की, ते अजून लागेल तितके दिवस या हॉटेलात राहणार आहेत.''

''अरे वा! दहा फ्रँकची इन्व्हेस्टमेंट चांगली आहे की!''

''एवढंच नाही, पुढे ऐका. तीच आलिशान गाडी काल सकाळी मि. हनसॅकर यांना दे कुबर्टिन यांच्या भेटीसाठी घेऊन गेली होती. ही मीटिंग चाळीस मिनिटं चालली होती.''

''त्यांनी हनसॅकर यांना नक्कीच तो स्टँपचा संग्रह दाखवला असणार.'' डॅनी म्हणाला.

''नाही.'' मि. मन्रो म्हणाले. ''तुमच्या परवानगीशिवाय मि. कुबर्टिन कुणालाही त्या संग्रहाच्या जवळसुद्धा फिरकू देणार नाहीत. कारण बँकेचे नियम फार कडक आहेत त्याबाबत. ते त्या नियमांचा भंग कधीच करणार नाहीत. शिवाय त्याची गरजपण नाही.''

''का बरं?'' डॅनी म्हणाला.

''तुमच्या आजोबांनी स्वतःच्या ऐंशीव्या वाढदिवसाच्या निमित्ताने त्यांचा संपूर्ण संग्रह वॉशिंग्टनच्या स्मिथ्सोनियन इन्स्टिट्यूटमध्ये लोकांना बघण्यासाठी ठेवला होता. त्या सोहळ्याला अर्थातच मि. हनसॅकर यांची प्रमुख उपस्थिती होती.''

''त्या वेटरने तुम्हाला आणखी काय काय माहिती पुरवली?'' डॅनीने अधीरतेने विचारलं.

''आत्ता या क्षणी मि. हनसॅकर तळमजल्यावरच्या ब्रेकफास्ट रूममध्ये ब्रेकफास्ट घेत बसले आहेत. बहुधा ते आपलीच वाट बघत असावेत. आपण त्यांच्या खोलीचा दरवाजा ठोठवायला कधी जाऊ याची...''

''मग मात्र त्यांना फारच जास्त काळ तिष्ठत थांबावं लागेल,'' डॅनी म्हणाला. ''कारण या खेळात पहिली खेळी मी मुळीच खेळणार नाही.''

''अरेरे! मला तुमच्या दोघांचा खेळ बघायला मजा आली असती.'' मि. मन्रो

म्हणाले. ''एकदा अशाच एका वाटाघाटीच्या प्रसंगी मी उपस्थित होतो. त्या वाटाघाटीत तुमचे आजोबा होते. जेव्हा त्या वाटाघाटी संपल्या आणि मी जायला उठलो, तेव्हा मी अक्षरश: लढाई खेळल्याइतका थकलो-भागलो होतो आणि गंमत म्हणजे मी तर नुसता बघ्या होतो आणि तोही तुमच्या आजोबांच्या पक्षातला!''

तेवढ्यात दारावर थाप पडली.

''अरे, मला वाटलं होतं त्यापेक्षा लवकरच दारावर थाप पडली.'' डॅनी म्हणाला.

''कदाचित दारात तुमचे अंकल ह्यूगो उभे असतील, आणखी एखादा दावा लावण्याची धमकी देत.''

''नाहीतर तो मघाचाच वेटर असेल, रिकाम्या प्लेट्स आणि कपबशा उचलून न्यायला आला असेल. असो. मला जरा थोडा वेळ लागेल. हे सगळे कागद नीट आवरून ठेवायला हवेत ना! या संग्रहाची सर्व किंमत काय आहे, हे मला माहीत नाही, ही गोष्ट मि. हनसॅकर यांना कोणत्याही परिस्थितीत कळता कामा नये.'' असं म्हणून डॅनी गुडघे टेकून खाली बसला आणि एकेक कागद काळजीपूर्वक गोळा करू लागला.

दारावर परत थाप पडली. आता जरा जोरातच. डॅनी सगळी कागदपत्रं घाईने हातात घेऊन कसाबसा पळत बाथरूममध्ये अदृश्य झाला. मि. मन्रो उठून दार उघडायला गेले.

''गुड मॉर्निंग मि. हनसॅकर! आज बऱ्याच दिवसांनी पुन्हा तुमच्या भेटीचा योग येतोय. आपण वॉशिंग्टनमध्ये भेटलो होतो.'' मि. मन्रो हात पुढे करत म्हणाले. पण हनसॅकर त्यांच्याकडे पूर्णपणे दुर्लक्ष करून अक्षरश: खोलीत घुसले. ते डॅनीचा शोध घेत होते हे उघड होतं. क्षणभराने बाथरूमचं दार उघडून डॅनी अंगात हॉटेलचा ड्रेसिंग गाऊन घालून बाहेर आला. त्याने एक जांभई दिली आणि हात ताणून आळसही दिला.

''व्हॉट अ सरप्राईज मि. हनसॅकर!'' तो म्हणाला. ''आत्ता असे अचानक तुम्ही मला भेटायला कसे काय आलात बरं?''

''सरप्राईज वगैरे बोलू नका हं,'' हनसॅकर म्हणाले, ''काल तुम्ही मला ब्रेकफास्ट रूममध्ये अगदी व्यवस्थित पाहिलं होतं. मी काही तुम्हाला न दिसण्याइतका बारकुडा नाहीये आणि ती जांभया देण्याची आणि आळस देण्याची नाटकंपण पुरे करा. तुमचा ब्रेकफास्टसुद्धा झाला आहे हे मला माहीत आहे.'' त्यांची नजर रिकाम्या प्लेट्सवर खिळली होती.

''तुम्हाला दहा स्वीस फ्रँक्सच्या मोबदल्यात ही माहिती मिळालेली दिसतेय!'' डॅनी दात विचकून हसत म्हणाला. ''पण मला एक सांगा, तुम्ही इथे जीनिव्हात काय करताय?''

''मी इथे जीनिव्हात कशासाठी आलोय, हे तुम्हाला व्यवस्थित ठाऊक आहे

हं.'' हनसॅकर सिगार पेटवत म्हणाले.

''या मजल्यावर स्मोकिंग केलेलं चालत नाही.'' डॅनी म्हणाला. ''तशी पाटी आहे ना?''

''पाटी गेली खड्ड्यात!'' हनसॅकर वैतागून म्हणाले, ''किती हवेत तुम्हाला बोला.''

''कशाबद्दल मि. हनसॅकर?''

''हे पाहा, वेड पांघरून बोलू नकोस माझ्याशी निक. तुला पैसे किती हवे सांग!''

''मी एक गोष्ट कबूल करतो मि. हनसॅकर, तुम्ही इकडे येण्याआधी मी याच गोष्टीबद्दल माझे कायदेविषयक सल्लागार मि. मन्रो यांच्याशी चर्चा करत होतो. मी कसलीच घाई करू नये, जरा थांबावं, असा सल्ला त्यांनी मला दिला.''

''पण कशासाठी? तुम्हाला तर त्या स्टॅंपमध्ये काडीइतकाही रस नाहीये!'' हनसॅकर म्हणाले.

''ते खरं, पण इतर काही लोकांना रस असू शकतो ना!'' डॅनी म्हणाला.

''उदाहरणार्थ कोणाला?''

''उदाहरणच द्यायचं झालं तर मि. वाटानबे.'' डॅनी म्हणाला.

''तुम्ही थापा मारताय.'' हॅनसॅकर म्हणाले.

''तुमच्याविषयी तेपण नेमकं हेच म्हणाले.'' डॅनी म्हणाला.

''काय? तुम्ही वाटानबेशी बोललातपण?''

''नाही अजून,'' डॅनीने कबूल केलं, ''पण मी त्यांच्या फोनच्या प्रतीक्षेत आहे. कधीही फोन येऊ शकेल त्यांचा.''

''तुमची किंमत बोला.''

''साडेसहा कोटी डॉलर्स.'' डॅनी म्हणाला.

''तुमचं डोकं फिरलंय. त्याच्या निम्म्या किमतीचा आहे तो संग्रह. या संग्रहाची किंमत द्यायला परवडू शकेल असा मी जगातला एकमेव माणूस आहे. तुम्ही वाटानबेला नुसता एक फोन केलात की तुम्हाला समजेल, वाटानबेची माझ्याशी कधीच बरोबरी होऊ शकत नाही.''

''तसं असेल तर मग मी तो संग्रह तुकड्या-तुकड्यांत विक्रीला काढीन.'' डॅनी म्हणाला. ''मि. ब्लंडेल यांनी मला खात्रीपूर्वक सांगितलंय तसं. मी जर थोड्याथोड्या काळाने त्या संग्रहाचा अगदी छोटा-छोटा हिस्सा विक्रीला काढला, तर मी जन्मभर नुसता बसून खाऊ शकेन. मग त्या वेळी तुम्ही आणि ते मि. वाटानबे तुम्हाला पाहिजे असलेले स्टॅंप्स सोद्बीजच्या लिलावात विकत घेऊन आपापल्या संग्रहांत भर घालू शकाल.''

''पण त्याच वेळी तुम्हाला त्या सोद्बीजना तुमच्या विक्रीच्या किमतीवर दहा टक्के कमिशन द्यावं लागेल.'' हनसॅकर म्हणाले.

"हो आणि जो खरेदी करेल त्यालासुद्धा वीस टक्के त्यांना द्यावे लागणारच आहेत, हेपण आपल्याला विसरून चालणार नाही." डॅनी त्यांना म्हणाला. "शिवाय मि. हनसॅकर, मला कसलीच घाई नाहीये. मी तुमच्याहून तीस वर्षांनी लहान आहे."

"मी पाच कोटी द्यायला तयार आहे." ते म्हणाले.

"तुम्ही स्वतःचं प्रायव्हेट जेट विमान घेऊन अर्ध्या जगाचा प्रवास करून इथे जीनिव्हाला आला आहात ते कशासाठी? माझ्या आजोबांचा संग्रह कोणत्या भाग्यवंताला प्राप्त होणार आहे, त्याचं नाव काय, हे समजून घ्यायला तर नक्की आलेला नाहीत?"

"पाच कोटी." हनसॅकर म्हणाले.

"सहा कोटी." डॅनी हट्टीपणे म्हणाला.

"नाही. साडेपाच ही माझी शेवटची ऑफर आहे. जगभरातल्या तुम्ही म्हणाल त्या बँकेत मी सगळीच्या सगळी रक्कम वायरने ट्रान्सफर करीन. म्हणजे केवळ काही तासांत ती रक्कम तुमच्या बँकेतल्या खात्यात जमा करीन."

"मग शेवटच्या पन्नास लाखांसाठी आपण जर टॉस केला तर?"

"हे पाहा, मी अखेरचं सांगतोय, साडेपाच कोटी. टेक इट ऑर लीव्ह इट." हनसॅकर म्हणाले.

"आय थिंक, आय विल लीव्ह इट." डॅनी म्हणाला. तो खुर्चीतून उठला. "हॅव अ गुड फ्लाईट टू टेक्सास मि. हनसॅकर. मी आता लवकरच मि. वाटानबे यांना फोन करीन म्हणतो! तत्पूर्वी एखादा विशिष्ट स्टॅंप तुम्हाला हवा असेल, तर मला फोनने कळवा."

"ओके, ओके. शेवटच्या पन्नास लाखांसाठी आपण टॉस करू."

डॅनी मि. मन्रो यांच्याकडे वळला. "मि. मन्रो, आम्ही आता नाणेफेक करतोय. तुम्ही रेफरी म्हणून काम कराल का?"

"अंपायर!" हनसॅकर म्हणाले.

"हो, अवश्य!" मन्रो म्हणाले. डॅनीने त्यांच्या हातात एक पौंडाचं नाणं ठेवलं. मन्रो यांनी आपल्या अंगठ्याच्या टोकावर ते तोललं. त्यांचा हात थरथरत असलेला पाहून डॅनीला आश्चर्य वाटलं. त्यांनी ते काळजीपूर्वक हवेत उंच उडवलं.

"हेड्स!" हनसॅकर म्हणाले. नाणं खाली पडलं; पण जमिनीवरच्या जाड कार्पेटमध्ये रुतलं आणि उभं राहिलं.

"चला, मग आत्ता आपण पाच कोटी पंचाहत्तर लाखांवर समझोता करून टाकू." डॅनी म्हणाला.

"इट्स अ डील!" म्हणून हनसॅकर खाली वाकले आणि त्यांनी ते नाणं उचलून खिशात टाकलं.

डॅनी हात पुढे करून म्हणाला, ‘‘ते नाणं माझं आहे.’’

हनसॅकर यांनी हसून नाणं डॅनीच्या हातात दिलं आणि ते म्हणाले, ‘‘आता मला ती किल्ली द्या पाहू. मला तो ऐवज नीट तपासून पाहायला हवा.’’

‘‘त्याची काहीही गरज नाही.’’ डॅनी म्हणाला. ‘‘तुम्ही आजोबांचा संपूर्ण संग्रह वॉशिंग्टनमध्ये पाहिलेला आहे. पण मी माझ्या आजोबांचं लेजरबुक तुम्हाला देतो.’’ असं म्हणून त्याने शेजारच्या टेबलावरचं जाडजूड लेजरबुक उचलून त्यांना दिलं. ‘‘आणि किल्लीचं म्हणाल, तर ज्या क्षणी संपूर्ण रक्कम माझ्या खात्यात जमा होईल, त्याच क्षणी ती किल्ली मि. मन्रो तुमच्या पत्त्यावर पाठवून देतील. तुम्ही म्हणाला होता ना, केवळ काही तासांतच पैसे मला मिळतील असं?’’

हनसॅकर दाराकडे निघाले.

‘‘आणि मि. हनसॅकर, टोकियोमध्ये सूर्यास्त होण्यापूर्वीच ते काम करा.’’

❖

डेस्मॉंड गॅलब्रेथ यांनी फोन उचलला.

‘‘मला हॉटेलच्या स्टाफकडून खात्रीशीररीत्या माहिती मिळाली आहे. ते दोघंही ब्रिटिश एअरवेज फ्लाईट क्रमांक ७३७ ने लंडन हीथ्रोकडे जायला निघणार आहेत. इथल्या ८ वाजून ५५ मिनिटांनी ती फ्लाईट निघून लंडन हीथ्रोला तिथल्या वेळेनुसार ९ वाजून ४५ मिनिटांनी पोहोचेल.’’

‘‘मला तेवढंच हवं आहे.’’

‘‘मी उद्या सकाळी लवकरात लवकर एडिंबरोला पोहोचायचा प्रयत्न करीन.’’

‘‘नक्की कोणत्या मॉन्क्रीफबरोबर भविष्यकाळात आर्थिक व्यवहार करायचे याचा विचार करायला मि. दे कुबर्टिन यांना बराच वेळ लागेल.’’

❖

‘‘सर, तुमच्यासाठी शॅम्पेन आणू?’’ एअरहोस्टेस म्हणाली.

‘‘नो, थँक्यू!’’ मन्रो म्हणाले. ‘‘फक्त स्कॉच आणि सोडा.’’

‘‘आणि सर, तुमच्यासाठी?’’

‘‘अ ग्लास ऑफ शॅम्पेन, थँक्यू!’’ डॅनी म्हणाला. त्यानंतर तो मि. मन्रो यांच्याकडे वळून म्हणाला, ‘‘तुम्हाला काय वाटतं? बँकेने अंकल ह्युगोंच्या बोलण्यावर विश्वास का नसेल ठेवला? त्यांनी ते नवं मृत्युपत्र मि. दे कुबर्टिन यांना नक्कीच दाखवलं असणार.’’

‘‘माझ्या लक्षात न आलेली काहीतरी गोष्ट त्यांनी नक्कीच हेरली असेल.’’ मि.

मन्रो म्हणाले.

"मग तुम्ही दे कुबर्टिन यांना फोन करून सरळ विचारत का नाही?"

"आपण ह्यूगो मॉन्क्रीफ यांची गाठ घेतल्याचं किंवा तुमच्या आजोबांचं मृत्युपत्र पाहिल्याचं ते कधीच कबूल करणार नाहीत. पण ते जाऊ दे. जवळपास सहा कोटी तुमच्या बँकेत जमा झाल्यानंतर तुमच्या काकांनी तुमच्यावर लावलेले सगळेच्या सगळे दावे लढायची तुमची तयारी नक्कीच असेल ना?"

"निकने या परिस्थितीत काय केलं असतं कोण जाणे?" असं डॅनी हलकेच स्वत:शी पुटपुटला आणि झोपी गेला.

मि. मन्रो यांनी एक भुवई उंचावली, पण ते डॅनीला काही विचारायच्या भानगडीत मात्र पडले नाहीत. सर निकोलस गेल्या अठ्ठेचाळीस तासांत झोपलेले नव्हते, याची त्यांना पूर्ण कल्पना होती.

हीथ्रो एअरपोर्टवर विमान लँड होताना चाकं जमिनीवर उतरल्याचा जोरात आवाज झाला आणि डॅनी झोपेतून दचकून जागा झाला. विमानातून तो आणि मि. मन्रो बाहेर आले. विमानाच्या पायऱ्या उतरून दोघं खाली आले, तर तीन पोलीस त्यांच्या स्वागतासाठी उभे होते. पण त्यांच्या हातात मशीनगन्स दिसत नव्हत्या, याचा अर्थ ते विमानतळाच्या ड्युटीवरचे सुरक्षा-अधिकारी तर नक्कीच नव्हते. डॅनीने शिडीच्या शेवटच्या पायरीवर पाऊल टाकलं आणि दोन पोलिसांनी पुढे होऊन त्याला धरलं. "तुम्हाला अटक करण्यात येत आहे, मि. मॉन्क्रीफ." त्यांच्यातला एकजण म्हणाला.

"पण कोणत्या गुन्ह्याखाली?" मि. मन्रो म्हणाले. पण त्यांना कोणीही, काहीही उत्तर दिलं नाही. पोलीस-कार सायरन वाजवत डॅनीला घेऊन सुसाटत निघून गेली.

ज्या दिवशी डॅनीची तुरुंगातून सुटका झाली होती, त्या दिवसापासून कधी ना कधी तरी आपल्यावर ही वेळ येणार, हे त्याला मनातून माहीतच होतं. पण एका गोष्टीचं त्याला नवल वाटत होतं. त्या पोलिसांनी त्याला 'मि. मॉन्क्रीफ' अशी हाक मारली होती.

❖

बेथला आपल्या वडिलांच्या चेहऱ्याकडे बघवत नव्हतं. ती गेल्या कित्येक दिवसांत त्यांच्याशी बोललेली नव्हती. त्यांच्या प्रकृतीविषयी तिला आधी व्यवस्थित कल्पना दिलेली होती. पण तरीसुद्धा त्यांना भेटल्यावर तिला धक्का बसला. ते थोड्या दिवसांत खूपच अशक्त झाले होते.

बेथचे वडील अंथरुणाला खिळल्यापासून फादर मायकेल रोज त्यांच्या भेटीला येत होते. तुमच्या जवळच्या नातेवाइकांना आता बोलावून घ्या – अशी सूचना त्या दिवशी सकाळीच त्यांनी बेथच्या आईला दिली होती.

"बेथ," वडिलांनी हाक मारली.

त्यांचा आवाज ऐकून बेथला आश्चर्य वाटलं.

"येस डॅड?"

"आपलं गॅरेज कोण बघतंय?" ते बोलले, पण त्यांच्या तोंडून शब्दही फुटत नव्हता.

"ट्रेव्हर सूटन." बेथ हलक्या स्वरात म्हणाली.

"तो काही बरोबर नाही. तू लवकरच दुसऱ्या कुणालातरी नेमून टाक." ते म्हणाले.

"नक्की नेमते डॅड." ती म्हणाली. ते काम करायची दुसऱ्या कुणाचीही इच्छा नसल्याचं तिने त्यांना सांगितलं नाही.

"आपण दोघंच आहोत का इथे? दुसरं कुणी नाहीये ना?" ते म्हणाले.

"होय डॅड. मॉम पुढच्या खोलीत आहे."

"तू अगदी आपल्या मॉमवर गेली आहेस. तिच्यासारखीच व्यवहारचतुर आहेस."

बेथला हसू फुटलं. वडिलांना एकेक शब्द बोलायला कमालीचे कष्ट होत होते. "हॅरीला सांग यायला. मरायच्या आधी त्या दोघांची भेट घ्यायची माझी इच्छा आहे."

"तुम्ही काही एवढ्यात मरत नाही." हे वाक्य म्हणणं बेथने गेले काही दिवस बंद केलं होतं. "मी नक्की सांगेन डॅड."

थोडा वेळ तसाच गेला. मग खूप प्रयत्न केल्यावर कसेबसे शब्द त्यांच्या तोंडातून बाहेर पडले. "मला फक्त एकच वचन दे बेथ."

"काहीही सांगा डॅड. तुम्ही म्हणाल ते करीन."

त्यांनी आपल्या मुलीचा हात घट्ट पकडला. "त्याच्या नावाला लागलेला कलंक धुऊन काढण्यासाठी तू लढा देशील." बोलता बोलता तिच्या मनगटावरची त्यांची पकड सैल पडली आणि त्यांचा हात गळून पडला.

"मी देईन लढा." बेथ कुजबुजत्या स्वरात म्हणाली. पण आपले शब्द ऐकण्याच्या ते पलीकडे गेले आहेत, हे तिला आतून जाणवलं होतं.

४१

मि. मन्रो यांच्या ऑफिसातून त्यांच्या मोबाइलवर अनेक मेसेजेस येऊन पडले होते – 'ताबडतोब संपर्क साधा' असं सांगणारे; पण त्यांच्या मनाला दुसरं व्यवधान होतं.

पोलीस अचानक येऊन सर निकोलस यांना अटक करून आपल्या गाडीत बसवून पॉडिंग्टन ग्रीन पोलीस ठाण्यात घेऊन गेले होते. आजची रात्र त्यांना तिथे कोठडीत काढावी लागणार होती. तिथून मि. मन्रो टॅक्सीने बेलग्राव्हियामधल्या कॅलेडोनियन क्लबवर गेले. सर निकोलस अजून प्रोबेशनवर आहेत आणि त्यांना देश सोडून जाण्याची मुभा नाही, ही गोष्ट आपल्या कशी लक्षात आली नाही म्हणून ते मनोमन स्वत:लाच दोष देत बसले होते. आपल्या मनात सर निकोलस हे गुन्हेगार आहेत, असा विचारच कधी येत नसल्यामुळे हे घडलं, असं त्यांना वाटलं.

मि. मन्रो साडेअकरा वाजून गेल्यानंतर क्लबमध्ये पोहोचले. मिस डेव्हनपोर्ट तिथे गेस्ट लाऊंजमध्ये त्यांची वाटच बघत बसली होती.

आपल्या मनात जी गोष्ट आहे ती करण्याची धडाडी तिच्या अंगात आहे की नाही, ही आधी खात्री करून घ्यायला हवी, असं मि. मन्रो यांनी ठरवलं; पण सुमारे पाचच मिनिटांत त्यांची तशी खात्री पटली. त्या केसचे बारीकसारीक तपशील आणि महत्त्वाचे मुद्दे अतिशय चटकन तिच्या ध्यानात आले होते. इतक्या कुशाग्र बुद्धीची व्यक्ती अलीकडे त्यांच्या पाहण्यात नव्हती. तिने त्यांना अनेक प्रश्न विचारले. तिच्या त्या प्रश्नांची सर निकोलस आता व्यवस्थित उत्तरं देतात की नाही, हे फार महत्त्वाचं होतं. मध्यरात्र उलटून गेल्यावर ती जायला निघाली. आपला अशील मि. निकोलस यांचं प्रतिनिधित्व कोर्टात ती उत्कृष्टपणे करू शकेल, याबद्दल मि. मन्रो यांची व्यवस्थित खात्री पटली होती.

ज्या कैद्यांनी प्रोबेशनवर असताना पॅरोलच्या नियमांचा भंग केलेला असेल अशा कैद्यांविषयी कोर्टाचं धोरण किती कडक असतं आणि त्याबाबतीत कोर्ट सहसा अपवाद कसा करत नाही, हे सेरा डेव्हनपोर्टने मि. मन्रो यांना वेगळं सांगायची गरजच नव्हती. त्यांना त्या गोष्टीची अगदी नीट कल्पना होती. प्रोबेशन ऑफिसरची पूर्वपरवानगी न घेता परदेशी निघून जाणं हा गुन्हा तर मोठाच होता. या गुन्ह्यासाठी जज्जसाहेब सर निकोलस यांना परत जेलमध्ये पाठवू शकले असते, याची मिस डेव्हनपोर्ट आणि मि. मन्रो या दोघांनाही पुरेपूर कल्पना होती. म्हणजे त्यांच्या शिक्षेतली वाचलेली चार वर्षं त्यांना तुरुंगात कंठावी लागली असती. अर्थात त्यांनी हा जो गुन्हा केला होता, त्यासाठी परिस्थितीच तशी आणीबाणीचीच होती. त्यांच्यापुढे दुसरा कोणताही पर्याय नव्हता, असा युक्तिवाद सेरा डेव्हनपोर्ट करू शकत होती. पण त्यातून नक्की काय निष्पन्न होईल, याविषयी तिला स्वत:लाच फारशी आशा वाटत नव्हती. अर्थात, जे वकील फार जास्त आशावादी असत, त्यांचा मि. मन्रो यांना कधीच भरवसा वाटत नसे. जज्जनी निर्णय देताक्षणी डनब्राथच्या ऑफिसात फोन करून कळवण्याचं तिने त्यांना आश्वासन दिलं.

मन्रो त्यानंतर आपलं सामान घेऊन वरच्या मजल्यावरच्या रूममध्ये जायला निघाले, तेवढ्यात पोर्टरने पळत येऊन त्यांना आणखी एक निरोप दिला. 'ताबडतोब फोन करावा' असा तो निरोप होता.

रूममध्ये जाऊन आपल्या पलंगावर बसून त्यांनी फोन लावला. "असा तडकाफडकी फोन करायला कशासाठी सांगितलास? काय घडलं?" ते म्हणाले.

"सर निकोलस यांच्यावर जे जे काही दावे लावण्यात आले होते, ते सगळे मि. गॅलब्रेथ यांनी मागे घेतले आहेत. स्कॉटलंड आणि लंडनमधली घरं ताबडतोब खाली करण्याचा दावासुद्धा त्यांनी मागे घेतलाय." हमीश मन्रो पलीकडून कुजबुजत्या आवाजात म्हणाले. शेजारी झोपलेल्या आपल्या पत्नीची झोपमोड त्याला करायची नव्हती. "डॅड, हे असं कसं काय घडलं असावं मला माहीत नाही. असं काही घडलंय का?" तो म्हणाला.

"हे बघ बेटा, खरंखुरं बक्षीस म्हणजे सर निकोलस यांच्या आजोबांच्या स्टँप्सचा संग्रह. ते बक्षीस मिळवण्यासाठी इतर लहानसहान गोष्टींवर पाणी सोडायचा निर्णय मि. गॅलब्रेथ यांच्या पार्टीने घेतलाय, एवढाच त्याचा अर्थ."

"मग सर अलेक्झांडर यांचं ते दुसरं मृत्युपत्र कोर्टामार्फत अस्सल आणि ग्राह्य ठरवून घेण्याचा त्यांचा बनाव आहे तर?" तो म्हणाला.

"अगदी बरोबर बोललास तू!" मि. मन्रो म्हणाले. "या दुसऱ्या मृत्युपत्रामध्ये सर अलेक्झांडर यांनी आपली सगळीच्या सगळी मालमत्ता आपला मुलगा ह्यूगो

मॉन्क्रीफ याच्या नावे ठेवल्याचं म्हटलं आहे. ते मृत्युपत्र अस्सल असल्याचं कोर्टाने मान्य केलं, तर सगळं काही ह्यूगो मॉन्क्रीफ यांच्या पदरात पडेल आणि सर निकोलस यांच्या हातात कपर्दिकही पडणार नाही. त्या इस्टेटीत स्वित्झर्लंडमधल्या एका बँक अकाउंटचा अंतर्भाव आहे. त्या अकाउंटमध्ये सध्या ५ कोटी ७५ लाख डॉलर्स आहेत.''

''हे दुसरं मृत्युपत्र अस्सल आहे आणि कोर्ट ते नक्कीच ग्राह्य ठरवेल अशी मि. गॅलब्रेथची खात्री दिसते आहे.'' हमीश मन्रो आपल्या वडिलांना म्हणाले.

''त्यांचं काही का मत असेना, पण किमान एक व्यक्ती तरी अशी आहे, जिला या मृत्युपत्राच्या सच्चेपणाबद्दल शंका आहे.''

''बाय द वे डॅड, गॅलब्रेथ यांचा नंतर परत फोन आला होता. तुम्ही स्कॉटलंडला परत कधी येणार, असं ते विचारत होते.''

''खरंच की काय?'' मन्रो म्हणाले.

''पण मला पडलेला प्रश्न असा आहे, की मी स्कॉटलंडमध्ये नाही ही गोष्ट त्यांना कशी काय समजली?''

❖

''आपण परत भेटू या अशी मी आशा करते, असं जेव्हा मी तुला म्हणाले, तेव्हा माझ्या मनात पॅडिंग्टन ग्रीन पोलीस स्टेशनमध्ये भेटू या. असं मुळीच नव्हतं,'' सेरा म्हणाली. डॅनीने हसून आपल्या नव्या वकिलीणबाईंकडे पाहिलं. इंग्लिश कायद्याप्रमाणे त्याचं वकीलपत्र मि. मन्रो घेऊ शकत नव्हते. त्यांनी डॅनीला तसं स्पष्ट करून सांगितलं होतं; पण आपण दुसरा एखादा चांगला वकील आणण्याचं त्यांनी डॅनीला आश्वासनही दिलं. पण डॅनीच त्यावर म्हणाला, ''माझं वकीलपत्र कुणाला द्यायचं, ते मला माहीत आहे.''

''तुला जेव्हा कायदेविषयक सल्ल्याची गरज भासली, तेव्हा तुला पहिलं माझं नाव सुचलं, हे ऐकून मला फार बरं वाटलं.'' सेरा म्हणाली.

''मला फक्त तुझंच नाव सुचलं.'' डॅनीने कबूल केलं. ''माझ्या ओळखीचा दुसरा कुणीही वकील नाही.'' पण त्याच्या तोंडातून हे शब्द बाहेर पडताक्षणीच त्याला मनोमन फारच वाईट वाटलं.

''अरे, असं आहे होय आणि इथे मी तर खूश झाले होते की...''

''आय ॲम सॉरी.'' डॅनी म्हणाला. ''मला खरंच तसं म्हणायचं नव्हतं. मला मि. मन्रो यांनी सांगितलं की –''

''मि. मन्रो यांनी तुला काय सांगितलं, ते माहीत आहे मला.'' सेरा हसून

म्हणाली. ''पण आता आपल्याकडे फारसा वेळ नाही. सकाळी दहा वाजता तुला जज्जसमोर उभं करण्यात येईल. गेले काही दिवस तुझं काय काय चाललंय याविषयी मन्रो यांनी मला सविस्तर सांगितलेलंच आहे, पण तरीही माझ्या मनात आणखी काही प्रश्न आहेत. त्यांची उत्तरं तू मला व्यवस्थित दे. एकदा आपण कोर्टासमोर उभं राहिल्यावर मला कोणताही आश्चर्याचा धक्का नको आहे. तेव्हा प्लीज, माझ्यापासून काहीही लपवू नकोस. अगदी प्रामाणिकपणे सगळं सांग. गेल्या बारा महिन्यांत ही जीनिव्हाची भेट वगळता इतर कधीही तू परदेश प्रवास केला आहेस?''

''नाही.'' डॅनी म्हणाला.

''तुरुंगातून सुटल्यानंतर तू एकदाही प्रोबेशन ऑफिसरबरोबरची मीटिंग बुडवली आहेस?''

''नाही. कधीच नाही.''

''तू कधी यापूर्वी...''

❖

''गुड मॉर्निंग मि. गॅलब्रेथ!'' मि. मन्रो म्हणाले. ''मी तुम्हाला आधी कॉन्टॅक्ट केलं नाही, त्याबद्दल सॉरी बरं का, पण मला उशीर का झाला ते तुम्हाला व्यवस्थित ठाऊक आहे. होय ना?''

''खरोखरच आहे,'' मि. गॅलब्रेथ म्हणाले. ''म्हणून तर मला तुमच्याशी इतक्या तातडीने बोलायचं होतं. माझ्या अशिलाने सर निकोलस यांच्यावरचे सगळे दावे मागे घेतले असल्याचं तुम्हाला कळलंच असेल. त्यामुळे या बदललेल्या परिस्थितीत तुमचे अशील सर निकोलससुद्धा एवढाच मनाचा मोठेपणा दाखवतील, अशी मी आशा करतो. त्यांनीसुद्धा त्यांच्या आजोबांच्या नव्या मृत्युपत्राच्या ग्राह्यतेविषयी शंका घेणारा अर्ज दाखल केला आहे, तो त्यांनी आता मागे घ्यावा, एवढंच माझं सांगणं आहे.''

''हे असलं तुम्ही मनातसुद्धा आणू नका.'' मि. मन्रो जोरात म्हणाले. ''कारण तसं झालं, तर जे काही आहे ते सगळंच तुमच्या अशिलाच्या घशात जाईल.''

''तुमची माझ्या बोलण्यावर ही अशी प्रतिक्रिया होईल, असं वाटलं नव्हतं मला. मला धक्काच बसला, पण कदाचित तुम्ही हा असा पवित्रा घ्याल अशी आगाऊ सूचना मी माझ्या अशिलाला देऊन ठेवलेलीच आहे. तेव्हा तुमच्या दाव्याला प्रत्युत्तर देण्याशिवाय दुसरा काही पर्याय आम्हाला उरलेला नाही.'' यावर

मि. मन्रो यांनी बोलण्यासाठी तोंड उघडलं, पण त्यांना एक अक्षरही बोलू न देता मि. गॅलब्रेथ पुढे म्हणाले, ''मग आता तुमच्या आणि माझ्या अशिलातले इतर सर्वच दावे रद्दबातल झालेले असून केवळ एकच दावा उरला आहे. तो म्हणजे सर अलेक्झांडर यांचं नवीन मृत्युपत्र ग्राह्य आहे किंवा नाही. दोन्ही पक्षांच्या हिताच्या दृष्टीने मी असं सुचवेन की, याची सुनावणी लवकरात लवकर व्हावी म्हणून दोघांनीही प्रयत्न करावे. त्यात विलंब होऊ देऊ नये.''

''मि. गॅलब्रेथ, मी अत्यंत नम्रपणे एक गोष्ट निदर्शनास आणू इच्छितो. ती अशी की, आजपर्यंत या खटल्याच्या बाबतीत जो काही वेळकाढूपणा झाला, तो आमच्या फर्मकडून झालेला नाही. पण ते राहू दे. उशिरा का होईना, तुम्हाला आता शहाणपण सुचलंय, हेच खूप झालं म्हणायचं.'' मि. मन्रो म्हणाले.

''तुमच्या या भावना तुम्ही स्पष्ट बोलून दाखवल्यात मि. मन्रो, ते एक बरं झालं. मि. जस्टिस सँडरसन यांच्या क्लार्कचा आज सकाळीच फोन आला होता. जस्टिस साहेबांना पुढच्या महिन्याच्या पहिल्या गुरुवारी वेळ आहे. जर दोन्ही पक्षांना ती तारीख सोयीची असली, तर त्या दिवशी खटल्याची सुनावणी होऊ शकेल.''

''पण याचा अर्थ असा झाला की, मला माझ्या केसची तयारी करायला पुरते दहा दिवससुद्धा हातात उरत नाहीयेत.'' मि. मन्रो म्हणाले. आपण चांगलेच अडचणीत आलो आहोत, हे त्यांना आता कळून चुकलं होतं.

''फ्रँकली मि. मन्रो, ते मृत्युपत्र बनावट आहे हे सिद्ध करण्यासाठी लागणारा पुरावा तुमच्याकडे एकतर आहे किंवा नाही-'' गॅलब्रेथ म्हणाले. ''आणि तसा पुरावा जर तुम्ही कोर्टापुढे सादर करू शकलात, तर निकाल अर्थात तुमच्या बाजूने लागेल. मग जे काही आहे, ते सगळंच्या सगळं तुमच्या अशिलाच्या मालकीचं होईल.''

❖

डॅनीने आरोपीच्या पिंजऱ्यातून सेराकडे पाहिलं. त्याला जे काही प्रश्न विचारण्यात आले होते, त्या सगळ्यांची उत्तरं त्याने प्रामाणिकपणे, खरीखरी दिली होती. तो नक्की कशासाठी असा तातडीने परदेशी निघून गेला होता, त्यामागची कारणपरंपरा जाणून घेण्यासाठी सेराने त्याला बरेच प्रश्न विचारले. पण त्यापलीकडे आणखी काही तिने विचारलं नव्हतं. अर्थात तिला त्याच्यापलीकडे आणखी काहीही माहीत नव्हतं. तिला मृत डॅनी कार्टराईट या व्यक्तीविषयी काहीही माहीत असण्याची शक्यताही नव्हती. डॅनीला कदाचित या गुन्ह्यासाठी परत बेलमार्शला

पाठवण्यात आलं असतं आणि त्याला चार वर्षांची तुरुंगवासाची शिक्षापण होऊ शकली असती याची कल्पना सेराने आधीच देऊन ठेवली होती. त्याने सरळ गुन्हा कबूल करावा असं तिने त्याला सुचवलं होतं. कारण त्याने खरोखरच प्रोबेशनवर असताना नियमबाह्य वर्तन करून परदेश-प्रवास केलेला होता. त्याच्या बचावाचा युक्तिवाद करताना अनन्यसाधारण परिस्थिती ओढवल्यामुळे नाइलाजाने तसं केलं, असंच ती सांगणार होती. डॅनी त्या मुद्द्याशी सहमत होता.

जस्टिस कॅलघन यांच्यासमोर केस मांडण्यासाठी सेरा उठून उभी राहिली.

''माय लॉर्ड, माझ्या अशिलाने नियमाचा भंग केला आहे; परंतु ते ही गोष्ट अमान्य करत नाहीत. लवकरच स्कॉटलंडच्या हायकोर्टासमोर एक फार मोठी केस उभी राहणार आहे व त्या केसच्या संदर्भात आणिबाणीची परिस्थिती ओढवल्याकारणाने माझ्या अशिलाला हे पाऊल उचलावे लागले. मालमत्तेच्या वारसा-हक्काच्या संदर्भात ही आणीबाणी उद्‌भवली होती. परंतु मिलॉर्ड, मी एक गोष्ट आपल्या निदर्शनास आणू इच्छिते, ती अशी की, या संपूर्ण परदेश-प्रवासाच्या काळात सगळा वेळ माझे अशील आपल्या वकिलांबरोबर होते. त्यांचे वकील मि. फ्रेझर मन्रो हे स्कॉटलंडमधले अत्यंत नाणावलेले वकील असून ते या मालमत्तेच्या वारसा हक्काच्या केसमध्ये माझ्या अशिलाचं प्रतिनिधित्व करत आहेत.'' तिच्या तोंडचे हे शब्द ऐकताच जज्जसाहेबांनी मि. फ्रेझर मन्रो यांच्या नावाची लगेच नोंद करून घेतली. सेरा पुढे म्हणाली, ''मिलॉर्ड, आणखी एक महत्त्वाची गोष्ट म्हणजे माझे अशील सर निकोलस हे अठ्ठेचाळीस तासांहूनही कमी काळ देशाबाहेर होते. शिवाय ते स्वत:हूनच लंडनला परत आले. शिवाय आपल्या प्रोबेशन ऑफिसरला न कळवता ते देशाबाहेर गेले, हा त्यांच्यावर ठेवण्यात आलेला आरोपसुद्धा तितकासा खरा नाही. कारण त्यांनी मिसेस बेनेट यांना फोन केला होता, परंतु त्यांच्याशी थेट संपर्क होऊ न शकल्यामुळे माझ्या अशिलाने मिसेस बेनेट यांच्या आन्सरिंग मशीनवर निरोप ठेवला. तो निरोप आन्सरिंग मशीनच्या टेपरेकॉर्डरवर ध्वनिमुद्रित झालेला असून, तो या कोर्टासमोर सादर करता येईल.

''तुरुंगातून बाहेर पडल्यापासून प्रथमच माझ्या अशिलाच्या हातून नियमबाह्य वर्तन झालेलं आहे. याआधी त्यांनी प्रोबेशन ऑफिसरबरोबरची एकसुद्धा मीटिंग कधी चुकवलेली नाही की कधी मीटिंगला पोहोचायला उशीरसुद्धा केलेला नाही. मी तर असं म्हणेन की, तुरुंगातून सुटका झाल्यापासून आजपर्यंत हा एवढा एक अपवाद वगळता माझ्या अशिलाचं वर्तन खरोखरच आदर्शवत आहे. त्यांनी आजवर सर्वच्या सर्व नियम पाळलेलेच आहेत; परंतु शिक्षण घेऊन स्वत:ची पातळी उंचावण्याचाही त्यांचा सतत प्रयत्न राहिला आहे. त्यांना नुकतीच लंडन

युनिव्हर्सिटीत प्रवेश मिळाला आहे. त्यामुळे लवकरच त्यांना बिझिनेस स्टडीज या विषयातले ऑनर्स मिळतील.

"माझ्या अशिलाच्या या एकमेव नियमबाह्य वर्तनामुळे या कोर्टाला तसंच प्रोबेशन सर्व्हिसला त्रास झाला, त्याबद्दल माझे अशील दिलगीर आहेत; परंतु ही गोष्ट परत आपल्या हातून कधीही घडणार नाही, याची खात्री द्यायला ते तयार आहेत.

"मी समारोप करताना फक्त एवढंच म्हणेन मिलॉर्ड की, या चुकीबद्दल या माणसाला परत तुरुंगात पाठवण्याने काहीच साध्य होणार नाही." एवढं बोलून सेराने आपल्या हातातली फाइल मिटवली आणि ती जज्जना अभिवादन करून आपल्या जागी जाऊन बसली.

जज्जनी त्यानंतर बरंच काही लिहून घेतलं आणि अखेर हातातलं पेन खाली ठेवलं. "थँक्यू मिस डेव्हनपोर्ट!" ते म्हणाले. "या खटल्याचा निकाल देण्यापूर्वी मला विचार करण्यासाठी थोडा वेळ लागेल. त्यामुळे मी आत्ता छोटी विश्रांती जाहीर करतो. आपण परत बारा वाजता भेटू."

जज्ज एवढं बोलून उठले. सेराच्या चेहऱ्यावर बुचकळ्यात पडल्याचे भाव होते. 'इतक्या साध्या गोष्टीचा निकाल देण्यासाठी इतक्या अनुभवी जज्जसाहेबांना हा इतका वेळ कशासाठी लागावा?' पण मग काय ते तिच्या लक्षात आलं.

❖

"मला चेअरमन साहेबांशी बोलायचंय."

"आपण कोण बोलताय?"

"फ्रेझर मन्रो."

"तुमचा फोन घ्यायला त्यांना सवड आहे का, ते जरा मी बघते हं मि. मन्रो."

मन्रो आपल्या हाताच्या बोटांनी टेबलावर टकटक असा आवाज करत वाट बघत बसून राहिले.

"बोला मि. मन्रो, मी तुम्हाला काय मदत करू शकतो?" पलीकडून दे कुबर्टिन यांचा आवाज आला.

"तुमच्या आणि आमच्या दृष्टीने अत्यंत महत्त्वपूर्ण अशा बाबीचा निकाल येत्या आठवड्यातल्या गुरुवारी लागणार आहे, हे तुमच्या कानावर घालायचं होतं." मि. मन्रो म्हणाले.

"हो. अलीकडच्या काही दिवसांत ज्या काही घटना घडल्या, त्यांची मला पूर्ण

कल्पना आहे.'' दे कुबर्टिन म्हणाले. ''मला मि. डेस्मॉंड गॅलब्रेथ यांचासुद्धा फोन येऊन गेला. कोर्टाचा जो काही निकाल लागेल तो त्यांच्या अशिलांना मान्य असेल. त्यामुळे तुमच्याही अशिलाचं हेच धोरण राहील का, असं मीच तुम्हाला विचारणार होतो.''

''होय. त्यांची तशी तयारी आहे.'' मन्रो म्हणाले. ''खरंतर मी आज तशा अर्थाचं पत्रसुद्धा तुम्हाला लिहिणार होतो.''

''मी तुमचा अत्यंत आभारी आहे.'' दे कुबर्टिन म्हणाले. ''मी लवकरात लवकर आमच्या लीगल डिपार्टमेंटला तशी कल्पना देऊन ठेवतो. दोन्हीपैकी कोणत्या पक्षाच्या बाजूने निकाल लागलाय हे एकदा मला कळलं की, त्या व्यक्तीच्या खात्यात ताबडतोब ५,७५,००,००० डॉलर्सची रक्कम जमा करण्यात येईल.''

''थँक यू!'' मि. मन्रो म्हणाले. मग त्यांनी घसा साफ केला. ''मला तुमच्याशी जरा खासगीत बोलायचं होतं; पूर्णपणे ऑफ द रेकॉर्ड.''

''आम्हा स्वीस लोकांच्या शब्दकोशात हे शब्द नाहीत.'' दे कुबर्टिन म्हणाले.

''मग लेट सर अलेक्झांडर मॉन्क्रीफ यांच्या मालमत्तेचा विश्वस्त या नात्याने मला तुमचं एकाबाबतीत जरा मार्गदर्शन हवं होतं.''

''बोला. मी माझ्या परीने जे शक्य असेल ते करीनच; पण त्याचबरोबर माझ्या क्लाएंट आणि बँकेच्या मध्ये असलेल्या गुप्तता कराराचा भंग मात्र मी कोणत्याही परिस्थितीत करणार नाही. मग तो क्लाएंट जिवंत असो की मृत.''

''मला त्या गोष्टीची पूर्ण कल्पना आहे.'' मि. मन्रो म्हणाले. ''माझ्या असं कानावर आलंय की, सर निकोलस मॉन्क्रीफ यांची आणि तुमची भेट होण्याआधीच मि. ह्यूगो मॉन्क्रीफ तुमची भेट घेण्यासाठी आले होते. त्यामुळेच या खटल्यात जी कागदपत्रं पुराव्यादाखल कोर्टासमोर सादर करण्यात येणार आहेत, ती तुम्ही नजरेखालून घातलीच असतील.'' त्यावर दे कुबर्टिन काहीच बोलले नाहीत. ''त्या कागदपत्रांमध्ये सर अलेक्झांडर यांची दोन्ही मृत्युपत्रं असतील. त्यातलं नेमकं कुठलं मृत्युपत्र ग्राह्य आहे, यावर या खटल्याचं भवितव्य अवलंबून असणार आहे.'' फ्रेझर मन्रो म्हणाले. यावरही दे कुबर्टिन काहीच बोलले नाहीत. क्षणभरानंतर फ्रेझर मन्रो यांना वाटलं, फोन डेड तर नाही झाला?

''चेअरमन साहेब, ऐकताय ना?'' ते म्हणाले.

''हो, हो,'' दे कुबर्टिन म्हणाले.

''तुम्ही ह्यूगो मॉन्क्रीफ यांना आधी भेटलात आणि तरीही त्यानंतर तुम्ही सर निकोलस यांची भेट घ्यायला तयार झालात, त्यावरून मला असाच निष्कर्ष काढावासा वाटतो की, माझ्याप्रमाणेच तुम्हालाही ते दुसरं मृत्युपत्र बनावट वाटलं.

माझा हा निष्कर्ष बरोबर आहे ना? मी हे एवढ्याचसाठी विचारतोय की, तुमच्या-माझ्यामध्ये कोणताही गैरसमज नसावा.'' आता पलीकडच्या बाजूने चेअरमन साहेबांच्या श्वासोच्छ्वासाचा आवाज मन्रो यांना ऐकू आला. ''मग मला फक्त एवढंच सांगा की, त्या मृत्युपत्राच्या बाबतीत अशी कोणती गोष्ट तुम्हाला आढळली, ज्यामुळे तुम्हाला ते बनावट असल्याचं कळून चुकलं? कारण मला तरी असं काही लक्षात आलं नाही.''

''मी या बाबतीत तुम्हाला काहीही मदत करू शकत नाही मि. मन्रो. हा क्लाएंट आणि बँक यांच्यातल्या गुप्तता कराराचा भंग होईल.''

''पण मग या बाबतीत मला दुसरं कोण मार्गदर्शन करू शकेल?''

परत शांतता पसरली. थोड्या वेळाने दे कुबर्टिन म्हणाले, ''बँकेच्या धोरणाला अनुसरून आम्ही बाहेरच्या तज्ज्ञ व्यक्तीचं मत घेतलं.''

''मग निदान त्या तज्ज्ञ व्यक्तीचं नाव तरी मला कळू शकेल का?'' मन्रो म्हणाले.

''सॉरी. नाही सांगता येणार. ते बँकेच्या धोरणाच्या विरुद्ध आहे. माझा नाइलाज आहे.'' दे कुबर्टिन म्हणाले.

''पण मग –'' मन्रो यांनी बोलायला सुरुवात केली.

''मी तुम्हाला एकच गोष्ट सांगू शकतो. ज्या व्यक्तीचा आम्ही सल्ला घेतला, ती व्यक्ती या क्षेत्रातली तज्ज्ञ असून – ती व्यक्ती अजून जीनिव्हा सोडून स्वतःच्या देशात परत गेलेली नाही.''

❖

''सर्वांनी उठून उभे राहावे.'' कोर्टात घोषणा झाली. घड्याळात नुकतेच बाराचे ठोके पडत होते. मि. जस्टिस कॅलघन आत शिरतच होते.

सेरा डॅनीकडे वळून त्याला धीर देण्यासाठी हसली. तो आरोपीच्या पिंजऱ्यात खिन्न चेहऱ्याने उभा होता. जज्जसाहेब आपल्या खुर्चीत बसले आणि त्यांनी आरोपीच्या वकिलाकडे एक कटाक्ष टाकला. ''मिस डेव्हनपोर्ट, तुमच्या युक्तिवादावर मी बराच विचार केला. कैद्यांना जेव्हा तुरुंगातून सुटल्यावर प्रोबेशन लागू केलेलं असतं, तेव्हा त्याचं कोणत्याही परिस्थितीत उल्लंघन न करण्याची जबाबदारी कैद्यांची असते. प्रोबेशनच्या नियमाचा भंग करणं ही गंभीर बाब असून कैद्यांनी या गोष्टीची दखल घेतलीच पाहिजे.

''पण तुमच्या अशिलाची तुरुंगातून सुटका झाल्याच्या दिवसापासूनच त्यांचं एकंदर समाजातलं वर्तन, त्यांची वागणूक आणि आपली शैक्षणिक पात्रता वाढवण्याच्या

बाबतींतली त्यांची धडपड याही गोष्टींची मला पूर्णपणे जाणीव आहे. या सर्वच गोष्टी स्पृहणीय आहेत; परंतु त्याचबरोबर प्रोबेशनच्या नियमांचं उल्लंघन करण्याचा गंभीर गुन्हा त्यांच्या हातून घडलेला तर आहेच. त्यामुळे त्याची काहीतरी शिक्षा त्यांना मिळायलाच हवी.'' त्यांचे हे शब्द ऐकून डॅनीने मान खाली घातली. ''मॉन्क्रीफ, यानंतर अशा स्वरूपाचा गुन्हा परत एकदाही तुमच्या हातून घडला, तरी तुम्हाला पुढच्या चार वर्षांसाठी तुरुंगात पाठवण्यात येईल. शिवाय महिन्यातून एकदा प्रोबेशन ऑफिसरची भेट घेणं तुम्हाला सक्तीचं राहील. त्या बाबतीत कोणत्याही प्रकारचा हलगर्जीपणा केलेला चालणार नाही. तुमच्या प्रोबेशनच्या काळात तुम्ही परत कधीही परदेश-प्रवास करू शकणार नाही.''

जज्जसाहेबांनी चष्मा काढून हातात घेतला. ''मॉन्क्रीफ, या खेपेला तुमचं नशीब जोरावर होतं. तुम्ही परदेशाच्या दौऱ्यावर जाण्याचं नियमबाह्य वर्तन जरी केलंत, तरी तुमच्यासोबत स्कॉटिश वकील बरोबर आले होते, त्यामुळेच तुम्ही आज वाचलात. तुमचे वकील मि. फ्रेझर मन्रो हे अत्यंत जुने, अनुभवी आणि नाणावलेले वकील आहेत.'' हे शब्द ऐकून सेरा हसली. मि. कॅलघन यांनी नक्कीच दोन-तीन फोन कॉल्स केलेले असणार होते. अखेर ते डॅनीला म्हणाले, ''तुम्ही आता जाऊ शकता.''

जज्जसाहेब आपल्या जागेवरून उठले आणि कोर्टाबाहेर निघून गेले. डॅनी आरोपीच्या पिंजऱ्यात खिळल्यासारखा अजूनही उभा होता. त्याला कोर्टात घेऊन आलेले दोन पोलीस केव्हाच निघून गेले होते. सेरा त्याच्यापाशी गेली, एवढ्यात कोर्टाच्या पट्टेवाल्याने पिंजऱ्याचं छोटंसं दार उघडून डॅनीला बाहेर पडण्याची खूण केली गेली.

''तू माझ्याबरोबर लंचला येशील का?'' डॅनी सेराला म्हणाला.

''ते शक्य नाही.'' सेरा म्हणाली. ''आत्ताच माझ्या मोबाइलवर तुझ्यासाठी मि. मन्रो यांचा मेसेज आलाय. त्यांनी तुला पुढची फ्लाईट पकडून ताबडतोब एडिंबरोला बोलवलंय. टॅक्सीतून एअरपोर्टवर जात असताना तू आधी त्यांना फोन कर, असाही निरोप आहे.''

५०

'इन चेंबर्स' हा एक नवाच वाक्प्रचार डॅनीने मि. मन्रो यांच्या तोंडून ऐकला. त्यांनी डॅनीला ते अगदी तपशीलवार स्पष्ट करून सांगितलं. मि. मन्रो आणि मि. गॅलब्रेथ यांनी संपूर्ण विचारान्ती आपापसात एक तडजोड केली होती. दोन्ही पक्षांमधले वादविवाद संपुष्टात आणण्याची प्रक्रिया 'इन चेंबर्स' होणं हे दोघांच्याही हिताचं होतं.

आपला कौटुंबिक कलह चार लोकांपुढे झालेला बरा नाही, असं दोघाही पक्षांचं म्हणणं पडलं होतं. गॅलब्रेथने असंही उघडपणे सांगितलं होतं की, त्यांचे क्लाएंट मि. ह्यूगो मॉन्क्रीफ यांचं आणि पत्रकारांचं विळ्याभोपळ्याचं सख्य होतं. मि. फ्रेझर मन्रो यांनी सर निकोलस मॉन्क्रीफ यांना वेगळाच धोक्याचा इशारा दिला होता. यदाकदाचित या खटल्याची बातमी पत्रकारांच्या कानावर गेलीच असती, तर मग वृत्तपत्रांचे रकानेच्या रकाने खमंग आणि चविष्ट गावगप्पांनी भरून गेले असते. मुख्य म्हणजे त्यामध्ये सर निकोलस यांच्या आजोबांच्या मृत्युपत्राचा मुद्दा बाजूलाच राहिला असता आणि इतर नको ते विषयच चघळण्यात आले असते.

दोन्ही पक्षांचं आणखी एका बाबतीतसुद्धा एकमत झालं होतं – हा खटला हायकोर्टाच्या जज्जच्या समोरच उभा राहायला हवा. त्यांनी दिलेला निर्णय अंतिम समजायचा. एकदा त्यांनी निर्णय दिला की, तो मानायचा. त्यावर अपील करायचं नाही. सर निकोलस आणि मि. ह्यूगो मॉन्क्रीफ या दोघांनी तशा अर्थाच्या करारनाम्यावर स्वाक्षऱ्या केल्या होत्या.

कोर्टरूमच्या एका बाजूच्या टेबलापाशी डॅनी आणि मि. मन्रो बसले होते, तर दुसऱ्या बाजूच्या टेबलापाशी मि. गॅलब्रेथ आणि मि. ह्यूगो मॉन्क्रीफ बसले होते. मि. जस्टिस सँडरसन समोरच्या बाजूला स्वत:च्या टेबलामागे बसले होते. कुणीच कोर्टाचा गणवेश घातला नव्हता. त्यामुळे कोर्टरूममधलं वातावरण

अनौपचारिक होतं. सुरुवातीला जज्जनी दोन्ही पक्षांना एक गोष्ट स्पष्ट करून सांगितली. 'खटल्याचं कामकाज 'इन चेंबर्स' होणार असून त्याला कोणत्याही प्रकारची प्रसिद्धी देण्यात येणार नसली, तरी दोन्ही पक्षांनी खटला गंभीरपणे घ्यायचा आहे. यातून जे काही निष्पन्न होईल ते पूर्णपणे कायद्याला धरूनच असून ते दोघांना बंधनकारक राहील.' त्यावर दोन्ही पक्षाच्या वकिलांनी मान हलवून होकार दिला.

मि. सँडरसन हे या खटल्यात 'जज्ज' म्हणून असावेत, ही गोष्ट दोन्ही पक्षांना समाधानकारक वाटत होती. मि. मन्रो यांनी तर डॅनीपाशी त्यांचा उल्लेख 'वाइज ओल्ड बर्ड' असा केला होता.

''जंटलमेन,'' जज्जनी बोलायला सुरुवात केली, ''मी या खटल्याची संपूर्ण पार्श्वभूमी जाणून घेतलेली आहे. दोन्ही पक्षांच्या दृष्टीने हा खटला किती महत्त्वाचा आहे, याची मला अगदी पूर्ण कल्पना आहे. त्यामुळे सुनावणीला सुरुवात करण्याआधी मी दोघांनाही असं विचारू इच्छितो की, तुम्ही एकमेकांत सामोपचाराने ही समस्या सोडवण्याचा काही प्रयत्न केला आहे का?''

त्यावर मि. गॅलब्रेथ उठून म्हणाले, ''सर अलेक्झांडर यांनी लिहिलेलं पत्र इतकं सुस्पष्ट शब्दांत आहे की, त्यात कुठे संशयाला जागाच नाहीये. आपल्या नातवाचं कोर्टमार्शल झाल्याकारणाने त्यांनी त्याचं 'मालमत्तेवरील वारस' म्हणून नाव कमी करण्याची इच्छा त्या पत्रात व्यक्त केली आहे. माझे अशील श्री. ह्यूगो मॉन्क्रीफ हे फक्त आपल्या वडिलांच्या आज्ञेचं पालन करू इच्छित आहेत.''

मि. मन्रो यांनी उठून एक गोष्ट स्पष्ट केली. ''मुळात दावा माझ्या अशिलाने लावलेलाच नाही. त्यावरून एक गोष्ट तर स्पष्टच होते की, त्यांची झगडा करण्याची इच्छा कधीच नव्हती. आपल्या आजोबांची प्रत्येक इच्छा अगदी शब्दशः पूर्ण व्हावी अशीच माझ्या अशिलाची इच्छा आहे.''

ते ऐकून जज्जसाहेबांनी खांदे उडवले. दोघा वकिलांच्या बोलण्यातून एक गोष्ट स्पष्टच होत होती की, कुणाचीच सामोपचाराने वादविवाद संपुष्टात आणण्याची तयारी दिसत नव्हती. ''ठीक आहे तर मग.'' जज्ज म्हणाले, ''आपण सुरुवात करू या. माझ्यापुढे आलेली सर्व कागदपत्रं मी काळजीपूर्वक वाचली आहेत. दोन्ही पक्षांनी पुराव्यादाखल ज्या काही गोष्टी कोर्टापुढे सादर केलेल्या आहेत, त्याही मी विचारात घेतलेल्या आहेत. आता मी एक गोष्ट स्पष्ट करू इच्छितो – या खटल्याच्या संदर्भात त्यातल्या काही गोष्टी सुसंगत आहेत, तर काही विसंगत आहेत. त्या कोणत्या, ते मी स्पष्ट करून सांगतो. सर अलेक्झांडर मॉन्क्रीफ यांनी १७ जानेवारी १९९७ रोजी एक मृत्युपत्र बनवलं. या गोष्टीविषयी दोन्ही पक्षांचं दुमत नाही. त्या मृत्युपत्राद्वारे त्यांनी आपली सर्वच्या सर्व मालमत्ता

आपला नातू निकोलस मॉन्क्रीफ यांच्या नावे ठेवली होती. त्या वेळी निकोलस मॉन्क्रीफ हे कोसोव्हो येथे सैन्यात अधिकारी म्हणून काम करत होते.'' एवढं बोलून त्यांनी दोन्ही वकिलांकडे पाहिलं. मन्रो आणि गॅलब्रेथ या दोघांनी संमतीदर्शक मान हलवली.

''परंतु आपले अशील श्री. ह्यूगो मॉन्क्रीफ यांच्यातर्फे श्री. गॅलब्रेथ यांनी असा दावा केला आहे की, वर उल्लेखलेलं मृत्युपत्र आणि इच्छापत्र अलेक्झांडर यांनी लिहिलेलं अखेरचं मृत्युपत्र आणि इच्छापत्र नव्हतं. तर त्यानंतरच्या तारखेला त्यांनी लिहिलेलं –'' असं म्हणून जज्जनी आपल्या वहीतल्या नोंदी वाचल्या – ''म्हणजे एक नोव्हेंबर १९९८ साली सर अलेक्झांडर यांनी लिहिलेलं एक नवीन मृत्युपत्र अस्तित्वात आलं आहे. त्यात त्यांनी आपली सगळी मालमत्ता आपला पुत्र ॲन्गस याच्या नावे ठेवली आहे. २० मार्च २००२ साली सर ॲन्गस यांचं निधन झालं. त्यांच्या अखेरचं मृत्युपत्र आणि इच्छापत्राद्वारे त्यांनी आपली संपूर्ण मालमत्ता आपले बंधू ह्यूगो मॉन्क्रीफ यांच्या नावे केली आहे.

''मि. गॅलब्रेथ यांनी पुरावा म्हणून आणखी एक पत्र सादर केलं आहे. ते पत्र सर अलेक्झांडर यांच्या सहीचं असून त्यात त्यांनी असं करण्यामागची कारणमीमांसा दिली आहे. या पत्राच्या दुसऱ्या पानावर सर अलेक्झांडर यांची जी सही आहे त्या सहीच्या सत्यतेविषयी मि. मन्रो यांनी कोणतीही हरकत घेतलेली नाही; पण त्यांनी असं सुचवलं आहे की, या पत्राचं पहिलं पान नंतरच्या तारखेला लिहिण्यात आलेलं आहे. त्यांच्याकडे ही गोष्ट सिद्ध करण्यासाठी पुरेसा पुरावा जरी उपलब्ध नसला, तरी दुसरं मृत्युपत्र अग्राह्य ठरलं की, आपोआपच सर्व काही स्पष्ट होईल, असं त्यांचं म्हणणं आहे.

''मि. मन्रो यांनी कोर्टासमोर एक गोष्ट स्पष्ट केलेली आहे – सर अलेक्झांडर यांच्या मृत्युपत्र बनवतानाच्या मानसिक स्थितीविषयी त्यांना कोणतीही हरकत घ्यायची नाही. उलट सर अलेक्झांडर यांच्या मृत्यूच्या केवळ एक आठवडा आधी त्यांनी आणि मि. मन्रो यांनी एकत्र जेवण केलं होतं आणि त्यानंतर बुद्धिबळाचा एक डावसुद्धा दोघं खेळले होते. त्यात सर अलेक्झांडर यांनी मन्रो यांच्यावर मातसुद्धा केली होती.

''त्यामुळे दोन्ही पक्षांना मी एकच सांगू इच्छितो की, हे दुसरं मृत्युपत्र ग्राह्य धरायचं की नाही, हाच या खटल्यातला अत्यंत महत्त्वाचा मुद्दा आहे. कारण ते दुसरं मृत्युपत्र आणि इच्छापत्र हेच सर अलेक्झांडर यांनी लिहिलेलं अखेरचं असल्याचा दावा मि. गॅलब्रेथ यांनी केलेला आहे आणि तेच बनावट आहे, असं मि. मन्रो यांचं म्हणणं आहे; पण त्या विधानाच्या पुष्ट्यर्थ त्यांनी काही पुरावा जोडलेला नाही. मला वाटतं, आता या एकूण खटल्याचं स्वरूप दोन्ही पक्षांना

व्यवस्थित स्पष्ट झालेलं असावं. मग आता मी मि. गॅलब्रेथ यांना अशी विनंती करतो की, त्यांनी मि. ह्यूगो मॉन्क्रीफ यांच्या वतीने युक्तिवाद करावा.''

मि. गॅलब्रेथ आपल्या जागेवर उठून उभे राहिले. ''मी आणि माझे अशील या दोघांनाही एक गोष्ट मान्य आहे की, दुसऱ्या मृत्युपत्राची ग्राह्यता हाच या खटल्यातला एकमेव महत्त्वाचा मुद्दा आहे. ते सर अलेक्झांडर यांचं अखेरचं मृत्युपत्र आणि इच्छापत्र आहे, याबाबत आमच्या मनात कोणतीही शंका नाही. आमच्यातर्फे पुरावा म्हणून आम्ही ते मृत्युपत्र आणि त्याला जोडलेलं इच्छापत्र कोर्टापुढे सादर करत आहोत. शिवाय आम्ही एक असा साक्षीदार कोर्टासमोर हजर करू इच्छितो, ज्याची साक्ष ऐकल्यानंतर हे मृत्युपत्र खरंच आहे, बनावट नाही, हे सिद्ध होईल.''

''बाय ऑल मीन्स!'' जज्ज सँडरसन म्हणाले. ''तुमच्या साक्षीदाराला बोलवा.''

''मी प्रोफेसर निगेल फ्लेमिंग यांना साक्षीसाठी पाचारण करतो.'' गॅलब्रेथ म्हणाले. ते दाराकडे बघत होते.

डॅनी झुकून मि. मन्रो यांना म्हणाला, ''तुम्ही ओळखता का यांना?''

''मी त्यांच्याविषयी ऐकून आहे.'' मन्रो म्हणाले. एका उंचनिंच, रुबाबदार, पांढऱ्याशुभ्र केसांच्या माणसाने कोर्टात प्रवेश केला. त्यांच्या त्या प्रभावशाली व्यक्तिमत्त्वाकडे पाहून डॅनीला आपल्या शाळेत दरवर्षी पारितोषिक-वितरणासाठी येणाऱ्या वेगवेगळ्या सुप्रसिद्ध प्रमुख पाहुण्यांची आठवण झाली. त्याला स्वतःला बक्षीस-समारंभात अशा पाहुण्यांच्या हातून बक्षीस घेण्याचा प्रसंग कधीच आला नव्हता.

''बसा प्रोफेसर फ्लेमिंग!'' जस्टिस सँडरसन म्हणाले.

गॅलब्रेथ मात्र उभेच होते. ''प्रोफेसर, तुम्ही या केसमध्ये 'तज्ज्ञ' म्हणून साक्ष देणार आहात. तेव्हा तुम्ही या क्षेत्रात किती नावाजलेले आणि ख्यातकीर्त आहात हे मी कोर्टासमोर विशद करू इच्छितो. त्यासाठीच मी तुमच्या पार्श्वभूमीविषयीचे काही प्रश्न विचारणार आहे.''

प्रोफेसरांनी स्मितहास्य केलं.

''तुम्ही सध्या कुठे काम करता?''

''मी एडिंबरो युनिव्हर्सिटीत इनऑरगॅनिक केमिस्ट्रीचा प्रोफेसर आहे.''

''तुमच्या या विषयाचं गुन्हेगाराच्या अन्वेषणाच्या क्षेत्रातील महत्त्व अशा यावर तुम्ही एक पुस्तकपण लिहिलेलं आहे ना? बऱ्याच युनिव्हर्सिटीजनी आपल्या अभ्यासक्रमात तुमच्या या पुस्तकाचा समावेशही केलेला आहे, हो ना?''

"मी बऱ्याच युनिव्हर्सिटीजबद्दल काही मत व्यक्त करू इच्छित नाही, पण एडिंबरो युनिव्हर्सिटीत तसा करण्यात आला आहे."

"तुम्ही या अशा प्रकारच्या खटल्यांमध्ये बऱ्याच वेळा विविध सरकारांना तज्ज्ञ म्हणून मदत केली आहे, हे खरं आहे का?"

"मला माझ्या पात्रतेविषयी अतिरंजित वर्णन करायचं नाही; पण यापूर्वी मी अशा स्वरूपाच्या खटल्यांमध्ये तीन वेळा तीन वेगवेगळ्या सरकारांना मदत केली आहे. दोन किंवा अधिक राष्ट्रांमध्ये कागदपत्रांच्या ग्राह्यतेविषयीचा मुद्दा उपस्थित झालेला असताना मी तज्ज्ञ म्हणून काम पाहिलं आहे."

"कोणत्याही खटल्यात मृत्युपत्राच्या खरेपणाविषयी शंका उपस्थित झाल्यानंतर तज्ज्ञ म्हणून तुम्ही साक्ष दिली आहे?"

"होय सर, एकूण सतरा वेळा."

"यांपैकी किती खटल्यांमध्ये कोर्टाने तुमचं म्हणणं ग्राह्य धरून निकाल दिला?"

"कोर्टाने या खटल्यांमध्ये जो काही निकाल दिला, तो केवळ माझ्या एकट्याची साक्ष विचारात घेऊन दिला होता, असं म्हणण्याचं धाडस मी करणार नाही," प्रोफेसर म्हणाले.

"हे तुम्ही अगदी योग्यच बोललात. पण तरीही असं सांगा की, सतरापैकी किती खटल्यांमध्ये तुम्ही दिलेल्या मतानुसार निकाल लागला?"

"सोळा सर."

"मि. गॅलब्रेथ, पुढे काय ते बोला." जस्टिस सँडरसन म्हणाले.

"प्रोफेसर, या खटल्यामध्ये ज्या कागदपत्राला अनन्यसाधारण महत्त्व आहे, जे या खटल्याचा केंद्रबिंदू आहे, ते सर अलेक्झांडर मॉन्क्रीफ यांचं मृत्युपत्र तुम्ही स्वत: नजरेखालून घातलं आहे का?"

"मी दोन्ही मृत्युपत्रं अगदी नीट तपासून पाहिली आहेत."

"मग मी दुसऱ्या मृत्युपत्राबद्दल तुम्हाला काही प्रश्न विचारू?"

प्रोफेसरांनी मान हलवून संमती दिली. "ते मृत्युपत्र ज्या कागदावर लिहिण्यात आलं आहे, तो कागद त्या काळी उपलब्ध असण्याची शक्यता आहे?"

"त्या काळी म्हणजे नक्की कोणत्या काळी मि. गॅलब्रेथ?" जज्ज म्हणाले.

"नोव्हेंबर १९९८ मिलॉर्ड."

"होय. तशी शक्यता आहे." प्रोफेसर म्हणाले. "पहिलं मृत्युपत्र १९९७ मध्ये लिहिण्यात आलं. त्यासाठी वापरण्यात आलेला कागद आणि दुसऱ्या मृत्युपत्रासाठी वापरण्यात आलेला कागद हे एकाच कालखंडातले आहेत, हे मी खात्रीपूर्वक सांगू शकतो."

जज्जनी एक भुवई उंचावली; पण मधे बोलले मात्र नाहीत. "त्या मृत्युपत्राला जी लाल रंगाची फीत बांधली होती, तीपण त्याच काळातली होती का?" गॅलब्रेथ म्हणाले.

"हो. मी त्या दोन्ही फितींची चाचणी घेतली आणि त्यातून असं सिद्ध झालं की, त्या दोन्ही एकाच कालखंडातल्या होत्या."

"त्या दोन्ही मृत्युपत्रांवर सर अलेक्झांडर यांच्या सह्या आहेत. त्याविषयी तुमचं काय मत आहे?"

"मी या प्रश्नाचं उत्तर देण्यापूर्वी एक गोष्ट स्पष्ट करू इच्छितो मि. गॅलब्रेथ, मी हस्ताक्षरतज्ज्ञ नाही; परंतु दोन्ही सह्यांसाठी जी काळी शाई वापरण्यात आली होती, ती एकाच सुमाराला म्हणजे १९९० सालाच्या आधी बनवलेली होती."

"म्हणजे तुम्हाला असं सांगायचंय का की, शाई पाहून ती साधारण कधी बनवलेली असेल हे तुम्ही सांगू शकता?"

"हो, कधीतरी एका महिन्याच्या फरकाने अचूक सांगता येतं ते. या केसमध्ये तर मी असंही सांगू शकतो की, दोन्ही सह्यांसाठी वापरलेली शाई १९८५ साली वॉटरमन या कंपनीने बनवलेली आहे."

"आता आपण दुसऱ्या मृत्युपत्रासाठी वापरण्यात आलेल्या टाईपरायटरकडे वळू या." मि. गॅलब्रेथ म्हणाले. "असं सांगा, तो टाईपरायटर कोणत्या बनावटीचा होता आणि तो किती साली बाजारात आला?"

"तो टाईपरायटर रेमिंग्टन एन्व्हॉय हा होता आणि तो १९६५ साली बाजारात पहिल्यांदा आला."

"मी परत एकदा या काही गोष्टी नमूद करू इच्छितो." मि. गॅलब्रेथ म्हणाले. "कागद, शाई, फीत आणि टाईपरायटर या सर्व गोष्टी नोव्हेंबर १९९८ च्या आधी अस्तित्वात होत्या."

"त्यात काहीच शंका नाही." प्रोफेसर म्हणाले.

"थँक यू प्रोफेसर! तुम्ही थोडा वेळ आपल्या जागीच थांबता का? मला वाटतं मि. मन्रो यांना तुम्हाला काही प्रश्न विचारायचे असतील."

मन्रो आपल्या खुर्चीतून सावकाश उठून म्हणाले, "मला या साक्षीदाराला काहीही प्रश्न विचारायचे नाहीत."

त्यावर जज्जनी काहीही प्रतिक्रिया दिली नाही, पण मि. गॅलब्रेथ मात्र अविश्वासाने मि. मन्रो यांच्याकडे बघत राहिले. मि. मन्रो असं का म्हणाले असतील, हे अंकल ह्यूगो यांना कळेना. ते मार्गारेटकडे प्रश्नार्थक मुद्रेने पाहू लागले. डॅनी मात्र चेहऱ्यावर काहीही भाव न दाखवता निर्विकारपणे समोर बघत होता. मि. मन्रोंनीच त्याला अशी सूचना दिली होती.

"तुम्ही आणखी काही साक्षीदार आणणार आहात का मि. गॅलब्रेथ?" जज्जनी विचारलं.

"नाही मिलॉर्ड. मी फक्त एवढंच नमूद करू इच्छितो की, माझ्या विद्वान मित्रांनी प्रोफेसर फ्लेमिंग यांची उलटतपासणी घेतली नाही, याचा अर्थ त्यांनी साक्षीत मांडलेल्या सर्व गोष्टी त्यांना पूर्णपणे मान्य आहेत असाच होतो."

त्यावरही मि. मन्रो काही न बोलता बसून राहिले.

"मि. मन्रो, तुम्ही तुमच्या युक्तिवादाला सुरुवात करणार ना?" जज्जनी विचारलं.

"मी अगदी थोडक्यात आटोपतं घेईन मिलॉर्ड!" मि. मन्रो उठून म्हणाले. "मि. फ्लेमिंग यांच्या साक्षीमधून एक गोष्ट तर सिद्ध झाली आहे की, सर अलेक्झांडर यांचं पहिलं मृत्युपत्र शंभर टक्के अस्सल असून त्यात त्यांनी आपली सर्व मालमत्ता माझ्या अशिलाच्या नावे ठेवलेली आहे. याबाबतीत आम्ही त्यांचं मत पूर्णपणे ग्राह्य धरतो. मिलॉर्ड, मगाशी आपणच म्हटल्याप्रमाणे खोटेपणावर आहे, ज्यामध्ये –"

"मिलॉर्ड," मि. गॅलब्रेथ उठून घाईने म्हणाले, "म्हणजे मि. मन्रो यांना असं सुचवायचंय का की, केवळ पहिल्या मृत्युपत्राच्या संदर्भात मि. फ्लेमिंग यांचं मत ग्राह्य धरावं, पण दुसऱ्या मृत्युपत्राच्या संदर्भात मात्र ग्राह्य धरू नये?"

"तसं मुळीच नाही मिलॉर्ड!" मन्रो म्हणाले. "माझ्या विद्वान मित्रांनी जर थोडा धीर धरला असता, तर त्यांना कळलं असतं की, मला तसं काही अजिबात सुचवायचं नाहीये. प्रोफेसर फ्लेमिंग यांनी स्वत:च कोर्टाला सांगितलेलं आहे की, ते हस्ताक्षरतज्ज्ञ नसल्यामुळे सही बनावट आहे की खरी, याबद्दल ते मत देऊ शकत नाहीत."

"पण त्यांनी साक्षीत असंही म्हटलेलं आहे युवर ऑनर," मि. गॅलब्रेथ उठून म्हणाले, "की दोन्ही सह्या एकाच बाटलीतल्या शाईने करण्यात आलेल्या आहेत."

"पण त्या एकाच हाताने केलेल्या आहेत, असं काही त्यातून सिद्ध होत नाही." मन्रो म्हणाले.

"तुम्ही हस्ताक्षरतज्ज्ञांना बोलावणार आहात का?" जज्जनी त्यांना विचारलं.

"नाही मिलॉर्ड."

"ती सही बनावट आहे असं सिद्ध करण्यासाठी काही पुरावा आहे का तुमच्याकडे?"

"नाही मिलॉर्ड. तसा पुरावा माझ्याकडे नाही."

आता मात्र जज्जनी एक भुवई उंचावली. "मग तुम्ही तुमच्यातर्फे कुणी साक्षीदार बोलावणार आहात का मि. मन्रो?"

"होय मिलॉर्ड. माझ्या विद्वान वकील मित्राप्रमाणेच मीपण केवळ एकच तज्ज्ञ साक्षीदार बोलावणार आहे." कोर्टरूममध्ये शांतता पसरली. डॅनीचा चेहरा तेवढा निर्विकार होता. बाकी सर्वांच्याच चेहऱ्यावर कमालीची उत्सुकता होती. मि. मन्रो नक्की कोणाला बोलावतील याबद्दलची उत्सुकता.

"मी मि. जीन हनसॅकर यांना साक्षीसाठी पाचारण करत आहे."

दार उघडून मजबूत अंगयष्टीच्या मि. हनसॅकर यांनी कोर्टात प्रवेश केला. त्यांच्याकडे पाहून डॅनीला काहीतरी वेगळं वाटलं. मग त्याच्या लक्षात आलं की, आज त्यांच्या तोंडात नेहमीप्रमाणे सिगार नव्हती.

हनसॅकर यांनी खड्या आवाजात शपथ घेतली. त्या लहानशा कोर्टरूममध्ये त्यांचा आवाज खणखणीत ऐकू आला.

"आपल्या खुर्चीत बसा मि. हनसॅकर!" जज्ज म्हणाले. "आणि आज आपण या लहानशा कोर्टरूममध्ये जमलो आहोत, तेव्हा अगदी हळू आवाजात बोललं, तरी हरकत नाही."

"आय ॲम सॉरी युवर ऑनर."

"क्षमा वगैरे मागायची आवश्यकता नाही." जज्ज म्हणाले. "तुम्ही चालू करा मि. मन्रो."

मन्रो आपल्या जागेवरून पुढे येऊन हसून मि. हनसॅकर यांना म्हणाले, "कोर्टाच्या प्रथेनुसार आधी तुमचं नाव आणि व्यवसाय येथे सांगा."

"माझं नाव जीन हनसॅकर, द थर्ड. मी निवृत्त आहे."

"तुम्ही निवृत्तीपूर्वी काय करत होता मि. हनसॅकर?" जज्ज म्हणाले.

"तसं विशेष काही करत नव्हतो युवर ऑनर. माझे आजोबा आणि माझे वडील पशुपालनाचा व्यवसाय करीत. त्यांच्या मालकीची प्रचंड मोठी चराऊ कुरणं होती; पण मी त्यांच्या व्यवसायात कधीच रस घेतला नाही; विशेषत: त्या जमिनीत तेलाच्या विहिरी सापडल्यानंतर."

"मग तुम्ही तेलाचा व्यवसाय सुरू केलात का?' जज्ज म्हणाले.

"नाही सर. मी सत्तावीस वर्षांचा असतानाच त्या तेलाच्या खाणी ब्रिटिश पेट्रोलियम कंपनीला विकून टाकल्या आणि त्यानंतरचं आयुष्य मी केवळ माझ्या छंदाची जोपासना करण्यात घालवलं."

"वा! फारच इंटरेस्टिंग! मला कळू दे तरी तुमचा हा छंद–" जज्जनी बोलायला सुरुवात केली; पण मि. मन्रो त्यांचं वाक्य पूर्ण होण्यापूर्वीच ठामपणे म्हणाले, "आपण तुमच्या छंदाविषयी नंतर बोलणारच आहोत मि. हनसॅकर."

ते ऐकून जज्ज आपल्या खुर्चीत मागे सरकून बसले. त्यांच्या चेहऱ्यावर क्षमायाचनेचे भाव चमकून गेले.

"मि. हनसॅकर, आपल्या तेलाच्या खाणी ब्रिटिश पेट्रोलियम कंपनीला विकून तुम्हाला भरपूर नफा मिळाल्यानंतर तुम्ही आता खनिज-तेलाच्या व्यवसायात नाही. बरोबर?"

"हे बरोबर आहे."

"कोर्टासमोर मला आणखी काही गोष्टी नमूद करायच्या आहेत. त्या म्हणजे तुम्ही कोणकोणत्या गोष्टींत तज्ज्ञ असल्याचा दावा करत नाही, अशा गोष्टी. उदाहरणार्थ – तुम्ही मृत्युपत्रांच्या बाबतीत अधिकारवाणीने मत देऊ शकाल?"

"नाही सर."

"तुम्ही पेपर आणि इंक टेक्नॉलॉजीमध्ये तज्ज्ञ आहात का?"

"नाही सर. मुळीच नाही."

"तुम्ही रिबन्सबद्दल काही अधिकारवाणीने बोलू शकाल का?"

"मी तरुण वयात आमच्या शाळेतल्या एक-दोन मुलींच्या केसांतल्या रिबन्स सोडायचा प्रयत्न केला होता, पण त्यापलीकडे नाही आणि तेव्हाही मी त्यात फारसा तरबेज नव्हतोच." हनसॅकर म्हणाले.

कोर्टरूममध्ये खसखस पिकली. मन्रो जरा थांबून म्हणाले, "मग तुम्ही टाइपरायटर या विषयातले तज्ज्ञ आहात का?"

"नाही सर."

"मग निदान स्वाक्षरी या विषयातले तरी?"

"नाही सर."

"पण जर मी एक विधान केलं, तर ते निश्चित चुकीचं ठरणार नाही की, पोस्टाचे स्टॅम्प्स या विषयातले तुम्ही जगातले एकमेव तज्ज्ञ आहात?"

"मला वाटतं मी आणि टोमोजी वाटानबे या दोघांव्यतिरिक्त आणखी कुणी मलातरी माहीत नाही." मि. हनसॅकर म्हणाले.

जज्जना आता बोलल्याखेरीज राहवेना. ते म्हणाले, "तुमचं बोलणं जरा स्पष्ट करून सांगता का मि. हनसॅकर?"

"गेली चाळीस वर्षं आम्ही दोघंही स्टॅम्प्स जमवतो आहोत युवर ऑनर. माझा संग्रह त्याच्यापेक्षा मोठा आहे; पण त्याचं कारण माझ्याजवळ त्याच्यापेक्षा बराच जास्त पैसा आहे. त्यामुळे प्रत्येक लिलावात मी त्या बिचाऱ्यापेक्षा चढी बोली लावतो."

त्यांच्या तोंडचं हे वाक्य ऐकून मार्गारिट मॉन्क्रीफलासुद्धा हसू आवरेना. "मी सोद्बीजच्या बोर्डवर आहे, तर टोमोजी फिलिप्सच्या सल्लागार मंडळात. माझा

संग्रह वॉशिंग्टन डी.सी.च्या स्मिथसोनियन इन्स्टिट्यूटमध्ये प्रदर्शनासाठी ठेवण्यात आला होता, तर त्याचा टोकियोच्या इंपीरिअल म्युझियममध्ये. त्यामुळे जगातला सर्वश्रेष्ठ तज्ज्ञ कोण, ते मी सांगू शकत नाही; पण आम्हा दोघांपैकी एक जण पहिल्या नंबरावर असेल, तर उरलेला दुसऱ्या नंबरावर नक्कीच आहे.''

''थँक यू मि. हनसॅकर.'' जज्ज म्हणाले. ''तुमचे साक्षीदार त्यांच्या विषयातले तज्ज्ञ आहेत याबद्दल माझी पुरती खात्री झालेली आहे.''

''थँक यू मिलॉर्ड!'' मन्रो म्हणाले. ''मि. हनसॅकर, तुम्ही या खटल्यातली दोन्ही मृत्युपत्रं अगदी काळजीपूर्वक तपासून पाहिलीत का?''

''होय सर.''

''मग दुसऱ्या मृत्युपत्रान्वये मि. अलेक्झांडर यांनी आपली सर्व संपत्ती आपला पुत्र ॲन्गस याच्या नावे केली आहे. त्या मृत्युपत्राविषयी तुमचं काय मत आहे?''

''ते बनावट आहे.''

मि. गॅलब्रेथ तातडीने उठून उभे राहिले. ''येस, येस मि. गॅलब्रेथ!'' जज्ज त्यांना हाताने खाली बसण्याचा इशारा करत म्हणाले. ''मि. हनसॅकर, तुम्ही आत्ता जे विधान केलंत, त्याला पुष्टी देणारा काही पुरावा असेल, तर तो तुम्ही इथे मांडावा आणि पुरावा याचा अर्थ तुमचं तत्त्वचिंतनपर भाषण नकोय मला.''

हनसॅकर यांच्या चेहऱ्यावरचं हसू मावळलं. ते क्षणभर थांबले. मग म्हणाले, ''युवर ऑनर, तुमच्या कायद्याच्या भाषेत बोलायचं झालं, तर मी तुमच्या मनात त्या दुसऱ्या मृत्युपत्राविषयी संशय, अर्थात रीझनेबल डाऊट उत्पन्न करू शकतो; पण त्यासाठी तुम्ही तुमच्यासमोर ते मृत्युपत्र उघडून ठेवावं, असं माझं सांगणं आहे.''

जस्टिस मि. गॅलब्रेथ यांच्याकडे वळले. त्यांनी खांदे उडवले आणि दुसरं मृत्युपत्र जज्जच्या स्वाधीन केलं. ''आता युवर ऑनर, तुम्ही कृपया मृत्युपत्राचं दुसरं पान उघडावं. तुम्हाला सर अलेक्झांडर यांची एका स्टँपवर सही दिसेल.''

''तो स्टँप खोटा आहे, असं तुम्हाला सुचावायचंय का?'' जज्जनी विचारलं.

''नाही सर. तसं काही मी सुचवत नाहीये.''

''पण आपण स्वाक्षऱ्यांमधले तज्ज्ञ नसल्याचं तर तुम्ही मगाशीच कबूल केलंय. मग तुम्हाला नक्की म्हणायचंय तरी काय?''

''ते खरंतर अतिशय स्पष्ट आहे सर. फक्त आपण काय बघतोय, हे आपल्याला नीट माहिती हवं.''

''मला जरा स्पष्ट करून सांगता का?'' जज्ज आता जरासे वैतागून म्हणाले. ''दोन फेब्रुवारी १९५२ रोजी हर मॅजेस्टी द क्वीन ब्रिटिश साम्राज्याच्या सिंहासनावर

विराजमान झाल्या. त्यांच्या राज्यारोहणाचा प्रत्यक्ष सोहळा वेस्ट मिन्स्टर ॲबे इथे दोन जून १९५३ रोजी संपन्न झाला. त्या निमित्ताने त्या रोजी एक स्टँप काढण्यात आला. माझ्याकडे त्या दिवशी छापलेल्या स्टँप्सपैकी काही आहेत, हे मी अभिमानाने सांगू इच्छितो. या स्टँपवरची क्वीन ही एक तरुण स्त्री आहे; परंतु हर मॅजेस्टी यांची कारकीर्द फार दीर्घकालीन असल्यामुळे दर वर्षी या राज्यारोहण समारोहाच्याच दिवशी या स्टँपची पुढची आवृत्ती प्रसिद्ध होते; परंतु नवीन आवृत्तीतल्या क्वीन या वयाने मोठ्या दाखवलेल्या असतात. हे मुद्दामच तसे केलेले असते. या दुसऱ्या मृत्युपत्रावर जो स्टँप लावलेला आहे, तो मार्च १९९९ मध्ये छापून प्रसिद्ध करण्यात आला असल्याचं मी खात्रीशीर सांगू शकतो.'' मि. हनसॅकर एवढं बोलून मि. ह्यूगो मॉन्क्रीफ यांच्याकडे वळले. आपल्या बोलण्याचा त्यांच्या चेहऱ्यावर काय परिणाम झालाय हे न्याहाळून बघत ते आपल्या खुर्चीत बसले; पण मि. ह्यूगो यांना त्या गोष्टीचा नीट बोध झाला होता की नाही, ते काही त्यांच्या चेहऱ्यावरून कळत नव्हतं. मार्गारेट मॉन्क्रीफने ओठ घट्ट आवळले होते. तिचा चेहरा विवर्ण झाला होता.

''युवर ऑनर,'' हनसॅकर म्हणाले, ''सर अलेक्झांडर यांचं १७ डिसेंबर १९९८ रोजी निधन झालं. म्हणजेच हा स्टँप प्रकाशित होण्याच्या तीन महिने आधी. याचा अर्थ हर मॅजेस्टीचं चित्र असलेल्या स्टँपवरची ती सही त्यांची असणं शक्यच नाही.''

सूड

५१

सूड हा असा पदार्थ आहे, जो निवल्याशिवाय खाण्यात अर्थ नाही.

लंडनच्या आकाशात दाटून आलेल्या ढगांमधून डॅनीचं विमान जेव्हा खाली उतरू लागलं, तेव्हा त्याने हातातलं पुस्तक ब्रीफकेसमध्ये ठेवलं. आपल्या प्रिय मित्राच्या मृत्यूस कारणीभूत झालेल्या तिघा माणसांचा सूड घेण्याचा त्याचा निश्चय आता जास्तच दृढ झाला होता. त्यांच्यामुळेच त्याचं बेथशी लग्न होऊ शकलं नव्हतं. त्याच्या मुलीचं – ख्रिस्तीचं संगोपन करण्याचं सुख त्याच्यापासून क्रूरपणे हिरावून घेण्यात आलं होतं, तेही याच तिघांमुळे! जो खून त्याने केलाच नव्हता, त्यासाठी त्याला तुरुंगवास भोगावा लागला होता, तोही त्यांच्यामुळेच!

एकेकाला अलगद उचलून त्याचा काटा काढण्यासाठी लागणारं भक्कम आर्थिक पाठबळ आता त्याच्याकडे होतं. आपण जेव्हा त्या तिघांचाही सूड घेण्याचं काम हातावेगळं करू तेव्हा त्यांना जगण्यापेक्षा मरण बरं, असं वाटू लागलं पाहिजे, असा डॅनीचा इरादा होता.

आपापले सीटबेल्ट्स बांधण्याची सूचना प्रवाशांना करण्यात आली. विमान काही क्षणांतच हीथ्रो एअरपोर्टवर उतरणार होतं.

एअर होस्टेसच्या बोलण्याने डॅनीच्या विचारांत एकदम खंड पडला. तो तिच्याकडे बघून हसला. मि. जीन हनसॅकर आपली साक्ष संपवून खाली उतरताक्षणी लगेचच फिर्यादी पक्षाने आपला दावा मागे घेतला. त्यामुळे जस्टिस सँडरसन यांना त्या खटल्याचा निकाल द्यावाच लागला नाही.

मि. मन्रो यांनी त्यामागचं कारण दुपारच्या जेवणाच्या वेळी डॅनीला स्पष्ट करून सांगितलं. या प्रकरणात मृत्युपत्रावर बनावट सही केल्याचा गुन्हा घडल्याचं जर सत्य उघडकीला आलं असतं, तर जस्टिस सँडरसन यांना ताबडतोब त्यावर कारवाई करण्यासाठी संबंधित लोकांना कळवावं लागलं असतं. त्या दोघांचं असं बोलणं इकडे चालू असताना शहरात दुसऱ्या एका ठिकाणी मि. गॅलब्रेथ हे ह्यूगो

मॉन्क्रीफ यांना नेमकी हीच गोष्ट समजावून सांगत होते. बनावट सहीचा गुन्हा जर सिद्ध झालाच असता, तर त्यांनापण तुरुंगाची हवा खाण्यावाचून दुसरा काही पर्याय शिल्लक राहिला नसता.

सर निकोलस यांनी अंकल ह्यूगो यांच्यावर गुन्हा दाखल करू नये, असा सल्ला मन्रो यांनी त्यांना दिला होता. आपण गेल्या खेपेला लंडनच्या हीथ्रो विमानतळावर उतरलो असताना आपल्या स्वागताला तीन पोलीस हजर होते, ते या अंकल ह्यूगोंच्याच कृपेने, ही गोष्ट डॅनी विसरला नव्हता. फ्रेझर मन्रो त्याला पुढे असंही म्हणाले होते, "इथून पुढे मात्र परत तुम्हाला या अंकल ह्यूगोंनी त्रास द्यायचा प्रयत्न केला, तर त्यांना सोडायचं नाही."

मि. मन्रो यांनी गेली सगळी वर्षं आपल्या कुटुंबासाठी जे काही केलं– 'निकसारखा विचार कर,' असं मनातून स्वतःला बजावत, त्याबद्दल डॅनीने जमेल तेवढे त्यांचे आभार मानले. त्यावर त्यांनी जी प्रतिक्रिया व्यक्त केली, त्यामुळे त्याला फारच नवल वाटलं. "कुणाचा पराभव करताना मला जास्त मजा आली – तुमचे ते अंकल ह्यूगो का त्यांचा तो हरामखोर वकील डेस्मॉंड गॅलब्रेथ – हे सांगणं मोठं कठीण आहे." ते म्हणाले. डॅनीच्या मनात मि. मन्रो यांच्याविषयी विलक्षण आदर होता; पण त्याचबरोबर त्याच्या मनात आलं, 'यांच्या विरोधात कधी उभं ठाकण्याची वेळ कुणाला येऊ नये.'

जेवणानंतर कॉफी झाली. मि. मन्रो यांनी आपल्या संपूर्ण मालमत्तेचं विश्वस्त व्हावं, त्याचप्रमाणे इथून पुढेही आपले कायदेविषयक सल्लागार म्हणून काम करावं, अशी इच्छा डॅनीने त्यांच्यापाशी व्यक्त केली. मि. मन्रो मान झुकवून डॅनीला अभिवादन करून म्हणाले, "जशी आपली इच्छा सर निकोलस." डॅनीने आणखी एक गोष्ट त्यांना स्पष्ट करून सांगितली. स्कॉटलंडमधल्या सर्वच्या सर्व मालमत्ता 'नॅशनल ट्रस्ट फॉर स्कॉटलंड'च्या हवाली कराव्यात, असा त्याचा मनसुबा होता. त्या मालमत्तेची काळजी घेण्यासाठी, व्यवस्था पाहण्यासाठी जो काही खर्च येईल, तो करण्याची त्याची तयारी होती.

"तुमच्या आजोबांची अगदी हीच इच्छा होती." मि. मन्रो म्हणाले. "अर्थात ही मालमत्ता तुमच्या अंकल ह्यूगोंच्या हाती लागली असती, तर त्यांनी आपले वकील मि. गॅलब्रेथ यांच्या मदतीने कसंही करून त्या गोष्टीतून स्वतःची सुटका नक्की करून घेतली असती. त्यांनी मालमत्ता नक्की स्वतःच्या घशात घातली असती."

आपण कोण आहोत आणि आपण एका वकिलाचं काय करायचं ठरवलंय हे जर त्यांना कळलं, तर त्यांना काय वाटेल – असा विचार डॅनीच्या मनात तरळून गेला.

अकरा वाजून गेल्यानंतर विमान हीथ्रो विमानतळावर उतरलं. खरंतर डॅनीने सकाळी ८.४० ची फ्लाईट घ्यायचं ठरवलं होतं; पण गेल्या कित्येक आठवड्यांत प्रथमच तो उशिरापर्यंत झोपला होता. त्याला जागच आली नव्हती.

विमान थांबलं. प्रवासी उतरण्यासाठी उठून उभे राहिले. डॅनीने स्पेन्सर क्रेगचा विचार मनातून काढून टाकला. आपला सीटबेल्ट सोडवून तोही इतर प्रवाशांप्रमाणे विमानाची दारं उघडण्याची वाट बघत उभा राहिला. 'आता या खेपेला आपल्यासाठी दारात पोलीस वाट बघत थांबलेले नसणार' त्याच्या मनात आलं. कालचा खटला अपेक्षेपेक्षा लवकर संपला होता. सर्व जण उठून बाहेर निघाल्यावर मि. हनसॅकर यांनी जज्ज सँडरसन यांच्या पाठीवर मित्रत्वाने थाप मारली होती आणि त्यांना एक सिगारही देऊ केली होती. जस्टिस सँडरसन क्षणभर हतबुद्धच झाले होते. काय म्हणावं हे त्यांना कळलंच नव्हतं; पण मग त्यांनी नम्रपणे ती नाकारली.

डॅनी हनसॅकरना म्हणाला, ''खरंतर तुम्ही जीनिव्हातच थांबला असतात, तर अंकल ह्यूगो यांनी हा संग्रह कितीतरी कमी किमतीत तुम्हाला विकला असता. तुमचा केवढातरी फायदा झाला असता.''

त्यावर ते म्हणाले, ''ते खरंय, पण तुमच्या आजोबांना मी एक वचन दिलेलं होतं, त्याचा भंग झाला असता. त्यांनी वेळोवेळी मला केलेलं मैत्रीपूर्ण मार्गदर्शन आणि दिलेला सल्ला किमान काही अंशी तरी मला फेडता आला, याचा मला आनंद वाटतोय.''

एक तासानंतर जीन हनसॅकर आपल्या खासगी जेट विमानाने टेक्सासला परत गेले. त्यांच्यासोबत १७३ अल्बम होते – लेदरच्या कव्हरमध्ये बंदिस्त! संपूर्ण प्रवासभर वेळ कसा घालवायचा, याची मि. हनसॅकर यांना चिंता नसणार होती, याची डॅनीला खात्री होती. प्रवासभरच का, उर्वरित आयुष्यभर त्यांना तो प्रश्न कधीही पडणार नव्हता.

विमानातून खाली उतरल्यानंतर डॅनीच्या मनात बेथचे विचार घोळू लागले. कसंही करून तिला बघण्याची त्याला जबरदस्त इच्छा होती. कुण्या लेखकाची उक्ती त्याच्या मनात घोळत होती : आपल्या विजयश्रीच्या आनंदात जर सहभागी व्हायला कुणीच नसेल, तर त्या विजयाचा उपयोग काय? पण मग त्याला बेथचे शब्द जणूकाही ऐकू आले : आता आयुष्यात जगण्यासारखं इतकं काही असताना सुडाच्या पाठीमागे कशासाठी लागायचं? काय उपयोग त्याचा? ती आता समोर असती, तर त्याने तिला बर्नीची आणि निकची आठवण करून दिली असती. त्या दोघांच्याही आयुष्यात जगण्यासारख्या कितीतरी गोष्टी होत्या. 'पैशाचं मोल आपल्याला काहीही वाटत नाही, ही गोष्ट तिला लगेच कळली

असती' त्याच्या मनात आलं. आपल्याजवळचा प्रत्येक पैसा तो उधळून द्यायला तयार होता.

फक्त जर घड्याळाचे काटे मागे फिरवता आले असते तर...

फक्त जर ते दोघं दुसऱ्या रात्री वेस्ट एंडला गेले असते तर...

फक्त जर ते त्या दिवशी त्या विशिष्ट पबमध्ये गेलेच नसते तर...

फक्त जर ते मागच्याऐवजी पुढच्या दाराने बाहेर पडले असते तर...

फक्त जर...

बरोबर सतराव्या मिनिटाला हीथ्रो एक्स्प्रेस पॅडिंग्टन स्टेशनात शिरली. डॅनीने घड्याळात पाहिलं. प्रोबेशन ऑफिसर मिसेस बेनेट यांची भेट घेण्याआधी थोडा वेळ हातात होता. 'आता या खेपेला आपण सरळ टॅक्सीने जायचं आणि वेळेआधी पोहोचून रिसेप्शनमध्ये त्यांची वाट बघत बसून राहायचं.' जज्जचे शब्द अजूनही डॅनीच्या कानात घुमत होते : "मॉन्क्रीफ, यानंतर अशा स्वरूपाचा गुन्हा एकदाही तुमच्या हातून घडला, तरी तुम्हाला पुढच्या चार वर्षांसाठी तुरुंगात पाठवण्यात येईल."

डॅनीच्या आयुष्यात सध्या केवळ एकाच गोष्टीला प्राधान्य होतं. ते म्हणजे त्या थ्री मस्केटिअर्सना त्यांच्या गुन्ह्यासाठी शिक्षा करायची; अद्दल घडवायची. पण त्याचबरोबर पदवी-परीक्षेच्या अभ्यासाकडेसुद्धा दुर्लक्ष करून चालणार नव्हतं. त्याने निकला तसं वचन दिलं होतं. ते पूर्ण करणं आवश्यक होतं. निकच्या मृत्यूमागे स्पेन्सर क्रेगचा हात असावा की काय, अशी त्याला मधूनच शंका यायची. बिग अल्च्या म्हणण्याप्रमाणे खरोखरच लीचने चुकीच्या माणसाला तर ठार मारलं नव्हतं?

टॅक्सी घरासमोर येऊन थांबली. इतक्या दिवसांत प्रथमच ते घर डॅनीला आपलं वाटलं. टॅक्सीचे पैसे चुकते करून तो बंगल्याचं गेट उघडून आत आला, तर दारात एक भणंग कपड्यातला माणूस त्याची वाट बघत पायरीवर बसून होता.

"आज बेट्या तुझं नशीब चांगलं आहे!" असं पुटपुटत डॅनीने खिशातून पैशांचं पाकीट बाहेर काढलं आणि तो पायऱ्यांपाशी पोहोचला. तो माणूस बसल्याबसल्या पेंगत होता. त्याच्या अंगात उघड्या गळ्याचा, कॉलरवाला, निळ्या उभ्या रेघांचा शर्ट आणि विटकी झालेली जुनीपुराणी जीनची पँट होती. पायात चकचकीत काळे बूट होते. बहुधा आज सकाळीच त्यांना पॉलिश केलेलं असावं. डॅनीची चाहूल लागताच तो माणूस दचकून सावध झाला आणि मान वर करून म्हणाला, "हाय निक!"

डॅनीने पुढे होऊन त्याला मिठी मारली. इतक्यात मॉलीने दार उघडलं. ती कमरेवर हात ठेवून आश्चर्याने त्या दोघांकडे बघत उभी राहिली. "तो म्हणाला,

तो तुमचा मित्र आहे,'' ती म्हणाली, ''पण तरीसुद्धा मी आपलं त्याला बाहेर पायरीवर बसायला सांगितलं.''

''हो. तो माझा मित्रच आहे.'' डॅनी म्हणाला. ''मॉली, हा बिग अल्.'

मॉलीने डॅनीसाठी स्वयंपाक केलाच होता. तिचा हात तसा सढळ असल्यामुळे दोघांनाही पुरून उरेल एवढं जेवण होतं.

दोघं जेवायला बसले. ''हं. आता सगळं नीट सांग मला.'' डॅनी म्हणाला.

''तसं सांगण्यासारखं फार काही नाहीये निक.'' बिग अल् तोंडात घास तसाच ठेवून म्हणाला. ''तुझ्याप्रमाणेच मलापण त्यांनी अर्धी सजा भोगून झाल्यावर सोडलं. थँक गॉड! मला वाटलं, आता आपण जन्मभर तिथेच राहतो की काय?''

''मग आता पुढे काय ठरवलं आहेस तू?'' डॅनी म्हणाला.

''आत्तातरी काही पक्कं ठरवलेलं नाहीये, पण सुटल्यावर येऊन भेटायला तू सांगितलं होतंस ना?'' बिग अल् म्हणाला, ''आजच्या रात्रीपुरता मी इथे राहिलो तर चालेल ना?''

''अरे, तुला पाहिजे तेवढे दिवस राहा. माझी हाउसकीपर तुझ्यासाठी गेस्ट बेडरूम तयार करून ठेवेल.'' डॅनी हसून म्हणाला.

''मी काही तुमची हाउसकीपर वगैरे नाही. मी तुमचं घर साफ करते आणि कधीतरी गरज पडली तर स्वयंपाक करते, इतकंच.'' मॉली फणकाऱ्याने म्हणाली.

''मॉली, आजपासून तू माझी हाउसकीपरपण आहेस आणि कुकपण. तासाला दहा पौंड पगार!'' डॅनी म्हणाला. मॉली ते ऐकून हतबुद्ध झाली. डॅनी म्हणाला, ''आणखी एक गोष्ट. आता हा बिग अल् कायमचा आपल्याकडे राहणार आहे. तुझं काम वाढेल. तुला मदतनिसाची गरज पडेल. तेव्हा कुणालातरी शोधून आण तुझ्या हाताखाली काम करायला.''

''नाही, नाही. तसं नको. मला नोकरी मिळाली की, मी लगेच जाईन इथून.'' बिग अल् म्हणाला.

''तू आर्मीत ड्रायव्हर म्हणून कामाला होतास ना?'' डॅनीने विचारलं.

''मी पाच वर्षं तुझा ड्रायव्हर होतो.'' डॅनीच्या कानात बिग अल् कुजबुजला. त्याने मॉलीकडे बघत मान हलवून होकार दिला.

''मग तुला तुझा जुना जॉब परत मिळाला.'' डॅनी म्हणाला.

''पण तुमच्याकडे गाडी तर नाहीये.'' बिग अल् मोठ्यांदा म्हणाला.

''मग आता मला घ्यावी लागेल गाडी,'' डॅनी म्हणाला, ''आणि कोणती घ्यायची याविषयी तुझ्याहून जास्त चांगला सल्ला दुसरं कोण देऊ शकणार?'' असं म्हणत त्याने बिग अल्कडे पाहून डोळे मिचकावले आणि कुजबुजत्या

स्वरात म्हणाला, ‘‘आयुष्यातली इतकी वर्षं कारगॅरेजमध्ये काढली आहेत. बीएमडब्ल्यू घ्यायचं स्वप्न होतं माझं. कोणतं मॉडेल घ्यायचं, तेसुद्धा ठरवून ठेवलंय मी.’’

बिग अल्ने ओठांवर बोट ठेवून त्याला गप्प राहण्याची खूण केली.

बिग अल्चं बरोबरच होतं. ‘कालचं यश आपल्या डोक्यात चढलेलं दिसतंय! असं होता कामा नये. आपण चुकून डॅनीसारखं वागायला लागलो. मोठीच चूक झाली असती!’ परत परत अशा चुका घडणं परवडण्यासारखं नव्हतं. ‘विचार डॅनीसारखा; पण कृती मात्र निकसारखी केली पाहिजे.’ तो आपल्या बनावट जगात, नव्याने धारण केलेल्या व्यक्तिमत्त्वात परत शिरला.

‘‘आधी तू जा आणि थोडे कपडे विकत घेऊन ये बरं स्वत:साठी!’’ तो बिग अल्ला म्हणाला. ‘‘गाडीचं नंतर पाहू.’’

‘‘आणखी सूप घे रे बाबा!’’ असं म्हणून मॉलीने बिग अल्च्या प्लेटमध्ये तिसऱ्यांदा सूप वाढलं.

‘‘जेव बाबा जेव!’’ डॅनी म्हणाला, ‘‘मग जेवणानंतर मॉली तुझी पाठ चोळून देईल.’’

‘‘ह्यॅ! हे असलं काही मी करणार नाही हं. मी आता वर जाऊन एक गेस्ट बेडरूम तयार करते. हा बिग अल् काही दिवस राहणार आहे ना इथे?’’ असं म्हणून ती गेली.

तिने जाताना दार लावून घेतलं. मग बिग अल् डॅनीकडे झुकून म्हणाला, ‘‘त्या भडव्यांना अद्दल शिकवणार आहेस ना तू? का–’’

‘‘अर्थातच शिकवणार आहे.’’ डॅनी शांतपणे म्हणाला. ‘‘तू अत्यंत योग्य वेळी माझ्याकडे येऊन पोहोचला आहेस.’’

‘‘मग चल तर. कामाला लागू या.’’

‘‘त्याआधी तू स्वच्छ अंघोळ कर आणि स्वत:साठी थोडे कपडे विकत घेऊन ये.’’ डॅनी म्हणाला. त्याने पाकीट उघडून बिग अल्ला पैसे दिले. ‘‘मला थोड्या वेळाने माझ्या प्रोबेशन ऑफिसरला भेटायला जायचंय.’’

❖

‘‘निकोलस, गेल्या महिन्यात काय काय केलंस तू?’’ मिसेस बेनेट यांनी डॅनीला लगेच विचारलं.

डॅनीने चेहरा शक्य तेवढा निर्विकार ठेवला. ‘‘गेल्या खेपेला मी ज्या काही फॅमिली प्रॉब्लेम्सचं म्हणालो होतो ना, तेच सोडवण्यात बिझी होतो.’’ तो म्हणाला.

"सगळं ठरल्याप्रमाणे झालं ना?"

"हो. थँक्यू मिसेस बेनेट!"

"बरं, तुला नोकरी मिळाली की नाही अजून?"

"नाही मिसेस बेनेट. पण सध्या मी माझं लक्ष अभ्यासावर केंद्रित करायचं ठरवलंय. लंडन युनिव्हर्सिटीत बिझिनेस स्टडीजचा अभ्यास करतोय मी."

"हो, माझ्या लक्षात आहे ते; पण मिळणाऱ्या तुटपुंज्या शिष्यवृत्तीवर उदरनिर्वाह कसा काय चालणार तुझा?"

"भागतं कसंबसं." डॅनी म्हणाला.

मिसेस बेनेटने आपल्या समोरच्या प्रश्नावलीकडे परत एकदा नजर टाकली. "तू अजूनही त्याच घरात राहतोयस?"

"हो."

"आय सी! मी कधीतरी तुझ्या घरी येऊन तुझ्या घराची नीट पाहणी करून जाईन. सरकारी नियमांनुसार मूलभूत सुविधा तुला मिळतायत ना, ते बघायला हवं."

"तुम्ही कधीही माझ्या घरी या." डॅनी म्हणाला.

त्यांनी पुढचा प्रश्न विचारला, "तू जेलमध्ये ज्या कैद्यांबरोबर होतास, त्यांच्यापैकी कोणाशी तू संपर्क साधून आहेस का?"

"हो." डॅनी म्हणाला. कोणत्याही परिस्थितीत प्रोबेशन ऑफिसरपासून एखादी माहिती दडवून ठेवणं हे नियमबाह्य वर्तन ठरेल, याची त्याला जाणीव होती. "माझ्या जुन्या ड्रायव्हरची तुरुंगातून सुटका झाली असून सध्या तो माझ्याकडे राहतोय."

"पण तुम्हा दोघांना राहायला पुरेशी जागा आहे का घरात?"

"हो, अगदी पुष्कळ जागा आहे. थँक यू मिसेस बेनेट."

"पण त्याला नोकरी आहे का?"

"हो. तो माझ्याकडे ड्रायव्हरची नोकरी करणार आहे."

"निक, तुझ्या स्वतःचं बघ तू. हे असलं काही करण्यासारखी परिस्थिती आहे का तरी तुझी?"

"मी सांगतोय ते खरंच आहे मिसेस बेनेट. माझ्या आजोबांनी माझ्या नावे भरपूर इस्टेट ठेवली आहे. स्वतःसाठी ड्रायव्हर ठेवण्याची ऐपत आहे माझी."

मिसेस बेनेट यांनी होम ऑफिसने पुरवलेल्या प्रश्नावलीकडे नीट निरखून पाहिलं. एखाद्या कैद्याने सुटकेनंतर स्वतःच्या पदरी ड्रायव्हर बाळगला असेल, तर त्याविषयी तिथे एकही प्रश्न नव्हता. मग त्यांनी पुढचा प्रश्न विचारला.

“आपल्या याआधीच्या भेटीनंतर तुला एखादा गुन्हा करण्याची इच्छा झाली होती का?”

“नाही मिसेस बेनेट.”

“तू मादक पदार्थांचं सेवन करतोस?”

“नाही मिसेस बेनेट.”

“तुला सरकारकडून बेकार भत्ता मिळतो?”

“नाही मिसेस बेनेट.”

“तुला प्रोबेशन सर्व्हिसकडून कोणत्याही प्रकारच्या मदतीची गरज आहे?”

“नाही. थँक्यू मिसेस बेनेट.”

मिसेस बेनेटच्या पुढचे प्रश्न संपुष्टात आले होते; पण प्रत्येक कैद्याबरोबर जेवढा वेळ ठेवलेला होता त्यातला अर्धाच संपला होता. “मग तू गेल्या एक महिन्यात केलंस तरी काय निकोलस?” त्या अस्वस्थ होऊन म्हणाल्या.

❖

“मग तुला जाण्याची परवानगी द्यावी लागेल मला.” बेथ म्हणाली. मि. थॉमस यांना कर्मचाऱ्यांपैकी कोणालाही कामावरून काढून टाकायचं असलं की, ते आडवळणाने त्याला असं सांगत.

“पण का?” ट्रॅव्हर सूटन म्हणाला. “जर मी निघून गेलो, तर तुमच्याकडे मॅनेजरच उरणार नाही. का माझी जागा घेण्यासाठी तुम्ही आधीच कुणालातरी हेरून ठेवलंय?”

“तुझी जागा दुसऱ्या कुणाला द्यायचा काही माझा बेत नाहीये.” बेथ म्हणाली, “पण माझ्या वडिलांच्या निधनानंतर गॅरेज नुकसानीत चाललंय. हे असं मी चालू ठेवू शकत नाही.” ती म्हणाली. त्याला कामावरून कमी करताना त्याच्याशी काय बोलायचं, कसं बोलायचं, हे मि. थॉमस यांनी तिला नीट पढवून ठेवलं होतं.

“पण मला माझी पात्रता सिद्ध करू देण्यासाठी तुम्ही पुरेसा वेळसुद्धा दिला नाही.” सूटन म्हणाला.

आपल्या खुर्चीत आपल्याऐवजी आत्ता डॅनी बसलेला असता, तर किती बरं झालं असतं – तिच्या मनात आलं. ‘पण अर्थात डॅनी हयात असता, तर या सगळ्या अडचणी मुळात उद्भवल्याच नसत्या!’

“गेले तीन महिने जसे गेले, तसेच आणखी पुढचे तीन महिनेही गेले ना, तर आपल्या धंद्याचं पार दिवाळं वाजेल.” बेथ म्हणाली.

"पण मी काय करायचं?" सूटन म्हणाला. त्याने पुढे झुकून हाताची कोपरं टेबलावर टेकवली. "मला एक गोष्ट नक्की माहीत आहे. आत्ता जर बॉस असते ना, तर त्यांनी मला अशी वागणूक कदापि दिली नसती."

त्याने आपल्या वडिलांचा उल्लेख करावा, या गोष्टीचा बेथला राग आला; पण बेथने स्वत:ला ट्रेव्हरच्या जागी कल्पून विचार करायला हवा, असं मि. थॉमस यांचं म्हणणं होतं. शाळा सुटल्यानंतर तो या गॅरेजमध्ये लागला होता. त्या दिवसापासून आजपर्यंत तो इथेच कामाला होता. त्याला दुसरं काही माहीतच नव्हतं.

"मी मॉंटी ह्यूजेसशी बोलते." बेथ म्हणाली. तिने चेहरा शांत ठेवण्याचा आटोकाट प्रयत्न केला. "त्याने तुला त्याच्या गॅरेजमध्ये नोकरी देण्याचं माझ्याजवळ कबूल केलंय." पण तिने त्यापुढची सत्यस्थिती त्याला सांगितली नाही. मि. ह्यूजेस यांच्या गॅरेजमध्ये केवळ ज्युनियर मेकॅनिकचा जॉब शिल्लक होता. म्हणजे ट्रॅव्हरला पूर्वीपेक्षा फारच कमी पगारात काम करावं लागणार होतं.

"हं, ते सगळं ठीक आहे," तो रागावून म्हणाला. "पण माझ्या नुकसान-भरपाईचं काय? मला माझे हक्क ठाऊक आहेत."

"मी तुला तीन महिन्यांचा पगार देईन. शिवाय तू फार उत्तम दर्जाचा मेकॅनिक असल्याचं शिफारसपत्रसुद्धा देईन." बेथ म्हणाली. 'तो एक मूर्खातिमूर्ख माणूस आहे' ट्रॅव्हरविषयी मॉंटी ह्यूजेस तिला म्हणाला होता. ट्रॅव्हर त्यावर काय म्हणतो त्याची ती वाट बघत असताना तिला डॅनीचे शब्द आठवले. 'त्याला फक्त बेरीज करता येत नाही इतकंच!' मग बेथने आपल्या वडिलांच्या टेबलाचा खण उघडून त्यातून एक जाडजूड पाकीट आणि एक सुटा कागद काढला. तिने त्या पाकिटातले पैसे टेबलावर ओतले. ट्रेव्हर पन्नास पौंडाच्या नोटांच्या ढिगाऱ्याकडे पाहून मनातल्या मनात हिशेब करण्याचा प्रयत्न करू लागला. ती किती रक्कम असेल त्याचा अंदाज घेऊ लागला. मि. थॉमस यांनी कालच एक कॉंट्रॅक्ट बनवून तिला दिलं होतं. तिने ते ट्रॅव्हरच्या समोर सरकवलं. एका ओळीवर बोट ठेवून ती म्हणाली, "तू जर इथे सही केलीस, तर हे सात हजार पौंड तुला मिळतील." ट्रॅव्हर जरा घुटमळला. बेथने चेहऱ्यावर काही भाव दिसू दिले नाहीत; पण मनातून ती फार अस्वस्थ झाली होती. ट्रॅव्हर कधी एकदा सही करतो असं झालं होतं तिला. ट्रॅव्हरने खूप वेळ लावला. अखेर त्याने हातात पेन पकडून त्याला लिहिता येत असलेले तेवढे दोन शब्द लिहिले. मग पुढे होऊन त्याने पैसे गोळा केले आणि एक अक्षरही न बोलता तिथून निघून गेला.

ट्रॅव्हरने जाताना लाथेने दार ढकलून बंद केलं. बेथने सुटकेचा नि:श्वास सोडला. जर ट्रॅव्हरने तो ऐकला असता, तर आपण याहून जास्त रकमेची मागणी

करायला हवी होती, हे त्याला कळून चुकलं असतं. पण त्याला ते सात हजार पौंड दिल्यावर गॅरेजच्या खात्यातले जवळपास सगळेच पैसे संपून गेले होते. आता गॅरेज ताबडतोब विकण्यापलीकडे इतर कोणताच पर्याय बेथपुढे शिल्लक नव्हता.

एक तरुण एजंट गॅरेज बघून गेला होता. त्याला कमीतकमी दोन लाख पौंड तरी मिळतीलच, असं आश्वासन तो देऊन गेला होता. जागा मोक्याची होती. त्यावर कोणतंही कर्ज नव्हतं. शिवाय जागा गावापासून फार दूरही नव्हती. दोन लाख पौंड मिळाल्यावर बेथच्या समोरचे बरेचसे आर्थिक प्रश्न सुटले असते. डॅनीने आणि तिने ख्रिस्तीला उच्च शिक्षण देण्याची स्वप्नं पाहिली होती. हे पैसे आल्यावर तेही शक्य होणार होतं.

५२

डॅनी मिल्टन फ्रीडमन यांचं 'टॅक्स लिमिटेशन, इन्फ्लेशन अँड द रोल ऑफ गव्हर्नमेंट' हे पुस्तक वाचून नोट्स काढत बसला होता. इतक्यात फोन वाजला. त्याने तो क्लिष्ट विषय समजून घेण्याचा प्रयत्न करण्यात इतका वेळ घालवला होता की, फोन वाजल्यावर त्याला बरंच वाटलं. त्याने फोन उचलला. पलीकडून एका तरुणीचा आवाज आला.

''हाय निक, तुझ्या भूतकाळातला आवाज आहे मी.''

''हाय माझ्या भूतकाळातल्या आवाजा!'' डॅनी हसून म्हणाला. 'कुणाचा बरं आवाज असेल हा?' त्याने स्मरणशक्तीला बराच ताण देण्याचा प्रयत्न केला.

''मी टूरवर असताना तू येऊन मला भेटशील, माझ्या नाटकाचा प्रयोग बघशील असं आश्वासन दिलं होतंस मला, आठवतंय? वेल, मी प्रत्येक प्रयोगाला प्रेक्षकांमध्ये तुला शोधण्याचा प्रयत्न करते, पण अजून कधीच तू दिसलेला नाहीस.''

''मग सध्या कुठे चाललाय तुमच्या नाटकाचा प्रयोग?'' डॅनी अजूनही स्मरण-शक्तीला ताण देतच होता, पण तिचं नाव काही केल्या त्याला आठवत नव्हतं.

''केंब्रिजच्या आर्ट्स थिएटरमध्ये.''

''ग्रेट. कोणतं नाटक?''

''अ वुमन ऑफ नो इम्पॉर्टन्स.''

''वा! परत एकदा ऑस्कर वाईल्ड.'' डॅनी म्हणाला. अजूनही तिचं नाव त्याला आठवलेलं नव्हतं. ती आपल्याला पकडणार याची त्याला खात्री पटली आणि तसंच झालं.

''निक, तुला माझं नावसुद्धा आठवत नाहीये. हो ना?''

''डोन्ट बी सिली केटी!'' निक म्हणाला. तिचं नाव अगदी योग्य वेळी

आठवल्याने त्याला हायसं झालं होतं. "मी माझ्या आवडत्या, शिकाऊ उमेदवार असलेल्या भावी तारकेला कसं बरं विसरू?"

"बरं, ऐक तर. मी आता प्रमुख भूमिका करते आहे. तू येशील का बघायला?"

"अरे वा, छानच!" निक आपल्या डायरीची पानं उलटून कुठे काही नोंदी आहेत का पाहू लागला. पण जवळपास सगळीच पानं कोरी होती. "शुक्रवारी चालेल?"

"अगदी! प्रश्नच नाही. मग तो वीकएंड एकत्र घालवता येईल आपल्याला."

"अगं, पण नेमकी मला शनिवारी सकाळी लंडनमध्ये मीटिंग आहे. त्यामुळे तातडीने परत निघावं लागेल." निक डायरीतल्या कोऱ्या पानाकडे बघत म्हणाला.

"म्हणजे परत एकदा आपला एका रात्रीचा सहवास तर!" केटी म्हणाली. "ठीक, तेवढं तर तेवढं. घेईन चालवून." त्यावर डॅनी काहीच बोलला नाही. "साडेसातला पडदा उघडतो. मी बॉक्स ऑफिसमध्ये सांगून ठेवते. तुझा पास त्यांना देऊन ठेवते. पण एकटाच ये हं. तुला दुसऱ्या कुणाबरोबर शेअर करायची इच्छा नाहीये माझी."

डॅनीने फोन खाली ठेवला. शेजारच्या टेबलावर चांदीच्या फ्रेममध्ये बेथचा फोटो होता. तो त्या फोटोकडे एकटक बघत राहिला.

"तीन माणसं गेटमधून इकडे चालत येतायत." मॉली म्हणाली. ती स्वयंपाकघराच्या खिडकीतून बाहेर बघत होती. "ते फॉरिनर वाटतायत."

"अगं, अगदी निरुपद्रवी आहेत बिचारे. तू असं कर, त्यांना हॉलमध्ये बसायला सांग. मी येतोच आहे, असं सांग." डॅनी म्हणाला.

डॅनी परत वरच्या मजल्यावरच्या स्टडीत गेला. या मीटिंगसाठी तो तीन फायली घेऊन अभ्यास करत बसला होता. त्या फायली त्याने घाईघाईने उचलल्या. लगेच तातडीने तो खालच्या मजल्यावर आला.

त्याची वाट बघत थांबलेले तिघंही दिसायला सारखेच होते. त्यांच्यात फरक होता तो फक्त वयाचा. तिघांच्याही अंगात उंची गर्द निळे सूट होते. प्रत्येकाच्या हातात काळी ब्रीफकेस होती. रस्त्यात ती माणसं भेटली असती, तर डॅनीने त्यांच्याकडे ढुंकूनसुद्धा पाहिलं नसतं. तशीच तर त्यांची इच्छा होती.

"तुम्हाला परत भेटायचा योग आला. आनंद वाटला!" डॅनी म्हणाला. त्यावर दे कुबर्टिन यांनी किंचित झुकून त्याला अभिवादन केलं. "तुम्ही तुमच्या या

सुंदर घरी येण्याचं एवढ्या अगत्याने निमंत्रण दिलंत आम्हाला, त्याबद्दल खरंतर आम्ही तुमचे आभार मानायला हवेत सर निकोलस. मी तुमची आता या दोघांशी ओळख करून देतो. हे मि. ब्रेसन, बँकेचे चीफ एक्झिक्युटिव्ह आणि हे मि. सेगात. बँकेच्या सगळ्या मोठमोठ्या खात्यांचा व्यवहार हेच बघतात.'' डॅनीने पुढे होऊन सर्वांशी हस्तांदोलन केलं. मॉलीने सर्वांसाठी चहा-बिस्किटं आणली.

''तर आपण सुरुवात करायच्या आधी तुम्ही सर्वांनी माझ्या खात्याची सध्याची स्थिती काय आहे, याची मला माहिती दिलीत तर बरं पडेल.'' डॅनी म्हणाला.

''देऊ ना!'' ब्रेसन म्हणाले. त्यांनी एक तपकिरी रंगाची फाइल उघडली. ''तुमच्या पहिल्या खात्यामध्ये आत्ता ५ कोटी सत्तर हजार डॉलर्स आहेत. त्यांच्यावर दरवर्षी २.७५ टक्के दराने व्याजपण जमा होतंय. आता तुमचं दुसरं खातं. त्यात सुमारे एक कोटीहून जास्त डॉलर्स जमा आहेत. या अकाउंटला तुमच्या बँकेत आजोबांचा 'स्टँप अकाउंट' म्हणण्यात येतं. त्यांना कधीही आपल्या संग्रहात काही नवीन भर टाकण्यासाठी तडकाफडकी पैसे लागणार असले, तर या खात्यातून ते काढत असत.''

''आता तुम्ही त्या दोन्ही खात्यांचं एकत्रीकरण केलं तरी चालेल,'' डॅनी म्हणाला. ''कारण मी तर इथून पुढे कधीच स्टँप विकत घेणार नाही. दुसरी गोष्ट मि. ब्रेसन, माझ्या गुंतवणुकीवर केवळ २.७५ टक्के परतावा मला मान्य नाही. भविष्यात मी पैसे चांगल्या ठिकाणी गुंतवीन.''

''तुमच्या मनात नक्की काय आहे ते जरा सांगाल का?'' मि. सेगात म्हणाले.

''हो.'' डॅनी म्हणाला. ''मी तीन प्रकारे पैशांची गुंतवणूक करू इच्छितो. एक म्हणजे स्थावर, जमीनजुमला इत्यादी. दुसरं म्हणजे शेअर्स आणि तिसरं म्हणजे बाँड्स. सध्या त्यावर ७.३१ टक्के रिटर्न मिळतंय. शिवाय मी थोडी रक्कम बाजूला ठेवणार. अर्थात, एकूण रकमेच्या जास्तीतजास्त दहा टक्के. यातून मी शेअर-बाजारात खेळणार.''

''मग मी तुम्हाला या सद्य परिस्थितीत एक सूचना करीन. आम्ही तुमचे हे पैसे तीन वेगवेगळ्या खात्यांमध्ये ठेवू. ती खाती तुमची आहेत याचा थांगपत्ताही कुणाला लागणार नाही. त्यावर तुमचे प्रतिनिधी म्हणून आम्ही नॉमिनी डायरेक्टर्स नेमू.''

''सद्य परिस्थितीत? मी नाही समजलो.'' डॅनी म्हणाला.

''९/११ च्या दुर्घटनेनंतर अमेरिकन आणि ब्रिटिश सरकारं सावध झाली आहेत. जर कुणी एका वेळी फार मोठ्या रकमेची उलाढाल करू लागले, तर त्यांना

ती गोष्ट संशयास्पद वाटते. त्यांच्या तपासणीत तुमचं नाव उगीच येणं चांगलं नाही.''

''अगदी बरोबर!'' डॅनी म्हणाला.

''मग जर अशी तीन वेगवेगळे अकाउंट्स उघडण्याची तुमची तयारी असेल, तर आणखी एक सुचवू का? तुमच्या सर्व संपत्तीची व्यवस्था पाहणं, योग्य गुंतवणूक करणं यासाठी तुम्ही आमच्या बँकेचीच का नाही नेमणूक करत? आमच्या प्रॉपर्टी डिपार्टमेंटकडे चाळीस तज्ज्ञ लोक काम करतात. त्यातले सात लंडनमध्येच राहून काम बघतात. ते तुमचा पोर्टफोलिओ मॅनेज करू शकतील.''

''तुमची मी नक्की मदत घेईन.'' डॅनी म्हणाला. ''मी जर एखादा निर्णय चुकीचा घेतोय असं तुम्हाला कधीही वाटलं, तर अगदी बेलाशक तसं सांगा मला; पण एक सांगू, गेल्या काही वर्षांत मीपण खूप बारकाईनं त्या विषयाचा अभ्यास केलाय आणि एकूण अठ्ठावीस कंपन्यांवर मी नजर ठेवून आहे. त्या कंपन्यांचा भविष्यकाळ उज्ज्वल आहे. त्यातल्या अकरा कंपन्यांमध्ये मी सुरुवातीला भांडवली गुंतवणूक करणार आहे.''

''त्या कंपन्यांचे शेअर्स विकत घेण्याच्या बाबतीतलं तुमचं धोरण नेमकं काय असेल?'' सेगात म्हणाले.

''त्यांचे शेअर्स जेव्हा बाजारात विक्रीसाठी येतील, तेव्हा एका वेळी थोडे-थोडे विकत घ्या, असं माझं तुम्हाला सांगणं असेल. एका वेळी फार जास्त प्रमाणात घेऊ नका. मला माझ्या खरेदीच्या कारणाने शेअरबाजारात चांगला अथवा वाईट असा कोणताच परिणाम व्हायला नकोय. शिवाय कोणत्याही एका कंपनीच्या एकूण शेअर्सच्या दोन टक्क्यांहून अधिक शेअर्स मी कधीच बाळगणार नाही.'' एवढं बोलून डॅनीने ब्रेसन यांच्या हातात एक यादी ठेवली. तुरुंगातून सुटका झाल्यापासून या कंपनीच्या प्रगतीच्या आराखड्याकडे डॅनी नजर ठेवून होता.

ब्रेसनने त्या यादीवरून नजर फिरवली आणि तो हसला. ''यातल्या बऱ्याचशा कंपन्यांवर आम्हीसुद्धा नजर ठेवून आहोतच. पण ज्या एक-दोन कंपन्यांची नावं आम्ही विचारातही घेतली नव्हती, त्या कंपन्यांमध्ये तुम्हाला गुंतवणूक करायची आहे हे पाहून जरा नवल वाटलं.''

''त्या कंपन्यांविषयी तुमच्या मनात जर थोडीही शंका असेल, तर त्यांची नीट चौकशी करा. जर काही आढळलं, तर मला सांगा.'' डॅनीने त्याच्या फाइल्स उचलल्या. ''तुम्ही आता अगदी लवकरात लवकर कामाला लागा हे बरं!'' डॅनी म्हणाला.

ब्रेसनने डॅनीच्या हातात एक कार्ड ठेवलं. त्यावर कोणाचंच नाव नव्हतं, पत्ता नव्हता. फक्त काळ्या रंगात एक फोन-नंबर कोरलेला होता. "हा माझा प्रायव्हेट फोन-नंबर आहे. आम्ही तुम्हाला जेवढी रक्कम पाहिजे असेल, तेवढी जगातल्या कोणत्याही देशात, केवळ क्षणार्धात वायरने ट्रान्स्फर करू शकतो. तुम्ही जेव्हा फोन कराल, तेव्हा तुम्ही स्वत:चं नाव कधीच सांगायचं नाही. आमच्याकडे व्हॉईस ॲक्टिव्हेशनची सोय आहे. तुमचा आवाज हीच तुमची ओळख."

"थँक यू!" डॅनी म्हणाला. त्याने ते कार्ड कोटाच्या आतल्या खिशात ठेवलं. "मला याहून एका महत्त्वाच्या बाबतीत तुमचा सल्ला हवा आहे. ती बाब म्हणजे माझा दैनंदिन खर्च. सरकारी टॅक्सच्या लोकांनी माझ्या खासगी बाबतीत नाक खुपसावं, अशी माझी बिलकूल इच्छा नाहीये. मी या इतक्या मोठ्या घरात राहतो. मी हाउस-कीपर आणि ड्रायव्हरपण नोकरीत ठेवले आहेत आणि वरकरणी पाहता सरकारकडून अभ्यासासाठी मिळणारी शिष्यवृत्ती सोडून उत्पन्नाचं दुसरं काहीही साधन माझ्याकडे नाही. अर्थातच, रेव्हेन्यू खात्याची माझ्यावर बारकाईने नजर असणार."

"मी एक सुचवू का?" दे कुबर्टिन म्हणाले. "आम्ही तुमच्या आजोबांच्या लंडनमधल्या खात्यात दरमहा एक लाख पौंड वायर ट्रान्स्फर करत होतो. त्यांच्या वतीने आम्ही एक विश्वस्त निधी उभारला होता, त्यातूनच ही रक्कम येत होती. या उत्पन्नावर ते व्यवस्थित टॅक्स भरत असत. लंडनमध्ये त्यांनी एक लहानशी कंपनीपण स्थापन केली होती आणि काही लहानसहान आर्थिक व्यवहार ते त्याद्वारे करत असत."

"मग तीच व्यवस्था पुढे चालू ठेवली तरी चालेल मला, पण ते जमवायचं कसं?" डॅनी म्हणाला.

आता मि. कुबर्टिन यांनी आपल्या ब्रीफकेसमधून एक पातळ फाइल बाहेर काढली. त्यातून एक कागद बाहेर काढला आणि त्यावर एका जागी बोट ठेवून म्हणाले, "सर निकोलस, तुम्ही जर इथे सही केलीत, तर तुमच्या अगदी मनाप्रमाणे सगळी व्यवस्था करता येईल. फक्त तुम्ही आम्हाला एकच सांगायचं की, दरमहा हे पैसे आम्ही कोणत्या बँकेत ट्रान्स्फर करायचे?"

डॅनीने मग बँकेचं नाव सांगितलं.

"अगदी तुमच्या आजोबांची खास विश्वासातली बँक निवडलीत!" चेअरमनसाहेब म्हणाले.

❖

"केंब्रिजला पोहोचायला किती वेळ लागेल?" ते तिघे परत गेल्यावर डॅनी बिग अल्‌ला म्हणाला.

"साधारणपणे दीड तास. बॉस, आपण लगेचच निघालेलं बरं."

"ठीक आहे. मग मी जातो, कपडे बदलतो आणि एका रात्रीच्या मुक्कामाचं सामानपण घेतो बरोबर."

"मॉलीने सामान पॅक करूनच ठेवलंय. ते मी गाडीच्या डिकीत टाकतो." बिग अल् म्हणाला.

शुक्रवार असल्यामुळे रस्त्यावर भरपूर रहदारी होती. थोड्याच वेळात ते हायवेला लागले आणि बिग अल्ने गाडी जोरात पिटाळली. किंग परेड थिएटरमध्ये पडदा वर जाण्याच्या अगदी काही क्षण आधी दोघं जाऊन पोहोचले.

डॅनी गेले काही दिवस या बाकीच्याच उद्योगांमध्ये इतका व्यग्र होता की, 'द इम्पॉर्टन्स ऑफ बीइंग अर्नेस्ट' या नाटकाच्या प्रयोगानंतर परत लॉरेन्स डेव्हनपोर्टला भेटायला जमलंच नव्हतं. आज मुद्दाम त्याला भेटण्यासाठीच तो इथे आला होता.

लॉरेन्स डेव्हनपोर्ट! आपल्या तिघा खलनायकांसाठी अत्यंत योजनाबद्ध कट रचायला डॅनीने सुरुवात केली होती. पण प्रत्येक वेळी लॅरी डेव्हनपोर्टचा विचार मनात आला की, त्याला सेराची आठवण होई. जर सेरा नसती, तर नक्कीच परत बेलमार्श तुरुंगात आपली रवानगी झाली असती, याची त्याला पुरेपूर जाणीव होती. 'आपल्याला परत एकदा तिची गाठ घ्यावीच लागणार आहे. काही अज्ञात दरवाज्यांची चावी आपल्यापाशी नाही. त्यासाठी तरी तिची मदत घ्यावी लागणार आहे.' असं डॅनीच्या मनात आलं.

बिग अल्ने थिएटरच्या दारात जेव्हा कार थांबवली होती, तेव्हा त्याने डॅनीला प्रश्न केला होता, "परत लंडनला जायला कधी निघायचं बॉस?"

त्यावर डॅनी म्हणाला होता, "मध्यरात्रीच्या आधी तरी नक्कीच नाही."

आपला पास बॉक्स-ऑफिसमधून घेऊन डॅनी उशिरा आत शिरणाऱ्या प्रेक्षकांबरोबर आत शिरला होता.

एकदा सीटवर बसल्यावर त्याने हातातल्या कार्यक्रम-पत्रिकेवर नजर टाकली. आज नाटकाला येण्यापूर्वी नाटकाची संपूर्ण संहिता वाचून काढण्याचा खरंतर त्याचा बेत होता. पण ते जमलंच नव्हतं.

डॅनीने निरखून पाहिलं, तर कार्यक्रम पत्रिकेतल्या एका फोटोत केटी बेन्सनचा छान फोटो होता. इतर काही नटांचे जुने, त्यांच्या तरुणपणीचे फोटो होते. पण तिचा फोटो मात्र अगदी अलीकडचा दिसत होता. त्याखाली तिचा अल्प परिचयपण छापलेला होता. तिच्या त्या छोट्याशा कारकिर्दीत 'अ वुमन ऑफ नो इम्पॉर्टन्स' ही तिच्या वाट्याला आलेली सर्वांत महत्त्वाची भूमिका होती.

पडदा उघडला आणि डॅनी एका वेगळ्याच विश्वात हरवून गेला. आता इथून पुढे नियमितपणे नाटकं बघायला जायचं, असा त्याने मनोमन निर्धार

करून टाकला. आत्ता आपल्या शेजारी नाटकाचा आनंद लुटायला बेथ हवी होती, असं त्याच्या सारखं मनात येत होतं. केटी रंगमंचावर एका फ्लॉवरपॉटमध्ये पुष्परचना करत होती; पण डॅनीच्या मनात मात्र फक्त बेथचे विचार घोळत होते. जसजसं नाटक रंगत चाललं, तशी डॅनीला मनातून एक गोष्ट मान्य करावीच लागली – केटीचं काम अत्यंत सफाईदार होतं. तो कथानकात गुंतत चालला होता. ती एका स्त्रीची कहाणी होती. आपला पती आपल्याशी प्रतारणा करत असल्याचा तिला संशय होता.

मध्यंतरामध्ये डॅनीने एक निर्णय घेतला. पडदा पडला, तेव्हा आपण घेतलेला निर्णय कसा पार पाडायचा याविषयीची योजना त्याच्या मनात पक्की झाली होती. नाटककार ऑस्कर वाईल्ड यांनीच त्याला ती प्रेरणा दिली होती. सगळं थिएटर रिकामं झाल्यावर तो रंगमंचाकडे जाणाऱ्या दरवाज्यापाशी गेला. आपल्याला मिस बेन्सन यांना भेटायचं आहे, असं सांगताच डोअरकीपर त्याच्याकडे संशयाने पाहू लागला.

"तुमचं नाव काय?"

"निकोलस मॉन्क्रीफ."

"हां, त्या वाटच पाहतायत तुमची. ड्रेसिंग रूम नं. सात, पहिला मजला."

डॅनी पायऱ्या चढून वर गेला. ड्रेसिंग रूमपाशी पोहोचल्यावर बंद दारासमोर क्षणभर थांबला. मग त्याने टकटक केलं.

"आत या." एक आवाज म्हणाला.

तो आत शिरला. केटी अत्यल्प वस्त्रांत एका आरशासमोर बसून चेहऱ्यावरचा मेकअप पुसत होती.

"मी बाहेर थांबू का?" तो म्हणाला.

"वेडा आहेस का? तुला काय मी नवीन आहे का? आणि तुझ्या मनातल्या आठवणींना जरासा उजाळा द्यायची नाहीतरी इच्छा आहेच माझी." असं म्हणून ती त्याच्याकडे वळली.

तिने उभं राहून अंगात एक काळा ड्रेस चढवला. त्यानंतर ती अधिकच सुंदर दिसू लागली. "तू खूप छान दिसतेस!" तो कसंबसं म्हणाला.

"खरं की काय डार्लिंग?" ती त्याच्याकडे निरखून बघत म्हणाली. "तुझं बोलणं काही मनापासून वाटत नाहीये मला."

"अगं खरंच!" डॅनी म्हणाला. "तुझं नाटक खूप आवडलं मला. मजा आली."

केटी त्याच्याकडे बघत राहिली. "काय झालं, सांग तरी!"

"मला लगेच लंडनला परत जायला हवं. खूप महत्त्वाचं काम आहे."

"शुक्रवारी रात्री? ओ, कम ऑन निक. माझ्यापाशी तरी खरं काय ते सांग."

"काय सांगू?"

"तुझ्या आयुष्यात दुसरी कुणी स्त्री आहे, होय ना?"

"हो." डॅनीने कबूल केलं.

"पण मग मुळात इथे आलासच कशाला झक मारायला?" ती त्याच्याकडे पाठ फिरवून रागात म्हणाली.

"आय ॲम सॉरी. आय ॲम व्हेरी सॉरी."

"काही माफी वगैरे मागू नकोस निक. मी एक 'वुमन ऑफ नो इम्पॉर्टन्स' आहे, हे याहून जास्त चांगल्या तऱ्हेने तुला सांगतापण आलं नसतं."

५३

“सॉरी बॉस. पण मध्यरात्रीच्या आधी नक्कीच परत जायचं नाही, असं म्हणाला होतात ना?” बिग अल् म्हणाला. त्याने हातातला हॅम्बर्गर घाईने तोंडात कोंबला.

“मी बेत बदलला.”

“मला वाटलं, बेत बदलण्याचा हक्क फक्त स्त्रियांनाच असतो.”

“तिनेपण बदलला.” डॅनी म्हणाला.

पंधरा मिनिटांनी त्यांची गाडी हायवेला लागली, तेव्हा डॅनी गाढ झोपी गेला होता. त्यांची गाडी माईल एंड रोडच्या ट्रॅफिक सिग्नलपाशी थांबली, तेव्हा डॅनीला जाग आली. त्याला जर थोडी आधी जाग आली असती, तर त्याने बिग अल्ला गाडी वेगळ्या रस्त्याने घ्यायला सांगितलं असतं.

हिरवा दिवा लागला आणि त्यांची गाडी सुसाटत पुढे निघाली. नंतरच्या प्रत्येक सिग्नलपाशी त्यांना हिरवा दिवा मिळाला. जणू काही डॅनीने त्या भागात जास्त वेळ रेंगाळू नये, अशी कुणाचीतरी इच्छा होती. त्याने मागे रेलून सीटवर डोकं टेकवून डोळे मिटून घेतले; पण वाटेत इतक्या ओळखीच्या खुणा लागत होत्या की, मधूनच डोळे किलकिले करून बाहेर नजर टाकल्याशिवाय त्याला राहवेना. आपली शाळा, सेंट मेरीज चर्च आणि अर्थात विल्सन गॅरेजच्या समोरून त्यांची गाडी जात असताना त्याला डोळे मिटून बसणं शक्यच झालं नाही.

त्याने डोळे उघडून पाहिलं आणि आपण उगीच डोळे उघडले, असं त्याला वाटलं. “हे कसं शक्य आहे? ताबडतोब गाडी थांबव.” तो बिग अल्ला म्हणाला.

बिग अल्ने लगेच गाडी थांबवली आणि मागे वळून आपला बॉस ठीक आहे ना, त्याची खात्री करून घेतली. डॅनीची नजर रस्त्यापलीकडच्या कशावरतरी

खिळलेली होती. त्याच्या नजरेत अविश्वास होता. तो नक्की कुठे बघतोय ते समजून घ्यायचा बिग अल्ने प्रयत्न केला, पण त्याला तिथे वेगळं असं काहीच दिसत नव्हतं.

"तू इथेच थांब." डॅनी दार उघडून बाहेर पडत म्हणाला, "मी लगेच येतो."

डॅनी रस्ता क्रॉस करून पलीकडे जाऊन फुटपाथवर उभा राहिला आणि भिंतीवरच्या एका पाटीकडे डोळे फाडून बघत राहिला. 'विकणे आहे' अशा पाटीवर एक फोन नंबर लिहिलेला होता. डॅनीने तो कागदावर टिपून घेतला. इतक्यात जवळच्या एका पबमधून काही मंडळी बाहेर पडली. त्यांना पाहताच डॅनी उलटा फिरला आणि गाडीत येऊन बसला.

"चल इथून ताबडतोब." तो जास्त काही स्पष्टीकरण न देता म्हणाला.

शनिवारी सकाळी परत एकदा बिग अल्ला घेऊन, गाडीने ईस्ट एंड भागात जाऊन सगळं काही नीट बघावं, असं डॅनीला मनातून वाटत होतं. 'पण जर का आपल्याला तिथल्या कुणी ओळखलं, तर?' तो धोका पत्करण्याची त्याची मुळीच तयारी नव्हती.

त्याच्या मनात एक योजना आकार घेऊ लागली. रविवारी रात्रीपर्यंत त्या योजनेने व्यवस्थित स्वरूप धारण केलं. बेत नीट पक्का झाला. पण ठरलेला बेत अगदी जसाच्या तसा पार पाडणं फारच महत्त्वाचं होतं. एक छोटीशी चूक झाली असती, तरी त्या तिघांना सारंकाही कळून चुकलं असतं. पण आधी सगळे छोटे नट रंगमंचावर आपापल्या जागी उपस्थित असणं महत्त्वाचं होतं. त्यानंतर त्या तीन मुख्य नटांचं रंगमंचावर आगमन होणार होतं.

सोमवारी सकाळी उठून डॅनी ब्रेकफास्टसाठी स्वयंपाकघरात गेला. पण त्याने टेबलावरचा टाइम्स उघडलासुद्धा नाही. काय काय करायला हवं, हे त्याने मनात

पुन:पुन्हा घोळवलं. यापैकी कोणतीही गोष्ट कागदावर लिहून ठेवणं परवडण्यासारखं नव्हतं. आत्ता जर सरकारी वकील अर्नोल्ड पिअरसन यांनी त्याला विचारलं असतं, "आज तू नाश्त्याला काय खाल्लंस?" तर त्याचं उत्तर त्याला देता आलं नसतं, एवढं नक्की. तो स्टडीत गेला आणि दार बंद करून टेबलापाशी बसला. मग त्याने फोन उचलून हातातल्या कार्डावरचा नंबर डायल केला.

"आजच्या दिवसभरात केव्हाही मला थोडी रक्कम ट्रान्स्फर करावी लागेल आणि मी सांगितल्यावर अगदी लगेच." तो म्हणाला.

"काहीच प्रश्न नाही."

"मी एक प्रॉपर्टी विकत घेण्याचा विचार करतोय. त्याबाबत तुमचा सल्लापण लागेल."

"आमचे सल्लागार आजच्या दिवसभरात तुमच्याशी संपर्क साधतील."

डॅनीने फोन जागेवर ठेवून घड्याळात पाहिलं. 'आत्ता या वेळी कुणीच आपल्या जागी नसेल.' तो खोलीतल्या खोलीत येरझाऱ्या घालू लागला. आपण काय काय प्रश्न विचारायचे, याची मनातल्या मनात उजळणी करू लागला. 'पण हे प्रश्न विचारण्यासाठी आपण पूर्वतयारी करून आलो आहोत, असं वाटता कामा नये.' त्याच्या मनात आलं. नऊ वाजून एक मिनिटाने त्याने खिशातला कागद काढून हातात घेतला आणि त्यावरचा नंबर लावला.

"डग्लस ॲलन स्पायरो." पलीकडून एक ताजातवाना आवाज म्हणाला.

"माईल एंड रोडवर मी तुमची पाटी वाचली. एक प्रॉपर्टी तुम्ही विकायला काढलेली दिसते." डॅनी म्हणाला.

"मी मि. पार्कर यांच्याशी फोन जोडून देतो. त्या भागातल्या प्रॉपर्टींचे व्यवहार तेच बघतात."

डॅनीला क्लिक् असा सूक्ष्म आवाज आला. "रॉजर पार्कर." एक वेगळा आवाज पलीकडून म्हणाला.

"माईल एंड भागात तुम्ही प्रॉपर्टीच्या विक्रीसंबंधी पाटी लावली आहे." डॅनी म्हणाला.

"त्या भागात बऱ्याच प्रॉपर्टीज विक्रीसाठी आहेत सर. तुम्ही नक्की कोणत्या प्रॉपर्टीविषयी बोलताय?"

"विल्सन गॅरेज."

"ओ, येस! एकदम फर्स्टक्लास प्रॉपर्टी आहे. त्यावर कोणताही बोजा नाही. सुमारे एक शतकाहून अधिक वर्षं ती एकाच कुटुंबाकडे आहे."

"ती विक्रीला काढून किती दिवस झाले?"

''फार दिवस झालेले नाहीत; पण बऱ्याच लोकांनी त्याविषयी इंटरेस्ट दाखवलाय.''

''नक्की किती दिवस झाले?'' डॅनी परत म्हणाला.

''झाले पाच-सहा महिने.''

गेल्या काही महिन्यांत बेथच्या कुटुंबीयांना किती प्रचंड प्रमाणावर मानसिक ताण सहन करावा लागला असेल, या विचाराने डॅनी मनातून अस्वस्थ झाला. 'आपण त्यांना काहीच मदत केली नाही.' त्याच्या मनात इतके प्रश्न होते, पण त्यांपैकी कशाचंही उत्तर मि. पार्कर देऊ शकणार नव्हते, हे त्याला माहीत होतं. ''ते काय किंमत मागतायत?''

''दोन लाख.'' पार्कर म्हणाला. ''थोडं फार इकडे-तिकडे. प्रॉपर्टीच्या आतल्या सामानसुमानासह. मला जरा तुमचं नाव आणि पत्ता द्याल का?''

फोन ठेवल्यावर डॅनी समोरच्या शेल्फपाशी गेला. शेल्फात तीन फाइल्स होत्या. क्रेग, डेव्हनपोर्ट आणि पेन अशी नावं त्यावर लिहिलेली होती. त्याने जेराल्ड पेनची फाइल खाली काढली. त्यातून एक फोन नंबर शोधला; पण आज मात्र पेनशी बोलायचा त्याचा बेत नव्हता. तो आता जो काही व्यवहार करणार होता, त्या व्यवहारात समाविष्ट होता यावं या लोभाने पेन स्वतःच तडफडत त्याच्याकडे येणार होता; पण त्याला थोडा अवकाश होता.

डॅनीने तो फोन नंबर फिरवला.

''बेकर, ट्रेम्लेट अँड स्मिथ.'' पलीकडून आवाज आला.

''मी माईल एंड रोडवर एक प्रॉपर्टी खरेदी करण्याचा विचार करतोय.''

''ईस्ट लंडनच्या प्रॉपर्टीचे व्यवहार आमचं दुसरं डिपार्टमेंट बघतं. मी जोडून देतो.''

मग सूक्ष्म क्लिक् असा आवाज आला. पलीकडून जी व्यक्ती फोन उचलणार असेल, तिला तसूभर तरी कल्पना असेल का की, धरणीकंपासमान एका बेताचा आपण नकळत एक भाग होणार आहोत?

''गॅरी हॉल.'' पलीकडून आवाज आला. ''मे आय हेल्प यू?''

''मि. हॉल, मी सर निकोलस मॉन्क्रीफ आणि...'' असं म्हणून डॅनीने बराच वेळ जाऊ दिला. ''मी योग्य व्यक्तीशी बोलतोय का नाही ते–?''

''सर, तुमचं काय काम आहे, ते तर सांगा. मग तुम्हाला त्याबाबतीत कशी मदत करायची ते ठरवता येईल.''

''माईल एंड रोडवरची एक प्रॉपर्टी बाजारात विक्रीसाठी आली आहे, पण त्यांच्या इस्टेट एजंटशी थेट व्यवहार करण्याची माझी इच्छा नाही.''

''आलं लक्षात. माझ्या तोंडून कुणालाही काही कळणार नाही याची खात्री

बाळगा. बरं, पण माईल एंड रोडवरची नक्की कोणती प्रॉपर्टी?''

''एकशे चार नंबर.'' डॅनी म्हणाला. ''ते एक गॅरेज आहे. विल्सन गॅरेज.''

''त्यांचे एजंट कोण आहेत?''

''डग्लस ॲलन स्पायरो.''

''मी तिकडे फोन करून माहिती काढतो,'' हॉल म्हणाला, ''आणि नंतर तुम्हाला काय ते कळवतो.''

''मी आजच्या दिवसात कधीतरी तुमच्या ऑफिसच्या बाजूला येणारच आहे. आपण कॉफी प्यायला जाऊ.'' डॅनी म्हणाला.

''ऑफ कोर्स सर निकोलस! कुठे भेटायचं?''

बेकर, ट्रेम्लेट ॲंड स्मिथ यांच्या ऑफिसच्या जवळचं एकमेव ठिकाण डॅनीला माहीत होतं. त्याने डोर्चेस्टरचं नाव सांगितलं. ''आपण बाराला भेटू या?''

''हो, चालेल. मी बरोबर बाराला तिथे पोहोचतो सर निकोलस.''

डॅनी आपल्या जागेवर बसून राहिला. त्याच्यासमोर एक मोठी कामांची यादी होती, पण मि. हॉल यांना भेटण्यापूर्वी या खेळातले इतर खेळाडू योग्य वेळी आपापल्या जागी उपस्थित असणं आवश्यक होतं. त्याच्या टेबलावरचा फोन वाजू लागला. डॅनीने तो लगेच उचलला.

''गुड मॉर्निंग सर निकोलस!'' पलीकडचा आवाज म्हणाला. ''मी बँकेच्या लंडन शाखेतून बोलतोय.''

❖

बिग अल्ने डॅनीला गाडीने पार्कलेनपाशी आणलं. डोर्चेस्टर हॉटेलपाशी. नुकतेच साडेअकरा वाजून गेले होते. वॉचमनने अदबीने गाडीचं दार उघडलं. डॅनी बाहेर पडला.

''माझं नाव सर निकोलस मॉन्क्रीफ.'' हॉटेलच्या पायऱ्या चढता चढता डॅनी त्याला म्हणाला. ''बाराच्या सुमाराला एक जण मला भेटायला येणार आहेत. त्यांचं नाव मि. हॉल. ते आले की, मी लॉबीत आहे असं त्यांना सांगाल का?'' असं म्हणून डॅनीने पाकिटातून दहा पौंडाची नोट काढून त्याला दिली.

''नक्की सांगेन सर.'' वॉचमन अदबीने म्हणाला.

''आणि तुझं नाव काय?''

''जॉर्ज.''

''थँक्यू जॉर्ज.'' असं म्हणून डॅनी फिरत्या काचेच्या दरवाज्यातून हॉटेलात शिरला.

लॉबीत थांबून त्याने स्वत:ची ओळख करून दिली. आणखी एक दहा पौंडाची नोट हॉटेलच्या कर्मचाऱ्याच्या हातात ठेवून तो पुढे गेला. याचं नाव वॉल्टर होतं.

वॉल्टरने सांगितलेल्या दिशेने जाऊन डॅनी लॉबीत एका सोफ्यावर बसला. वेटर त्याच्याजवळ येताच डॅनीने आधीच हातात काढून ठेवलेली एक दहा पौंडाची नोट त्याच्या हातात सरकवली.

"सर निकोलस, तुम्ही इथे कशाला बसताय? आमच्या एका प्रायव्हेट केबिनमध्ये मी तुमची सोय करतो ना!" तो लगेच अदबीने म्हणाला. "मि. हॉल इथे आले की, मी स्वत: त्यांना लगेच इकडे घेऊन येईन. तोपर्यंत तुम्ही काय घेणार सर?"

"एक टाइम्सचा अंक आणि हॉट चॉकलेट." डॅनी म्हणाला.

"आणतो लगेच सर निकोलस."

"आणि तुझं नाव?"

"मारिओ सर."

अशा रीतीने जॉर्ज, वॉल्टर आणि मारिओ हे तिघे अजाणता डॅनीच्या या खेळात त्याच्याच बाजूचे खेळाडू म्हणून सहभागी झाले होते. त्यासाठी खिशाला फक्त तीस पौंडांचा भुर्दंड पडला होता. गरीब बिचारा तो हॉल नावाचा माणूस येईपर्यंत डॅनीने टाइम्समध्ये डोकं घातलं. बाराला दोन मिनिटं कमी असताना मारिओ तिथे येऊन म्हणाला, "सर निकोलस, तुम्हाला भेटायला ते आले आहेत."

"थँक यू मारिओ!" डॅनी अशा थाटात म्हणाला, जसा काही तो रोजच त्या ठिकाणी येत असावा.

"सर निकोलस, तुम्हाला भेटून आनंद वाटला." असं म्हणत हॉल डॅनीच्या समोर बसला.

"काय घेणार मि. हॉल?" डॅनी म्हणाला.

"फक्त कॉफी. थँक यू."

"एक कॉफी आणि माझं नेहमीचं, मारिओ."

"ऑफ कोर्स सर निकोलस."

गॅरी हॉलने आपली ब्रीफकेस उघडून एक फाइल बाहेर काढली. "तुम्हाला लागणारी सगळी माहिती मी जमा करून आणली आहे सर निकोलस." हॉल फाइल उघडत म्हणाला. "नंबर १४३, माईल एंड रोड. पूर्वी हे एक गॅरेज होतं. मि. जॉर्ज विल्सन यांच्या मालकीचं. त्यांचं नुकतंच निधन झालं." त्याच्या तोंडचे ते शब्द ऐकताच डॅनीचा चेहरा पांढराफटक झाला. बर्नीच्या मृत्यूचे पुढे काय काय दुष्परिणाम झाले हे हळूहळू त्याला समजत होतं. त्या एका घटनेनं

अनेकांची आयुष्यं उद्ध्वस्त झाली होती.

"तुम्ही ठीक आहात ना सर निकोलस?" हॉल म्हणाला. त्याच्या चेहऱ्यावर काळजी स्पष्ट दिसून येत होती.

"मी ठीक आहे. खरंच अगदी ठीक आहे." डॅनी पटकन सावरत म्हणाला. "तर तुम्ही सांगत होता." इतक्यात वेटरने त्याच्यासमोर हॉट चॉकलेट आणून ठेवलं. डॅनीने मान हलवली.

"मि. विल्सन निवृत्त झाल्यावरही त्यांचं गॅरेज चालू होतं. त्यांच्यानंतर एक दुसराच माणूस व्यवस्थापनाचं काम बघत होता. त्याचं नाव –" असं म्हणून गॅरी हॉल फाइलीतले कागद चाळू लागला. डॅनीला मोह होत होता, त्याला ते नाव सांगण्याचा. "ट्रेव्हर सूटन. पण त्यानंतर कंपनी प्रचंड कर्जबाजारी झाली. मग मालकिणीने गॅरेज विकायचं ठरवलं."

"मालकिणीने?"

"हो. आता ते गॅरेज ज्या बाईंच्या मालकीचं आहे त्यांचं नाव –" परत एकदा त्याने फाइलीत डोकं घतलं. "मिस एलिझाबेथ विल्सन; गॅरेजच्या मालकांची मुलगी."

"त्यांची काय किमतीची अपेक्षा आहे?"

"जागा साधारणपणे पाच हजार स्क्वेअर फूट आहे. खरेदी करण्याचा तुम्ही खरोखरच विचार करत असाल, तर मी नीट सर्व्हे करून तुम्हाला त्याचा अहवाल सादर करीन." ती जागा ४७८९ स्क्वेअर फूट आहे हे आपण सांगावं, असं डॅनीला मनातून वाटलं. शिवाय त्याच्या एका बाजूला वस्तू गहाणवट ठेवून पैसे मिळण्याचं दुकान, तर दुसऱ्या बाजूला टर्की गालिच्याचं दुकान आहे, हेही त्याला सांगता आलं असतं.

"ठीक आहे. किंमत बोला."

"हो! खरंच! सॉरी हं. आतल्या सामानसुमानासहित दोन लाख पौंड, पण जरा घासाघीस करून दीड लाखपर्यंत खाली येतील, अशी खात्री आहे माझी. त्या जागेत फार कुणी इंटरेस्ट दाखवलेला नाहीये. शिवाय त्याच्या समोरच्या बाजूला दुसरं एक गॅरेज आहे. ते फार जोरात चालतं."

"माझ्याजवळ घासाघीस करायला अजिबात वेळ नाही." डॅनी म्हणाला. "माझं बोलणं नीट ऐका. ते जी किंमत मागतायत, तेवढी द्यायला मी तयार आहे. पण त्याचबरोबर तुम्ही त्या दोन्ही बाजूंच्या दोन्ही दुकानांच्या मालकांना भेटा – वस्तू गहाणवट ठेवून घेणाऱ्या दुकानदाराला आणि गालिचे विकणाऱ्याला. मला त्यांचीपण जागा घेण्यात रस आहे."

"येस, ऑफकोर्स सर निकोलस!" डॅनीच्या तोंडातून बाहेर पडणारा प्रत्येक

शब्द टिपत तो म्हणाला. तो क्षणभर घुटमळून नंतर म्हणाला, ''या व्यवहारात पुढे जाण्याआधी मला वीस हजार पौंडाचं डिपॉझिट लागेल.''

''तुम्ही इथून निघून तुमच्या ऑफिसात परत जाईपर्यंत तुमच्या क्लाएंट अकाउंटमध्ये तेवढी रक्कम जमा झाली असेल.'' डॅनीच्या शब्दांवर हॉलचा विश्वास बसला नव्हता; पण तरी तो कसंनुसं हसला. ''त्या इतर दोन प्रॉपर्टींविषयी माहिती काढून मला लगेच कळवा.'' डॅनी त्याला म्हणाला.

''येस सर निकोलस.''

''आणि एक गोष्ट मी तुम्हाला स्पष्ट सांगतो,'' डॅनी म्हणाला, ''मी कोण हे त्या प्रॉपर्टींच्या मालकिणीला कोणत्याही परिस्थितीत कळता कामा नये.''

''तशी तुम्ही खात्री बाळगा सर निकोलस.''

''आय होप सो.'' डॅनी म्हणाला. ''याआधी मी ज्या कंपनीबरोबर व्यवहार करत होतो, त्यांच्या विश्वासार्हतेबद्दल माझ्या मनात शंका उत्पन्न झाली, त्यामुळे मी तो व्यवहार थांबवला.''

''आलं लक्षात माझ्या.'' हॉल म्हणाला. ''बरं, पण तुमच्याशी संपर्क कसा साधायचा?'' त्यावर डॅनीने खिशातून पैशाचं पाकीट काढलं आणि त्याच्या हातात एक नव्यानेच प्रिंट केलेलं कार्ड ठेवलं.

''आता एक अखेरचा प्रश्न सर निकोलस, तुमचं प्रतिनिधित्व करणाऱ्या सॉलिसिटर फर्मचं नाव काय?''

त्याच्याकडून या प्रश्नाची डॅनीने मुळीच अपेक्षा केलेली नव्हती. तो हसला. ''मन्रो, मन्रो अँड कारमायकेल. पण त्यांच्यातले सीनियर पार्टनर मि. फ्रेझर मन्रो यांच्याशीच फक्त तुम्ही व्यवहार करायचा आहे. माझे सर्व खासगी व्यवहार तेच बघतात.''

''ऑफ कोर्स सर निकोलस!'' हॉल मि. फ्रेझर मन्रो यांचं नाव लिहून झाल्यावर उठून उभा राहत म्हणाला, ''मी आता लगेच ऑफिसात जाऊन त्या पार्टीच्या एजंटशी बोलतो.''

हॉल तिथून घाईघाईने निघाला. त्याने आपल्या कॉफीला स्पर्शसुद्धा केला नव्हता. त्यानंतरच्या तासाभरातच त्याच्या ऑफिसमधल्या प्रत्येक माणसाला सर निकोलस मॉन्क्रीफ नावाच्या धनाढ्य, विक्षिप्त अवलियाविषयी समजलं असेल, याची डॅनीला खात्रीच होती. तुझी सकाळ वाया गेली – असं सगळे हॉलला चिडवणार होते; पण मग खात्यात खरोखरच वीस हजार पौंड जमा झालेले बघताच चकित होणार होते, याचीही डॅनीला खात्री होती.

डॅनीने मोबाइल फोन उघडून एक नंबर लावला. ''येस,'' पलीकडून एक आवाज म्हणाला.

"हे पाहा, बेकर, ट्रेम्लेट अँड स्मिथ या लंडन इथल्या कंपनीच्या क्लाएंट अकाउंटमध्ये ताबडतोब वीस हजार पौंड जमा करा.''

"लगेच होतील.''

डॅनीने फोन बंद केला. तो गॅरी हॉलविषयी विचार करू लागला. गॅरेजशेजारचं ते गहाणवट वस्तूंचं दुकान लवकरात लवकर विकण्याची मिसेस आयझॅक यांची आज बरीच वर्षं खटपट चालू आहे. तसंच मिस्टर अँड मिसेस कमाल यांचीपण आपलं गालिच्याचं दुकान विकून आपल्या मुलीकडे अंकारा इथे कायमचं जाऊन राहण्याची इच्छा होती. या दोन गोष्टी गॅरी हॉल किती लवकर शोधून काढतो, हे डॅनीला बघायचं होतं.

मारिओने हळूच डॅनीसमोर बिल आणून ठेवलं. डॅनीने बिलासोबत भलीमोठी टिप ठेवली. 'आपल्याला याने विसरता कामा नये.' रिसेप्शन काउंटरजवळून जाताना तिथल्या क्लार्कचेपण त्याने मुद्दाम थांबून आभार मानले.

"माय प्लेझर सर निकोलस! इथून पुढे कधीही माझ्याजोगतं काही काम असलं तर सांगा.''

"थँक यू वॉल्टर. मी नक्की सांगेन.''

डॅनी फिरत्या दरवाज्यातून बाहेर पडला. जॉर्ज धावत पुढे आला आणि त्याने गाडीचा दरवाजा उघडून धरला. डॅनीने खिशातून आणखी एक दहा पौंडाची नोट काढली.

"थँक यू जॉर्ज.''

ज्या नाटकाच्या प्रयोजनासाठी डॅनीने जॉर्ज, वॉल्टर आणि मारिओ यांची निवड केली होती, त्या नाटकाच्या पहिल्या अंकानंतर पडदा पडला होता.

५४

डॅनीने शेल्फमधून 'डेव्हनपोर्ट' असं शीर्षक असलेली फाइल बाहेर काढून टेबलावर ठेवली. त्याने पहिलं पान उघडलं.

डेव्हनपोर्ट लॉरेन्स – अभिनेता – पृष्ठ क्र.२ – ११

डेव्हनपोर्ट सेरा – बहीण, वकील – पृष्ठ क्र. १२-१६

डंकन चार्ली – निर्माता – पृष्ठ क्र. १७-२०

त्याने १७ क्रमांकाचं पान उघडलं. लॉरेन्स डेव्हनपोर्टच्या आयुष्यात घडणाऱ्या एका नवीन नाटकात एक नवीन भूमिका हा बजावणार होता. डॅनीने त्याचा नंबर लावला.

"चार्ल्स डंकन प्रॉडक्शन.''

"मि. डंकन, प्लीज.''

"कोण बोलतंय म्हणून सांगू?''

"निक मॉन्क्रीफ.''

"मी लगेच जोडून देतो मि. मॉन्क्रीफ.''

"आपण कुठे भेटलोय ते आठवण्याचा प्रयत्न करतोय मी.'' पलीकडून एक वेगळाच आवाज थोड्या वेळात म्हणाला.

"डॉर्चेस्टर हॉटेलमध्ये. द इम्पॉर्टन्स ऑफ बीईंग अर्नेस्ट या नाटकाच्या शेवटच्या प्रयोगानंतर जी पार्टी झाली होती, त्या वेळी.''

"ओ, येस! आता आठवलं. मग मी तुमच्यासाठी काय करू?'' तो आवाज म्हणाला. त्या आवाजात एक संशय होता.

"तुमच्या पुढच्या नाटकात भांडवली गुंतवणूक करण्याचा मी विचार करतोय.'' डॅनी म्हणाला. "माझ्या एका मित्राने तुमच्या आधीच्या नाटकात थोडे पैसे गुंतवले होते आणि त्याला त्यातून चांगला फायदा झाला. त्यामुळे मला वाटलं, आपणही –''

"तुम्ही फारच योग्य वेळी फोन केला आहे." डंकन म्हणाला. "एक फार चांगलं नाटक येतंय. तुम्ही असं करा, सरळ आयव्हीमध्ये या. आपण लंच घेऊ आणि तेव्हाच बोलू."

मासा इतक्या पटकन गळाला लागेल असं डॅनीला मुळीच वाटलं नव्हतं. त्याच्या अपेक्षेपेक्षा फारच चांगलं चाललं होतं सगळं. "तसं नको, मीच तुम्हाला जेवणाचं निमंत्रण देतो. मला माहीत आहे, तुम्ही तुमच्या व्यापात खूप व्यग्र असता. तुम्हाला जेव्हा थोडी सवड असेल, तेव्हा सरळ मला फोन करा."

"काय गंमत आहे बघा," डंकन म्हणाला, "नेमकी योगायोगाने माझी आत्ताची अपॉईंटमेंट कॅन्सल झालेली आहे. जर तुम्हाला वेळ असेल, तर लगेचसुद्धा भेटता येईल."

"मी आहे मोकळा." डॅनी गळाला आमिष लावत म्हणाला. "माझ्या नेहमीच्या ठिकाणी तुम्ही मला भेटायला का नाही येत?"

"तुमचं नेहमीचं ठिकाण? म्हणजे नेमकं कुठं?"

"डॉर्चेस्टर हॉटेलमधली पामकोर्ट रूम. आपण एक वाजता भेटू या?"

"हो, चालेल ना. मग एक वाजता मी तिथे पोहोचतो." डंकन म्हणाला, "तुम्ही सर निकोलस ना?"

"निक म्हणालात तरी चालेल." डॅनी म्हणाला. त्याने फोन ठेवताक्षणी आपल्या डायरीत निकने एक नोंद केली.

❖

भरगच्च प्रेक्षागारात शिरल्यावर प्रोफेसर आमीरखान मोरी यांच्या चेहऱ्यावर हसू उमटलं. त्यांच्या व्याख्यानांना नेहमीच प्रचंड गर्दी असायची. ते अत्यंत विद्वान होते. त्यांची व्याख्यानं माहितीपूर्ण तर असतच, पण त्यांची शैलीसुद्धा खुमासदार होती. ते कधीकधी विद्यार्थ्यांसमोर मुद्दामच अत्यंत धक्कादायक विधानं करायचे. साहजिकच विद्यार्थ्यांमध्ये खळबळ माजायची आणि वादविवादाला तोंड फुटायचं. डॅनीला एव्हाना त्यांची ही युक्ती कळून चुकली होती.

"जॉन मेनार्ड केनेस जर जन्मालाच आला नसता, तर ती गोष्ट आपल्या देशाच्या आर्थिक स्थितीच्या दृष्टीने खरोखर चांगली झाली असती. आपल्या संपूर्ण आयुष्यात त्याने एकसुद्धा चांगली गोष्ट केल्याचं मला आठवत नाही." त्यांच्या तोंडचं हे वाक्य संपायच्या आत एकदम वीस हात वर झाले.

"मॉन्क्रीफ, केनेस यांच्या नावे जमा असलेली एकतरी चांगली गोष्ट सांगू शकाल का?"

"त्याने केंब्रिज आर्ट्स थिएटरची स्थापना केली." डॅनी मिस्कीलपणे म्हणाला. प्रोफेसरांना त्यांच्या त्या खेळात त्यांच्याच पद्धतीने हरवण्याचा त्याचा बेत होता.

"हो आणि तो स्वत: किंग्ज कॉलेजात शिकत असताना त्याने शेक्सपिअरच्या 'ट्वेल्थ नाईट' या नाटकात ऑर्सिनोची भूमिका पण केली होती." प्रोफेसर मोरी म्हणाले. "पण त्यानंतर या पठ्ठ्याने श्रीमंत राष्ट्रांना गरीब आणि प्रगतिशील राष्ट्रांमध्ये भांडवली गुंतवणूक करणं कसं फायदेशीर आहे, हे समजावून सांगितलं." इतक्यात मागच्या भिंतीवरच्या घड्याळात एकचा ठोका पडला. "चला, आजपुरता पुष्कळ झाला हं तुम्हा लोकांचा सहवास." असं म्हणून प्रोफेसर व्यासपीठावरून खाली उतरले आणि मुलांच्या टाळ्यांचा कडकडाट आणि हास्याचा कल्लोळ चालू असतानाच दाराबाहेर पडले.

आपल्या प्रोबेशन ऑफिसरबरोबरच्या मीटिंगसाठी वेळेत पोहोचायचं असेल, तर झटपट पोटात चार घास ढकलायला किंवा एखादं कोल्ड्रिंक घ्यायलाही आपल्याला जमणार नाही, याची डॅनीला कल्पना होतीच. त्यामुळे तो धावतच वर्गाबाहेर पडला, तर कॉरिडॉरमध्ये प्रोफेसर मोरी त्याचीच वाट बघत होते.

"मला जरा तुमच्याशी बोलायचंय मॉन्क्रीफ," असं म्हणून डॅनीच्या उत्तराची वाटही न बघता ते झपाझप कॉरिडॉरमधून चालू लागले. त्यांच्या पाठोपाठ डॅनी त्यांच्या ऑफिसात शिरला. त्याने नुकत्याच लिहिलेल्या निबंधात फ्रीडमनच्या संदर्भात जी काही मतं मांडलेली होती त्याच्याशी प्रोफेसर मुळीच सहमत नव्हते, याची त्याला पुरेपूर कल्पना होती. प्रोफेसरांनी त्याबाबतची स्वत:ची मतं आजवर वेळोवेळी वर्गात व्यक्त केलेली होती. त्यामुळे आता आपल्याला आपली मतं त्यांना पटवून देण्यासाठी युक्तिवाद करावा लागणार, अशा मानसिक तयारीनेच डॅनी आत शिरला.

"बसा." प्रोफेसर म्हणाले. "खरंतर तुम्ही ड्रिंक वगैरे घेणार का, असं विचारायला हवं, पण इथे काहीच उपलब्ध नाहीये. पण त्याहीपेक्षा महत्त्वाचा मुद्दा म्हणजे जेनीली स्मरणार्थ आयोजित केलेल्या निबंधस्पर्धेत तुम्ही भाग घेणार का? तुम्ही याबाबत काही विचार केलाय का?"

"त्यासाठी मला किती वेळ द्यावा लागेल?"डॅनी म्हणाला. कारण अजूनही त्याच्या आयुष्यात शिक्षणापेक्षा कितीतरी अधिक प्राधान्य बाकी काही गोष्टींना होतं.

प्रोफेसरांनी टेबलावर पडलेली एक लहानशी पुस्तिका उचलली. त्याचं पहिलं पान उघडून सरळ वाचायला सुरुवात केली – निबंध किमान दहा हजार शब्दांचा असावा व वीस हजार शब्दांहून अधिक असू नये. त्याचा विषय स्पर्धकाने

स्वत: निवडायचा आहे. या सहामाहीच्या अखेरपर्यंतच तो पाठवायचा आहे.

"माझी एवढी पात्रता आहे असं तुम्हाला वाटतंय, त्यामुळेच मला किती अभिमान वाटतोय!" डॅनी म्हणाला.

"मला एक गोष्ट समजली नाही, तुमच्या यापूर्वीच्या शिक्षकांनी तुम्हाला ऑक्सफर्ड किंवा केंब्रिजला जायचा आग्रह कसा नाही केला? तुम्ही मुळात आर्मीत कसे काय गेलात?"

आपण ज्या क्लेमंट ॲटली शाळेत शिक्षण घेतलं, त्यातला कोणताही विद्यार्थी पुढे जाऊन ऑक्सफर्ड किंवा केंब्रिजला जाऊन शिकला नाही. इतकंच काय; पण शाळेचे मुख्याध्यापकही केंब्रिज किंवा ऑक्सफर्डमध्ये शिकलेले नव्हते, ही गोष्ट या प्रोफेसरांना सांगावी, असा डॅनीला मोह झाला. पण तो गप्प बसला.

"हवं तर तुम्ही यावर जरा विचार करा." प्रोफेसर म्हणाले. "तुमचा निर्णय झाला की, मला लगेच कळवा."

"नक्कीच कळवीन." असं म्हणून डॅनी जायला उठला. "थँक्यू प्रोफेसर."

एकदा कॉरिडॉरमध्ये आल्यावर मात्र डॅनी मुख्य प्रवेशद्वाराकडे अक्षरश: पळत सुटला. बाहेर पडल्यावर त्याचं लक्ष गेलं. बिग अल् गाडी घेऊन वाट बघत असलेला पाहून त्याला हायसं वाटलं.

नॉटिंग हिल गेटकडे बिग अल्ने गाडी पिटाळली, तेव्हा डॅनीच्या मनात प्रोफेसर मोरी यांचे शब्द घोळत होते. त्यांच्या गाडीने अनेकदा वेगमर्यादा मोडली, कारण काहीही झालं तरी प्रोबेशन ऑफिसरबरोबरच्या मीटिंगला उशीर होऊन चालणार नव्हता. आणखी चार वर्षं बेलमार्श तुरुंगात घालवण्यापेक्षा वेगमर्यादेचा भंग केल्याबद्दल दंड भरणं डॅनीला कधीही परवडण्यासारखं होतं; पण दुर्दैवाने डॅनी आपल्या गाडीतून बाहेर पडला आणि नेमक्या त्याच वेळी प्रोबेशन ऑफिसर मिसेस बेनेट बसमधून उतरल्या. त्यांच्यासमोर प्लॅस्टिकच्या खुर्चीत निक बसताच त्या म्हणाल्या, "सुरुवात करण्यापूर्वी हे सांग निक की, तू कुणाच्या गाडीतून आलास?"

"माझीच आहे ती." डॅनी म्हणाला.

"आणि गाडी कोण चालवत होतं?"

"तो माझा पगारी ड्रायव्हर आहे."

"पण तुझ्या उत्पन्नाचं साधन जर केवळ तुला शासनाकडून मिळणारी शिष्यवृत्ती असल्याचं तू दाखवलं आहेस, तर तुला बी.एम.डब्ल्यू. गाडी, ड्रायव्हर हे सगळं कसं परवडतं?"

"माझ्या आजोबांनी एक विश्वस्त निधी ठेवलेला आहे. त्यातून दर महिन्याला मला एक लाख पौंड मिळतात आणि–"

“निकोलस,” मिसेस बेनेट करारीपणे म्हणाल्या, “या मीटिंग एवढ्याचसाठी असतात की, तुझ्यासमोर काही संकट, काही समस्या असेल, तर त्याबद्दल तू मोकळेपणाने बोलावंस, म्हणजे मी तुला मदत करू शकेन, सल्ला देऊ शकेन. पण तू असाच छचोरपणे वागत राहिलास, तर मला नाइलाजाने माझ्या पुढच्या अहवालातून होम ऑफिसरच्या कानावर ही गोष्ट घालावीच लागेल आणि त्याचे परिणाम काय होतील, हे आपल्याला दोघांनाही चांगलं ठाऊक आहे. मी काय बोलते आहे, ते कळतंय का?”

“येस, मिसेस बेनेट.” डॅनी म्हणाला. बिग अल्च्या प्रोबेशन ऑफिसरबरोबरच्या मीटिंगमध्ये बिग अलसुद्धा असाच अडचणीत आला होता. “त्यांना आपल्याकडून जे ऐकण्याची इच्छा असते, तेच त्यांना ऐकवायचं बॉस. त्यामुळे आयुष्य फार सोपं होतं.” बिग अल् त्याला म्हणाला होता.

“मी तुला परत एकदा विचारते. तू आज ज्या गाडीतून इथे आलास त्या गाडीचा मालक कोण आहे?”

“जो ती चालवत होता, तोच तिचा मालक आहे.”

“आणि तो तुझा मित्र आहे? का तू त्याच्याकडे नोकरी करतोस?”

“मी आर्मीत असतानाची आमची दोघांची ओळख आहे. मला उशीर झाल्यामुळे त्याने मला लिफ्ट दिली.”

“आणि तुझी शिष्यवृत्ती सोडून तुझ्याकडे आणखी काही उत्पन्नाचं साधन आहे का?”

“नाही मिसेस बेनेट.”

“हां, आता कसं नीट सांगितलंस!” मिसेस बेनेट म्हणाल्या. “बघ, तू सहकार्य केलंस तर सगळं कसं सुरळीत होतं. आता तुला आणखी कोणत्या विषयावर माझ्याशी चर्चा करायची आहे का?”

तीन स्वीस बँकर्सबरोबर झालेल्या आपल्या मीटिंगबद्दल मिसेस बेनेट यांना सांगावं, आपण लंडनच्या ईस्ट एंड भागात एक प्रॉपर्टी खरेदी करणार असल्याचं त्यांच्या कानावर घालावं, चार्ली डंकनच्या बाबतीत आपण काय करायचं ठरवलंय, ते त्यांना सांगावं असा मोह डॅनीला होत होता; पण ते सगळं मनात ठेवून तो त्यांना म्हणाला, “जेनीली स्मरणार्थ भरवण्यात येणाऱ्या निबंधस्पर्धेत मी भाग घ्यावा असं माझ्या प्रोफेसरांचं म्हणणं आहे. त्यावर तुमचा सल्ला काय?”

मिसेस बेनेट हसून म्हणाल्या, “तुला शिक्षकाची नोकरी मिळायला या गोष्टीचा उपयोग होईल, असं तुला वाटतं का?”

“मला वाटतं, कदाचित होईल.” डॅनी म्हणाला.

“मग तू स्पर्धेत जरूर भाग घ्यावास, असाच सल्ला मी तुला देईन.”

"अत्यंत आभारी आहे मिसेस बेनेट!"

"अरे, आभार कशासाठी?" त्या म्हणाल्या, "ते तर माझं कामच आहे."

❖

माईल एंड रोडला रात्री अचानक भेट दिल्यामुळे डॅनीच्या मनात खूप जुन्या आठवणी जाग्या झाल्या होत्या. जन्मठेपेचे कैदी अशा आठवणींना 'आठवणींची भुतं' म्हणत; पण त्याहीपेक्षा परत कोर्टात जाण्याचा नुसता विचारही करण्याची डॅनीला इच्छा होत नव्हती.

बिग अल्ने सेंट पॉल्स यार्डमध्ये गाडी घुसवली. सेंट्रल क्रिमिनल कोर्टाच्या इमारतीवर हातात तराजू घेऊन, डोळ्यांवर पट्टी बांधून उभ्या असलेल्या न्यायदेवतेचा पुतळा होता. डॅनीने चार्ली डंकनबरोबर दुसऱ्या दिवशी दुपारी एक वाजता जेवायला जायचं ठरवलं होतं, पण तत्पूर्वी त्याला त्या दिवसात काही महत्त्वाची कामं पार पाडायची होती. कोर्टाच्या इमारतीत सामान्य जनतेला शिरण्याआधी वेगळं प्रवेशद्वार होतं, पण बिग अल्ने गाडी तिथून आत न घेता पुढे नेली आणि वळवून इमारतीच्या मागच्या बाजूला घेतली. 'व्हिजिटर्स एंट्रन्स' अशी पाटी असलेल्या एका फाटकासमोर त्याने गाडी उभी केली.

डॅनी सिक्युरिटीची तपासणी पार पाडून पुढे गेला. समोरच एक उंच जिना होता. त्या जिन्याने वर गेल्यावर वेगवेगळ्या कोर्टरूम्सच्या प्रेक्षकांच्या गॅलरीकडे जाण्यासाठी रस्ते होते. डॅनी सर्वांत वरच्या मजल्यावर पोहोचल्यावर तिथे काळा लांब डगला घातलेल्या एका अधिकाऱ्याने त्याला हटकलं आणि नक्की कोणत्या कोर्टातली केस बघायला जायचंय, असं विचारलं.

"कोर्ट नं. ४," डॅनी म्हणाला. अधिकाऱ्याने त्याला तिकडे जाण्याचा रस्ता दाखवला. त्याप्रमाणे डॅनी त्या कोर्टाच्या पब्लिक गॅलरीत जाऊन बसला. तिथे आरोपीचे थोडेफार मित्र, नातलग आणि काही नुसतेच बघे आलेले होते. ते अगदी पुढच्या रांगेत बसून गॅलरीतून खाली वाकून बघत होते; पण डॅनी त्यांच्यापाशी जाऊन बसला नाही.

तिथल्या आरोपींमध्ये तर डॅनीला काहीच रस नव्हता. आपल्या शत्रूला स्वतःच्या मुलखात वावरताना पाहायचं होतं त्याला. तो मुद्दामच शेवटच्या रांगेत जाऊन अगदी कोपऱ्यात बसला. एखादा मारेकरी कसा अंधारात बसून आपल्या सावजाची प्रत्येक बारीकसारीक हालचाल टिपत असतो ना, तसा तो स्पेन्सर क्रेगला निरखून बघत होता. पण स्पेन्सर क्रेगला मात्र मुद्दाम मागे वळून गॅलरीकडे टक लावून बघितल्याशिवाय कोपऱ्यात बसलेला डॅनी दिसण्याची काहीच शक्यता

नव्हती आणि समजा जरी त्याला डॅनी दिसला असता, तरीसुद्धा त्याला तो कोर्टात खटला कसा चालतो, ते बघायला आलेला निरुपद्रवी प्रेक्षक वाटला असता.

क्रेगच्या प्रत्येक हालचालीवर डॅनी बारकाईने लक्ष ठेवून होता. बॉक्सिंगच्या खेळात एक बॉक्सर आपल्या प्रतिस्पर्ध्याच्या खेळातली त्रुटी शोधण्याचा प्रयत्न करतो, तसंच काहीसं डॅनीचं चाललं होतं. कोणत्याही सर्वसामान्य माणसाच्या नजरेला क्रेगमध्ये काहीही चूक आढळली नसती. जसजसा खटला पुढे सरकत होता, तसा क्रेग आपल्या कामात किती कुशल आहे, हे स्पष्टच होत होतं. तो धूर्त होता; निर्दय होता. त्याने स्वत:साठी जो व्यवसाय निवडला होता, त्यासाठी या सर्व अस्त्रांची गरजच होती; परंतु कायदा जवळजवळ तुटायला येईपर्यंत ताणण्याचीसुद्धा त्याची तयारी होती. आपल्या फायद्यासाठी खटला लढताना कोणत्याही थराला जायची त्याची तयारी होती. या क्रेगचा सरळसरळ सामना करण्याची वेळ जेव्हा आपल्यावर येईल, तेव्हा आपल्याला फारच सावध राहावं लागेल, हे डॅनीला कळून चुकलं. आपला हा प्रतिस्पर्धी शेवटच्या श्वासापर्यंत लढा देतच राहणार, हेही त्याला कळून चुकलं.

या स्पेन्सर क्रेगविषयी शक्य तेवढं सगळं आपण जाणून घेतलेलं आहे अशी आता डॅनीची खात्री पटली. त्यामुळे तो अधिकच सावध झाला. डॅनीकडे पूर्वतयारीला भरपूर वेळ होता, त्याचप्रमाणे अवचित घाला घालणंपण त्याला शक्य होतं. पण क्रेग ज्या सामाजिक वर्तुळात वावरत होता, तिथे तो आपला जन्मसिद्ध अधिकारच असल्याप्रमाणे वागत होता. डॅनीचा शिरकाव मात्र या क्षेत्रात केवळ काही महिन्यांपूर्वीच झाला होता. आपली ही नवी भूमिका जगत असताना जसजसा एकेक दिवस पुढे जात होता, तसतसा त्या भूमिकेत तो मुरत चालला होता. त्यामुळे तो सर निकोलस मॉन्क्रीफ आहे याविषयी कुणीच शंका घेत नव्हतं. पण निकने आपल्या डायरीत एक गोष्ट लिहून ठेवली होती. डॅनीला आत्ता त्याची तीव्रतेने आठवण झाली. तुमचा शत्रू जर फार कुशल आणि धूर्त असेल, तर त्याला पहिल्याप्रथम त्याच्या स्वत:च्या मुलखातून बाहेर काढा, म्हणजे मग त्याला सगळ्या गोष्टी फार सोप्या, सवयीच्या वाटत नाहीत. मग त्याला अवचित गाठून त्याच्यावर वार करणं सोपं पडतं.

आपण नव्याने आत्मसात केलेल्या कौशल्यांचा डॅनी दर दिवशी वापर करून बघत होता. स्वत:साठी एका नाटकाच्या पार्टीचं आमंत्रण पदरात पाडून घेणं, डोर्चेस्टर हॉटेलात आपली नेहमीच ये-जा चालू असल्याच्या थाटात वावरणं, एका तरुण इस्टेट एजंटचा मामा बनवणं, एका नाटकाच्या निर्मात्याच्या पुढच्या नाटकात आपण भांडवली गुंतवणूक करण्याची लालूच त्याला दाखवणं, या सगळ्या गोष्टी फारशा महत्त्वाच्या नव्हत्या. स्पेन्सर क्रेगसारख्या अव्वल नंबरच्या

खेळाडूशी खेळताना तर प्राथमिक फेरीतसुद्धा त्या गोष्टींची गणना झाली नसती. आपण क्षणभर जरी बेसावध झालो ना, तरी खालच्या कोर्टरूममध्ये आपलं कौशल्य पणाला लावून केस लढणारा तो वकील आपल्यावर वार करायला कचरणार नाही, ही जाणीव डॅनीला झाली. या खेपेला बेलमार्शच्या तुरुंगात आपल्याला जन्मठेप भोगायला पाठवूनच तो गप्प बसणार, याचीही डॅनीला खात्रीच होती.

'त्यामुळे क्रेगला भुरळ पाडून अशा दलदलीकडे न्यायचं की, तिथून तो सुटूच शकणार नाही. चार्ली डंकनच्या मदतीने लॉरेन्स डेव्हनपोर्टचे सगळे चाहतेच त्याच्यापासून हिरावून घ्यायचे. गॅरी हॉलच्या मदतीने जेराल्ड पेनची त्याच्या ऑफिसात सगळ्या सहकाऱ्यांसमोर नाचक्की करायची' या सगळ्या गोष्टी त्यामानाने सोप्या होत्या; पण स्पेन्सर क्रेगच्या वकिली कारकिर्दीचा शेवट घडवून आणायचा, स्पेन्सर क्रेगला खुनाच्या आरोपाखाली आरोपीच्या पिंजऱ्यात उभं करायचं, एका निष्णात वकिलाला आपला कोर्टाचा डगला घालून इतरांचे खटले लढण्यापासून वंचित करायचं आणि त्याचं भविष्य समोर बसलेल्या ज्युरींच्या हाती सोपवायचं...

५५

''गुड मॉर्निंग जॉर्ज!'' डॅनी डॉर्चेस्टर हॉटेलच्या वॉचमनला म्हणाला. डॅनीची गाडी दारात थांबलेली बघून तो धावत दार उघडण्यासाठी आला होता.

''गुड मॉर्निंग सर निकोलस!''

डॅनी हॉटेलात शिरला. रिसेप्शन एरियामधून जात असताना त्याने काउंटरवर बसलेल्या वॉल्टरकडे पाहून हात हलवला. मारिओने लांबूनच आपल्या आवडत्या गिऱ्हाइकाला पाहिलं आणि त्याचा चेहरा उजळून निघाला.

''एक हॉट चॉकोलेट आणि टाइम्स ना, सर निकोलस?'' डॅनी आपल्या खुर्चीत बसताक्षणी मारिओ म्हणाला.

''थँक यू मारिओ! उद्या दुपारी एक वाजता मी इथे जेवायला येणार आहे. माझ्यासाठी टेबल राखून ठेवता येईल का? जरा एकान्त मिळेल अशा जागी?''

''काहीच अडचण नाही सर निकोलस.''

डॅनी मागे रेलून बसला आणि थोड्या वेळाने होणाऱ्या मीटिंगविषयी विचार करू लागला. गेल्या आठवड्यात दे कुबर्टिनच्या प्रॉपर्टीविषयक सल्लागारांचा तीन वेळा फोन येऊन गेला. नाव, पत्ता या कशाचाही उल्लेख नाही. कोणत्याही प्रकारच्या औपचारिक गप्पा नाहीत. फक्त वस्तुस्थिती आणि सल्लामसलत. त्या गहाणवट दुकानाची आणि गालिच्याच्या दुकानाची खरीखुरी किंमत किती, हे तर त्यांनी सांगितलंच; पण ते गॅरेज आणि ती दोन्ही दुकानं या सर्वांच्या मागच्या बाजूला थोडी पडीक जमीन होती. ती लोकल कौन्सिलच्या मालकीची होती. आपल्याला त्या जमिनीचा इंच न् इंच माहीत आहे, ही गोष्ट डॅनीने मुद्दामच त्या सल्लागारांपासून लपवून ठेवली. बर्नी आणि तो लहानपणी अनेकदा तिथे खेळत असत.

या मोकळ्या जमिनीवर स्वस्त दरातली घरं बांधण्याचा कौन्सिलचा गेले काही वर्षांपासूनचा बेत होता, ही गोष्टपण त्यांनी डॅनीला सांगितली; पण त्या

जागेच्या इतक्या जवळ गॅरेज असल्यामुळे हेल्थ कमिटीने त्याला मंजुरी दिली नव्हती. त्या कमिटीच्या मीटिंगमध्ये काय काय चर्चा झाली त्याचा सविस्तर अहवाल एका निनावी खाकी लिफाफ्यातून डॅनीच्या घरी दुसऱ्या दिवशी आला. त्यांची ती समस्या कशी सोडवायची याची योजना डॅनीच्या मनात पक्की होती.

"गुड मॉर्निंग सर निकोलस!"

डॅनीने वर्तमानपत्रातून डोकं वर काढून पाहिलं. "गुड मॉर्निंग मि. हॉल!" तो म्हणाला. गॅरी हॉल त्याच्यासमोरच्या खुर्चीत बसला. त्याने आपली ब्रीफकेस उघडून मॉन्क्रीफ असं लिहिलेली जाडजूड फाइल काढली आणि त्यातून काही कागदपत्रं काढून डॅनीच्या हाती ठेवली.

"विल्सन गॅरेजचं खरेदीखत." तो म्हणाला. "मी आज सकाळी मिस विल्सन यांना भेटून करारपत्रावर सह्या घेतल्या." त्याच्या तोंडचे ते शब्द ऐकताच डॅनीच्या काळजाचा ठोका चुकला. "छान आहेत मिस विल्सन. तरुणच आहेत. आपल्या डोक्यावरचं मोठं ओझं उतरलं, त्याबद्दल त्यांना हायसं वाटलं."

डॅनीला हसू फुटलं. 'बेथ एच.एस.बी.सी. बँकेच्या जवळच्या शाखेत ते २,००,००० पौंड डिपॉझिट करेल आणि वर्षाला मिळणाऱ्या साडेचार टक्के व्याजावर खूश राहील.' पण त्या एवढ्या मोठ्या रकमेचा फायदा नक्की कुणाला होणार होता, याची डॅनीला कल्पना होती.

"आणि त्या दोन्ही बाजूला असलेल्या दोन इमारती?" डॅनी म्हणाला. "त्या बाबतीत पुढे काही प्रगती झाली का?"

"हो, झाली ना. दोन्ही लोकांशी बोलणी झालेली आहेत. सगळं जवळपास ठरल्यासारखंच आहे. मि. आयझॅक्स दोन लाख पन्नास हजार मागतायत, तर मि. कमाल आपल्या गालिच्याच्या दुकानासाठी तीन लाख साठ हजार मागतायत. पण त्या दोघांच्या जागा हातात आल्या, तर तुमच्याकडची जागा जवळपास दुप्पट होईल. जागा एकत्र आल्यामुळे त्या संपूर्ण प्रॉपर्टीची किंमत आत्ताच्या दुप्पट होईल, असा आमच्याकडच्या प्रॉपर्टी सल्लागारांचा अंदाज आहे."

"मि. आयझॅक्स जे काही मागत आहेत ते त्यांना द्या. मि. कमाल यांच्याशी तीन लाखांपासून सुरुवात करा आणि तीन लाख वीस हजारांना सौदा मिटवून टाका."

"मी तुम्हाला यापेक्षा चांगला सौदा करून देऊ शकेन." हॉल म्हणाला.

"तसला काही विचारही मनात आणू नका. शिवाय दोन्ही सौदे एकाच दिवशी संपवून टाका. कारण आपण काय करतोय याचा मि. कमाल यांना नुसता सुगावा जरी लागला, तरी ते आपल्याला दावणीला बांधतील."

"आलं लक्षात." हॉल म्हणाला. तो एकीकडे डॅनीच्या सूचना लिहून घेत होता.

"एकदा का तुम्ही दोन्ही व्यवहार पूर्ण केलेत की, मला ताबडतोब कळवा,

म्हणजे मी स्थानिक कौन्सिलबरोबर त्या मागच्या पडीक जमिनीच्या तुकड्याबद्दल बोलणी चालू करतो.''

''त्यांना जाऊन भेटायच्या आधी, हवं तर आम्ही तुम्हाला एक कच्चा आराखडा बनवून देऊ.'' हॉल म्हणाला. ''ती जागा एखाद्या ऑफिस ब्लॉकसाठी किंवा सुपरमार्केटसाठी अगदी योग्य आहे.''

''ती तशी मुळीच नाहीये,'' डॅनी म्हणाला. ''तेव्हा असं काही करू नका तुम्ही. उगीच स्वत:चा वेळ आणि माझे पैसे वाया घालवाल तुम्ही.'' त्याच्या तोंडचे शब्द ऐकून हॉल जरासा वरमला. ''सेन्सबरी डिपार्टमेंट स्टोअर त्या जागेपासून शंभर यार्डावर आहे. शिवाय तुम्ही कौन्सिलने बनवलेला टेन इयर डेव्हलपमेंट प्लॅन जर वाचलात तर तुमच्या लक्षात येईल की, त्यांनी ती जागा फक्त स्वस्त दरातल्या घरांसाठी राखीव ठेवलेली आहे. माझा एकंदर अनुभव असाच आहे की, कौन्सिलशी बोलणी करत असताना, ती संकल्पना मुळात त्यांची आहे, असं त्यांना पटवून देऊन बोलण्यास सुरुवात केली की, तो व्यवहार आपल्या मनाप्रमाणे पार पडतो. तुम्ही उगाच फार लोभ धरू नका मि. हॉल. माझ्या जुन्या एजंटने नेमकी हीच चूक केली ना!''

''मी इथून पुढे लक्षात ठेवीन.'' हॉल म्हणाला.

डॅनीच्या सल्लागारांनी माहिती काढण्याचं काम इतकं व्यवस्थित केलेलं होतं की, हॉलला आपल्या बोटाच्या इशाऱ्यावर नाचवायला डॅनीला काहीही कष्ट पडले नाहीत.

''दरम्यान, मी तुमच्या कंपनीच्या क्लाएंट अकाउंटमध्ये आजच्या आज पाच लाख सत्तर हजार पौंड जमा करतो. म्हणजे तुम्हाला दोन्ही व्यवहार लगेच उरकता येतील. पण एक गोष्ट नीट ध्यानात ठेवा, दोन्ही व्यवहार एकाच दिवशी. शिवाय कोणत्याही एका बाजूला उरलेल्या बाजूच्या व्यवहाराचा सुगावा लागता कामा नये आणि या संपूर्ण व्यवहारात माझं नाव कुठेही येता कामा नये.''

''मी तुम्हाला निराश करणार नाही.'' हॉल म्हणाला.

''मीपण तशीच आशा बाळगतो. कारण हे काम जर तुम्ही यशस्वी करून दाखवलंत, तर माझ्याकडे आणखीही काम आहे आणि ते तर यापेक्षा कितीतरी इंटरेस्टिंग आहे. पण यापुढच्या कामात थोडाफार धोका पत्करावा लागणार असल्यामुळे मला तुमच्या कंपनीच्या पार्टनर्सपैकी एखाद्या सर्वांत तरुण, कल्पक आणि धाडसी पार्टनरच्या मदतीची गरज लागेल.''

''असा माणूस माझ्या डोळ्यांसमोर आहे.'' हॉल म्हणाला.

'माझ्याही' – डॅनी मनातल्या मनात म्हणाला.

❖

"कशी आहेस तू बेथ?" ॲलेक्स रेडमेन म्हणाले. ते टेबलामागून उठून पुढं आले आणि त्यांनी तिला फायर-प्लेसजवळच्या खुर्चीवर नेऊन बसवलं.

"वेल, थँक्यू मि. रेडमेन."

ॲलेक्सच्या चेहऱ्यावर हसू फुटलं. तो तिच्या शेजारच्या खुर्चीत जाऊन बसला. "डॅनीने मला ॲलेक्स म्हणून हाक मारावी यासाठी मी किती प्रयत्न केले, पण शेवटपर्यंत बेट्यानं माझं म्हणणं काही ऐकलं नाही. पण नंतर आमची चांगली मैत्री झाली होती. आता निदान तू तरी मला ॲलेक्स म्हणून हाक मार."

"एक सांगू मि. रेडमेन, डॅनी तर माझ्यापेक्षा कितीतरी लाजाळू होता आणि हट्टीपण होता. पण एक गोष्ट मि. रेडमेन – तो जरी तुम्हाला नावाने हाक मारत नसला तरी तो तुम्हाला स्वतःचा अगदी जवळचा मित्र मानायचा."

"आत्ता माझ्यासमोर बसून तो स्वतः ही गोष्ट जर मला सांगत असता, तर किती बरं झालं असतं!" ॲलेक्स म्हणाला. "पण तू जेव्हा मला पत्र लिहून भेटायला येण्याविषयी कळवलंस, तेव्हा मला खरंच खूप आनंद झाला."

"मला खरं म्हणजे एका बाबतीत तुमचा सल्ला हवा होता." बेथ म्हणाली. "पण काही दिवसांपूर्वीपर्यंत तसा काही विचार करण्याइतकीसुद्धा माझी परिस्थिती नव्हती."

ॲलेक्सने पुढे झुकून तिचा हात हातात घेतला. तिच्या हातातली एंगेजमेंट रिंग पाहून त्याच्या चेहऱ्यावर अस्फुट स्मितरेषा उमटली. कारण गेल्या खेपेला तिने ती घातलेली नव्हती. "बरं, मी काय मदत करू सांग."

"एक गोष्ट मनात आली, ती बोलायला आले आहे. काही दिवसांपूर्वी मी बेलमार्श तुरुंगात डॅनीच्या गोष्टी आणायला गेले होते, तेव्हा तिथे एक चमत्कारिक गोष्ट घडली. निदान मला तसं जाणवलं."

"तुझा भीतीने थरकाप झाला असेल ना?" ॲलेक्स म्हणाला.

"खरं सांगू? डॅनीच्या अंतिम संस्कारांच्या वेळेपेक्षाही भयाण वाटलं मला तिथे," बेथ म्हणाली. "पण मी तिथून जायला निघाले आणि माझी मि. पॅस्को यांच्याशी गाठ पडली."

"योगायोगाने ते तुला भेटले की तुझी भेट घेण्यासाठी ते आजूबाजूला रेंगाळत होते?"

"दोन्हीपैकी काहीही असू शकेल. तसं नक्की सांगता येणार नाही. पण त्यामुळे काही फरक पडतो का?" बेथ म्हणाली.

"पडतो ना! केवढातरी फरक पडतो." ॲलेक्स म्हणाला. "रे पॅस्को हा एक

सज्जन, भला माणूस आहे. डॅनी निरपराध आहे, याची त्याला पक्की खात्री होती. त्याविषयी थोडीही शंका नव्हती त्याच्या मनात. एकदा बोलता बोलता तो मला म्हणाला होता – 'आजवर अक्षरश: हजारो खुनी माझ्या नजरेसमोरून गेले आहेत. डॅनी कोणत्याही परिस्थितीत खुनी असणं शक्यच नाही.' बरं, पण तो काय म्हणत होता?''

''चमत्कारिक गोष्ट तीच तर आहे.'' बेथ म्हणाली. ''तो म्हणाला, 'मला मनापासून असं वाटतं की, डॅनीला आपल्या नावाला लागलेला बट्टा दूर झालेला हवा असेल,' तो असं नाही म्हणाला की, 'दूर झालेला हवा असता.' तुम्हाला हे थोडं विचित्र नाही वाटत?''

''कदाचित बोलताना चूक झाली असेल त्यांची,'' ॲलेक्स म्हणाला, ''पण तू त्या मुद्यावर त्यांच्याशी स्पष्टपणे बोललीस का?''

''नाही.'' बेथ म्हणाली. ''माझ्या ही गोष्ट डोक्यात येईपर्यंत ते निघूनसुद्धा गेले होते.''

पॅस्कोच्या शब्दांचा मथितार्थ नक्की काय होतो याविषयी ॲलेक्स विचार करत राहिला. त्यामुळे तो थोडा वेळ गप्पच राहिला. ''आता डॅनीच्या नावाला लागलेला कलंक दूर करण्याचा तुझ्यापुढे केवळ एकच मार्ग शिल्लक आहे. तो म्हणजे राजदरबारी अर्ज करायचा – 'शाही माफी' म्हणजेच 'रॉयल पार्डन'साठी अर्ज.''

''रॉयल पार्डन म्हणजे?''

''कायदा असं सांगतो की, जर अपील नामंजूर करताना अन्याय झालेला असेल, तर लॉर्ड चॅन्सेलर राणीच्या दरबारात विनंती-अर्ज सादर करून अपील कोर्टाच्या निर्णयाला आव्हान देऊ शकतो. पूर्वी जेव्हा देहदंडाची शिक्षा प्रचलित होती, तेव्हा असं अनेकदा घडत असे. पण आता अलीकडे मात्र फार क्वचितच असं घडतं.''

''पण ते लोक डॅनीच्या केसचा यासाठी विचार करण्याची शक्यता किती प्रमाणात आहे?''

''रॉयल पार्डनचा अर्ज मंजूर होणं फार कठीण असतं; पण काही उच्चपदस्थ लोकांना खरोखरच डॅनी निरपराध होता, असं मनापासून वाटतं. त्यात माझाही समावेश आहेच.''

''तुम्ही एक गोष्ट विसरताय मि. रेडमेन, जेव्हा क्रेगने ते भांडण उकरून काढलं, तेव्हा मी त्या पबमध्ये हजर होते. त्याने डॅनीवर हल्ला चढवला, तेव्हा मी त्या गल्लीत होते. बर्नीचं डोकं मी माझ्या मांडीवर घेऊन बसले असताना त्यानेच मला सांगितलं की, क्रेगने त्याच्या पोटात सुरा भोसकला. मी माझ्या या कहाणीमध्ये जरासुद्धा फेरफार केलेला नाही. ती सांगत असताना चाचरलेली

नाही. मि. पिअरसन यांनी त्याचा असा अर्थ लावला की, मी खटल्यापूर्वी घोकंपट्टी करून साक्षीत काय कहाणी सांगायची याची नीट तयारी केली होती. पण हे मुळीच खरं नाही. मी खरं बोलत होते, हे तिथे असलेल्या आणखी तीन लोकांना माहीत होतं आणि चौथा म्हणजे टोबी मोर्टिमर. त्याने मरण्यापूर्वी काही दिवस आधी माझं बोलणं खरं असल्याची ग्वाहीसुद्धा दिली होती. पण अपील हिअरिंगच्या वेळी तुम्ही किती वेळा सांगून त्या जज्जनी ती टेप ऐकूनसुद्धा घेतली नाही. मग या खेपेला काही वेगळं घडेल असं कसं मानायचं?''

ॲलेक्स क्षणभर काहीच बोलला नाही. बेथ भावनेच्या भरात जे काही बोलली होती, त्यातून सावरण्यास त्याला काही क्षण लागले. ''डॅनी जिवंत असताना तू आणि डॅनीच्या काही मित्रांनी एकत्र येऊन त्याच्यावर झालेल्या अन्यायाविरुद्ध आवाज उठवण्याचा प्रयत्न केला होता ना, तसं काही जर तू परत करू शकलीस, तर कोर्टाला त्याच्याकडे दुर्लक्ष करता येणार नाही.'' ॲलेक्स म्हणाला. ''पण त्या रस्त्याने एकदा तू जायचं ठरवलंस ना बेथ की, फार खडतर प्रवासाची मानसिक तयारी ठेवावी लागेल. अर्थात तुझी केस लढवण्याचं काम मी अगदी आनंदाने करीन. तेही मोफत! पण तरीही फार मोठी किंमत मोजावी लागेल तुला.''

''पैशाचा तसा काही प्रॉब्लेम नाहीये.'' बेथ काहीशा आत्मविश्वासाने म्हणाली. ''मी काही दिवसांपूर्वीच गॅरेज विकलं. माझ्या अपेक्षेपेक्षा खूप चांगले पैसे मिळाले. त्यातली अर्धी रक्कम मी ख्रिस्तीच्या शिक्षणासाठी बाजूला काढून ठेवली आहे. आपल्यासारखे आयुष्यात तिला तरी कष्ट पडू नयेत, अशी डॅनीची इच्छा होती. उरलेली रक्कम मी या केसवर खर्च करायला तयार आहे. डॅनीच्या नावाला लागलेला कलंक दूर होण्याची किंचित जरी शक्यता असली, तरी मी ती केस परत उघडायला तयार आहे.''

ॲलेक्सने परत एकदा वाकून तिचा हात पकडला. ''बेथ, मी तुला एक खासगी प्रश्न विचारू का?''

''काहीही विचारा. डॅनी तुमच्याविषयी बोलताना नेहमी म्हणायचा, 'मि. रेडमेन म्हणजे हिरा आहे हिरा! तू त्यांना सगळं काही सांगत जा.' ''

''मी ही मोठीच कॉम्प्लिमेंट मानतो बेथ! त्यामुळेच गेले अनेक दिवस जी गोष्ट विचारायचं मनात होतं, ती आज तुला विचारण्याचं धाडस करतोय.'' बेथने मान वर करून पाहिलं. फायरप्लेसच्या जवळ बसल्यामुळे त्यातल्या शेकोटीची धग लागून तिचे गाल लालसर झाले होते. ''तू तरुण आहेस, सुंदर आहेस. असामान्य गुण आहेत तुझ्यात. डॅनीने ते हेरले होते. पण आता स्वतःचं आयुष्य जगायला नको का? डॅनीच्या निधनाला सहा महिने झाले.''

''सात महिने, दोन आठवडे आणि पाच दिवस.'' बेथ म्हणाली. तिने मान

खाली घातली होती.

"पण तू उर्वरित आयुष्य त्याच्या जाण्याचं दुःख करत घालवावंस, असं त्यांला नक्कीच वाटत नसणार."

"नाही. नसणारच वाटत. त्याचं अपील जेव्हा फेटाळण्यात आलं, तेव्हा त्याने माझ्याशी संबंध तोडण्याचा प्रयत्न करून पाहिला. पण खरं म्हणजे त्याला माझ्याशी संबंध नव्हता तोडायचा मि. रेडमेन."

"हे तू कसं काय इतक्या ठामपणे सांगू शकतेस?" ॲलेक्स म्हणाला.

तिने आपली हँडबॅग उघडून डॅनीने तिला पाठवलेलं अखेरचं पत्र काढून ॲलेक्सच्या हातात ठेवलं.

"हे तर वाचताच येत नाहीये." ॲलेक्स म्हणाला.

"का बरं?"

"तुला त्याचं उत्तर नीट माहीत आहे बेथ, तुझ्या अश्रूंमुळे –"

"नाही मि. रेडमेन. ते अश्रू माझे नाहीत. गेल्या आठ महिन्यांत ते पत्र रोज रात्री मी वाचलेलं आहे, हे खरं असलं, तरी त्यावरची अक्षरं पुसट झाली आहेत, ती मात्र माझ्या अश्रूंमुळे नव्हे. ज्याने हे पत्र लिहिलं, त्याचे आहेत ते अश्रू. माझं त्याच्यावर किती जिवापाड प्रेम होतं, याची त्याला कल्पना होती. महिन्यातून केवळ एक दिवस एकमेकांसोबत घालवण्याची संधी जरी आम्हाला मिळाली असती ना, तरी तेवढ्यावर आम्ही सगळं आयुष्य काढलं असतं. मी त्याच्यासाठी वीस वर्षं अगदी आनंदाने थांबले असते. मी ज्या माणसावर इतकं प्रेम केलं, त्याच्याबरोबर उरलेलं आयुष्य एकत्र काढण्याच्या नुसत्या आशेवर मी तेवढी वाट पाहिली असती. ज्या दिवशी डॅनीला पहिल्यांदा पाहिलं, त्याच दिवशी मी त्याच्या प्रेमात पडले. त्याची जागा कुणीच नाही घेऊ शकणार. मी त्याला परत आणू शकत नाही याची कल्पना आहे मला; पण जगापुढे मी जर त्याचं निरपराधित्व सिद्ध करू शकले, तर तेवढंही मला जगायला पुरेसं आहे. खरंच पुरेसं आहे."

ॲलेक्स उठून उभा राहिला. आपल्या टेबलापाशी जाऊन त्याने एक फाइल उचलली. त्याच्या डोळ्यांतून अश्रू घळाघळा वाहत होते. ते बेथच्या नजरेस पडू नये, अशी त्याची इच्छा होती. त्याने खिडकीतून बाहेर पाहिलं. डोळ्यांवर पट्टी बांधून हातात तराजू घेऊन जगासमोर उभ्या राहिलेल्या न्यायदेवतेचा पुतळा समोरच्या इमारतीवर होता. तो हलकेच म्हणाला, "आजच लॉर्ड चॅन्सेलर यांना लिहितो."

"थँक यू मि. रेडमेन."

५६

चार्ली डंकन येण्याच्या १५ मिनिटं आधीच डॅनी कोपऱ्यातल्या एका टेबलापाशी बसून होता. मारिओने त्यांना अगदी एकान्तातलं टेबल दिलं होतं, त्यामुळे त्या दोघांमधलं बोलणं इतर कुणाच्या कानावर पडण्याची काहीही शक्यता नव्हती. डॅनीला खूप प्रश्न विचारायचे होते, पण ते सगळे त्याने आपल्या मनाच्या कोपऱ्यात साठवून ठेवले होते; कागदावर उतरवले नव्हते.

डंकन येण्यापूर्वी डॅनीने मेन्यूकार्ड अगदी व्यवस्थित वाचून ठेवलं. डंकन नक्कीच वेळेत पोहोचणार, अशी डॅनीची खात्रीच होती. 'आपण त्याच्या पुढच्या नाट्यप्रयोगात भांडवली गुंतवणूक करावी यासाठी त्याची नक्कीच धडपड असणार. कदाचित भविष्यकाळात त्याला या लंचच्या निमंत्रणामागचा आपला खरा हेतू समजून येईल!'

एक वाजायला दोन मिनिटं कमी असताना चार्ली डंकनने पामकोर्ट रेस्टॉरंटमध्ये प्रवेश केला. त्याने शर्टाच्या कॉलरचं बटण उघडं टाकलं होतं. तो सिगारेट ओढतच आत आला. तो एखाद्या कार्टूनसारखा दिसत होता. आत शिरल्यावर तो वेटरच्या कानात हलकेच काहीतरी कुजबुजला. वेटरने त्याला ॲश-ट्रे आणून दिला. डंकनने ॲश-ट्रेमध्ये हातातली सिगारेट विझवली. वेटरने टेबलाच्या खणात शोधाशोध करून तीन नेकटाय काढून त्याच्या हाती ठेवले, पण डंकनच्या अंगातल्या गुलाबी शर्टशी त्यातला एकसुद्धा टाय मॅचिंग होईना. डॅनीने हसू दाबलं. हेड वेटर डंकनला स्वत: डॅनीच्या टेबलापाशी घेऊन आला. या खेपेला दुप्पट टीप द्यायला हवी, असं डॅनीने मनाशी ठरवलं.

डॅनीने आपल्या जागी उठून उभं राहत डंकनशी हस्तांदोलन केलं. आता त्याचे गाल त्याच्या शर्टाइतकेच गुलाबी दिसत होते.

"तुम्ही नेहमी इथे येता वाटतं?" डंकन खुर्चीवर बसत म्हणाला. "इथे सगळेच तुम्हाला ओळखतात."

"माझे आजोबा आणि वडील स्कॉटलंडहून कधीही आले की, इथेच उतरायचे. खरंतर आमच्या घरची ती एक परंपराच आहे, असं म्हटलं तरी चालेल" डॅनी म्हणाला.

"मग निक, तुम्ही नक्की काय करता?" डंकन मेन्यूकार्डावर नजर टाकत म्हणाला. "मी तुम्हाला याआधी कधी थिएटरमध्ये पाहिल्याचं आठवत नाही."

"मी आर्मीत होतो," डॅनी म्हणाला. "त्यामुळे मी जास्त काळ नेहमी परदेशी असायचो, पण माझ्या वडिलांच्या मृत्यूनंतर आमच्या कुटुंबाच्या विश्वस्त निधीची सगळी जबाबदारी मी स्वत:कडे घेतलेली आहे."

"आणि तुम्ही आजपर्यंत कधीच नाटकात भांडवली गुंतवणूक केलेली नाही?" डंकनने विचारलं. वेटरने वाईनची बाटली आणून डॅनीसमोर धरली. डॅनीने ती हातात घेऊन त्यावरचं लेबल बारकाईने वाचून होकारार्थी मान हलवली.

"आणि तुम्ही आज काय घेणार सर निकोलस?" मारिओ म्हणाला.

"नेहमीचंच घेईन." डॅनी म्हणाला. "पण हे पाहा, जास्त वेळ कुक करू नका." हे वाक्य म्हणत असताना त्याला निकची तीव्रतेने आठवण झाली. तो बेलमार्शच्या तुरुंगात जेवायला बसल्यावर तिथल्या वाढप्यांशी कशी चेष्टामस्करी करायचा, ते त्याला आठवलं. त्याच्या या मस्करीमुळे एक दिवस कैद्यांत इतका मोठमोठ्यांदा हास्यविनोद सुरू झाला होता की, शेवटी त्याबद्दल निकच्या नावावर रिपोर्ट नोंदवण्यात आला होता. वेटरने डॅनीच्या ग्लासात अगदी थोडीशी वाईन ओतली. डॅनीने ग्लास उचलून नाकाशी घेऊन हुंगला आणि परत होकारार्थी मान डोलवली. हेपण त्याला निकनेच शिकवलं होतं. तुरुंगातला प्लॅस्टिकचा मग वापरून!

"मीपण तेच घेईन." डंकन हातातलं मेन्यूकार्ड बंद करत म्हणाला, "पण माझं थोडं जास्त शिजवा."

"हं, तर आता तुमच्या प्रश्नाचं उत्तर द्यायचं म्हणजे, नाही. मी आजपर्यंत कधीही कोणत्याही नाटकात भांडवली गुंतवणूक केलेली नाही. त्यामुळे तुमच्या जगातले व्यवहार कसे काय चालतात ते पाहायला आवडेल मला."

"सगळ्यात प्रथम निर्मात्याने एखादं नाटक शोधून काढायचं." डंकन म्हणाला, "एकतर नवीन नाटक, पण ख्यातनाम लेखकाने लिहिलेलं, नाहीतर मग जुन्या क्लासिक समजल्या जाणाऱ्या नाटकांपैकी एखादं. त्यानंतर मग त्यात काम करण्यासाठी एखादा स्टार कलावंत शोधायचा."

"म्हणजे लॉरेन्स डेव्हनपोर्टसारखा?" डॅनी डंकनचा ग्लास भरत म्हणाला.

"ते एकमेव नाटक होतं त्याचं. खरंतर लॅरी डेव्हनपोर्ट हा मुळात रंगभूमीवर काम करणारा स्टार नव्हे. जर त्या नाटकात काम करणारे इतर कलाकार तेवढ्या

ताकदीचे असतील, तर तो हलकीफुलकी, थोडी विनोदी भूमिका चांगली करू शकतो.''

''पण अजूनही तो थिएटरमध्ये गर्दी खेचू शकतो ना?''

''त्याच्या नाटकाच्या अखेरच्या काही प्रयोगांमध्ये गर्दी तशी ओसरत चालली होती,'' डंकन म्हणाला. ''कारण हळूहळू डॉ. बेरेसफोर्डचे चाहते यायचे बंद झाले ना! अगदी खरं सांगू? जर का त्याला लवकरच एखादी टीव्ही मालिका मिळाली नाही ना, तर त्या पठ्ठ्याचं काही खरं नाही.''

''मग याचा आर्थिक व्यवहार कसा काय चालतो?'' डॅनी म्हणाला. त्याला आपल्या तीन प्रश्नांची उत्तरं आधीच मिळालेली होती.

''वेस्ट एंडवर एखादं नाटक लावायचं म्हटलं, तर आजकाल चार ते पाच लाख पौंड उभे करावे लागतात. त्यामुळे जर निर्मात्याने नाटक कुठलं ते ठरवलं, अभिनेत्यांची नावं निश्चित केली आणि थिएटर बुक केलं – आणि हे सगळं एका विशिष्ट वेळेत जमून येणं हे तर महाकर्मकठीण काम – तर मग तो निर्माता एखाद्या देवदूताची वाट बघत बसतो.''

''असे किती देवदूत तुमच्या मदतीला धावून येण्यासारखे आहेत?''

''प्रत्येक निर्मात्याची स्वत:ची एक यादी तयारच असते. त्या यादीबद्दल तो जिवापलीकडे गुप्तता बाळगतो. माझ्याकडे सुमारे सत्तरएक देवदूतांची नावं आहेत. ते माझ्या नाटकांमध्ये नियमितपणे भांडवल गुंतवतात.'' डंकन म्हणाला.

''आणि ते सर्वसाधारणपणे किती पैसे घालतात?'' डॅनी डंकनचा ग्लास परत एकदा भरत म्हणाला.

''एखादं सर्वसामान्य नाटक असेल, तर एकेक माणूस दहा हजाराची गुंतवणूक करतो.''

''म्हणजे एका नाटकासाठी तुम्ही किमान पन्नास देवदूतांची मदत घेता?''

''आकडेमोडीच्या बाबतीत तुम्ही फारच निष्णात दिसताय. हो ना?'' डंकन घास खात म्हणाला.

डॅनीने मनातल्या मनात स्वत:ला शिवी हासडली. 'आपल्याला असा बेसावधपणा करून चालणार नाही!' मग त्याने पुढे बोलायला सुरुवात केली. ''मग तुमच्या या देवदूताला किंवा पंटरला नफा कसा काय होतो?''

''एखादं नाटक जेवढे दिवस चालेल, तेवढे दिवस रोज सरासरी पन्नास टक्के थिएटर भरत असलं, तरी देवदूताला स्वत:चे घातलेले पैसे परत मिळतात. त्यावरती गेलं, तर त्यातून त्याला चांगला नफा होऊ शकतो. पण त्यापेक्षा ते नाटक कमी चाललं, तर मात्र प्रचंड तोटा होतो. चड्डी सुटायची वेळ येते म्हणा ना!''

"आणि कलाकारांना किती पैसे द्यावे लागतात?"

"खरंतर त्यांच्या लायकीपेक्षा फारच कमी पैसे मिळतात त्यांना. कधीतरी तर आठवड्याला केवळ पाचशे पौंड. त्यामुळे आजकाल बरेच कलाकार टीव्हीकडे वळले आहेत. त्यांना जाहिराती करणं आणि एखाद्या माहितीपटाला स्वत:चा आवाज देणंसुद्धा याहून जास्त परवडतं. आम्ही लॅरी डेव्हनपोर्टला केवळ हजार तर दिले."

"आठवड्याला फक्त हजार?" डॅनी म्हणाला. "आणि तेवढ्यासाठी त्याने हे नाटक स्वीकारावं याचं नवलच वाटतंय मला."

"आम्हालासुद्धा आश्चर्य वाटलं." डंकन म्हणाला. वेटरने उरलेली बाटली त्याच्या ग्लासात रिकामी केली.

"फार सुंदर आहे हं ही वाईन!" डंकन म्हणाला. डॅनीने स्मितहास्य केलं. "लॅरीची मुख्य अडचण अशी आहे की, त्याला आजकाल काही भूमिका मिळतच नाहीयेत. कुणी विचारत नाही त्याला. निदान त्या 'अर्नेस्ट...' नाटकामुळे जाहिरातींमध्ये काही आठवडे त्याचं नाव तरी झळकत राहिलं. या मालिकांमध्ये काम करणाऱ्या अभिनेत्यांना आपल्या फुटबॉलच्या खेळाडूंप्रमाणे आठवड्याला हजारो पौंड कमवायची एकदा सवय झाली की, त्यांचं राहणीमान त्यानुसार बदलतं. काही वर्षांत त्यांनी थोडीफार पुंजी जमा केलेली असली, तरी शेवटी ती अशी कुठवर पुरणार? अनेक कलाकारांची हीच अडचण होऊन बसलेली आहे. काही लोकांचा स्वत:च्या लोकप्रियतेवर इतका विश्वास असतो की, ते अडचणीच्या काळासाठी काहीच रक्कम बाजूला काढून ठेवत नाहीत. त्यांना भरमसाठ टॅक्सही भरावा लागत असतोच."

आणखी एका प्रश्नाचं उत्तर डॅनीला मिळालं. "मग आता तुम्ही पुढे काय करायचं ठरवलंय?" डॅनीने उगाचच विचारलं. त्याला लॉरेन्स डेव्हनपोर्टविषयी उगाच फार जास्त प्रश्न विचारून डंकनच्या मनात संशय जागृत करायचा नव्हता.

"मी एक नवीन नाटक लावतोय. अंतोन काझुबोस्की नामक एका नव्या नाटककाराचं नाटक आहे. गेल्या वर्षीच्या एडिंबरो नाट्यमहोत्सवात त्याला खूप पुरस्कार मिळाले. त्या नाटकाचं नाव आहे 'ब्लिंग ब्लिंग.' सध्या वेस्ट एंडला अशीच नाटकं येण्याची गरज आहे. अनेक बड्या लोकांनी त्यात इंटरेस्ट दाखवायला सुरुवातपण केली आहे. येत्या काही दिवसांतच मी नावपण जाहीर करायचं म्हणतोय. एकदा मुख्य भूमिका कोण करणार, हे निश्चित झालं की, लगेच मी तुम्हाला कळवतो." असं म्हणत तो हातातल्या रिकाम्या ग्लासशी खेळू लागला. "साधारणपणे काय आकडा तुमच्या मनात आहे?"

"मी सुरुवातीला थोडीच गुंतवणूक करीन. तुम्ही दहा हजार धरून चाला. मग त्यातून काही चांगलं निष्पन्न झालं, तर मग मी नियमितपणे पैसे घालायला सुरुवात करीन.''

"तसे माझे आणखीही नियमित पैसा घालणारे लोक आहेतच. त्यामुळे माझं काम भागेल.'' डंकन म्हणाला. त्याने ग्लास रिकामा केला. "मी एकदा प्रमुख भूमिकेसाठी कलाकार ठरवला की, तुम्हाला कळवतो. बरं, मी जेव्हा एखादं नवीन नाटक लावतो, तेव्हा त्यात भांडवली गुंतवणूक करणाऱ्यांसाठी एक छोटीशी पार्टी आयोजित करतो. त्या पार्टीला अनेक स्टार्सपण अर्थातच उपस्थिती लावतात. तुम्हाला परत एकदा लॅरीला भेटायचापण योग येईल किंवा त्याच्या बहिणीला. तुमची आवड जी काही असेल त्यानुसार!''

"आणखी काही सर निकोलस?'' वेटर म्हणाला.

डॅनीने आणखी एखादी बाटलीसुद्धा मागवली असती, पण डंकनने त्याच्या सगळ्याच्या सगळ्या प्रश्नांची उत्तरं देऊन टाकली होती. "फक्त बिल आणा. थँक यू मारिओ!''

बिग अल्बरोबर घरी पोहोचताच डॅनीने थेट आपल्या स्टडीत जाऊन शेल्फातून डेव्हनपोर्टची फाइल बाहेर काढली. पुढचा तासभर त्याने नोट्स काढण्यात घालवला. डंकनकडून जी काही माहिती मिळाली होती, त्यातली स्वतःच्या उपयोगी पडेल अशी सगळी माहिती त्याने तपशीलवार लिहून काढली. मग त्याने क्रेग आणि पेन या दोघांच्या फायलींच्या मध्ये ती फाइल ठेवून दिली आणि आपल्या टेबलापाशी परत येऊन बसला.

त्याने स्पर्धेसाठी निबंध लिहून काढला होता. तो त्याने परत वाचायला घेतला; पण अर्धा निबंध वाचून झाल्यावर एक गोष्ट त्याला कळून चुकली. हा निबंध प्रोफेसर मोरी यांच्याही पसंतीला उतरण्यासारखा जमलेला नव्हता. मग स्पर्धेच्या परीक्षकांची तर गोष्टच दूर! तो निबंध लिहिण्यातून फक्त एकच गोष्ट साध्य झालेली होती. आपली पुढची खेळी खेळण्याआधी त्याला जी कित्येक तासांची प्रतीक्षा करावी लागणार होती, तो वेळ हा निबंध लिहिण्यात चांगला गेला होता. कोणतीही घाई-गडबड सध्या परवडण्यासारखी नव्हती. गडबड करून जर का हातून काही नको ती चूक झाली असती, तर ती महागात पडली असती.

माईल एंड रोडवरच्या त्या दोन प्रॉपर्टींवरचे व्यवहार पूर्ण करण्यास गॅरी

हॉलला अनेक आठवडे लागले. दोन्ही जागांच्या मालकांना डॅनीच्या मनात काय आहे याचा काहीही सुगावा लागलेला नव्हता. एखाद्या निष्णात मासेमारासारखा डॅनी कौशल्याने गळ टाकून बसला होता. गॅरीसारख्या पाण्याच्या पृष्ठभागावर तरंगणाऱ्या छोट्या माशांना पकडणं हा काही त्याचा उद्देश नव्हता. त्याला हवा होता मोठा मासा, जेराल्ड पेन. त्याने पाण्याच्या आतून वर उडी मारून आपल्या गळाला लागावं, यासाठी डॅनीचा सगळा खटाटोप होता.

चार्ली डंकनने आपल्या नव्या नाट्यप्रयोगासाठी एखादा स्टार हुडकून आणणं फार महत्त्वाचं होतं. त्यानंतरच त्याला उजळ माथ्यानं जाऊन लॅरी डेव्हनपोर्टची भेट घेता येणार होती. शिवाय आणखी एका गोष्टीची वाट पाहायची होती – इतक्यात फोन वाजला. "मला वाटतं, आम्हाला एक तोडगा सापडलाय. आपण भेटू या." फोन बंद झाला. स्वीस बँकेकडे जगभरातली धनाढ्य माणसं आपला पैसा का ठेवतात, यामागचं रहस्य डॅनीला हळूहळू कळत चाललं होतं.

त्याने पेन उचलून निबंध परत हातात घेतला. त्याची सुरुवात बदलून नवीन आकर्षक सुरुवात काय करता येईल याचा तो विचार करू लागला. जॉन मेनार्ड केनेस याला ते लोकप्रिय गाणं नक्की ठाऊक असणार. "एंट वी गॉट फन?... देअर इज नथिंग शुअरर (surer), द रिच गेट रिच अँड द पुअर गेट चिल्ड्रन..." या गाण्याचा व्यक्ती आणि राष्ट्र दोहोंच्या संदर्भात त्याने जर विचार केला असता तर...

५७

"जपानी नॉटवीड?"

"होय, जपानी नॉटवीड हेच तुमच्या प्रश्नाचं उत्तर आहे, असं आम्हाला वाटतं." ब्रेसन म्हणाले. "पण एक गोष्ट कबूल करायलाच हवी. तुमच्या या जगावेगळ्या प्रश्नाने आम्ही दोघंही बुचकळ्यात पडलो आहोत."

डॅनीने त्यांची शंका दूर करण्याचा काहीही प्रयत्न केला नाही. 'या स्वीस लोकांशी त्यांच्याच भाषेत बोलायचं. म्हणजे जेवढ्यास तेवढं!' हे आता त्यांच्याकडून तो चांगलं शिकला होता. "आणि माझ्या प्रश्नाचं ते उत्तर कसं काय?" तो म्हणाला.

"जर एखादी इमारत बांधण्यापूर्वी त्या जागी या जपानी नॉटवीड नामक तणाचा मागमूस जरी सापडला, तरी तिथे इमारत बांधण्याची परवानगी देणं किमान वर्षभरासाठी रखडू शकतं. एकदा ते तण जपानी नॉटवीड जातीचंच आहे हे नक्की सिद्ध झालं की, याचा समूळ नायनाट करण्यासाठी तज्ज्ञांची टीम बोलवावी लागते. त्यानंतर स्थानिक आरोग्य आणि सुरक्षा कमिटीच्या सर्व कडक तपासण्यांना ती जागा उतरल्याशिवाय तिथे बांधकामाला परवानगी मिळूच शकत नाही."

"मग या जपानी नॉटवीडचा समूळ नायनाट करायचा कसा?"

"एक तज्ज्ञ लोकांची कंपनी येऊन आधी संपूर्ण गवत पेटवून देऊन तो जमिनीचा तुकडा भाजून काढते. मग त्यानंतर तीन महिने थांबायला लागतं. जमिनीतून त्या जातीच्या गवताचं प्रत्येक बीज हुडकून ते नामशेष झाल्याची खात्री पटल्यानंतर मगच परत प्लॅनिंग परमिशन मिळवण्यासाठी अर्ज करता येतो."

"पण मग हे काम खर्चाचं असेल."

"त्या जमिनीच्या मालकाला ही गोष्ट फारच महागात पडते. याचं उत्तम उदाहरण लिव्हरपूलमध्ये घडलं." सेगात म्हणाले. "एका तीस एकराच्या मोकळ्या

जमिनीवर हे जपानी नॉटवीड असल्याचं सिटी कौन्सिलला समजलं. पण त्या जागी शंभर घरं बांधण्याची परवानगी ते देऊन बसले होते. मग ते तण काढून घेण्यासाठी तीन लाख पौंडांहून जास्त खर्च त्या जमिनीच्या मालकाला करावा लागला. त्यानंतर त्यावर ती घरं बांधून विकल्यावर त्या मालकाचे कसेबसे घातलेले पैसे वसूल झाले, इतकंच.''

''पण हे गवत इतकं धोकादायक आहे?'' डॅनीने विचारलं.

''जर वेळीच त्याचा नायनाट केला नाही ना, तर ते कोणत्याही इमारतीच्या पायाला धोकादायक ठरू शकतं. अगदी रीइन्फोर्स्ड कॉन्क्रीट वापरलेलं असलं, तरी दहा वर्षांनंतर कोणतीही पूर्वकल्पना नसताना ती इमारत अचानक कोसळू शकते. कोणत्याही इन्शुअरन्स कंपनीचं त्याचे पैसे भरताना दिवाळंच निघेल. जपानमधल्या ओसाका शहरातल्या एका भल्यामोठ्या अपार्टमेंट ब्लॉकचा या तणामुळे संपूर्ण नायनाट झाला. त्यावरूनच त्याला हे नाव मिळालं.''

''मग ते मला कुठे मिळू शकेल?'' डॅनी म्हणाला.

''वेल, तुमच्या गावातल्या शेती बी-बियाणांच्या दुकानांत तर काही सहजासहजी याचं बी मिळू शकत नाही,'' ब्रेसन म्हणाले. ''पण हे तण नष्ट करण्यासाठी ज्या कंपन्यांना पाचारण केलं जातं, त्यातल्याच एखाद्या कंपनीकडे चौकशी केली, तर हे बीज कुठे उपलब्ध आहे, ते कळू शकेल.'' त्यानंतर क्षणभर थांबून ब्रेसन म्हणाले, ''अर्थात, जर दुसऱ्याच्या मालकीच्या जमिनीत हे तण नेऊन लावलं, तर ती गोष्ट बेकायदेशीर ठरेल. कायद्याने गुन्हा आहे तसं करणं.'' ते डॅनीच्या थेट नजरेला नजर मिळवून बोलत होते.

''पण कुणी स्वत:च्या मालकीच्या जमिनीत त्याचं बीज पेरलं तर तो काही गुन्हा नाही.'' डॅनी म्हणाला. ते ऐकून दोघं बँकर्स गप्प बसले. ''पण माझ्या प्रश्नाच्या उरलेल्या भागाचं उत्तर मिळालं का तुम्हाला?''

त्याच्या त्या प्रश्नाचं उत्तर सेगात यांनी दिलं. ''तुमची ती मागणीसुद्धा फारच धोकादायक म्हणावी लागेल अशीच आहे. पण माझ्या टीमने ईस्ट लंडनमध्ये तुम्हाला अगदी हवा तसा जमिनीचा पट्टा हेरून ठेवला आहे.'' सेगात यांनी बोलताना 'क्रायटेरियन' असा शब्द वापरला होता. तेव्हा डॅनीला निकची अगदी तीव्रतेने आठवण झाली. क्रायटेरियन या शब्दाचं बहुवचन 'क्रायटेरिया' आहे, हे सेगात यांना सांगण्याची डॅनीला इच्छा झाली, पण तो गप्पच राहिला. सेगात पुढे म्हणाले, ''इ.स. २०१२ मध्ये घेण्यात येणाऱ्या ऑलिंपिक्स स्पर्धांचं यजमानपद भूषवण्याची लंडनची धडपड चालू आहे, याची तुम्हाला कल्पना असेलच. त्यातल्या बऱ्याचशा स्पर्धा ईस्ट लंडनमधल्या स्ट्रॅटफोर्ड इथे होऊ शकतील. लंडनला हे यजमानपद मिळणार का नाही हे अजून निश्चित झालेलं

नाही. पण तरीसुद्धा ही नुसती बातमी पसरल्यापासून त्या भागातले जागेचे भाव वाढत चालले आहेत. ऑलिंपिक्सच्या कमिटीने इनडोअर सायकलिंग स्पर्धांचं आयोजन करण्यासाठी एक जागा लवकरच निश्चित करण्याचं मनावर घेतलेलं आहे. मला माझ्या सूत्रांकडून मिळालेल्या माहितीनुसार त्यांनी एकंदर अशा सहा जागा हेरून ठेवलेल्या आहेत, पण त्यातल्या दोन जागा तर जवळजवळ निश्चित झाल्यासारख्याच आहेत. त्या दोन्ही जागा आत्ता खरेदी करणं तुम्हाला अगदी सहज शक्य आहे. सुरुवातीला तुम्हाला जबरी किंमत त्यासाठी मोजावी लागेल, असं गृहीत धरूनसुद्धा तुम्हाला त्यातून पुढे भरपूर नफा कमावता येईल यात शंकाच नाही.''

''जबरी किंमत? म्हणजे नक्की किती?'' डॅनी म्हणाला.

''आम्ही त्या दोन जागांचा अंदाजे बाजारभाव काढलाय.'' ब्रेसन म्हणाले. ''साधारणपणे प्रत्येकी दहा लाख पौंड. पण त्यांचे सध्याचे मालक प्रत्येकी पंधरा लाख मागतायत. पण खरोखरच त्यांच्या जागांविषयी ऑलिंपिक्स कमिटीने मनावर घेतलं, तर त्यांचा भाव प्रत्येकी साठ लाख होईल एवढं निश्चित आणि त्यातल्या ज्या कुणाची शेवट सरशी होईल, त्याच्या प्लॉटची किंमत त्याच्या दुप्पट होईल एवढं नक्की.''

''पण जर तसं झालं नाही, तर माझे तीस लाख रुपये पाण्यात जातील.'' डॅनी म्हणाला. तो क्षणभर थांबला. ''मी एवढी रक्कम पणाला लावण्यापूर्वी तुमचा अहवाल अगदी व्यवस्थित, बारकाईने वाचणार आहे.''

''तुम्हाला काय तो निर्णय घ्यायला फक्त एक महिन्याचा अवधी आहे.'' ब्रेसन म्हणाले. ''कारण शॉर्टलिस्ट एक महिन्यानंतर जाहीर करण्यात येणार आहे. त्या वेळी जर मी म्हणतो त्या या दोन्ही जागांचा नंबर लागला, तर त्या वेळी त्या तुम्हाला पडेल त्या किमतीला विकत घ्याव्या लागतील.''

''तुम्हाला जी काही माहिती हवी होती, ती सगळी या फाइलीत आहे.'' सेगात डॅनीच्या हातात फाइल ठेवत म्हणाले.

''थँक यू!'' डॅनी म्हणाला. ''मी या आठवड्याच्या शेवटी माझा निर्णय तुम्हाला कळवतो.'' त्यावर सेगात यांनी मान हलवून होकार दिला. ''बरं, आता मला सांगा,'' डॅनी म्हणाला, ''विल्सन गॅरेजच्या संदर्भात तुमची बोलणी कशी चालली आहेत?''

सेगात त्यावर म्हणाले, ''कौन्सिलच्या चीफ प्लॅनिंग ऑफिसरबरोबर आमच्या लंडनमध्ये असलेल्या वकिलांची चर्चा झाली. तुम्ही जर प्लॅनिंगसाठी परवानगी मागणार असाल, तर त्यासाठी त्यांच्या काय अटी आहेत हे त्यांनी काढून घेतलं. त्या जमिनीच्या पट्ट्यावर सामान्यांना परवडेल अशी स्वस्त दरातली घरं

बांधण्यात यावी, असा कौन्सिलचा प्रथमपासूनच उद्देश होता, पण त्याचबरोबर त्यातून डेव्हलपरला काही फायदा झाला पाहिजे, ही गोष्ट त्यांना मान्य आहे. त्यामुळे त्यावर त्यांनी एक तोडगा सुचवलेला आहे. त्या जागेवर जर एकंदर सत्तर फ्लॅट्स बांधण्यात आले, तर त्यातले किमान एकतृतीयांश फ्लॅट्स स्वस्त आणि जनसामान्यांना परवडणारे हवेत, असं त्यांचं म्हणणं आहे."

"पण सरळ गणिती हिशेब केला तरी ते शक्य नाही." डॅनी म्हणाला.

आता प्रथमच मि. सेगात हसले. "एकतर असे एकोणसत्तर फ्लॅट्स तरी स्वस्त दराचे हवेत किंवा बहात्तर तरी, ही गोष्ट आम्ही त्यांच्या निदर्शनास आणून दिली नाही, कारण ते बरं दिसलं नसतं; पण आपण त्यांच्या सूचनेला मान्यता दिली, तर ते ती जमीन आपल्याला विकायला तयार होतील. मग ते ती जागा आपल्याला चार लाख पौंडाला विकतील आणि त्याचबरोबर आउटलाइन प्लॅनिंग परमिशनसुद्धा देऊन टाकतील. तसं झालं, तर तुम्ही ती ऑफर मान्य करा, असाच आमचा तुम्हाला सल्ला राहील; पण तुम्ही एक काम करा, सत्तर ऐवजी नव्वद फ्लॅट्स बांधण्याची कौन्सिलकडून परवानगी मागा. चीफ प्लॅनिंग ऑफिसरच्या मते या मागणीनंतर कौन्सिल चेंबरमध्ये भरपूर वादविवाद, चर्चा होईल; पण आपण जर त्याबद्दल जागेला पाच लाख पौंड किंमत देण्याचं कबूल केलं, तर बाकीचं आपल्या मनासारखं होईल अशी ग्वाही त्या चीफ प्लॅनिंग ऑफिसरने दिली."

"ही गोष्ट जर कौन्सिलने मंजूर केली," ब्रेसन म्हणाले, "तर केवळ दहा लाख पौंड खर्च करून ती सगळीच्या सगळी जागा तुमच्या मालकीची होईल."

"आपण जर ते जमवलं, तर मग त्यानंतरची माझी चाल तुमच्या मते कोणती असली पाहिजे?" डॅनी म्हणाला.

"तुमच्यापुढे दोन पर्याय राहतील," ब्रेसन म्हणाले, "एकतर ती जागा तुम्ही एखाद्या डेव्हलपरला विकू शकता, नाहीतर तो अख्खा प्रोजेक्ट स्वतःच हाती घेऊ शकता."

"मला नंतरची तीन वर्षं कन्स्ट्रक्शनच्या ठिकाणी देखरेख करत घालवण्यात काहीही रस नाहीये." डॅनी म्हणाला. "मग तसं असेल, तर एकदा आपल्यामध्ये आणि कौन्सिलमध्ये करार झाला आणि प्रोव्हिजनल प्लॅनिंग परमिशन हातात आली की, त्या जागेसाठी लोकांकडून अर्ज मागवा आणि जास्तीत जास्त पैसे द्यायला जो तयार होईल, त्याला ती जागा विकून टाका."

"मला वाटतं, असं करणं हेच सर्वांत शहाणपणाचं होईल." सेगात म्हणाले. "आणि तरीही लवकरच तुम्ही केलेली भांडवली गुंतवणूक भरपूर फायदेशीर ठरेल. तुम्हाला बरोबरीने नफा मिळेल, अशी माझी खात्रीच आहे."

"तुम्ही चांगलं काम केलंय." डॅनी म्हणाला.

"खरंतर आमच्या हातून इतक्या लवकर काम झालं, याचं बरचंस श्रेय तुम्हालाच आहे. तुम्हाला या जागेची, त्याच्या पूर्वेतिहासाची बरीच माहिती असल्यामुळेच हे घडू शकलं." सेगात म्हणाले.

डॅनी त्यावर मुद्दामच काही बोलला नाही. आपल्याकडून आणखी काही माहिती मिळते का, काही गुपित आपल्या तोंडून बाहेर पडतं का, याची ते वाट बघत होते, हे त्याच्या ताबडतोब लक्षात आलं. "तुम्ही माझी सध्याची सांपत्तिक स्थिती नक्की कशी आहे, याविषयी मला जरा नीट माहिती दिलीत, तर बरं होईल."

"हो." ब्रेसन आपल्या ब्रीफकेसमधून एक फाइल बाहेर काढत म्हणाले. "तुमच्या इच्छेनुसार आम्ही तुमचे दोन्ही अकाउंट्स एक केले आहेत. त्याचप्रमाणे आम्ही तीन ट्रेडिंग कंपन्या फॉर्म केल्या आहेत. त्यातली एकही कंपनी तुमच्या नावावर नाहीये. तुमच्या पर्सनल अकाउंटमध्ये आत्ता रोख ५५,३७३,८७१ पौंड जमा आहेत. तीन महिन्यांपूर्वी खात्यात जेवढी शिल्लक होती, त्याहून थोडीशी कमी झाली आहे; पण त्या कालावधीत तुम्ही बरीच गुंतवणूक केलेली आहे. त्यानंतर कालांतराने उत्तम नफा होईलच. तुम्ही काही विशिष्ट कंपन्यांची नावं सुचवली होती. त्यांचे शेअर्स आम्ही तुमच्यासाठी घेतले आहेत. त्यात आणखी वीस लाख पौंड घातले आहेत. तुमच्या हिरव्या फाइलमध्ये नऊ नंबरच्या पानावर त्याचे सगळे तपशील तुम्हाला सापडतील. तुमच्याच सूचनेप्रमाणे आम्ही आणखीही काही उत्कृष्ट दर्जाच्या कंपन्यांमध्ये गुंतवणूक केलेली असून त्यातून सुमारे अकरा टक्के रिटर्न मिळत आहे."

'जी बँक सुरुवातीला त्याला पावणेतीन टक्के व्याज देत होती, तीच बँक आता अकरा टक्के मिळवून देत आहे!' डॅनीच्या मनात आलं; पण त्याने ते बोलून दाखवलं नाही. "थँक्यू!" तो म्हणाला, "आता आपण आणखी एका महिन्याने भेटू या." त्यावर सेगात आणि ब्रेसन यांनी मान हलवून होकार दिला आणि आपल्या फाइल्स गोळा केल्या. डॅनीपण लगेच उठून उभा राहिला. उगीच वायफळ गप्पा मारण्यात कुणालाच रस नव्हता. तो त्यांना दारापर्यंत पोहोचवायला गेला.

"मी तुमच्याशी संपर्क साधेन." डॅनी म्हणाला. "त्या दोन ऑलिंपिक साइटविषयी माझा निर्णय झाला की, लगेच कळवेन तुम्हाला."

दोघं निघून गेल्यावर डॅनी वरच्या मजल्यावर आपल्या स्टडीत आला. त्याने शेल्फातून जेराल्ड पेनची फाइल बाहेर काढून टेबलावर ठेवली आणि एक एक करत जेराल्ड पेनच्या संदर्भात लागणारे सर्व तपशील त्यात व्यवस्थित लिहून

काढले. जेराल्ड पेनचा सर्वनाश करण्यासाठी हीच माहिती मदतीला येणार होती. 'पण आपल्याला जर त्या दोन्ही जागा खरेदी करायच्या असतील, तर जेराल्ड पेनची प्रत्यक्ष गाठ घ्यावीच लागेल. त्या जेराल्ड पेनने जपानी नॉटवीडबद्दल कधी काही ऐकलं असेल का?'

❖

'माणूस स्वत:विषयी जेवढा महत्त्वाकांक्षी असतो त्याहून कितीतरी जास्त पटीने महत्त्वाकांक्षी तो आपल्या मुलांविषयी असतो, हे खरं असेल का?' बेथच्या मनात आलं. ती हेडमिस्ट्रेस मॅडमच्या केबिनमध्ये शिरत होती.

बेथला पाहून हेडमिस्ट्रेस मिस बेथ सूदरलंड उठल्या आणि त्यांनी बेथचे हात हातात घेऊन तिचं स्वागत केलं. त्यांनी तिला खुर्चीत बसायला सांगितलं आणि स्वत:च्या हातातला अर्ज परत एकदा वाचला. मात्र त्यांच्या चेहऱ्यावर हसू नव्हतं. बेथने मनातली अस्वस्थता चेहऱ्यावर दिसू न देण्याचा आटोकाट प्रयत्न केला.

"मिस विल्सन," हेडमिस्ट्रेस मिस या शब्दावर मुद्दाम जोर देत म्हणाल्या, "तुम्ही तुमच्या मुलीला पुढच्या सहामाहीच्या सुरुवातीला आमच्या या सेंट व्हेरोनिका स्कूलमध्ये घालू इच्छिता, असं तुम्ही यात म्हटलंय."

"होय, तशीच इच्छा आहे माझी," बेथ म्हणाली. "तुमच्या शाळेतल्या पोषक वातावरणाचा माझ्या ख्रिस्तीला नक्की फायदा होईल."

"तुमच्या मुलीच्या वयाच्या मानाने तिची बौद्धिक वाढ फारच चांगली आहे. तिची प्रगती तिच्या वयाच्या इतर मुलांपेक्षा जास्त आहे, यात वादच नाही." मिस सूदरलंड ख्रिस्तीच्या प्रवेशपरीक्षेच्या उत्तरपत्रिकेकडे बघत म्हणाल्या. "पण त्याचबरोबर सेंट व्हेरोनिका शाळेत प्रवेश देण्यापूर्वी मला इतरही काही बाबी विचारात घ्याव्या लागतील, याची तुम्हाला कल्पना असेलच."

"अर्थातच!" बेथ म्हणाली. तिच्या मनात शंकेची पाल चुकचुकली.

"उदाहरणार्थ असं पाहा, तुमच्या या अर्जात कुठेही मुलीच्या वडिलांच्या नावाचा उल्लेख नाही."

"बरोबर आहे." बेथ म्हणाली, "गेल्या वर्षीच ते वारले."

"आय ॲम सॉरी टू हिअर दॅट." मिस सूदरलंड म्हणाल्या. पण त्यांच्या चेहऱ्यावरून मात्र त्यांना दु:ख वगैरे झाल्यासारखं दिसत नव्हतं. "त्यांचा मृत्यू कशामुळे झाला?"

बेथ जराशी घुटमळली. 'आत्महत्या' हा शब्द उच्चारणं अजूनही तिला जड जात असे. "त्यांनी आत्महत्या केली."

"आय सी!" मिस सूदरलंड म्हणाल्या. "मग त्या वेळी तुमचं आणि त्यांचं लग्न झालेलं होतं?"

"नाही," बेथ म्हणाली. "पण आमची एंगेजमेंट झालेली होती."

"तुम्हाला असे प्रश्न विचारताना मला दुःख होतंय मिस विल्सन; पण तुमच्या मुलीच्या वडिलांचा मृत्यू नक्की कोणत्या परिस्थितीत झाला?" हेडमिस्ट्रेस म्हणाल्या.

"त्या वेळी ते तुरुंगात होते." बेथ हलकेच म्हणाली.

"आय सी!" त्या म्हणाल्या. "त्यांना कोणत्या गुन्ह्याखाली तुरुंगात टाकण्यात आलं होतं, ते कळेल का?"

"खून." बेथ म्हणाली. मिसेस सूदरलंड आपल्याला जे काही प्रश्न विचारतायत त्यातल्या प्रत्येक प्रश्नाचं उत्तर त्यांना आधीपासूनच माहीत आहे, हे तिला कळून चुकलं होतं.

"तुम्हाला एका गोष्टीची पूर्ण कल्पना असेल मिस विल्सन – कॅथलिक चर्चच्या दृष्टीने खून आणि आत्महत्या या दोन्ही गोष्टी म्हणजे महाभयंकर पाप!" त्यावर बेथ काहीच बोलली नाही. "मी आणखी एक गोष्ट तुमच्या नजरेस आणू इच्छिते," हेडमिस्ट्रेस पुढे म्हणाल्या, "आमच्या सेंट व्हेरोनिका शाळेत आजपर्यंत कोणत्याही अनौरस मुलाला अथवा मुलीला आम्ही प्रवेश दिलेला नाही. पण अर्थात तुमच्या मुलीच्या अर्जाचा मी नीट विचार करीन आणि काही दिवसांतच माझा काय निर्णय होतो ते तुम्हाला कळवीन."

आपल्या ख्रिस्तीला या सेंट व्हेरोनिका शाळेत प्रवेश मिळण्याची कितपत शक्यता आहे, हे बेथला कळून चुकलं.

हेडमिस्ट्रेस आपल्या टेबलापाठीमागे उठून उभ्या राहिल्या. त्यांनी पुढे होऊन केबिनचं दार उघडलं.

"गुडबाय मिस विल्सन."

दारातून बाहेर पडून काही अंतरावर गेल्यानंतर बेथला रडू कोसळलं. 'वडिलांच्या पापाची शिक्षा मुलीला का बरं?'

५८

जेराल्ड पेनला भेटल्यानंतर आपली काय प्रतिक्रिया होईल याचा खुद्द डॅनीलाच अंदाज नव्हता, पण चेहऱ्यावर कोणत्याही भावना उमटू देणं त्याला परवडणारं नव्हतं. विशेषत: राग तर मुळीच दिसू देऊन चाललं नसतं. नाहीतर एवढ्या दिवसांची मेहनत अक्षरश: पाण्यात गेली असती.

बेकर, ट्रेम्लेट अँड स्मिथ या फर्मच्या ऑफिससमोर बिग अल्ने गाडी उभी केली, तेव्हा मीटिंगला अजून थोडा वेळ होता. डॅनी झुलती दारं ढकलून लॉबीत शिरला, तेव्हा गॅरी हॉल रिसेप्शन डेस्कपाशी त्याची वाटच बघत उभा होता.

"फारच अनन्यसाधारण व्यक्तिमत्त्व आहे त्यांचं!'' हॉल उत्साहात सांगू लागला. डॅनी आणि हॉल समोरच असलेल्या लिफ्टपाशी गेले. "या कंपनीच्या इतिहासातले सर्वांत तरुण पार्टनर आहेत ते.'' लिफ्टचं बटण दाबत हॉल डॅनीला म्हणाला. "आणि मी तर असं ऐकलंय की, ते लवकरच राजकारणात शिरतायत, तेव्हा ते आमच्या या फर्मबरोबर जास्त काळ असणार नाहीत.''

डॅनी हसला. डॅनीची या फर्ममधून हकालपट्टी करणं, एवढंच त्याचं उद्दिष्ट होतं; पण त्याला राजकारणातली खुर्ची सोडावी लागणं हा तर बोनसच ठरणार होता.

दोघं लिफ्टमधून बाहेर पडताच गॅरी हॉलने आपल्या सर्वांत महत्त्वाच्या क्लाएंटला पार्टनर्सच्या ऑफिसकडे नेलं. एका बंद दारावर सोनेरी अक्षरांत 'जेराल्ड पेन' अशी पाटी होती. हॉल दरवाज्यावर टकटक करून जरा बाजूला थांबला आणि त्याने डॅनीला आधी आत जाऊ दिलं. पेन अक्षरश: आपल्या खुर्चीतून उडी मारून उठला आणि अंगातला कोट ठीकठाक करत त्याचं स्वागत करण्यासाठी पुढे आला. तो जाडजूड झालेला दिसत होता. कोट तंग बसत होता. त्याने हात पुढे करून डॅनीशी शेकहँड केला आणि चेहऱ्यावर खोटं हसू धारण केलं. डॅनीला हसण्याचं नाटकसुद्धा करवेना.

"आपण या आधी कधी भेटलोय?'' जेराल्ड पेन डॅनीचं बारकाईने निरीक्षण करत म्हणाला.

"होय," डॅनी म्हणाला. "लॉरेन्स डेव्हनपोर्टच्या नाटकाच्या क्लोजिंग नाइट पार्टीत."

"हो, खरंच की!" पेन म्हणाला. त्याने डॅनीला खुर्चीत बसण्याची विनंती केली. गॅरी हॉल अजूनही उभाच होता.

"मी सुरुवात करतो सर निकोलस."

"निक." डॅनी म्हणाला.

"जेराल्ड." पेन म्हणाला. डॅनीने मानेनेच होकार दिला.

"तर सुरुवातीला मला तुमचं अभिनंदन करायचंय. त्या ईस्ट एंड भागातल्या साइटच्या संदर्भात तुम्ही जो काही डाव खेळलात, त्याबद्दल तुमचं कौतुक करावं तेवढं थोडंच आहे. माझ्या मते केवळ एका वर्षातच त्यातून तुम्हाला दामदुपटीने नफा मिळणार आहे."

"माझं बरंचसं काम मि. गॅरी हॉल यांनीच केलं." डॅनी म्हणाला. "त्यापेक्षाही बऱ्याच महत्त्वाच्या एका गोष्टीत माझं सगळं लक्ष गुंतलं होतं."

पेन जरा पुढे झुकला. "आणि तुमच्या पुढच्या व्यवहारात तुम्ही आमच्या फर्मला सहभागी करू इच्छिता?"

"त्यातल्या शेवटच्या काही टप्प्यांमध्ये नक्कीच!" डॅनी म्हणाला. "त्यासाठी लागणारं बरंचसं संशोधनाचं काम मी स्वतःच पार पाडलेलं आहे. पण मी ती जागा विकत घेऊ इच्छितो आहे आणि त्यासाठी माझं प्रतिनिधित्व कोणीतरी करावं लागेल."

"यासाठी जी काही मदत लागेल ती करायला आम्ही तयार आहोत." पेन तोंडभरून हसत म्हणाला. "तुम्ही आम्हाला विश्वासात घेऊन सगळं सांगू शकलात तर बरं पडेल."

डॅनी खूश झाला. त्याच्या अपेक्षेप्रमाणे पेनला यातून स्वतःचा किती फायदा होईल, या गोष्टीची अतोनात उत्सुकता लागली होती, हे उघडच होतं. आता डॅनीपण त्याच्याकडे पाहून गोडसं हसला. "लंडनला जर २०१२ ऑलिंपिक्सचं यजमानपद भूषवण्याची संधी मिळाली, तर त्याच्या तयारीत बऱ्याच लोकांचं उखळ पांढरं होईल, याची तर सर्वांनाच कल्पना आहे." डॅनी म्हणाला. "त्याच्या खर्चाचं अंदाजपत्रक शंभर कोटी पौंड असल्यामुळे आपल्यापैकी काहींना त्यात हात धुऊन घेता येतील, हे उघड आहे."

"खरं म्हणजे मी तुमच्याशी सहमत झालोही असतो," पेन म्हणाला. त्याच्या चेहऱ्यावर निराशा स्पष्ट दिसत होती. "पण सध्या मार्केटमध्ये फार काही संधी उपलब्ध नाहीये. तुम्हाला काय वाटतं?"

"हो. मला माहीत आहे ते," डॅनी म्हणाला. "पण तुम्ही तुमचं लक्ष जर फक्त ऑलिंपिक्सच्या मुख्य स्टेडियमवर, स्विमिंग पूलवर, जिम्नॅस्टिक्स हॉलवर,

ॲथलेटिक्स व्हिलेजवर केंद्रित केलंत, तर तिथे फारशी संधी उपलब्ध नाहीये; पण मी एक संधी शोधून काढली आहे. त्या जागेकडे वृत्तपत्रवाले, प्रसारमाध्यमं किंवा इतर लोकांचं लक्ष गेलेलं नाही.''

पेन आता पुढे झुकून, हातांची दोन्ही कोपरं टेबलावर टेकून आरामात बसला. त्याच्या चेहऱ्यावर जरा आनंद दिसत होता. ''अजून एकाच्याही ती लक्षात आलेली नाही.'' डॅनी म्हणाला. ''सायकलिंगच्या स्पर्धा आयोजित करण्यासाठी एक जागा तयार करायची आहे. त्यासाठी ऑलिंपिक कमिटी एकंदर सहा प्लॉट्स विचारात घेत आहे. इतकंच नव्हे, तर पुढच्याच आठवड्यात त्यातल्या दोन जागा ऑलिंपिक कमिटी शॉर्टलिस्ट करणार आहे. पण मला असं वाटतं की, त्या दोन जागांची नावं जरी ऑलिंपिक कमिटीने घोषित केली, तरीसुद्धा स्थानिक वृत्तपत्रांत कोपऱ्यात कुठेतरी त्याची एखादी लहनशी बातमी येईल छापून, तीसुद्धा क्रीडावृत्तामध्येच.'' डॅनी बोलत असताना पेन किंवा हॉल या दोघांनीही त्याला मधे थांबवलं नाही. ''पण या बाबतीत मला एक आतल्या गोटातली बातमी कळली आहे. त्यासाठी मला पाच पौंड खर्च पडला. खरंतर चार पौंड नव्व्याण्णव पेन्स.''

''चार पौंड नव्व्याण्णव पेन्स?'' पेन आश्चर्याने म्हणाला.

''सायकलिंग मंथली नावाच्या मासिकाची किंमत.'' असं म्हणून डॅनीने आपल्या ब्रीफकेसमधून त्या मासिकाचा एक अंक काढला. ''या अंकात त्यांनी त्या ऑलिंपिक कमिटीच्या शॉर्टलिस्टमधल्या दोन्ही जागांविषयी सरळच अंदाज वर्तवलाय. त्या मासिकाचा संपादक मिनिस्टरच्या खास आतल्या गोटातला आहे.'' असं म्हणून डॅनीने ते पान उघडून ती बातमी पेनला दाखवली.

''आणि बाकीच्या वृत्तपत्रांनी याची अजून काहीच दखल घेतली नाही म्हणता?'' पेन म्हणाला.

''ते कशाला घेतील?'' डॅनी म्हणाला.

''पण एकदा त्या जागांची नावं जाहीर झाली की, डझनभर डेव्हलपर्स त्याचं कॉन्ट्रॅक्ट मिळवण्यासाठी अर्ज भरतील.''

''मला स्वत:ला तिथे ते सायकलिंगचं स्टेडियम बांधण्यात काडीइतकंही स्वारस्य नाही.'' डॅनी म्हणाला. ''पहिली टीम खोदकामासाठी येऊन हजर राहण्याआधी मला माझे पैसे वसूल करून तिथून बाजूला व्हायचंय.''

''पण ते कसं काय जमवणार तुम्ही?''

''त्यासाठी मला चार पौंड नव्व्याण्णव आणि पेन्सपेक्षा जास्त किंमत मोजावी लागलेली आहे. पण तुम्ही जर त्या 'सायकलिंग मंथली' मासिकाचं सर्वांत शेवटचं पान पाहिलं,'' डॅनी म्हणाला, ''तर तुम्हाला त्या मासिकाच्या प्रकाशकाचं नाव

उजव्या हाताच्या कोपऱ्यात छापलेलं दिसेल. त्या मासिकाचा पुढचा अंक अजून दहा दिवस तरी बाजारात विक्रीसाठी येणार नाही; पण मी जरासे पैसे चारून त्या अंकाची कच्ची प्रुफं मिळवली आहेत. त्यात ब्रिटिश सायकलिंग फेडरेशनच्या अध्यक्षांचा सतरा क्रमांकाच्या पानावर लेख आहे. त्यात त्यांनी सरळसरळ असं म्हटलंय की, केवळ दोनच जागांचा सायकलिंगच्या स्पर्धांसाठी विचार करण्यात येणार आहे, असं खुद्द मंत्र्यांनीच त्यांना सांगितलं आहे. मासिकाचा पुढच्या महिन्याचा अंक बाजारात उपलब्ध होण्याच्या आदल्या दिवशी लोकसभेत आपल्या भाषणात खुद्द मिनिस्टर त्या दोन्ही जागांच्या नावाची घोषणा करणार आहेत, पण आपली कमिटी त्यातल्या कोणत्या जागेला पाठिंबा जाहीर करणार आहे, तेपण त्याने त्या लेखात नमूद केलेलं आहे.''

''वा! फारच छान!'' पेन म्हणाला. ''पण आपण सोन्याच्या खाणीवर बसून आहोत, याची त्या जागांच्या मालकांना नक्कीच कल्पना असणार.''

''या 'सायकलिंग मंथली' मासिकाचा पुढचा अंक जोपर्यंत बाहेर येत नाही, तोपर्यंत तरी त्यांना तशी काही कल्पना येणार नाही. तोपर्यंत एकूण सहा जागांच्या यादीत आपल्या जागेचा समावेश झाला आहे, अशीच त्यांची समजूत राहील.''

''मग तुम्ही या बाबतीत काय करायचं ठरवलंय?'' पेन म्हणाला.

''ज्या जागेला सायकलिंग फेडरेशनचा पाठिंबा असणार आहे, ती जागा नुकतीच कोणीतरी तीस लाख पौंडाला विकत घेतली आहे. पण नक्की कुणी घेतली, ते काही मला समजू शकलं नाही. पण एकदा का मिनिस्टर मॅडमनं दोन जागांची नावं जाहीर केली की, त्याचीच किंमत पंधरा कोटीच्या घरात जाईल; वीससुद्धा! आत्ता जी सहा नावं विचारात घेण्यात आलेली आहेत, त्यांच्यापैकी कुणापुढे जर आपण चाळीस किंवा पन्नास लाखांचा प्रस्ताव ठेवला, तर ते कदाचित तयारपण होऊ शकतील. कारण एकदा दोन नावांची शॉर्टलिस्ट जाहीर झाल्यावर उरलेल्यांच्या पदरी नन्नाचा पाढा येईल ना! आपल्यापुढची समस्या अशी आहे की, पुढच्या दोन जागांची शॉर्टलिस्ट जाहीर व्हायला अजून कसेबसे पंधरा दिवस उरले आहेत. शिवाय एकदा सायकलिंग फेडरेशनचं या संदर्भातलं मत लोकांसमोर आलं की, मग तर आपल्याला काहीच करता येणार नाही.''

''मी एक सुचवू का?'' पेन म्हणाला.

''सुचव ना.'' डॅनी म्हणाला.

''या शेवटच्या शॉर्टलिस्टमध्ये केवळ दोनच जागा आहेत, याची जर पक्की खात्री असेल, तर मग त्या दोन्हीही जागा विकत का घेत नाही? त्यामुळे जास्त नफा मिळणार नाही हे जरी खरं असलं, तरी तुम्हीच जिंकणार. पैसे वाया जाणारच नाहीत.''

“फार चांगली कल्पना,” डॅनी म्हणाला. “पण आपल्याला ज्या जागांमध्ये रस आहे, त्या आपण खरोखरच विकत घेऊ शकणार आहोत का नाही, हे तर आधी शोधून काढायला हवं ना! तिथे तुमचं काम सुरू होतं. तुम्हाला लागणारे सर्वच तपशील या फाइलीत आहेत. फक्त ती जागा कुणाच्या मालकीची आहे, तेवढंच त्यात नाही. पण तेवढं काम तुम्हाला करावं लागेल. शेवटी तुम्हाला तुमची फी मिळवण्यासाठी काहीतरी करायलाच हवं ना!”

पेन हसला. “मी लगेच कामाला लागतो निक आणि जागेच्या मालकाचं नाव कळलं की, लगेच तुम्हाला कळवतो.”

“उगाच वेळ घालवू नका.” डॅनी उठून उभा राहत म्हणाला. “तुम्ही झटपट काम करून दाखवा, बक्षीसही तेवढंच घसघशीत मिळेल.”

आपल्या या नव्या क्लाएंटचा निरोप घेण्यासाठी पेन उठून उभा राहिला आणि त्याने परत ते तसलंच छापील हास्य केलं. डॅनी जाण्यासाठी वळणार तेवढ्यात त्याला टेबलावर ती ओळखीची निमंत्रणपत्रिका दिसली. “आज संध्याकाळी चार्ली डंकनच्या ड्रिंक्स पार्टीला तुम्ही येणार आहात का?” डॅनी मुद्दाम आश्चर्य व्यक्त करत म्हणाला.

“हो, येणार ना! मी कधीकधी त्याच्या नाटकात भांडवली गुंतवणूक करतो.” पेन म्हणाला.

“मग आपली कदाचित तिथेही भेट होईल.” डॅनी म्हणाला. “मग दिवसभरात काय प्रगती होईल ते तिथे भेटल्यावर सांगा मला.”

“चालेल.” पेन म्हणाला. “जाण्यापूर्वी एकच गोष्ट सांगायची होती.”

“हो, सांगा ना.” डॅनी मनातली काळजी चेहऱ्यावर उमटू न देता म्हणाला.

“गुंतवणूक करायला लागली, तर सगळे पैसे तुम्ही स्वत: घालणार आहात का?” पेन म्हणाला.

“हो. एकूण एक पेनी.”

“आणि तुमच्या या साहसात इतर कुणाला सहभागी करून घेण्याचा तुमचा नक्की विचार नाही?”

“नाही.” डॅनी ठामपणे म्हणाला.

❖

“फादर, मला माफ करा. माझ्या हातून पाप घडलंय.” बेथ म्हणाली. “माझ्या गेल्या कन्फेशनला दोन आठवडे उलटून गेले आहेत.”

बेथचा गोड आवाज ओळखून फादर मायकेल प्रसन्न हसले. तिची कन्फेशन्स – कबुलीजबाब – त्यांच्या अंत:करणाला स्पर्शून जात. कारण ज्या गोष्टींना ती पाप

समजून कबुली द्यायची, त्या गोष्टी पाप आहेत असं मानायलाही समाजातले अनेक लोक तयार होणं शक्य नव्हतं.

''सांग बेटा, काय घडलं ते सांग.'' ते म्हणाले.

''जे आयुष्यात माझ्या वाट्याला आलं, त्यापेक्षा चांगलं आयुष्य माझ्या मुलीच्या वाट्याला यावं, अशी माझी इच्छा होती. पण मी तिच्यासाठी जी शाळा पसंत केली होती, त्या शाळेच्या मुख्याध्यापकांनी माझी बाजू नीट ऐकूनच घेतली नाही, असं मला वाटतंय.''

''कदाचित तू त्यांच्या बोलण्यापाठीमागे त्यांचा काय दृष्टिकोन होता, ते नीट समजून नसशील घेतलं.'' फादर मायकेल म्हणाले. ''त्यांचा हेतू समजण्यात तुझी कदाचित चूकही झाली असेल.'' त्यावर बेथ काहीच बोलली नाही. त्यावर ते पुढे म्हणाले, ''बेटा, एक गोष्ट नेहमीच ध्यानात ठेव. ईश्वराची इच्छा काय आहे, ती बरोबर आहे का चूक, हे ठरवणारे आपण कोण? तुझ्या चिमुरडीसाठी त्याने वेगळे काहीतरी बेत ठरवलेले असतील.''

''तसं असेल तर मी ईश्वराची क्षमा मागते.'' बेथ म्हणाली, ''आणि त्याच्या मनात नक्की काय आहे, ते कळण्याची वाट पाहते.''

''तसं करणंच जास्त योग्य ठरेल बेटा. दरम्यान, तू प्रार्थना कर आणि मार्गदर्शनासाठी वाट बघ.''

''मग माझ्या हातून घडलेल्या पापासाठी मी काय प्रायश्चित्त घेऊ फादर?''

''आपल्या हातून चूक घडल्यावर त्याचा पश्चात्ताप होतो ना तुला? मग झालं तर! आणि ज्या लोकांना तुझ्या अडचणी समजून घेता येत नसतील, अशांना तू माफ करायला शीक.'' फादर मायकेल म्हणाले. ''तू 'अवर फादर आणि हाईल मेरी' असा जप कर.''

''थँक यू फादर!''

कन्फेशन बॉक्सचं छोटंसं दार उघडून ते परत बंद होईपर्यंत फादर मायकेल स्तब्ध उभे राहिले. बेथ जाईपर्यंत ते बाहेर पडले नाहीत. बेथच्या समस्येवर त्यांनी बराच विचार केला. इतर कुणी कन्फेशनसाठी येऊन आपल्या विचारमालिकेत खंड पाडला नाही, यातच त्यांना समाधान वाटलं. थोड्या वेळाने ते कन्फेशन बॉक्समधून बाहेर पडले. चर्चमध्ये येशू ख्रिस्तासमोर बेथ गुडघे टेकून बसली होती.

आपल्या अभ्यासिकेत जाऊन फादर मायकेल यांनी एका नंबरला फोन लावला. ईश्वरी इच्छा पूर्ण होण्यासाठी थोड्या प्रमाणात क्वचित मानवी हस्तक्षेपाचीही गरज भासते. आत्ताची वेळही तशीच होती.

❖

आठ वाजून गेल्यावर बिग अल्ने आपल्या बॉसला गाडीने पुढच्या दारासमोर सोडलं. एकदा इमारतीत शिरल्यावर चार्ली डंकनचं ऑफिस शोधायला डॅनीला मुळीच वेळ लागला नाही. पहिल्या मजल्यावरून हसण्याचा आणि गप्पा-गोष्टींचा आवाज येत होता. एक-दोन लोक बाहेरच्या लँडिंगवर येऊन गप्पा मारत होते.

जिना अंधारा, कळकट होता. तो चढून डॅनी वर पोहोचला. डंकन पूर्वी ज्या काही नाटकांचा निर्माता होता, त्या नाटकांची मोठाली पोस्टर्स जिन्याच्या भिंतीवर लावलेली होती. त्यातलं एकही नाटक गाजल्याचं डॅनीला आठवत नव्हतं. जिन्यात एक प्रेमी युगुल गळ्यात गळे घालून उभं होतं. त्यांच्याकडे दुर्लक्ष करून डॅनी पुढे गेला. डंकनच्या ऑफिसात शिरताच एक गोष्ट डॅनीच्या तत्काळ लक्षात आली – ती संपूर्ण इमारत इतकी अरुंद होती, गजबजलेली होती की, लोकांचे घोळके अक्षरश: पेव फुटल्यासारखे दारातून बाहेर पडत होते. दारात बसलेल्या तरुणीने त्याला 'ड्रिंक घेणार का?' असा प्रश्न केला. डॅनीने फक्त ग्लासभर पाणी मागितलं. 'आपण जर भांडवली गुंतवणूक करणार असू, तर त्यावर नफा मिळणार का नाही, यावर लक्षपूर्वक विचार करण्याची गरज आहे' असं त्याच्या मनात आलं.

खोलीत आपल्या ओळखीचं कुणी भेटतंय का, हे बघण्यासाठी डॅनीने एकवार सर्वत्र नजर फिरवली. इतक्यात त्याला केटी दिसली; पण डॅनीला पाहताच तिने पाठ फिरवली. ते पाहून त्याला बेथची आठवण होऊन हसू फुटलं. डॅनी एकूण जरा बुजराच होता. विशेषत: माणसांनी भरलेल्या खोलीत पाय टाकायचा म्हटल्यावर तर त्याला कापरंच भरायचं. त्याबद्दल बेथ त्याची नेहमी चेष्टा करायची. आत्ता बेथ इथे असती, तर परक्या माणसांशी आपणहोऊन ओळख काढून त्यांच्याशी गप्पा मारत बसली असती. तिची त्याला अत्यंत तीव्रतेने आठवण झाली. इतक्यात कुणीतरी त्याच्या दंडाला स्पर्श केला. अचानक त्याची तंद्री भंग पावली. त्याने वळून पाहिलं, तर जेराल्ड पेन त्याच्या शेजारी उभा होता.

"निक," तो सलगी दाखवत म्हणाला, "एक चांगली बातमी आहे. त्यातल्या एका जागेचे जे मालक आहेत, त्यांचं प्रतिनिधित्व कोणती बँक करत आहे, याचा पत्ता मी काढलाय."

"मग त्या बँकेतलं कुणी ओळखीचं आहे?"

"दुर्दैवाने नाही." पेन म्हणाला, "कारण ती बँक जीनिव्हाची आहे. म्हणजे त्या जागेचा मालक परदेशी असणार. याचाच अर्थ त्या जागेची किंमत एकदम किती वाढत जाणार आहे, याची त्याला कल्पना नसेल."

"नाहीतर तो एखादा पक्का इंग्रज असेल हं! सगळी अगदी बित्तंबातमी असेल

त्याला.'' पेनचा बढाई मारण्याचा स्वभाव आणि आशादायी वृत्ती एव्हाना डॅनीच्या लक्षात येऊन चुकली होती.

''काहीही जरी असलं,'' पेन म्हणाला, ''तरी ते आपल्याला उद्या कळणारच आहे. बँकेमधले मिस्टर सेगात उद्याच मला फोन करणार आहेत. आपल्या क्लाएंटला ती जागा विकण्यात स्वारस्य आहे का नाही, हे ते सांगणार आहेत.''

''आणि दुसऱ्या जागेचं काय?'' डॅनी म्हणाला.

''पण जर पहिल्या जागेचा मालक स्वत:ची जागा विकायला तयार नसला, तर मग त्या दुसऱ्या जागेचा तरी पाठपुरावा करण्यात काय अर्थ आहे?''

''खरं आहे तुमचं म्हणणं.'' डॅनी म्हणाला. सर्वांत पहिल्यांदा तो मुद्दा आपणच मांडला होता, ही गोष्ट तो पेनच्या ध्यानात आणून द्यायच्या भानगडीत काही पडला नाही.

''जेराल्ड,'' लॉरेन्स डेव्हनपोर्ट अचानक तिथे येऊन म्हणाला. त्याने खाली झुकून प्रेमाने पेनच्या दोन्ही गालांवर ओझरते ओठ टेकले.

डेव्हनपोर्टच्या दाढीचे खुंट वाढलेले होते. ते पाहून डॅनीला धक्काच बसला. त्याच्या अंगातला शर्टही मळका, चुरगळलेला होता. त्या दोघांना एकत्र पाहून डॅनीच्या मनात कमालीची घृणा उत्पन्न झाली. त्याला त्या दोघांशी एक शब्दही बोलावासा वाटेना.

''अरे, तू निक मॉन्क्रीफना ओळखतोस?'' पेन म्हणाला.

पण डेव्हनपोर्टचा चेहरा निर्विकारच होता.

''आपण तुमच्या नाटकाच्या क्लोजिंग नाईट पार्टीत भेटलो होतो.'' डॅनी म्हणाला.

''हो, खरंच!'' डेव्हनपोर्ट चेहऱ्यावर किंचित अपराधी भावना आणून म्हणाला.

''मी ते नाटक दोनदा पाहिलं.''

''अरे वा! छान वाटलं हे ऐकून.'' आपल्या चाहत्यांसाठीचं राखीव हास्य फेकत डेव्हनपोर्ट म्हणाला.

''चार्लीच्या पुढच्या नाटकात तुमची भूमिका असणार आहे का?'' डॅनी म्हणाला.

''नाही.'' डेव्हनपोर्ट म्हणाला. ''अर्नेस्टमध्ये काम करायला खूप मजा आली असली तरी नाटकातल्या भूमिकेसाठी माझ्याकडे वेळ नाही.''

''का बरं?'' डॅनी मुद्दामच काही न कळल्यासारखं दाखवत म्हणाला.

''एखाद्या नाटकाच्या भूमिकेसाठी स्वत:ला दीर्घ काळ बांधून ठेवलं आणि मग एकदम एखाद्या चांगल्या फिल्मची ऑफर आली, तर फार पंचाईत होते किंवा एखाद्या टीव्ही सीरियलमधली प्रमुख भूमिकापण मिळण्याची शक्यता नेहमी असतेच ना!''

''अरे, अरे,'' डॅनी म्हणाला. ''पुढच्या नाटकात तुम्ही भूमिका करणार

असता, तर त्यात बरीच भांडवली गुंतवणूक करण्याचा इरादा होता माझा.''

''वा, वा! हाऊ नाईस ऑफ यू टू से सो!'' डेव्हनपोर्ट म्हणाला, ''कदाचित पुन्हा कधीतरी येईलच अशी संधी चालून.''

''आय होप सो,'' डॅनी म्हणाला. ''कारण तुम्ही खरे स्टार आहात.'' लॉरेन्स डेव्हनपोर्टशी बोलत राहायचं म्हणजे फक्त डेव्हनपोर्ट या विषयावर बोलायचं, हे एव्हाना डॅनीला कळून चुकलं होतं.

''वेल,'' डेव्हनपोर्ट म्हणाला, ''तुम्हाला खरोखरच एक चांगली गुंतवणूक जर करायची असली, तर मी एक सुचवू-''

''लॅरी!'' मागून आवाज आला. डेव्हनपोर्टने मागे वळून एका तरुणाला मिठी मारली. तो डेव्हनपोर्टपेक्षा बराच लहान होता. आत्ता चांगली चालून आलेली संधी गेली होती; पण नकळत डेव्हनपोर्टने कवाडं खुली करून ठेवली होती. डॅनीला तिथून नकळत कधीही आत घुसता येणार होतं.

''फार वाईट.'' डेव्हनपोर्ट तिथून निघून जाताच पेन म्हणाला.

''फार वाईट?'' डॅनीने मुद्दामच विचारलं.

''आम्ही केंब्रिजमध्ये असताना तो आमच्या पिढीचा स्टार होता स्टार! त्याची पुढे चांगली करिअर होईल, तो चमकेल असं आम्हाला सगळ्यांना वाटायचं; पण तसं व्हायचं नव्हतं.''

''तुम्ही त्याला लॅरी म्हणता? म्हणजे लॉरेन्स ऑलिव्हरसारखं?'' डॅनी म्हणाला.

''लॉरेन्स ऑलिव्हरमध्ये आणि त्याच्यात तेवढं नाव सोडलं, तर बाकी काहीच साम्य नाही.''

पेनचे ते शब्द ऐकताच डॅनीला त्या सुप्रसिद्ध उक्तीची आठवण झाली – हे असले मित्र असतील, तर शत्रू कशाला हवेत? ''ठीक आहे ना,'' डॅनी म्हणाला, ''अजून भविष्यकाळ तर हातात आहेच ना त्याच्या?''

''नाही ना! त्याच्यापुढे इतक्या अनंत अडचणी आहेत की, तेही नाही.'' पेन म्हणाला.

''अडचणी?'' डॅनीने विचारलं. तेवढ्यात कुणीतरी त्याच्या पाठीवर जोराची थाप मारली.

''हाय निक!'' चार्ली डंकन म्हणाला. पैशाकडे लोक किती चटकन आकर्षित होतात, याचा आणखी एक नमुना.

''हाय चार्ली!'' डॅनी म्हणाला.

''पार्टीत मजा येते आहे ना तुम्हाला?'' असं म्हणत चार्लीने डॅनीच्या रिकाम्या ग्लासमध्ये शॅम्पेन ओतली.

''हो. थँक यू.''

"माझ्या पुढच्या 'ब्लिंग ब्लिंग' या नाटकात गुंतवणूक करण्याबद्दल तुमचा काय विचार आहे?'' चार्ली डंकन डॅनीच्या कानात कुजबुजला.

"हो. प्रश्नच नाही!'' डॅनी म्हणाला. "माझे दहा हजार गृहीत धरा.'' तो म्हणाला. त्या नाटकाच्या संहितेत काहीच दम नाही, हे पुढचं वाक्य त्याने गिळून टाकलं.

"फार चांगली गुंतवणूक आहे.'' चार्ली म्हणाला. त्याने परत डॅनीच्या खांद्यावर थाप मारली. "उद्याच पोस्टाने करारपत्र पाठवून देतो.'' तो म्हणाला.

"लॉरेन्स डेव्हनपोर्ट आता एखाद्या फिल्मच्या कामात वगैरे व्यग्र आहे का?'' डॅनीने विचारलं.

"असं का बरं विचारलंत तुम्ही?'' डंकन म्हणाला.

"वाढलेली दाढी, चुरगळलेले कपडे,'' डॅनी म्हणाला. "मला वाटलं, तो नव्या भूमिकेत शिरण्याचा आत्तापासून प्रयत्न करतोय की काय?''

"नाही, नाही. तसं नाही.'' चार्ली डंकन मोठ्यांदा हसला. "तो काही नव्या भूमिकेत वगैरे शिरत नाहीये. तो अंथरुणातून उठून तसाच इकडे आलाय.'' परत एकदा तो कुजबुजत्या स्वरात म्हणाला, "सध्या जरा त्याच्यापासून चार हात लांब राहिलेलं बरं.''

"का बरं?''डॅनी म्हणाला.

"सध्या त्याची फार हलाखीची परिस्थिती आहे. त्याला उसने पैसे तर अजिबात देऊ नका. कारण ते परत मिळण्याची शक्यताच नाही. इथे जमलेल्या किती लोकांकडून त्याने उधार उसनवारी केली आहे, देव जाणे.''

"आधी सांगितलंत ते बरं झालं.'' डॅनी म्हणाला. त्याने हातातला शॅम्पेनचा ग्लास शेजारून चाललेल्या वेटरजवळच्या ट्रेमध्ये ठेवला. "मला निघायला हवं. पण थँक्स! मजा आली पार्टीत.''

"इतक्यात निघालात? पण तुम्ही ज्या नाटकात पैसे घालणार, त्या नाटकाच्या स्टार्सना तर तुम्ही भेटलापण नाहीत.''

"हो, भेटलोय.'' डॅनी म्हणाला.

❖

त्यांनी टेबलावरचा वाजत असलेला फोन उचलला. पलीकडचा आवाज लगेच ओळखू आला.

"गुड इव्हनिंग फादर! बोला, काय काम होतं?''

"माझं काहीच काम नाहीये मिस सूदरलंड. मी तुम्हालाच जरा मदत करू इच्छितो.''

''तुम्ही कोणत्या संदर्भात बोलताय?''

''माझ्या ओळखीची एक लहान मुलगी आहे, मिस ख्रिस्ती कार्टराईट. तिला तुमच्या शाळेत प्रवेश देण्याच्या संदर्भात मी बोलतोय. तो निर्णय घेण्यासाठी मी तुम्हाला मदत करेन.''

''ख्रिस्ती कार्टराईट? नाव तर ओळखीचं वाटतंय.'' मिस सूदरलंड म्हणाल्या.

''ओळखीचं वाटायलाच हवं मिस सूदरलंड. ती मुलगी किती बुद्धिमान आहे, तुमच्या शाळेची मान उंचावू शकेल अशी आहे, हे तर एक मुख्याध्यापिका म्हणून तुमच्या तत्काळ लक्षात यायला हवं.''

''पण त्याचबरोबर सदसद्विवेकबुद्धी जागृत असणाऱ्या कोणत्याही मुख्याध्यापिकेच्या ही गोष्ट लक्षात आल्यावाचून राहणार नाही की, त्या मुलीच्या आईवडिलांचा विवाह झालेला नव्हता. सेंट व्हेरोनिका शाळेमध्ये अशा मातापित्यांच्या मुलांना आम्ही प्रवेश देत नाही. तुम्हीपण या शाळेच्या बोर्डाचे सदस्य होताच ना फादर? त्या वेळीही शाळेचं धोरण हेच तर होतं.''

''बरोबरच आहे ते धोरण, मिस सूदरलंड,'' फादर म्हणाले. ''पण त्याचबरोबर आणखीही एक गोष्ट मी तुम्हाला सांगू इच्छितो. त्यांचं लग्न ठरलेलं होतं. त्यांच्या लग्नाची सूचना मी माझ्या हाताने चर्चच्या नोटिस बोर्डवर लावली होती.''

''पण दुर्दैवाने ते लग्न कधी झालंच नाही ना?'' मुख्याध्यापिका म्हणाल्या.

''त्याला परिस्थितीच तशी घडली ना! सगळंच इतकं अचानक घडलं.'' फादर म्हणाले.

''आत्महत्या आणि खून हे दोन्ही गुन्हे चर्चच्या नजरेत अजूनही पापच मानले जातात, हे मी तुम्हाला वेगळं सांगायला नको फादर. त्यामुळे या बाबतीत मी काहीही करू शकत नाही, एवढंच सांगते.''

''पण त्या गोष्टीकडे थोडा कानाडोळा केला, तर काय हरकत आहे मिस सूदरलंड. जगात कधीच कुणी असं करत नाही असं नाही.'' फादर म्हणाले.

''फादर, तुम्ही असं सुचवाल, असं कधी वाटलं नव्हतं.''

''तुम्ही माझी कानउघडणी करताय, ते अगदी बरोबर आहे मिस सूदरलंड; पण मीसुद्धा अखेर माणूसच आहे. माणसाच्या हातून चुका होतातच. अशीच एकदा एक असामान्य बुद्धिमान तरुणी सेंट व्हेरोनिका शाळेच्या मुख्याध्यापकपदासाठी अर्ज घेऊन आली होती आणि त्या वेळी त्या तरुणीविषयीची एक गोष्ट मी शाळेच्या बोर्डाच्या कानावर घालायला हवी होती – तिने नुकताच गर्भपात करून घेतला होता, पण ते कानावर न घालण्याची चूक मी तेव्हा केली. मिस सूदरलंड, चर्चच्या नजरेत गर्भपात हेही पापच मानलं जातं, हे मी तुम्हाला सांगण्याची गरज नाही.''

५१

गेले कित्येक आठवडे डॅनी प्रोफेसर मोरी यांना टाळत होता. त्याने त्या स्पर्धेसाठी जो काही निबंध लिहून तयार केला होता, तो त्या विद्वान प्रोफेसरांच्या पसंतीला मुळीच उतरणार नव्हता, याची त्याला पूर्ण कल्पना होती.

सकाळच्या लेक्चरनंतर प्रोफेसर मोरी आपल्या ऑफिसच्या बाहेर उभे असलेले त्याला दिसले. आपल्याला आता शिक्षा होणार, हे माहीत असलेल्या एखाद्या शाळकरी मुलाप्रमाणे खाली मान घालून डॅनी त्यांच्या पाठोपाठ त्यांच्या ऑफिसमध्ये शिरला. त्यांचे ताशेरे ऐकण्याच्या तयारीत तो उभा राहिला.

"माझी फार निराशा झाली आहे." प्रोफेसर मोरी म्हणाले. डॅनीची मान खालीच होती. आपण त्या स्वीस बँकर्सच्या, वेस्ट एंडमधल्या निर्मात्यांच्या, सीनियर पार्टनर्सच्या आणि निष्णात वकिलांच्या समोर एवढे शेर असतो आणि या एका माणसासमोर आपली शेळी कशी बनते, याचं त्याला स्वत:लाच आश्चर्य वाटत होतं. "मग आता ऑलिंपिक फायनलिस्टला व्यासपीठावर जाताना कसं वाटत असेल, त्याचा आला ना नीट अनुभव?"

डॅनी बुचकळ्यात पडला.

"अभिनंदन! अभिनंदन!" प्रोफेसर मोरी म्हणाले. "तुमच्या निबंधाची निवड झाली. चौथा क्रमांक मिळाला. शिवाय तुमच्या पदवी-परीक्षेसाठीपण विचारात घेतला जाणार आहे हा निबंध. त्यामुळे आता तुमच्याकडून फार मोठ्या आशा करायला हरकत नाही." त्यांनी उठून पुढे होऊन डॅनीचे हात हातात घेऊन प्रेमभरे दाबले. "अभिनंदन, पुनश्च अभिनंदन!"

"थँक यू प्रोफेसर!" डॅनी म्हणाला. अजूनही त्याचा त्या बातमीवर विश्वास बसत नव्हता. त्याला मनातल्या मनात निकचा आवाज ऐकू येत होता. "डॅम गुड शो, ओल्ड चॅप!" ही बातमी बेथला सांगता आली असती तर किती बरं

झालं असतं, असं त्याला वाटलं. 'तिला किती अभिमान वाटेल आपला! तिला भेटल्यावाचून आणखी असं किती दिवस आपण राहू शकू?'

प्रोफेसरांच्या इथून तो निघाला. कॉरिडॉर पार करून जिन्याच्या पायऱ्यांपाशी आला. गाडीच्या दारापाशी बिग अल् उभा होता. हातातल्या घड्याळाकडे चिंतित मुद्रेने वारंवार बघत होता. डॅनी एकूण तीन जगात एकाच वेळी राहत होता. तिसऱ्या जगात प्रोबेशन ऑफिसर वाट बघत होत्या. त्यांच्या भेटीला उशिरा जाऊन चालणार नव्हतं.

❖

आपण उरलेला दिवस कसा घालवायचा ठरवला आहे हे आपल्या प्रोबेशन ऑफिसर मिसेस बेनेट यांना मुळीच सांगायचं नाही, असं डॅनीने ठरवलं होतं. ती कल्पना त्यांना मुळीच पसंत पडणार नव्हती, तो सगळा त्यांना उथळपणा वाटला असता, याची त्याला कल्पना होती. परंतु निबंधस्पर्धेतल्या डॅनीच्या यशाबद्दल ऐकून मात्र त्या अगदी मनापासून खूश झाल्या.

डॅनी मिसेस बेनेटला भेटून नंतर घरी पोहोचला, तेव्हा मिस्टर सेगात त्याच्या घरी त्याचीच वाट बघत बसले होते. मॉलीने त्यांच्यासाठी चहा बनवला होता. त्याला बघताच ते उठून उभे राहिले. उशीर झाल्याबद्दल डॅनीने त्यांची माफी मागितली; पण उशिराचं स्पष्टीकरण मात्र दिलं नाही.

सेगात परत खाली बसले. "ऑलिंपिक्सच्या सायकलिंग स्पर्धेसाठी विचारात घेण्यात येणाऱ्या दोन्ही जागा आता तुमच्या मालकीच्या आहेत," ते डॅनीला म्हणाले. "त्यातून लगेच काही फार फायदा होईल, याची तुम्ही अपेक्षा धरू नका; पण तुम्ही केलेल्या भांडवली गुंतवणुकीवर थोडा-फार नफा होईलच तुम्हाला."

"पेनने परत फोन केला?" डॅनी म्हणाला.

"हो. आज सकाळीच आला होता त्याचा फोन. ज्या जागेची निवड होण्याची सर्वाधिक शक्यता आहे, त्या जागेसाठी त्याने चाळीस लाख पौंडाची ऑफर दिली. ती ऑफर मी नाकारावी असंच तुमचं म्हणणं असेल ना?"

"हो. पण तुम्ही त्याला साठ लाख पौंड किंमत शेवटची असं सांगा. तत्पूर्वी त्याला एक अट घाला – हा सौदा काही झालं तरी मंत्र्यांच्या जाहीर घोषणेपूर्वी पार पडलाच पाहिजे."

"पण सगळंकाही जर ठरल्याप्रमाणे घडलं, तर त्या जागेची किंमत एक कोटी वीस लाखापर्यंतसुद्धा पोहोचू शकेल."

"सगळंकाही ठरल्याप्रमाणेच चाललं आहे याची खात्री बाळगा." डॅनी म्हणाला. "पेनने त्या दुसऱ्या जागेमध्ये काही इंटरेस्ट दाखवलाय?"

"नाही." सेगात म्हणाले. "तो कशाला दाखवेल? कोणती जागा निवडली जाणार आहे, याची तर सगळ्यांना माहिती दिसते आहे."

आपल्याला हवी ती माहिती मिळाल्यावर डॅनीने विषय बदलला. "माईल एंड रोडवरच्या आपल्या प्रॉपर्टीसाठी सर्वांत जास्त रकमेची ऑफर कोणी दिली आहे?"

"फेअरफॅक्स होम्स नावाची एक विख्यात कंपनी आहे. कौन्सिलसाठी पूर्वी या कंपनीने काम केलेलं आहे. मी त्यांचा प्रस्ताव नीट वाचून काढला." सेगात म्हणाले. त्यांनी एक गुळगुळीत घोटीव कागदावरचं सचित्र माहितीपत्रक डॅनीच्या हाती ठेवलं. "त्यांच्या त्या प्रस्तावात अगदी थोडेफार बदल करून फार थोड्या दिवसांत त्यांना हिरवं निशाण दाखवण्यात येईल अशी खात्री आहे मला!"

"पण किती?" डॅनी मनात वाटत असलेली उत्सुकाता चेहऱ्यावर मुळीच दिसू न देता म्हणाला.

"तुमची सुरुवातीची गुंतवणूक दहा लाखांहून जरा जास्त होती. फेअरफॅक्सकडून १,८०१,१५६ पौंडाची ऑफर आहे. किमान पाच लाख पौंडांच्या नफ्याची तर शाश्वतीच आहे. एका वर्षाच्या कालावधीत एवढा नफा म्हणजे मुळीच वाईट नाही."

"पण या १,८०१,१५६ पौंडांच्या आकड्याचं काय स्पष्टीकरण आहे?"

"या जागेसाठी बऱ्याच ऑफर्स असतील असा मि. फेअरफॅक्स यांचा होरा असणार, म्हणून त्यांनी त्यात स्वत:च्या वाढदिवसाच्या तारखेचं शेपूट जोडून तो आकडा बनवला असणार."

डॅनी मोठ्यांदा हसला. त्या जागी 'सिटी रीच'नामक आलिशान फ्लॅट्स बांधण्याच्या योजनेचा आराखडा फेअरफॅक्स कंपनीने व्यवस्थित तयार करून पाठवला होता. डॅनी तो बारकाईने वाचू लागला. याच जागी कोणे एके काळी त्याने गॅरेज मेकॅनिक म्हणून काम केलं होतं.

"मग मी मि. फेअरफॅक्स यांना फोन करून त्यांचा प्रस्ताव तुम्हाला मान्य असल्याचं कळवू का?"

"हो. चालेल. एकदा तुमचं बोलणं झालं की, मलापण त्यांच्याशी बोलायचंच आहे."

सेगात यांनी लगेच मि. फेअरफॅक्सना फोन लावला. ते फोनवर येईपर्यंत डॅनी तो आराखडा बारकाईने पाहत होता. त्यात त्याला फक्त एकच छोटीशी शंका होती.

"मि. फेअरफॅक्स, मी सर निकोलस यांच्याकडे फोन देतो." सेगात म्हणाले. "त्यांना तुमच्याशीच बोलायचंय."

"मी तुमचा हा नकाशा बघत होतो." डॅनी म्हणाला. "तुम्ही तिथल्या सर्वांत वरच्या मजल्यावर एक पेंट हाउस बांधायचं ठरवलंय."

"हो, बरोबर आहे." फेअरफॅक्स म्हणाले. "चार बेडरूम्स, चार बाथरूम्स, एकूण तीन हजार स्क्वेअर फीट."

"माईल एंड रोडच्या दुसऱ्या बाजूला गॅरेजकडे तोंड करूनच असणार ना हे?"

"हो. शहरापासून केवळ एक मैल दूर." फेअरफॅक्स म्हणाले. दोघंही एकदम हसले.

"आणि तुम्ही त्या पेंटहाउसचा भाव सहा लाख पन्नास हजार ठेवणार आहात मि. फेअरफॅक्स?"

"हो. चालू किंमत तीच आहे."

"तुम्ही जर पेंटहाउस मला दिलंत, तर मी ती जागा तुम्हाला तेरा लाखाला देईन."

"बारा लाख आणि बाकी सगळं तुमच्या मनासारखं." फेअरफॅक्स म्हणाले.

"पण माझी एकच अट आहे."

"ती कोणती?"

मग आपल्याला हवा असलेला एक लहानसा बदल डॅनीने मि. फेअरफॅक्स यांना सांगितला. त्यांनी थोडेही आढेवेढे न घेता तो मान्य केला.

डॅनीने वेळ अगदी काळजीपूर्वक निवडली होती. सकाळचे अकरा. रॅडक्लिफ स्क्वेअरपाशी दोन चकरा मारल्यानंतर बिग अल्ने २५ नंबरच्या घरापाशी गाडी थांबवली.

डॅनी घराच्या आवाराचं फाटक उघडून आत गेला. बऱ्याच दिवसांपासून तण माजलेलं असावं. कुणाचा हात त्यावर फिरलेला दिसत नव्हता. त्याने घराची बेल वाजवली, पण बराच वेळ कुणी दार उघडलं नाही. मग त्याने दार जोरजोरात वाजवलं. त्याचा आवाज घराच्या आतपर्यंत जाऊन पोहोचला, पण तरीही दार उघडायला कुणीही आलं नाही. अखेर आता परत जावं आणि दुपारी परत यावं म्हणून तो वळला, इतक्यात पाठीमागून दार उघडण्याचा आवाज आला. "कोण आहे?" असा खेकसल्याचा आवाज आला आणि पाठोपाठ एक शिवीसुद्धा.

"निक मॉन्क्रीफ." असं म्हणून डॅनी सावकाश मागे वळून दारापाशी पोहोचला. "तुम्ही म्हणाला होता ना फोन करा एकदा असं? पण तुमचा नंबर टेलिफोन डिरेक्टरीत नाहीये. मी सहज इकडून चाललो होतो..."

डेव्हनपोर्टच्या अंगात रेशमी ड्रेसिंग गाऊन आणि पायांत स्लिपर्स होत्या. त्याने गेल्या कितीतरी दिवसांत दाढी केलेली नव्हती. सूर्यकिरणांनी त्याचे डोळे दिपले होते. जमिनीत पुष्कळ महिने दडी मारून बसलेल्या प्राण्याची उन्हात आल्यावर जी अवस्था होईल, तीच त्याची झाली होती. "मला गुंतवणूक करायला आवडेल असा काहीतरी प्रस्ताव तुमच्याजवळ आहे, असं तुम्ही त्या दिवशी म्हणाला होता."

"हो, आता आठवलं. या ना, आत तर या." डेव्हनपोर्ट म्हणाला. आता त्याचा आवाज जरासा उल्हसित झाला होता.

डॅनी घरात शिरला. सुरुवातीला एक लांबलचक कॉरिडॉर होता. तो अंधारा होता. त्याची अवस्था बघून डॅनीला मॉली नोकरीत येण्यापूर्वीच्या त्याच्या सध्याच्या घराची आठवण झाली.

"तुम्ही बसा. मी कपडे बदलून लगेच येतो." डेव्हनपोर्ट म्हणाला.

डॅनी बसला नाही. दिवाणखान्यातून त्याने एक फेरफटका मारला. भिंतीवरची तैलचित्रं आणि जुन्या काळचं उंची सामानसुमान अप्रतिम होतं. फक्त त्यातल्या प्रत्येक गोष्टीवर धुळीचा थर बसलेला होता. मग त्याने मागच्या खिडकीपाशी जाऊन बाहेर डोकावून पाहिलं. प्रचंड मोठी बाग होती, पण त्यात झाडं-झुडपं अस्ताव्यस्त वाढलेली होती. त्याची निगराणी कुणी करीत नसावं असं वाटत होतं.

आज सकाळी जीनिव्हाहून फोन आला होता. त्या परिसरातल्या घरांचा बाजारभाव तीस लाख पौंडांच्या आसपास होता. मि. डेव्हनपोर्ट यांनी हे घर १९९५ साली खरेदी केलं होतं. या आठवड्यात डॉ. बेरेसफोर्ड नक्की कुठल्या नर्सबरोबर प्रणयक्रीडा करण्यात गुंग आहेत, या उत्सुकतेपोटी 'द प्रिस्क्रिप्शन' नावाची मालिका लागताच डेव्हनपोर्टचे लक्षावधी चाहते टीव्हीसमोर जेव्हा खिळून बसत होते, त्या सुमाराला घेतलेलं होतं ते घर. "नॉर्विच युनियन बँकेचं दहा लाख रुपयांचं कर्ज त्या घरावर आहे," जीनिव्हाहून आलेल्या त्या फोनवरचा आवाज म्हणाला होता, "आणि गेले तीन महिने तो कर्जाचा हप्ता भरू शकलेला नाही."

इतक्यात डेव्हनपोर्ट कपडे बदलून परत आला. डॅनी खिडकीपासून बाजूला झाला. उघड्या कॉलरचा शर्ट, जीन्स आणि पायात स्पोर्ट्स शूज असा पेहराव करून तो आला होता. तुरुंगातले कैदीसुद्धा याहून टापटिपीत राहत.

"तुम्ही काही ड्रिंक घेणार?" डेव्हनपोर्ट म्हणाला.

"इतक्या लवकर मी घेत नाही." डॅनी म्हणाला.

"लवकर कसलं त्यात? ड्रिंक घ्यायला लवकर, उशिरा असं काही नसतं." असं म्हणत डेव्हनपोर्टने एक भलामोठा व्हिस्कीचा ग्लास स्वत:साठी भरून घेतला. त्याचा घुटका घेऊन तो गालातल्या गालात हसला. "मी लगेच मुद्यावरच येतो, कारण तुम्हाला भरपूर काम असतं, याची मला कल्पना आहे. एकच गोष्ट आहे – ती म्हणजे सध्या जरा पैशाची अडचण आहे माझी. अगदी तात्पुरती, काही काळापुरतीच. लक्षात आलं ना? दुसरं कुणीतरी पुढची सीरियल घेऊन येत नाही तोपर्यंत! तसा आज सकाळीच माझ्या एजंटचा एक-दोन नवीन कामांविषयी फोन होता."

"तुम्हाला कर्ज पाहिजे?" डॅनी म्हणाला.

"हो, थोडक्यात सांगायचं तर पाहिजे."

"पण त्यासाठी तुम्ही तारण म्हणून काही ठेवू शकाल?"

"वेल, माझ्याकडे ही काही तैलचित्रं आहेत. मी दहा लाखांच्या वर रोकड मोजून ती खरेदी केली आहेत."

"मी त्या संपूर्ण संग्रहासाठी तुम्हाला तीन लाख देऊ शकेन." डॅनी म्हणाला.

"मी स्वत: तर त्यासाठी..." डेव्हनपोर्ट अडखळत, व्हिस्की बाटलीतून ग्लासात ओतताना सांडत म्हणाला.

"अर्थात, त्यासाठी तुम्ही मुळात खरोखरच दहा लाखांच्या वर पैसे मोजले असल्याचा पुरावा तुम्हाला सादर करावा लागेल."

डेव्हनपोर्ट डॅनीकडे खूप वेळ टक लावून बघत बसला. याला आपण पूर्वी नक्की कुठे पाहिलंय, याचा बहुधा तो विचार करत असावा.

"मी माझ्या वकिलांकरवी कॉंट्रॅक्ट बनवून घेतो. तुम्ही ज्या दिवशी त्याच्यावर सही कराल, त्या दिवशी तुम्हाला पैसे मिळतील."

डेव्हनपोर्टने व्हिस्कीचा आणखी मोठा घुटका घेतला. "मी विचार करून सांगतो." तो म्हणाला.

"ठीक आहे. करा विचार." डॅनी म्हणाला. "आणि तुम्ही जर बारा महिन्यांच्या आत सगळी रक्कम परत करू शकलात, तर मी आणखी काहीही जादा पैसे न घेता तुमची पेंटिंग्ज तुम्हाला परत करीन."

"पण यात काहीतरी मेख नक्की आहे." डेव्हनपोर्ट म्हणाला. "सांगून टाका."

"काहीही मेख नाही. तुम्ही जर बारा महिन्यांच्या आत पैसे उभे करू शकला नाहीत, तर ती सगळी पेंटिग्ज माझी होतील."

"मी कधी हरत नाही." डेव्हनपोर्ट हसत म्हणाला.

"लेट्स होप, या खेपेलापण तुम्ही हरणार नाही." असं म्हणून डॅनी उठून जायला निघाला. डेव्हनपोर्ट त्याला सोडायला दारापर्यंत गेला.

"मी लवकरच करारपत्र बनवून पाठवतो आणि त्याच्यासोबत तीन लाख पौंडाचा चेकसुद्धा पाठवतो." डॅनी म्हणाला.

"तुम्ही फार चांगले आहात." डेव्हनपोर्ट म्हणाला.

"लेट्स होप, तुमचा एजंट तुमच्यासाठी तुमच्या योग्यतेचं काहीतरी काम शोधून आणेल." डॅनी म्हणाला.

"त्याची तुम्ही काहीच काळजी करू नका." डेव्हनपोर्ट म्हणाला. "मी तुमचे पैसे अक्षरश: काही आठवड्यांतच परत करीन. मी तशी पैजपण लावायला तयार आहे."

"बरं वाटलं ऐकून." डॅनी म्हणाला. "आणि हो, कधी हे घर विकायचं तुमच्या जर मनात आलंच..."

"माझं घर?" डेव्हनपोर्ट म्हणाला. "नाही, कधीच नाही. ते शक्यच नाही. असा विचारही मनात आणू नका."

त्याने घराचा दरवाजा लावून घेतला.

६०

मॉलीने डॅनीसाठी ब्लॅक कॉफी आणली. तो टाइम्स मधला रिपोर्ट वाचत होता. लोकसभेमध्ये क्रीडामंत्री आणि स्ट्रॅटफोर्ड साउथचे एक सदस्य बिली कॉरमॅक यांच्यात झालेल्या संभाषणाचा वृत्तान्त छापण्यात आला होता.

कॉरमॅक (स्ट्रॅटफोर्ड साउथ) : ऑलिंपिक्सच्या सायकलिंग स्पर्धांसाठी क्रीडामंत्र्यांनी एकंदर दोन जागा शॉर्टलिस्ट केलेल्या आहेत, हे वृत्त खरं आहे का?

मंत्री : होय, हे खरेच आहे. माझ्या विद्वान मित्रांना मी हे सांगू इच्छिते की, त्या दोन जागांपैकी एक जागा त्यांच्या स्वत:च्याच मतदारसंघातील आहे.

कॉरमॅक : मंत्रिमहोदया, आपल्या उत्तराबद्दल आपले आभार. मी आपलं लक्ष आणखी एका गोष्टीकडे वेधू इच्छितो. या दोन जागांपैकी ज्या विशिष्ट जागेला ब्रिटिश सायकलिंग फेडरेशनने आपला पाठिंबा जाहीर केलाय तीच ती जागा माझ्या मतदारसंघामधली आहे.

मंत्री : हो, मला त्या गोष्टीची कल्पना आहे, कारण माझ्या विद्वान मित्रांनी मला त्या पत्राची एक प्रत अगोदरच पाठवली आहे. (हशा.) मी तुम्हाला एकच आश्वासन देते की, मी ब्रिटिश सायकलिंग फेडरेशनच्या मताचा नीट विचार करून त्यानंतरच अंतिम निर्णय घेईन.

अँड्र्यू क्रॉफर्ड (स्टॅटफोर्ड वेस्ट) : पण या बातमीचं माझ्या मतदारसंघात काही फार प्रेमाने स्वागत होणार नाही याची, मिनिस्टर महोदया, आपल्याला कल्पना आहे का? माझ्या मतदार संघात शॉर्टलिस्टमध्ये समाविष्ट असलेल्या दोन जागांमधली ती दुसरी जागा आहे. त्या जागेवर आम्ही एक मोठं करमणूक केंद्र बांधणार

आहोत. तिथे ऑलिंपिकच्या सायकलिंग स्पर्धांचं स्टेडियम बांधण्यात यावं अशी आमची मुळीच इच्छा नाही.

मंत्री : मी माझ्या विद्वान मित्रांची मतं विचारात घेऊन त्यानंतरच योग्य तो निर्णय देईन.

मॉलीने डॅनीच्या पुढ्यात दोन उकडलेली अंडी ठेवली. इतक्यात त्याचा मोबाइल वाजला. मोबाइलच्या स्क्रीनवर पेनचं नाव उमटलेलं पाहून त्याला मुळीच आश्चर्य वाटलं नाही. पण तो इतक्या सकाळी लवकर फोन करेल, अशी डॅनीची अपेक्षा नव्हती. मोबाइलचं बटण दाबून तो म्हणाला, ''गुड मॉर्निंग!''

''मॉर्निंग निक! इतक्या सकाळी फोन केल्याबद्दल सॉरी, पण आजच्या 'टेलेग्राफ'मध्ये संसदेचा वृत्तान्त आलाय. तो वाचला का?''

''माझ्याकडे टेलेग्राफ येत नाही,'' डॅनी म्हणाला, ''पण मी टाइम्समध्ये मंत्र्यांमध्ये झालेलं संभाषण वाचलंय. तुमच्याकडच्या वर्तमानपत्रात काय म्हटलंय?''

''पुढच्या आठवड्यात ब्रिटिश सायकलिंग फेडरेशनच्या अध्यक्षांचं ऑलिंपिक कमिटीसमोर भाषण व्हायचंय. मंत्रिमहोदयांचा अंतिम निर्णय जाहीर होण्याच्या केवळ चार दिवस आधी. पण असं म्हणतात की, ती आता केवळ एक औपचारिकताच उरलेली आहे. आमच्या आतील सूत्रांकडून असं समजतं की, लँड सर्व्हेअरचा रिपोर्ट एकदा हातात आला की, मंत्रिमहोदय आपला अंतिम निर्णय जाहीर करतील.''

''टाइम्समध्येही साधारणपणे असंच छापून आलंय.'' डॅनी म्हणाला.

''पण मी फोन त्यासाठी नाही केला.'' पेन म्हणाला. ''मला त्या स्वित्झर्लंडच्या लोकांचा सकाळीच फोन आला होता. तुमची चाळीस लाखांची ऑफर त्यांना मान्य नाही.''

''सद्य परिस्थिती पाहता त्यात आश्चर्य करण्याजोगं काहीही नाही.'' डॅनी म्हणाला.

''पण त्याचबरोबर त्यांनी हे पण स्पष्ट केलं की, मंत्रिमहोदयांनी त्यांचा निर्णय जाहीर करण्याआधी जर तुम्ही संपूर्ण रक्कम चुकती करायला तयार असाल तर ते साठ लाखांत सौदा करायला तयार आहेत.''

''ते ऐकूनही फार काही आश्चर्य नाही वाटलं मला.'' डॅनी म्हणाला. ''मलापण तुम्हाला एक बातमी सांगायची आहे. फक्त माझी बातमी काही फारशी चांगली नाहीये. माझी बँक आत्ता मला एकदम एवढी मोठी रक्कम द्यायला तयार नाही.''

''पण का नाही?'' पेन म्हणाला. ''ही केवढी मोठी संधी चालून आली आहे याची त्यांना नक्कीच कल्पना असणार हो ना?''

''हो. त्यांना पूर्ण कल्पना आहे; पण तरीही त्यांना ही गोष्ट धोक्याची वाटते.

आत्ता माझी त्यामुळे एकदमच कोंडी झाल्यासारखी झाली आहे. खरंतर मी याची तुम्हाला जरा आधीच कल्पना द्यायला हवी होती, कारण मी हातात घेतलेले अजून एक-दोन प्रोजेक्ट्स म्हणावे तसे नीट चालत नाहीयेत.''

"पण मला वाटलं, त्या माईल एंड रोडच्या प्रॉपर्टीच्या बाबतीत तुमचीच सरशी झाली.''

"हो, पण मला वाटलं तेवढा घसघशीत नफा काही त्यातून होईल असं चिन्ह दिसत नाहीये.'' डॅनी म्हणाला. "मला जेमतेम तीन लाखांचाच फायदा झाला त्यातून. शिवाय मी मि. गॅरी हॉलना एका गोष्टीची कल्पना दिलीच होती. माझ्या याआधीच्या एजंटने माझी चांगलीच निराशा केली. त्याचा अंदाज चुकला आणि त्याची किंमत आता मला भरावी लागतेय.''

"मग तुम्ही किती उभे करू शकाल?'' पेन म्हणाला.

"दहा लाख.'' डॅनी म्हणाला. "याचा अर्थ असा की, पन्नास लाखांची तूट. त्यामुळे हा विचार तर आता सोडावाच लागणार.''

फोनवर दीर्घ काळ शांतता पसरली. डॅनीने तेवढ्यात कॉफीचे दोन घोट घेतले आणि अंड्याची टरफलं सोलण्यास सुरुवात केली.

"निक, मग समजा मी हाच व्यवहार तुमच्याऐवजी माझ्या दुसऱ्या एखाद्या क्लाएंटबरोबर केला, तर तुम्हाला ते चालेल का?''

"का नाही?'' डॅनी म्हणाला. "तुम्ही जातीने झटून इतके परिश्रम केले आहेत. मला एकाच गोष्टीचा संताप येतोय, गेल्या कित्येक वर्षांत पहिल्यांदा अशी सुवर्णसंधी आपल्या पायाने चालत माझ्यासमोर आलीये आणि त्यासाठी लागणारं भांडवल मी आज उभं करू शकत नाही?''

"तुमचं मन खूप मोठं आहे.'' पेन म्हणाला. "मी तुमचे उपकार नेहमी स्मरणात ठेवीन.''

"मला खात्री आहे त्याची!'' असं म्हणून डॅनीने फोन बंद केला.

तो अंड्याची टरफलं परत मन लावून सोलू लागला. एवढ्यात परत फोन वाजला. डॅनी कंटाळला होता. फोन करणाऱ्या व्यक्तीला कटवावं, नंतर फोन करण्यास सांगावं अशी त्याला तीव्र इच्छा झाली. त्याने मोबाइलच्या स्क्रीनकडे पाहिलं. हा कॉल अत्यंत महत्त्वाचा होता. तो त्याने घेतला.

"आज सकाळपासून आमच्याकडे तुमच्या त्या जागेसाठी असंख्य कॉल्स आलेले आहेत. सर्वांत मोठी ऑफर ऐंशी लाखांची आहे. आम्ही मि. पेन यांना काय सांगू?''

"लवकरच तुम्हाला मि. पेन फोन करतील. ते साठ लाख ऑफर करतील. ती ऑफर तुम्ही स्वीकारा,'' डॅनी म्हणाला. त्यावर पलीकडचा आवाज काही बोलणार,

इतक्यात तो घाईने म्हणाला, ''पण त्यांना त्याआधी दोन अटी घाला.''

''दोन अटी?'' पलीकडचा आवाज म्हणाला.

''आज बँकेचे व्यवहार बंद होण्यापूर्वी त्यांनी माझ्या खात्यात सहा लाख डिपॉझिट केले पाहिजेत. शिवाय दहा दिवसांत मंत्रिमहोदय आपली घोषणा करण्याआधी त्याने खात्यात संपूर्ण रक्कम भरली पाहिजे.''

''त्यांचा परत फोन आला की लगेच तुम्हाला कळवू.'' फोनवरचा तो आवाज म्हणाला.

डॅनीने हातातल्या अंड्याकडे पाहिलं. त्याला तुरुंगातल्या दिवसांची आठवण झाली. ''मॉली, माझ्यासाठी आणखी थोडी अंडी उकडून ठेव.'' तो म्हणाला.

६१

स्पेन्सर क्रेग पाच वाजता ऑफिसातून बाहेर पडला. दर तीन महिन्यांनी मस्केटिअर्सची डिनर मीटिंग होत असे. आजच्या डिनर मीटिंगचं यजमानपद त्याच्याकडे होतं. टोबी मोर्टिमर आता त्यांच्यात नव्हता. तरीही उरलेले सर्व जण वर्षातून चार वेळा अजूनही भेटत असत. चौथ्या जेवणाचं नाव त्यांनी स्मरणार्थ भोजन – मेमोरियल डिनर – असं ठेवलं होतं.

या जेवणासाठी क्रेग नेहमी बाहेरच्या केटररला बोलावत असे. म्हणजे स्वयंपाक करणं, सगळी बाकी व्यवस्था करणं आणि नंतरची आवराआवर या सगळ्यांतून सुटका मिळत असे. वाइन मात्र तो खास स्वतःच्या पसंतीची खरेदी करून आणे. त्याचप्रमाणे बाकीचे येण्याआधी केटररने बनवलेल्या पदार्थांची चव चाखून पण बघायचा. जेराल्ड पेनने सकाळीच फोन केला होता. त्याला त्या सर्वांना काहीतरी रोमहर्षक बातमी सांगायची होती. त्यामुळे सर्वांची आयुष्यं बदलून जाणार होती, असा त्याचा दावा होता.

मागेही अशाच एका मस्केटिअर्सच्या मीटिंगमध्ये एक घटना घडली होती आणि त्याने त्यांची सर्वांची आयुष्यं बदलून गेली होती; परंतु कार्टराईटने गळफास लावून घेतल्यानंतर परत कुणीही, कधीच तो विषय उकरून काढला नव्हता. आपल्या गाडीतून घरी येत असताना क्रेगच्या मनात त्या तिघा मस्केटिअर्सचाच विषय घोळत होता. जेराल्ड पेनची स्वतःच्या फर्ममध्ये चांगलीच भरभराट झाली होती. आता त्याची ससेक्स प्रांतातल्या एका जागेसाठी कॉन्झर्व्हेटिव्ह पक्षाने उमेदवारीपण निश्चित केली होती. येत्या सार्वत्रिक निवडणुकांनंतर तो खासदार होणार हे जवळजवळ ठरल्यासारखंच होतं. गेल्या काही दिवसांपासून लॅरी डेव्हनपोर्ट जरा निर्धास्त दिसत होता. काही वर्षांपूर्वी क्रेगकडून उसने घेतलेले दहा हजार पौंड त्याने चक्क परत दिले होते. क्रेगने खरंतर ते परत मिळतील अशी आशा कधीच सोडून दिली होती. कदाचित लॅरी डेव्हनपोर्टकडेसुद्धा

सगळ्या मस्केटिअर्सना सांगण्यासारखी काही विशेष बातमी असलीच तर? आजच्या मीटिंगमध्ये सर्वांना सांगण्यासारखी एक खास बातमी क्रेगकडेपण होतीच. ती गोष्ट केव्हा ना केव्हातरी घडणार होती, याची त्याला जरी पूर्वकल्पना असली, तरीसुद्धा ती बातमी कळल्यावर त्याला खूपच आनंद झाला होता.

आजकाल तो एकापाठोपाठ एक खटले जिंकत चालला होता. कधी काळी डॅनी कार्टराईटविरुद्धच्या त्या खटल्यात क्रेग एक साक्षीदार म्हणून उपस्थित होता, ही गोष्ट आता त्याच्या वकील-मित्रांपैकी कुणाच्याही स्मरणात उरलेली नव्हती. त्याला अपवाद फक्त एकाचाच होता. त्याचं खासगी आयुष्य मात्रं फारसं रोमांचकारी नव्हतं. कधीतरी एखाद्या नव्याने ओळख झालेल्या मुलीबरोबर एखादी रात्र घालवणं, इतकंच! त्यापलीकडे काही नाही. लॅरीची बहीण सेरा तेवढी त्याच्या मनात घर करून राहिली होती. तिला परत भेटण्याची त्याला मधूनच इच्छा होई; पण त्याच्यात काडीमात्रही रस नसल्याची स्पष्ट जाणीव सेरा डेव्हनपोर्टने करून दिलेली होती. तरीही त्याने मनातून आशा सोडली नव्हती.

क्रेग हॅम्बल्डन टेरेस इथे असलेल्या आपल्या घरी पोहोचला. त्याने घाईने आपल्याकडचा वाइनचा साठा निरखून पाहिला; पण आजच्या मस्केटिअर्सच्या डिनरला शोभेल असं काहीही नव्हतं. मग तो चालतच कोपऱ्यावरच्या नेहमीच्या दुकानात जाऊन स्वत:च्या आवडीच्या तीन वाईनच्या बाटल्या घेऊन आला. त्यालाही स्वत:च्या त्या बातमीचा आनंद आपल्या मित्रांबरोबर साजरा करायचा होताच.

तो वाइनच्या बाटल्यांच्या पिशव्या हातात सांभाळत घरापाशी आला. दुरून सायरनवाल्या गाडीचा आवाज ऐकू आला. त्यामुळे त्या रात्रीच्या जुन्या आठवणी त्याच्या मनात उफाळून आल्या. इतका काळ लोटला होता; पण त्या आठवणी मात्र धूसर होत नव्हत्या. त्याने घाईने डिटेक्टिव्ह सार्जंट फुलरला त्या वेळी फोन केला होता. मग अक्षरश: पळत घरी जाऊन आधी कपडे बदलून नीट अंघोळ केली होती. पण अंघोळ करताना स्वत:चे केस भिजू नयेत याची व्यवस्थित काळजी घेतली होती. काही वेळापूर्वी त्याच्या अंगात जो सूट होता, जवळजवळ तसाच दिसणारा सूट त्याने परत घातला होता. शर्ट आणि टायपण अगदी तसाच. केवळ सतरा मिनिटांनंतर परत त्या बारमध्ये तो आपल्या जागी बसलेला होता.

'खटला उभा राहण्याआधी त्या विद्वान वकील-मित्राने – ॲलेक्स रेडमेनने डनलॉप आर्म्स हा बार आणि आपलं घर, या दोन्हींमधलं अंतर जर नीट मोजून पाहिलं असतं, तर कदाचित तो ज्युरींच्या मनात पुरेसा संशय उत्पन्न करू शकलासुद्धा असता. नशिबाने त्या बेट्या ॲलेक्स रेडमेनची ही दुसरीच केस होती. त्या रेडमेनच्या ऐवजी जर आपल्याला साक्षीदार म्हणून त्या अर्नोल्ड

पिअरसनसमोर उभं राहावं लागलं असतं, तर त्याने कोर्टात येण्यापूर्वी तो डनलॉप आर्म्स बार आणि आपलं घर यांमधलं अंतर कापायला कमीतकमी किती वेळ लागतो, ते अक्षरशः हातात स्टॉप-वॉच घेऊन मोजायला कमी केलं नसतं.'

त्या रात्री सार्जंट फुलर मागच्या गल्लीतल्या सगळ्या भानगडी आटोपून पुष्कळ वेळाने बारमध्ये शिरला होता. अर्थात त्याला इतका वेळ लागणार यात नवल काहीच नव्हतं. तिथे एक माणूस मरणाच्या दारात पडलेला होता आणि एक संशयित रक्ताने माखलेल्या अवस्थेत हाती लागला होता. त्या मारामारीमध्ये त्या दोघांच्या व्यतिरिक्त एखादा अगदी परका माणूस गुंतलेला असेल, अशी शंकासुद्धा सार्जंट फुलरला येणं शक्यच नव्हतं. शिवाय तीन इतर साक्षीदारांनीपण शपथेवर त्याच्याच म्हणण्याला दुजोरा दिला होता. बारमननेसुद्धा तोंड उघडलेलं नव्हतं; पण त्याचं मुख्य कारण असं होतं की, तो बारमन स्वतः पूर्वी एकदा पोलिसांच्या लफड्यात अडकलेला होता. त्यामुळे तो 'साक्षीदार' म्हणून कुणाच्याही बाजूने काहीही बोलला असता, तरी त्याच्यावर कुणीच विश्वास ठेवला नसता. त्या दिवसानंतरही क्रेग नेहमी मुद्दाम डनलॉप आर्म्समध्ये जाऊन वाइन खरेदी करत असे. महिनाअखेरीला त्याला त्या वाइन्सचं बिल मिळात असे, तेव्हा हिशेबात अनेकदा चूक असे. पण क्रेग त्याविरुद्ध काही बोलत नसे. मुकाट्याने तो पैसे चुकते करत असे.

घरी परतल्यावर क्रेगने वाइनच्या बाटल्या किचनच्या कट्ट्यावर ठेवल्या आणि शॅम्पेनची बाटली थंड करण्यासाठी फ्रीजमध्ये टाकली. मग वरच्या मजल्यावर जाऊन त्याने शॉवर घेतला आणि घरगुती कपडे घालून तो खाली आला. किचनमध्ये जाऊन तो वाइनची बाटली उघडतच होता, इतक्यात दरवाज्याची घंटी वाजली.

दारात जेराल्ड पेन उभा होता. आज कधी नव्हे तो फारच खुशीत दिसत होता. दुपारीच फोन करून काहीतरी चांगली बातमी असल्याचं त्याने सूचित केलेलंच होतं. त्याच बातमीचा हा परिणाम होता.

"मतदारसंघाचं काम कसं चाललंय?" पेनचा कोट हातात घेऊन तो स्टँडला टांगत क्रेग म्हणाला. तो पेनला हॉलमध्ये घेऊन गेला.

"छानच चाललंय, पण सार्वत्रिक निवडणुका कधी होतायत आणि खासदार म्हणून मी कधी लोकसभेत बसतोय, असं झालंय मला." पेन म्हणाला. क्रेगने त्याच्यासाठी शॅम्पेनचा ग्लास भरला. "लॅरीची भेट झाली का एवढ्यात?" पेन म्हणाला. "मी गेल्या आठवड्यात असा सहजच त्याच्या घरी गेलो होतो, तर त्याने मला घरातसुद्धा घेतलं नाही. मला ती गोष्ट जरा विचित्रच वाटली."

क्रेग म्हणाला, "मी जेव्हा गेल्या खेपेला त्याच्या घरी गेलो होतो, तेव्हा तर

त्याच्या घराची अवस्था बघवत नव्हती, इतकी घाण होती सगळीकडे. कदाचित त्यामुळेच त्याने तुला घरात घेतलं नसेल. नाहीतर असेल त्याचा नवा बॉयफ्रेंड घरात. तो तुझ्या नजरेला पडू नये, असं वाटलं असेल त्याला.''

''पण त्याला काहीतरी काम मिळालेलं दिसतंय,'' पेन म्हणाला. ''मी त्याला खूप दिवसांपूर्वी हातउसने पैसे दिले होते. गेल्या आठवड्यात त्याने ते परत केले. मला चेक पाठवून दिला.''

''तुलापण पाठवला?'' क्रेग म्हणाला. तेवढ्यात आणखी एकदा बेल वाजली.

डेव्हनपोर्ट आत आला. त्याच्या चेहऱ्यावर ती पूर्वीची ऐट, तो दिमाख, तो आत्मविश्वास परत आलेला दिसत होता. त्याने जेराल्ड पेनच्या दोन्ही गालांवर अलगद अशा काही थाटात ओठ टेकले की, जसा काही एखादा फ्रेंच जनरल आपल्या फौजेची पाहणीच करत असावा. क्रेगने त्याच्या हातात शॅम्पेनचा ग्लास ठेवला. 'हा बेटा लॅरी गेल्या खेपेपेक्षा किमान दहा वर्षांनी तरी तरुण दिसतोय!' असं क्रेगच्या मनात आलं. 'कदाचित तो असं काही आज इथे सांगणार असेल, ज्यापुढे बाकी सर्वांच्या सगळ्या बातम्या फिक्या ठराव्या.'

''लेट्स बिगिन द ईव्हिनिंग विथ अ टोस्ट,'' क्रेग म्हणाला, ''टू ॲबसेंट फ्रेंड.'' तिघांनी आपापल्या हातातले ग्लास हवेत उंच उचलून धरले आणि तिघंही टोबी मोर्टिमरच्या आठवणीने रडले.

''बरं, मग आता पुढचा ग्लास कुणाच्या नावाने घ्यायचा?'' डेव्हनपोर्ट म्हणाला.

''सर निकोलस मॉन्क्रीफ!'' पेन जराही विचार न करता लगेच म्हणाला.

''कोण? आहे कोण हा?'' क्रेगने विचारलं.

''हा माणूस आपलं सगळ्यांचं नशीब बदलून टाकणार आहे.''

''कसं काय?'' डेव्हनपोर्ट म्हणाला. क्रेग आणि पेन यांचं कर्ज त्याचप्रमाणे इतर अनेकांची कर्जं आपण फेडू शकलो, याचं श्रेयही या निक मॉन्क्रीफलाच आहे, ही गोष्ट लॅरी डेव्हनपोर्टला आपल्या मित्रांपाशी कबूल करायची नव्हती.

''मी सगळा तपशील तुम्हाला जेवताना सांगेन,'' पेन म्हणाला. ''पण आज सगळ्यांत शेवटी मी माझी बातमी सांगणार आहे, कारण माझी खात्रीच आहे की, या वेळेला तुमच्यापैकी कोणाचीच बातमी इतकी जबरदस्त असणं शक्य नाही.''

एक तरुणी दारात येऊन म्हणाली, ''जेवण तयार आहे मि. क्रेग. तुमचं झालं की सांगा.''

तिघंही कॉलेजमधल्या जुन्या आठवणीत रंगून गेले होते. ते उठून जेवणघरात

शिरले. जसजशा त्या आठवणी दरवर्षी जुन्या होत चालल्या होत्या, तसतसा दरवर्षी त्यात नवीन मीठ-मसाला वाढत जात होता.

क्रेग यजमानाच्या जागी जाऊन बसला. त्याने आधी वाइनची चव घेऊन समाधानाने मान डोलवली. मग तो डेव्हनपोर्टकडे वळून म्हणाला, ''माझी उत्सुकता आणखी ताणू नको लॅरी. काय ते पटकन सांगून टाक. तुझी स्थिती आजकाल एकदम खूपच सुधारलेली दिसते.''

डेव्हनपोर्ट आता मुद्दामच खुर्चीत आरामात टेकून बसला. दोन्ही मित्रांचे कान आपल्याकडे लागले आहेत अशी पुरती खात्री पटल्यावर तो म्हणाला, ''काही दिवसांपूर्वी मला बीबीसीतून फोन आला होता. जरा भेटायला आणि औपचारिक गप्पा मारायला स्टुडिओत या, असा. असं कधीही झालं तरी त्याचा अर्थ नेहमी एकच असतो – ते तुम्हाला त्यांच्या एखाद्या रेडिओवरच्या श्रुतिकेमध्ये लहानशी भूमिका करण्याची विनंती करतात. पण पैसे इतके कमी देतात की, त्यातून जाण्यायेण्याचा खर्चपण नाही भागत; पण या खेपेला एका ज्येष्ठ निर्मात्याने चक्क मला बाहेर जेवायला नेलं. 'हॉल्बी सिटी' म्हणून त्यांची सध्या जी मालिका चालू आहे त्यात ते एक नवीन पात्र आणायचा विचार करत होते आणि माझं नाव त्यांचा फर्स्ट चॉईस आहे. डॉ. बेरेसफोर्डला आता लोक विसरून गेले आहेत, असाच त्याचा अर्थ होतो.''

''अरे वा, फारच छान!'' पेन म्हणाला.

''त्यांनी मला पुढच्या आठवड्यात स्क्रीन-टेस्टसाठी बोलावलं आहे.''

''ब्राव्हो!'' क्रेग हातातला ग्लास उंचावत म्हणाला.

''ते त्या भूमिकेसाठी मी सोडून दुसऱ्या कुणाचाही विचार करत नसल्याचं माझ्या एजंटने मला सांगितलं. त्यामुळेच तो सरळ तीन वर्षांचा करारच करायचा प्रयत्न करणार आहे. शिवाय करार रिन्यू करावा लागला, तर त्यासाठी चांगल्या कडक अटीपण घालणार आहे.''

''फारच छान! खरंच!'' पेन म्हणाला. ''पण माझी बातमी तुम्हा दोघांपेक्षाही भारी आहे, हे नक्की. तुझं काय ते बोल स्पेन्सर!''

क्रेगने आपला ग्लास भरून आधी एक घुटका घेतला आणि मगच तो बोलला. ''लॉर्ड चॅन्सेलरसाहेबांनी मला पुढच्या आठवड्यात भेटीसाठी बोलवलंय.'' एवढं बोलून त्याने मुद्दामच आणखी एक घुटका घेतला आणि शांत बसून राहिला.

''ते काय तुला त्यांचा जॉब ऑफर करणार आहेत की काय?'' डेव्हनपोर्ट म्हणाला.

''तेही काही दिवसांनी होईलच,'' क्रेग म्हणाला. ''पण माझ्यासारख्या साध्यासुध्या माणसाला त्यांच्यासारखा माणूस जेव्हा भेटायला बोलवतो, तेव्हा त्याचा अर्थ एकच असतो, तो म्हणजे ते मला नक्की सरकारी वकील होण्याची ऑफर देणार.''

''आणि खरोखर तुझी आहेच तेवढी पात्रता!'' असं म्हणून पेन आणि डेव्हनपोर्ट या दोघांनी उभं राहून क्रेगला एक सॅल्यूट ठोकला.

''पण अजून त्यांनी तशी घोषणा केलेली नाही,'' क्रेग त्यांना हाताने खाली बसायची खूण करत म्हणाला, ''तेव्हा तुम्ही दोघं यातलं एक अक्षरसुद्धा बाहेर कुठे बोलू नका.''

क्रेग आणि डेव्हनपोर्ट आपल्या खुर्च्यांमध्ये रेलून बसले आणि पेनला म्हणाले, ''आता तुझी पाळी. सांग बरं, अशी कुठली गोष्ट आहे, ज्याने आपली सर्वांची आयुष्यं बदलून जाणार आहेत?''

दरवाज्यावर थाप पडली.

''या आत.'' डॅनी म्हणाला.

बिग अल् दार उघडून आत आला. त्याच्या हातात एक भलंमोठं पार्सल होतं. ''बॉस, हे आत्ता आलंय. कुठे ठेवू?'' तो म्हणाला.

''टेबलावर ठेव.'' डॅनी म्हणाला. तो हातातलं पुस्तक तसंच वाचत राहिला. त्या पार्सलविषयी जराही उत्सुकता त्याने चेहऱ्यावर दिसू दिली नाही. बिग अल्ने जाताना दार लावून घेतल्यावर मात्र डॅनी हातातलं पुस्तक बाजूला ठेवून उठला. त्या पाकिटावर धोक्याची सूचना छापलेली होती. त्याने ते अत्यंत काळजीपूर्वक उघडलं. वरचं कव्हर काढल्यानंतर आत एक कार्डबोर्डचं खोकं होतं. त्याचं झाकण सेलोटेपने बंद केलेलं होतं. डॅनीने बऱ्याच प्रयत्नांनंतर अखेर ते उघडलं.

आत काळे रबरी बूट होते. साईज साडेनऊ. त्याने ते घालून पाहिले. अगदी व्यवस्थित बसत होते. त्यातून एक रबरी हातमोज्यांची जोडी आणि एक टॉर्चपण निघाला. ते बाहेर काढल्यावर आतून एक नायलॉनचा बॉडीसूट आणि एक मास्क निघाला. त्याने ऑर्डर करताना मुद्दाम सर्व गोष्टी काळ्या रंगाच्याच मागवल्या होत्या. सगळ्यात खाली त्या खोक्यात एक प्लॅस्टिकचा बंद डबा होता. त्यावर धोक्याची सूचना छापलेली होती. तो प्लॅस्टिकचा डबा एका जाडजूड प्लॅस्टिक कव्हरमध्ये गुंडाळलेला होता. त्याने तो उघडला मात्र नाही. त्या डब्यात काय होतं, याची त्याला व्यवस्थित कल्पना होती. त्याने ड्रॉवरमधून एक जाडसर टेप काढून खोकं परत नीट बंद करून टाकलं आणि तो स्वतःशीच हसला. एक हजार पौंडाची उत्तम गुंतवणूक होती ती!

''आणि त्या छोट्याशा उपक्रमामध्ये तू स्वत: किती पैसे गुंतवणार आहेस?'' क्रेग म्हणाला.

''माझे स्वत:चे दहा लाख घालणार.'' पेन म्हणाला. ''त्यापैकी सहा लाख मी आधीच भरलेपण आहेत, लवकरात लवकर काँट्रॅक्ट करता यावं म्हणून!''

''पण मग तुझी जरा ओढ नाही का होणार?'' क्रेग म्हणाला.

''जरा ओढ? अरे चांगलीच ओढ होणार आहे,'' पेन म्हणाला. ''मात्र परत आयुष्यात कधी अशी सुवर्णसंधी चालून येणार नाही. पण मी खासदार झालो आणि सध्याच्या फर्ममधली पार्टनरशिप काढून घेतली, तरीसुद्धा या उपक्रमातून मिळणाऱ्या नफ्यावर मी आरामात गुजराण करू शकतो.''

''तू इथे काय प्रस्ताव मांडलायस, तो मी नीट समजून घेण्याचा प्रयत्न करतोय.'' डेव्हनपोर्ट म्हणाला. ''आपण या उपक्रमात जी काही रक्कम घालू, ती एक महिन्याच्या आत दुप्पट होईल, असंच म्हणणं आहे ना तुझं?''

''तशी शंभर टक्के खात्री तर कसलीच देता येत नाही,'' पेन म्हणाला. ''पण दोन घोड्यांची शर्यत आहे ही आणि आपला घोडा जिंकण्याची फार जास्त शक्यता आहे. थोडक्यात सांगायचं, तर एक जमिनीचा तुकडा साठ लाखांत खरेदी करण्याची संधी चालून आली आहे. पण एकदा मंत्रिमहोदयांनी ऑलिंपिक सायकलिंग स्टेडियमची घोषणा केली की, त्याचीच किंमत दुप्पट-तिप्पट वाढणारच आहे.''

''पण त्यांनी तुझ्याच जागेचं नाव जाहीर केलं, तरच.'' क्रेग म्हणाला.

''त्या वृत्तपत्रात मंत्रिमहोदयांचं त्या दोन खासदारांशी काय बोलणं झालं ते व्यवस्थित छापून आलंय. ते तुला मी दाखवलं ना?''

''हो, ते तू दाखवलंस,'' क्रेग म्हणाला, ''पण मी तरीही जरा बुचकळ्यात पडलोय. हा व्यवहार जर इतका फायदेशीर आहे, तर तो बेटा मॉन्क्रीफ स्वत:च त्यात का नाही पैसे घालत?''

''माझ्या मते त्याच्याकडे मुळात साठ लाख रुपये नव्हतेच,'' पेन म्हणाला. ''पण तरीही तो स्वत:जवळचे दहा लाख घालणार आहेच.''

''हे सगळं ऐकल्यावर मनात कुठेतरी शंकेची पाल चुकचुकते आहे एवढं खरं!'' क्रेग म्हणाला.

''तू इतका निराशावादी विचारसरणीचा आहेस ना!'' पेन म्हणाला. ''गेल्या खेपेला मी आपल्या मस्केटिअर्ससमोर अशीच एक सुवर्णसंधी घेऊन आलो होतो, त्या वेळी काय झालं ते आठव जरा – लॅरी, टोबी आणि मी आम्ही सर्वांनी ग्लूस्टरशायरच्या त्या शेतजमिनीत पैसे गुंतवले आणि केवळ दोन वर्षांच्या आत

त्यातून दामदुप्पट मिळवले. आता या खेपेला तर तेवढाही धोका नाहीये. फक्त या खेपेला तुमचे पैसे केवळ दहाच दिवसांत दुप्पट होणार आहेत.''

"ठीक आहे. मी दोन लाख गुंतवतो. तेवढा धोका पत्करण्याची तयारी आहे माझी,'' क्रेग म्हणाला. "पण जर काही घोळ झाला, तर मी तुझा खूनच करीन.''

पेनचा चेहरा एकदम पांढराफटक पडला. डेव्हनपोर्टच्या तोंडून शब्दच फुटेना. "कम ऑन, हा विनोद होता!'' क्रेग म्हणाला, "मग मी दोन लाख घालतो. तुझं काय लॅरी?''

"जर जेराल्ड दहा लाखांचा धोका पत्करायला तयार असेल, तर मग मीही तेवढेच घालेन.'' डेव्हनपोर्ट भानावर येत म्हणाला, "माझ्या रोजच्या राहणीमानात जराही बदल न करता तेवढे पैसे मी आरामात गुंतवू शकतो.''

"केवळ दहाच दिवसांत तुमच्या राहणीमानात आमूलाग्र बदल घडून येणार आहे.'' पेन म्हणाला. "आपल्यापैकी कुणालाही परत काम करण्याची गरज पडणार नाही.''

"ऑल फॉर वन, अँड वन फॉर ऑल!'' डेव्हनपोर्ट उठून उभा राहत म्हणाला.

"ऑल फॉर वन, अँड वन फॉर ऑल!'' पेन आणि क्रेग उठून उभे राहत म्हणाले. तिघांनी हातातले ग्लास उंचावले.

"पण बाकीची रक्कम तू कशी काय उभी करणार?'' क्रेग म्हणाला. "शेवटी आपले तिघांचे मिळून अर्ध्याहूनही कमीच जमतायत.''

"शिवाय मॉन्क्रीफ दहा लाख घालतोय ना! शिवाय आमचे चेअरमन पाच लाख घालणार आहेत. आणखी काही दोस्तमंडळीपण पैसे गुंतवायला तयार झाली आहेत. चार्ली डंकननेपण तयारी दाखवलीये. या आठवड्याच्या शेवटी सगळी रक्कम जमा होईल. शिवाय मस्केटिअर्सच्या पुढच्या डिनरचं यजमानपद माझ्याकडे आहे ना, मग मी तेव्हा 'हॅरीज् बार'मध्ये टेबल बुक करणार आहे.''

"नाहीतर मॅकडोनल्डमध्ये.'' क्रेग म्हणाला, "जर मंत्रिमहोदयांनी तुझ्या जागेऐवजी ती दुसरी जागा निवडली तर!''

६२

थेम्स नदीच्या काठी बसून नदीपलीकडे असलेल्या 'लंडन आय' रेस्टॉरंटकडे ॲलेक्स बघत होता. इतक्यात ती आली. तिला पाहताच तो उठून उभा राहिला.

"तू कधी 'लंडन आय' पाहिलं आहेस?" त्याने विचारलं.

बेथ बाकावर त्याच्याशेजारी बसत म्हणाली, "हो, ते नव्यानेच सुरू झालेलं असताना मी एकदा माझ्या वडिलांना तिथे घेऊन गेले होते. तिथे उंचावरून आमचं गॅरेजपण दिसायचं."

"आता थोड्याच दिवसांत तिथून 'विल्सन हाऊस' दिसेल." ॲलेक्स म्हणाला.

"हो ना! त्या डेव्हलपरने त्या बिल्डिंगला माझ्या वडिलांचं नाव द्यायची तयारी दाखवली, हा खरंतर त्याचा मोठेपणा. माझ्या वडिलांना किती आनंद झाला असता!"

"मला दोनच्या आत कोर्टात पोहोचायचंय," ॲलेक्स म्हणाला. "पण तुझी तातडीने भेट घेणं गरजेचं होतं. तुझ्यासाठी एक बातमी आहे."

"तुम्ही त्यासाठी तुमच्या लंच-ब्रेकवर पाणी सोडून इथे आलात ना?" बेथ म्हणाली.

"आज सकाळीच मला लॉर्ड चॅन्सेलर ऑफिसकडून पत्र आलंय," ॲलेक्स म्हणाला, "आणि ही केस परत उघडायचं त्यांनी मान्य केलंय." त्याचे ते शब्द ऐकून बेथने त्याला मिठी मारली. ॲलेक्स म्हणाला, "त्यांची अट एवढीच की, आपण काहीतरी नवीन पुरावा सादर केला पाहिजे."

"पण ती टेप नाही का नवीन पुरावा म्हणून सादर करता येणार?" बेथ म्हणाली. "डॅनीच्या नावाला लागलेला कलंक धुऊन निघावा, म्हणून आपण वृत्तपत्रांमधून जी मोहीम सुरू केली आहे, त्या संदर्भात त्यात त्या टेपविषयी छापून आलेलं आहे."

''या खेपेला ते नक्की ती टेप विचारात घेतील, अशी माझी खात्री आहे. तो कबुलीजबाब धाकदपटशा दाखवून काढून घेतला आहे असं जर त्यांना वाटलं, तर मग त्याचा उपयोग होणार नाही.''

''पण तसं घडलेलं नव्हतं हे आपण कसं काय सिद्ध करू शकणार?''

''तुला एक आठवतंय? डॅनी आणि बिग अल् हे निक मॉन्क्रीफ नावाच्या एका माणसाबरोबर एकाच कोठडीत राहत होते.''

''अर्थातच!'' बेथ म्हणाली. ''ते घनिष्ठ मित्र होते. डॅनीला लिहायला, वाचायला त्याने शिकवलं. डॅनीच्या अंत्ययात्रेलाही तो उपस्थित होता, पण आमच्यापैकी कुणालाही त्याच्याशी बोलण्याची परवानगी नव्हती.''

''वेल, त्या मॉन्क्रीफची सुटका होण्याच्या थोडे दिवस आधी त्याने मला एक पत्र लिहिलं होतं. डॅनी निर्दोष असून त्याच्या नावाला लागलेला काळिमा पुसून टाकण्यासाठी आपण काय लागेल ती मदत करायला तयार आहोत, असं त्याने त्या पत्रात लिहिलं होतं.''

''पण डॅनी निर्दोष आहे अशी खात्री असणारे हजारो लोक आहेत.'' बेथ म्हणाली. ''शिवाय बिग अल्ला साक्षीसाठी उभं करून काही फायदा नाही, असं तुम्हीच म्हणाला होता ना? मग या निकला उभं करून तरी काय वेगळं होणार आहे?''

''कारण हा निक तुरुंगात असताना रोजच्या रोज डायरी लिहायचा, असं डॅनीनेच मला सांगितलं होतं. त्यामुळे कदाचित या टेपच्या घटनेची त्याने नोंद करून ठेवली असेल. डायऱ्यांच्या पुराव्याचा कोर्टात नेहमीच गंभीरपणे विचार केला जातो.''

''पण मग तसं असलं, तर तुम्ही ताबडतोब त्या निकशी संपर्क साधा.'' बेथ आवाजातला उत्साह जराही न लपवता म्हणाली.

''ते काही तितकं सोपं नाही.'' ॲलेक्स म्हणाला.

''पण का नाही? त्याने तर आपण होऊन मदतीची तयारी दाखवली होती ना?''

''पण त्याची तुरुंगातून सुटका झाल्यानंतर अगदी थोड्याच दिवसांत परत पॅरोलच्या नियमाचा भंग केल्याबद्दल त्याला अटक करण्यात आली होती.''

''म्हणजे तो आता परत तुरुंगात आहे?''

''नाही. नवल करण्यासारखी गोष्ट तर तीच वाटते. जज्जनी त्याला एक अखेरची संधी दिली आहे. त्याने स्वतःच्या बचावासाठी दिलेला वकील चांगलाच जबरदस्त असणार.''

''पण मग त्याच्याकडून त्याच्या त्या डायऱ्या मिळवण्यात काय अडचण आहे?'' बेथ म्हणाली.

"आत्ता नुकताच तो या पॅरोल प्रकरणातून सहीसलामत सुटलाय. आता अचानक एखाद्या परक्या, अनोळखी वकिलाने त्याला पत्र पाठवून त्याच्या डायऱ्या मागितल्या, आणखी एका नव्याने खटल्यात त्याला साक्षीदार म्हणून ओढण्याचा प्रयत्न केला, तर तो बिथरून जाईल कदाचित. त्याला ते नाही आवडणार."

"पण निकवर काय वाट्टेल ते झालं तरी विश्वास टाकायला हरकत नाही, असं डॅनी म्हणायचा. नेहमी म्हणायचा." बेथ म्हणाली.

"मग मी आजच त्याला पत्र लिहीन." ॲलेक्स म्हणाला.

❖

डॅनीने फोन उचलला.

"आज सकाळी पेनने वायर ट्रान्स्फरने सहा लाख पौंड जमा केले आहेत." पलीकडचा आवाज म्हणाला. "आता येता आठवडा संपण्यापूर्वी जर त्याने राहिलेले छप्पन्न लाख पौंड जमा केले, तर ती सायकलिंग स्टेडियमसाठी मुक्रर केलेली जागा त्याच्या मालकीची होईल. मला तुम्हाला आणखी एक गोष्ट सांगायची होती. आजच सकाळी एक कोटीची ऑफर आली होती; पण तुमच्या सूचनेनुसार आम्ही ती स्वीकारली नाही. तुम्ही हे जे काही करताय, ते पूर्ण विचारान्ती करत असाल, अशी आशा आहे."

आता डॅनीने आपल्या लंडनमधल्या बँक मॅनेजरला फोन केला.

"गुड मॉर्निंग सर निकोलस, काय सेवा करू?"

"गुड मॉर्निंग मि. वॉटसन. आजच्या आज माझ्या करंट अकाउंटमधून दहा लाख पौंड तुम्ही बेकर, ट्रेम्लेट अँड स्मिथ या फर्मच्या क्लाएंट अकाउंटमध्ये ट्रान्स्फर करा."

"नक्की करतो सर!" तो म्हणाला. त्यानंतर फोनवर दीर्घ काळ शांतता पसरली. वॉटसन नंतर म्हणाला, "सर, त्यामुळे तुम्ही तुमच्या खात्यातल्या शिलकीपेक्षा मोठ्या रकमेची उचल करताय. तुमचा अकाउंट ओव्हरड्रॉ करावा लागेल, याची तुम्हाला नीट कल्पना आहे ना?"

"हो. मला त्याची व्यवस्थित कल्पना आहे; पण एक ऑक्टोबरला तुम्हाला माझ्या आजोबांच्या ट्रस्टकडून चेक आला की, परत सगळं व्यवस्थित होईल, अशी मी तुम्हाला ग्वाही देतो." डॅनी म्हणाला.

"मी आत्ताच्या आत्ता सगळं पेपरवर्क करतो आणि झालं की लगेच तुम्हाला फोन करतो." वॉटसन म्हणाला.

"तुम्ही तुमचं पेपरवर्क जेव्हा करायचं तेव्हा करा. मला त्याच्याशी काही देणं-

घेणं नाही, पण आज संध्याकाळी बँकेचे व्यवहार संपायच्या आत तेवढी रक्कम मी सांगतो त्याप्रमाणे ट्रान्स्फर झाली पाहिजे.'' असं म्हणून डॅनीने फोन ठेवला. ''डॅम!'' त्याने स्वत:ला एक शिवी हासडली. 'निक या वेळी असं निश्चितच नसता वागला. आपण परत निकच्या भूमिकेत लवकरात लवकर शिरायला हवं.' त्याने मागे वळून पाहिलं, तर दारात मॉली अक्षरश: थरथरत उभी होती. तिच्या तोंडून शब्द फुटत नव्हता.

''काय झालं मॉली?'' डॅनी ताडकन उठून उभा राहत म्हणाला, ''तू ठीक आहेस ना?''

''अहो... तो... तो आहे... तो,'' ती कुजबुजत्या स्वरात म्हणाली.

''तो? कोण तो?'' डॅनी म्हणाला.

''तो नट.''

''कुठला नट?''

''अहो, तो नाही का... डॉ. बेरेसफोर्ड... तुम्हाला नाही का माहीत... तो लॉरेन्स डेव्हनपोर्ट...''

''खरं की काय?'' डॅनी म्हणाला. ''मग एक काम कर. त्याला हॉलमध्ये नेऊन बसव. त्याला चहा-कॉफी विचार. मी एक मिनिटात येतोच आहे, असं सांग त्याला.''

मॉली अक्षरश: पळतच खाली गेली. पेनच्या फाइलमध्ये डॅनीने दोन नोंदी केल्या आणि ती मिटून परत शेल्फात जागच्या जागी ठेवून दिली. मग त्याने डेव्हनपोर्टची फाइल काढून त्यातल्या सगळ्या नोंदी नीट नजरेखालून घातल्या.

तो ती फाइल बंद करून ठेवणार इतक्यात एक विशिष्ट नोंद त्याच्या नजरेस पडली. त्याचं शीर्षक होतं– 'सुरुवातीचे दिवस.' ते वाचून डॅनीच्या ओठांवर अस्फुट स्मित उमटलं. त्याने फाइल बंद करून परत शेल्फात ठेवून दिली आणि तो आपल्या आगंतुक पाहुण्याचं स्वागत करण्यासाठी जिन्याच्या पायऱ्या उतरू लागला.

डॅनीला बघताच डेव्हनपोर्ट अक्षरश: उडी मारून उठला आणि त्याने घाईने पुढे येऊन डॅनीचे दोन्ही हात हातात घेतले. त्याचा आजचा अवतार पाहून डॅनी क्षणभर चकित झाला. त्याने घोटून गुळगुळीत दाढी केली होती. त्याच्या अंगात महागडा उंची सूट होता. तो झकपक तयार होऊन आला होता. 'हा आपले तीन लाख पौंड परत तर नाही करायला आला?' असं क्षणभर डॅनीच्या मनात येऊन गेलं.

''हे असं न कळवता आल्याबद्दल माफ करा हं,'' डेव्हनपोर्ट म्हणाला, ''पण अत्यंत निकडीचं काम निघालं, म्हणून आलो मी.''

''त्याची मुळीच काळजी नका करू.'' डॅनी समोर बसत म्हणाला. ''बोला, काय मदत करू मी तुमची?''

मॉलीने डेव्हनपोर्टच्या हातात कॉफीचा कप दिला.

“क्रीम का दूध मि. डेव्हनपोर्ट?”

“काहीच नको थँक यू!” तो म्हणाला.

“साखर, मि. डेव्हनपोर्ट?”

“नको. थँक यू.”

“मी तुमच्यासाठी चॉकलेट बिस्किट आणू का?” मॉली म्हणाली.

“नको, नको. थँक यू!” डेव्हनपोर्ट पोटावरून हात फिरवून म्हणाला.

डॅनी आरामात रेलून बसला आणि स्वत:शीच हसला. ‘आत्ता आपण ग्रिम्स्बी बरो कौन्सिलच्या कार पार्किंगच्या रखवालदाराच्या मुलाची एवढ्या अदबीने सरबराई करतोय, हे जर मॉलीला समजलं, तर तिची काय बरं प्रतिक्रिया होईल?’ – या कल्पनेने डॅनीला हसू येत होतं.

“बरं, पण तुम्हाला अजून काही हवं असलं, तर मला सांगा हं मिस्टर डेव्हनपोर्ट.” मॉली म्हणाली. ती मोठ्या नाइलाजाने परत निघून गेली. डॅनीसाठी नेहमीसारखं हॉट चॉकोलेट आणायलापण ती विसरली. ती गेल्यावर हॉलचं दार बंद करत डॅनी म्हणाला, “सॉरी हं. ती नेहमी अगदी शहाण्यासारखी वागते.”

“डोंट वरी,” डेव्हनपोर्ट म्हणाला. “अशा गोष्टींची सवय होते आम्हाला.”

“आता मला सांगा, काय मदत करू मी?” डॅनी म्हणाला.

“मला एका धंद्यामध्ये मोठ्या रकमेची गुंतवणूक करायची आहे. तात्पुरती. फार दिवसांसाठी नको आहेत मला पैसे. मी अगदी थोड्याच आठवड्यांच्या कालावधीत तुमची संपूर्ण रक्कम परत करीन. एवढंच नव्हे तर –” असं म्हणून त्याने फायर-प्लेसच्या वर लावलेल्या पेंटिंग्जकडे पाहिलं. “मी अगदी लवकरात लवकर माझी सगळी पेंटिंग्जसुद्धा इथून परत नेईन, अशी माझी खात्री आहे.”

अगदी थोड्याच दिवसांत त्या सगळ्याच्या सगळ्या पेंटिंग्जवर डॅनीचं मन जडलं होतं. ती पेंटिंग्ज डेव्हनपोर्टला परत करावी लागण्याची कल्पना त्याला फारशी रुचली नाही. “आय ॲम सॉरी. तुम्हाला इथे आल्यावर खूप वाईट वाटलं असेल ना?” तो डेव्हनपोर्टला म्हणाला. दिवाणखान्यात जागोजागी डेव्हनपोर्टची सगळी आवडती पेंटिंग्ज लटकत होती. “पण काळजी करू नका. तुम्ही पैसे भरलेत की, लगेच मी ती तुम्हाला परत करीन.”

“मला आधी वाटलं होतं, त्याहून कितीतरी आधीच मी तुमचे पैसे परत करू शकेन.” डेव्हनपोर्ट म्हणाला. “फक्त त्यासाठी या छोट्याशा कामात मला तुमची मदत लागणार आहे.”

“तुम्हाला किती रकमेची गरज लागणार आहे?”

“दहा लाख.” डेव्हनपोर्ट जरा चाचरत म्हणाला. “त्यात मोठी अडचण अशी आहे की, हे पैसे मला एका आठवड्याच्या आतच उभे करायचे आहेत.”

''पण मग या खेपेला तुम्ही तारण म्हणून काय ठेवू इच्छिता?'' डॅनी म्हणाला.

''रेडक्लिफ स्क्वेअरमधलं माझं घर.''

गेल्या खेपेला डॅनी आणि डेव्हनपोर्ट जेव्हा भेटले होते, तेव्हा घर गहाण ठेवण्याच्या संदर्भात डेव्हनपोर्ट म्हणाला होता, ''माझं घर? नाही. कधीच नाही. तसा विचारसुद्धा मनात आणू नका.''

''म्हणजे तुम्ही घर तारण ठेवून माझ्याकडून पैसे घेऊन जाणार आणि एका महिन्यातच ते पैसे परत करून घर पुन्हा ताब्यात घेणार, असंच म्हणताय ना तुम्ही?'' डॅनी म्हणाला.

''अगदी बरोबर. एका महिन्यातच! शंभर टक्के.''

''आणि तुम्ही त्या कालावधीत दहा लाख पौंड परत नाही करू शकलात... तर?''

''मग या पेंटिंग्जप्रमाणे माझं घरसुद्धा तुमच्या मालकीचं होऊन जाईल.''

''मला मंजूर आहे!'' डॅनी म्हणाला, ''तुम्हाला पैशांची बरीच घाई आहे, तेव्हा मी अगदी लगेचच माझ्या वकिलांशी बोलून करारनामा बनवून घेतो.''

डेव्हनपोर्ट उठला. डॅनी त्याला पोहोचवायला निघाला. हॉलच्या दारातून बाहेर पडून पॅसेज ओलांडून दोघं घराच्या मुख्य दरवाज्यापाशी आले, तर तिथे डेव्हनपोर्टचा ओव्हरकोट हातात घट्ट पकडून मॉली उभी होती.

''थँक यू!'' डेव्हनपोर्ट तिला म्हणाला. तिने त्याला तो कोट अंगात चढवायलासुद्धा मदत केली.

''मी काय ते कळवतो मग.'' डॅनी म्हणाला. डेव्हनपोर्टशी शेकहँड करण्याचे कष्टही त्याने घेतले नाहीत. मॉलीने मात्र त्याला वाकून मुजरा करायचंच बाकी ठेवलं होतं.

डॅनी परत फिरला तो थेट आपल्या स्टडीत गेला. ''मॉली, मला काही फोन करायचे आहेत, त्यामुळे मला जेवायला उशीर होईल.''

पण मॉलीने काहीच उत्तर दिलं नाही. मग त्याने मागे वळून पाहिलं, तर मॉली दरवाज्यात एका स्त्रीशी बोलत उभी होती.

''तुम्ही येणार आहात हे त्यांना माहीत आहे का?'' मॉली म्हणाली.

''नाही.'' मिसेस बेनेट म्हणाल्या. ''मी अचानकच आले आहे.''

६३

मध्यरात्री दोन वाजता घड्याळाचा गजर वाजला. डॅनी जागाच होता. तो उडी मारून उठला. त्याने कपडे आधीच सोफ्यावर नीट काढून ठेवले होते. अंधारातच ते त्याने चढवले.

त्याने घड्याळात पाहिलं. दोन वाजून सहा मिनिटं. तो बाथरूममधून बाहेर पडून हलक्या पावलांनी खाली आला. घरातून बाहेर पडला. कार समोरच होती. अंधार इतका होता की, काही दिसत नव्हतं; पण बिग अल् स्टिअरिंग व्हीलमागे तयारीत बसलेला असणार, याची त्याला खात्रीच होती.

डॅनी गाडीत बसला. दोघं एक अक्षरही बोलले नाहीत. बिग अल्ने गाडी सुरू केली आणि सरळ नदीकाठी निघाला. गेल्या आठवड्यात एकूण पाच वेळा त्याने पळत तो ठरावीक मार्ग पार केला होता. दोन वेळा दिवसा आणि तीनदा रात्री. पण आज रात्री मात्र नुसती रंगीत तालीम नव्हती. आज ती मोहीम त्यांना पार पाडायची होती. त्या सगळ्या रंगीत तालमीच्या वेळीसुद्धा अत्यंत काटेकोरपणाने एखादी लष्करी मोहीम पार पाडावी त्या अचूकतेने आणि समरसतेने बिग अल् सर्व पार पाडत होता. त्याचा नऊ वर्षांचा आर्मीतला अनुभव इथे उपयोगी पडत होता. दिवसा त्यांना त्रेचाळीस मिनिटं लागत होती, तर रात्री तेवढंच अंतर एकोणतीस मिनिटांत पार पाडणं शक्य होत होतं; वेगमर्यादा एकदाही न ओलांडता!

हाउस ऑफ कॉमन्सची इमारत पार करून ते थेम्स नदीच्या उत्तरेच्या दिशेने जात असताना डॅनी विचारात गढून गेला होता. एकदा ठरलेल्या ठिकाणी पोहोचल्यावर काय काय करायचं याची डॅनी मनात उजळणी करत होता. आता ते शहरात शिरून ईस्ट एंड भागात निघाले होते. मध्येच एक प्रचंड मोठी कन्स्ट्रक्शन साइट लागली. तिथे काम चालू होतं. जाहिरातीचा भलामोठा बोर्ड लावला होता. 'विल्सन हाउस' बांधून पूर्ण झाल्यावर ते कसं दिसेल याचं चित्र

त्यावर रंगवलेलं होतं. ते पाहताच डॅनीची तंद्री क्षणभर भंग पावली. त्या जाहिरातीत वर्णनपण दिलं होतं : साठ लक्झरी फ्लॅट्स! तीस स्वस्त दरातल्या सदनिका! त्यातल्या नऊ बुकपण झाल्या होत्या, असं त्यात म्हटलं होतं. पेंटहाउससुद्धा बुक झालं होतं. डॅनीला हसू आलं.

बिग अल्‌ची गाडी माईल एंड रोडवर धावत होती. पुढे एक रस्त्याची पाटी लागली. त्यावर लिहिलं होतं - 'स्ट्रॅटफोर्ड - द होम ऑफ द २०१२ ऑलिंपिक्स' अकरा मिनिटांनंतर मुख्य रस्ता सोडून गाडी मातीच्या रस्त्यावर धावू लागली. त्याने गाडीचे दिवे बंद केले. रस्त्यातला प्रत्येक खाचखळगा, प्रत्येक वळण त्याच्या ओळखीचं होतं. प्रत्येक दगड ओळखीचा होता.

काही मिनिटांनंतर डॅनीने बिग अल्‌च्या कोपराला स्पर्श केला. त्याने गाडी थांबवली. दोघं गाडीतून उतरून मागे गेले. बिग अल्‌ने डिकी उघडली. आतली बॉक्स काढून जमिनीवर ठेवली. अगदी आदल्या दिवशी रात्री ठेवली होती, तशीच! डॅनी मोकळ्या जागेकडे चालत गेला. ते याआधी दिवसाउजेडी आले होते, तेव्हा त्यांनी जमिनीच्या फटी शोधून एकंदर एक्काहत्तर पांढरे खडे एक-एक करत त्या फटींमध्ये खुणेसाठी ठेवून दिले होते. त्यातले आधीच्या खेपेला त्याला त्रेपन्न शोधून काढता आले होते. मग आज दुपारी परत येऊन त्याने पाहणी केली होती. कोणते खडे नजरेखालून सुटले ते नीट पाहून ठेवले होते. आज रात्री कोणतीही चूक होऊन चालणार नव्हती.

दिवसाच्या वेळी तीन एकरांचा तो जमिनीचा पट्टा पार करायला त्याला दोन तास लागत. आदल्या रात्री त्याच गोष्टीला तीन तास सतरा मिनिटं लागली होती. आज तर कदाचित त्याहूनही अधिक वेळ लागला असता. कारण आज खूप वेळा खाली बसून वर उठावं लागणार होतं.

हवामानखात्याने वर्तवलेल्या अंदाजानुसार खरोखरच आकाश निरभ्र होतं. पहाटे थोडा पावसाचा शिडकावा होईल, असं त्यांनी सूचित केलं होतं. डॅनीने ती रात्र, ती विशिष्ट वेळ अत्यंत काळजीपूर्वक निवडली होती. बिग अल्‌ने खोक्यातून काळा बॉडी सूट काढून डॅनीच्या हातात दिला. डॅनीने तो घातला. तो सूट घालण्याचीसुद्धा अंधारात कित्येकदा रंगीत तालीम करून झाली होती. बिग अल्‌ने त्याच्या हातात रबराचे बूट आणि हातमोजे ठेवले. त्यानंतर मास्क, टॉर्च आणि सगळ्यात शेवटी तो धोक्याची सूचना छापलेला प्लॅस्टिकचा डबा!

बॉस मोहिमेवर निघाल्यावर बिग अल् गाडीला टेकून उभा राहिला. डॅनी मोकळ्या जागेच्या ठरलेल्या कोपऱ्यावर गेला आणि तिथून मोजून सात ढांगा टाकून पहिल्या फटीतल्या पांढऱ्या दगडापाशी गेला. त्याने हात घालून फटीतला दगड उचलून खिशात टाकला; टॉर्च लावला आणि एक अत्यंत लहानसं तृणपातं

त्या जमिनीच्या फटीत सरकवलं. परत टॉर्च बंद करून तो उठला. आदल्या दिवशी तृणपात्याशिवाय याचीपण रंगीत तालीम करून झाली होती. आणखी नऊ ढांगा टाकून तो दुसऱ्या फटीतल्या दुसऱ्या खड्यापाशी आला. तिथे परत एकदा त्याने पहिल्याप्रमाणेच सर्वकाही केलं. असं करत करत तो पुढे निघाला.

बिग अल्ला सिगारेट ओढण्याची तल्लफ आली होती; पण ती त्याने आवरली. हा धोका पत्करणं शक्यच नव्हतं. बोस्नियामध्ये असताना त्याच्या एका साथीदाराने अशीच तल्लफ आल्यावर न राहावून सिगारेट शिलगावली होती आणि पुढच्याच क्षणी थेट त्याच्या डोक्यातून गोळी आरपार गेली होती. आपला बॉस पुढचे तीन तास तरी परतणार नाही, हे बिग अल्ला पुरतं माहीत होतं. त्यामुळे विचारांच्या तंद्रीमध्ये कोणत्याही परिस्थितीत आपलं लक्ष विचलित होऊन चालणार नाही, अगदी सावधपणे टेहळणी करत इथे उभं राहायला हवं, याची त्याला पूर्ण जाणीव होती.

तेवीस नंबरचा खडा त्या मोकळ्या जागेच्या पलीकडच्या टोकाला होता. डॅनीने एका मोठ्या भोकात हातातल्या टॉर्चचा प्रकाश टाकला. आतला खडा उचलून, आपल्या खिशात टाकून डॅनीने एक लहानसं तृणपातं अलगद त्या फटीत सरकवलं.

बिग अल्ने अंग ताणून एकदा आळस दिला आणि मग गाडीभोवती एक चक्कर मारली. पहाटेचे पहिले किरण पडण्यापूर्वी त्याला काम संपवून परत निघणं भाग होतं. सहा वाजून अठ्ठेचाळीस मिनिटांनी पहिले किरण पडणार होते. त्याने घड्याळावर नजर टाकली. आत्ता चार वाजून सतरा मिनिटं झाली होती. इतक्यात डोक्यावरून एक विमान गेलं. डॅनी आणि बिग अल् दोघांनीही दचकून वर पाहिलं. आज पहाटे हीथ्रोवर उतरणारं ते पहिलं विमान होतं.

डॅनीने छत्तीस नंबरचा खडा उजव्या खिशात टाकला. हे असं बराच वेळ चालूच होतं. पावलं मोजून पुढे जायचं. टॉर्चच्या प्रकाशात जमिनीतल्या फटीत ठेवलेला खडा काढून खिशात टाकायचा. त्या फटीत तृणपातं सरकवायचं आणि परत टॉर्च बंद करून पावलं मोजत पुढे जायचं. जमिनीवर वाकून बसणं, परत उठणं, चालणं, परत बसणं – आदल्या दिवशीपेक्षा आज जरा जास्तच थकवा डॅनीला जाणवत होता.

इतक्यात तिकडून एक कार येऊन जवळ पन्नास यार्डांवर उभी राहिली. बिग अल् तर जागच्या जागीच थिजला. गाडीत जे कुणी होतं, त्याने आपल्याला पाहिलंय का नाही, हे बिग अल्ला कळेना. तो सरळ जमिनीवर झोपला आणि रांगत रांगत शत्रूच्या दिशेने निघाला. इतक्यात आकाशात ढगाआडून चंद्र बाहेर आला. प्रकाशाची तिरीप पडली; अगदी किंचित. 'चला, आज चंद्रपण आपल्याला सामील

आहे, असं दिसतंय!' बिग अल्‌ला हसू फुटलं. त्या कारचे हेडलाईट्स बंद होते; पण आतला मिणमिणता दिवा मात्र चालू होता.

डॅनीला दुरून कारचे दिवे दिसल्याचा भास झाला आणि तो ताबडतोब जमिनीवर पालथा पडला. जर काहीही धोका असता, तर बिग अल्‌ने तीन वेळा टॉर्चचा लाईट टाकून डॅनीला इशारा करायचा, असं त्यांचं ठरलं होतं. डॅनी एक मिनिटभर जमिनीवर तसाच पालथा पडून राहिला. पण सध्या तरी काही धोका नसावा, असं त्याला वाटलं. मग तो परत उठून कामाला लागला.

बिग अल् रांगत रांगत त्या कारच्या अगदी जवळ पोहोचला होता. कारच्या खिडक्यांच्या काचा बंद असल्या, तरी आतला मिणमिणता दिवा चालू होता. बिग अल्‌ने गुडघ्यांवर उभं राहून मागच्या काचेतून गाडीत डोकावून पाहिलं आणि त्याला हसूच कोसळलं. त्याने अक्षरश: मनावर ताबा ठेवून हसू आवरलं. आत एक प्रेमी जोडपं प्रणयक्रीडेत मग्न होतं. तो तसाच परत फिरून रांगत रांगत परत आपल्या कारपाशी आला.

एव्हाना डॅनी सदुसष्टाव्या खड्ड्यापाशी पोहोचला होता. त्याने मनातल्या मनात एक शिवी हासडली. त्याने संपूर्ण जमीन अक्षरश: काळजीपूर्वक पिंजून काढली होती, तरीही त्याच्या चार जागा सुटल्याच होत्या; पण तो तसाच हळूहळू चालत गाडीकडे परत येऊ लागला. एकेक पाऊल जड झालं होतं. दोन्ही खिशांत भरलेल्या खड्यांचं वजन चांगलंच जाणवू लागलं होतं.

बिग अल् आपल्या कारपाशी परत आल्यावरही त्या दुसऱ्या कारकडे नीट लक्ष ठेवून होता. 'बॉसचं त्या दुसऱ्या कारकडे लक्ष गेलं होतं की नाही, देव जाणे!' अचानक त्याला गाडीचं इंजीन सुरू झाल्याचा आवाज आला. हेडलाइट लावून एक कार गिरकी घेऊन मातीच्या रस्त्याला लागली आणि क्षणार्धात दिसेनाशी झाली.

बिग अल्‌ला समोरून डॅनी येताना दिसला. त्याने ताबडतोब डिकीतून रिकामं खोकं काढून बाहेर जमिनीवर ठेवलं. डॅनीने हळूहळू खिशातले खडे काढून सावकाश त्या खोक्यात ठेवले. अत्यंत काळजीपूर्वक! जरासुद्धा आवाज होऊन चालणार नव्हता. कुणाचंही लक्ष वेधून घेणं परवडणारं नव्हतं. एकदा ते काम झाल्यावर त्याने मास्क काढला. हातमोजे, रबरी बूट, बॉडीसूट सगळं काढून बिग अल्‌च्या हातात ठेवलं. बिग अल्‌ने ते सगळं व्यवस्थित त्या खोक्यात भरलं. सर्वांत शेवटी टॉर्च आणि रिकामा प्लॅस्टिकचा डबा त्यात ठेवला.

बिग अल् डिकी बंद करून, पुढे येऊन गाडी चालवायला बसला. डॅनीने मागे बसून सीटबेल्ट लावला. बिग अल्‌ने गाडी सुरू करून वळवली आणि कच्च्या रस्त्यावर आणली. दोघंही गप्पच होते. थोड्या वेळात मुख्य रस्ता लागला,

तरीही कोणीच एकही अक्षर बोललं नाही. काम अजून पुरतं संपलेलं नव्हतं.

त्याआधीच्या आठवड्यात बिग अल्ने बिल्डिंग कन्स्ट्रक्शनच्या वेगवेगळ्या साईट्स बघून ठेवल्या होत्या. त्यांनी रात्रीत हे जे उद्योग केले होते, त्याचा पुरावा नष्ट करून तो कुठे टाकता येईल, यासाठी जागा शोधणं भाग होतं. घरी परत जाताना बिग अल्ने एकूण अशा सात ठिकाणी गाडी थांबवली. त्यामुळे ते एरवी पंचेचाळीस मिनिटांत ते घरी पोहोचत. त्याऐवजी आता त्यांना एक तास लागला. ते घरी पोहोचले तेव्हा साडेसात वाजले होते. गाडीच्या पुढच्या काचेवर पावसाचे चार शिंतोडे पडले आणि डॅनीला मनापासून हसू आलं. तो आनंदाने गाडीतून उतरून पुढच्या प्रांगणातून चालत घरात आला. दारातच एक पत्र पडलं होतं. आत शिरता शिरता त्याने ते उचललं आणि उघडलं. पत्राखालची सही पाहताच तो ते घेऊन थेट वर स्टडीतच गेला. त्याने आत शिरून दार लावून घेतलं.

पत्र वाचल्यावर त्यावर काय उत्तर द्यावं ते त्याला समजेना. 'डॅनीसारखा विचार कर आणि निकसारखं वाग' असं तो स्वतःला बजावत राहिला.

६४

"निक, अरे, तू कसा काय?" सेरा म्हणाली. मग ती जरा पुढे झुकून कुजबुजत्या आवाजात मिस्कीलपणे म्हणाली, "तू अगदी गुडबॉयसारखं वागतो आहेस ना?"

"तू 'गुडबॉय' म्हणजे नक्की काय म्हणते आहेस, त्यावर ते अवलंबून आहे." डॅनी म्हणाला. डॅनी तिच्या शेजारच्या खुर्चीत बसला.

"तुझ्या आवडत्या मैत्रिणीबरोबर व्यवस्थित गाठीभेटी चालू आहेत ना?"

डॅनीच्या मनात बेथचा विचार चमकून गेला; पण सेरा मात्र मिसेस बेनेटबद्दल बोलत होती, याची त्याला कल्पना होती. "मी एकही मीटिंग चुकवत नाही." डॅनी म्हणाली. "अगदी काही दिवसांपूर्वी अचानक त्या माझ्या घरी आल्या होत्या... आणि बरं का... माझं घर 'राहण्याजोगं' आहे असं प्रशस्तिपत्रकपण दिलं त्यांनी. त्यांच्या हातातल्या फॉर्ममधल्या सगळ्याच्या सगळ्या चौकटींमध्ये त्या टिकमार्क करत होत्या."

"आणि परदेशी जाण्याचा विचारसुद्धा तू मनात आणलेला नाहीस ना?"

"मि. मन्रो यांना भेटायला मी स्कॉटलंडला जाऊन आलो. याला तर तू परदेशप्रवास म्हणणार नाहीस ना?"

"मग तुझ्या दुसऱ्या वकिलाला सांगण्यासाठी बरंच काही आहे का तुझ्यापाशी?"

"नाही, तसं काही विशेष नाही." डॅनी म्हणाला. "बरं, पण लॉरेन्स कसा आहे?" सेराला लॅरीने आपल्याकडून घेतलेल्या कर्जाविषयी काही सांगितलं तर नसेल, असा विचार त्याच्या मनात चमकून गेला.

"फारच छान चाललंय त्याचं! पुढच्या गुरुवारी 'हॉल्बी सिटी' या मालिकेच्या एका भूमिकेसाठी त्याची स्क्रीन टेस्ट आहे. ती भूमिका नव्याने खास त्याच्यासाठी लिहिण्यात आली आहे."

"मग? कुठली भूमिका आहे? खुनाच्या साक्षीदाराची की काय?" डॅनी

म्हणाला. पण ते शब्द तोंडातून बाहेर पडत असतानाच त्याला त्याचा पश्चात्ताप झाला.

"नाही, नाही." सेरा मोठ्यांदा हसत म्हणाली. "अरे, खूप वर्षांपूर्वी त्याने 'विटनेस फॉर द प्रॉसिक्यूशन'मध्ये भूमिका केली होती, त्याची तुला आठवण झालेली दिसते; पण त्याला तर कितीतरी वर्षं झाली."

"हो, खरंच खूप वर्षं झाली," डॅनी म्हणाला, "पण ती भूमिका इतकी जबरदस्त होती की, ती कधीच विसरणं शक्य नाही."

"तू लॅरीला इतक्या वर्षांपासून ओळखतोयस याची मला कल्पना नव्हती."

"पण प्रत्यक्ष ओळख कधीच झाली नव्हती. मी त्याला ओळखत होतो, एवढंच." डॅनी म्हणाला.

तेवढ्यात मागून एक ओळखीचा आवाज आला, "हॅलो सेरा!" डॅनीने सुटकेचा निःश्वास टाकला. चार्ली डंकनने खाली झुकून तिच्या गालावर ओठ टेकले.

"गुड टू सी यू निक." डंकन म्हणाला. "तुमची दोघांची एकमेकांशी ओळख आहे, असं दिसतंय."

"अर्थातच!" सेरा म्हणाली.

डंकन कुजबुजत्या स्वरात म्हणाला, "हे बघा, तुम्ही नाटकाविषयी काहीही बोलताना जरा जपूनच बोला हं. तुम्ही एका समीक्षकाच्या मागे बसला आहात. मग एन्जॉय करा नाटक!" हे शेवटचं वाक्य तो मुद्दामच मोठ्यांदा म्हणाला.

डॅनीने या ब्लिंग ब्लिंग नाटकाची संपूर्ण संहिता वाचून काढली होती; पण त्याला त्यातलं काहीही समजलं नव्हतं. त्यामुळे आता रंगमंचावर ते नाटक कसं काय सादर केलं जातंय, याविषयी त्याला जरा उत्सुकता होती. शिवाय आपण ज्या नाटकात दहा हजार पौंडांची गुंतवणूक केली, ते कसं आहे, हेही पाहायचं होतंच त्याला. त्याने हातातली नाटकाची सचित्र पुस्तिका उघडली. 'टोनी ब्लेअरच्या कारकिर्दीमधील ब्रिटनवरचे करमणूकप्रधान प्रहसन' असं त्या नाटकाचं त्यात वर्णन छापण्यात आलं होतं. मग त्याने त्या नाटकाच्या लेखकाविषयीची माहिती वाचण्यास सुरुवात केली. तो एक झेक लेखक होता... इतक्यात पडदा उघडला.

नाटकाच्या सुरुवातीच्या पंधरा मिनिटांत तरी एकही प्रेक्षक हसला नाही. डॅनीला नवल वाटलं, कारण 'हलकेफुलके प्रहसन' असं त्या नाटकाचं वर्णन करण्यात आलं होतं. नाटकाचा स्टार जेव्हा रंगमंचावर आला तेव्हा थोडाफार हशा पिकला; पण त्या जागी नाटककाराला तो हशा अभिप्रेत होता की नाही, देव जाणे! मध्यंतर झालं तेव्हा डॅनीने मोठ्याच कष्टाने एक जांभई परतवून लावली.

"तुझं काय मत झालं?" त्याने सेराला विचारलं. कदाचित आपल्याला नाटक कळलं नसेल, असं त्याला वाटलं.

सेराने ओठांवर एक बोट ठेवून समीक्षकाकडे खूण करत त्याला गप्प बसण्याची खूण केली. तो समीक्षक जोरजोरात काहीतरी लिहीत होता. "चल, जाऊन ड्रिंक घेऊ या." ती म्हणाली.

दोघं बाहेर पडले. चालताना सेराने हळूच त्याच्या दंडाला स्पर्श केला. "निक, आता या खेपेस मला तुझ्याकडून एक सल्ला हवा आहे."

"कशाविषयी?" डॅनी म्हणाला. "एक गोष्ट आधीच तुला सांगतो, मला नाटकातलं किंवा नाट्यव्यवसायातलं काहीही कळत नाही."

"नाही, नाही. मी खऱ्याखुऱ्या जगाविषयी बोलतेय. जेराल्ड पेन कुठल्यातरी एका जमिनीच्या व्यवहारात पैशांची गुंतवणूक करतोय. त्यात मीसुद्धा पैसे घालावे असा त्याचा जोरदार आग्रह चाललाय. त्याने तुझापण उल्लेख केला. त्यामुळे मी त्यात पैसे गुंतवावे का नाही, ती गुंतवणूक सुरक्षित आहे का नाही, हे तुलाच विचारायचं मी ठरवलं."

तिला त्यावर काय उत्तर द्यावं, तेच त्याला समजेना. त्याला या सुंदर, गोड मुलीच्या भावाचा तिरस्कार वाटत असला, तरी तिच्याशी त्याचं काहीच वाकडं नव्हतं. तिने तर त्याला तुरुंगात जाण्यापासून वाचवलं होतं.

"माझ्या मित्र-मैत्रिणींनी कशात पैसे गुंतवावेत आणि कशात गुंतवू नयेत, याबाबत मी त्यांना कधीच सल्ला देत नाही." डॅनी म्हणाला. "तसं कधी सांगूच नये; कारण त्यात जर त्यांना फायदा झाला, तर हा सल्ला तुम्ही त्यांना दिला होता, ही गोष्ट ते विसरतात आणि जर त्यात त्यांचं नुकसान झालं, तर ते वारंवार तुम्हाला त्या गोष्टीची जाणीव करून देतात. मी तुला एकच सल्ला देईन, जर परवडत नसेल, तर उगीच जुगार खेळू नये माणसाने. एखादी रक्कम गमावण्यामुळे जर आपली रात्रीची झोप उडणार असेल, तर अशी रक्कम कधीही पणाला लावू नये."

"चांगला सल्ला दिलास तू." सेरा म्हणाली. "मी खरंच त्याबद्दल ऋणी आहे तुझी."

डॅनी आणि सेरा बाहेरच्या बारमध्ये जाऊन तिथल्या स्टुलवर बसले. एका टेबलापाशी जेराल्ड पेन उभा होता. जो स्पेन्सर क्रेगसाठी शॅम्पेनचा ग्लास भरत होता. 'या ऑलिंपिक्स सायकल स्टेडियमच्या जागेवर स्पेन्सर क्रेगला स्वत:चे पैसे गुंतवण्याचा मोह झाला असेल का नसेल बरं?' डॅनीच्या मनात आलं. या नाटकानंतरच्या पार्टीत सगळी बित्तंबातमी काढून घ्यायचं त्यानं ठरवलं.

"आपण त्या दोघांना टाळू या." सेरा म्हणाली. "मला तो स्पेन्सर क्रेग मुळीच आवडत नाही."

"मलापण नाही." डॅनी म्हणाला. दोघं उठून बारपाशी गेले.

"ए सेरा, ए निक, आम्ही इकडे आहोत." जेराल्ड पेन लांबून ओरडला. तो जोरजोरात हात हलवत होता. "या ना इकडे. शॅम्पेन घ्या आमच्याबरोबर!"

डॅनी आणि सेरा मोठ्या नाइलाजाने त्यांच्यापाशी गेले. "तुला निक मॉन्क्रीफ आठवतात ना?" पेन स्पेन्सर क्रेगकडे वळून म्हणाला.

"ऑफ कोर्स," क्रेग म्हणाला. "याच माणसामुळे आपण सगळे श्रीमंत होणार आहोत ना!"

"बघू या आता काय होतं ते!" डॅनी म्हणाला. त्याच्या मनातल्या प्रश्नाचं तर त्याला आपोआपच उत्तर मिळालं होतं.

"आजच्या या प्रयोगानंतर आपल्याला पुष्कळच मोठ्या मदतीची गरज पडणार आहे." पेन म्हणाला.

"असू दे ना. याहूनही वाईट नाटकं असतात." सेरा म्हणाली. डॅनीने तिच्याकडे शॅम्पेनचा ग्लास सरकवला.

"अतिशय भिकार नाटक आहे." क्रेग म्हणाला. "मी यात केलेली गुंतवणूक अगदीच धुळीला मिळाली, असंच म्हणा."

"यात फार जास्त पैसे नव्हते ना गुंतवले तुम्ही?" डॅनी उगीचच काही सुगावा लागतोय का, ते बघण्यासाठी म्हणाला.

"मी तुम्ही सुचवलेल्या त्या व्यवहारात जेवढे पैसे गुंतवतोय, ते पाहता या नाटकातली गुंतवणूक काही विशेष नाही." क्रेग म्हणाला. त्याची नजर सेरावर खिळून राहिली होती.

पेन डॅनीच्या कानात हळूच कुजबुजला. "आज सकाळीच मी सगळीच्या सगळी रक्कम ट्रान्स्फर केली आहे. येत्या काही दिवसांत करारनाम्यावर सह्यापण होतील."

"हे ऐकून बरं वाटलं एकदम!" डॅनी मनापासून म्हणाला. खरं म्हणजे डॅनी या नाटकासाठी घरातून बाहेर पडण्याच्या काही काळ आधी त्या स्वीस बँकरने त्याला ही बातमी फोन करून कळवली होती.

"बाय द वे," पेन म्हणाला, "माझे काही राजकीय लागेबांधे वापरून मी पुढच्या गुरुवारच्या लोकसभेतल्या प्रश्नोत्तरांच्या तासाचे पासेस मिळवले आहेत. त्या मंत्रिमहोदय जेव्हा घोषणा करतील, तेव्हा तुम्हाला उपस्थित राहायचं असलं, तर या माझ्याबरोबर."

"थँक यू, पण माझ्याऐवजी तुम्हाला क्रेग किंवा लॉरेन्स डेव्हनपोर्टला नाही

का घेऊन जावंसं वाटत?'' डॅनी म्हणाला. अजूनही क्रेगचा उल्लेख स्पेन्सर असा करणं डॅनीच्या जिवावर यायचं.

''त्या दिवशी दुपारी लॅरीची स्क्रीन-टेस्ट आहे आणि स्पेन्सरची नेमकी तेव्हाच लॉर्ड चॅन्सेलरबरोबर अपॉईंटमेंट आहे; ती पण शहराच्या अगदी दुसऱ्या टोकाला. आणि ती अपॉईंटमेंट कशाच्या संदर्भात आहे, हे आपल्याला सगळ्यांना अगदी नीट माहीत आहे!'' तो डोळे मिचकावत म्हणाला.

''कशाच्या संदर्भात?'' डॅनी म्हणाला.

''स्पेन्सरला लवकरच सरकारी वकील होण्याचा बहुमान मिळतोय.'' पेन म्हणाला.

''अरे वा! अभिनंदन!'' डॅनी आपल्या शत्रूकडे वळून म्हणाला.

''ते अजून काही अधिकृतरीत्या बाहेर आलेलं नाही.'' क्रेग त्याच्याकडे न बघताच म्हणाला.

''पण पुढच्या गुरुवारी जाहीर होणारच आहे ना?'' पेन म्हणाला. ''तर मग निक, तुम्ही मला गुरुवारी साडेबारा वाजता 'हाउस ऑफ कॉमन्स' बिल्डिंगच्या बाहेर भेटा. आपण आधी मंत्रिमहोदयांचं भाषण ऐकू आणि मग सगळे मिळून जाऊ पार्टी करायला!''

''मग ठरलं तर. मी तिथे येतो.'' डॅनी म्हणाला. नाटकाचं मध्यंतर संपल्याची घंटा झाली. त्याने सेराकडे पाहिलं. क्रेगने तिला खिंडीत गाठलं होतं. तिथे जाऊन तिची सुटका करावी, असं त्याच्या मनात आलं; तेवढ्यात नाट्यगृहाकडे निघालेल्या गर्दीच्या लोंढ्यामुळे तो तिकडे जाऊ शकला नाही.

नाटकाचा पडदा वर जात असताना सेरा परत येऊन आपल्या जागेवर बसली. पुढचा अंक पहिल्या अंकापेक्षा पुष्कळच बरा होता; पण डॅनीच्या पुढच्या रांगेत बसलेला समीक्षक मात्र विशेष खूश दिसत नव्हता.

पडदा पडताक्षणी सर्वांत आधी तो समीक्षक उठून नाट्यगृहाबाहेर निघून गेला. त्याच्या मागोमाग निघून जाण्याची डॅनीला तीव्र इच्छा झाली; परंतु प्रथेप्रमाणे पडदा परत एकदा वर गेला आणि सर्व अभिनेते मंडळी रंगमंचावर आली, पण त्यांचं कौतुक करण्यासाठी प्रेक्षागृहातल्या फारसं कुणीच उत्साहाने टाळ्या वाजवत उठून उभं राहिलं नाही. अखेर प्रेक्षागृहातले दिवे लागल्यावर डॅनी सेराकडे वळून म्हणाला, ''नाटकानंतरच्या पार्टीला तू चाललीच आहेस ना? मग माझ्याच गाडीतून चल ना!''

''मी नाही चालले,'' सेरा म्हणाली, ''आणि आत्ता इथे हजर असलेले तरी किती त्या पार्टीला जातील, याची मला शंकाच वाटते.''

''आता तुझा सल्ला मी विचारतो,'' डॅनी म्हणाला, ''का बरं?''

"जे यात मुरलेले लोक असतात ना, त्यांना कोणतं नाटक फ्लॉप जाणार ते लगेच कळतं. मग अशा नाटकाच्या पार्टीला ते मुद्दाम अनुपस्थित राहतात. उगाच आपल्याला तिथे कुणी पाहिलं आणि या फ्लॉप-शोशी आपलं नाव जोडलं गेलं, तर कशाला – अशी त्यांची भूमिका असते.'' सेरा म्हणाली. ''पण तू या नाटकात फार जास्त पैसे गुंतवलेले नाहीस ना?''

"झोप उडण्याइतके जास्त नाही घातलेले.'' डॅनी म्हणाला.

"तू दिलेला सल्ला मी लक्षात ठेवीन.'' ती आपला हात त्याच्या हाती गुंतवत म्हणाली. ''मग एका एकट्या तरुणीला रात्रीच्या जेवणाला घेऊन जायला आवडेल का तुला?''

गेल्या खेपेला दुसऱ्या एकीला आपण असं डिनरला घेऊन गेलो आणि नंतर त्याचा शेवट कसा झाला, त्याची डॅनीला आठवण झाली. आणखी एका तरुणीचं नंतर तशाच पद्धतीने मन मोडायला लागू नये, विशेषतः हिचं तर मुळीच लागू नये, असं त्याला वाटलं. ''आय ॲम सॉरी, पण...'' तो म्हणाला.

"तुझं लग्न झालंय का?'' ती म्हणाली.

"तसं झालं असतं, तर किती बरं झालं असतं.'' डॅनी म्हणाला.

"ती तुला भेटायच्या आधी मी तुला भेटले असते, तर किती बरं झालं असतं!'' सेरा त्याच्या हातातून आपला हात सोडवून घेत म्हणाली.

"पण ती गोष्ट घडणं अशक्यच होतं.'' एवढंच बोलून डॅनी गप्प बसला. तो आणखी जास्त काहीच बोलला नाही.

"पुढच्या वेळी तिलापण बरोबर घेऊन ये.'' सेरा म्हणाली. ''तिला भेटायला आवडेल मला. आणि गुडनाईट निक! तू दिलेल्या सल्ल्याबद्दल परत एकदा आभार.'' असं म्हणून तिने डॅनीच्या गालावर ओठ ठेवले. मग ती आपल्या भावाला भेटायला निघून गेली.

जेराल्ड पेनच्या त्या ऑलिंपिकच्या जागेच्या व्यवहारात एक पेनीसुद्धा गुंतवू नको, असं तिला ओरडून सांगण्याचा डॅनीला मोह झाला. पण सेरा इतकी बुद्धिमान होती की, या प्रकरणात कुठेतरी पाणी मुरत असल्याचा संशय तिला लगेचच आला असता, असं त्याला वाटलं. तेवढा धोका पत्करणं शक्यच नव्हतं.

प्रेक्षकांचा लोंढा अगदी शांतपणे, फारसा आवाज न करता प्रेक्षागृहाच्या बाहेर पडत होता. डॅनीपण त्यात सामील झाला. चार्ली डंकन दारातच खाली मान घालून उदासपणे उभा होता. त्याला टाळून पुढे जाणं डॅनीला शक्य झालं नाही. तो डॅनीकडे पाहून क्षीणपणे हसला.

"ठीकच आहे, निदान क्लोजिंग नाइटच्या पार्टीचा खर्च तरी करावा लागणार नाही.'' तो म्हणाला.

६५

वेस्ट मिन्स्टर पॅलेसच्या सेंट स्टीफन्स प्रवेशद्वारापाशी डॅनी आणि जेराल्ड पेन एकमेकांना भेटले. डॅनी हाउस ऑफ कॉमन्समध्ये आज प्रथमच जात होता आणि सगळ्या गोष्टी डॅनीने ठरवल्याप्रमाणे घडल्या असत्या, तर जेराल्ड पेनची तर ही अखेरचीच भेट ठरली असती.

"माझ्याकडे पब्लिक गॅलरीचे दोन पास आहेत." पेन प्रवेशद्वारापाशी उभ्या असलेल्या पोलिसाकडे बघत खणखणीत आवाजात म्हणाला. पण सुरक्षा यंत्रणेतून पार पडून पुढे जायला त्यांना भरपूर वेळ लागला.

मेटल डिटेक्टरमधून पुढे गेल्यानंतर पेनने डॅनीला एका लांबलचक संगमरवरी कॉरिडॉरमधून पुढे नेलं. तिथून ते सेंट्रल लॉबीत जाऊन पोहोचले.

तिथे अनेक लोक आत जाण्याच्या प्रतीक्षेत ताटकळत बसून होते. "त्यांच्याकडे पासेस नाहीत," पेन डॅनीला म्हणाला. "त्यामुळे त्यांना खूप उशिरापर्यंत आत जायला मिळणार नाही. विशेषत: आज तर नाहीच."

डॅनीने सेंट्रल लॉबीमधल्या वातावरणावरून एकवार नजर फिरवली. तेवढ्यात तिथल्या डेस्कपाशी असलेल्या पोलिसाला भेटून पेनने आपले पासेस त्याच्याकडे दिले. संसद-सदस्य आपल्या मतदारसंघातून आलेल्या लोकांची विचारपूस करत होते. पर्यटक कोरीव काम केलेल्या छताकडे निरखून बघत होते. काही लोक रोजच तिथे येणारे होते. त्यांना तिथल्या कशाचंच नवल-विशेष वाटत नव्हतं. ते निर्विकार चेहऱ्याने आपापल्या कामासाठी चालले होते.

पेनला तर फक्त एकाच गोष्टीत स्वारस्य होतं. मंत्रिमहोदया आपली घोषणा करण्यासाठी जेव्हा उठतील, तेव्हा त्याला त्यांच्याकडे अगदी नीट बघायचं होतं. त्यामुळे लवकरात लवकर आत शिरून कधी एकदा चांगली जागा पकडतो, असं त्याला झालं होतं. शिवाय संसदेचं कामकाज कसं चालतं, हेपण पेनला नीट बघायला मिळावं अशी डॅनीचीसुद्धा इच्छा होतीच.

पोलिसाने आपल्या उजव्या हाताच्या कॉरिडॉरकडे खूण केली. पेन लगबगीने तिकडे निघाला. डॅनीला अक्षरश: पळत जाऊन त्याला गाठावं लागलं. कॉरिडॉरमध्ये हिरव्या रंगाचं जाजम घातलेलं होतं. कॉरिडॉरच्या टोकाला जिना होता. जणूकाही संसद-सदस्य असल्याच्या थाटात पेन त्या पायऱ्या चढून वर गेला. शेवटची पायरी चढून गेल्यावर तिथे एक माणूस उभा होता. त्याने डॅनी आणि पेनचे पास बघून त्यांना गॅलरीत नेऊन बसवलं. ती गॅलरी डॅनीच्या अपेक्षेपेक्षा फारच लहान होती. तिथे फारच कमी खुर्च्या होत्या. आपल्याला आत जायला मिळावं म्हणून बाहेर इतके लोक का आशेने थांबले होते, याचा उलगडा डॅनीला आता झाला. त्या माणसाने त्यांना चौथ्या रांगेतल्या दोन खुर्च्यांवर बसवून त्यांच्या हातात एक-एक छापील कागद ठेवला. डॅनीने गॅलरीतून खाली वाकून खालच्या हॉलमध्ये काय चाललंय, ते पाहण्याचा प्रयत्न केला. भर दुपार असून फारच कमी संसद-सदस्य उपस्थित होते. ऑलिंपिकच्या सायकलिंग गेम्स नक्की कुठे घेण्यात येणार आहेत, यात बऱ्याच संसद-सदस्यांना काहीही स्वारस्य नसावं; पण काही लोकांचं संपूर्ण भवितव्य मंत्रिमहोदयांच्या घोषणेवर अवलंबून होतं. अशांपैकी एक माणूस डॅनीच्या शेजारीच बसलेला होता.

हातातल्या छापील पेपरकडे बोट दाखवत पेन कुजबुजला, ''जास्त करून लंडनमधले खासदार उपस्थित आहेत.'' त्याने कागदाच्या सर्वांत वरच्या भागावर छापलेल्या एका गोष्टीकडे बोट दाखवत डॅनीचं लक्ष वेधलं. त्याचा हात थरथरत होता – दुपारी साडेबारा : क्रीडामंत्र्यांचे निवेदन.

खालच्या हॉलमध्ये जे काही चाललं होतं, ते समजून घेण्याचा डॅनीने प्रयत्न केला. आजचा दिवस आरोग्यमंत्र्यांना प्रश्न विचारण्यासाठी राखून ठेवण्यात आला होता, ही गोष्ट पेनने स्पष्ट करून सांगितली; पण बरोबर साडेबारा वाजता तो कार्यक्रम संपणार होता. या गॅलरीच्या खुर्चीऐवजी खालच्या हॉलमधली खासदाराची हिरवी खुर्ची मिळवण्यासाठी पेन किती अधीर झाला होता, हे त्याच्या हालचालींवरून सहज समजून येत होतं. ते पाहून डॅनीला हसू आलं.

सभापतींच्या डोक्यावरचा घड्याळाचा काटा जसा साडेबाराच्या दिशेने सरकत होता, तशी इकडे पेनची अस्वस्थता वाढत चालली होती. तो उजवा पाय जोरजोरात हलवत, हातातल्या छापील कागदाचा चोळामोळा करत बसला होता. डॅनी मात्र शांतच होता. क्रीडामंत्री काय घोषणा करणार, हे त्याला आधीच माहीत होतं.

साडेबारा वाजताच सभापती उठून खड्या आवाजात म्हणाले, ''क्रीडामंत्र्यांचं निवेदन.'' पेन घाईने बसल्याजागी मान उंचावत पुढे वाकून सरसावून बसला. त्याला सगळंकाही नीट निरखून बघायचं होतं. मंत्रिमहोदया उठून उभ्या राहिल्या. त्यांनी हातातली लाल रंगाची फाइल समोर उघडून ठेवली.

"मा. सभापती, ऑलिंपिक गेम्समधील सायकलिंगच्या स्पर्धा घेण्यासाठी मी कोणती जागा विचारात घेण्याचं ठरवलं आहे, त्यासंबंधीचं निवेदन मी आता सभागृहासमोर करत आहे. यासाठी मी आधीच दोन जागांची नावं काढली होती, हे मी यापूर्वीच सभागृहाला सांगितलेलं आहे; परंतु या दोन्ही जागांविषयी सर्व्हेअरचा अहवाल हातात पडल्याशिवाय मी हा निर्णय घेऊ शकणार नाही, याची कल्पनासुद्धा मी त्या वेळी दिलेली होती." डॅनीने मान वळवून पेनकडे पाहिलं. त्याच्या कपाळावर घर्मबिंदू चमकत होते. डॅनीनेपण चेहऱ्यावर मुद्दामच काळजीचे भाव आणले. "हे अहवाल काल माझ्या ऑफिसात आले. त्याच्या प्रती ऑलिंपिक्स साईट्स कमिटीकडेसुद्धा पाठवण्यात आल्या आहेत. ज्या दोन सदस्यांच्या मतदारसंघात त्या दोन जागा आहेत त्यांना तसेच ब्रिटिश सायकलिंग फेडरेशनच्या अध्यक्षांनासुद्धा या अहवालाच्या प्रती पाठवण्यात आलेल्या आहेत. एकदा माझं निवेदन संपलं की, सर्व सदस्यांना या प्रती मिळतीलच.

"ते दोन अहवाल वाचल्यानंतर त्याच्याशी संबंधित असलेल्या सर्वांचं त्या दोनपैकी एका जागेबद्दल एकमत झालं." त्यांच्या तोंडचं ते वाक्य ऐकताच पेनच्या चेहऱ्यावर हलकीशी स्मितरेषा उमटली. "सर्व्हेअरच्या अहवालानुसार या दोन जागांपैकी एका जागेवर जपानी नॉटवीड नामक एक महाभयंकर विषारी वनस्पतीची पैदास झालेली आहे. माझ्याप्रमाणेच या सभागृहातील सदस्यांना या विशिष्ट वनस्पतीविषयी काहीच माहिती नसणार, हे उघड आहे. त्यामुळे मी आधी सर्वांना त्याची माहिती देते. त्याचे दुष्परिणाम समजावून सांगते. जपानी नॉटवीड नामक एक महाभयंकर घातक तण असतं. त्याची वाढ अत्यंत झपाट्याने होते. एकदा ते एखाद्या जमिनीत रुजलं की, कोणतंही बिल्डिंग-कन्स्ट्रक्शन त्या जमिनीवर करणं अत्यंत धोकादायक असतं. या समस्येवर काही झटपट होणारा, सरळ साधा तोडगा आहे का, हे मी तज्ज्ञांना विचारलं. तज्ज्ञांनी मला असं सांगितलं की, काही विशिष्ट रसायनांचा वापर करून या तणाचं समूळ उच्चाटन करणं शक्य असतं." एवढं बोलून त्या पुढे म्हणाल्या, "पूर्वानुभवावरून तज्ज्ञांचं असं मत पडलं की, पहिल्या प्रयत्नात या तणाचा समूळ नायनाट कधीच होऊ शकत नाही. याआधी बर्मिंगहॅम, डंडी आणि लिव्हरपूल येथे कौन्सिलच्या मालकीच्या जागांवरही याच तणाची लागण झाली होती. तेव्हा त्याचं समूळ उच्चाटन करण्यासाठी जवळजवळ एक वर्षाचा कालावधी जावा लागला.

"या सभागृहातील सर्व उपस्थित सन्माननीय सदस्यांचं मत माझ्यासारखंच असेल याची मला खात्री आहे. या तणाचा प्रादुर्भाव झालेल्या जमिनीवर उपाययोजना करून त्याचा समूळ नायनाट होण्याची एक वर्षभर वाट बघत बसण्यात काहीच अर्थ नाही. शिवाय एक प्रकारे ते धोका पत्करण्यासारखंच होईल. त्यामुळेच या

उपक्रमासाठी या दोन्हीपैकी राहिलेली दुसरी, तेवढीच उत्तम असलेली जागा निवडण्यावाचून मलातरी काही पर्याय दिसत नाही.'' पेनने 'राहिलेली दुसरी जागा' हे त्यांच्या तोंडचे शब्द ऐकले आणि त्याचा चेहरा पांढराफटक पडला. ''त्यामुळेच मी ब्रिटिश ऑलिंपिक कमिटी आणि ब्रिटिश सायकलिंग फेडरेशन यांचं मत विचारात घेतल्यानंतर येथे असे जाहीर करत आहे की, स्ट्रॅटफोर्ड साऊथ येथील जागेचा ऑलिंपिक सायकल स्पर्धांच्या स्टेडियमसाठी विचार केला जाईल.'' मंत्रिमहोदया आपलं निवेदन संपवून सभागृहाकडून प्रश्न येतील त्याची वाट बघत थांबल्या.

डॅनीने पेनकडे पाहिलं. तो डोकं हातात गच्च पकडून खाली मान घालून बसला होता.

दरवाज्यातला एक माणूस ते पाहून पळत डॅनीपाशी आला. ''तुमच्या मित्राची प्रकृती तर ठीक आहे ना?'' त्याने विचारलं. त्याच्या नजरेत चिंता स्पष्ट दिसत होती.

''नाही. मला वाटतं, त्यांना मळमळतंय. आपण त्यांना लगेच प्रसाधनगृहात घेऊन जाऊ या.'' डॅनी म्हणाला.

डॅनीने पेनचा दंड धरून त्याला उभं राहण्यास मदत केली. त्या दुसऱ्या माणसाच्या मदतीने तो पेनला प्रसाधनगृहात घेऊन आला. पेनला बेसिनपाशी जाऊन पोहोचेपर्यंतसुद्धा उलटी थांबवता आली नाही.

जरा वेळाने तो भानावर आला. त्याने स्वत:चा टाय सैल केला, शर्टचं वरचं बटण सोडलं आणि परत बेसिनपाशी वाकला. उलटी झाल्यावर बेसिनच्या शेजारच्या भिंतीचा आधार घेऊन तो तिथेच थांबला. त्याचा श्वासोच्छ्वास जड झाला होता. डॅनीने पेनच्या अंगातला कोट काढण्यास त्याला मदत केली. त्याने पेनचा मोबाइल कोटाच्या खिशातून काढला. त्यातल्या ॲड्रेस बुकमधून त्याने 'लॉरेन्स' हे नाव शोधून काढलं. पेनने परत एकदा वॉश बेसिनपाशी वाकून उलटी करण्यास सुरुवात केली. डॅनीने घड्याळात पाहिलं. 'आत्ता लॅरी डेव्हनपोर्ट नक्की आपल्या स्क्रीन-टेस्टची तयारी करत असणार. मेकअप करण्याआधी हातातल्या डायलॉग्जवर अखेरची नजर टाकत असणार.' डॅनीने पेनच्या मोबाइलवर एक मेसेज टाईप करायला सुरुवात केली. त्याच वेळी बेसिनपाशी उभा असलेला पेन हताश होऊन जमिनीवर गुडघे टेकून खाली बसला. आपल्या मरणासन्न अवस्थेतल्या भावाच्या शेजारी बेथ जशी बसली होती, तसाच. 'मंत्र्यांनी आपली जागा नाही निवडली. सॉरी. मला वाटलं, तुला ही गोष्ट कळवणं गरजेचं आहे.' डॅनीने तो मेसेज लॅरी डेव्हनपोर्टला पाठवून दिला आणि समाधानाने स्वत:शीच हसला. मग परत एकदा त्याने मोबाइलमधल्या कॉन्टॅक्ट्सची लिस्ट उघडली आणि तो 'स्पेन्सर' या नावापाशी येऊन परत एकदा हसला.

स्पेन्सर क्रेगने पूर्ण उंचीच्या आरशात स्वत:ची छबी एकवार न्याहाळून पाहिली. त्याने या कारणासाठी मुद्दाम एक नवा शर्ट आणि सिल्कचा टाय विकत घेतला होता. त्याने आपल्या ऑफिसातून साडेअकराला आपल्याला घेऊन जाण्यासाठी मुद्दाम कार बोलवली होती. लॉर्ड चॅन्सेलरबरोबरच्या मीटिंगला उशीर झालेला कुठल्याही परिस्थितीत चालला नसता. सगळ्यांनाच त्याच्या या होणाऱ्या नियुक्तीविषयी समजलेलं दिसत होतं. कारण सगळे त्याच्याकडे बघून गालातल्या गालात हसत होते, काही जण तोंडातल्या तोंडात 'अभिनंदन' पुटपुटत होते.

क्रेग कारची वाट बघत आपल्या टेबलापाशी उगीचच एक अहवाल वाचत बसला होता. तो अहवाल आज सकाळीच त्याच्या टेबलावर आला होता. आजकाल रोज असे बरेच अहवाल येत. घड्याळात साडेअकरा कधी वाजतात आणि आपण जायला कधी निघतो, असं त्याला झालं होतं. "तू आत गेलास की सर आधी तुला ग्लासात शेरी ऑफर करतील." असं एका वयस्क सहकाऱ्याने त्याला सांगून ठेवलं होतं. "त्यानंतर इंग्लिश क्रिकेट टीमची परिस्थिती किती वाईट आहे, या विषयावर ते थोडा वेळ गप्पा मारतील. त्यानंतर अचानक ते तुला म्हणतील, 'मी हर मॅजेस्टींपाशी तुमची शिफारस करणार आहे मि. क्रेग!' हे असं बोलत असताना त्यांचा स्वर आणि आवाज एकदम नाटकी होतो बरं का! त्यानंतर हे पद किती महत्त्वाचं आहे, त्यापोटी किती मोठी जबाबदारी तुझ्या शिरावर येऊन पडणार आहे, इत्यादी इत्यादी बरंच काही ऐकवतील ते तुला."

ते बोलणं आठवून क्रेगला अगदी मनापासून हसू फुटलं. एकंदर त्याचं हे वर्षच खूप छान गेलं होतं. आताही सरकारी वकील म्हणून नियुक्ती झाली की, तो आनंद दणक्यात साजरा करण्याचं त्याने ठरवून टाकलं होतं. त्याने आपला ड्रॉवर उघडला आणि बेकर, ट्रेम्लेट अँड स्मिथ या कंपनीच्या नावे त्याने दोख लाख पौंडाचा चेक लिहिला. आजवरच्या आयुष्यात एकरकमी इतका मोठा चेक त्याने कधीच लिहिलेला नव्हता. त्याने आधीच आपल्या बँकेला फोन करून अगदी अल्प काळासाठी ओव्हरड्राफ्टची सुविधा मागितली होती. आजवर जेराल्डने इतक्या छातीठोकपणे, इतक्या खात्रीने एखाद्या जमिनीच्या व्यवहारात गुंतवणूक करण्याचा सल्ला कधीच दिलेला नव्हता. तो एकवार खुर्चीत रेलून बसला. या व्यवहारातून मिळणाऱ्या नफ्याचा विनियोग कसा करायचा असा विचार तो करू लागला, मनसुबे रचू लागला – 'नवी कोरी भपकेबाज पोर्श गाडी, व्हेनिसमध्ये सुटी घालवणं... सेराला विचारावं का... बरोबर येण्याविषयी...?'

एवढ्यात टेबलावरचा फोन वाजला.

"तुमची कार आलेली आहे मि. क्रेग!"

''त्याला सांगा मी लगेच खाली येतोय.'' असं म्हणून त्याने तो चेक एका रिकाम्या पाकिटात घातला. त्यावर 'बेकर, ट्रेमलेट अँड स्मिथ' असं नाव घालून तो टेबलवर ठेवला आणि तो खाली निघाला. 'आत्ता निघून आपण ठरलेल्या वेळेच्या थोडं आधीच पोहोचू, पण हरकत नाही. लॉर्ड चॅन्सेलरसरांना वाट बघायला कशाला लावायची?'

व्हाईट हॉलवरून गाडी पुढे निघाली. पार्लमेंट स्क्वेअरपाशी जाईपर्यंत क्रेग गाडीच्या ड्रायव्हरशी एक शब्दही बोलला नाही. गाडी हाउस ऑफ लॉर्ड्सच्या प्रवेशद्वारापाशी उभी राहिली. तिथल्या ऑफिसरने हातातल्या पॅडवर त्याचं नाव आहे का, ते पाहून त्यात नोंद केली आणि मग त्याची कार आत सोडली. नक्षीदार कमानीतून ड्रायव्हरने गाडी पुढे नेऊन डावीकडे वळवली, ती थेट लॉर्ड चॅन्सेलरच्या ऑफिसपाशीच नेऊन थांबवली.

क्रेग मुद्दामच गाडीतून आपला आपण न उतरता आतच बसून राहिला. ड्रायव्हर खाली उतरला. त्याने मागे येऊन क्रेगसाठी गाडीचं दार अदबीने उघडून धरलं. मग क्रेग सावकाश, रुबाबात, एकेका क्षणाचा आनंद लुटत खाली उतरला. पुढे आणखी एक कमान होती. त्यातून पुढे गेल्यावर दुसऱ्या एका हातात पॅड घेऊन उभ्या असलेल्या मॅनेजरने त्याचं स्वागत केलं. परत एकदा त्याने क्रेगचं नाव आपल्याजवळच्या यादीत असल्याची खात्री करून घेऊन तशी नोंद केली आणि लाल कार्पेटने मढवलेल्या जिन्याने स्वतःच क्रेगला लॉर्ड चॅन्सेलर्सच्या ऑफिसात घेऊन गेला.

लाकडी भक्कम बंद दारावर त्या माणसानेच टकटक केलं. एक आवाज आतून म्हणाला, ''या आत.'' मग त्या माणसाने क्रेगसाठी अदबीने दार उघडून धरलं. क्रेग आत शिरला. खोलीच्या दुसऱ्या टोकाला असलेल्या टेबलापाठीमागे एक तरुणी बसली होती. ती त्याच्याकडे स्मितहास्य करत म्हणाली, ''मि. क्रेग?''

''होय.'' तो म्हणाला.

''तुम्ही वेळेच्या आधी आला आहात. पण थांबा, लॉर्ड चॅन्सेलर मोकळे आहेत का ते बघते.''

थोडा वेळ वाट बघत तिथे थांबायला क्रेगची खरंतर मनातून काही हरकत नव्हती; पण तो तिला तसं म्हणायच्या आधीच तिने फोन लावलाही होता. ''मि. क्रेग आले आहेत लॉर्ड चॅन्सेलर.''

''आत पाठवून द्या त्यांना.'' एक धीरगंभीर आवाज स्पीकर-फोनवर म्हणाला.

मग ती आपल्या जागेवरून उठली आणि क्रेगला घेऊन लॉर्ड चॅन्सेलरसाहेबांच्या ऑफिसात गेली.

आत शिरता-शिरता आपल्या हातांचे तळवे घामेजून गेल्याचं क्रेगला स्पष्ट

जाणवलं. त्यांचं ऑफिस भपकेबाज होतं. खिडकीतून थेम्स नदीचं रमणीय दृश्य दिसत होतं. प्रत्येक भिंतीवर याआधी होऊन गेलेल्या लॉर्ड चॅन्सेलरर्सचे फोटो लावलेले होते. देशातल्या सर्वांत उच्चपदस्थ सरकारी अधिकाऱ्यासमोर आपण उभं असल्याची क्रेगला जाणीव झाली.

"बसा मि. क्रेग." लॉर्ड चॅन्सेलर म्हणाले. त्यांनी समोरचं एक जाड, लेदरचं कव्हर असलेलं काळं फोल्डर उघडलं. त्यातली काही कागदपत्रं ते चाळू लागले. क्रेगच्या त्या वयस्कर सहकाऱ्याने सांगितल्याप्रमाणे त्यांनी क्रेगला ग्लासमध्ये शेरी वगैरे मुळीच ऑफर केली नाही. अनेक वेळा वृत्तपत्रांतून, मासिकांमधून आणि व्यंगचित्रांमधून पाहून ओळखीचा झालेला तो चेहरा, तो विशाल भालप्रदेश, त्या जाडजूड भुवया हे सगळं क्रेग निरखून पाहत होता. लॉर्ड चॅन्सेलरसाहेबांनी मान वर करून समोर बसलेल्या क्रेगकडे भेदक नजरेने पाहिलं.

"मला वाटतं मि. क्रेग, झाल्या प्रकाराविषयी मी तुम्हाला खासगीतच कल्पना दिलेली बरी. एकदम तुम्हाला वृत्तपत्रांमधून कळण्यापेक्षा बरं!"

तो सहकारी म्हणाला होता तसे लॉर्ड चॅन्सेलरसाहेब इंग्लिश क्रिकेट टीमबद्दल काहीच बोलले नाहीत.

"आमच्याकडे एक अर्ज दाखल करण्यात आलेला आहे." ते अत्यंत कोरड्या, रुक्ष आवाजात म्हणाले. "डॅनिएल ऑर्थर कार्टराईट खटल्यामध्ये रॉयल पार्डन मिळवण्यासाठी हा अर्ज दाखल करण्यात आलेला आहे." एवढं बोलून लॉर्ड चॅन्सेलर मुद्दामच जरा वेळ थांबले. आपल्या बोलण्याची क्रेगच्या चेहऱ्यावर काय प्रतिक्रिया उमटते ते बघत होते. "मी या बाबतीत आणखी काही वरिष्ठ लॉ ऑफिसर्सशी सल्लामसलत केली. आम्ही सर्वच्या सर्व पुराव्यांची परत एकदा काळजीपूर्वक छाननी केल्यानंतर आमचं सर्वांचंच असं मत पडलं की, या केसचा हर मॅजेस्टी यांनी पार्डनसाठी नक्की विचार करायला हवा." एवढं बोलून ते परत एकदा थांबले. त्यांना बोलण्याची अजिबात घाई दिसत नव्हती. "तुम्ही या प्रारंभीच्या खटल्यात फिर्यादीचे मुख्य साक्षीदार होता. त्यामुळेच तुम्हाला एका गोष्टीची आगाऊ सूचना दिलेली बरी. तुम्हाला परत एकदा या खटल्यात साक्षीदार म्हणून पाचारण करण्यात येईल. तुमच्याबरोबर –" असं म्हणून त्यांनी काळा फोल्डर उघडून त्यातून नावं वाचली– "मि. जेराल्ड पेन आणि मि. डेव्हनपोर्ट यांनाही साक्षीसाठी बोलावण्यात येईल. मूळ खटल्यात तुम्ही तिघांनी ज्या साक्षी दिल्या होत्या, त्याविषयी तुम्हा तिघांची परत एकदा उलटतपासणी घेण्यात येईल."

लॉर्ड चॅन्सेलर पुढे आणखी काही बोलणार इतक्यात क्रेग मध्येच घाईघाईने म्हणाला, "पण माझ्या समजुतीप्रमाणे तो खटला नव्याने परत उघडण्याआधी

त्याच संदर्भातला काही नवा पुरावा हाती आलेला असणं अत्यंत आवश्यक आहे, नाही का?''

''होय, तशा तऱ्हेचा नवीन पुरावा हाती आलेला आहे.''

''टेप का?''

''माझ्यासमोर जो काही अहवाल आलेला आहे, त्यात कोणत्याही टेपचा उल्लेख नाही. परंतु कार्टराईट याच्यासोबत त्याच्याच कोठडीत अल्बर्ट क्रॅन नामक दुसरा कैदी राहत होता. तो मि. टोबी मोर्टिमर नावाच्या एका माणसाला ओळखत होता. मला वाटतं, हा टोबी मोर्टिमर तुमच्याही ओळखीचाच होता. तर या टोबी मोर्टिमरने मि. बर्नार्ड विल्सन याचा खून होताना स्वत:च्या डोळ्यांनी पाहिलं होतं आणि ही गोष्ट त्याने मि. अल्बर्ट क्रॅन याच्या उपस्थितीत कबूल केली होती.''

''पण हा तर थेट पुरावाच नाही. ही एक ऐकीव माहिती आहे, तीसुद्धा एक गुन्हेगार, शिक्षा भोगणाऱ्या कैद्याच्या तोंडून बाहेर पडलेली. कोणत्याही कोर्टासमोर पुरावा म्हणून ते दाखल करता येणार नाही.''

''सर्वसाधारण परिस्थिती असती, तर तुम्ही म्हणता ते बरोबर आहे. मी तर तो अर्ज तत्काळ फेटाळला असता; परंतु त्याच्या जोडीला आणखी एक नवीन पुरावा उजेडात आलेला आहे.''

''आणखी नवीन पुरावा?'' क्रेग म्हणाला. त्याच्या पोटात आता प्रचंड खड्डा पडला होता.

''होय.'' लॉर्ड चॅन्सेलर म्हणाले. ''हा कार्टराईट आपल्या कोठडीत केवळ अल्बर्ट क्रॅन या एकाच कैद्याबरोबर राहत नव्हता. त्यांच्यासोबत आणखी एक कैदीपण राहत होता. त्या कैद्याला रोजच्या रोज घडलेल्या घटनांची आपल्या डायरीत नोंद करून ठेवण्याची सवय होती. इतकंच नव्हे, तर त्याचं कुणाबरोबर काय संभाषण घडलं, हे त्याने रोजच्या रोज अगदी तपशीलवार लिहून ठेवलेलं आहे.''

''याचा अर्थ नवीन पुरावा म्हणजे एका शिक्षा भोगणाऱ्या गुन्हेगाराने तुरुंगात असताना लिहिलेली डायरी. बस? आणखी काही नाही?'' क्रेग म्हणाला.

''पण तुमच्यावर कोणीही कोणताही आरोप करत नाहीये मि. क्रेग.'' लॉर्ड चॅन्सेलर अतिशय शांत आवाजात म्हणाले. ''पण तरीसुद्धा साक्षीदाराने परत एकदा कोर्टात हजर व्हावं, अशी माझी इच्छा आहे. अर्थात तुम्हाला तुमची बाजू तिथे मांडण्याचा पूर्ण अधिकार आहे.''

''पण हा माणूस आहे तरी कोण?'' क्रेग म्हणाला.

लॉर्ड चॅन्सेलरसाहेबांनी परत एकदा फोल्डर उघडून ते नाव स्वत:शी परत एकदा नीट वाचलं आणि मग मान वर करून ते म्हणाले, ''सर निकोलस मॉन्क्रीफ.''

६६

डॅनी डॉर्चेस्टर हॉटेलच्या बारमध्ये आपल्या नेहमीच्या जागी 'टाइम्स' वाचत बसला होता. बातमीदाराने मंत्रिमहोदयांच्या भाषणाचा सविस्तर वृत्तान्त दिला होता. आयत्या वेळी त्यांनी ऑलिंपिक सायकलिंग स्पर्धेसाठी दुसऱ्याच जागेची निवड करून सर्वांना कसा धक्का दिला, हे त्यात लिहिलं होतं; परंतु इतर क्रीडाविषयक बातम्यांमध्ये या बातमीला फार काही ठळक, नजरेत भरण्याइतकं मोठं स्थान नव्हतंच.

त्या दिवशी सकाळी उठल्या उठल्या डॅनीने जवळजवळ सर्वच वृत्तपत्रांच्या क्रीडा-विभागात त्या गोष्टीचा कुठे उल्लेख आहे हे तपासून पाहिलं होतं; पण क्रीडामंत्र्यांना ऐन वेळेस तो निर्णय घेण्यावाचून दुसरा काहीच पर्याय नसल्याचं सर्व वृत्तपत्रांनी म्हटलं होतं; परंतु 'जपानी नॉटवीड' हा काय प्रकार आहे याची आपल्या वाचकांना सविस्तर माहिती देण्याएवढा उत्साह मात्र एकाही वृत्तपत्राने दाखवलेला नव्हता.

डॅनीने घड्याळात पाहिलं. गॅरी हॉलला यायला जरा उशीर झाला होता. बेकर, ट्रेम्लेट अँड स्मिथच्या ऑफिसात आत्ता काय हाहाकार माजला असेल याची डॅनीला चांगली कल्पना होती. तो वृत्तपत्राच्या पहिल्या पानाकडे वळला. तो नॉर्थ कोरियाला असलेल्या न्यूक्लिअर थ्रेटबद्दल वाचत होता. तेवढ्यात गॅरी हॉल अक्षरश: धापा टाकत तिथे आला.

''मी उशिरा आलो त्याबद्दल माफ करा,'' तो कसाबसा म्हणाला. ''पण मी निघणार, इतक्यात सीनियर पार्टनरसाहेबांनी मला बोलावून घेतलं. मंत्रिमहोदयांच्या त्या घोषणेनंतर ऑफिसात नुसता गदारोळ माजला आहे. प्रत्येक जण दुसऱ्याच्या माथी खापर फोडतोय.'' असं म्हणत डॅनीच्या समोर बसून त्याने स्वत:ला जरा सावरण्याचा प्रयत्न केला.

''शांत व्हा बघू तुम्ही. थांबा. मी तुमच्यासाठी कॉफी मागवतो.'' डॅनी त्याला म्हणाला. तेवढ्यात मारिओ लगबगीने तिथे आलाच.

"सर निकोलस, तुमच्यासाठी आणखी एक हॉट चॉकलेट आणू का?'' तो म्हणाला. डॅनीने हसून होकार दिला आणि हातातलं वर्तमानपत्र खाली ठेवत हॉलकडे पाहिलं. "वेल, पण निदान तुम्हाला तरी कुणी दोष नाही देणार गॅरी.''

"ओऽ! माझा या प्रकरणाशी संबंध आहे, असं कुणालाही वाटत नाहीये. खरंतर त्याचमुळे मला आत्ता बढतीपण मिळाली आहे.'' तो म्हणाला.

"बढती?'' डॅनी म्हणाला. "अभिनंदन!''

"थँक यू! पण जेराल्ड पेनला त्यांनी डिच्चू दिल्यामुळेच केवळ मला ही बढती मिळू शकली.''

त्याच्या तोंडचं वाक्य ऐकून डॅनी मनातून प्रसन्न झाला; पण ते समाधान चेहऱ्यावर दिसू न देण्याचा त्याने आटोकाट प्रयत्न केला. "आज सकाळीच त्याला सीनियर पार्टनरसाहेबांनी आपल्या ऑफिसात बोलावून घेतलं आणि एक तासाच्या आत गाशा गुंडाळून निघून जायला सांगितलं. त्यामुळे अर्थातच आमच्यातल्या एक-दोघांना बढती मिळाली.''

"पण मुळात ही सगळी योजना तुम्ही आणि मी मिळून पेनला सांगितली, ही गोष्ट कुणाच्याच लक्षात कशी नाही आली?''

"नाही ना! एकदा तुम्ही सगळे पैसे उभे करू शकत नाही म्हटल्यावर तर पेनने लगेच त्या कल्पनेचं श्रेय स्वतःकडे घेतलं. त्यामुळे आता कंपनीच्या दृष्टीनं असं झालंय की, तुम्ही कंपनीचे क्लाएंट आणि कंपनीने दिलेल्या सल्ल्यानुसार तुम्ही भांडवली गुंतवणूक केलीत. त्यात तुम्हाला चांगलाच फटका बसला आहे. तेव्हा तुम्ही त्याबद्दल कंपनीला जबाबदार धरू शकता!''

ही गोष्ट तोपर्यंत डॅनीच्या डोक्यातसुद्धा आली नव्हती.

"मग आता पेन करेल तरी काय?'' डॅनीने मुद्दामच माहिती काढून घेण्याच्या उद्देशाने विचारलं.

"आता या आमच्या व्यवसायात तर त्याला कुठेच नोकरी मिळणार नाही.'' हॉल म्हणाला. "आमचे सीनियर पार्टनर बरोबर तशी तजवीज करतीलच.''

"पण मग तो बिचारा करेल काय?'' डॅनीची उत्सुकता काही कमी होत नव्हती.

"त्याच्या सेक्रेटरीने सांगितलं की, तो काही दिवसांसाठी ससेक्सला आपल्या आईकडे गेला आहे. येत्या निवडणुकीमध्ये उमेदवार म्हणून अजूनही त्या मतदारसंघातून उभं राहण्याची इच्छा आहे आणि त्याची आईच त्याची अध्यक्ष आहे.''

"पण निदान त्यात तरी बिचाऱ्याला काही अडचण येऊ नये.'' डॅनी मुद्दामच म्हणाला. पण आपलं हे बोलणं गॅरी हॉलने खोडून काढलं तर बरं, असं त्याला मनोमन वाटत होतं. "हं, आता आपल्या मतदारसंघातल्याच कुणाला त्याने त्या जपानी नॉटवीडमध्ये गुंतवणूक करण्याचा सल्ला दिलेला नसला म्हणजे झालं!''

हॉल मोठ्यांदा हसला. "तो माणूस चांगला लटपट्या आहे. अजून काही वर्षांतच तो संसद-सदस्य होतो की नाही बघा! मी तर पैजपण लावायला तयार आहे आणि तोपर्यंत लोक त्याचं हे सगळं लफडं विसरूनपण गेले असतील."

डॅनीच्या कपाळाला आठी पडली. 'थोडक्यात काय की, आपण या पेनला थोडासा दणका दिला असला तरी पुरता घायाळ केलेला नाही' ही गोष्ट त्याला कळून चुकली. 'पण निदान क्रेग आणि डेव्हनपोर्ट या दोघांना तरी आपण चांगलंच लोळवलंय. ते दोघंही यातून पटकन सावरू शकणार नाहीत' असंही त्याच्या मनात आलं. "मी तुम्हाला अजून एक कामगिरी देतो आहे," तो म्हणाला. आपली ब्रीफकेस उघडून त्याने कागदपत्रांचा एक गठ्ठा बाहेर काढला. "रॅडक्लिफ स्क्वेअरमधली एक प्रॉपर्टी विकण्याचं काम आहे." डॅनी म्हणाला. "त्याचा आधीचा मालक..."

"हाय निक," पाठीमागून एक दमदार आवाज आला.

डॅनीने मान वर करून पाहिलं. एक चांगलाच बलदंड, धिप्पाड आणि उंचनिंच माणूस त्याच्या समोर उभा होता. त्याला डॅनीने याआधी कधीच पाहिलेलं नव्हतं. त्याने अंगात जाड लोकरीचा स्वेटर घातला होता. त्याचे केस दाट, कुरळे, तांबूस रंगाचे होते. चेहरा रापलेला होता. तो वयाने जवळपास डॅनीएवढाच होता. 'डॅनीसारखा विचार कर; पण वागणं निकसारखं असू दे. निकसारखं.' ही अशी वेळ कधी ना कधीतरी त्याच्यावर येणार याची डॅनीला खरंतर कल्पना होतीच. पण गेल्या काही दिवसांत त्याने धारण केलेल्या या नव्या अवताराची त्याला इतकी सवय होऊन गेली होती की, आपल्याला इतक्या जोरात आश्चर्याचा धक्का बसण्याची वेळ येईल, हे त्याच्या लक्षातच नव्हतं. त्याचा हा अंदाज आज चुकला होता. आता हा समोरचा माणूस निकबरोबर सैन्यात होता का त्याच्या शाळेत होता हे काढून घेणं महत्त्वाचं होतं, कारण तो तुरुंगात नव्हता, हे नक्की! डॅनी उठून उभा राहिला.

"हॅलो!" डॅनी त्या अनोळखी माणसाकडे पाहून गोड हसत म्हणाला. त्याने त्याचा हातही हातात घेऊन दाबला आणि म्हणाला, "मी माझ्या बिझिनेस असोसिएटशी तुमची ओळख करून देतो – हे मि. गॅरी हॉल."

त्या माणसाने खाली वाकून गॅरी हॉलशी हस्तांदोलन केलं. "प्लीज्ड टू मीट यू गॅरी. मी सँडी डॉसन." तो म्हणाला. उच्चारांच्या धाटणीवरून तो स्कॉटिश वाटत होता.

"सँडीची आणि माझी ओळख फार जुनी आहे." डॅनी मुद्दामच मोघम बोलला.

"हो ना," सँडी म्हणाला, "पण शाळा संपल्यानंतर निक आणि मी भेटलोच नाही कधी."

“आम्ही लॉरेटोमध्ये असताना एकत्र होतो.” डॅनी गॅरीकडे बघत हसत म्हणाला. “मग सँडी, सध्या काय चाललंय?” तो म्हणाला. संभाषणातून माहितीचा आणखी काही धागा हाती लागतो का, ते त्याला बघायचं होतं.

“वडिलांप्रमाणेच मीसुद्धा मीटच्या व्यवसायात आहे.” डॉसन म्हणाला. “इंग्लंडमध्ये आमच्याइथलं बीफ अजूनही अतिशय लोकप्रिय आहे. त्याबद्दल खरंतर मी रोज देवाचे आभार मानत असतो. तुझं काय चाललंय निक?”

“मी सध्यातरी काही दिवस तसा आरामात आहे.” डॅनी म्हणाला. निकच्या तुरुंगातल्या वास्तव्याबद्दल या सँडीला काही कल्पना आहे का, याचा तो जपून जपून अंदाज घेत होता.

“हो तर!” सँडी म्हणाला. “फार वाईट झालं. खरंतर फार अन्याय होता; पण निदान त्या इतक्या सगळ्या वाईट अनुभवानंतरही तू बदललेला नाहीस, हे पाहून मला किती बरं वाटतंय म्हणून सांगू!” ते सँडीचे शब्द ऐकून हॉलच्या चेहऱ्यावर प्रश्नचिन्ह उमटलं. त्यावर आता पटकन काय उत्तर द्यावं ते डॅनीला कळेना. “पण अजूनही क्रिकेट खेळायला तू थोडीफार सवड काढत असशील ना?” सँडी डॉसन म्हणाला. “हा आमच्या शाळेचा त्या वेळचा सर्वोत्कृष्ट गोलंदाज होता, बरं का!” तो हॉलला सांगू लागला. “मी सांगतो ना, कारण मी विकेटकीपर होतो.”

“हो ना, उत्कृष्ट विकेटकीपर!” डॅनी सँडी डॉसनच्या पाठीवर थाप मारत म्हणाला.

“अरे, पण तुमच्या दोघांच्या मध्ये घुसून व्यत्यय आणल्याबद्दल सॉरी बरं का! पण त्याचं काय आहे, तुला इथे पाहिल्यावर ‘हॅलो’ म्हटल्याशिवाय पुढे जाववेना.” सँडी डॉसन म्हणाला.

“अरे मग चांगलंच केलंस ना!” डॅनी म्हणाला. “इतक्या दिवसांनंतर तुला भेटून खूप बरं वाटलं सँडी.”

“तुला भेटून मलापण बरं वाटलं,” सँडी म्हणाला आणि जाण्यासाठी वळला. डॅनी खाली बसला. डॉसन निघून गेल्यावर ‘आपल्या नकळत आपल्या तोंडून जो सुटकेचा निःश्वास बाहेर पडला, तो या गॅरीने ऐकला नसला म्हणजे बरं!’ असं डॅनीच्या मनात आलं. त्याने आपल्या ब्रीफकेसमधून आणखी काही कागदपत्रं काढायला सुरुवात केली. इतक्यात डॉसन परत मागे फिरून डॅनीपाशी आला. “निक, तुला माहीत नसेल ना? अरे तो स्क्विफी हंफ्रीस वारला.”

“नाही.” डॅनी म्हणाला. “मला कुणीच नाही सांगितलं.”

“गोल्फ कोर्सवर खेळत असताना त्याला हार्ट ॲटॅक आला. स्क्विफी रिटायर झाल्यापासून टीमची सगळी वाटच लागली होती.”

“बिचारा स्क्विफी. फार चांगला कोच होता.” डॅनीने ठोकून दिलं.

“चला, मी निघतो. तुमचं चालू दे.” डॉसन म्हणाला. “मी म्हटलं, तुला

मुद्दाम सांगावं. त्याच्या अंत्ययात्रेला सगळं गाव लोटलं होतं.''

''पण तो होताच तसा. सगळ्यांच्या आदराला पात्र!'' डॅनी म्हणाला. डॉसनने मान हलवून होकार दिला.

डॉसन बारमधून बाहेर जाऊन अगदी पुरता दिसेनासा होईपर्यंत डॅनीचे डोळे त्याच्यावर खिळून होते.

''सॉरी हं,'' डॅनी गॅरीला म्हणाला.

''हो ना! असे जुने शाळेतले मित्र खूप वर्षांनी भेटले की, फार अवघडल्यासारखं होतं ना?'' हॉल म्हणाला. ''आमच्या वर्गातल्या अर्ध्या लोकांना तर मी आता भेटल्यावर ओळखणारपण नाही; पण या पठ्ठ्याला विसरणं तसं कठीणच आहे. काय वल्ली आहे, नाही?''

''हो ना!'' असं म्हणून डॅनीने रॅडक्लिफ स्क्वेअरमधल्या घराची कागदपत्रं पटकन गॅरीच्या हातात ठेवली.

गॅरीने बराच वेळ घालवून ती कागदपत्रं नीट वाचली आणि मग म्हणाला, ''या प्रॉपर्टीला साधारण किती किंमत येईल अशी तुमची अपेक्षा आहे?''

''सुमारे तीस लाख.'' डॅनी म्हणाला. ''त्यावर दहा लाखांचा बोजा आहे. शिवाय मी स्वत: दहा लाख घातले आहेत. त्यामुळे साधारणपणे एकवीस-बावीसच्या वर जे काही मिळतील, तो नफाच म्हणायचा.''

''आता मी सगळ्यात आधी त्या प्रॉपर्टीचा सर्व्हे करून घेतो.''

''हो ना! त्या पेनने त्या स्ट्रॅटफोर्ड साइटचा आधी सर्व्हे करून घेतला असता, तर किती बरं झालं असतं.''

''पण आपण सर्व्हे नीट करून घेतला असल्याचा तो दावा करत होता,'' हॉल म्हणाला. ''पण त्याच्या सर्व्हेअरने आयुष्यात कधी त्या जपानी नॉटवीडचं नावसुद्धा ऐकलेलं नसणार! मी पैज लावायला तयार आहे. पण हेही खरं की, ऑफिसमधल्या इतर कुणालाच या गोष्टीविषयी आधी काही माहिती नव्हतं.''

गॅरी हॉलने घराच्या कागदपत्रांपैकी शेवटचा कागद नजरेखालून घालता घालता विचारलं, ''घराचा सध्याचा जो मालक आहे, त्याचा नक्की काही प्रॉब्लेम नाही ना?'' पण डॅनीने त्या प्रश्नाचं उत्तर देण्याआधीच तो म्हणाला, ''मला जी व्यक्ती वाटते आहे, तीच ही आहे का?''

''होय. लॉरेन्स डेव्हनपोर्ट. अभिनेता.'' डॅनी म्हणाला.

''तो जेराल्ड पेनचा चांगला मित्र आहे. माहीत आहे ना?''

❖

" 'इव्हिनिंग स्टँडर्ड' पेपरच्या पहिल्या पानावर झळकताय तुम्ही बॉस!" बिग अल् म्हणाला. त्याने डॉर्चेस्टर हॉटेलच्या आवारातून गाडी सफाईदारपणे बाहेर काढून रस्त्यावर आणली.

"म्हणजे काय?" डॅनी म्हणाला. त्याच्या पोटात भीतीचा गोळा उभा राहिला.

बिग अल्ने मागे वळून पेपर डॅनीला दिला. डॅनी ठळक मथळ्यात छापलेल्या त्या बातमीकडे बघतच राहिला. "रॉयल पार्डन फॉर कार्टराईट?"

त्याने आधी संपूर्ण बातमीवर घाईने नजर फिरवली आणि मग ती परत एकदा नीट वाचली.

"बॉस, त्यांनी डॅनी कार्टराईट केसमध्ये जर साक्षीसाठी निक मॉन्क्रीफला कोर्टात हजर राहायला सांगितलं, तर तुम्ही काय करणार?"

"जर सगळं ठरल्याप्रमाणे घडलं ना," डॅनी म्हणाला, "तर मी काही आरोपी नसेन."

पेपरात बेथचा फोटो आला होता. त्यांच्या वस्तीतल्या हजारो लोकांच्या घोळक्यात ती उभी होती.

६७

क्रेगने चार पिझ्झांची ऑर्डर दिली होती; पण आज त्याबरोबर अदबीने त्यांना वाइनचा ग्लास भरून देण्यासाठी कुणी वेट्रेस असणार नव्हती. मस्केटिअर्स परत एकदा एकत्र जमणार होते.

लॉर्ड चॅन्सेलरर्सच्या ऑफिसातून बाहेर पडल्यापासून आत्तापर्यंत हातात असलेला प्रत्येक क्षण त्याने त्या सर निकोलस मॉन्क्रीफ नावाच्या माणसाविषयी सगळी माहिती मिळवण्यात घालवला होता. बेलमार्शच्या तुरुंगात डॅनी कार्टराईटबरोबर अल्बर्ट क्रॅन आणि निकोलस मॉन्क्रीफ हे त्याच्याच कोठडीत राहत असल्याची बातमी खरी होती. कार्टराईटच्या मृत्यूनंतर बरोबर सहा आठवड्यांतच या निक मॉन्क्रीफची सुटका झाली होती, ह्याचाही त्याला पत्ता लागला होता.

क्रेगला एका गोष्टीचं कोडं मुळीच उलगडत नव्हतं. 'ज्या तीन माणसांना हा निक मॉन्क्रीफ आयुष्यात कधीच भेटलेला नव्हता, त्यांना शोधून काढून, एकेकाला गाठून त्यांचं पूर्णपणे वाटोळं करण्याची या निक मॉन्क्रीफला काय गरज होती? कदाचित असं तर नसेल ना...? त्याने घाईने मॉन्क्रीफ आणि कार्टराईट या दोघांचे फोटो शेजारी शेजारी ठेवले. अशी एक शक्यता असू शकते...' त्याच्या मनात आता तो एकच विचार घोळू लागला होता. त्याला जे काही वाटत होतं, ते खरं की खोटं, हे शोधून काढणं मुळीच कठीण नव्हतं.

घराच्या दारावर थाप पडली. क्रेगने दार उघडलं. दारात उद्ध्वस्त झालेल्या चेहऱ्याने मान खाली घालून हताशपणे जेराल्ड पेन उभा होता. त्याच्या हातात स्वस्त वाइनची बाटली होती. आधीच्या मीटिंगच्या वेळी त्याच्या चेहऱ्यावर झळकणारा तो आत्मविश्वास आता कधीच लोप पावलेला होता.

"लॅरी येतोय ना?" तो क्रेगशी हस्तांदोलन करायच्या भानगडीत न पडता घरात शिरत म्हणाला.

"कोणत्याही क्षणी हजर होईल तो." क्रेग म्हणाला. त्याने पेनला दिवाणखान्यात नेलं. "मग तू कुठे लपून बसला होतास?"

"हे सगळं प्रकरण शांत होईपर्यंत मी ससेक्सला माझ्या आईकडे जाऊन राहिलो." पेन म्हणाला. तो एका आरामखुर्चीत अक्षरश: कोसळल्यासारखा धपकन बसला.

"मतदारसंघात त्यामुळे काही खळबळ झालेली नाही ना?" क्रेगने त्याच्या हातात वाइनचा ग्लास ठेवत विचारलं.

"याहूनसुद्धा आणखी वाईट होऊ शकलं असतं." पेन म्हणाला. "लिबरल पक्षाचे लोक अफवा पसरवतायत. पण ते इतके वेळा सर्वाविषयीच अफवा पसरवत असतात की, कुणीच त्यांच्याकडे लक्ष देत नाही. स्थानिक वृत्तपत्राच्या संपादकाचा मला फोन आला होता. मी माझ्या मतदारसंघात प्रत्यक्ष राहून काम करता यावं यासाठी बेकर, ट्रेम्लेट अँड स्मिथ कंपनीचा आपण होऊन राजीनामा दिला असल्याचं त्याला सांगितलं. दुसऱ्या दिवशी त्याने त्याबद्दल माझ्या बाजूने अग्रलेखही लिहिला."

"तू तरून जाशील रे यातून, काळजी नको करू." क्रेग म्हणाला. "खरं सांगू? मला तुझ्यापेक्षा लॅरीची फार जास्त काळजी वाटते आहे. त्याला ती हॉल्बी सिटीची भूमिका मिळाली नाही आणि ती न मिळाल्याचं कारण म्हणजे स्क्रीनटेस्टच्या अगदी काही क्षण आधी म्हणे तू त्याला मोबाइलवर मेसेज पाठवून हा पैसे बुडल्याचा सगळा निरोप कळवलास आणि त्यामुळे त्याची मन:स्थिती बिघडली, असं तो सगळ्यांना सांगतोय."

"पण ते साफ खोटं आहे." पेन म्हणाला. "अरे, मला स्वत:लाच त्या वेळी इतका प्रचंड धक्का बसला होता की, मी कुणाला काही कळवण्याच्या मन:स्थितीतच नव्हतो. तुला तरी कुठे काय कळवलं मी?"

"पण कुणीतरी कळवलं." क्रेग म्हणाला. "मी तरी यावरून एकच निष्कर्ष काढीन की, ज्या कुणी मला आणि लॅरीला हा मेसेज पाठवून ती बातमी कळवली, त्या व्यक्तीला त्या दिवशीच्या लॅरीच्या स्क्रीन-टेस्टविषयी आणि माझ्या लॉर्ड चॅन्सेलरबरोबरच्या मीटिंगविषयी माहीत होतं."

"शिवाय त्या माणसाला त्या वेळी माझा मोबाइल स्वत:कडे घेऊन ते दोन्ही मेसेज पाठवणं शक्य झालं." पेन म्हणाला.

"सर्वत्र संचार करणारा तो सर निकोलस मॉन्क्रीफ!"

"तो बास्टर्ड! मी खून करीन त्याचा." पेन म्हणाला. आपल्या तोंडून काय शब्द बाहेर पडतायत, याच्याकडे त्याचं लक्ष नव्हतं.

"आपल्याला खरंतर संधी चालून आली होती तसं करण्याची. तेव्हाच केलं असतं तर बरं झालं असतं." क्रेग म्हणाला.

"तुझ्या म्हणण्याचा काय अर्थ?"

"लवकरच सगळं समजेल." क्रेग म्हणाला. इतक्यात बेल वाजली. "लॅरी आलेला दिसतोय."

'आपण हाउस ऑफ कॉमन्स बिल्डिंगच्या प्रसाधनगृहात डोकं धरून गलितगात्र अवस्थेत उभं असताना त्या निक मॉन्क्रीफने आपल्या नकळत आपल्याच मोबाइलवरून क्रेग आणि लॅरीला ते मेसेजेस कसे काय पाठवले असतील' याचा विचार पेन करत बसला होता. पण त्याने असं का केलं होतं, कशासाठी, हे काही त्याच्या ध्यानात येत नव्हतं. क्रेग आणि लॅरी त्याच्याजवळ येऊन उभे राहिले. लॅरीच्या आत्ताच्या अवताराकडे बघवत नव्हतं. किती थोड्या दिवसांत काय स्थिती झाली होती त्याची! त्याने एक विटकी जीनची पँट आणि चुरगळलेला शर्ट घातलेला होता. ती घोषणा ऐकल्यापासून त्याने दाढी केलेली दिसत नव्हती. तोपण जवळच्या एका खुर्चीत कोसळल्यासारखा बसला.

"पण का? का? का?" हे शब्द त्याच्या तोंडून बाहेर पडले.

"लवकरच समजेल सारं." क्रेग त्याच्या हातात वाइनचा ग्लास ठेवत म्हणाला.

"हे सगळं अर्थातच अत्यंत योजनाबद्ध रीतीने, कट करून घडवून आणलेलं आहे." पेन म्हणाला. क्रेगने त्याचा रिकामा झालेला ग्लास परत भरला.

"आणि अजूनही त्याचं कारस्थान संपलेलं नाहीये. तो आपल्या मागे हात धुऊन लागला आहे." क्रेग म्हणाला.

"पण का?" डेव्हनपोर्ट म्हणाला. "जर मी पैसे घालवणार आहे हे त्याला शंभर टक्के माहीत होतं, तर त्याने स्वत:च्या खिशातून दहा लाख पौंड काढून मला कशासाठी दिले?"

"कारण तुझं घर त्या बदल्यात त्याने तुझ्याकडून तारण म्हणून घेतलं होतं ना!" पेन म्हणाला. "त्यामुळे त्याचं काहीच नुकसान नाही झालं."

"आणि त्याने दुसऱ्या दिवशी काय केलं ठाऊक आहे का?" डेव्हनपोर्ट पेनला म्हणाला, "त्याने माझं घर विकण्यासाठी तुझ्याच जुन्या फर्मची नेमणूक केली आहे. त्या लोकांनी माझ्या घरासमोर 'विकणे आहे' अशी पाटी लावून ठेवली आहे. ते रोज नवनव्या गिऱ्हाइकांना माझं घर दाखवायला घेऊन येतात."

"त्याने असं केलं?" पेन म्हणाला.

"आणि आज सकाळी मला वकिलांची नोटिसपण आली आहे. मी जर या महिनाअखेरपर्यंत घर सोडून गेलो नाही, तर त्यांना नाइलाजाने कायदेशीर कारवाई करावी लागेल."

"पण मग तू राहणार कुठे?" क्रेग म्हणाला. हा डेव्हनपोर्ट आपल्या घरी मुक्कामाला येतो की काय, अशी भीती त्याला वाटत होती.

"हा सगळा घोळ निस्तरेपर्यंत सेरा मला तिच्या घरी ठेवून घ्यायला कबूल झाली आहे." डेव्हनपोर्ट म्हणाला.

"तू तिला काही सांगितलंयस?" क्रेग संशयाने म्हणाला.

"एक अक्षरही सांगितलं नाहीये," डेव्हनपोर्ट म्हणाला. "पण कुठेतरी काहीतरी पाणी मुरतंय हे तिलाही कळून चुकलंय. हा निक मॉन्क्रीफ तुला पहिल्यांदा कधी भेटला, असं सारखं विचारत असते ती मला."

"पण तू तिला काही एक सांगू नको हं. आपल्याला ते फार महागात पडेल." क्रेग म्हणाला. "आत्तापेक्षाही जास्त संकटात फसू आपण."

"आता याहून आणखी जास्त संकटात काय फसायचं राहिलंय?" डेव्हनपोर्ट म्हणाला.

"आहे ना! त्या मॉन्क्रीफने जर अशाच प्रकारे आपल्या मागे हात धुऊन लागून आपला पुरता सूड उगवायचा ठरवला असला, तर आणखी संकटात सापडू आपण." क्रेग म्हणाला. डेव्हनपोर्ट आणि पेन त्याचं म्हणणं काही न बोलता नुसतं ऐकून घेत होते. "या मॉन्क्रीफने आपल्या डायऱ्या लॉर्ड चॅन्सेलरसाहेबांकडे सुपूर्द केल्या आहेत, हे तर आता माहीत झालंच आहे. आता ती कार्टराईटच्या रॉयल पार्डनची केस कोर्टापुढे आली की, त्या निक मॉन्क्रीफला पण साक्षीसाठी पाचारण करण्यात येईल."

"ओ गॉड!" डेव्हनपोर्ट म्हणाला. भीतीने त्याचा चेहरा पांढराफटक झाला होता.

"हे बघा, तुम्ही घाबरू नका." क्रेग म्हणाला. "या निक मॉन्क्रीफचा कायमचा काटा काढण्याची एक अफलातून योजना माझ्या डोक्यात आली आहे." पण त्याच्या त्या शब्दांवर डेव्हनपोर्टचा विश्वास बसल्यासारखा दिसत नव्हता. "इतकंच काय, पण अशीही एक शक्यता आहे की, आपले बुडलेले सगळेच्या सगळे पैसे आपल्याला परत मिळू शकतील. लॅरी, तुझं घरही तुला परत मिळू शकेल, अगदी तुझी पेंटिंग्जसुद्धा!"

"पण ते कसं शक्य आहे?" डेव्हनपोर्ट म्हणाला.

"धीर धर लॅरी, धीर धर. मी सगळं काही स्पष्ट करून सांगतो."

"लॅरीशी तो जो काही डाव खेळला, तो माझ्या नीट लक्षात आला." पेन म्हणाला. "कारण त्यात त्याचं काहीच जाणार नव्हतं; पण या व्यवहारात पूर्णपणे नुकसान होणार आहे, हे माहीत असताना त्याने त्यात स्वतःचे दहा लाख कशासाठी घातले?"

"तीच तर त्याची सगळ्यांत बुद्धिमान चाल होती." क्रेग म्हणाला.

"मग तू सांग ना ती आम्हाला स्पष्ट करून." डेव्हनपोर्ट म्हणाला.

त्याच्या उपहासगर्भ बोलण्याकडे दुर्लक्ष करून क्रेग म्हणाला, ''कारण त्या दहा लाख रुपयांची गुंतवणूक करून त्याने तुमची आणि माझीसुद्धा अशीच समजूत करून दिली की, हा व्यवहार शंभर टक्के फायदेशीर असणार आहे.''

''पण त्या पहिल्या जागेचा बोजवारा वाजलेला आहे, हे जर त्याला आधीपासूनच माहीत होतं, तर त्याचे ते दहा लाख बुडणार, हेपण त्याला आधीपासून माहीत असणार.'' पेन म्हणाला.

''पण ती जागा आधीपासून त्याच्या स्वत:च्याच मालकीची असली, तर कसं काय त्याचं नुकसान?'' क्रेग म्हणाला.

''तुला असं सुचवायचंय का की, त्याची स्वत:चीच जागा विकत घेण्यासाठी त्याने आपल्याकडून पैसे काढले?'' अखेर डोक्यात प्रकाश पडून पेन म्हणाला.

''त्याहीपेक्षा वाईट!'' क्रेग म्हणाला, ''आणि त्यासाठी त्याला तूच दिलेला सल्ला कारणीभूत आहे. त्याने आपल्याला तर बुडवलंच; पण स्वत:चंही उखळ पांढरं करून घेतलं.''

इतक्यात बेल वाजली.

''कोण आलं असेल?'' पेन घाबरून उठून उभा राहत म्हणाला.

''आपलं जेवण आलंय.'' क्रेग म्हणाला. ''तुम्ही असं करा, दोघं स्वयंपाकघरात जा. पिझ्झा खाता खाता मी तुम्हाला माझी योजना समजावून सांगतो. आता त्या सर निकोलस मॉन्क्रीफचा डाव त्याच्यावर उलटवण्याची, त्याच्याशी चार हात करण्याची वेळ आली आहे.''

''मलातर त्या माणसाचं परत तोंडही बघण्याची इच्छा नाही.'' पेनबरोबर स्वयंपाकघरात जात डेव्हनपोर्ट म्हणाला.

''पण आपल्याला ते टाळता येणार नाही.'' पेन म्हणाला.

टेबलावर क्रेगने चार लोकांच्या जेवणाची व्यवस्था केलेली पाहून डेव्हनपोर्ट म्हणाला, ''आपल्याबरोबर आणखी कोण असणार आहे जेवायला?''

पेनने मान हलवली. ''काही कल्पना नाही; पण मॉन्क्रीफ असण्याची शक्यता जरा कमी आहे.''

''हं, पण कदाचित शाळेतला कुणीतरी जुना मित्रपण असू शकेल.'' क्रेग तिथे येत म्हणाला. त्याने बॉक्समधून पिझ्झा बाहेर काढून गरम करण्यासाठी मायक्रोवेव्हमध्ये ठेवला.

''सगळी संध्याकाळ तू नुसतं सूचक बोलतोयस. काय ते जरा नीट स्पष्ट करून सांगशील का?'' पेन क्रेगला म्हणाला.

''इतक्यात नाही,'' क्रेग घड्याळाकडे बघत म्हणाला. ''अजून काही मिनिटं धीर धरा. सगळं कळणारच आहे तुम्हाला.''

“तू मगाशी म्हणालास, मॉन्क्रीफला मी दिलेला सल्लाच या सगळ्या प्रकाराला कारणीभूत आहे. त्याने आपल्याला तर बुडवलंच, पण स्वतःचंही उखळ पांढरं करून घेतलं. त्याचा अर्थ काय?” पेनने विचारलं.

“मॉन्क्रीफने दोन्ही जागा विकत घ्याव्या, म्हणजे कोणत्याही जागेची निवड झाली तरी अखेर तोच जिंकेल, हा सल्ला तूच तर त्याला दिला होतास ना?”

“हो. मीच दिला होता; पण तुला ही गोष्ट आठवत असेल की, त्याच्याकडे पहिली जागा घेण्यासाठीसुद्धा पुरेसे पैसे नव्हते.” पेन म्हणाला.

“हे तुला त्यानेच सांगितलं ना? पण 'इव्हिनिंग स्टँडर्ड' पेपरात काय छापून आलंय माहिती आहे? त्या दुसऱ्या जागेचा भाव एक कोटी वीस लाखाच्या घरात जाईल, असा अंदाज आहे.”

“पण मग त्या पहिल्या जागेसाठी दहा लाख कशासाठी घातले त्याने?” डेव्हनपोर्ट म्हणाला. “दुसऱ्याच जागेची निवड होणार आणि आपली त्यात चांदी होणार हे आधीच माहीत होतं ना त्याला?”

“कारण दोन्ही जागांमध्ये पैसे गुंतवायचे, हे त्यानं आधीपासूनच ठरवलेलं होतं.” क्रेग म्हणाला. “फक्त यातल्या पहिल्या जागेच्या बाबतीत आपला तिघांचा बळी गेला. त्याचं स्वतःचं तर काहीच नुकसान झालेलं नाही त्यामध्ये. तुला उसने पैसे मॉन्क्रीफने दिले होते, ही गोष्ट जर तू आम्हाला विश्वासात घेऊन आधी सांगितली असतीस,” क्रेग डेव्हनपोर्टला म्हणाला, “तर त्याची भामटेगिरी आधीच लक्षात आली असती.”

डेव्हनपोर्ट ओशाळला; पण त्याने क्रेगचं बोलणं खोडून काढण्याचा जरासुद्धा प्रयत्न केला नाही.

“पण तरीही या सगळ्या प्रकरणातून एका गोष्टीचा उलगडा होत नाहीये. हा माणूस आपल्याला इतका त्रास का देतोय? आपल्या इतका हात धुऊन मागे कशासाठी लागलाय? केवळ त्या कार्टराईटबरोबर तो एका कोठडीत राहत होता, म्हणून?” पेन म्हणाला.

“मलाही असंच वाटतंय. कुठेतरी पाणी मुरतंय, हे नक्की.”

“हो, त्यात काहीच शंका नाही.” क्रेग म्हणाला. “पण मला ज्याचा संशय येतोय ते खरं निघालं, तर हा मॉन्क्रीफ फार काळ आपल्याला सतावू शकणार नाही.”

पेन आणि डेव्हनपोर्ट यांना क्रेगचं बोलणं पटल्यासारखं दिसलं नाही.

“निदान एवढंतरी सांग,” पेन म्हणाला, “की या निक मॉन्क्रीफचा शाळेतला जुना मित्र तुला कुठे भेटला?”

"ओल्ड स्कूल चम्स् डॉट कॉम नावाच्या वेबसाईटबद्दल कधी ऐकलं आहे?"

"मग तू त्याद्वारे नक्की कुणाशी संपर्क साधलास?" पेन म्हणाला.

"निकोलस मॉन्क्रीफ शाळेत किंवा आर्मीत असताना ज्या कुणी त्याला पाहिलं होतं अशा लोकांचा मी शोध घेतला."

"पण कुणी तुझ्या त्या प्रश्नाला उत्तर दिलं का?" डेव्हनपोर्ट म्हणाला. इतक्यात बेल वाजली.

"हो. सात लोकांची उत्तरं आली; पण त्यातला मला हवा होता तसा फक्त एक सापडला." असं म्हणून क्रेग उठून दार उघडायला गेला.

काही क्षणांतच क्रेग एका माणसाला सोबत घेऊन परत आला. तो माणूस उंचनिंच, दणकट होता. स्वयंपाकघराच्या दारातून आत शिरताना त्याला बरंच वाकावं लागलं.

"मित्रांनो, मी तुमची ओळख करून देतो. हे मि. सँडी डॉसन. हे निकोलस मॉन्क्रीफबरोबर लॉरेटो स्कूलमध्ये होते."

"पाच वर्षं!" डॉसन पेन आणि डेव्हनपोर्टशी हस्तांदोलन करत म्हणाला. क्रेगने त्याच्या हातात वाइनने भरलेला ग्लास ठेवला आणि त्याला टेबलापाशी बसायला सांगितलं.

"पण मॉन्क्रीफच्या शाळेत असलेल्या व्यक्तीचा आपल्याला काय उपयोग?" डेव्हनपोर्ट म्हणाला.

"तुम्हीच त्यांना सांगा ना!" क्रेग सँडी डॉसनला म्हणाला.

"मी स्पेन्सर क्रेग यांना फोन केला. माझा शाळेतला मित्र निक मॉन्क्रीफ याला मी अनेक वर्षांत भेटलेलो नाही, असं मी त्यांना सांगितलं."

आता क्रेग त्याला मध्ये थांबवून म्हणाला, "हा सध्या स्वत:ला निक मॉन्क्रीफ म्हणवून घेणारा माणूस आपल्या आयुष्यात आला आहे, त्याच्याविषयी माझ्या मनात शंका असल्याचं मी डॉसन यांना स्पष्ट केलं. तेव्हा त्या तथाकथित मॉन्क्रीफची परीक्षा घ्यायला डॉसन तयार झाले. नेमकी त्याच दिवशी सकाळी त्या मॉन्क्रीफची आणि पेनचा एक सहकारी गॅरी हॉल याची डॉर्चेस्टर हॉटेलमध्ये मीटिंग ठरलेली होती, हे मला पेनकडून समजलं होतं. मग बरोबर त्या वेळी सँडी डॉसन त्या हॉटेलात गेले."

"त्या मॉन्क्रीफला शोधून काढणं मुळीच जड गेलं नाही मला." डॉसन म्हणाला. "बाहेरच्या वॉचमनपासून हॉटेलच्या मॅनेजरपर्यंत सगळे लोक त्या सर निकोलस मॉन्क्रीफला ओळखत होते. त्याची नेहमीची बसण्याची जागा कुठली, ते त्यांनीच मला सांगितलं. तो बरोबर तिथेच होता. मी त्याला दुरून पाहिल्यावर तो खरोखरच निक मॉन्क्रीफ आहे, असं मला वाटलं. मी जवळपास पंधरा

वर्षांनी त्याला भेटत होतो; पण तरीसुद्धा व्यवस्थित खात्री करून घेण्याची मला गरज वाटली. मी मुद्दामच त्याच्या अगदी जवळ जाऊन उभा राहिलो; पण मला ओळखल्याचं काहीही चिन्ह नव्हतं त्याच्या चेहऱ्यावर आणि खरं सांगायचं, तर कुणी इतक्या सहजासहजी विसरावं, असं काही माझं व्यक्तिमत्त्व खचितच नाही.''

''मी तुमची निवड केली त्याचं हेही एक महत्त्वाचं कारण होतंच,'' क्रेग म्हणाला. ''पण तरीही हा काही पुरावा म्हणता येणार नाही, कारण तुम्ही खूप वर्षांनंतर त्याला भेटत होता.''

''पण म्हणून तर मी मुद्दामच तिथे जाऊन त्याच्याशी थोड्या गप्पा मारल्या ना! तो खरोखरीच निक आहे का, ही परीक्षा घेण्यासाठी.'' डॉसन म्हणाला.

''आणि मग?'' पेन म्हणाला.

''एकदम प्रथमदर्शनी फसण्यासारखाच अवतार! तसंच बोलणं, त्याच लकबी, तोच आवाज. पण तरीसुद्धा माझी खात्री पटली नव्हती. मग मी लोरेटो शाळेत असतानाच्या काही गोष्टींबद्दल बोलण्यास सुरुवात केली. निक शाळेत असताना आमच्या शाळेच्या क्रिकेटसंघाचा कप्तान आणि उत्कृष्ट गोलंदाज होता, ही गोष्ट या माणसाला ठाऊक होती. मग मी स्वत: विकेटकीपर असल्याचा त्याच्याशी बोलताना उल्लेख केला; पण त्याने चेहऱ्यावरची रेषासुद्धा न हलवता ही गोष्ट त्याने मान्य केली. हीच त्याची पहिली चूक. मला शाळेत असताना क्रिकेटचा अगदी तिटकारा होता. मी कधीच संघात नव्हतो. मी तर रग्बी खेळायचो. मग मी त्याच्याशी बोलून परत फिरलो. कदाचित तो ही गोष्ट विसरला असेल, असा मी विचार केला आणि पुन्हा एकदा मागे वळून त्याच्यापाशी गेलो. मी म्हणालो, 'स्क्विफी हंफ्रीज वारला, तुम्हाला माहीत आहे का? त्याच्या अंत्ययात्रेला सगळं गाव लोटलं होतं!' त्यावर तो शहाणा म्हणाला, 'फारच चांगला कोच होता!' ही त्याची दुसरी चूक. स्क्विफी हंफ्रीज या आमच्या स्कूल मेट्रन होत्या. स्वभावाने अत्यंत कडक स्त्री होती ती. खूप मारकुट्या होत्या. त्यांना तर मीसुद्धा घाबरायचो. निक कोणत्याही परिस्थितीत स्क्विफी यांना विसरणं शक्यच नव्हतं. डॉर्चेस्टर हॉटेलात मी ज्याला भेटलो, तो माणूस नक्की कोण होता, ते मला माहीत नाही; पण मी तुम्हाला एक गोष्ट अगदी खात्रीलायक सांगू शकतो – तो निकोलस मॉन्क्रीफ नाही!''

''पण मग तो आहे तरी कोण साला?'' पेन म्हणाला.

''तो कोण आहे हे मला अगदी नीट ठाऊक आहे.'' स्पेन्सर क्रेग म्हणाला. ''मी ते सिद्ध करून दाखवीन.''

❖

डॅनीने तिघांच्याही फाइल्समध्ये सगळ्या नव्याने हाती आलेल्या माहितीची व्यवस्थित नोंद केली होती. त्याने पेनला चांगलंच घायाळ करून सोडलं होतं, यात काहीच शंका नव्हती. डेव्हनपोर्टलासुद्धा अगदी गर्भगळित करून सोडलं होतं; पण स्पेन्सर क्रेगचं मात्र तो अजून काहीच वाकडं करू शकला नव्हता. फार फार तर सरकारी वकील म्हणून क्रेगची नियुक्ती होण्यात थोडी-फार आडकाठी त्याने निर्माण करून ठेवली होती, इतकंच आणि आता तर डॅनीचं पितळ पूर्णपणे उघडं पडलेलं होतं. आपल्या तिघांच्या अध:पतनाला कोण जबाबदार आहे, हे त्यांना एव्हाना कळून चुकलं होतं.

डॅनीचं पितळ उघडं पडण्याआधी आपल्या शत्रूंचा एक-एक करून मुकाबला करणं त्याला शक्य होतं. लढाईची जागा आणि वेळ त्याला आधी ठरवता येत होती; पण इथून पुढे तो फायदा नव्हता. आता तो आपला शत्रू असल्याची त्या तिघांना व्यवस्थित जाणीव झालेली होती. आता सामना खुल्या मैदानात, सरळ सरळ होता. ते तिघं आता आपला बदला घेण्यासाठी एकजुटीने कंबर कसून तयारीला लागणार, याची डॅनीला व्यवस्थित जाणीव होती. शिवाय गेल्या खेपेला त्या तिघांनी एकत्र येऊन जे काही केलं होतं, ते तो अजून विसरलेला नव्हता.

आपली खरीखुरी ओळख त्यांच्यासमोर येण्यापूर्वीच त्या तिघांना चितपट करून टाकायचा डॅनीचा विचार होता. आता त्यांचं पितळ सरळ न्यायालयात उघडं पाडायचं, असं त्याने ठरवलं. पण तसं करण्यासाठी त्याला आणखी एक सत्य सांगणं भाग पडणार होतं – तुरुंगातल्या शॉवरमध्ये ज्याचा खून झाला, तो डॅनी कार्टराईट नसून निक मॉन्क्रीफ होता! पण ही गोष्ट कोर्टासमोर उघडी करण्यासाठी योग्य काळ आणि वेळ साधणं अत्यंत महत्त्वाचं होतं.

डेव्हनपोर्टचं घर गेलं होतं, त्याचा पेंटिंग्जचा संग्रहपण गेला होता. हॉल्बी सिटीची स्क्रीन-टेस्ट देण्याआधीच ती भूमिका त्याच्या हातून गेली होती. तो आता आपल्या बहिणीच्या – सेराच्या घरी मुक्काम ठोकून होता. पहिल्यांदाच डॅनीच्या मनात अपराधीपणाची भावना उत्पन्न झाली होती. 'आपण लॅरीच्या बाबतीत कसे वागलो आहोत, हे जर सेराला समजलं, तर तिचं आपल्याविषयी काय मत होईल' असं त्याला वाटलं.

पेनचं तर जवळपास दिवाळंच वाजण्याच्या बेतात होतं; पण हॉलने दिलेल्या माहितीनुसार त्याची आई खंबीरपणे त्याच्या पाठीशी उभी राहिली होती. अजूनही पुढच्या निवडणुकीत तो ससेक्समधून संसद-सदस्य म्हणून निवडून येण्याची शक्यता होती.

आपल्या दोघा मित्रांच्या तुलनेत क्रेगचं तर विशेष काहीच बिघडलं नव्हतं. त्याला पश्चात्ताप झाल्याचं काहीही लक्षण नव्हतं. त्यामुळे त्या मस्केटिअर्सपैकी चवताळून आपल्यावर वार करायला नक्की कोण पुढे येणार, याविषयी डॅनीच्या मनात काहीही शंका नव्हती.

डॅनीने त्या तीनही फायली शेल्फात परत ठेवल्या. आता पुढची चाल कोणती खेळायची हे त्याने व्यवस्थित ठरवून ठेवलं होतं. ती यशस्वी झाली असती, तर तिघंही तुरुंगात जातील यात काहीच शंका नव्हती. मि. रेडमेन यांच्या विनंतीला मान देऊन डॅनीने कोर्टात साक्षीसाठी हजर राहायचं ठरवलं होतं. क्रेग हाच खुनी आहे, हे सिद्ध करण्यासाठी असलेला नवीन पुरावाही तो कोर्टात हजर करणार होता. त्याचबरोबर पेन हा त्याचा साथीदार होता आणि डेव्हनपोर्ट साक्ष देताना कोर्टासमोर शपथ घेऊन खोटं बोलला होता, हेही सिद्ध करायचंच होतं आणि या तिघांमुळेच एका निरपराध माणसाला त्याने न केलेल्या खुनाबद्दल तुरुंगात पाठवण्यात आलं होतं, हेही त्याला कोर्टासमोर दाखवून द्यायचं होतं.

६८

भुयारी रेल्वेच्या अंधाऱ्या नाइट ब्रिट स्टेशनमधून बेथ वर येऊन मुख्य रस्त्याला लागली. छान ऊन पडलं होतं. फुटपाथवरून लोक लगबगीने चालले होते. काही रविवार दुपारचं जेवण आटपून रमत-गमत फेरफटका मारायला निघाले होते.

गेले काही दिवस ॲलेक्स रेडमेन तिच्याशी अत्यंत कनवाळूपणे वागले होते. त्यांनी तिला कितीतरी धीर दिला होता. एका तासापूर्वी त्यांच्याशी बोलून निघाल्यानंतर तिला खूप आत्मविश्वास वाटू लागला होता. ती हातातला पत्ता शोधत निघाली, तेव्हा ॲलेक्सने सांगितलेल्या सगळ्या गोष्टी पुनश्च आठवण्याचा ती प्रयत्न करत होती.

डॅनी तुरुंगात असताना त्याच्या कोठडीत राहणाऱ्या निक मॉन्क्रीफशी त्याची दोस्ती झाली होती. हा निक अत्यंत सज्जन होता, परोपकारी होता. आपल्या सुटकेच्या थोडे दिवस आधी त्याने स्वत: तुरुंगातून मि. ॲलेक्स रेडमेन यांना फोन करून डॅनीचं निरपराधित्व सिद्ध करण्यासाठी काय लागेल ते करण्याची तयारी दाखवली होती. डॅनी निरपराध आहे, अशी आपली खात्री असल्याचं त्याने त्या पत्रात म्हटलं होतं.

पण त्याच्या बोलण्यात किती सच्चेपणा आहे, ते बघण्याचं ॲलेक्स रेडमेन यांनी ठरवलं होतं. त्यासाठी निकच्या डायरीच्या ज्या भागात टोबी मोर्टिमर आणि अल्बर्ट क्रॅन यांच्यातल्या ध्वनिमुद्रित संभाषणाचा उल्लेख होता, तेवढा भाग त्यांनी निककडे बघायला मागितला होता. 'गरज पडली तर तुम्ही कोर्टासमोर येऊन साक्ष द्याल का?' असंपण मि. रेडमेन यांनी त्या निकला त्या पत्रातून विचारलं होतं.

आश्चर्याचा पहिला धक्का म्हणजे ते पत्र पोहोचल्याच्या दुसऱ्याच दिवशी डायऱ्या ॲलेक्स रेडमेन यांच्या ऑफिसात पोहोचल्या होत्या. शिवाय अल्बर्ट

क्रेनने मि. रेडमेन यांनी विचारलेल्या प्रत्येक प्रश्नाचं अगदी मुद्देसूद आणि व्यवस्थित उत्तर दिलं होतं; पण त्याचबरोबर अल्बर्ट क्रेनने असंही स्पष्ट केलं होतं की, आपले बॉस सर निकोलस मॉन्क्रीफ हे कोणत्याही परिस्थितीत कोर्टामध्ये साक्ष देण्यासाठी उपस्थित राहणार नाहीत. इतकंच काय, पण मि. ॲलेक्स रेडमेन यांची खासगीत भेटसुद्धा घेण्याचं मान्य करणार नाहीत. या निक मॉन्क्रीफला आता परत कुठल्याही कारणाने पोलिसांचा ससेमिरा मागे लावून घेण्याची इच्छा नसणार, असा ॲलेक्स रेडमेन यांनी त्याचा अर्थ लावला होता. आपलं प्रोबेशन संपेपर्यंत त्याला पोलिसांच्या भानगडीत पडायची इच्छा नसली, तर त्यात काहीच गैर नव्हतं. पण ॲलेक्स रेडमेन सहजासहजी हार मानायला तयार नव्हते. निकने कोर्टापुढे येऊन साक्ष दिली, तर डॅनीवरचा कलंक पुसण्यामध्ये त्याची फार मदत होणार होती. त्यामुळे त्यांनी बेथबरोबर लंच घेत असताना तिला एक विनंती केली होती.

"मी करीन. मला नाही कसलंही दडपण वाटणार." बेथ त्यांना हसून म्हणाली होती; पण आता त्या निक मॉन्क्रीफच्या घराकडे जात असताना प्रत्येक पावलागणिक तिला दडपण जाणवू लागलं होतं.

ॲलेक्स रेडमेन तिला निक मॉन्क्रीफचा फोटो दाखवून म्हणाले होते, "त्याला पाहताच एकदम डॅनीच असल्याचा भास होईल तुला; पण मनावर त्या गोष्टीचा परिणाम होऊ देऊ नकोस."

त्या निकच्या भेटीला बेथने कधी जायचं, त्याचा दिवस आणि वेळ ॲलेक्स रेडमेन यांनीच तिला सुचवली होती. रविवारी दुपारी चार वाजता. त्या वेळी तो निक घरी जरा आरामात, निवांत असेल आणि बेथसारखी तरुणी आधी न कळवता अचानक मदतीची याचना करत दारात येऊन उभी राहिली की, त्याला 'नाही' म्हणणं जड जाईल असा त्यांचा कयास होता.

बेथ मुख्य रस्ता सोडून निकच्या घराकडे जाणाऱ्या लहान रस्त्याला लागली, तशी तिची पावलं जड झाली; पण डॅनीच्या नावाला लागलेला कलंक कोणत्याही परिस्थितीत आपल्याला धुऊन काढायचा आहे, या विचारांनी तिने सगळा धीर गोळा केला आणि ती निघाली. अखेर ते घर आलं. मुख्य प्रवेशद्वारातून आत शिरताना मनातल्या मनात परत एकदा तिने शब्दांची जुळवाजुळव केली. 'माझं नाव बेथ विल्सन. रविवारी दुपारच्या वेळी असं न कळवता तुमच्याकडे आल्याबद्दल माफ करा, पण तुम्ही तुरुंगात असताना तुमच्यासोबत तुमच्याच कोठडीत जो डॅनी कार्टराईट राहत होता...'

❖

प्रोफेसर मोरी यांनी वाचायला दिलेला तिसरा निबंध डॅनीने वाचून संपवला. आता प्रोफेसरांच्या समोर उभं राहून त्यांच्या प्रश्नांना आपण व्यवस्थित उत्तरं देऊ शकू, असा आत्मविश्वास त्याला वाटू लागला. त्याने स्वत: एक वर्षापूर्वी जे.के. गॅलब्रेथच्या लो टॅक्स इकॉनॉमीवर एक परिच्छेद लिहिला होता. तो त्याने परत एकदा वाचायला घेतला; इतक्यात बेल वाजली. डॅनीने मनातल्या मनात शिवी हासडली. बिग अल् कुठलीशी मॅच बघायला गेला होता. डॅनीलापण जायचं होतं; पण तो धोका पत्करायची इतक्यात त्याची तयारी नव्हती. 'त्या भागातल्या कुणी ओळखलं तर? कदाचित पुढच्या वर्षीपर्यंत जाता येईलही आपल्याला!' त्याने त्या बेलकडे दुर्लक्ष करून वहीत डोकं खुपसलं. 'जे कुणी असेल, ते जाईल कंटाळून परत!' पण बेल परत एकदा वाजली.

तो नाइलाजाने उठला. 'आत्ता या वेळेला कोण बरं आलं असावं? असेल एखादा विक्रेता! जे कुणी असेल, त्याला रविवारी दुपारी भलत्या वेळेला बेल वाजवून त्रास दिल्याबद्दल खरमरीत सुनवायचं' असं ठरवूनच तो दारापाशी आला. इतक्यात तिसऱ्यांदा बेल वाजली.

डॅनीने दार उघडलं.

"माझं नाव बेथ विल्सन. रविवारी दुपारी भलत्या वेळी येऊन त्रास दिल्याबद्दल आधी मी तुमची क्षमा मागते."

डॅनी आपल्या प्रेयसीकडे थक्क होऊन पाहत नुसता उभा राहिला. गेल्या दोन वर्षांत मनोमन अनेकदा त्याने या प्रसंगाचं कल्पनाचित्र रंगवलं होतं. 'असं झालं, तर आपण तिला काय म्हणायचं' हेपण त्याने मनाशी ठरवून ठेवलं होतं; पण आत्ताच्या क्षणी जणू त्याची वाचाच गेली होती.

बेथ पांढरीफटक पडली. ती थरथरू लागली. "हे कसं शक्य आहे?" ती कशीबशी पुटपुटली.

"हे खरं आहे डार्लिंग!" तिला आवेगाने मिठीत घेत डॅनी म्हणाला.

घरासमोरच्या रस्त्याच्या पलीकडच्या बाजूला एक गाडी पार्क केलेली होती. त्यात बसलेला माणूस त्याच क्षणी त्यांचे घाईघाईने फोटो काढू लागला.

"मि. मॉन्क्रीफ?"

"कोण बोलतंय?"

"माझं नाव स्पेन्सर क्रेग. मी बॅरिस्टर आहे. मी तुमच्यापुढे एक प्रस्ताव ठेवू इच्छितो."

“कोणता प्रस्ताव मि. क्रेग?”

“तुमची सगळी मालमत्ता मी जर तुम्हाला परत मिळवून दिली, जी मालमत्ता खरोखरी तुमची आहे, ती सगळीच्या सगळी, तर त्याचं तुम्हाला किती मोल वाटेल?”

“पण त्यासाठी मला काय किंमत मोजावी लागेल?”

“पंचवीस टक्के.”

“जरा जास्त वाटतात.”

“तुमची स्कॉटलंडमधली मालमत्ता मी तुम्हाला परत मिळवून देईन, तुमच्या लंडनच्या घरात सध्या घुसून बसलेल्या माणसाला मी बाहेर काढून ते घर तुम्हाला परत मिळवून देईन. त्या स्टँपच्या संग्रहाची सगळी रक्कम, झालंच तर लंडनमध्ये असलेलं एक पेंटहाउस, जीनिव्हा आणि लंडनमध्ये असलेल्या बँक अकाउंटमधले सगळे पैसे या सगळ्याचा विचार करता माझी फी जास्त नाही मि. मॉन्क्रीफ. शिवाय मला नाही म्हणालात, तर त्यातली एकही गोष्ट तुम्हाला मिळू शकणार नाही, हेही तुम्ही लक्षात घ्या.”

“पण हे कसं शक्य आहे?”

“तुम्ही एकदा माझ्याशी करारपत्र केलंत की, तुमच्या वडिलांची सगळीच्या सगळी मालमत्ता तुम्हाला परत मिळेल.”

“पण त्याशिवाय आणखी काही फी किंवा काही पैसे मोजावे लागणार नाहीत ना मला?” ह्यूगो मॉन्क्रीफ संशयाने म्हणाले.

“नाही. तसलं काहीही नाही.” क्रेग म्हणाला. “एवढंच काय, पण याव्यतिरिक्त मी तुम्हाला एक बोनस मिळवून देईन. तो ऐकल्यावर तुमची पत्नी फारच खूश होऊन जाईल.”

“बोनस? कोणता?”

“माझ्याशी करारनामा आणि काही दिवसांतच तुमच्या पत्नीचा उल्लेख लोक नुसता मिसेस मॉन्क्रीफ न करता लेडी मॉन्क्रीफ असा करू लागतील.”

६१

“त्याच्या पायाचा फोटो काढायला जमलं का तुला?”

“अजून नाही.” पेन म्हणाला.

“ज्या क्षणी काढशील, त्या क्षणी मला कळव.”

“एक मिनिट थांब. तो घरातून बाहेर पडतोय.” पेन म्हणाला.

“त्याच्या ड्रायव्हरबरोबर?” क्रेग म्हणाला.

“नाही. काल दुपारी त्याच्या घरात जी बाई शिरली होती, तिच्याबरोबर.”

“तिचं वर्णन करून सांग.”

“ती सत्तावीस, अठ्ठावीस वर्षांची असेल. पाच फूट आठ इंच उंची असावी. सडपातळ बांधा, तांबूस केस, घाटदार पाय. दोघंही आता कारमध्ये बसतायत, मागच्या सीटवर.”

“त्यांचा पाठलाग कर.” क्रेग म्हणाला. “आणि कुठे जातायत ते मला कळव.” क्रेगने फोन खाली ठेवला, कॉम्प्युटर लावला आणि बेथ विल्सनचा फोटो उघडला. पेनने केलेलं वर्णन अगदी बरोबर होतं. फक्त त्याला एका गोष्टीचं नवल वाटलं. ‘कार्टराईटने हा इतका मोठा धोका कसा काय पत्करला? आपल्याला कुणीच बघू शकत नाही, असं समजतोय का काय तो?’

एकदा पेनने कार्टराईटच्या डाव्या पायाचा पाहिजे तसा फोटो घेतला की, मगच डिटेक्टिव्ह फुलरला फोन करायचा, असं क्रेगने मनाशी ठरवलं होतं. त्यानंतर आपण अलगद बाजूला व्हायचं आणि तुरुंगातून पळून खोट्या नावाने राहत असलेल्या खुन्याला आणि त्याच्या साथीदाराला पकडण्याचं पूर्ण श्रेय पोलिसांना घेऊ द्यायचं, असं त्याने ठरवलं होतं.

❖

बिग अल्ने डॅनीला युनिव्हर्सिटीच्या दारात उतरवलं. तो बेथच्या ओठांवर प्रेमभराने ओठ टेकून गाडीतून खाली उतरला आणि पळतच युनिव्हर्सिटी बिल्डिंगच्या पायऱ्या चढून वर गेला. काल बेथच्या मिठीत डॅनी पूर्ण विरघळून गेला होता. रात्रभर दोघंही झोपलेच नव्हते. दुसऱ्या दिवशीची सकाळ उजाडली, तेव्हा एक गोष्ट डॅनीला स्पष्टच झाली होती. बेथशिवाय आपण जगू शकणार नाही. मग त्यासाठी देश सोडून परदेशी जाऊन राहायची वेळ आली, तरी चालेल.

❖

ज्युरींचा खटल्याच्या निकालाबद्दल विचारविनिमय चालू झाला तसा क्रेग कोर्ट रूममधून बाहेर पडला. त्याने बाहेरच्या पायऱ्यांवर उभं राहून पेनला फोन लावला.

"ते दोघं कुठे गेले?" त्याने विचारलं.

"कार्टराईटला त्या गाडीने लंडन युनिव्हर्सिटीत नेऊन सोडलं. तो तिथे बिझिनेस स्टडीज या विषयाच्या पदवी परीक्षेचा अभ्यास करतोय."

"पण मॉन्क्रीफकडे तर इंग्रजीची पदवी आहे."

"होय; पण एक विसरून चालणार नाही. हा कार्टराईट बेलमार्श तुरुंगात असताना गणित आणि बिझिनेस स्टडीज या विषयांच्या परीक्षा देत होता."

"ही त्याची आणखी एक लहानशी चूक. त्याला वाटलं, ही गोष्ट कुणाच्याही लक्षात येणार नाही," क्रेग म्हणाला. "मग कार्टराईटला सोडल्यानंतर तो ड्रायव्हर त्या मुलीला कुठे घेऊन गेला?"

"ते ईस्ट एंडच्या दिशेने गेले आणि–"

"सत्तावीस बेकन रोड, बो," क्रेग म्हणाला.

"पण हे तुला कसं कळलं?"

"ते बेथ विल्सनचं म्हणजे कार्टराईटच्या प्रेयसीचं घर आहे. त्या रात्री ती त्या अंधाऱ्या गल्लीत त्याच्यासोबत होती. आठवतंय का?"

"मी कसं विसरू शकेन ते?" पेन जरा जोरात म्हणाला.

"तू तिचा फोटो काढलास का?" त्याच्या त्या रागावून बोलण्याकडे दुर्लक्ष करत क्रेग म्हणाला.

"अनेक काढले."

"पण तरीही मला कार्टराईटच्या डाव्या पायाचा फोटो लागेल. गुडघ्याच्या जरासा वरती. त्यानंतरच मी डिटेक्टिव्ह सार्जंट फुलरला जाऊन भेटेन. चल, मी

आता कोर्टात चाललोय. ज्युरी माझ्या अशिलाला नक्कीच दोषी ठरवणार आहेत. त्यांना फार वेळ लागणार नाही. तू आत्ता नक्की कुठे आहेस?''

''बेकन रोडवर सत्तावीस नंबरच्या घरासमोर.''

''जरा नीट आडोशाला उभा राहा.'' क्रेग म्हणाला. ''ती मुलगी तुला शंभर पावलांवरून ओळखून काढील. कोर्टाचं कामकाज संपलं की, मी तुला फोन करीनच.''

❖

लंचब्रेक झाल्यावर डॅनीने बाहेर जाऊन पाय मोकळे करून एक सँडविच खाऊन यायचं ठरवलं. पुढचं लेक्चर प्रोफेसर मोरी यांचं होतं. जर वर्गात प्रोफेसरांनी आपल्याला एखादा प्रश्न विचारलाच तर उत्तर देता यावं म्हणून त्याने अॅडम स्मिथच्या सहा सिद्धान्तांची मनोमन उजळणी करण्यास सुरुवात केली. रस्त्याच्या पलीकडच्या बाजूला एक माणूस बाकावर बसून होता. त्याच्या शेजारी कॅमेरा होता; पण डॅनीचं तिकडे लक्ष गेलं नाही.

❖

कोर्ट बरखास्त झाल्यावर क्रेगने परत पेनला मोबाइलवर फोन केला.

''ती तासभर घरातून बाहेर पडली नाही,'' पेन म्हणाला. ''पण नंतर मात्र ती हातात सूटकेस घेऊन घराबाहेर पडली.''

''तिथून ती कुठे गेली?'' क्रेग म्हणाला.

''तिला गाडीने तिच्या मेसन स्ट्रीटवरच्या ऑफिसात सोडलं.''

''मग ती सूटकेस तिने बरोबर घेतली होती की काय?''

''नाही. तिने ती कारच्या डिकीतच सोडली होती.''

''म्हणजे याचा अर्थ ती आणखी एक रात्र त्याच्या घरी जाऊन राहण्याचा विचार करत असणार.''

''मला तरी तसंच वाटतंय किंवा ते कदाचित देश सोडून जायचाच विचार करत असतील का?'' पेन म्हणाला.

''त्याची त्याच्या प्रोबेशन ऑफिसरबरोबर येत्या गुरुवारी सकाळी शेवटची मीटिंग आहे. ती होईपर्यंत तरी ते दोघंही असला काही विचार करणार नाहीत.''

''याचा अर्थ असा की, आपल्याला पाहिजे तो सगळा पुरावा येत्या तीन दिवसांतच गोळा करायला हवा.'' पेन म्हणाला.

“मग आज दुपारच्या वेळी त्याने काय केलं?”

“तो चार वाजता युनिव्हर्सिटीतून निघाला आणि कारने घरी गेला. तो घरात शिरला; पण ड्रायव्हर मात्र लगेच गाडी काढून बाहेर निघाला. मी त्याचा पाठलाग केला. तो त्या मुलीला आणायला जातो का, ते बघायचं होतं मला.”

“मग तसंच केलं का त्याने?”

“होय त्याने तिच्या कामाच्या ठिकाणी जाऊन तिला घेतलं आणि त्याच्या घरी आला.”

“आणि तिची सूटकेस?”

“ड्रायव्हरने ती घरात नेली.”

“कदाचित आता त्याच्या घरी राहायला जाण्यात काहीच धोका नाही, असं तिला वाटत असेल. तो पळायला गेला का?”

“मी त्या मुलीचा पाठलाग करत असताना जर तो पळायला गेला असेल, तर मला काही कल्पना नाही.”

“आता उद्या तिचा पाठलाग करण्याची गरज नाही.” क्रेग म्हणाला. “आता इथून पुढे सगळं लक्ष त्या कार्टराईटवरच केंद्रित कर. कारण आपल्याला जर त्याची वाट लावायची असेल, तर त्यासाठी फक्त एकच गोष्ट मिळवावी लागेल.”

“फोटो.” पेन म्हणाला, “पण तो सकाळी जर पळायला गेलाच नाही तर?”

“म्हणून तर त्या मुलीवर नजर ठेवण्याच्या भानगडीत न पडता त्याच्यावर कडी नजर ठेवायची.” क्रेग म्हणाला. “दरम्यान मी लॅरीला या सगळ्या घटना सांगतो.”

“लॅरीने पोटा-पाण्याचा काही उद्योगधंदा सुरू केलाय का नाही?”

“तसा विशेष काही नाही,” क्रेग म्हणाला,“पण आत्ता तो त्याच्या बहिणीकडे राहतोय. तेव्हा आत्ता त्याच्या विरोधात आपण काहीही न बोललेलंच बरं.”

❖

क्रेग दाढी करत असताना फोन वाजला. त्याने एक शिवी हासडली.

“ते दोघं परत एकत्र बाहेर पडले.”

“आज सकाळी तो पळायला गेलाच नाही?”

“पहाटे पाचच्या आधी गेला असला, तर माहीत नाही. त्याच्या दिनक्रमात कुठे काही बदल झालेला दिसला, तरच परत फोन करीन.”

क्रेग फोन बंद करून परत दाढी करू लागला. त्याने तेवढ्यात स्वत:ला कापून घेतलं. मग परत एक शिवी हासडली.

आज त्याला दहाच्या आत कोर्टात पोहोचायचं होतं. त्याच्या अशिलावर चोरीचा आरोप होता, त्याचा आज निकाल लागणार होता. कदाचित त्याला दोन वर्षांची शिक्षा होऊ शकली असती.

क्रेगने गालावर आफ्टरशेव्ह लावलं. या बेट्या कार्टराईटवर कुठले कुठले गुन्हे दाखल करता येतील, याचाच तो मनातून विचार करत होता. दुसऱ्या कैद्याचं नाव आणि रूप धारण करून बेलमार्श तुरुंगातून पळून जाणं, स्टँपचा संग्रह (सुमारे पाच कोटी डॉलर्स किमतीचा) लंपास करणं, दोन बँक अकाउंट्‌चे चेक्स खोट्या सह्या करून वटवणं, शिवाय आणखी किमान तेवीस इतर गुन्हे. एकदा हे गुन्हे कोर्टात सिद्ध झाले, की तो कार्टराईट म्हातारा होईपर्यंत तुरुंगात खितपत पडून राहणार होता एवढं निश्चित! शिवाय गुन्हेगाराला मदत केल्याबद्दल त्या पोरीलापण बरीच मोठी शिक्षा होऊ शकली असती, असाही क्रेगचा अंदाज होता. शिवाय तुरुंगातून सुटल्यानंतर कार्टराईटने जे काही उद्योग केले होते, ते पाहता त्याला कुणी जज्ज माफ करेल किंवा दया दाखवून शिक्षेत कपात करेल, अशी तर शक्यताच नव्हती. आता आपल्याला लॉर्ड चॅन्सेलर परत बोलावून घेतील, असा क्रेगचा अंदाज होता. शिवाय या खेपेला ते आपल्याला शेरीचा ग्लास ऑफर करतील आणि आपल्याशी इंग्लिश क्रिकेटचीपण चर्चा करतील, असंही त्याला वाटत होतं.

❖

''आपला कुणीतरी पाठलाग करतंय.'' बिग अल् म्हणाला.

''तुला असं कशामुळे वाटतंय?''

''काल एक कार आपल्या मागोमाग येत असल्याचं माझ्या लक्षात आलंच होतं. आजपण तीच गाडी मागून येत होती.''

''पुढच्या चौकात डावीकडे वळ आणि मग बघू ती गाडीपण डावीकडे वळते का ते!''

बिग अल्‌ने मान हलवली आणि इंडिकेटरने सिग्नल न देता अचानक गाडी डावीकडे वळवली.

''अजून येतोय का तो आपल्या मागून?''

''नाही, तो सरळ पुढे निघून गेला.'' बिग अल् रिअर व्ह्यू मिररमध्ये बघत म्हणाला.

"कोणती गाडी होती?"

"गडद निळ्या रंगाची, फोर्ड मॉंडेओ."

"या बनावटीच्या लंडनमध्ये किती गाड्या असतील?" डॅनी म्हणाला.

बिग अल्ने नुसता हुंकार दिला. "तो आपला पाठलाग करत होता हे नक्की!" तो परत ठासून म्हणाला आणि त्याने गाडी घराकडे वळवली.

"मी पळायला जातोय. जर कुणी माझा पाठलाग करताना दिसलं, तर मी तुला सांगेनच." डॅनी म्हणाला.

बिग अल् त्यावर मुळीच हसला नाही.

❖

"कार्टराईटच्या ड्रायव्हरने मला पाहिलं." पेन म्हणाला. "त्यामुळे मला त्याच्या गाडीचा पाठलाग अर्ध्यात सोडून द्यावा लागला आणि राहिलेला दिवस घरीच बसावं लागलं. मी आता कार भाड्याने देणाऱ्या कंपनीकडून एक वेगळ्या रंगाची, वेगळ्या बनावटीची कार मागवून घेणार आहे. उद्या सकाळी मी परत पाळत ठेवण्याच्या कामी हजर होईन, पण इथून पुढे मला फारच जास्त काळजी घ्यावी लागणार आहे, कारण कार्टराईटचा ड्रायव्हर फार हुशार आहे. तो नक्की पूर्वी पोलिसात नाहीतरी आर्मीत असणार अशी माझी खात्रीच आहे. याचा अर्थ एकच, मला माझी गाडी रोजच्या रोज बदलत राहावी लागणार."

"तू काय म्हणालास?" क्रेगने विचारलं.

"मला माझी गाडी रोजच्या रोज बदलत–"

"नाही, नाही. त्या आधी?"

"कार्टराईटचा ड्रायव्हर पूर्वी पोलिसात किंवा आर्मीत असणार."

"अरे अर्थातच आहे. एक विसरू नकोस, त्या मॉन्क्रीफचा ड्रायव्हरपण कार्टराईट आणि मॉन्क्रीफबरोबर एकाच कोठडीत होता."

"खरं आहे तुझं. त्याचं नाव क्रॅन. अल्बर्ट क्रॅन." पेन म्हणाला.

"त्याला सगळे बिग अल् म्हणून ओळखतात. मला आता मनातून अशी खात्रीच पटत चालली आहे की, सार्जंट फुलरचा चांगलाच मटका लागणार आहे. राजा, राणी आणि गुलाम!"

"मी संध्याकाळी परत एकदा जाऊन पक्की खात्री करून येऊ का?" पेन म्हणाला.

"नको. हा जर खरंच क्रॅन असला, तर आपल्याला बोनस मिळाला असं समजू. पण आपण त्याच्या मागावर आहोत, अशी त्याला जरासुद्धा शंका येऊन चालणार नाही. उद्या दुपारपर्यंत त्यांच्या नजरेससुद्धा पडू नकोस. लांबच राहा. क्रॅन

तुझ्याविषयी सावध झालेला असेल, याची खात्री बाळग. मला वाटतं, तो कार्टराईटला घरी सोडून त्याच्या त्या गर्लफ्रेंडला आणायला गाडी घेऊन जात असेल ना, त्याच वेळी तो कार्टराईट पळायला जात असावा.''

❖

डॅनी कॉरिडॉरमधून जात असताना त्याला प्रोफेसर मोरी भेटले. ते काही विद्यार्थ्यांशी बोलत होते. ते विद्यार्थी लवकरच परीक्षेला बसणार होते.

''आजपासून बरोबर एक वर्ष निक आणि तुझी फायनलची परीक्षा असेल.'' ते म्हणाले. आपल्याकडे अभ्यासासाठी किती कमी वेळ उरलाय, हे डॅनी विसरूनच गेला होता. आजपासून एक वर्षाने आपण नक्की कुठे असू हे आपल्यालाच माहीत नाही, ही गोष्ट त्याने प्रोफेसर मोरींना सांगितली नाही. ''माझ्या तुझ्याकडून फार मोठ्या अपेक्षा आहेत.'' प्रोफेसर म्हणाले.

''मी तुमच्या अपेक्षा पूर्ण करू शकेन अशी आशा करतो,'' डॅनी म्हणाला.

''मी काही चुकीची अपेक्षा ठेवलेली नाही.'' प्रोफेसर म्हणाले. ''तुझं शिक्षण इतर विद्यार्थ्यांसारखं सुरळीत झालेलं नाही, त्यामुळे आपण मागे तर पडणार नाही ना, आपल्याला सगळं जमेल ना, अशी भीती तुला वाटते आहे. पण निक, एक सांगू? जेव्हा पुढच्या वर्षी परीक्षेची वेळ अगदी जवळ येऊन ठेपली असेल ना, तेव्हा एक गोष्ट तुझ्या नक्की लक्षात येईल. तू इतर विद्यार्थ्यांच्या नुसता बरोबरीलाच आलेला नाहीस, तर बहुतेक विद्यार्थ्यांच्या मागून येऊन तू पुढेसुद्धा गेलेला आहेस.''

''तुम्ही फार कौतुक करता प्रोफेसर!'' डॅनी म्हणाला.

''मला उगीच कुणाचं कौतुक करण्याची सवय नाही.'' प्रोफेसर दुसऱ्या विद्यार्थ्यांकडे वळून म्हणाले.

डॅनी बिल्डिंगच्या बाहेर पडला. बिग अल् त्याची वाट बघत उभा होता. त्याने डॅनीसाठी गाडीचं दार उघडून धरलं. ''आज कुणी आपला पाठलाग करतंय का?'' डॅनी म्हणाला.

''नाही बॉस.'' बिग अल् गाडी चालू करत म्हणाला.

कुणीतरी आपला पाठलाग करत असणं सहज शक्य आहे, अशी डॅनीलाही कल्पना होती; पण त्याने ती गोष्ट बिग अल्ला समजू दिली नाही. क्रेगला आपलं गुपित कधी ना कधीतरी समजणार, त्या गोष्टीला आता फार वेळ लागणार नाही, याची त्याला कल्पना होती. क्रेगला जर आत्तापर्यंत सत्य समजलेलं नसलं, तर आता ते आणखी किती दिवसांत कळेल? थोडक्यात आणखी किती दिवस

आपल्या हाती उरले आहेत, याचीच त्याला खात्री नव्हती. डॅनीचं प्रोबेशन संपत आलं होतं. ते तरी व्यवस्थित पूर्ण व्हावं, अशी त्याची इच्छा होती. मग सगळ्या जगासमोर सत्य आलं असतं, तरी चाललं असतं.

त्यांची गाडी घरापाशी येताच डॅनी उतरून पळतच आत गेला.

तो घाईघाईने जिन्याच्या पायऱ्या चढत वर निघालेला असताना मॉलीने चहा विचारला. पण त्याने नकार दिला.

''नो थँक्स. मी पळायला निघालोय.''

डॅनीने अंगातले कपडे काढून टाकले आणि पळण्याचा पोशाख अंगात चढवला. दुसऱ्या दिवशी सकाळी तो ॲलेक्स रेडमेनची भेट घेणार होता. त्या बाबतीत त्याच्या मनात खूप विचार घोळत होते. त्यामुळे आज जरा जास्त लांबवर पळायला जाऊन विचार करावा, असं त्याने ठरवलं. तो घराच्या दारातून बाहेर पडत असताना बिग अल् स्वयंपाकघरात शिरत होता. तो नक्की आधी मॉलीबरोबर बसून चहा पिणार आणि मगच बेथला आणायला जाणार, याची डॅनीला खात्रीच होती. डॅनी नदीच्या दिशेने जॉगिंग करत निघाला. दिवसभर बसून लेक्चर्स ऐकून अंग आंबून गेलं होतं. पळाल्यामुळे शरीरात परत एकदा उत्साहाचा संचार झाला.

पळता पळता रस्त्यात सेराचं अपार्टमेंट लागलं; पण त्याने मुद्दामच तिकडे बघायचं टाळलं. त्याने जर मान वर करून बघितलं असतं, तर त्या अपार्टमेंटच्या खिडकीत उभं राहून एक माणूस आपले फोटो काढत आहे, ही गोष्ट त्याच्या लक्षात आली असती. डॅनी तसाच पार्लमेंट स्क्वेअरपर्यंत पळत गेला. सेंट स्टीफन्स स्क्वेअर पार करून तो जेव्हा हाउस ऑफ कॉमन्सच्या बिल्डिंगपाशी पोहोचला, तेव्हा त्याच्या मनात पेनचा विचार आला. तो काय करत असेल, कुठे असेल असंही त्याला वाटलं.

पेन तिथेच रस्त्याच्या पलीकडच्या बाजूला उभा राहून एखाद्या पर्यटकाच्या थाटात बिग बेनचे फोटो घेत होता.

❖

''तुला जरा तरी बरा फोटो मिळाला का?'' क्रेग म्हणाला.

''एक का? एक मोठं प्रदर्शन लावता येईल एवढे फोटो काढले आहेत मी!'' पेन म्हणाला.

''वेल डन! मग ते सगळे फोटो माझ्या घरी घेऊन ये. आपण जेवताजेवता सगळे फोटो नीट बघू.'' क्रेग म्हणाला.

"परत पिझ्झा का?"

"अजून फार काळ नाही. एकदा ह्यूगो मॉन्क्रीफने पैसे दिले की, आपण नुसती कार्टराईटचीच वाट लावू असं नाही, तर आपल्यालाही या व्यवहारात भरपूर नफा होणारच आहे."

"पण त्या डेव्हनपोर्टला या सगळ्या नफ्यात वाटा कशाला मिळायला हवा? आजवर त्याने केलंय काय?"

"बरोबर आहे तू म्हणतोस ते. पण कसं आहे, तो जरा कमकुवत मनाचा आहे. उगाच त्याने भलत्या वेळी तोंड उघडायला नको ना! आतातर तो त्या सेराच्या घरी राहतोय ना. लवकरच भेटू जेराल्ड."

क्रेगने फोन खाली ठेवून स्वतःचा ग्लास भरला. आता तो लवकरच एका माणसाला फोन करणार होता. त्याच्याशी काय बोलायचं, ते त्याने मनोमन ठरवलं.

त्याने फोन लावला. पलीकडून फोन उचलल्याचा आवाज येताच तो म्हणाला, "डिटेक्टिव्ह सार्जंट फुलर आहेत का? मला त्यांच्याशी बोलायचंय."

"इन्स्पेक्टर फुलर," पलीकडचा आवाज़ म्हणाला, "पण कोणाचा फोन आहे असं सांगू?"

"स्पेन्सर क्रेग. मी बॅरिस्टर आहे."

"मी लगेच जोडून देतो सर."

"मि. क्रेग, आज खूप दिवसांनी फोन केलात तुम्ही. गेल्या खेपेला मला तुम्ही ज्या कारणाने फोन केला होता, ते तसं सहजासहजी विसरण्यासारखं नाही."

"मीपण नाही विसरणार," क्रेग म्हणाला, "पण इन्स्पेक्टर, मी आत्ता तुमचं अभिनंदन करण्यासाठी फोन केलाय." क्रेग म्हणाला.

"थँक यू!" फुलर म्हणाला. "पण खरं सांगू? केवळ तेवढ्यासाठी तुम्ही फोन केलाय, यावर माझा नाही विश्वास बसत."

"अगदी खरं आहे तुमचं म्हणणं," क्रेग म्हणाला. "पण एक अशी माहिती माझ्या हाती आली आहे की, त्याचा वापर करून तुम्हाला चीफ इन्स्पेक्टर बनायला वेळ लागणार नाही."

"मी कान देऊन ऐकतोय." फुलर म्हणाला.

"पण एक गोष्ट आधीच स्पष्ट करून सांगतो इन्स्पेक्टर, ही माहिती तुम्हाला माझ्याकडून कळलेली नाही. यात कुणाचा संबंध आहे, हे जर एकदा तुम्हाला कळलं, तर मग मी असं का म्हणतोय, हे तुमच्या नीट लक्षात येईल आणि मी त्याविषयी फोनवर बोलू इच्छित नाही."

“ऑफ कोर्स!” फुलर म्हणाला. “मग कधी आणि कुठे भेटायचं?”

“उद्या ‘शेरलॉक होम्स’मध्ये सव्वा बाराला?”

“अरे वा, छानच!” फुलर म्हणाला. “मग उद्या तिथे भेटू मि. क्रेग.”

क्रेगने फोन खाली ठेवला. जेराल्ड येऊन हजर होण्यापूर्वी त्याला आणखी एक फोन करायचा होता, पण त्याने फोन उचलला आणि दरवाज्याची बेल वाजली. त्याने दार उघडलं. दारात हसत पेन उभा होता. गेल्या बऱ्याच दिवसांत त्याला स्वत:वर इतकं खूश झालेलं क्रेगने पाहिलं नव्हतं. क्रेगला ओलांडून थेट स्वयंपाकघरात जाऊन त्याने बरोबर आणलेले सगळे फोटो जवळच्या टेबलावर पसरून मांडले.

क्रेगने ते फोटो निरखून पाहिले आणि त्याला पेनच्या आनंदाचं कारण कळलं. क्रेगने त्या रात्री डॅनीच्या पायावर जोरात घाव घातला होता. त्याला ते अगदी नीट आठवत होतं. जखम भरून आली असली, तरी व्रण अजून शिल्लक होता. फोटोत अगदी स्पष्ट दिसत होतं.

“फुलरला हवा असलेला सगळाच्या सगळा पुरावा या फोटोंमध्ये आहे.” क्रेग म्हणाला. त्याने उठून फोन उचलला आणि स्कॉटलंडमधला एक नंबर लावला.

“ह्यूगो मॉन्क्रीफ.” पलीकडून आवाज आला.

“आता लवकरच सर ह्यूगो!” क्रेग म्हणाला.

७०

"निकोलस, ही आपली शेवटचीच मीटिंग आहे, याची तुला कल्पना आहे का?"

"होय, मिसेस बेनेट."

"तसं आपण दोघंही एकमेकांना फारसं आवडत नाही, हे मलाही माहीत आहे. पण तरी एकंदरीत आपल्या सगळ्या मीटिंग्ज ठीक झाल्या."

"मलाही तसंच वाटतं मिसेस बेनेट."

"आज जेव्हा या बिल्डिंगमधून बाहेर पडशील, तेव्हा तू पूर्णपणे मुक्त असशील. आपलं आयुष्य हवं तसं जगू शकशील. आज तुझं प्रोबेशन संपलं."

"होय मिसेस बेनेट."

"पण मी त्या कागदावर सही करण्याआधी तुला प्रश्न विचारायचे आहेत."

"हो, विचारा ना मिसेस बेनेट."

"तू सध्या काही अमली पदार्थांचं सेवन करतोस?"

"नाही मिसेस बेनेट."

"तुला अलीकडे कधी एखादा गुन्हा करण्याची मनातून इच्छा झाली होती?"

"नाही मिसेस बेनेट."

"गेल्या वर्षभरात तू कोणत्याही ज्ञात गुन्हेगाराबरोबर ऊठ-बस केली आहेस का?"

"ज्ञात गुन्हेगाराबरोबर नाही," डॅनी म्हणाला. मिसेस बेनेट यांनी चमकून वर पाहिलं. "पण मी त्यांच्यात ऊठ-बस करणं पूर्णपणे बंद करून टाकलंय. मला परत त्यांचं तोंडही बघायची इच्छा नाही. आता कोर्टातच बघावं लागलं, तर बघेन."

"हे ऐकून मला बरं वाटलं." मिसेस बेनेट म्हणाल्या आणि त्यांनी एका चौकटीत टिकमार्क केला. "तुला राहण्यासाठी ठिकाण आहे ना?"

"हो, पण थोड्याच दिवसांत मी सध्याच्या जागेतून दुसऱ्या जागी हलण्याचा विचार करतोय." त्या एकदम लिहिता लिहिता थांबल्या. "पण ही नवी जागासुद्धा ऑफिशियली मंजूर झालेली आहे. मी पूर्वी तिथेच राहत होतो." मग मिसेस बेनेटने समोरच्या चौकटीमध्ये टिक केली.

"सध्या तुम्ही तुमच्या कुटुंबीयांबरोबर राहता?"

"होय. राहतो."

मिसेस बेनेट यांनी परत चमकून वर पाहिलं. "गेल्या खेपेला हाच प्रश्न मी तुला विचारला होता निकोलस, तेव्हा तू मला याचं उत्तर नकारार्थी दिलं होतंस."

"गेल्या काही दिवसांपूर्वीच आमचं परत जुळलंय."

"हे ऐकून मला खरंच खूप आनंद झाला." असं म्हणत मिसेस बेनेट यांनी आणखी एका चौकटीत टिकमार्क केला.

"तुझ्यावर कुणी अवलंबून आहे?"

"एक मुलगी आहे. ख्रिस्ती."

"म्हणजे तू सध्या तुझी बायको आणि मुलगी यांच्याबरोबर राहत आहेस?"

"बेथची आणि माझी एंगेजमेंट झालेली आहे. माझ्यासमोर एकदोन अडचणी आहेत. त्या एकदा सोडवल्या की, आम्ही लवकरात लवकर लग्न करणार आहोत."

"हे ऐकून मला बरं वाटलं." मिसेस बेनेट म्हणाल्या. "या अडचणी सोडवण्यासाठी तुला प्रोबेशन सर्व्हिसची काही मदत घ्यायची आहे का?"

"तुम्ही हे विचारावं हा तुमचा चांगुलपणा आहे मिसेस बेनेट; पण तशी काही आवश्यकता नाही. उद्याच माझी माझ्या वकिलांबरोबर अपॉईंटमेंट आहे. ते त्या अडचणीतून मार्ग काढतील, असा माझा विश्वास आहे."

"आय सी," परत आपल्या प्रश्नाकडे वळत मिसेस बेनेट म्हणाल्या. "तुमच्या पार्टनरला पूर्ण वेळाची नोकरी आहे का?"

"हो, आहे ना," डॅनी म्हणाला. "सिटी इन्शुअरन्स कंपनीच्या चेअरमनची पीए आहे ती."

"म्हणजे एकदा तुला नोकरी मिळाली की, तुम्ही दोघंही मिळवते होणार."

"हो. पण नंतरचे काही दिवस तरी मला तिच्यापेक्षा कमीच पगार मिळेल."

"का बरं? तुम्ही कोणती नोकरी करण्याचा विचार करताय?"

"एखाद्या मोठ्या संस्थेत लायब्ररियनची नोकरी करण्याची इच्छा आहे माझी."

"वा! मलासुद्धा त्याहून योग्य काहीही सुचत नाही." मिसेस बेनेट म्हणाल्या.

त्यांनी अजून एका चौकटीत टिक केला आणि लगेच पुढचा प्रश्न विचारला. ''येत्या काही दिवसांत परदेशी जाण्याचा बेत आहे का तुझा?''

''नाही. तसा काहीही बेत नाहीये.'' डॅनी म्हणाला.

''आणि शेवट,'' मिसेस बेनेट म्हणाल्या. ''यानंतर लगेच काही दिवसांत परत चुकून आपल्या हातून काही गुन्हा घडेल अशी भीती वाटतेय का तुला?''

''मी असा एक निर्णय घेतलेला आहे की, त्यामुळे पुढच्या आयुष्यात माझ्या हातून कधीच कोणताही गुन्हा घडण्याची शक्यता नाही,'' तो म्हणाला.

''हे ऐकून मला आनंद झाला.'' मिसेस बेनेट म्हणाल्या. त्यांनी शेवटच्या चौकटीत टिकमार्क केला. ''माझे प्रश्न संपले. थँक यू निकोलस.''

''थँक यू मिसेस बेनेट.''

''तुमच्यासमोर ज्या काही अडचणी आहेत, त्यातून तुमचे वकील काहीतरी मार्ग काढतील अशी आशा करू या.'' मिसेस बेनेट खुर्चीतून उठून उभ्या राहत म्हणाल्या.

''तुम्ही खूप कनवाळू आहात मिसेस बेनेट.'' असं म्हणून डॅनीने त्यांच्याशी हस्तांदोलन केलं.

''आणि तुम्हाला कधीही मदतीची गरज भासली तर मला फक्त एक फोन करायचा.''

''येत्या काही दिवसांत कुणीतरी तुम्हाला नक्की फोन करेल.'' डॅनी म्हणाला.

''ठीक आहे. मग मी त्यांच्या फोनची वाट पाहीन.'' मिसेस बेनेट म्हणाल्या, ''तुमचं आणि बेथचं सगळं व्यवस्थित होऊ दे.''

''थँक यू!'' डॅनी म्हणाला.

''गुडबाय निकोलस.''

''गुडबाय मिसेस बेनेट.''

निकोलस मॉन्क्रीफ दार उघडून बाहेर पडून रस्त्यावर आला. तो आता मुक्त होता. उद्या तो डॅनी कार्टराईट असणार होता.

❖

''जागी आहेस का?''

''हो.'' बेथ म्हणाली.

''मी विचार बदलावा, असं तुला अजूनही वाटतंय?''

''होय; पण तुझं मन वळवायला जाण्यात काहीच अर्थ नाही याची मला कल्पना आहे. तू पहिल्यापासूनच असा अडेलतट्टू आहेस डॅनी; पण तू फक्त एकच

गोष्ट विसरू नकोस, तुझा हा निर्णय जर चुकीचा ठरला ना, तर ही तुझी-माझी एकत्र अखेरची रात्र असेल.''

''पण माझा निर्णय जर बरोबर असेल, तर आपल्याला अशा दहा हजार रात्री मिळतील.''

''पण तू अशा प्रकारचा कोणताही धोका न पत्करता आपण जन्मभर सुखाने एकत्र राहू शकतो.''

''मी तुरुंग सोडल्या क्षणापासून रोजच हा धोका पत्करतो आहे. तुला काहीच कल्पना नाही बेथ. सारखं सावध राहायचं, इकडेतिकडे बघत राहायचं – मनात सारखा एकच विचार – कुणीतरी उठून आपल्याला म्हणेल, 'तुझा सगळा खेळ खलास झाला आहे डॅनी बॉय. आता राहिलेला जन्म तुरुंगात घालव.' निदान मी म्हणतोय तसं केलं, तर माझी कहाणी कुणीतरी ऐकून तरी घेईल.''

''पण तुझं निरपराधित्व सिद्ध करण्याचा एवढा एकच मार्ग आहे, असं तुला कशामुळे वाटलं?''

''तुझ्याकडे पाहून वाटलं.'' डॅनी म्हणाला. ''तू त्या दिवशी माझ्या दारात येऊन म्हणालीस, 'तुम्हाला असं अवेळी येऊन त्रास दिल्याबद्दल सॉरी, सर निकोलस–' त्याने तिची हुबेहूब नक्कल केली. तेव्हाच मला कळून चुकलं की, मला सर निकोलस मॉन्क्रीफ म्हणून नाही जगायचं. मी डॅनी कार्टराईट आहे आणि मी बेथ विल्सनच्या प्रेमात आहे.''

बेथ जोरात हसली, ''तू मला तशी हाक मारून किती दिवस लोटले?''

''तू केसांच्या छोट्या-छोट्या दोन वेण्या घालणारी, आकर्षक अकरा वर्षांची पोरगी होतीस ना, तेव्हा!''

बेथ परत उशीवर डोकं टेकून झोपली आणि बराच वेळ काहीच बोलली नाही. तिला झोप लागली की काय, असं डॅनीला वाटलं. इतक्यात त्याचा हात घट्ट पकडून ती म्हणाली, ''पण डॅनी, कदाचित तुला उर्वरित आयुष्य जेलमध्ये कंठावं लागेल.''

''मी खूप विचार केलाय त्यावर.'' डॅनी म्हणाला. ''मला एका गोष्टीची खात्री पटली आहे – मी जर मि. ॲलेक्स रेडमेन यांच्यासोबत पोलीसचौकीत जाऊन स्वत:हून पोलिसांच्या हवाली झालो, हे घर, सगळी मालमत्ता, सारं काही परत केलं आणि मुख्य म्हणजे तुझा हात धरून मी निरपराध असल्याचं सांगितलं, तर माझ्यावर ते नक्कीच विश्वास ठेवतील.''

''जवळपास कुणीच तो धोका पत्करायला तयार नाही होणार.'' बेथ म्हणाली. ''त्यापेक्षा उर्वरित आयुष्य सर निकोलस मॉन्क्रीफ म्हणून ऐषारामात घालवायला कुणीही तयार होईल.''

"माझा मुद्दा तोच तर आहे बेथ." डॅनी म्हणाला. "मी सर निकोलस मॉन्क्रीफ नसून डॅनी कार्टराईट आहे."

"आणि मीसुद्धा बेथ मॉन्क्रीफ नाही; पण उरलेलं आयुष्य महिन्यातल्या प्रत्येक सोमवारी बेलमार्श तुरुंगात तुला भेटायला येण्याऐवजी मी बेथ मॉन्क्रीफ म्हणून जगायला तयार आहे."

"पण येणारा प्रत्येक दिवस सावधपणे, इकडेतिकडे बघत, चाहूल घेत जगायचं. कुणी काही जरा सूचक वाक्य बोललं तरी घाबरायचं, त्यातून अर्थ काढत बसायचं. जो डॅनीला किंवा निकला जवळून ओळखणारा असेल, त्याला टाळायचं आणि तू तुझं हे गुपित कुणापाशी उघडं करशील? तुझ्या आईजवळ? की माझ्या आईजवळ? मित्रांपाशी? त्याचं उत्तर आहे – कुणापाशीही नाही. आणि ख्रिस्ती जेव्हा पुरेशी मोठी होईल, तेव्हा तिला आपण काय सांगायचं? का तिनेपण खोटं आयुष्य जगायचं? आपले आई-वडील खरे कोण आहेत हे जाणून न घेताच? नाही. जर आपल्यापुढे हा पर्याय असेल, तर मुळीच नाही. मी धोका पत्करायला तयार आहे. जर मला रॉयल पार्डन मिळू शकेल असं न्यायाधीशांना वाटत असेल, तर इथे मी माझं सर्वस्व देऊन टाकायला तयार आहे हे पाहून मी निरपराध असल्याची त्यांची नक्की खात्री पटेल."

"तुझं म्हणणं बरोबर आहे डॅनी, पण गेले काही दिवस माझ्या आयुष्यातले अत्युच्च सुखाचे होते."

"माझेसुद्धा बेथ; पण मी जेव्हा खरा मुक्त होईन, तेव्हा मी आणखी सुखी होईन. माझा मनुष्याच्या चांगुलपणावर गाढ विश्वास आहे. ॲलेक्स रेडमेन, फ्रेझर मन्रो आणि सेरा डेव्हनपोर्ट या तिन्ही माणसांना कुणावरही अन्याय झालेला सहन होत नाही, याची मला खात्री आहे."

त्याच्या केसातून हात फिरवत बेथ म्हणाली, "तुला ती सेरा डेव्हनपोर्ट आवडते ना?"

डॅनी तिच्याकडे पाहून हसला. "मी एक सांगू? सर निकोलस मॉन्क्रीफ यांना ती आवडत होती; पण डॅनी कार्टराईटला मात्र कधीच तशा भावना नाही वाटल्या तिच्याबद्दल."

"आपण दोघं अजून एक दिवस एकत्र घालवू या ना!" ती म्हणाली. "आपण हा दिवस अविस्मरणीय बनवू या. तुला जे काय पाहिजे ते करून देईन मी आज."

"मग असं कर, दिवसभर अंथरुणात लोळत पडू, दिवसभर प्रेम करत राहू."

"हे पुरुष म्हणजे!" बेथ हसून म्हणाली.

“आपण उद्या सकाळी ख्रिस्तीला घेऊन प्राणी संग्रहालयात जाऊ. मग रॅमसेच्या ‘फिश अँड चिप्स’ शॉपमध्ये जेवायला जाऊ.”

“आणि त्यानंतर?”

“मग मी मॅच बघायला जाईन. तू आणि ख्रिस्ती तुझ्या आईकडे परत जा.”

“आणि संध्याकाळी?”

“तुला पाहिजे तो सिनेमा आपण पाहू. फक्त एकच अट आहे – तो नव्या जेम्स बाँडचा हवा.”

“आणि त्यानंतर?”

“या आठवड्यातल्या प्रत्येक रात्री आपण जे करत होतो तेच.” तिला मिठीत घेत तो म्हणाला.

“मग मला वाटतं, आधीचा प्लॅनच बरा होता आणि उद्या सकाळी ॲलेक्स रेडमेनबरोबरची अपॉईंटमेंट काही झालं तरी चुकवायची नाही हं.”

“मला त्यांना भेटायची खूप उत्सुकता आहे.” डॅनी म्हणाला. “त्यांची समजूत आहे, आपण सर निकोलस मॉन्क्रीफ यांची भेट घेऊन त्यांच्याशी डायऱ्यांसंबंधी आणि कोर्टात साक्षीला हजर राहण्यासंबंधी चर्चा करणार आहोत आणि प्रत्यक्षात त्यांना भेटणार आहे डॅनी कार्टराईट! स्वतःहून पोलिसांना शरण जाऊ इच्छिणारा.”

“ॲलेक्स रेडमेन यांना अतिशय आनंद होईल.” बेथ म्हणाली, “ते सारखे म्हणत असतात – मला अजून फक्त एक संधी मिळाली असती तर....”

“वेल, आता त्यांना लवकरच मिळणार आहे ना! आणि मी तुला सांगतो बेथ, मलापण खूप उत्सुकता आहे त्यांना भेटायची. कारण कित्येक दिवसांनंतर प्रथमच मी खऱ्या अर्थाने मुक्त होणार आहे.” असं म्हणून डॅनीने खाली वाकून अलगद तिच्या ओठांवर ओठ टेकले. तिने अंगातला नाईट ड्रेस काढून टाकला आणि डॅनीचा हात तिच्या पायावर पडला.

“हं... आता येते काही दिवस हे असलं काही करायला मिळणार नाहीये तुला,” बेथ मिस्किलपणे म्हणाली. इतक्यात खालच्या मजल्यावरून अतिशय मोठा आवाज आला.

बेड-लँप लावत डॅनी उठला आणि म्हणाला, “कसला आवाज झाला एवढा मोठा?” इतक्यात धाडधाड पावलं वाजली. डॅनी पलंगावरून खाली उतरणार, एवढ्यात तीन गणवेशधारी पोलीस लाठ्या उगारून खोलीत शिरले. त्यांनी डॅनीला पकडून जमिनीवर लोळवलं. डॅनीने काहीही प्रतिकार केला नाही. त्यातल्या दोघांनी त्याला जमिनीवर पालथा पाडून त्याचा चेहरा कार्पेटमध्ये घट्ट दाबून धरला. तिसऱ्याने त्याचे हात पकडून त्यात बेड्या ठोकल्या. खोलीत

आणखी एक पोलीस शिरला होता. बेथ कोपऱ्यात थरथरत उभी होती. तिच्या अंगावर कपडा नव्हता. एक पोलीस तिला तशाच अवस्थेत पकडून तिच्या हातात बेड्या ठोकत होता. डॅनीला डोळ्यांच्या कोपऱ्यातून ते दिसलं.

"तिने काही केलेलं नाही. सोडा तिला." असं जिवाच्या आकान्ताने ओरडत तो धडपडत स्वत:ला पोलिसांच्या तावडीतून सोडवून घेत तिच्या दिशेने जाऊ लागला, पण एका पोलिसाच्या काठीचा तडाखा त्याच्या डोक्यावर बसला आणि तो खाली कोसळला.

दोन पोलीस त्याला परत पालथा टाकून त्याच्यावर बसले. त्यातल्या एकाने गुडघ्याने त्याचा मणका घट्ट दाबून ठेवला आणि दुसरा त्याच्या पायांवर बसला. इतक्यात इन्स्पेक्टर फुलर खोलीत शिरला. त्या पोलिसांनी डॅनीला उठवून उभं केलं.

"त्या दोघांना त्यांचे हक्क वाचून दाखवा." फुलर पोलिसांवर खेकसून, सिगारेट शिलगावत म्हणाला.

एकदा ती औपचारिकता पोलिसांनी पार पाडल्यानंतर तो उठून सावकाश चालत डॅनीपाशी पोहोचला. आपलं तोंड डॅनीच्या चेहऱ्याच्या अगदी जवळ नेऊन म्हणाला, "कार्टराईट, या खेपेला ते लोक तुला बंद करून कुलपाची किल्ली फेकून देतात ना, याची मी जातीने उभा राहून खात्री करेन आणि तुझी गर्लफ्रेंड आहे ना, हिला सोमवारी दुपारीसुद्धा नाही यायला मिळणार तुझ्या भेटीला. कारण तिलासुद्धा बायकांच्या तुरुंगात जावं लागणारच आहे."

"कोणत्या गुन्ह्याखाली?" डॅनी चिडून म्हणाला.

"गुन्हेगाराला मदत करण्याचा आरोप ठेवता येईल तिच्यावर. साधारणपणे अशा प्रकारच्या गुन्ह्यासाठी किमान सहा वर्षं शिक्षा मिळते. जा रे घेऊन त्यांना!"

डॅनी आणि बेथने कपडे घातल्यावर तिला आणि डॅनीला बटाट्यांच्या पोत्याप्रमाणे फरफटत ओढत रस्त्यावर नेऊन तिथे उभ्या असलेल्या पोलीसगाडीत बसवण्यात आलं. आजूबाजूच्या घरांतले दिवे लागले आणि शेजारीपाजारी कुतूहलाने खिडकीतून डोकावून पाहू लागले.

पोलिसांच्या एकंदरीत तीन गाड्या आल्या होत्या. डॅनीला मधल्या गाडीत बसवण्यात आलं. दोन पोलिसांच्या मधे. त्याच्या पुढच्या गाडीत अशाच पद्धतीने बिग अल्लापण बसवण्यात आलं होतं. तीनही गाड्या निघाल्या. शांतपणे. वाहतुकीच्या नियमांचा भंग न करता आणि सायरन न वाजवता. एकूण हे अटकेचं नाट्य अवघ्या दहाच मिनिटांत पार पाडल्याबद्दल इन्स्पेक्टर फुलर स्वत:वरच खूश झाला होता. त्याला ज्याने माहिती पुरवली होती, त्याने सांगितलेला शब्द अन् शब्द खरा होता.

डॅनीच्या मनात आता फक्त एकच विचार घोळत होता – 'आज आपण वकिलांची अपॉईंटमेंट घेतली होती आणि त्यांच्यासोबत पोलीसचौकीवर येऊन आपण स्वत:ला पोलिसांच्या स्वाधीन करणार होतो, असं जर आपण आता या परिस्थितीत कुणाला सांगायला गेलो, तर कुणाचातरी त्यावर विश्वास बसेल का?'

७१

''आलास एकदाचा? नशीब माझं!'' ॲलेक्स रेडमेनची आई म्हणाली.

''का बरं? इतकी वाईट परिस्थिती आहे वाटतं?'' तो हसत म्हणाला.

''वाईट? फारच वाईट!'' आई म्हणाली. ''हे होम ऑफिसचे लोक जज्जांना निवृत्तीनंतर घरी पाठवून देतात आणि मग उरलेला जन्मभर ते जज्ज आपल्या निरपराध बायकांना बसतात छळत!''

''मग होम ऑफिसच्या लोकांनी करावं तरी काय?'' ॲलेक्स म्हणाला. तो आईबरोबर घराच्या दिवाणखान्यात गेला.

''त्याऐवजी सगळे जज्ज सत्तरीचे झाले ना की, त्यांना गोळ्या घालून मारून टाकावं आणि त्यांच्या बायकांना सरकारने निवृत्तिवेतन चालू करावं.''

''मी त्याच्यापेक्षा जास्त चांगला उपाय सुचवू का?'' ॲलेक्स म्हणाला.

''कोणता उपाय? जज्जच्या बायकांना आत्महत्या करण्यास कायद्याने परवानगी मिळावी असा उपाय का?'' आई हसत म्हणाली.

''इतकं काही नाट्यमय नाही हं.'' ॲलेक्स म्हणाला. ''जज्जसाहेबांनी तुला सांगितलंय की नाही, मला माहीत नाही; पण सध्या मी एका गुंतागुंतीच्या खटल्यावर काम करतोय. त्या खटल्याचे तपशील मी त्यांच्याकडे पाठवून दिले आहेत. मला त्यांच्या सल्ल्याची गरज आहे.''

''ॲलेक्स, जर त्यांनी तुला मदत केली नाही ना, तर मी त्यांना जेवायलाच देणार नाही. उपाशी ठेवीन.'' आई म्हणाली.

''अरे वा, मग तर मला बहुतेक त्यांच्याकडून मदत मिळण्याचं चिन्ह दिसतंय.'' ॲलेक्स म्हणाला.

''कसलं चिन्ह?'' ॲलेक्सचे वडील आत शिरत म्हणाले.

''एका गुंतागुंतीच्या खटल्यात तुमची मदत मिळण्याचं चिन्ह.''

''ती कार्टराईट केस ना?'' ॲलेक्सचे वडील खिडकीतून बाहेर बघत म्हणाले.

ॲलेक्सने होकार दिला. ''मी नुकतीच सगळी फाइल वाचून संपवली.'' ते म्हणाले. ''एक सांगू? त्या पोरावर खुनाचा, तुरुंगातून पळाल्याचा, पाच कोटी डॉलर्सच्या चोरीचा, चेक्सवर खोट्या सह्या करून दोन बँकांमधून पैसे काढल्याचा, स्वत:च्या मालकीचा नसलेला स्टँपचा संग्रह विकल्याचा, दुसऱ्याचा पासपोर्ट वापरून प्रवास केल्याचा आणि अधिकार नसताना केवळ दुसऱ्याचं नावच नव्हे, तर त्याचा 'सर' हा किताब धारण करून समाजात वावरल्याचा आरोप आहे. आणखी काय बाकी ठेवलं आहे त्या पोराने? जर पोलिसांनी त्याला त्याबद्दल अटक केली, तर आपण त्यांना दोष तरी कसा द्यायचा?''

''याचा अर्थ तुम्ही मला मदत करणार नाही असा घ्यायचा का मी?'' ॲलेक्स म्हणाला.

''मी तसं कुठे म्हणालो?'' मि. जस्टिस रेडमेन म्हणाले. ते आपल्या मुलाकडे रोखून बघत पुढे म्हणाले, ''काय लागेल ती मदत करीन मी तुला. कारण हा डॅनी कार्टराईट पूर्णपणे निर्दोष असल्याची शंभर टक्के खात्री आहे माझी.''

पापमुक्ती

७२

डॅनी कार्टराईट आरोपीच्या पिंजऱ्यात बसून होता. घड्याळात दहाचे ठोके कधी पडतात आणि खटला कधी सुरू होतो, याची तो वाट बघत होता. त्याचे दोन वकीलही जज्जची वाट बघत बसून होते. ते मधूनच आपापसांत काहीतरी चर्चा करत होते.

त्या दिवशी सकाळी कोर्टाच्या इमारतीच्या खालच्या मजल्यावर असलेल्या एका खोलीत डॅनी, अ‍ॅलेक्स रेडमेन आणि त्याचा ज्युनियर वकील असे भेटले होते. अ‍ॅलेक्सने डॅनीला खूप धीर देण्याचा प्रयत्न केला होता. डॅनीने बर्नीचा खून केलेला नव्हता हे जरी खरं होतं, तरी खोट्या सह्या, दुसऱ्या व्यक्तीचं नाव आणि रूप धारण करून वावरणं, तुरुंगातून पळ काढणं, चोरी असे बाकी सगळे गुन्हे खरेच होते आणि त्या सर्व गुन्ह्यांची शिक्षा म्हणून निदान यापुढची दहा ते बारा वर्षं त्याला नक्कीच तुरुंगात काढावी लागणार होती.

डॅनीच्या डाव्या बाजूला वृत्तपत्रांचे प्रतिनिधी गर्दी करून बसले होते. हातात नोटपॅड सरसावून, पेन उघडून, गेल्या सहा महिन्यांत त्यांनी याच विषयावर पानंच्या पानं भरवली होती – डॅनी कार्टराईटची जीवनकहाणी. कडक सुरक्षाव्यवस्थेविषयी प्रसिद्ध असणाऱ्या ब्रिटनच्या तुरुंगातून सुटलेला कैदी. स्वत:च्या मालकीचा नसणारा स्टँपचा संग्रह स्वीस बँकेतून काढून घेऊन पाच कोटी डॉलर्सना विकणारा भामटा! हा पहाटेच्या वेळी आपल्या प्रेयसीबरोबर प्रणयक्रीडेत मग्न असताना पोलिसांनी मोठ्या नाट्यपूर्ण रीतीने त्याला अटक केली होती. डॅनीचा उल्लेख 'महाबिलंदर भामटा' असा करावा का 'उलट्या काळजाचा खुनी' असा करावा याबद्दल वृत्तपत्रांचं एकमत होत नव्हतं. गेले काही महिने या डॅनी कार्टराईटच्या कहाणीने जनमानसावर भुरळ टाकली होती. त्या पार्श्वभूमीवर आज खटल्याची सुरुवात म्हणजे तर कसोटी सामन्याच्या पहिल्या दिवसाइतकीच उत्कंठावर्धक होती. एखाद्या लोकप्रिय हाउसफुल नाटकाच्या प्रयोगाला व्हावी तशी कोर्टाच्या बाहेर पहाटे चार वाजल्यापासून

लोकांनी गर्दी केली होती. या डॅनी कार्टराईटला उर्वरित आयुष्य तुरुंगात घालवावं लागणार अशी जवळजवळ सगळ्यांचीच खात्री होती.

❖

ॲलेक्स रेडमेनसोबत त्याचे मदतनीस म्हणून काम करणारे ज्युनियर वकील दुसरे तिसरे कुणी नसून त्यांचे स्वतःचे वडील सर मॅथ्यू रेडमेन हेच होते. गेले सहा महिने ते अक्षरशः अहोरात्र झटून ॲलेक्सला मदत करत होते. त्या दोघांनीही डॅनीकडून या खटल्याची फी घेण्याचं नाकारलं होतं. सर मॅथ्यू यांनी डॅनीला एक गोष्ट स्पष्ट करून सांगितली होती – गेल्या दोन वर्षांत डॅनीने निकोलस मॉन्क्रीफ याचे पैसे हुशारीने विविध ठिकाणी गुंतवून जो काही नफा मिळवलेला होता, तो त्याच्या स्वतःच्या मालकीचा होता, ह्यूगो मॉन्क्रीफ यांचा नव्हता; परंतु ही गोष्ट ज्युरींच्या गळी उतरवणं महत्त्वाचं होतं. या एका मुद्याची चर्चा करताना प्रथमच त्या तिघांना हसू फुटलं होतं.

बेथला मात्र ज्या दिवशी अटक झाली त्याच दिवशी सकाळी तिची लगेच जामिनावर सुटका झाली होती; पण डॅनी किंवा बिग अल् यांना मात्र जामीन मंजूर झाला नव्हता.

बेलमार्शच्या तुरुंगात मि. जेन्किन्स दोघांची रिसेप्शन काउंटरपाशी वाटच पाहत होते. त्या दोघांना एकाच कोठडीत ठेवण्याचं श्रेय मात्र मि. पॅस्को यांचं होतं. केवळ महिन्याभरातच डॅनीला आपली लायब्ररियनची नोकरी परत मिळाली होती. नाहीतरी मिसेस बेनेट यांना डॅनीने हेच तर सांगितलं होतं. बिग अल्ला तुरुंगाच्या मुदपाकखान्यात काम मिळालं होतं. तुरुंगातल्या जेवणाची आणि मॉलीच्या हातच्या स्वयंपाकाची तुलना होणं शक्यच नव्हतं. तरीपण दोघांनाही त्या परिस्थितीत शक्य तितकं चांगलं काम मिळालं होतं, हे नक्की!

खरंतर ॲलेक्स रेडमेनने पूर्वी पहिल्या खटल्याच्या वेळीच डॅनीला सदोष मनुष्यवधाचा गुन्हा कबूल करून माफी मागण्याचा सल्ला दिलेला होता. त्याच वेळी त्याने तो मान्य केला असता, तर एव्हाना तो शिक्षा भोगून आज मोकळा झाला असता. अर्थात ॲलेक्स रेडमेनने या गोष्टीची डॅनीला परत कधीही आठवण करून दिली नव्हती की त्याविषयी छेडलं नव्हतं.

कधीकधी अंगावर कोसळलेल्या संकटाचा न डगमगता, धीरोदात्तपणे सामना करण्यातही माणसाचा विजय असतो. ईश्वराची तशीच इच्छा असते. बेथ कायद्याच्या नजरेत जरी दोषी असली, तरी डॅनी जिवंत आहे हे तिला समजून फक्त चारच दिवस झाले होते. डॅनी आणि बेथला ज्या दिवशी अटक झाली, त्या दिवशी

सकाळीच त्या दोघांनीही आपला वकील ॲलेक्स रेडमेन यांची अपॉईंटमेंट घेऊनही ठेवली होती. ही गोष्ट ॲलेक्स रेडमेन याने बेथची बाजू मांडत असताना कोर्टाला पटवल्यामुळे तिचा जामीन मंजूर झाला. त्या दिवसापासून दर महिन्याच्या पहिल्या रविवारी ती परत पूर्वीसारखी डॅनीला भेटू लागली.

परंतु या संपूर्ण कपट-कारस्थानात बिग अल् याचाही पहिल्या क्षणापासून सक्रिय सहभाग असल्यामुळे जज्जनी त्याच्याविषयी थोडीही सहानुभूती दाखवली नव्हती आणि त्याचा जामिनाचा अर्ज फेटाळला होता. आपला अशील श्री. अल्बर्ट क्रॅन यांनी सर निकोलस मॉन्क्रीफ यांच्या मालमत्तेतला काहीही वाटा या प्रकरणात मिळवलेला नाही, तसा त्यांचा मुळातच उद्देशसुद्धा नव्हता, असा युक्तिवाद ॲलेक्स रेडमेनने कोर्टापुढे केला. त्याला फक्त ड्रायव्हर म्हणून काम केल्याचा पगार आणि झोपायला, राहायला एक लहानशी खोली मिळाली होती, पण ॲलेक्स रेडमेनचा युक्तिवाद करून होताच सरकारी वकील आर्नोल्ड पिअरसन यांनी एक मोठा बाँबगोळाच टाकला. ॲलेक्सला त्याची जराही कल्पना नव्हती.

"मि. अल्बर्ट क्रॅन हे तुरुंगातून सुटल्यानंतर अगदी थोड्याच दिवसांत त्यांच्या खासगी बँक अकाउंटमध्ये दहा हजार पौंडाची रक्कम भरण्यात आली होती. ही रक्कम कुठून आली, कशी आली, हे ते कोर्टाला सांगू शकतील का?" मि. पिअरसन म्हणाले.

बिग अल्कडे देण्यासारखं काहीही स्पष्टीकरण नव्हतं आणि जरी असतं, तरी ते त्याने मि. पिअरसन यांना कधीच सांगितलं नसतं.

ज्युरींचं मत अर्थातच अनुकूल झालं नाही.

जज्जनी बिग अल्ला पाच वर्षांसाठी बेलमार्शला पाठवून दिलं. म्हणजेच त्याला पूर्वीच्या शिक्षेत जी सूट मिळाली होती, ती आता काढून घेण्यात आली होती. आपल्या तुरुंगातल्या वास्तव्यात बिग अल्ची वागणूक अगदी आदर्श राहील, याची डॅनीने कसोशीने काळजी घेतली. लवकरच त्याला पुष्कळ सवलतीपण प्राप्त झाल्या. आता त्याची एक वर्षानंतर सुटका होणार, हे जवळपास निश्चितच होतं. एक गोष्ट खरी होती – बिग अल्ची सुटका झाल्यानंतर डॅनीला तिथे करमलं नसतं; पण ही गोष्ट डॅनीने आपल्या मनातच ठेवली. बिग अल्पुढे कधीच बोलून दाखवली नाही. कारण त्याला एका गोष्टीची खात्री होती. 'आपण या गोष्टीचा नुसता उच्चार जरी केला, तरी हा बिग अल् मुद्दाम काहीतरी खोड्या काढेल, भांडणं काढेल, उपद्रव देईल आणि स्वत:च्या शिक्षेत वाढ करून घेऊन तिथेच राहील.'

एका रविवारी बेथ एक चांगली बातमी घेऊन डॅनीला भेटायला आली.

''मी प्रेग्नंट आहे.''

''अरे देवा! अगं, पण आपण जेमतेम चार रात्रीच एकमेकांच्या सहवासात घालवल्या ना?'' डॅनी तिला मिठीत घेत म्हणाला.

''आपण कितीदा प्रेम केलं हे महत्त्वाचं नाही,'' बेथ म्हणाली, ''पण आता या वेळी ख्रिस्तीला भाऊ हवा.''

''तसं झालं, तर आपण त्याचं नाव बर्नी ठेवायचं.''

''नाही हं. त्याचं नाव आपण ठेवायचं...'' पण बेथचे ते शब्द कर्णकटू बेलच्या आवाजात बुडून गेले. भेटीची वेळ संपली होती.

पॅस्को जेव्हा डॅनीला घेऊन कोठडीच्या दिशेने निघाले तेव्हा डॅनी म्हणाला, ''तुम्हाला एक विचारू?''

''तुम्हाला सगळं माहीत होतं, हो ना?''

ते ऐकून पॅस्को हसले; पण काहीच बोलले नाहीत. ''मी निक नाही अशी तुमची खात्री कशामुळे झाली?'' डॅनी म्हणाला.

पॅस्को दारात किल्ली फिरवून जड दार ढकलून मागे वळले. डॅनी मुकाट्याने कोठडीत शिरला. ते आपल्या प्रश्नाचं उत्तर देणार नाहीत अशी त्याची खात्रीच पटली होती; पण मग पॅस्को भिंतीवरच्या बेथच्या फोटोकडे पाहून किंचित हसले. डॅनी म्हणाला, ''ओ माय गॉड! मी तिचा फोटो भिंतीवरून काढलाच नव्हता, नाही का?''

पॅस्को हसून कोठडीबाहेर पडले आणि दार बंद करून निघून गेले.

❖

डॅनीने मान वर करून पब्लिक गॅलरीत बसलेल्या बेथकडे पाहिलं. ती आता सहा महिन्यांची गर्भवती होती. ती त्याच्याकडे पाहून हसत होती. हे तिचं हास्य अगदी शाळेच्या दिवसांपासून तसंच होतं. जराही बदललेलं नव्हतं. ईस्ट एंडमध्ये राहणारे डॅनीचे असंख्य मित्र, हितचिंतक आणि आप्तेष्ट गॅलरीत दाटीवाटीने बसले होते. डॅनीचं निर्दोषित्व सिद्ध करण्यासाठी अक्षरश: प्राणपणाने लढण्याची त्यांची तयारी होती. डॅनीचं आणखी एका व्यक्तीकडे लक्ष गेलं. प्रोफेसर आमीरखान मोरी तिथे बसले होते. डॅनीच्या प्रतिकूल काळातही त्यांनी त्याची साथ सोडली नव्हती. त्याच ओळीत शेवटी ती बसली होती. ती येईल असं मात्र डॅनीला स्वप्नातसुद्धा वाटलं नव्हतं. ती मान उंचावून बाल्कनीच्या कठड्यावरून डॅनीकडे बघत होती. सेरा डेव्हनपोर्ट. ती डॅनीकडे पाहून गोडसं हसली.

डॅनीच्या समोरच्या बाजूला ॲलेक्स रेडमेन आणि त्यांचे वडील चर्चेत गढून

गेले होते. टाइम्सने या वडील-मुलांच्या द्वयीविषयी आपल्या वृत्तपत्रात चांगला पानभर मजकूर छापला होता. जज्जपद भूषविल्यानंतर परत एकदा एखादा जज्ज बॅरिस्टर होऊन कोर्टासमोर उभं राहिल्याचा प्रसंग, कोर्टाच्या संपूर्ण इतिहासात, केवळ दोन वेळा घडलेला होता आणि आपल्या मुलाच्या हाताखाली ज्युनियर वकील म्हणून वडिलांनी काम करण्याची तर ही पहिलीच वेळ होती!

गेल्या सहा महिन्यांत ॲलेक्स आणि डॅनी यांची मैत्री खूप घट्ट झाली होती. आता आयुष्यभर ही मैत्री अशीच दृढ राहणार, यात तर काहीच शंका नव्हती. ॲलेक्सचे वडील अगदी प्रोफेसर मोरी यांच्याच जातकुळीतले होते – विद्वान, सुसंस्कृत. दोघांचा व्यासंग अफाट होता. प्रोफेसर मोरी यांना ओढ होती ज्ञानाची, तर सर मॅथ्यू हे कायदेपंडित होते. ते स्वत: या खटल्यात सहभागी झालेले असल्यामुळे इतर अनेक वकिलांचा या खटल्याकडे बघण्याचा दृष्टिकोनच बदलून गेला होता; पण सर मॅथ्यूंना डॅनी निर्दोष आहे असं नक्की कशामुळे वाटत असेल, हे कोडं मात्र कुणालाच उलगडत नव्हतं.

दुसऱ्या बाजूला सरकारी वकील अर्नोल्ड पिअरसन आणि त्यांचा मदतनीस ज्युनियर वकील बसले होते. खटल्याच्या सुरुवातीचं भाषण कसं करायचं, कोणत्या मुद्द्यांवर भर द्यायचा याची बारीकसारीक तपशिलांसह ते उजळणी करत बसले होते. आर्नोल्ड पिअरसन जेव्हा भाषणासाठी उठून उभे राहतील तेव्हा त्यांच्या विषारी वाणीतून काय काय बाहेर पडेल, याची डॅनीला पुरेपूर कल्पना होती – डॅनीसारख्या उलट्या काळजाच्या भामट्याचा गुन्हा इतका महाभयंकर आहे की, त्याला आजन्म कारावासाची शिक्षा दिली तरी ती कमीच आहे.... वगैरे वगैरे.

सरकारच्या बाजूने तीनच साक्षीदार असतील अशी ॲलेक्स रेडमेन यांची खात्री होती आणि त्याने डॅनीला तशी कल्पना दिली होती – चीफ इन्स्पेक्टर फुलर, सर ह्यूगो मॉन्क्रीफ आणि फ्रेझर मन्रो. पण आणखी एका चौथ्या साक्षीदाराला बोलावण्याची ॲलेक्स व त्याच्या वडिलांची धडपड असणार होती. पण त्याचबरोबर ॲलेक्सने डॅनीला हेही सांगितलं होतं, की या खटल्यासाठी जे कुणी जज्ज येतील, ते मात्र ही गोष्ट होऊ नये, यासाठी जिवापाड प्रयत्न करतील, यात काहीच शंका नाही.

खटल्याला सुरुवात करण्यापूर्वी जेव्हा मि. जस्टिस हॅकेट यांनी दोन्ही पक्षांच्या वकिलांना आपल्या चेंबरमध्ये बोलवून घेतलं, तेव्हा सर मॅथ्यू यांना मुळीच आश्चर्य वाटलं नाही. जस्टिस हॅकेट यांनी दोघांनाही बजावून सांगितलं की, डॅनीच्या पूर्वीच्या खून खटल्याचा कोणताही संदर्भ, कोणताही उल्लेख कोर्टरूममध्ये येता कामा नये. त्या खटल्याचा ज्युरींनी काय निकाल दिला, त्यानंतर जज्जनी डॅनीला

काय शिक्षा ठोठावली, डॅनीने त्यानंतर केलेल्या अपिलाच्या सुनावणीच्या वेळी कोर्टात काय काय घडलं याचा उल्लेख होता कामा नये. त्यांनी यापुढे जाऊन असंही सुचवलं की, दोघांपैकी कोणत्याही पक्षाने ती विशिष्ट टेप पुरावा म्हणून कोर्टात सादर करण्याचा विचारही करू नये. आता प्रख्यात सरकारी वकील असलेले श्रीमान स्पेन्सर क्रेग, त्याचप्रमाणे सुप्रसिद्ध अभिनेते लॉरेन्स डेव्हनपोर्ट किंवा खासदार जेराल्ड पेन यांच्या नावाचा साधा उल्लेखही कोर्टापुढे होऊन चालणार नव्हतं. ''तसं झालं तर माझ्याशी गाठ आहे,'' असंही ते सुनवायला विसरले नाहीत.

मि. जस्टिस हॅकेट आणि सर मॅथ्यू रेडमेन यांचं गेले तीस वर्ष एकमेकांशी वाकडं होतं, ते एकमेकांशी बोलतही नसत ही गोष्ट तर जगजाहीरच होती. दोघंही तरुण असताना उमेदीच्या काळात कनिष्ठ न्यायालयात सर मॅथ्यू यांनी अनेक खटल्यांत हॅकेट यांना हरवलं होतं. अर्थातच दोघांमध्ये श्रेष्ठ वकील कोण ही गोष्ट त्याच वेळी स्पष्ट झाली होती. या खटल्याच्या निमित्ताने त्यांच्यातलं ते जुने वैर परत वर उफाळून आलं, तर तेवढीच खटल्याला रंगत येईल अशी आशा प्रसारमाध्यमांच्या प्रतिनिधींना होती.

खटल्याच्या आदल्या दिवशी ज्युरींची नियुक्ती झाली होती. सरकार विरुद्ध डॅनिएल कार्टराईट खटल्यात आपल्यापुढे सादर करण्यात येणारा पुरावा ऐकून त्यावर निकाल देण्याच्या उत्सुकतेने ज्युरी अधीर मनाने कोर्टाबाहेर थांबले होते. आपल्याला आत कधी बोलावण्यात येतं, याची ते आतुरतेने वाट पाहत होते!

७३

आपल्याला चीत करायला फिल्डर्स कोणत्या कोणत्या ठिकाणी उभे आहेत याचा गुपचूप अंदाज घेण्यासाठी ओपनिंग बॅट्समन जसा आडून डोकावून बघतो, तसे जस्टिस हॅकेट कोर्टरूममध्ये डोकावून बघत होते. मग ते आत आले. इतक्यात त्यांची नजर सर मॅथ्यू रेडमेन यांच्यावर पडली. तेपण ओपनिंग बॉलची आतुरतेने वाट बघत सेकंड स्लिपपाशी थांबल्यासारखे दिसत होते. हजर असलेल्या इतर कोणत्याच खेळाडूची मि. जस्टिस हॅकेट यांना भीती वाटत नव्हती; पण बॉलिंग करण्यासाठी जर सर मॅथ्यू आले असते, तर मात्र काम कठीण होतं.

होम टीमच्या ओपनिंग बॉलरकडे त्यांनी पाहिलं. मि. आर्नोल्ड पिअरसन. फार पटापट विकेट्स घेण्यासाठी त्यांची ख्याती नव्हती.

"मि. पिअरसन, तुम्ही सुरुवात करायला तयार आहात का?"

"आहे मिलॉर्ड," पिअरसन आपल्या जागेवरून सावकाश उठत म्हणाले. त्यांनी आपल्या अंगातल्या गाऊनची टोकं ओढली, डोक्यावरचा टोप हाताने सारखा केला, आपल्यासमोरच्या टेबलावर फाइल ठेवून त्यातलं पहिलं पान उघडून त्यातल्या मजकूर जणूकाही पहिल्यांदाच वाचत असल्याच्या थाटात ते वाचू लागले.

"ज्युरी-सदस्यहो," त्यांनी सुरुवात केली. त्यांच्यासमोर बारा ज्युरी बसले होते. सरतेशेवटी हेच त्या खटल्याचा निकाल देणार होते, त्यामुळे पिअरसन त्यांच्याकडे हसून बघतच बोलत होते. "माझं नाव आर्नोल्ड पिअरसन. मी सरकार-पक्षातर्फे या खटल्याचं काम बघणार आहे. माझे मदतनीस म्हणून माझे ज्युनियर मि. डेव्हिड सिमन्स इथे उपस्थित आहेत. बचावपक्षातर्फे मुख्य वकील म्हणून मि. ॲलेक्स रेडमेन काम बघणार असून त्यांच्यासोबत त्यांचे मदतनीस म्हणून त्यांचे ज्युनियर सर मॅथ्यू रेडमेन उपस्थित आहेत." त्यांच्या तोंडची ही

वाक्यं ऐकून कोर्टात उपस्थित असलेल्या प्रत्येकाचे डोळे आपल्या खुर्चीत घसरून डोळे मिटून बसलेल्या वयस्कर व्यक्तीकडे – सर मॅथ्यू रेडमेन यांच्याकडे वळले. ते झोपी गेल्यासारखेच दिसत होते.

''ज्युरी-सदस्यहो,'' पिअरसन पुढे म्हणाले. ''येथे आरोपीवर पाच गुन्ह्यांचे आरोप ठेवण्यात आले आहेत. एक म्हणजे तो बेलमार्श तुरुंगातून कटकारस्थान करून निसटला. बेलमार्श हा लंडनच्या आग्नेय भागातला अतिरिक्त सुरक्षाव्यवस्था असलेला तुरुंग आहे. या तुरुंगात तेव्हा एका वेगळ्या गुन्ह्यासाठी आरोपी शिक्षा भोगत होता.

''दुसरा गुन्हा म्हणजे सर ह्यूगो मॉन्क्रीफ यांच्या स्कॉटलंड इथल्या मालमत्तेची आरोपीने चोरी केली आहे. त्यात एक चौदा बेडरूम्सची मोठी हवेली आणि बारा हजार एकर शेतजमिनीचा समावेश आहे. त्यावर आरोपीने कब्जा केला आहे.

''तिसरा गुन्हा म्हणजे लंडनमधल्या एका घरावर आरोपीने बेकायदेशीर कब्जा केलेला आहे. त्याचा पत्ता आहे– 'द बोल्टन्स, लंडन, एस.डब्ल्यू.३' हे घरसुद्धा आरोपीच्या मालकीचं नाही.

''चौथा आरोप म्हणजे आरोपीने एकमेवाद्वितीय असा स्टँपचा संग्रह चोरला आणि तो दोन कोटी पन्नास लाख पौंडाला विकला.

''पाचवा आरोप म्हणजे आरोपीने लंडन इथल्या एका बँकेतून बनावट सहीने चेक वटवून पैसे काढले आणि त्या अकाउंटमधले पैसे स्वित्झर्लंडमधल्या एका खासगी बँकेत बेकायदेशीर ट्रान्स्फर केले. या दोन्ही खात्यांचे व्यवहार करण्याचा त्याला काहीही अधिकार नव्हता. हे व्यवहार करून त्यातून त्याने स्वत:चा आर्थिक फायदा करून घेतला.

''या पाचही गुन्ह्यांचा एकमेकांशी कसा संबंध आहे, हे फिर्यादी पक्ष दाखवून देईल. हे सर्वच्या सर्व गुन्हे एकाच व्यक्तीने, म्हणजे आरोपी डॅनिएल कार्टराईट याने कसे केले, हेही फिर्यादी पक्ष सिद्ध करून दाखवेल. आरोपीने स्वत: सर निकोलस मॉन्क्रीफ, म्हणजेच स्वर्गीय सर अलेक्झांडर मॉन्क्रीफ यांचे कायदेशीर वारस असल्याची बतावणी करून सर अलेक्झांडर यांच्या मृत्युपत्रानुसार आपल्या वारसाच्या नावे ठेवलेली सगळी मालमत्ता घशात घातली. पण मुळात आपण सर निकोलस मॉन्क्रीफ आहोत असं सोंग आरोपीने कसं काय वठवलं, या प्रश्नाचं उत्तर जाणून घेण्यासाठी आपल्याला बेलमार्शच्या तुरुंगात जावं लागेल. त्या कारणासाठी आणि फक्त त्याच कारणासाठी मला आरोपी पूर्वी घडलेल्या एका गुन्ह्यामुळे बेलमार्श तुरुंगात कसा काय जाऊन पोहोचला, या गोष्टीचा ओझरता उल्लेख करावा लागेल.

"तुम्ही हे असलं काहीएक करायचं नाही." मि. जस्टिस हॅकेट कडाडले. "आत्ता या कोर्टात चालू असलेल्या या खटल्याशी आरोपीने पूर्वी केलेल्या गुन्ह्यांचा काहीएक संबंध नाही. त्या मागच्या गुन्ह्याचा आणि या आत्ताच्या पाच गुन्ह्यांचा एकमेकांशी थेट आणि सुसंगत संबंध असल्याचं तुम्ही जोपर्यंत सिद्ध करू शकत नाही, तोपर्यंत तुम्हाला या खटल्यात त्या गुन्ह्याचा उल्लेख करता येणार नाही." सर मॅथ्यू यांनी लगेच 'थेट व सुसंगत संबंध' हे शब्द नोंदवून ठेवले. "माझं बोलणं नीट लक्षात आलंय ना मि. पिअरसन?"

"होय मिलॉर्ड, अगदी व्यवस्थित आलंय. माझी चूक झाली."

सर मॅथ्यू यांच्या कपाळावर आठी पडली. 'मि. जस्टिस हॅकेट यांचा रोष पत्करायचा नसेल आणि भाषणाचा व्यवस्थित ओघ चालू असताना त्यांच्याकडून फटकारून घ्यायचं नसेल, तर ॲलेक्सला त्या जुन्या गुन्ह्याचा या आत्ताच्या खटल्याशी कसा थेट संबंध आहे, हे फार अक्कलहुशारीने दाखवून द्यावं लागेल. याविषयी सर मॅथ्यू यांनी बराच विचार केला होता.

"मी भविष्यकाळात या गोष्टीची खबरदारी घेईन." पिअरसन फाइलमधलं पान उलटत म्हणाले.

मि. पिअरसन यांनी खटल्याच्या अगदी सुरुवातीलाच पडती बाजू घेतली होती आणि एक प्रकारे ॲलेक्सला मुद्दामच संकटात टाकलं होतं. आता मि. हॅकेट संधी मिळताच आपल्यावर अक्षरशः तुटून पडतील याची ॲलेक्सला जाणीव झाली. जज्जाचं मन आपल्या बाजूने वळवून घेण्याची गरज बचाव पक्षापेक्षाही फिर्यादी पक्षाला फारच जास्त होती, याचीही ॲलेक्सला कल्पना होती.

"ज्युरी-सदस्यहो," पिअरसन म्हणाले. "आरोपीवर ठेवण्यात आलेले सर्वच्या सर्व पाच आरोप तुम्ही अगदी नीट लक्षात ठेवा, कारण ते सगळे एकमेकांशी संलग्न आहेत, हे मी तुम्हाला दाखवून देणार आहे. त्याचमुळे ते सगळे फक्त एकाच व्यक्तीच्या हातून घडलेले आहेत आणि ती व्यक्ती म्हणजे आरोपी डॅनिएल कार्टराईट." पुढील भाषण करण्यापूर्वी पिअरसन यांनी परत एकदा आपल्या गाऊनची टोकं खाली खेचली. मग ते पुढे म्हणाले, "सात जून २००२ हा दिवस तुमच्या सर्वांच्या मनात कोरून ठेवला गेला असेल, कारण या दिवशी वर्ल्ड कपमध्ये इंग्लंडने अर्जेंटिनाचा पाडाव केला होता." त्या गोष्टीची आठवण होताच बऱ्याच ज्युरी-सदस्यांच्या चेहऱ्यावर स्मितरेषा उमटली. ते पाहून मि. पिअरसन प्रसन्न झाले. "पण याच दिवशी बेलमार्श तुरुंगात एक दुःखद घटना घडली. आज आपण सर्व जण इथे जमलो आहोत, ते त्या घटनेमुळेच. तर ही मॅच चालू असताना तुरुंगातले बरेच कैदी तळमजल्यावर

टीव्हीसमोर बसून मॅचचा आनंद लुटत होते. त्याच वेळी एका कैद्याने वरच्या मजल्यावर आत्महत्या केली. तो माणूस म्हणजे निकोलस मॉन्क्रीफ. त्यांनी दुपारी सव्वा वाजण्याच्या सुमाराला तुरुंगाच्या शॉवर-रूममध्ये स्वत:ला गळफास लावून घेतला. त्याआधी दोन वर्षं निकोलस मॉन्क्रीफ हे इतर दोन कैद्यांसोबत एका कोठडीत राहत होते. त्यांच्यापैकी एक म्हणजे आरोपी डॅनिएल कार्टराईट.

''निकोलस मॉन्क्रीफ आणि डॅनिएल कार्टराईट हे दोघं साधारण सारख्याच उंचीचे होते. त्या दोघांच्या वयात काही महिन्यांचाच फरक होता. तुरुंगाच्या कैद्यांना जो गणवेश घालावा लागतो, तो घातल्यावर ते दोघं इतके एकमेकांसारखे दिसत की, अनेकदा लोकांना ते एकमेकांचे भाऊ वाटत. मिलॉर्ड, मी आत्ता सर्व ज्युरी-सदस्यांसमोर या दोन्ही व्यक्तींचे फोटो ठेवू इच्छितो, म्हणजे त्या दोघांमध्ये किती साम्य होतं, हे ज्युरींच्या लक्षात येईल.''

जज्जनी मान हलवून संमती दिली. मग कोर्टाच्या क्लार्कने पिअरसनच्या मदतनीसाकडून फोटोंचा एक गठ्ठा घेतला. त्यातले दोन फोटो त्याने जज्जसाहेबांना दिले आणि राहिलेले ज्युरी-सदस्यांना वाटले. पिअरसन मुद्दामच थोडा वेळ थांबले. सर्व ज्युरींनी दोनही फोटो नीट निरखून पाहावे म्हणून त्यांनी पुरेसा अवधी त्यांना दिला. त्यानंतर ते म्हणाले, ''दोघांमधल्या या साधर्म्याचा कार्टराईटने कसा गैरफायदा घेतला ते मी आता तुम्हाला सांगणार आहे. त्याने स्वत:चे केस हुबेहूब निकोलस मॉन्क्रीफ यांच्याप्रमाणे कापून घेतले. मुद्दाम प्रयत्नपूर्वक त्यांच्या बोलण्याची धाटणी, त्यांच्या विशिष्ट लकबी आणि भाषेतले बारकावे आत्मसात केले. निकोलस मॉन्क्रीफ यांच्या मृत्यूनंतर या सर्व गोष्टींचा वापर करून त्याने त्यांच्या मालमत्तेवर डल्ला मारला. अर्थात, त्याच्या अंगच्या या भामटेगिरीला नशिबाचीसुद्धा साथ मिळाली.

''पहिला नशिबाचा भाग असा की, त्या दिवशी शॉवर घेण्यास जाण्यापूर्वी निकोलस मॉन्क्रीफ यांनी आपल्या गळ्यातली साखळी डॅनिएल कार्टराईट याला सांभाळण्यास दिली. ही साखळी वंशपरंपरेने त्यांच्याकडे आलेली असून त्यांच्या कुटुंबाच्या मालकीच्या फार मोठ्या ऐवजाची चावी त्या साखळीत अडकवलेली होती. ही साखळी निकोलस मॉन्क्रीफ सदासर्वकाळ स्वत:च्या गळ्यात घालत असत. फक्त शॉवर घेताना ते ती काढून ठेवत असत. कार्टराईटचं नशीब त्या दिवशी खरोखर जोरावर होतं. कारण अगदी योग्य वेळी, योग्य ठिकाणी त्यांना या कपटनाट्यात साथ देणारा साथीदारपण मिळाला.

''आता ज्युरी-सदस्यहो, तुमच्या मनात नक्कीच अशी शंका उत्पन्न झाली असेल की, एका विशिष्ट गुन्ह्यासाठी ज्या कार्टराईटला बावीस वर्षांच्या तुरुंगवासाची शिक्षा झालेली आहे, तो गुन्हा....''

ॲलेक्स तत्काळ हरकत घेण्यासाठी उठून उभा राहिला. तेवढ्यात जज्ज म्हणाले, "मि. पिअरसन, त्या रस्त्याने परत आणखी पुढे जाऊ नका. माझी सहनशक्ती फार काळ टिकणार नाही.''

"मला माफ करा मिलॉर्ड,'' पिअरसन म्हणाले. गेले सहा महिने हे सर्व प्रकरण वृत्तपत्रांमधून इतकं गाजत होतं की, सर्व ज्युरी-सदस्यांना डॅनिएल कार्टराईट याच्या हातून पूर्वी कोणता गुन्हा घडला होता, याची पूर्ण कल्पना होती, यात पिअरसन यांना काही शंकाच नव्हती.

"...तर मी काय म्हणत होतो की, त्या कार्टराईटला जर त्या तुरुंगात बावीस वर्षांसाठी पाठवण्यात आलं होतं, तर दुसऱ्या एका आठ वर्षांसाठी तुरुंगात येऊन दाखल झालेल्या कैद्याचं सोंग त्याला कसं काय वठवता आलं, असा प्रश्न तुमच्या सर्वांच्याच मनात उत्पन्न झालेला असेल. यात आणखी महत्त्वाची गोष्ट अशी की, या दुसऱ्या कैद्याच्या सुटकेला त्या वेळी केवळ सहाच आठवडे उरले होते. शिवाय त्यांचे डी.एन.ए. कसे काय तंतोतंत जुळणार होते? त्यांचे ब्लड ग्रुप्स वेगवेगळे असण्याची शक्यता होती. त्यांची डेंटल रेकॉर्ड्स मिळती-जुळती असणं शक्य नव्हतं. या बाबतीत परत एकदा कार्टराईटला नशिबाने भरघोस साथ दिली.'' पिअरसन म्हणाले, "कारण योगायोगाने या कार्टराईटच्या कपटनाट्यात सामील असणारा साथीदार तुरुंगाच्या हॉस्पिटलमध्ये ऑर्डर्लीचं काम करत होता. त्याच्या मदतीशिवाय यातलं काहीच शक्य झालं नसतं. हा साक्षीदार म्हणजे अल्बर्ट क्रॅन. मॉन्क्रीफ आणि कार्टराईट यांच्यासोबत या कोठडीत राहणारा तिसरा कैदी. शॉवरमध्ये निकोलस मॉन्क्रीफ यांनी गळफास लावून घेतल्याची बातमी कळताच त्याने ताबडतोब कार्टराईट आणि मॉन्क्रीफ या दोघांच्या हॉस्पिटलमधल्या फायलींमधल्या कागदपत्रांची अदलाबदल करून टाकली. त्यानंतर स्वाभाविकच डॉक्टरांनी मृतदेहाची तपासणी केली, तेव्हा कार्टराईटने गळफास लावून घेतल्याचा निष्कर्ष त्यांनी काढला.

"काही दिवसांनंतर बो इथल्या सेंट मेरीज् चर्चच्या परिसरात मृतदेहाचा अंत्यविधी पार पडला. त्या वेळी तिथे उपस्थित असलेले सर्व आप्तेष्ट, हितचिंतक, कार्टराईटच्या कुटुंबातले सदस्य, त्याची प्रेयसी या सर्वांचाच असा ग्रह झाला की, ज्या मृतदेहावर अंतिम संस्कार करण्यात आले, तो कार्टराईटचा होता.

"आता आपल्या सख्ख्या नातलगांची अशा प्रकारे फसवणूक करणारा हा माणूस कसा असेल, याची तुम्हीच कल्पना करा. हाच, हाच तो माणूस!'' असं म्हणून त्यांनी डॅनीकडे बोट दाखवलं. "त्याचं धारिष्ट्य तर बघा! डॅनिएल कार्टराईटच्या अंत्यविधीला तो निकोलस मॉन्क्रीफ असल्याची बतावणी करत

उपस्थित राहिला होता. आपला स्वत:चा अंत्यविधी डोळ्यांनी पाहिल्यावर त्याची खात्रीच पटली की, आपलं हे सोंग उत्कृष्ट वठलेलं आहे.''

यानंतर पिअरसन काही न बोलता दीर्घ काळ थांबले. आपल्या बोलण्याचा पुरेसा परिणाम ज्युरी-सदस्यांच्या मनावर झाला असल्याची नीट खात्री पटल्यानंतर ते पुढे म्हणाले, ''मॉन्क्रीफच्या मृत्यूनंतर कार्टराईटने ताबडतोब त्याची साखळी, त्याचं मनगटी घड्याळ, त्याची अंगठी या सर्व गोष्टी वापरण्यास सुरुवात केली. आपण निक मॉन्क्रीफ असून आपल्या सुटकेचे केवळ सहाच आठवडे राहिले आहेत, असं तुरुंगातल्या सर्व कैद्यांना भासवण्यासाठी त्याने मुद्दाम हे केलं.

''सतरा जुलै २००२ रोजी डॅनी कार्टराईट बेलमार्श तुरुंगातून उजळ माथ्याने बाहेर पडला. वास्तविक, त्याची अजून वीस वर्षं शिक्षा भोगून व्हायची होती. बरं, नुसता तुरुंगातून बाहेर पलायन करून तो थांबला का? नाही. त्याने ताबडतोब स्कॉटलंडला जाणारी पहिली ट्रेन पकडली, कारण तिथे जाऊन मॉन्क्रीफ कुटुंबाच्या संपत्तीवर त्याला आपली मालकी प्रस्थापित करायची होती. त्यानंतर तो लंडनला परत येऊन सर निकोलस मॉन्क्रीफ यांच्या 'द बोल्टन्स' इथल्या निवासस्थानी राहू लागला.

''पण त्याच्या कारवाया इथेच संपल्या नाहीत सन्माननीय ज्युरी सदस्यहो. लंडनच्या एका बँकेमध्ये सर निकोलस यांचं खातं होतं. त्यातून या कार्टराईटने पैसे काढायला सुरुवात केली. तुम्हाला वाटत असेल की, त्याचे उद्योग आतातरी थांबले असतील; पण नाही. तो त्यानंतर जीनिव्हाला विमानाने गेला. तिथे कुबर्टिन अँड कंपनीच्या मालकीच्या एका विख्यात बँकेचे अध्यक्ष दे कुबर्टिन यांना तो भेटला. तिथे त्याने सर निकोलस मॉन्क्रीफ यांचा पासपोर्ट आणि त्यांच्या गळ्यातल्या साखळीमध्ये असलेली किल्ली त्यांना दाखवली. त्यांना असं फसवून त्याने सर निकोलस मॉन्क्रीफ यांच्या आजोबांचा जगात एकमेवाद्वितीय मानला जाणारा स्टँपचा संग्रह ताब्यात घेतला. सर अलेक्झांडर यांनी आयुष्याची तब्बल सत्तर वर्षं हा संग्रह तयार करण्यात खर्ची घातली होती. त्यानंतर लगेच दुसऱ्याच दिवशी त्याने, भेटलेल्या पहिल्याच ग्राहकाला तो संग्रह खुशाल विकून टाकला आणि दोन कोटी पन्नास लक्ष पौंड खुशाल खिशात घातले.''

सर मॅथ्यू यांची भुवई उंचावली. 'खुशाल खिशात घातले' हा वाक्प्रचार आणि आर्नोल्ड पिअरसन यांच्या तोंडी?

''त्यामुळे आता कार्टराईट कोट्यधीश झालेला आहे.'' पिअरसन म्हणाले. ''आता यानंतर तो आणखी काय करणार असा प्रश्न तुमच्या सर्वांच्याच मनात उभा राहिला असेल. मी सांगतो. तो लंडनला परत गेला. तिथे त्याने एक महागडी बी.एम.डब्ल्यू. गाडी स्वत:साठी खरेदी केली, एक ड्रायव्हर नोकरीला

ठेवला आणि घर सांभाळायला एक हाऊसकीपर ठेवली. आपण सर निकोलस मॉन्क्रीफ असल्याचं जगासमोर भासवत त्यानंतर तो ऐशारामात लंडनच्या त्या आलिशान निवासस्थानी राहू लागला! ज्युरी सदस्यहो, आपले चीफ इन्स्पेक्टर फुलर यांनी आपल्या अंगच्या असामान्य बुद्धिचातुर्याने या कार्टराईटला अटक केली. १९९९ साली कार्टराईटने केलेल्या आधीच्या गुन्ह्यानंतरही त्यांनीच त्याला अटक केली. त्यांनी खरोखर एकट्याने, कुणाच्याही मदतीशिवाय त्याला शोधून काढलं, अटक केली आणि इथे कोर्टासमोर हजर केलं.'' सर मॅथ्यू रेडमेन यांनी ताबडतोब 'एकट्याने, कुणाच्याही मदतीशिवाय' या शब्दांची नोंद केली. ''यानंतर मी योग्य वेळी असा एक साक्षीदार आपल्यासमोर हजर करीन, ज्याची साक्ष ऐकल्यानंतर या पाचही गुन्ह्यांमध्ये कार्टराईट दोषी आहे, अशी तुमची खात्रीच पटेल.''

पिअरसन आपलं भाषण संपवून खाली बसले. सर मॅथ्यू यांनी आपल्या जुन्या प्रतिस्पर्ध्याकडे पाहून डोक्यावरची अदृश्य हॅट एकवार उंचावून परत खाली ठेवल्यासारखं केलं. ''फारच सुंदर!'' ते पुटपुटले.

''थँक यू, मॅथ्यू.'' पिअरसन हलकेच म्हणाले.

''लोक हो,'' मि. जस्टिस हॅकेट घड्याळाकडे पाहत म्हणाले, ''मला वाटतं, आपण जेवणाची सुट्टी जाहीर करायला हरकत नाही.''

न्यायाधीश महाराजांना आदर दाखवण्यासाठी सर्व जण उठून उभे राहिले. दोन्ही पक्षाच्या वकिलांनी किंचित झुकून त्यांना अभिवादन केलं. त्यांनी त्याचा स्वीकार केला आणि ते निघून गेले.

''नॉट बॅड!'' ॲलेक्स आपल्या वडिलांकडे बघत म्हणाला.

''अगदी बरोबर बोललास. पण एक सांगू? त्या बेट्या आर्नोल्डनं एक लहानशी चूक आज केलेली आहे आणि ती चूकच त्याला फार महागात पडणार आहे.''

''कुठली चूक?'' ॲलेक्स म्हणाला.

सर मॅथ्यू यांनी कागदावर लिहून ठेवलेले शब्द ॲलेक्सच्या नजरेसमोर धरले– ''एकट्याने, कुणाच्याही मदतीशिवाय.''

७४

“या साक्षीदाराकडून तुला फक्त एकच गोष्ट कबूल करून घ्यायची आहे,” सर मॅथ्यू म्हणाले. “पण त्याचबरोबर तू नक्की काय करणार आहेस, हे जज्जना किंवा मि. पिअरसन यांना आधी कळता कामा नये.”

“काही हरकत नाही.” ॲलेक्स हसून म्हणाला. तेवढ्यात मि. जस्टिस हॅकेट यांनी कोर्टात प्रवेश केला. सर्व जण उठून उभे राहिले.

आपल्या लाल लेदरच्या, उंच पाठीच्या खुर्चीत बसण्यापूर्वी जज्ज हॅकेट यांनी किंचित झुकून सर्वांनी दाखवलेल्या आदराचा स्वीकार केला. त्यांनी आपल्या समोरची वही उघडून वाचली. पिअरसन यांच्या सुरुवातीच्या भाषणावर त्यांनी काही टिपणं काढली होती. ती वाचून मग त्यांनी नवं पान उघडलं. त्यांनी वर लिहिलं – साक्षीदार क्रमांक १. मग त्यांनी पिअरसन यांना मान हलवून खूण केली. त्यावर ते लगेच आपल्या खुर्चीतून उठून उभे राहत म्हणाले, “मी चीफ इन्स्पेक्टर फुलर यांना साक्षीसाठी पाचारण करत आहे.”

ॲलेक्सने चार वर्षांपूर्वी पहिल्या खटल्याच्या सुनावणीच्या वेळी फुलर यांना पाहिलं होतं, पण तो प्रसंग त्याच्या स्मरणातून पुसला जाणं कधीच शक्य नव्हतं. त्या वेळेपेक्षाही तो फुलर आत्ता अधिकच आत्मविश्वासाने उभा होता. फुलरने हातातल्या कार्डाकडे ढुंकूनही न पाहता खड्या आवाजात शपथ घेतली.

“डिटेक्टिव्ह चीफ इन्स्पेक्टर फुलर,” पिअरसन म्हणाले, “तुम्ही कोर्टापुढे तुमचा परिचय देऊ शकाल का?”

“माझं नाव रोडने फुलर. चेलसी इथल्या पॅलेस ग्रीन विभागाच्या मेट्रोपॉलिटन पोलीस स्टेशनमध्ये मी काम करतो.”

“डॅनिएल कार्टराईट याच्या हातून आधी एक गुन्हा घडला होता आणि त्या गुन्ह्यासाठी त्याला तुरुंगवासाची शिक्षा झाली होती. त्या वेळी त्याला तुम्हीच अटक केली होती ना?

"बरोबर आहे सर."

"डॅनिएल कार्टराईट याने तुरुंगातून पलायन केले असून तो सध्या सर निकोलस मॉन्क्रीफ बनून समाजात वावरतो आहे, हे तुमच्या कसं काय लक्षात आलं?"

"गेल्या वर्षी तेवीस ऑक्टोबरला मला एका माहीतगार व्यक्तीकडून फोन आला. त्या व्यक्तीला काही अत्यंत महत्त्वाची गोष्ट माझ्या कानावर घालायची होती."

"मग फोनवर त्या माणसाने तुम्हाला काही तपशील दिले का?"

"नाही सर. तो जंटलमन अशा प्रकारची महत्त्वाची बातमी फोनवर कधीच सांगणार नाही."

सर मॅथ्यू यांनी 'जंटलमन' हा शब्द लगेच लिहून ठेवला. कोणताही पोलीस ऑफिसर आपल्या खबऱ्याविषयी बोलताना जंटलमन हा शब्द कधीच वापरणार नाही. आज सकाळपासून हा दुसरा मुद्दा त्यांना गवसला होता. मि. पिअरसन चीफ इन्स्पेक्टर फुलरकडे मोठ्या शिताफीने बॉल टाकत होते. आणखी काही चुका होण्याची शक्यता नव्हती.

"मग तुमची मीटिंग ठरली!" पिअरसन म्हणाले.

"होय. मग दुसऱ्या दिवशी त्यांनीच ठरवलेल्या जागी, त्यांनीच ठरवलेल्या वेळी आम्ही भेटलो."

"आणि मग त्या भेटीत आपल्याजवळ डॅनिएल कार्टराईटबद्दल काहीतरी महत्त्वाची माहिती असल्याचं त्यांनी तुम्हाला सांगितलं. हो ना?"

"हो. ते ऐकून मलातर आश्चर्यच वाटलं!" फुलर म्हणाला, "कारण या कार्टराईटने तुरुंगात गळफास लावून आत्महत्या केली आहे, असा माझा समज होता. माझ्या हाताखालचा एक ऑफिसर त्याच्या अंत्यविधीसाठी उपस्थित होता."

"मग ही धक्कादायक बातमी ऐकल्यावर तुमची काय प्रतिक्रिया झाली?"

"मी त्यावर गंभीरपणे विचार केला, कारण गेल्या खेपेला या सद्गृहस्थांनी दिलेली माहिती खरीच ठरली होती."

सर मॅथ्यू यांनी 'जंटलमन' हा शब्द अधोरेखित केला.

"मग पुढे काय केलं तुम्ही?"

"लंडनमधल्या त्या 'द बोल्टन्स' नामक घरावर मी चोवीस तास टेहळणी करण्यासाठी माणसं नेमली. त्या घरात सर निकोलस मॉन्क्रीफ या नावाने वास्तव्य करणाऱ्या व्यक्तीमध्ये आणि कार्टराईटमध्ये विलक्षण साम्य असल्याचं आम्हाला आढळलं."

"पण त्याला अटक करण्यासाठी फक्त तेवढी गोष्ट काही पुरेशी नसणार, हो ना?"

"नाही ना!" चीफ इन्स्पेक्टर म्हणाला. "मला त्याहूनही भक्कम पुरावा हवा होता."

"मग तो भक्कम पुरावा कसा काय मिळवला तुम्ही?"

"आम्ही पाळत ठेवू लागल्याच्या तिसऱ्याच दिवशी एक तरुण स्त्री संशयिताची भेट घ्यायला आली. मिस बेथ विल्सन. ती त्या रात्री तिथेच राहिली."

"मिस एलिझाबेथ विल्सन?"

"हो. ती डॅनी कार्टराईटच्या मुलीची आई आहे. तो तुरुंगात असताना ती नियमितपणे त्याच्या भेटीसाठी यायची. त्यामुळेच आपल्याला मिळालेली माहिती बरोबर असल्याची माझी खात्रीच पटली."

"मग त्याला अटक करण्याचा निर्णय त्या वेळी तुम्ही घेतलात ना?"

"होय; पण आपली एका हिंसक प्रवृत्तीच्या गुन्हेगाराशी गाठ आहे याची पूर्ण कल्पना मला असल्यामुळे हिंसाचाराच्या घटनांसाठी उपलब्ध असलेल्या आमच्या खास दलाची मदत मी मागून घेतली. जनतेच्या सुरक्षिततेच्या दृष्टीने कोणताही धोका पत्करण्याची माझी अजिबात तयारी नव्हती."

"अगदी बरोबर आहे तुमचं!" पिअरसन समाधानाने म्हणाले. "मग या धोकादायक गुन्हेगाराला कसं पकडलं, ते जरा कोर्टाला सांगाल का?"

"हो, दुसऱ्या दिवशी पहाटे दोन वाजता आम्ही 'द बोल्टन्स' या त्याच्या निवासस्थानाला वेढा घातला आणि अचानक तिथे धाड घातली. कार्टराईटला मी तुरुंगातून पलायन केल्याच्या आरोपाखाली अटक केली. तत्पूर्वी मी त्याला त्याचे अधिकार वाचून दाखवले. एलिझाबेथ विल्सन हिला गुन्हेगाराची साथ दिल्याच्या आरोपाखाली मी त्याच वेळी अटक केली. माझ्याबरोबरच्या सहकाऱ्यांनी त्याच घरात राहत असलेल्या अल्बर्ट क्रॅन याला अटक केली. तोही कार्टराईटचाच साथीदार असल्याची आमची खात्री पटलेली होती."

"मग कार्टराईटबरोबर अटक झालेल्या त्या दोन साथीदारांचं पुढे काय झालं?" पिअरसन म्हणाले.

"एलिझाबेथ विल्सनची त्याच दिवशी जामिनावर सुटका झाली."

"आणि अल्बर्ट क्रॅन?"

"त्या वेळी तो प्रोबेशनवर सुटून बाहेर आलेला असल्यामुळे त्याला परत बेलमार्श तुरुंगात आधीची शिक्षा पुरती भोगण्यासाठी परत पाठवण्यात आलं."

"थँक यू चीफ इन्स्पेक्टर! आत्तातरी तुमच्यासाठी आणखी काही प्रश्न नाहीत."

''थँक यू मि. पिअरसन,'' जज्ज म्हणाले. ''मि. रेडमेन, या साक्षीदाराची उलटतपासणी घ्यायची आहे का तुम्हाला?''

''अर्थातच घ्यायची आहे मिलॉर्ड!'' ॲलेक्स आपल्या खुर्चीमधून उठत म्हणाला.

''चीफ इन्स्पेक्टर, तुम्ही आत्ताच कोर्टाला सांगितलंत की, एका प्रतिष्ठित नागरिकाने आपण होऊन तुम्हाला दिलेल्या माहितीच्या आधारे डॅनिएल कार्टराईट याला पकडणं तुम्हाला शक्य झालं.''

''हो, खरं आहे ते.'' फुलर हाताने साक्षीदाराच्या पिंजऱ्याचा कठडा घट्ट पकडत म्हणाला.

''पण याचा अर्थ असाच ना की, पोलिसांनी एकट्याच्या जिवावर, कुणाच्याही मदतीशिवाय ही गोष्ट पार पाडली?''

''नाही मि. रेडमेन. पण एक गोष्ट तर तुम्ही नक्कीच मान्य कराल मि. रेडमेन, पोलीस नेहमीच माहीतगारांवर अवलंबून असतात. कारण ते खबरे जर नसते, तर अर्धेअधिक गुन्हेगार आज रस्त्यावरून मोकाट सुटलेले पाहायला मिळाले असते.''

''तर मग या सद्‌गृहस्थांनी– या जंटलमनने तुम्हाला तुमच्या ऑफिसात फोन केला?''

त्यावर चीफ इन्स्पेक्टरने मानेने होकार दिला. ''मग अर्थातच लगेच दुसऱ्या दिवशी त्याची एका सोयीस्कर ठिकाणी गाठ घेण्याचं तुम्ही मान्य केलंत, असंच ना?''

''होय.'' इन्स्पेक्टर फुलर म्हणाला. तो आणखी एक अक्षरही जास्त बोलला नाही. आपण होऊन काहीही माहिती न देण्याचा त्याचा ठाम निर्धार होता.

''मग तुम्ही कुठे भेटलात चीफ इन्स्पेक्टर?''

फुलर जज्जकडे वळून म्हणाला, ''मिलॉर्ड, आमच्या भेटीचं ठिकाण मी सांगू शकत नाही.''

''ठीक आहे. मी समजू शकतो.'' जज्ज हॅकेट म्हणाले. ''पुढे चालू करा मि. रेडमेन.''

''मग मी तुम्हाला तुमच्यासाठी पैसे घेऊन काम करणाऱ्या या खबऱ्याचं नाव विचारण्यात काहीच अर्थ नाही मि. फुलर.''

''ते पैसे घेऊन काम करणारे खबरे नाहीत.'' फुलर म्हणाला आणि त्याच क्षणी त्याला स्वत:ची चूक उमगली.

''वेल, मग आता आपल्याला एवढं तरी कळलं की, ते एक अनपेड प्रोफेशनल जंटलमन होते.'' ॲलेक्स म्हणाला.

''वेल डन!'' ॲलेक्सचे वडील मुद्दाम सर्वांना ऐकू जाईल अशा नाटकी आवाजात, कुजबुजत्या स्वरात बऱ्यापैकी मोठ्यांदा म्हणाले.

"चीफ इन्स्पेक्टर, मला असं सांगा, पहाटे दोन वाजता आपल्या बेडरूममध्ये झोपलेल्या एका पुरुषाला आणि एका स्त्रीला अटक करण्यासाठी तुम्ही एकंदर किती पोलिसांचा ताफा घेऊन केला होता?''

ते ऐकून फुलर जरासा घुटमळला.

"सांगा ना चीफ इन्स्पेक्टर. किती?''

"चौदा.''

"नक्की चौदा? वीस तर नव्हे?''ॲलेक्स म्हणाला.

"तुम्ही जर राखीव पोलिसांना त्यात धरलं, तर वीसच्या जवळपास होते.'' इन्स्पेक्टर फुलर म्हणाला.

"एक माणूस आणि एक स्त्री यांना अटक करण्यासाठी फार जास्त नाही वाटत?'' ॲलेक्स म्हणाला.

"पण तो शस्त्रधारी असण्याची शक्यता होती,'' फुलर म्हणाला, "तो धोका पत्करण्याची तयारी नव्हती माझी.''

"मग प्रत्यक्षात त्याच्याकडे शस्त्र होतं का?'' ॲलेक्स म्हणाला.

"नाही, नव्हतं.''

"मला वाटतं पहिल्या खेपेलासुद्धा...'' ॲलेक्सने बोलण्यास सुरुवात केली.

"बस बस मि. रेडमेन!'' जज्ज म्हणाले. त्याचं वाक्यसुद्धा पूर्ण होऊ दिलं नाही त्यांनी.

"गुड ट्राय.'' परत ॲलेक्सचे वडील कोर्टातल्या सर्वांना ऐकू जाईल, इतक्या मोठ्या आवाजात म्हणाले.

"सर मॅथ्यू, तुम्हाला कोर्टापुढे काही बोलायचंय का?'' जज्जनी रागात विचारलं.

ॲलेक्सच्या वडिलांनी नजर उचलून त्यांच्याकडे पाहिलं. झोपलेल्या सिंहाने झोपमोड झाल्यावर नजर उचलून पाहावं, त्याच थाटात! मग ते सावकाशपणे आपल्या जागेवर उठून उभे राहत म्हणाले, "हे असं विचारणं हा तुमचा मोठेपणा मिलॉर्ड! पण आत्ता या क्षणी तरी नाही. कदाचित नंतर.'' परत ते घरंगळून आपल्या खुर्चीत बसले.

पहिला षट्कार झाल्यावर उठते तशी पत्रकारांमध्ये खळबळ उडाली! ॲलेक्सला हसू आवरेना, पण त्याने तोंड घट्ट मिटून ते कसंबसं दाबलं. मि. हॅकेट यांचा संताप अनावर झाला.

"पुढे चला मि. रेडमेन,'' जज्ज म्हणाले. त्यावर ॲलेक्सने काहीही प्रतिक्रिया देण्यापूर्वीच सर मॅथ्यू उठून म्हणाले, "तुम्ही नक्की कोणत्या रेडमेनला उद्देशून हे म्हणालात मिलॉर्ड?''

हे वाक्य ऐकून सगळे ज्युरी-सदस्यपण हसू लागले. जज्जनी त्यावर काहीही

उत्तर दिलं नाही. सर मॅथ्यू परत आपल्या खुर्चीत बसले. डोळे मिटून घेत ते ॲलेक्सला उद्देशून कुजबुजत्या स्वरात म्हणाले, "चांगला वर्मावर घाव घाल ॲलेक्स."

"चीफ इन्स्पेक्टर, तुम्ही यापूर्वी कोर्टाला असं सांगितलं आहे की, मिस एलिझाबेथ विल्सन त्या घरात शिरताना पाहून तुमची अशी खात्री पटली की, तिथे राहणारा माणूस हा निक मॉन्क्रीफ नसून डॅनिएल कार्टराईट आहे."

"होय, बरोबर आहे." फुलर परत एकदा साक्षीदाराच्या पिंजऱ्याचा कठडा घट्ट पकडत म्हणाला.

"पण त्यानंतर तुम्ही माझ्या अशिलाला जेव्हा प्रत्यक्ष अटक केली, तेव्हा तुम्हाला मनातून अशी भीती नाही का वाटली की, कदाचित आपण भलत्याच माणसाला अटक तर नाही ना केली?"

"नाही मि. रेडमेन, मी तो जखमेचा व्रण पाहिला ना त्याच्या –"

"तुम्ही तो जखमेचा व्रण त्याच्या – काय म्हणत होता तुम्ही मि. फुलर?" ॲलेक्सने जोरात विचारलं.

"मी त्याचा डी.एन.ए रिपोर्ट कॉम्प्युटरवर पडताळून पाहिला ना... आमच्या पोलीस कॉम्प्युटरवर!" चीफ इन्स्पेक्टर म्हणाला.

"बस खाली." ॲलेक्सचे वडील कुजबुजले, "तुला जे काही हवं होतं ते सगळंच्या सगळं बोललाय तो आणि त्या व्रणाबद्दलचं काहीएक त्या हॅकेटच्या लक्षात आलेलं नसणार."

"थँक यू इन्स्पेक्टर फुलर. आणखी काही प्रश्न नाहीत मिलॉर्ड!"

"तुम्हाला या साक्षीदाराला परत काही प्रश्न विचारण्याची इच्छा आहे का मि. पिअरसन?" जस्टिस हॅकेट मम्हणाले.

"नो, थँक यू मिलॉर्ड!" पिअरसन म्हणाले. त्यांनी फुलरच्या तोंडचे शब्द आपल्या डायरीत लिहून घेतले होते – "नाही मि. रेडमेन, मी तो जखमेचा व्रण पाहिला ना त्याच्या–" त्या शब्दांचं नक्की काय महत्त्व असावं, हे त्यांच्या लक्षात येत नव्हतं.

"थँक यू चीफ इन्स्पेक्टर," जज्ज म्हणाले. "तुम्ही आता जाऊ शकता."

चीफ इन्स्पेक्टर साक्षीदाराच्या पिंजऱ्यातून खाली उतरून कोर्टरूमच्या बाहेर पडत असताना ॲलेक्स रेडमेन आपल्या वडिलांच्या कानात कुजबुजला, "तो प्रोफेशनल जंटलमन म्हणजे क्रेग होता, हे काही मी त्याच्या तोंडून वदवून घेऊ शकलो नाही."

"आपल्या खबऱ्याचं नाव त्याने कोर्टासमोर कधीच सांगितलं नसतं. तरीपण तू त्याला चांगला दोन वेळा घोळात घेतलास. शिवाय एक गोष्ट तू विसरू

नकोस. अजून एक साक्षीदार आहे ना! डॅनीविषयीची माहिती पोलिसांना कुणी पुरवली, ही गोष्ट त्यालासुद्धा माहीत आहे. शिवाय तो जेव्हा साक्षीला उभा राहील, तेव्हा तो मनातून चांगलाच अस्वस्थ असणार आहे हे नक्की! त्यामुळे तुझा नक्की काय हेतू आहे, ही गोष्ट त्या जज्ज हॅकेटच्या लक्षात येण्याआधीच तू त्याला घोळात घे. त्या टेपच्या बाबतीत आपल्या हातून मागच्या वेळी जी चूक घडली, तशी परत एकदा होणं आपल्याला परवडण्यासारखं नाही हे लक्षात ठेव.''

ॲलेक्सने होकार दिला. जस्टिस हॅकेट म्हणाले, ''आता कोर्टाला जरा विश्रांती घोषित करण्यास हरकत नाही.''

''सर्वांनी उठून उभं राहावं.''

७५

आर्नोल्ड पिअरसन आपल्या ज्युनिअरशी बोलण्यात गुंग असतानाच मि. जस्टिस हॅकेट मोठ्यांदा म्हणाले, "तुम्ही तुमच्या साक्षीदाराला बोलवा मि. पिअरसन."

पिअरसन उठून म्हणाले, "होय मिलॉर्ड. मी सर ह्यूगो मॉन्क्रीफ यांना कोर्टात पाचारण करतो."

सर ह्यूगो कोर्टात सावकाश चालत आले. ॲलेक्स त्यांचं निरीक्षण करत होता. कोणत्याही साक्षीदाराकडे बघून कधीही घाईघाईने मत बनवायचं नाही, हे बाळकडू फार बालवयातच त्याच्या वडिलांनी त्याला दिलं होतं, पण तरीही हे ह्यूगो अत्यंत मानसिक ताणाखाली दिसत होते. त्यांनी आपल्या कोटाच्या खिशातून आपला रुमाल काढला आणि साक्षीदाराच्या पिंजऱ्यात पोहोचण्यापूर्वी भुवईवरचा घाम टिपला.

पट्टेवाल्याने सर ह्यूगो यांना साक्षीदाराच्या पिंजऱ्यांत नेऊन त्यांच्या हातात बायबलची प्रत दिली. शिवाय त्यांच्यासमोर एक कार्ड धरलं. त्या कार्डावर शपथ लिहिलेली होती. ह्यूगो यांनी ती वाचली आणि गॅलरीत शोधक नजरेने एक व्यक्ती दिसते का, हे पाहिलं. आपल्याऐवजी साक्षीदाराच्या पिंजऱ्यात ती व्यक्ती उभी असती, तर आज किती बरं झालं असतं, असं त्यांना मनातून वाटत होतं. मि. पिअरसन यांनी त्यांच्याकडे पाहून त्यांना दिलासा देणारं हास्य केलं.

"सर ह्यूगो, तुम्ही कृपया इथे तुमचं नाव आणि पत्ता सांगा."

"सर ह्यूगो मॉन्क्रीफ, मॅनोर हाउस, डनब्रॉथ, स्कॉटलंड."

"पहिला प्रश्न मि. ह्यूगो – तुम्ही तुमचा पुतण्या निकोलस मॉन्क्रीफ याला शेवटचं कधी पाहिलं?"

"त्याच्या वडिलांच्या अंत्यविधीला आम्ही दोघंही उपस्थित होतो, तेव्हा."

"त्या दुःखद प्रसंगी त्याच्याशी बोलण्याची संधी तुम्हाला मिळाली का?"

“दुर्दैवाने नाही मिळाली.” ह्यूगो म्हणाले, “त्याच्यासोबत दोन तुरुंगाधिकारी होते. त्यांनी मला त्याच्याशी बोलण्याची परवानगी दिली नाही.”

“तुमचे आणि तुमच्या पुतण्याचे संबंध कसे होते?” पिअरसन म्हणाले.

“चांगले होते. गोडीगुलाबीचे होते. आमचं सगळ्यांचं निकवर प्रेम होतं. फार चांगला मुलगा होता तो; पण त्याचं फार वाईट झालं.”

“पण मग तुमच्या वडिलांच्या मालमत्तेचा मोठा हिस्सा निकच्या वाट्याला आला असल्याचं ऐकून तुमच्या आणि तुमच्या भावाच्या मनात निकविषयी काही वाईट विचार आले नाहीत ना? तुमच्यात वितुष्ट वगैरे आलं नाही ना?”

“अजिबात नाही.” ह्यूगो म्हणाले. “स्वत:च्या वडिलांच्या मृत्यूनंतर ‘सर’ हा किताब आपोआपच निकला मिळणार होता, हे उघडच होतं. त्याचप्रमाणे कौटुंबिक मालमत्तासुद्धा!”

“पण निकने तुरुंगात गळफास लावून घेतला असून त्याचं रूप घेऊन एक तोतया समाजात उजळ माथ्याने वावरत आहे, ही गोष्ट कळल्यावर प्रचंड धक्का बसला असेल नाही तुम्हाला?”

ह्यूगो थोडा वेळ मान खाली घालून उभे राहिले. मग म्हणाले, “हो. मी आणि माझी पत्नी मार्गारेट हिच्यासाठी फार मोठा धक्का होता तो. परंतु पोलिसांच्या कर्तबगारीमुळे आणि आप्तेष्टांच्या आणि हितचिंतकांच्या पाठिंब्यामुळे आम्ही या धक्क्यातून सावरत आहोत.”

“वर्ड परफेक्ट!” सर मॅथ्यू कुजबुजले.

“मग आता सर हा किताब तुम्हाला मिळाल्याचं अधिकृतरीत्या जाहीर झालं आहे का मि. ह्यूगो?” सर मॅथ्यूंच्या उद्गाराकडे दुर्लक्ष करत पिअरसन म्हणाले.

“होय मि. पिअरसन. काही दिवसांपूर्वीच मला तसं अधिकृत पत्र आलं आहे.”

“मग स्कॉटलंडमधली मालमत्ता, लंडनमधलं घर, तसंच बँकेची खाती स्वित्झर्लंडमधली बँकेची खाती हे सगळं परत तुमच्या ताब्यात आलेलं आहे का?”

“नाही मि. पिअरसन.”

“का बरं?” जस्टिस हॅकेट म्हणाले.

सर ह्यूगो जज्जकडे वळले. त्यांचा चेहरा लालभडक झाला होता. “कोर्टात जोपर्यंत खटला चालू आहे आणि त्याचा निकाल लागत नाही तोपर्यंत मालमत्तेची मालकी कुणाकडे असावी हा निर्णय घ्यायचा नाही, असं बँकांचं धोरण आहे मिलॉर्ड. या खटल्याचा काय तो निकाल लागताच कायदेशीर वारसाकडे मालमत्ता सोपवण्यात येईल, असं आश्वासन बँकांनी मला दिलेलं आहे.”

"घाबरू नका," जज्ज प्रेमळपणे हसत म्हणाले, "तुमची प्रतीक्षा आता लवकरच संपुष्टात येणार आहे."

सर मॅथ्यू तत्काळ उठून उभे राहिले. "तुमच्या कामकाजात व्यत्यय आणल्याबद्दल क्षमा असावी युवर लॉर्डशिप; पण आत्ता तुम्ही या साक्षीदाराला उद्देशून जे काही उद्गार काढले, त्यांचा असाच अर्थ घ्यायचा का की, या खटल्याचा काय निकाल द्यायचा हे तुम्ही आधीच ठरवून टाकलेलं आहे?" ते जज्जकडे गोड हसून बघत म्हणाले.

आता जज्जचा चेहरा लाल झाला. "नाही, अर्थातच नाही, सर मॅथ्यू," ते म्हणाले, "मी फक्त इतकंच म्हणत होतो की, या खटल्याचा निर्णय कसाही लागला तरी सर ह्यूगोंची प्रतीक्षा संपुष्टात येणार आहे. त्यांच्या मनावरचा ताण, त्यांची संकटं संपणार आहेत."

"मला काही या गोष्टीची खात्री नाही." सर मॅथ्यू म्हणाले.

पिअरसन यांनी परत एकदा त्यांच्याकडे दुर्लक्ष केलं. "मला आणखी काही प्रश्न विचारायचे नाहीत मिलॉर्ड." ते म्हणाले. त्यानंतर ते आपल्या जागी जाऊन बसले.

"त्यांच्या साक्षीतला शब्द अन् शब्द घोकून आले होते ते." सर मॅथ्यू ॲलेक्सच्या कानात कुजबुजले. ते अजूनही डोळे मिटूनच बसले होते. "त्या माणसाला असा घोळात घे ॲलेक्स, असा बोलण्यात गुंतवून पुढे घेऊन जा आणि पाठीत वार कर. मी सांगतो तुला ॲलेक्स, रक्ताचा थेंबपण गळणार नाही."

"मि. रेडमेन, मी तुमच्या बोलण्यात व्यत्यय आणतोय त्याबद्दल माफ करा, पण या साक्षीदाराची उलटतपासणी घ्यायची आहे का नाही?"

"घ्यायची आहे मिलॉर्ड!"

"जरा झटपट घे उलटतपासणी पोरा, कारण त्यांनाच ही साक्ष संपवायची किती घाई झाली आहे बघ!" सर मॅथ्यू कुजबुजले आणि परत खुर्चीत घरंगळून डोळे मिटून बसले.

"सर ह्यूगो," ॲलेक्स म्हणाला. "तुम्ही कोर्टाला असं सांगितलं की, तुमचे आणि तुमचा पुतण्या निक मॉन्क्रीफ याचे संबंध चांगले होते. मला वाटतं तुम्ही 'गोडीगुलाबीचे' होते हा शब्द त्या वेळी वापरला होता आणि जर तुरुंगाधिकाऱ्यांनी तुम्हाला परवानगी दिली असती, तर त्याच्या वडिलांच्या अंत्ययात्रेच्या वेळी तुम्ही त्याच्याशी नक्कीच बोलला असता."

"होय, खरं आहे ते." ह्यूगो म्हणाले.

"मी तुम्हाला एक प्रश्न विचारतो. आपला पुतण्या जिवंत नसून मृत आहे,

तो लंडनमधल्या 'द बोल्टन' या घरात राहत नाही, ही गोष्ट तुम्हाला कधी कळली?''

"कार्टराईटला अटक होण्याच्या काही दिवस आधी.'' ह्यूगो म्हणाले.

"म्हणजेच निकच्या वडिलांच्या अंत्ययात्रेनंतर सुमारे दीड वर्षाने. हो ना? त्याच अंत्ययात्रेच्या वेळी तुम्हाला तुमच्या पुतण्याशी कुणी बोलू दिलं नव्हतं ना?''

"हो, बरोबर.''

"मग मला आता तुम्हाला हा पुढचा प्रश्न विचारणं भाग पडतंय सर ह्यूगो. हा तुम्हाला इतका जवळचा असलेला पुतण्या आणि तुम्ही गेल्या अठरा महिन्यांत किती वेळा फोनवर किंवा प्रत्यक्ष बोलला आहात?''

"पण मुद्दा तोच तर आहे ना, तो मुळी निक नव्हताच!'' सर ह्यूगो स्वतःवर खूश होत म्हणाले.

"बरोबर आहे. तो निक नव्हताच,'' ॲलेक्स म्हणाला. "पण तुम्ही तर आत्ताच इथे म्हणालात, की माझ्या अशिलाला अटक होण्याच्या तीन दिवस आधी तुम्हाला खरी गोष्ट कळली.''

ह्यूगोंनी गोंधळून काही मदत मिळेल या आशेने गॅलरीच्या दिशेने पाहिलं; पण हा प्रश्न त्यांना कुणी विचारेल, असं मार्गारेटच्या लक्षात आलं नव्हतं. त्यामुळेच त्याचं काय उत्तर द्यायचं ते त्यांना तिने शिकवून ठेवलं नव्हतं. "वेल, आमच्या दोघांच्याही मागे भरपूर कामं असतात. अजिबात फुरसत नसते.'' ते काहीतरी वेळ मारून नेण्याचा प्रयत्न करत म्हणाले. "शिवाय तो लंडनमध्ये, मी जास्त काळ स्कॉटलंडमध्ये असतो.''

"पण आता स्कॉटलंडमध्ये माझ्या समजुतीप्रमाणे फोन आले आहेत.'' ॲलेक्स म्हणाला. कोर्टात हशा पिकला.

"टेलिफोनचा शोध एका स्कॉटलंडच्याच माणसाने लावला आहे.'' सर ह्यूगो उपहासाने म्हणाले.

"पण मग तर तुम्ही फोन करायलाच हवा होता, नाही का?'' ॲलेक्स म्हणाला.

"तुम्हाला नक्की काय सुचवायचंय?'' सर ह्यूगो म्हणाले.

"मला काहीही सुचवायचं नाहीये,'' ॲलेक्स म्हणाला, "पण एक गोष्ट तर खरीच ना की, २००२ च्या सप्टेंबर महिन्यात तुम्ही आणि तुमच्या पुतण्याने (तेव्हा तो तुमचा पुतण्या नाही हे काही तुम्हाला माहीत नव्हतं!) स्टँपच्या लिलावाला हजेरी लावली होती. सोद्बीजमध्ये! त्यानंतर दोघंही जीनिव्हाला गेला असताना एकाच हॉटेलात उतरला होतात आणि असं असूनसुद्धा त्याच्याशी संपर्क साधण्याचा तुम्ही साधा प्रयत्नसुद्धा केला नव्हता!''

"पण तोसुद्धा येऊन माझ्याशी बोलू शकला असता ना?" ह्यूगो चिडक्या आवाजात म्हणाले. "हे दोन्ही अंगी असतं, माहीत आहे ना?"

"कदाचित माझ्या अशिलाने तुमच्याशी आपणहोऊन बोलण्याचा प्रयत्न एवढ्याचसाठी केला नसेल, कारण तुमचे तुमच्या खऱ्या पुतण्याशी कसे संबंध होते, याची त्याला पूर्ण कल्पना असेल. गेल्या दहा वर्षांत तुम्ही आपल्या पुतण्याशी एकदाही बोलला नव्हता, एकदाही त्याला पत्र लिहिलं नव्हतं, याची माझ्या अशिलाला कदाचित पूर्ण कल्पना असेल. तुमचा पुतण्या तुमचा तिरस्कार करायचा आणि तुमच्या स्वतःच्या वडिलांनी म्हणजे निक मॉन्क्रीफच्या आजोबांनी आपल्या मृत्युपत्राद्वारे तुम्हाला त्यांच्या मालमत्तेतून बेदखल केलं होतं, याचीसुद्धा माझ्या अशिलाला कदाचित माहिती असेल."

"तुम्ही एका गुन्हेगाराचा शब्द निकच्या कुटुंबातल्या ज्येष्ठ व्यक्तीपेक्षा जास्त मोलाचा मानताय?"

"नाही सर ह्यूगो. मला ही गोष्ट तुमच्या कुटुंबातल्या एका व्यक्तीकडूनच समजली आहे."

"कोणाकडून?" ह्यूगो म्हणाले.

"तुमचा पुतण्या, सर निकोलस मॉन्क्रीफ." ॲलेक्स म्हणाला.

"पण तुम्ही तर त्याला ओळखतही नव्हता."

"बरोबर आहे. नव्हतो ओळखत. तो जेव्हा तुरुंगात होता, त्या कालावधीत तुम्ही त्याला एकदाही भेटायला आला नाहीत. त्याला फोन केला नाहीत. तेव्हा त्याने नियमित डायरी ठेवली होती. त्या डायरीच्या पानावर त्याने जे काय लिहून ठेवलं आहे, ते फार बोलकं आहे."

ते वाक्य ऐकताच पिअरसन ताडकन उठून उभे राहिले. "मिलॉर्ड, माझं ऑब्जेक्शन आहे. ज्या डायऱ्यांचा माझे विद्वान मित्र उल्लेख करत आहेत, त्या पुराव्याच्या बंडलामध्ये केवळ एक आठवड्यापूर्वी समाविष्ट करण्यात आलेल्या आहेत. माझ्या ज्युनियर सहकाऱ्याने त्यातला शब्द अन् शब्द वाचण्याचा अगदी कसोशीने प्रयत्न केलेला असला, तरी त्या डायऱ्यांच्या पानांची संख्या हजाराच्या वर आहे."

"मिलॉर्ड," ॲलेक्स म्हणाला, "माझ्या ज्युनियर सहकाऱ्याने त्यातलं अक्षर अन् अक्षर वाचलेलं आहे. शिवाय त्यातल्या काही अतिमहत्त्वाच्या मजकुराकडे मी खटल्याच्या सुनावणीच्या दरम्यान लक्ष वेधू इच्छितो. तो मजकूर माझ्या या सहकाऱ्याने मुद्दाम सोयीसाठी अधोरेखित करून ठेवलेला आहे आणि हा सर्व पुरावा 'ग्राह्य' आहे यात काहीही शंका नाही."

"डायऱ्यांचा पुरावा ग्राह्य आहे याबद्दल काही दुमत नाही," मि. जस्टिस हॅकेट

म्हणाले, ''पण त्यातल्या सर्वच मजकूर या खटल्याशी सुसंगत असेल असं नाही. शिवाय इथे सर ह्यूगो यांच्यावर खटला चाललेला नाही. त्यांचे आपल्या पुतण्याशी कसे संबंध होते, हा काही या खटल्याचा केंद्रबिंदू नाही. त्यामुळे पुढचा प्रश्न मि. रेडमेन.''

सर मॅथ्यू यांनी आपल्या मुलाच्या गाऊनचं टोक खेचलं. ''मी जरा माझ्या ज्युनियरशी चर्चा करू शकतो का मिलॉर्ड?'' ॲलेक्स म्हणाला.

''जर अगदीच आवश्यक असेल तर करा,'' जज्ज म्हणाले. सर मॅथ्यूंशी उडालेल्या खटक्याबद्दल ते अजूनही चांगलेच नाराज होते. ''पण जरा लवकर आटपा.''

ॲलेक्स खाली बसला. ''तू आपला मुद्दा नीट स्पष्ट केलेला आहेस पोरा.'' सर मॅथ्यू कुजबुजत्या स्वरात म्हणाले, ''आणि त्या डायरीतल्या सर्वांत महत्त्वाच्या ओळी तर आपल्या पुढच्या साक्षीदारासाठी राखून ठेवायच्या आहेत. शिवाय तो म्हातारा जज्ज हॅकेट आत्ता मनातल्या मनात काय विचार करतोय ठाऊक आहे – त्याच्या वागण्यावर नाराज होऊन आपण जर कदाचित री-ट्रायलची मागणी वगैरे केली तर काय घ्या? आणि तो काय वाट्टेल ते झालं, तरी आपला री-ट्रायलचा प्रयत्न यशस्वी होऊ देणार नाही. आता त्याचे निवृत्तीचे दिवस अगदीच जवळ आले आहेत. हा त्याच्यासमोरचा हायकोर्टामधला शेवटचा खटला आहे. त्यामुळे त्या री-ट्रायलचा ठपका त्याला मुळीच नको असणार. त्यामुळे तू आता उठलास की, आधी जज्जचं म्हणणं मुकाट्याने मान्य करून टाक बघू! पण पुढच्या साक्षीच्या वेळी परत जर त्या डायरीतल्या काही नोंदींचा संदर्भ द्यायची वेळ आलीच, तर तुझ्या या ज्युनियरने त्या महत्त्वाच्या नोंदी अधोरेखित करून ठेवलेल्याच आहेत. फक्त तुझ्या विद्वान वकील-मित्राने त्या वेळी काही हरकत घेऊ नये म्हणजे झालं.''

ॲलेक्स आपल्या जागी उभा राहत म्हणाला, ''मिलॉर्ड, मला आपलं म्हणणं बिनशर्त मंजूर आहे; पण खटल्याच्या पुढच्या कामकाजात जर कधी गरज पडली तर कदाचित त्या डायऱ्यांमधल्या काही महत्त्वाच्या नोंदींचा संदर्भ द्यावा लागेल. माझ्या ज्युनियरने सर्वांच्या सोयीसाठी त्या अधोरेखित करून ठेवलेल्या आहेत. तशी वेळ येताच माझ्या विद्वान वकील-मित्रांनी त्या नोंदी कृपया वाचाव्यात, एवढीच माझी विनंती आहे.'' सर मॅथ्यू गालातल्या गालात हसले. जज्ज हॅकेट यांच्या कपाळाला आठी पडली. सर ह्यूगो यांच्या चेहऱ्यावर बुचकळ्यात पडल्याचे भाव होते.

ॲलेक्सने आपला मोहरा परत साक्षीदाराकडे वळवला. आता ते बिचारे दर थोड्या वेळाने आपल्या कपाळावरचा घाम पुसत होते.

''सर ह्यूगो, तुमच्या वडिलांची एक इच्छा होती. ती त्यांनी आपल्या

मृत्युपत्रात स्पष्टच लिहून ठेवली होती. ती अशी की, डनब्रॉथ इथली सर्व मालमत्ता स्कॉटलंडच्या नॅशनल ट्रस्टच्या हवाली करण्यात यावी.''

''हो. बरोबर आहे.'' सर ह्यूगो म्हणाले.

''मग त्यांची ही इच्छा डॅनिएल कार्टराईट याने पूर्ण केली असून ती सर्व मालमत्ता आता नॅशनल ट्रस्टच्या ताब्यात आहे, याची तुम्हाला कल्पना असेलच.''

''हो, मला माहीत आहे ते.'' ह्यूगो अत्यंत नाइलाजाने म्हणाले.

''तुम्ही एवढ्यात लंडनमधलं 'द बोल्टन' इथलं घर स्वत: जाऊन कधी पाहिलं आहे? पूर्वी त्याची कशी अवस्था होती आणि आता ते कसं दिसतं, याची कल्पना आहे का तुम्हाला?''

''होय. मला कल्पना आहे. आता पूर्वीपेक्षा बराच फरक पडला आहे त्यात.''

''सर ह्यूगो, मि. कार्टराईट त्या घरात राहायला येण्यापूर्वी त्या घराची अवस्था नक्की कशी होती हे जर तुम्हाला तपशीलवार ऐकायचं असलं, तर मी इथे मि. कार्टराईट यांच्या हाउसकीपरला बोलावून घेऊ शकतो. तीच काय ते नीट सांगू शकेल.''

''त्याची काहीही गरज नाही.'' सर ह्यूगो म्हणाले, ''त्या घराकडे थोडं-फार दुर्लक्ष झालंही असेल; पण मी एक गोष्ट तर आधीच स्पष्ट केलेली आहे. मी जास्तीत जास्त काळ स्कॉटलंडमध्ये वास्तव्य करून असतो. लंडनला फार वेळा येत नाही.''

''ठीक आहे, सर ह्यूगो. आता आपण लंडनमधल्या कोट्स बँकेत असलेल्या तुमच्या पुतण्याच्या खात्यांसंबंधी बोलू. तुमच्या पुतण्याचा जेव्हा अकस्मात मृत्यू झाला, त्या वेळी त्याच्या खात्यांमध्ये नक्की किती रक्कम होती, हे तुम्ही कोर्टाला सांगू शकाल?''

''मी ते कसं काय सांगू शकणार? मला काय माहीत?'' ह्यूगो जोरात म्हणाले.

''ठीक आहे. मग मीच तुम्हाला सांगतो.'' ॲलेक्स म्हणाला. त्याने आपल्या फोल्डरमधून एक बँक स्टेटमेंट बाहेर काढलं. ''त्या वेळी त्या खात्यांमध्ये फक्त सात हजार पौंडांहून थोडी जास्त रक्कम होती.''

''हो ना; पण त्या खात्यांमध्ये आत्ता या क्षणी किती रक्कम आहे, हे जास्त महत्त्वाचं नाही का?'' सर ह्यूगो विजयी मुद्रेने म्हणाले.

''मीपण तुमच्याशी अगदी सहमत आहे.'' ॲलेक्स म्हणाला. त्याने आणखी एक बँक स्टेटमेंट बाहेर काढलं. ''काल संध्याकाळी बँकेचे व्यवहार संपल्यानंतर त्या खात्यांमध्ये चाळीस हजार पौंडाहून जास्त रक्कम होती.''

सर ह्यूगो भांबावलेल्या नजरेने वरच्या गॅलरीकडे पाहू लागले. त्यांनी परत एकदा भुवईचा घाम पुसला. ''त्यानंतर आता आपण तुमच्या वडिलांच्या स्टँपच्या संग्रहाचा मुद्दा विचारात घेऊ. सर अलेक्झांडर यांनी – म्हणजे तुमच्या वडिलांनी – तो निकच्या नावे ठेवला होता.''

''कार्टराईटने तो माझ्या अपरोक्ष परस्पर विकून टाकला.''

''मी तर म्हणतो सर ह्यूगो की, त्याने तो तुमच्या अपरोक्ष नव्हे, तर चांगलं तुमच्या नाकावर टिच्चून विकून टाकला.'' ॲलेक्स म्हणाला.

''आमच्या कुटुंबाचा तो वंशपरंपरेने चालत आलेला इतका अनमोल ठेवा असा विकून टाकण्याच्या कल्पनेला मी कधीच संमती दिली नसती.'' सर ह्यूगो म्हणाले.

''आत्ता तुम्ही जो उद्‌गार काढला ना सर ह्यूगो, त्यावर जरा नीट विचार करून बघा, असं माझं तुम्हाला सांगणं आहे.'' ॲलेक्स म्हणाला. ''माझ्याकडे एक कायदेशीर करारनामा आहे. तो तुमचे वकील डेम्सँड गॅलब्रेथ यांनी स्वत:च तयार केलेला आहे. ऑस्टिन, टेक्सास इथे राहणारे मि. जीन हनसॅकर यांना तो स्टँपचा संग्रह पाच कोटी डॉलर्सना विकण्यास तुम्ही तयार असल्याचं त्यात स्पष्ट म्हटलेलं आहे.''

''हे जरी खरं असलं,'' सर ह्यूगो म्हणाले, ''तरी त्यातली एक पेनीसुद्धा मला बघायला मिळालेली नाही. कारण शेवटी तो संग्रह त्या कार्टराईटनेच त्या हनसॅकरला विकून ते पैसे खिशात घातले.''

''हो, ते मात्र खरं.'' ॲलेक्स म्हणाला. ''त्याने पाच कोटी डॉलर्स नव्हे, तर पाच कोटी पंचाहत्तर लाख डॉलर्सना त्या संग्रहाचा सौदा केला. म्हणजे तुमच्यापेक्षा पंचाहत्तर लाख जास्तच!''

''या सगळ्या चर्चेचं तात्पर्य काय मि. रेडमेन?'' जज्ज हॅकेट म्हणाले. ''तुमच्या अशिलाने मॉन्क्रीफ कुटुंबाची मालमत्ता फार योग्य तऱ्हेने सांभाळलेली असली, तरी मुळात त्याने त्या मालमत्तेवर डल्ला मारलेला आहे, ही गोष्ट तर खरीच आहे ना! तुम्हाला या सगळ्यातून असं तर सुचवायचं नाही ना मि. रेडमेन की, हे सर्व उद्योग करत असताना एक ना एक दिवस ती सगळी मालमत्ता तिच्या कायदेशीर वारसाकडे सोपवण्याचा उदात्त हेतू तुमच्या अशिलाच्या मनात होता?''

''नाही मिलॉर्ड; पण मला फक्त एवढंच सुचवायचं आहे की, फिर्यादी पक्षाने डॅनिएल कार्टराईटचं जे काळंकुट्ट खलनायकाचं चित्र इथे रंगवलेलं आहे, तसा तो प्रत्यक्षात नाहीये. खरं सांगायचं, तर कार्टराईटने ज्या कर्तव्यदक्षतेने आणि व्यवहार-चातुर्याने ही मालमत्ता जतन करून ठेवली आहे, त्यामुळे सरतेशेवटी सर ह्यूगो यांचा अपरिमित फायदाच होणार आहे.''

सर मॅथ्यू यांनी मनातल्या मनात परमेश्वराची करुणा भाकली.

''मुळीच नाही.'' सर ह्यूगो म्हणाले, ''माझं फार नुकसान झालं आहे.''

सर मॅथ्यू आता डोळे उघडून एकदम सावध होऊन ताठ बसले. ''चला, या जगात कुठेतरी ईश्वर नक्की आहे. वेल डन माय बॉय!'' ते पुटपुटले.

''तुमचं हे बोलणं मात्र माझ्या अजिबात लक्षात आलेलं नाही.'' मि. जस्टिस हॅकेट सर ह्यूगो यांच्याकडे पाहून म्हणाले. ''तुमच्या अपेक्षेपेक्षा बँकेत पंचाहत्तर लाख रुपये जास्त जमा आहेत सर ह्यूगो आणि तुम्ही म्हणताय, तुमचं नुकसान झालंय? ते कसं काय?''

''कारण मी नुकतंच एका बाहेरच्या पार्टीबरोबर एक करारपत्र केलं. सह्यापण झाल्या त्याच्यावर. त्या पार्टीने माझ्या पुतण्याच्या बाबतीत एक गुप्त गोष्ट मला सांगण्याची तयारी एकाच अटीवर दाखवली. त्यांनी माझ्याकडे सर्व मालमत्तेतला पंचवीस टक्के वाटा त्या मोबदल्यात मागितला.''

''बस, नुसता बस. काही बोलू नकोस.'' सर मॅथ्यू पुटपुटले.

जज्जसाहेबांनी हातोडा आपटून सर्वांना शांत राहण्याचा हुकूम दिला. कोर्टात शांतता पसरेपर्यंत ॲलेक्ससुद्धा गप्पच राहिला.

''तुम्ही या करारपत्रावर कधी सही केलीत सर ह्यूगो?''

ह्यूगो यांनी आपल्या कोटाच्या आतल्या खिशातून एक छोटी टिपणवही काढली आणि त्यातील पानं चाळू लागले. त्यांना हवी ती नोंद सापडताच ते म्हणाले, ''गेल्या वर्षी बावीस ऑक्टोबरला.''

ॲलेक्सने आपल्या नोट्स चाळल्या. ''एका विशिष्ट सद्‌गृहस्थाने इन्स्पेक्टर फुलर यांना फोन करून एका अज्ञात ठिकाणी भेटीला बोलावण्याच्या आदल्या दिवशी!''

''तुम्ही काय बोलताय, ते माझ्या काही लक्षात येत नाहीये.'' सर ह्यूगो म्हणाले.

''अर्थातच तुमच्या ते लक्षात येणार नाही.'' ॲलेक्स म्हणाला, ''तुमच्या पाठीमागे काय घडलं, याची तुम्हाला कशी कल्पना असणार? पण या ठिकाणी तुम्हाला एक गोष्ट विचारणं मला भाग पडतंय सर ह्यूगो – तुमची मालमत्ता जर तुम्हाला परत मिळाली, तर त्यातली पंचवीस टक्के मालमत्ता या सद्‌गृहस्थांना देण्याचं करारपत्र तुम्ही केलंत, त्यावर स्वखुशीने स्वाक्षरीसुद्धा केलीत. मग एवढ्या मोठ्या रकमेच्या मोबदल्यात तो सद्‌गृहस्थ तुम्हाला असं काय देणार होता? त्यानं कोणतं वचन दिलं तुम्हाला?''

''त्याने मला असं सांगितलं की, माझा पुतण्या एक वर्षापूर्वी वारला असून त्याच्या जागी त्याच्या नावे एक दुसराच तोतया राहत आहे. तो समोर आरोपीच्या पिंजऱ्यात बसलाय ना, तोच तो माणूस.''

"पण मग ही धक्कादायक माहिती ऐकून तुमची काय प्रतिक्रिया झाली?"

"सुरुवातीला तर माझा त्या गोष्टीवर विश्वासच बसला नाही," सर ह्यूगो म्हणाले. "पण मग त्याने मला कार्टराईट आणि निक या दोघांचे अनेक फोटो दाखवले. ते दोघं दिसायला खरोखरच एकसारखे होते, हे मलाही पटलं."

"माझा या सगळ्या गोष्टींवर विश्वास बसत नाहीये सर ह्यूगो. केवळ एवढ्याशा पुराव्याच्या आधारे तुमच्यासारख्या बुद्धिमान, हुशार माणसाने आपल्या मालमत्तेचा पंचवीस टक्के हिस्सा कुणालातरी देऊन टाकायला तयार व्हावं?"

"नाही. केवळ तेवढाच पुरावा नव्हता." सर ह्यूगो म्हणाले, "त्याने आपलं बोलणं खरं असल्याचं सिद्ध करण्यासाठी मला इतर अनेक फोटो दाखवले."

"इतर अनेक फोटो?" ॲलेक्सने आशेने विचारलं.

"होय. त्या फोटोमध्ये एक फोटो आरोपीच्या डाव्या पायाचा होता. त्याच्या गुडघ्याच्या वरच्या बाजूला एक ठळक व्रण होता. त्या व्रणावरून तो माणूस कार्टराईट आहे आणि माझा पुतण्या निक नाही हे सिद्ध होत होतं."

"विषय बदल, विषय बदल." सर मॅथ्यू कुजबुजले.

"तुम्ही या कोर्टाला असं सांगितलं आहे सर ह्यूगो की, ज्या माणसाने काही गुप्त माहितीच्या मोबदल्यात तुमच्याकडे पंचवीस टक्के मालमत्तेची मागणी केली, तो एक प्रोफेशनल जंटलमन आहे. हो ना?"

"होय. अगदी खरंच आहेत ते." सर ह्यूगो म्हणाले.

"मग आता त्या माणसाचं नाव इथे या कोर्टापुढे सांगण्याची वेळ आली आहे, सर ह्यूगो." ॲलेक्स म्हणाला.

"मी तसं करू शकत नाही." ह्यूगो म्हणाले.

परत एकदा कोर्टात खळबळ माजली. जज्जनी सर्वांना शांत राहण्याचा इशारा दिला. शांत झाल्यावर जज्जनीच प्रश्न केला, "का नाही?"

"आता पुढचं त्या हॅकेटनाच बोलू दे." सर मॅथ्यू कुजबुजले. "देवाची एवढीच प्रार्थना कर की, त्या हॅकेटना सर ह्यूगो यांनी सांगण्यापूर्वी त्या माणसाचं नाव लक्षात न येऊ दे."

"त्याचं कारण त्याच्या करारनाम्यात त्याने तशी अट घातलेली आहे." सर ह्यूगो म्हणाले. ते परत आपली घामेजलेली भुवई पुसत होते. "मी कोणत्याही परिस्थितीत त्याचं नाव उघड करायचं नाही, असं त्या करारनाम्यात म्हटलंय."

मि. हॅकेट यांनी आता स्वत:चं पेन बंद करून टेबलावर ठेवलं. "माझं बोलणं नीट लक्ष देऊन ऐका सर ह्यूगो. तुम्हाला मि. रेडमेन यांच्या प्रश्नाचं उत्तर द्यावंच लागेल. नाहीतर कोर्टाची अवज्ञा केल्याबद्दल मी तुम्हाला दंड ठोठावीन. शिवाय

एक रात्र कोठडीची हवा खावी लागेल ते वेगळंच. आरोपी तोतया आहे याचा पुरावा तुम्हाला देण्यापूर्वी ज्या माणसाने तुमच्याकडे तुमच्या मालमत्तेचा पंचवीस टक्के हिस्सा मागितला, त्या माणसाचं नाव काय मि. ह्यूगो? तुम्हाला कळतंय ना माझं बोलणं?''

सर ह्यूगो आता थरथर कापू लागले. त्यांनी गॅलरीत बघितलं. मार्गारिट मान हलवून होकार देत होती. मग ते जज्जकडे वळून म्हणाले, ''मि. स्पेन्सर क्रेग. सरकारी वकील.''

कोर्टमधल्या सगळ्या लोकांनी एकदम जोरजोरात बोलण्यास सुरुवात केली.

''तू खाली बस पोरा.'' सर मॅथ्यू म्हणाले, ''आता आपल्या सन्माननीय जज्जसाहेबांपुढे सरकारी वकील स्पेन्सर क्रेग यांना समन्स धाडण्याची तुला परवानगी देण्यावाचून दुसरा काहीच पर्याय उरलेला नाही. अन्यथा त्यांना री-ट्रायल घोषित करावी लागेल.''

सर मॅथ्यू यांचं लक्ष गेलं, तर समोरून आर्नोल्ड पिअरसन त्यांच्या मुलाकडे, ॲलेक्सकडे बघत होते. ते हवेतल्या हवेत एक अदृश्य हॅट वर उचलून डोक्यावर परत ठेवण्याचा अभिनय करत होते. ''वेल डन ॲलेक्स!'' असंही ते पुटपुटले.

७६

“मि. मन्रो जेव्हा पिअरसनसमोर उभे राहतील, तेव्हा त्यांचा कसा काय टिकाव लागेल? तुम्हाला काय वाटतं?” ॲलेक्स म्हणाला.

“बुल फायटिंग! पण त्यातला फायटर पण म्हातारा आणि बुलपण!” सर मॅथ्यू म्हणाले, “पण अंगातल्या ताकदीपेक्षा अनुभवाचं शहाणपण, धूर्त, कुशाग्र; बुद्धी या दोन गोष्टीपण फार महत्त्वाच्या आहेत, त्यामुळे मला वाटतं मन्रोच.”

“मग या बुल फायटिंगला लाल चादर कधी दाखवू मी?” ॲलेक्स म्हणाला.

“तू कशाला दाखवतोस?” सर मॅथ्यू म्हणाले. “ते काम त्या फायटरलाच करू दे ना! पिअरसन काय हे आव्हान स्वीकारल्याशिवाय गप्प बसतायत होय? आणि फिर्यादी पक्षाकडून दणका आल्याने त्याचा परिणाम चांगला खोलवर होईल.”

“सर्वांनी उभे राहावे.” कोर्टात घोषणा झाली.

सर्व जण व्यवस्थित परत जागच्या जागी बसल्यावर जज्जनी ज्युरी-सदस्यांकडे आपला मोर्चा वळवला. “गुड मॉर्निंग ज्युरी-सदस्यहो! काल मि. पिअरसन यांनी फिर्यादी-पक्षाची बाजू मांडलेली तुम्ही ऐकली. आता बचाव-पक्षाला आपली बाजू मांडण्याची संधी देण्यात येईल. दोन्ही पक्षांशी विचार-विनिमय केल्यानंतर आरोपीवर ठेवण्यात आलेल्या आरोपांपैकी एक आरोप मागे घेण्याची सूचना मी आपल्याला करत आहे. आरोपीने मॉन्क्रीफ कुटुंबाची स्कॉटलंडमधली मालमत्ता चोरण्याचा प्रयत्न केला असा तो आरोप आहे. हे असं घडलं नसल्याचं सर ह्यूगो यांनी स्पष्ट केलं आहे. सर ह्यूगो यांचे वडील सर अलेक्झांडर यांनी आपल्या मृत्युपत्राद्वारे व्यक्त केलेल्या इच्छेनुसार ती मालमत्ता स्कॉटलंडच्या नॅशनल ट्रस्टच्या ताब्यात आहे. अर्थात आरोपीवर आणखी चार अत्यंत गंभीर स्वरूपाचे गुन्हे अजूनही दाखल केलेले आहेतच. त्या गुन्ह्यांच्या संदर्भात काय तो निर्णय देण्याची जबाबदारी तुम्हा सर्वांवर टाकण्यात आलेली आहे.”

आपलं लक्ष ॲलेक्सकडे वळवण्याआधी ते ज्युरी सदस्यांकडे पाहून प्रेमळपणे हसले. त्यानंतर ॲलेक्सकडे पाहून म्हणाले, "मि. रेडमेन, आता तुम्ही तुमच्या पहिल्या साक्षीदाराला बोलवून घ्या." आज जज्जसाहेबांचा बोलण्याचा स्वर कालच्यापेक्षा बराच आदरयुक्त होता.

"थँक यू मिलॉर्ड!" ॲलेक्स म्हणाला. "मी मि. फ्रेझर मन्रो यांना साक्षीसाठी बोलवत आहे."

फ्रेझर मन्रोंनी कोर्टरूममध्ये शिरल्याशिरल्या सर्वांत आधी आरोपीच्या पिंजऱ्यातल्या डॅनीकडे पाहून स्मितहास्य केलं. गेल्या सहा महिन्यांत ते डॅनीला एकूण पाच वेळा बेलमार्श तुरुंगात भेटून गेले होते. त्याचबरोबर सर मॅथ्यू आणि ॲलेक्स रेडमेनबरोबरही त्यांच्या अनेक मीटिंग्ज झाल्या होत्या. डॅनीला याची कल्पना होती.

याही खेपेला त्यांनी आपल्या कामाच्या फीची बिलं डॅनीपुढे ठेवली नव्हती. डॅनीच्या सर्वच खात्यांवर स्थगिती आणण्यात आली होती. तुरुंगाचा लायब्ररियन म्हणून काम बघण्याबद्दल डॅनीला दर आठवड्याला बारा पौंड मिळायचे. त्याने फ्रेझर मन्रो यांच्या टॅक्सीचं बिलसुद्धा भागलं नसतं.

फ्रेझर मन्रो साक्षीदाराच्या पिंजऱ्यात शिरले. त्यांनी काळा कोट आणि रेघांचं डिझाईन असलेली पँट घातली होती. पांढरा शर्ट घातला होता. काळा, सिल्कचा टाय घातला होता. ते साक्षीदार असण्यापेक्षा कोर्टातले एक वरिष्ठ अधिकारीच वाटत होते. त्यामुळे त्यांच्या त्या भारदस्त व्यक्तिमत्त्वाविषयी एक प्रकारचा दबदबा वाटत होता. स्कॉटलंडमध्ये याच व्यक्तिमत्त्वाने अनेक वेळा ज्युरी-सदस्यांना भारून टाकलं होतं.

"तुम्ही कोर्टाच्या रेकॉर्डसाठी जरा तुमचं नाव आणि पत्ता सांगाल का?" ॲलेक्स म्हणाला.

"माझं नाव फ्रेझर मन्रो. माझा पत्ता ४९, अर्जिल स्ट्रीट, डनब्रॉथ, स्कॉटलंड."

"आणि तुमचा व्यवसाय?"

"मी स्कॉटलंडच्या हायकोर्टात वकिली करतो."

"तुम्ही स्कॉटिश लॉ सोसायटीचे पास्ट प्रेसिडेंटही आहात ना?"

"होय, आहे सर." ही गोष्ट डॅनीला माहीत नव्हती.

"तुम्ही सिटी ऑफ एडिंबरोचे फ्रीमन आहात ना?"

"हो, तो मान मला देण्यात आला सर." ही गोष्टही डॅनीला माहीत नव्हती.

"तुमचा आणि आरोपीचा एकमेकांशी काय संबंध आहे, हे तुम्ही कोर्टाला सांगू शकाल?"

"नक्कीच मि. रेडमेन. माझ्या वडिलांप्रमाणेच मलासुद्धा सर अलेक्झांडर

मॉन्क्रीफ यांच्यासाठी काम करण्याचं सद्भाग्य लाभलं. मॉन्क्रीफ फॅमिलीत 'सर' हा किताब मिळणारे ते पहिले होते.''

''सर निकोलस मॉन्क्रीफ यांचे प्रतिनिधी म्हणूनही तुम्ही काम केलेलं आहे?''

''होय सर.''

''ते जेव्हा आर्मीत होते, तेव्हा त्यांचं कायद्याच्या संदर्भातलं कामकाज तुम्ही पाहत होता का? आणि त्यानंतर ते तुरुंगात असतानासुद्धा पाहत होता?''

''होय. ते तुरुंगात असताना मधूनमधून मला तिकडून फोन करत; पण आमचा एकमेकांशी फार मोठा पत्रव्यवहार होता. बरीचशी कामं पत्राद्वारेच आम्ही पार पाडत असू.''

''सर निकोलस तुरुंगात असताना तुम्ही त्यांची तिथे जाऊन कधी प्रत्यक्ष भेट घेतली होती?''

''नाही. कधीही नाही. सर निकोलस यांनी मला तुरुंगात येऊन भेटू नये अशी सूचना केली होती. मी त्यांच्या इच्छेचा मान राखला.''

''मग त्यांना तुम्ही सर्वांत प्रथम कधी भेटलात?''

''ते स्कॉटलंडला राहत असताना त्यांच्या बालपणी मी त्यांना पाहिलं होतं; पण त्यानंतर एकदम पाहिलं ते सर निकोलस आपल्या वडिलांच्या अंतिम संस्कारासाठी डनब्रॉथला आले, तेव्हाच. मधली बारा वर्षं मी त्यांना पाहिलं नव्हतं.''

''त्या वेळी तुम्हाला त्यांच्याशी बोलण्याची संधी मिळाली?''

''हो, मिळाली ना! त्यांच्याबरोबर आलेले दोन तुरुंगाधिकारी अत्यंत सहृदय होते. त्यांनी मला सर निकोलस यांच्यासोबत खासगी चर्चा आणि सल्लामसलत करण्यासाठी एक तासाचा अवधी दिला होता.''

''त्यानंतर तुम्ही त्यांना परत भेटलात सात ते आठ आठवडे उलटून गेल्यानंतर. म्हणजे ते बेलमार्श तुरुंगातून सुटल्यावर स्कॉटलंडला आले, तेव्हा.''

''अगदी बरोबर.''

''आपल्या भेटीसाठी येणारी व्यक्ती म्हणजे सर निकोलस नसून दुसरंच कुणीतरी आहे, असं तुम्हाला वाटण्याजोगं काही कारण त्या वेळी घडलं होतं का?''

''नाही सर. त्याआधीच्या बारा वर्षांमध्ये मी त्यांना केवळ एकदाच, एक तासासाठी भेटलो होतो आणि त्याच्या पुढच्या खेपेला जो माणूस माझी भेट घेण्यासाठी माझ्या ऑफिसात शिरला, तो केवळ दिसायलाच सर निकोलस मॉन्क्रीफ यांच्यासारखा होता असं नव्हे, तर त्याच्या अंगात जे कपडे होते, तेही आधीच्या भेटीच्या वेळी सर निकोलस यांनी घातले, तेच होते. शिवाय आधीच्या

बारा वर्षांत आम्हा दोघांमध्ये जो काही पत्रव्यवहार झाला होता, तोही त्याच्याजवळ त्या वेळी होता. त्याच्या हातात मॉन्क्रीफ कुटुंबाची नाममुद्रा असलेली वंशपरंपरेने चालत असलेली अंगठी होती आणि त्याने गळ्यात जी साखळी घातली होती, ती साखळीही सर अलेक्झांडर यांनी काही वर्षांपूर्वी मला दाखवली होती.''

"म्हणजेच तो अगदी सर्व बाबतीत सर निकोलस मॉन्क्रीफ होता, असंच ना?''

"उघड्या डोळ्यांना तरी तसंच वाटत होतं सर.''

"जो काळ व्यतीत झाला, त्याकडे परत मागे वळून पाहिल्यावर तुम्हाला असं वाटतं का की, हे सर निकोलस नसून कुणीतरी तोतया आहे, अशी जाणीव क्वचित काही प्रसंगी तुमच्या अंतर्मनाला झाली होती?''

"नाही. आमच्या प्रत्येक भेटीमध्ये त्यांचं वागणं अत्यंत सौजन्यशील होतं. सहृदय होतं. त्यांच्यासारख्या तरुण व्यक्तीमध्ये हा गुण आढळणं तसं विरळाच! अगदी खरं सांगायचं, तर त्यांच्या वागण्या-बोलण्याकडे पाहून मला त्यांच्या कुटुंबातल्या इतर कुणाहीपेक्षा त्यांच्या आजोबांची, म्हणजे सर अलेक्झांडर यांची आठवण यायची.''

"मग आपले अशील म्हणजे प्रत्यक्षात सर निकोलस नसून डॅनी कार्टराईट असल्याचं तुम्हाला कधी समजलं?''

"त्यांना अटक होऊन त्यांच्यावर हे सगळे आरोप जेव्हा ठेवण्यात आले, तेव्हाच.''

"मी कोर्टाच्या रेकॉर्डसाठी तुम्हाला विचारतो मि. मन्रो, त्या दिवसानंतर मॉन्क्रीफ यांच्या मालमत्तेविषयी सर्व जबाबदारी तुमच्या ताब्यात देण्यात आली आहे ना?''

"हो, ते खरं आहे मि. रेडमेन; पण मी इथे एक गोष्ट कबूल करू इच्छितो. त्या मालमत्तेची देखभाल मि. कार्टराईट यांनी ज्या आत्मीयतेने, बुद्धिकौशल्याने आणि व्यवहारचातुर्याने केली, तशी मी मात्र करू शकत नाही.''

"म्हणजे गेल्या काही वर्षांपेक्षा त्या मालमत्तेची परिस्थिती आता फार प्रमाणात सुधारलेली आहे, असं म्हटलं तर ते वावगं ठरू नये?''

"त्यात तर काही संशयच नाही; पण एक गोष्ट नक्की. मि. कार्टराईट यांना तुरुंगात पाठवल्यापासून ट्रस्टला त्या मालमत्तेची इतक्या उत्तम प्रकारे काळजी घ्यायला जमलेलं नाही.''

"मि. मन्रो,'' जज्ज मधेच बोलत म्हणाले, "तुम्हाला असं तर नाही ना सुचवायचं की, त्यामुळे मि. कार्टराईट यांच्यावर ठेवण्यात आलेल्या आरोपांचं गांभीर्य कमी होतं?''

"नाही मिलॉर्ड, मला असं मुळीच सुचवायचं नाही," मन्रो म्हणाले, "पण वाढत्या वयाबरोबर एक गोष्ट मला कळून चुकली आहे. जगांत सगळंच काही पांढरं किंवा काळं नसतं. काळ्या आणि पांढऱ्या रंगांमधल्या अनेक करड्या रंगाच्या छटा अनेक गोष्टींमध्ये असतात. मी माझं म्हणणं अगदी थोडक्यात मांडतो. मिलॉर्ड, सर निकोलस मॉन्क्रीफ यांच्यासाठी काम करायला मिळणं, हा मी माझा बहुमान समजतो आणि मि. कार्टराईट यांच्याबरोबर काम करण्याला मी मला प्राप्त झालेला विशेष हक्क मानतो. दोन्ही व्यक्तिमत्त्वं ओक वृक्षासारखी आहेत. फक्त दोन्ही वृक्षांची लागवड वेगवेगळ्या जंगलांत झाली होती. पण मिलॉर्ड, आपल्यापैकी प्रत्येक जण आपल्या आपल्या जन्मामधला गुलाम असतो आणि त्याबद्दल जे काही वाट्याला येईल, ते आपल्याला सोसावंच लागतं."

सर मॅथ्यू यांनी मिटलेले डोळे उघडून फ्रेझर मन्रो यांच्याकडे रोखून पाहिलं. हा माणूस आपल्याला आयुष्यात आधी का नाही भेटला, असा विचार त्यांच्या मनात चमकून गेला.

"मि. मन्रो, एक गोष्ट सर्व ज्युरी-सदस्यांच्या नक्कीच लक्षात आल्यावाचून राहिली नसणार, ती म्हणजे मि. कार्टराईट यांच्याबद्दल अत्यंत आदर आणि कौतुकाची भावना तुमच्या मनात आहे. पण ही गोष्ट ध्यानात घेता याच व्यक्तीच्या हातून हा इतका महाभयंकर गुन्हा कसा काय घडला असेल, अशी शंका त्यांच्या मनात आल्यावाचून राहिली नसेल."

"मि. रेडमेन, मी स्वत:सुद्धा गेले सहा महिने या प्रश्नावर बराच विचार केला. सरतेशेवटी मी एकाच निष्कर्षाप्रत येऊन पोहोचलो आहे. हे असं वागण्यामागे मि. कार्टराईट यांचा केवळ एकच हेतू असावा. तो म्हणजे लढा देण्याचा. एक फार मोठा अन्याय त्यांच्या बाबतीत घडलेला–"

"मि. मन्रो," जज्ज जोरात त्यांचं बोलणं मधे तोडत कठोरपणे म्हणाले, "तुमचं वैयक्तिक मत व्यक्त करण्याची ही जागाही नाही आणि वेळही नाही."

"तुमच्या मार्गदर्शनाबद्दल मी कृतज्ञ आहे मिलॉर्ड," मन्रो जज्जसाहेबांकडे वळून बघत म्हणाले, "पण संपूर्ण सत्य सांगण्याची शपथ मी इथे घेतली आहे आणि त्यातलं काही सत्य मी लपवून ठेवावं, असं आपल्याला नक्कीच वाटत नसणार?"

"नाही, तसं मला अजिबात वाटत नाही," जज्ज म्हणाले, "पण तरीसुद्धा मी एक गोष्ट सांगू इच्छितो, तुमची वैयक्तिक मतं व्यक्त करण्याची ही जागा नव्हे."

"मिलॉर्ड, एखादा माणूस जर कोर्टात शपथ घेऊन आपलं प्रामाणिक मत व्यक्त करू शकत नसेल, तर मग त्याला मनापासून पटलेलं संपूर्ण सत्य व्यक्त

करण्याचं स्वातंत्र्य त्याला इतरत्र कुठे आहे, हे आपण कृपया मला सांगावं.''

पब्लिक गॅलरीतून लोकांनी टाळ्या पिटल्या.

''मि. रेडमेन, पुढचा प्रश्न विचारा बरं तुम्ही. फार वेळ चाललाय.'' मि. जस्टिस हॅकेट म्हणाले.

''या साक्षीदाराला आणखी काही विचारायचं नाही मला मिलॉर्ड.'' ॲलेक्स म्हणाला.

ॲलेक्स आपल्या जागी परतताच सर मॅथ्यू त्याच्याकडे झुकून त्याच्या कानात कुजबुजले, ''मला त्या बिचाऱ्या आर्नोल्डची कीव येते आहे. त्याच्या मनात आत्ता नक्कीच मोठं द्वंद्व चालू असणार. या साक्षीदाराची उलटतपासणी घ्यायची म्हणजे स्वत:च्या पायावर धोंडा पाडून घेण्यासारखं आहे; पण उलटतपासणी घ्यायची नाही म्हणजे पळपुटेपणा, केवढी नामुष्की!''

पिअरसन यांच्याकडे मि. मन्रो डोळ्यांची पापणीसुद्धा न हलवता रोखून पाहत होते. पिअरसन आपल्या ज्युनियर सहकारी वकिलाशी गहन चर्चेत गुंगले होते. दोघंही जरा गोंधळल्यासारखे दिसत होते.

''मि. पिअरसन, मी तुम्हाला घाई करत नाहीये,'' जज्ज म्हणाले, ''पण या साक्षीदाराची उलटतपासणी तुम्हाला घ्यायची आहे की नाही?''

मि. पिअरसन नेहमीपेक्षा जरा जास्त सावकाश उठून उभे राहिले. त्यांनी नेहमीसारखा आपला डगला ओढला नाही की विगपण सारखा केला नाही. त्यांनी शनिवार, रविवार पूर्ण खर्च करून बरेच प्रश्न तयार केले होते, त्यांच्यावर एक नजर टाकली.

''होय मिलॉर्ड, पण मी या साक्षीदाराला जास्त वेळ त्रास देणार नाही.''

''पुरेसा वेळ द्या म्हणजे झालं.'' सर मॅथ्यू पुटपुटले.

पिअरसन यांनी त्यांच्या त्या बोलण्याकडे दुर्लक्ष केलं. ते म्हणाले, ''मि. मन्रो, मला एक गोष्ट काही केल्या कळत नाहीये. ती म्हणजे तुमच्यासारख्या अनुभवी, बुद्धिमान, वयोवृद्ध कायदेतज्ज्ञाच्या ही गोष्ट कशी लक्षात येऊ नये की, आपण एका तोतयाशी व्यवहार करत आहोत?''

मन्रो यांनी बोटांनी साक्षीदाराच्या पिंजऱ्याच्या कठड्यावर टकटक केलं. जेवढा वेळ शक्य आहे तेवढा वेळ ते मुद्दाम काही उत्तर न देता उभे राहिले. ''याचं तर अगदी साधं स्पष्टीकरण आहे मि. पिअरसन,'' अखेरीस ते म्हणाले, ''डॅनी कार्टराईटचं वागणं अगदी विश्वासार्ह होतं. अर्थात, या संपूर्ण दोन वर्षांच्या कालावधीत केवळ एकदा किंवा दोनदाच त्याच्या वागण्यात मला अगदी पुसटशी विसंगती जाणवली.''

''आणि ही कधीची गोष्ट?'' पिअरसन म्हणाले.

''आम्ही दोघं त्यांच्या आजोबांच्या स्टॅंपच्या संग्रहाविषयी बोलत होतो. त्या वेळी त्या संग्रहाचं उद्घाटन स्मिथ्सोनियन इन्स्टिट्यूटमध्ये झालं होतं आणि त्या वेळी आपण भेटलो होतो, अशी मी जेव्हा त्याला आठवण करून दिली, तेव्हा त्याला तो प्रसंग आठवला नाही. त्या वेळी मला जरा आश्चर्यच वाटलं, कारण संपूर्ण मॉन्क्रीफ कुटुंबामधल्या फक्त त्याला एकट्यालाच त्या कार्यक्रमाचं निमंत्रण गेलं होतं.''

''मग तुम्ही त्याला त्या वेळी त्याबद्दल छेडलं नाहीत?'' पिअरसन म्हणाले.

''नाही,'' मन्रो म्हणाले. ''मला वाटलं, त्या प्रसंगी तसं करणं बरं दिसलं नसतं.''

''पण तुम्हाला जर अगदी एक क्षणभरासाठी जरी वाटलं असेल की, हा माणूस –'' असं म्हणून पिअरसन यांनी कार्टराईटकडे बोट दाखवलं, ''सर निकोलस नाही, तरी त्या गोष्टीचा पाठपुरावा करणं ही तुमची जबाबदारी नव्हती का?''

''मला त्या वेळी तसं काही वाटलं नव्हतं.''

''पण ज्या मॉन्क्रीफ कुटुंबाची मालमत्ता सांभाळण्याची जबाबदारी तुमच्या शिरावर होती, तिथेच हा भामटा, बदमाश अफरातफर करत होता ना!''

''मला त्या वेळी तसं वाटलं नाही.'' मि. मन्रो म्हणाले.

''या माणसाला मॉन्क्रीफ कुटुंबाच्या मालकीच्या लंडन इथल्या निवासस्थानात जाऊन राहण्याचा काहीएक अधिकार नसताना तो खुशाल तिथे उजळ माथ्याने राहत होता, ही गोष्ट तुम्हाला खटकली नाही मि. मन्रो?''

''नाही. त्या वेळी तसं काही वाटलं नाही.'' मि. मन्रो म्हणाले.

''तुम्ही जी मॉन्क्रीफ कुटुंबाची मालमत्ता आज गेली इतकी वर्षं डोळ्यात तेल घालून जपलीत, राखलीत, त्या मालमत्तेचा सर्वाधिकार या भामट्या, परक्या माणसाच्या हातात होता, या विचाराने तुम्हाला घृणा नाही वाटली?''

''नाही सर. मला तशी काही घृणा वगैरे वाटली नाही.''

''पण नंतर जेव्हा आरोपीला भामटेगिरी आणि अफरातफरीच्या आरोपाखाली अटक झाली, तेव्हा आपण आपल्या कर्तव्यात कुठेतरी चुकलो असं वाटलं नाही तुम्हाला?'' पिअरसन म्हणाले.

''मी माझ्या कर्तव्यात चुकलो आहे का नाही, या बाबतीत तुमचं वैयक्तिक मत काय आहे हे तुम्ही मला सांगण्याची काहीही गरज नाही मि. पिअरसन.''

सर मॅथ्यू यांनी एक डोळा उघडला. जज्जसाहेबांची मान खालीच होती.

''पण एका स्कॉच म्हणीचा उल्लेख करून बोलायचं, तर या भामट्याने एका कुटुंबामधले काटे-चमचे चोरले आणि तुम्ही ते खुशाल घडू दिलं!''

''नाही सर. मी याच्याशी सहमत नाही. कार्टराईट याने काटे-चमचे किंवा

आणखी काहीही चोरलं नाही. त्याने फक्त एकच गोष्ट चोरली, ती म्हणजे मॉन्क्रीफ कुटुंबाचं नाव मि. पिअरसन.''

''तुम्ही तुमचं बोलणं जरा विस्ताराने स्पष्ट केलं तर बरं.'' जज्ज म्हणाले. मि. मन्रो यांच्या परखड वाणीच्या प्रहारातून ते जरा कुठे सावरत होते. ''या संपूर्ण प्रकरणात जो नैतिकतेचा मुद्दा आहे, त्याचं काय? तुम्ही मांडलेला हा जो सिद्धान्त आहे, त्याने त्या मुद्याचं काहीच स्पष्टीकरण मिळत नाही.''

मि. मन्रो जज्जकडे वळले. कोर्टामधल्या प्रत्येक व्यक्तीचं लक्ष आपल्यावर खिळलेलं आहे याची पूर्ण जाणीव त्यांना झाली होती. अगदी कोर्टाच्या दारात उभ्या असलेल्या पोलिसांसकट! ''युवर लॉर्डशिप, आपण नीतिमूल्यांचा विचार या प्रकरणात करून स्वतःच्या मनाला मुळीच त्रास करून घेऊ नका. कारण या खटल्यामध्ये मला काळजी फक्त कायदेशीर तांत्रिक बाबींचीच आहे.''

''कायदेशीर तांत्रिक बाबींची?'' मि. जस्टिस हॅकेट सावधपणे म्हणाले.

''होय मिलॉर्ड. डॅनिएल कार्टराईट हा संपूर्ण मॉन्क्रीफ कुटुंबाच्या मालमत्तेचा एकमेव कायदेशीर वारस आहे. त्यामुळेच त्याने इथे नक्की कोणत्या कायद्याचा भंग केलेला आहे, याची मलातरी कल्पना नाही.''

जज्ज आपल्या खुर्चीत रेलून बसले. हा काही जो घोळ चालला होता, त्यात अधिकाधिक गुंतण्याची जबाबदारी त्यांनी मि. पिअरसन यांच्यावर टाकली.

''तुम्ही आत्ता जे काही म्हणालात, ते जरा कोर्टाला नीट समजावून सांगाल का?'' पिअरसन म्हणाले.

''ते तसं अगदीच सोपं आहे.'' मि. मन्रो म्हणाले, ''स्वर्गवासी सर निकोलस मॉन्क्रीफ यांनी एक मृत्युपत्र बनवलं होतं आणि त्यात त्यांनी आपली सर्वच्या सर्व संपत्ती डॅनिएल कार्टराईट यांच्या नावे केली होती. त्यात फक्त दहा हजार पौंड मि. अल्बर्ट क्रॅन यांना देण्यात यावे, असं त्यांनी म्हटलं होतं.''

सर मॅथ्यू यांनी आपला दुसरा डोळापण उघडला. आता फ्रेझर मन्रो यांच्याकडे लक्षपूर्वक बघावं का पिअरसन यांच्याकडे, हे त्यांना कळेना.

''आणि हे मृत्युपत्र कायदेशीररीत्या केलेलं, पूर्णपणे ग्राह्य होतं? त्यावर साक्षीदारांच्या सह्या होत्या?'' पिअरसन म्हणाले. कुठेतरी कायद्याची एखादी पळवाट मिळाली तर बघावी, म्हणून त्यांची धडपड चालली होती.

''मि. निकोलस, त्यांच्या वडिलांच्या अंत्ययात्रेच्या दिवशी दुपारी जेव्हा माझ्या ऑफिसात आले होते, तेव्हा त्यांनी माझ्या समक्षच हे मृत्युपत्र बनवून त्यावर सही केली होती. त्या मालमत्तेच्या रक्षणाची जबाबदारी माझ्यावर असल्याकारणाने मी माझ्या फर्मच्या सीनियर पार्टनर्सच्या उपस्थितीत सर निकोलस यांच्यासोबत आलेले दोन तुरुंगाधिकारी मि. रे पॅस्को आणि मि. ॲलन

जेन्किन्स यांच्या त्या मृत्युपत्रावर 'साक्षीदार' म्हणून सह्या घेतल्या होत्या.'' त्यानंतर जज्जकडे वळून फ्रेझर मन्रो म्हणाले, ''मिलॉर्ड, त्या मृत्युपत्राची मूळ प्रत आत्ता माझ्याकडे आहे. हवी तर ती मी आपल्याला दाखवू शकतो.''

''त्याची काही आवश्यकता नाही मि. मन्रो,'' जज्ज म्हणाले. ''माझा तुमच्या शब्दांवर पूर्ण विश्वास आहे.''

त्यावर पिअरसन धपकन आपल्या खुर्चीत जाऊन बसले. 'मला आणखी काही प्रश्न विचारायचे नाहीत, मिलॉर्ड' हे वाक्य म्हणायचं विसरूनच गेले ते.

''तुम्हाला या साक्षीदाराला आणखी काही विचारायचंय का मि. रेडमेन?'' जज्ज ॲलेक्सला म्हणाले.

''फक्त एकच प्रश्न मिलॉर्ड!'' ॲलेक्स म्हणाला. ''मि. मन्रो, आपल्या मृत्युपत्रात सर निकोलस यांनी आपले काका मि. ह्यूगो मॉन्क्रीफ यांच्या नावे काही ठेवलं आहे का?''

''एक कपर्दिकही नाही.'' मन्रो म्हणाले.

''मला आणखी काही विचारायचं नाही मिलॉर्ड.''

मन्रो साक्षीदाराच्या पिंजऱ्यातून खाली उतरत असताना कोर्टात सर्वत्र जोरात कुजबुज चालू झाली. मन्रो सरळ आरोपीच्या पिंजऱ्याकडे चालत गेले आणि त्यांनी डॅनीशी हस्तांदोलन केलं.

मन्रो कोर्टरूममधून बाहेर पडले. ॲलेक्स जज्जना म्हणाला, ''मिलॉर्ड, कायद्यातल्या एका मुद्द्याबद्दल मला तुमच्याशी चर्चा करायची आहे.''

''ऑफकोर्स मि. रेडमेन; पण त्याआधी मला ज्युरी-सदस्यांना कोर्टरूमबाहेर जाण्याची सूचना करावी लागेल. ज्युरी-सदस्य, तुम्ही आत्ताच ऐकलंत की, बचाव-पक्षाच्या वकिलांनी माझ्याबरोबर काही कायदेविषयक मुद्द्यांच्या संदर्भात चर्चा करण्याची इच्छा व्यक्त केली आहे. कदाचित या मुद्द्याचा या खटल्याशी काहीही संबंध नसेलही, पण जर असलाच, तर तुम्ही इथे परत आल्यावर मी तुम्हाला तो स्पष्ट करून सांगेनच.''

ज्युरी उठून बाहेर गेले. ॲलेक्सने मान वर करून माणसांनी खच्चून भरलेल्या गॅलरीकडे पाहिलं. खटल्याच्या पहिल्या दिवसापासून पहिल्या रांगेच्या एका कडेला एक आकर्षक तरुणी रोज येऊन बसते, हे त्याच्या लक्षात आलं होतं. ती नक्की कोण आहे, हे डॅनीला विचारायचं त्याने ठरवलं.

थोड्याच वेळात पट्टेवाल्याने जज्जना जाऊन सांगितलं, ''सर्व ज्युरी-सदस्यांना बाहेर पोहोचवलं मिलॉर्ड.''

''थँक यू!'' जज्ज म्हणाले. ''आता बोला मि. रेडमेन, काय मदत हवी आहे तुम्हाला?''

“मिलॉर्ड, मि. मन्रो यांनी साक्षीमध्ये जो काही पुरावा दाखल केला, तो लक्षात घेता आरोपीवर दाखल करण्यात आलेल्या गुन्ह्यांपैकी तीन, चार आणि पाच या गुन्ह्यांच्या बाबतीत तर आता सगळं चित्र स्पष्टच झालेलं आहे. बोल्टन्स इथल्या घरात बेकायदेशीरपणे घुसून राहणे, स्टँप संग्रहाची विक्री करून त्यातून फायदा उकळणे आणि बँकेच्या खात्यातून चेक्स वटवणे. मला वाटतं, हे तीनही गुन्हे मागे घेण्यात यावेत. कारण जी गोष्ट आपल्या स्वत:च्याच मालकीची आहे, त्याची माणूस चोरी तरी कशी काय करणार?”

जज्जनी उत्तर देण्यापूर्वी थोडा वेळ विचार केला. मग ते म्हणाले, “तुमचं म्हणणं रास्त आहे मि. रेडमेन. मि. पिअरसन, या बाबतीत तुम्हाला काय म्हणायचंय?”

“मला या ठिकाणी एक गोष्ट तुमच्या नजरेस आणून द्यावीशी वाटते मिलॉर्ड.” पिअरसन म्हणाले. “हे खरं आहे की, सर निकोलस यांच्या संपूर्ण मालमत्तेचा संपूर्ण हक्क त्यांच्या मृत्यूनंतर कार्टराईट याच्याकडे जातो; परंतु कार्टराईट यांना गुन्हा करतेवेळी ही गोष्ट अजिबात माहीत नव्हती.”

“मिलॉर्ड,” ॲलेक्स तत्काळ म्हणाला. “माझ्या अशिलाला सर निकोलस यांनी मृत्युपत्र बनवलं आहे याची कल्पना तर होतीच, पण त्यांच्या इस्टेटीचा मालकी हक्क त्यांच्यानंतर कुणाकडे जाणार आहे, याचीसुद्धा व्यवस्थित कल्पना होती.”

“पण हे कसं शक्य आहे मि. रेडमेन?” जज्ज म्हणाले.

“तुरुंगाच्या वास्तव्यात सर निकोलस रोजच्या रोज घडलेल्या घटनांची डायरी लिहीत असत, हे मी आपल्याला यापूर्वीच सांगितलं आहे. आपल्या वडिलांच्या अंत्यविधीनंतर बेलमार्श तुरुंगात परत आल्यावर त्यांनी लगेच आदल्या दिवशी जे काही घडलं, ते आपल्या डायरीत तपशीलवार लिहून ठेवलं होतं. त्या डायरीत त्यांनी त्या मृत्युपत्राचेही सर्व तपशील लिहून ठेवले होते.”

“परंतु त्यातून असं कुठे सिद्ध होतंय, की सर निकोलस यांच्या मनात चाललेले विचार कार्टराईटला समजले होते?” जज्ज म्हणाले.

“मी तुमच्याशी या बाबतीत सहमत झालोही असतो मिलॉर्ड; पण खुद्द आरोपीनेच मला सर निकोलस यांच्या डायरीतलं ते विशिष्ट पान उघडून ही गोष्ट माझ्या निदर्शनास आणून दिली.” ॲलेक्स म्हणाला. सर मॅथ्यू यांनी मान डोलावली.

आता पिअरसन जज्जच्या मदतीला धावून आले. “तसं जर असेल, तर फिर्यादी पक्षाचे हे तीनही आरोप मागे घ्यायला काहीही हरकत नाही.”

''मी तुमचा आभारी आहे मि. पिअरसन! तुम्ही माझं काम सोपं केलंत.'' जज्ज म्हणाले. ''आता ज्युरी-सदस्य आत आले की, तुमचा हा निर्णय त्यांच्या कानावर घालतो.''

''थँक यू मिलॉर्ड!'' ॲलेक्स म्हणाला, ''आणि मी खरोखरच मि. पिअरसन यांचा ऋणी आहे.''

''पण काहीही असलं, तरी मि. रेडमेन,'' जज्ज म्हणाले, ''मी एका गोष्टीची तुम्हाला आठवण करून देतो. तुरुंगात असताना तिथून पळ काढणं, हा अत्यंत गंभीर स्वरूपाचा आरोप त्याच्यावर अजूनही आहे.''

''मला त्याची पूर्ण कल्पना आहे मिलॉर्ड.'' ॲलेक्स म्हणाला.

जज्जनी मान हलवली. ''मग मी आता ज्युरी-सदस्यांना परत बोलवून घेतो. या नवीन घडामोडीबद्दल त्यांना कल्पना द्यायलाच हवी.''

''याच्याशीच संबंधित आणखी एक बाब आहे मिलॉर्ड.''

''काय आहे मि. रेडमेन?'' जज्ज हातातलं पेन खाली ठेवत म्हणाले.

''मिलॉर्ड, सर ह्यूगो मॉन्क्रीफ यांच्या साक्षीतून पुढे आलेल्या पुराव्याच्या आधारे आम्ही सरकारी वकील मि. स्पेन्सर क्रेग यांना या कोर्टासमोर साक्ष देण्यासाठी समन्स धाडलं होतं. परंतु त्यांनी असा निरोप पाठवला आहे की, ते आत्ता याच इमारतीच्या दुसऱ्या भागात एका खटल्याच्या कामात गुंतले असून ते आत्ता लगेच इकडे येऊ शकत नाहीत. उद्या सकाळी ते आले, तर चालेल का?''

अनेक वार्ताहर हे ऐकताच लगबगीने कोर्टाबाहेर आपापल्या ऑफिसात फोन करण्यासाठी धावत सुटले.

''मि. पिअरसन?'' जज्जनी विचारलं.

''आमची काहीही हरकत नाही मिलॉर्ड.'' पिअरसन म्हणाले.

''थँक यू! आता ज्युरी सदस्य परत आले की, मी हे दोन्ही मुद्दे त्यांना विशद करून सांगतो आणि राहिलेला दिवस त्यांना सुट्टी जाहीर करतो.'' जज्ज म्हणाले.

''जशी आपली इच्छा मिलॉर्ड,'' ॲलेक्स म्हणाला, ''पण आपण तसं करण्यापूर्वी मी आपल्याला उद्याच्या खटल्याच्या कामकाजात कराव्या लागणाऱ्या एका लहानशा बदलाची कल्पना देऊ इच्छितो.''

त्यावर जज्जनी परत एकदा आपल्या हातातलं पेन खाली ठेवलं आणि ते ऐकू लागले.

''मिलॉर्ड, इंग्लिश बार असोसिएशनची अशी प्रथा आहे की, कोणत्याही खटल्यातल्या एखाद्या साक्षीदाराची उलटतपासणी घेण्याची संधी मुख्य वकिलाने

आपल्या ज्युनियर वकिलाला द्यायची असते. पुढच्या आयुष्यात त्या अनुभवाचा त्याला फायदा होऊ शकतो.'' ॲलेक्स म्हणाला.

''तुमच्या या सगळ्या बोलण्यामागचा उद्देश काय, तो आलाय माझ्या ध्यानात मि. रेडमेन.''

''तर मग मिलॉर्ड, मी आपल्या परवानगीने उद्या सकाळी मि. स्पेन्सर क्रेग यांची उलटतपासणी घेण्याची संधी माझे ज्युनियर सर मॅथ्यू रेडमेन यांना देणार आहे.''

त्याच्या तोंडचे हे शब्द ऐकताच कोर्टात मागे उरलेले सर्व पत्रकार अक्षरश: पळत कोर्टरूमच्या बाहेर गेले.

७७

डॅनीने बेलमार्श तुरुंगातल्या आपल्या कोठडीत आणखी एक रात्र झोपेविना तळमळत घालवली. त्यामागचं कारण बिग अल्चं घोरणं हे मुळीच नव्हतं.

बेथसुद्धा आपल्या बिछान्यात एक पुस्तक वाचण्याचा प्रयत्न करत बसून होती, पण तिने एकसुद्धा पान अजून उलटलेलं नव्हतं. दुसऱ्याच एका कहाणीचा नक्की काय शेवट होणार आहे, असे विचार तिच्या मनात घोळत होते.

ॲलेक्स रेडमेनलाही झोप लागत नव्हती. आता आपण या खेपेस हरलो, तर परत आपल्याला तिसरी संधी कधीही मिळणार नाही, हे तो जाणून होता.

सर मॅथ्यूंनी तर पलंगावर पडण्याचे कष्टसुद्धा घेतले नव्हते. ते टेबलापाशी बसून उद्याची तयारी करत होते.

स्पेन्सर क्रेग आपल्या बिछान्यात तळमळत पडला होता. उद्या सर मॅथ्यू आपल्याला नक्की कोणते प्रश्न विचारतील आणि त्यांच्या प्रश्नांना उत्तर देणं कसं काय टाळता येईल, याचाच तो मनाशी विचार करत होता.

आर्नोल्ड पिअरसनसुद्धा झोपले नव्हते.

मि. जस्टिस हॅकेट गाढ झोपी गेले होते.

❖

डॅनी कोर्टात येऊन साक्षीदाराच्या पिंजऱ्यात शिरला, तेव्हा कोर्टरूम अगदी खचाखच भरली होती. त्याने कोर्टात एकवार नजर फिरवली. अत्यंत नामांकित वकीलमंडळींनी आज कोर्टात हजेरी लावली होती आणि चांगल्या चांगल्या जागा पकडून बसण्यासाठी त्यांची लगबग चालली होती. ते पाहून डॅनीला नवल वाटलं.

अनुभवी पत्रकारमंडळी आपापल्या राखीव जागी स्थानापन्न झाली होती. दुसऱ्या दिवशीच्या अंकातल्या मुख्य बातमीसाठी भरपूर जागा पहिल्या पानावर

मिळाली पाहिजे, असं आपल्या संपादकांना ती मंडळी आधीच सांगून आली होती. उद्या अत्यंत निष्णात अशा दोन अतिरथी-महारथींची म्हणजे साक्षात साप आणि मुंगसाचीच लढाई कोर्टात होणार होती. त्याला कधी तोंड फुटतं, याची त्यांना अपार उत्सुकता होती.

डॅनीने नजर वर करून पब्लिक गॅलरीकडे पाहिलं आणि तो बेथकडे पाहून हसला. ती नेहमीसारखी आपल्या आईच्या शेजारी बसली होती. सेरा डेव्हनपोर्ट पहिल्या रांगेत शेवटच्या खुर्चीवर बसून होती. तिने मान खाली घातली होती. मि. पिअरसन आपल्या ज्युनियरशी गप्पा मारत बसले होते. खटला चालू असताना आज प्रथमच ते इतके निवांत वाटत होते; पण नाहीतरी आज त्यांची भूमिका केवळ बघ्याचीच असणार होती. त्यांना काहीच काम नव्हतं.

अजून कोर्टात ॲलेक्स रेडमेन आणि त्याचे ज्युनियर सर मॅथ्यू आलेले नव्हते. त्यांच्या खुर्च्या रिकाम्याच होत्या. आज कोर्टरूमच्या दारात दोन जादा पोलीस उपस्थित होते. ज्या लोकांचा या खटल्याशी काही संबंध नाही, अशा लोकांना कोर्टात प्रवेश न देण्याची आणि परस्पर वाटेला लावण्याची जबाबदारी त्यांच्यावर टाकण्यात आली होती.

डॅनीची साक्षीदाराच्या पिंजऱ्यातली जागा म्हणजे खरंतर या कोर्टरूममधली सर्वांत उत्कृष्ट सीट होती. सगळं कसं जवळून, नीट दिसत होतं; पण नेहमीप्रमाणे रंगभूमीचा पडदा वर जाण्याआधी त्या नाटकात काय घडणार आहे, हे डॅनीला आज मात्र माहीत नव्हतं. या नाटकाची संहिता काही त्याला अगोदर वाचायला मिळाली नव्हती.

अजून महत्त्वाच्या चार व्यक्ती कोर्टात आल्या नव्हत्या. सर्व जण धडधडत्या हृदयाने त्यांचीच वाट बघत होते. दहाला पाच कमी असताना एका पोलिसाने कोर्टरूमचं दार उघडलं. कोर्टात शांतता पसरली. काही लोकांना अजूनही बसायला जागा मिळालेली नव्हती, तेपण अदबीने दूर सरकले आणि त्यांनी ॲलेक्स रेडमेन आणि सर मॅथ्यू यांना आत शिरण्यास जागा दिली. दोघंही आत शिरून आपल्या जागी गेले.

आज मात्र नेहमीप्रमाणे सर मॅथ्यू आपल्या खुर्चीत घरंगळून, डोळे मिटून बसले नाहीत. ते खुर्चीत बसलेच नाहीत. ते ताठ उभे राहून कोर्टावर एकवार नजर फिरवू लागले. कोणत्याही कोर्टात वकील म्हणून एखाद्या खटल्यात उभं राहण्याचा योग गेल्या कित्येक वर्षांत आलेला नव्हता. त्यांचं समाधान झाल्यावर त्यांनी आपल्या पिशवीतून एक अतिशय जुना, छोटासा लाकडी बुकस्टँड काढून तो आपल्यासमोर टेबलावर उघडून ठेवला. आदल्याच दिवशी त्यांच्या पत्नीने बऱ्याच वर्षांनंतर तो घरच्या माळ्यावरून काढून साफसूफ करून ठेवला

होता. मग त्यांनी पिशवीतून कागदांचा एक जुडगा काढून तो व्यवस्थितपणे त्या स्टँडवर ठेवला. त्यांनी त्या कागदांवर रेखीव अक्षरांत असंख्य प्रश्न लिहिले होते. हेच ते प्रश्न – नक्की काय असावेत, त्याचा अंदाज मनाशी बांधत स्पेन्सर क्रेगने आदली रात्र स्वत:च्या घरी तळमळत काढली होती. शेवटी सर मॅथ्यू यांनी पिशवीमधून दोन फोटो काढून ॲलेक्सकडे दिले. हे फोटोच आज डॅनी कार्टराईटचं भवितव्य ठरवणार होते.

सगळ्या सामानाची व्यवस्थित मनासारखी मांडणी झाल्यानंतर सर मॅथ्यू मागे वळले आणि आपल्या जुन्या प्रतिस्पर्ध्याकडे बघत गोड हसून म्हणाले, "गुड मॉर्निंग आर्नोल्ड! आज आम्ही तुला फार त्रास देणार नाही हं!"

आर्नोल्डपण हसून म्हणाले, "मलापण अगदी तसंच वाटतंय. अगदी खरं सांगू मॅथ्यू, मी माझा एक जुना नियम मोडून तुला अगदी मनापासून शुभेच्छा देतो आहे. सगळं आयुष्य कोर्टात घालवलंय मी; पण आजपर्यंत कधीच माझ्या प्रतिस्पर्ध्याने खटला जिंकावा, माझी हार व्हावी, असं मला वाटलं नव्हतं, पण आजचा दिवस मात्र त्याला अपवाद आहे."

सर मॅथ्यू यांनी अगदी कळत-नकळत झुकून त्यांना अभिवादन केलं. "तुझी इच्छा पूर्ण व्हावी म्हणून मी जीव तोडून प्रयत्न करीन." असं म्हणून डोकं शांत करत ते डोळे मिटून खुर्चीत बसून राहिले.

ॲलेक्स कागदपत्रांची जुळवाजुळव करण्यात मग्न होता. ऑलिंपिक स्पर्धेत रनर जेव्हा पळत असतो आणि पळता पळता हातातली बॅटन पुढे करतो, तेव्हा ती लीलया आपल्या हातात घेण्यासाठी दुसरा रनर पुढे होतो. आज आपल्या वडिलांना तितक्याच तत्परतेने लागतील ती कागदपत्रं, फोटो किंवा इतर सामान क्षणाचाही विलंब न लावता देण्याची जबाबदारी ॲलेक्सची असणार होती.

इतक्यात मि. जस्टिस हॅकेट यांनी कोर्टात प्रवेश केला आणि सगळी कुजबुज एकदम थांबली. ते अगदी निर्विकार चेहऱ्याने आपल्या खुर्चीत जाऊन बसले. जणूकाही आज कोर्टात काही विशेष घडणार नव्हतं, सगळं काही रोजच्यासारखंच चालू होतं.

आपल्या खुर्चीत चांगलं ऐसपैस बसल्यावर आपल्या समोरच्या वहीतली टिपणं चाळणं, आपलं पेन नीट मांडून ठेवणं इत्यादी गोष्टी त्यांनी नेहमीपेक्षा जरा जास्तच वेळ घालवून, मन लावून केल्या. दरम्यान ज्युरी-सदस्यही आपापल्या जागी येऊन बसले.

"गुड मॉर्निंग!" सगळं काही स्थिरस्थावर झाल्यावर जज्ज म्हणाले. आज त्यांनी खास ठेवणीतला आवाज काढला होता. एखाद्या शाळामास्तरसारखा! "ज्युरी-सदस्यहो, आजचा आपला पहिला साक्षीदार म्हणजे सरकारी वकील

म्हणून कार्यरत असलेले मि. स्पेन्सर क्रेग. सर ह्यूगो मॉन्क्रीफ यांच्या उलटतपासणीच्या वेळी त्यांच्या नावाचा उल्लेख झाल्याचं तुम्हाला आठवत असेल. मि. क्रेग हे या ठिकाणी फिर्यादीपक्षाचा किंवा बचावपक्षाचा साक्षीदार म्हणून उपस्थित राहणार नसून या कोर्टाने त्यांना आज या खटल्यासाठी साक्षीला उपस्थित राहण्याचं समन्स पाठवलेलं आहे. याचा अर्थ ते राजीखुशीने इथे उपस्थित नाहीत. तुम्ही या ठिकाणी फक्त एकच गोष्ट ध्यानात ठेवायची आहे. मि. क्रेग यांच्या साक्षीतून जो काही पुरावा बाहेर पडेल, त्या आधारे तुम्ही आरोपीवर ठेवण्यात आलेल्या आरोपाच्या सत्यासत्यतेविषयी काही निर्णय घेऊ शकता का? तो आरोप असा की, आरोपीने तुरुंगातून बेकायदेशीररीत्या पलायन केले का? तुम्हाला जो काय निर्णय द्यायचा आहे, तो केवळ याच गोष्टीचा विचार करून द्यायचा आहे.''

मि. जस्टिस हॅकेट यांनी ज्युरी-सदस्यांकडे एकदा हसून पाहिल्यानंतर आपलं लक्ष ज्युनियर वकील सर मॅथ्यू यांच्याकडे वळवलं. ''सर मॅथ्यू, तुम्ही साक्षीदाराला बोलावण्यास तयार आहात?''

मॅथ्यू रेडमेन सावकाश आपल्या खुर्चीतून उठले. ''अगदी शंभर टक्के तयार आहे मिलॉर्ड!'' असं ते म्हणाले खरे, पण त्यांनी लगेच तसं केलं मात्र नाही. त्यांनी आधी स्वत:साठी ग्लासभर पाणी ओतून घेतलं. मग खिशातून चष्मा काढून नाकावर चढवला. त्यानंतर सावकाश आपलं लेदरचं फोल्डर उघडलं. एकदा समाधानाने स्वत:शी हसले. लढाईची अगदी जय्यत तयारी झाली होती. ते म्हणाले, ''मी स्पेन्सर क्रेग यांना पाचारण करत आहे.'' त्यांचे ते शब्द अक्षरश: मृत्युघंटेसारखे भासले.

एक पोलीस कोर्टाबाहेरच्या कॉरिडॉरमध्ये जाऊन ओरडला, ''मि. स्पेन्सर क्रेग!''

प्रत्येकाचं लक्ष आता कोर्टाच्या दाराकडे लागलं होतं. शेवटच्या साक्षीदाराची सर्व जण उत्सुकतेने वाट बघत होते. आपला कोर्टाचा डगला घालून क्षणार्धात स्पेन्सर क्रेग अवतीर्ण झाला! जणूकाही आपल्या वकिली व्यवसायाच्या रोजच्या धकाधकीच्या आयुष्यातला हा एक दिवस असावा, अशा थाटात.

क्रेग साक्षीदाराच्या पिंजऱ्यात शिरला आणि त्याने बायबलची प्रत उचलून अत्यंत खणखणीत आणि आत्मविश्वासपूर्ण आवाजात शपथ घेतली. मग बायबल परत ठेवून तो सर मॅथ्यूंच्या नजरेला नजर देत थांबला.

''मि. क्रेग,'' सर मॅथ्यू अत्यंत गोड, हळुवार, शांत आवाज काढून म्हणाले. आपल्या घाबरलेल्या साक्षीदारांना शांत करण्यासाठी वकिलाने आश्वासक आवाज काढावा, तसा आवाज काढून! ''तुम्ही कृपया कोर्टापुढे तुमचं नाव आणि पत्ता सांगणार का?''

''स्पेन्सर क्रेग, त्रेचाळीस हॅम्बल्डन टेरेस, लंडन, साऊथवेस्ट ३.''

''आणि तुमचा व्यवसाय?''

''मी बॅरिस्टर आहे. सरकारी वकील आहे.''

''तुम्ही स्वत:च एक निष्णात कायदेतज्ज्ञ आहात म्हटल्यावर तुम्ही आत्ता इथे घेतलेल्या शपथेचं गांभीर्य, तशीच या कोर्टाची ताकद तुम्हाला मी नव्याने समजावून सांगण्याची गरज नाही, नाही का?''

''अजिबात नाही, सर मॅथ्यू.'' क्रेग म्हणाला, ''पण तुम्ही आत्ता तसं केलंत, असं मला तरी वाटलं.''

''मि. क्रेग, सर निकोलस मॉन्क्रीफ हे प्रत्यक्षात मि. डॅनिएल कार्टराईट आहेत, ही गोष्ट सर्वांत प्रथम तुमच्या कधी लक्षात आली?''

''माझा एक मित्र सर निकोलस मॉन्क्रीफ यांच्या शाळेत, त्यांच्याच वर्गात होता. तो एक दिवस अचानक त्यांना योगायोगानेच डॉर्चेस्टर हॉटेलात भेटला. सदर व्यक्ती तोतया आहे, हे त्याच्या ताबडतोब लक्षात आलं.''

ॲलेक्सने आपल्यासमोरच्या कागदावर लिहिलेल्या प्रश्नापुढे टिकमार्क केला. आपल्या वडिलांचा पहिला प्रश्न क्रेगने आधीच ओळखून अक्कलहुशारीने त्याचं उत्तर दिलं होतं, हे त्याला कळून चुकलं.

''पण या मित्राला ही विशिष्ट गोष्ट लक्षात येताच त्याने ती ताबडतोब तुमच्या कानावर घालण्याचं काय कारण?''

''त्याने तसं काहीच केलं नाही सर मॅथ्यू. एक दिवस आम्ही एकत्र जेवण घेत असताना बोलण्याच्या ओघात विषय निघाला, तेव्हा त्याने मला हे सांगितलं.''

आणखी एका प्रश्नावर टिकमार्क.

''पण त्यानंतर तुम्ही एकदमच अंधारात उडी मारण्याचं धाडस केलंत आणि अचानक या निष्कर्षापर्यंत येऊन पोहोचलात की, सदर इसम डॅनियल कार्टराईट आहे. ते कसं काय?''

''काही काळ माझ्याही ती गोष्ट लक्षात नाही आली,'' क्रेग म्हणाला, ''पण या तथाकथित सर निकोलस नामक व्यक्तीशी कोणीतरी काही दिवसांनी एका पार्टीत माझी ओळख करून दिली. तिथे सर निकोलस यांच्या नावाने वावरणारी ती व्यक्ती आणि डॅनियल कार्टराईट यांच्यात किती प्रचंड साम्य आहे, ते माझ्या लक्षात येताच मला आश्चर्याचा धक्का बसला.''

''मग चीफ इन्स्पेक्टर फुलर यांना ताबडतोब फोन करून तुमच्या मनात आलेली ही शंका तुम्ही त्यांना बोलून दाखवलीत का?''

''नाही, तसं करणं बेजबाबदारपणाचं ठरलं असतं. त्यामुळे मी मॉन्क्रीफ कुटुंबीयांपैकी एका ज्येष्ठ व्यक्तीशी संपर्क साधला. तुम्ही सुचवताय तशी अंधारात उडी वगैरे काही घेतली नाही मी.''

ॲलेक्सने आपल्यापुढच्या कागदावरच्या आणखी एका प्रश्नावर टिकमार्क केला. अजूनपर्यंत त्याच्या वडिलांनी या स्पेन्सर क्रेगला एकही ठोसा मारला नव्हता.

''मॉन्क्रीफ कुटुंबापैकी नक्की कुणाशी संपर्क साधलात तुम्ही?'' सर मॅथ्यू म्हणाले; पण प्रश्नाचं उत्तर त्यांना अगदी नीट माहीत होतं.

''सर निकोलस मॉन्क्रीफ यांचे काका मि. ह्यूगो मॉन्क्रीफ. त्यांच्याकडून मला असं कळलं की, त्यांचा पुतण्या म्हणजे सर निकोलस जरी दोन वर्षांपूर्वी तुरुंगातून सुटले असले, तरी त्यांनी आपल्या काकांशी काहीच संपर्क साधला नव्हता. ते ऐकून माझा संशय अधिकच बळावला.''

''मग ताबडतोब तुम्ही तुमचा हा संशय चीफ इन्स्पेक्टर फुलर यांच्या कानावर घातलात का?''

''नाही. आपल्याला त्याहूनही भक्कम पुराव्याची गरज आहे, असं मला वाटलं.''

''पण पुरावा गोळा करण्याचं काम चीफ इन्स्पेक्टर फुलर यांनी केलंच असतं की मि. क्रेग. तुमच्यासारख्या एक अत्यंत यशस्वी आणि व्यग्र व्यावसायिकाने यात एवढं लक्ष का घालावं, हे कोडं काही मला अजून उलगडलेलं नाही मि. क्रेग.''

''मी तुम्हाला आधीच सांगितलं सर मॅथ्यू, पुरती खात्री करून घेणं हे माझं कर्तव्य होतं. पोलिसांचा वेळ वृथा दवडण्याची माझी अजिबात इच्छा नव्हती.''

''वा, वा! जनतेची केवढी काळजी आहे हो तुम्हाला!'' सर मॅथ्यू म्हणाले. त्यांच्या त्या उपहासगर्भ बोलण्याकडे स्पेन्सर क्रेगने पूर्ण दुर्लक्ष केलं आणि ज्युरी-सदस्यांकडे पाहून हास्य केलं.

''पण एक गोष्ट मला तरीही विचारावीशी वाटते मि. क्रेग,'' सर मॅथ्यू म्हणाले. ''सर निकोलस यांचं नाव धारण करून समाजात एक तोतया उजळ माथ्याने वावरत आहे, ही गोष्ट जर आपण पुराव्यांनिशी सिद्ध करू शकलो, तर आपला त्यापासून केवढा मोठा फायदा आहे, या गोष्टीची जाणीव तुम्हाला नक्की कधी झाली हो?''

''माझा फायदा?''

''होय. तुमचा फायदा मि. क्रेग.''

''तुमच्या म्हणण्याचा अर्थ माझ्या लक्षात येत नाहीये सर मॅथ्यू!'' क्रेग म्हणाला. ॲलेक्सने आपल्या पुढच्या प्रश्नावलीमधल्या एका प्रश्नावर फुली मारली. साक्षीदाराने मुद्दाम वेळकाढूपणा सुरू केला होता.

''बरं, मग मी तुम्हाला अगदी नीट समजावून सांगतो.'' सर मॅथ्यू म्हणाले.

त्यांनी ॲलेक्सच्या दिशेने उजवा हात पुढे करताच त्याने तत्परतेने एक कागद त्यांच्या हातात ठेवला. सर मॅथ्यूंनी मुद्दामच तो डोळ्यांसमोर धरून शांतपणे मनातल्या मनात वाचला. आता यानंतर काय बॉंबस्फोट होणार याची स्पेन्सर क्रेग वाट बघत राहिला.

"मी जर असं सुचवलं मि. क्रेग की, तुरुंगात सर निकोलस यांनी आत्महत्या केल्याची गोष्ट जर तुम्ही पुराव्यांनिशी सिद्ध करू शकला असतात, तर मि. ह्यूगो मॉन्क्रीफ यांना केवळ सर हा किताबच मिळणार होता असं नाही, तर सर निकोलस यांची प्रचंड मालमत्ताही त्यांना मिळणार होती, तर हे खरं आहे का?"

"त्या वेळी मला त्या गोष्टीची काहीही कल्पना नव्हती." डोळ्याची पापणीही न लवू देता स्पेन्सर क्रेग म्हणाला.

"म्हणजे तुम्ही अत्यंत परोपकार बुद्धीने, उदात्त हेतूनेच ते सर्वकाही करत होता?"

"होय, हे खरं आहे सर. त्याचबरोबर एका महाभयंकर गुन्हेगाराला परत जेरबंद करण्याच्या इच्छेनेही करत होतो."

"जेरबंद करण्याच्या योग्यतेचा महाभयंकर गुन्हेगार – या तुमच्या मुद्याकडे मी वळणारच आहे मि. क्रेग; पण तत्पूर्वी मला आणखी एक प्रश्न विचारायचाय तुम्हाला. तुमच्या मनातल्या या जनतेची सेवा करण्याच्या उदात्त हेतूचं रूपांतर झटपट नफा मिळवण्याच्या स्वार्थी हेतूत नक्की कधी झालं?"

"सर मॅथ्यू," जज्ज त्यांना मधेच थांबवत म्हणाले, "एका ज्युनियर वकिलाने एका ख्यातकीर्त सरकारी वकिलाशी बोलताना अशी भाषा वापरणं योग्य नव्हे."

"माफी असावी मिलॉर्ड!" सर मॅथ्यू म्हणाले, "मी माझा प्रश्न वेगळ्या भाषेत विचारतो. एका मित्राशी सहज जेवणाच्या वेळी गप्पा मारता मारता तुमच्या हाती आलेल्या माहितीचा वापर करून लक्षावधी पौंडाचा आर्थिक लाभ करून घेण्याची कल्पना तुमच्या डोक्यात सर्वांत प्रथम कधी आली मि. क्रेग?"

"जेव्हा सर ह्यूगो यांनी माझ्याशी संपर्क साधून त्यांच्याकरता मी खासगी रीतीने काम करण्याचं सुचवलं, तेव्हा."

ॲलेक्सने आपल्या समोरच्या कागदावरच्या आणखी एका प्रश्नावर टिकमार्क केला. हा प्रश्न सर मॅथ्यूंकडून येणार याचा त्या बेट्याला आधीपासूनच अंदाज होता तर! पण तो आत्ता साफ खोटं बोलत होता, याची ॲलेक्सला पूर्ण कल्पना होती.

"एका ऐकीव माहितीच्या मोबदल्यात एका नावाजलेल्या सरकारी वकिलाने एखाद्या व्यक्तीच्या मालमत्तेचा पंचवीस टक्के हिस्सा मागावा, हे तुम्हाला नैतिकदृष्ट्या योग्य वाटतं का मि. स्पेन्सर क्रेग?"

"वकील आपली फी खटल्याचा निकाल काय लागेल त्यावरच ठरवतात ना?

हे तर सर्वश्रुत आहे मि. रेडमेन.'' क्रेग शांतपणे म्हणाला. ''ही प्रथा तर तुमच्याच काळात पडलेली आहे. मी मात्र इथे असं नमूद करू इच्छितो की, मी मि. ह्यूगो यांच्याकडे कोणत्याही खर्चाची मागणी केली नाही. जर माझा संशय खोटा ठरला असता, तर माझं भरपूर आर्थिक नुकसान या सर्व प्रकरणात झालं असतं.''

सर मॅथ्यू त्याच्याकडे पाहून गालातल्या गालात हसले. ''मग एक गोष्ट ऐकून तर तुम्हाला फारच आनंद होईल मि. क्रेग, या खेपेसही तुमच्या स्वभावातल्या धीरोदात्तपणाचाच विजय झालेला आहे.''

सर मॅथ्यूंच्या त्या उद्गारांचा नक्की अर्थ काय, हे जाणून घेण्याची स्पेन्सर क्रेगला प्रचंड उत्सुकता वाटत होती; पण तरीही त्याने मुद्दामच चेहऱ्यावर तसं काही दिसू दिलं नाही. तो शांत राहिला. सर मॅथ्यूंनीही मध्ये बराच वेळ घालवला. मग ते अखेर म्हणाले, ''तुम्हाला हे माहीत असेल मि. क्रेग, स्वर्गीय सर निकोलस मॉन्क्रीफ यांचे वकील मि. फ्रेझर मन्रो यांनी या कोर्टाला नुकतीच अशी माहिती दिली आहे की, सर निकोलस यांनी आपल्या मृत्युपत्राद्वारे आपली सर्व संपत्ती आपला जिवलग मित्र डॅनियल कार्टराईट याच्या नावे केलेली आहे. त्यामुळे तुमची भीती खरीच ठरली. मि. क्रेग. या प्रकरणात नाहक तुमचा बराच वेळ आणि पैसा वाया गेला; पण माझ्या अशिलाच्या सुदैवाने तो जरी एवढ्या संपत्तीचा मालक झालेला असला, तरी मी मात्र त्यातली पंचवीस टक्के संपत्ती फीपोटी हडप करणार नाही.''

''आणि तसं तुम्ही करताच कामा नये,'' क्रेग संतापून म्हणाला, ''कारण तुमचा अशील पुढची पंचवीस वर्षं तुरुंगातच काढणार आहेत. त्यामुळे या अनपेक्षित धनलाभाचा फायदा घेण्यासाठी त्याला किमान पंचवीस वर्षं वाट बघावी लागणार आहे.''

''कदाचित माझी समजूत चुकीची पण असेल मि. क्रेग,'' सर मॅथ्यू म्हणाले, ''पण हा निर्णय तुमचा नसून ज्युरी-सदस्यांचा असतो.''

''कदाचित माझी समजूत चुकीचीपण असेल सर मॅथ्यू,'' स्पेन्सर क्रेग म्हणाला. ''पण ज्युरी-मंडळाने काही काळापूर्वी हा निर्णय घेतलेला आहे.''

''तर माझा पुढचा मुद्दा तुमच्या आणि चीफ इन्स्पेक्टर फुलर यांच्या मीटिंगविषयी आहे. या मीटिंगबद्दल या कानाचं त्या कानाला कळता कामा नये, अशी तुमची इच्छा होती ना?'' यावर काहीतरी प्रतिक्रिया देण्यासाठी क्रेगने तोंड उघडलं, पण मग तो काही न बोलता तसाच थांबला. सर मॅथ्यू पुढे म्हणाले, ''पण चीफ इन्स्पेक्टर फुलर हे एक सदसद्विवेकबुद्धी जागृत असलेले इन्स्पेक्टर आहेत. त्यांनी कोर्टाला असं सांगितलं की, अटक करण्याचा विचार करण्यापूर्वी त्यांना जरा मजबूत पुराव्याची आवश्यकता होती. नुसत्या त्या दोघांच्या फोटोने

काम भागणार नव्हतं. त्या संदर्भात आमच्या प्रमुख वकिलांनी त्यांना प्रश्न विचारल्यावर त्यांनी आम्हाला असं सांगितलं की, त्यांना अपेक्षित असलेला सबळ पुरावा तुम्ही त्यांना पुरवला.''

आपण फार मोठा धोका पत्करतोय, याची सर मॅथ्यू यांना कल्पना होती. कारण क्रेग त्यावर जर असं म्हणाला असता की, 'मी चीफ इन्स्पेक्टर फुलर यांच्यापाशी केवळ माझा संशय बोलून दाखवला आणि त्यावर पुढे काय कृती करायची, अटक करायची का नाही हा निर्णय त्यांच्यावर सोडला' तर मात्र पुढे काय प्रश्न विचारायचा हे सर मॅथ्यू यांना स्वत:लाच माहीत नव्हतं. मग त्यांना एकदम दुसरा विषय काढावा लागला असता. सर मॅथ्यू नुसते अंदाजपंचे ठोकत होते, ही गोष्ट मग क्रेगच्या लक्षात आली असती. त्याने काहीच फायदा झाला नसता; पण सर मॅथ्यू यांच्या बोलण्यावर क्रेग क्षणभर गप्प राहिला. लगेच काहीच बोलला नाही. त्यामुळे त्याहूनही मोठा धोका पत्करण्याचं सर मॅथ्यू यांनी धाडस केलं. ते ॲलेक्सकडे वळून मोठ्या खणखणीत आवाजात म्हणाले, ''नदीच्या काठाने जॉगिंग करत जातानाचे ते कार्टराईटचे फोटो मला द्या जरा. ज्या फोटोत त्याच्या पायावरचा तो व्रण दिसतोय, असे फोटो.''

ॲलेक्सने आपल्या वडिलांच्या हातात दोन मोठे फोटो दिले.

बराच वेळ गेल्यानंतर क्रेग म्हणाला, ''मी कदाचित इन्स्पेक्टर फुलर यांना असं सांगितलं असेलसुद्धा की, जर द बोल्टनमध्ये राहणाऱ्या माणसाच्या डाव्या मांडीवर गुडघ्याच्या जरा वर एक व्रण असेल, तर तो माणूस नक्कीच डॅनियल कार्टराईट असेल.''

ॲलेक्सच्या चेहऱ्यावरून काहीही थांगपत्ता लागत नव्हता; पण त्याचं हृदय अतिशय जोरात धडधडत होतं.

''आणि तुमचा मुद्दा खरा आहे, हे सिद्ध करण्यासाठी तुम्ही चीफ इन्स्पेक्टर फुलर यांना काही फोटो दिलेत ना?''

''कदाचित तसं केलंही असेल मी.'' क्रेग म्हणाला.

''मग त्या फोटोच्या प्रती जर आत्ता तुम्ही नजरेखालून घातल्यात, तर त्याने तुमची स्मरणशक्ती जरा ताजीतवानी होईल. नाही का?'' सर मॅथ्यू म्हणाले. त्यांनी त्याच्यापुढे फोटो धरले. फार मोठा धोका पत्करला होता सर मॅथ्यू यांनी.

''त्याची काही गरज नाही.'' क्रेग म्हणाला.

''मला ते फोटो बघायचे आहेत.'' जज्ज म्हणाले, ''मला वाटतं, ज्युरींनासुद्धा ते बघायचे असतील सर मॅथ्यू.'' ॲलेक्सने वळून पाहिलं, तर अनेक ज्युरी-सदस्य मानेने होकार देत होते.

"नक्कीच मिलॉर्ड!" सर मॅथ्यू म्हणाले. ॲलेक्सने पट्टेवाल्याच्या हातात काही फोटो ठेवले. ते त्याने आधी जज्जच्या हाती दिले आणि मग त्यांच्या परवानगीने ज्युरी-सदस्यांमध्ये वाटले. पिअरसन यांना दिले आणि नंतर शेवट साक्षीदाराच्या हाती ठेवले.

क्रेग आपल्या हातातल्या फोटोकडे थक्क होऊन बघत राहिला. कार्टराईट जॉगिंग करत असताना जेराल्ड पेनने काढलेले हे फोटो नव्हतेच मुळी. जर त्याने आपल्याला डॅनियल कार्टराईटच्या पायावर असलेल्या व्रणाविषयी काहीही माहिती नसल्याचं सांगून कानावर हात ठेवले असते, तर बचावपक्षाचा अक्षरश: धुव्वा उडाला असता. शिवाय ज्युरींच्या काहीच लक्षात आलं नसतं. सर मॅथ्यूंनी हा घाव अगदी नेम धरून, वर्मी बसेल असा घातला होता; पण तरीही क्रेगने धीर सोडला नाही. तो हतबल झाला नाही. तो फार खंबीर मनाचा होता.

"मिलॉर्ड," सर मॅथ्यू म्हणाले. "साक्षीदाराने ज्या व्रणाचा उल्लेख केला, तो व्रण कार्टराईटच्या डाव्या मांडीवर गुडघ्याच्या जरासा वरच्या बाजूला आहे. मध्ये थोडा कालावधी लोटल्याने तो जरासा पुसट झालेला आहे; पण तरीही उघड्या डोळ्यांनी तो सहज दिसू शकतो." एवढं बोलून ते परत साक्षीदाराकडे वळले.

"तुम्हाला एक गोष्ट आठवत असेल मि. क्रेग, चीफ इन्स्पेक्टर फुलर यांनी शपथेवर असं सांगितलं होतं की, माझ्या अशिलाला अटक करण्यासाठी त्यांनी त्याच पुराव्याचा आधार घेतला होता." क्रेगने त्यांचं म्हणणं खोडून काढण्याचा मुळीच प्रयत्न केला नाही. सर मॅथ्यू यांनीसुद्धा त्या मुद्याचा फार जास्त पाठपुरावा केला नाही. आपला मुद्दा ज्युरी-सदस्यांच्या मनावर व्यवस्थित ठसला आहे, याची त्यांना कल्पना होती. दुसरे म्हणजे ज्युरींनी ते फोटो अगदी लक्षपूर्वक बघावे, अशी त्यांची इच्छा होती. त्यासाठी त्यांना पुरेसा वेळ देणं गरजेचं होतं. म्हणून सर मॅथ्यू जरा वेळ काहीच न बोलता थांबले. त्यानंतर ते क्रेगला एक धक्कादायक प्रश्न विचारणार होते. हा प्रश्न ते विचारणार, याची क्रेगला कल्पना असणंच शक्य नव्हतं; पण त्याआधी डॅनीच्या पायावरच्या त्या व्रणाची प्रतिमा सर्व ज्युरी-सदस्यांच्या मनावर व्यवस्थित ठसणं फार गरजेचं होतं.

"तुम्ही इन्स्पेक्टर फुलर यांना पहिला फोन कधी केलात?"

परत एकदा शांतता पसरली. ॲलेक्स वगळता कोर्टातला प्रत्येक माणूस आणि स्वत: क्रेगसुद्धा हा प्रश्न सर मॅथ्यू यांनी नक्की का विचारला असावा, याचा विचार करू लागला.

"तुम्हाला नक्की काय म्हणायचंय ते मला कळलं नाही." क्रेग जरा वेळाने म्हणाला.

"मग मी जरा तुमची स्मरणशक्ती ताजीतवानी करतो मि. क्रेग. तुम्ही गेल्या वर्षी तेवीस ऑक्टोबर रोजी इन्स्पेक्टर फुलर यांना पहिल्यांदा फोन केलात. ज्या दिवशी तुम्ही त्यांना एका अज्ञात ठिकाणी भेटून डॅनियल कार्टराईटच्या पायावरच्या व्रणाचे फोटो दिलेत, त्याच्या बरोबर एक दिवस आधी. पण तुम्ही फुलर यांच्या संपर्कात अगदी सर्वांत पहिल्यांदा कधी आलात मि. क्रेग?"

सर मॅथ्यूंच्या त्या प्रश्नाचं उत्तर द्यायचं टाळण्याचा क्रेगने खूप प्रयत्न केला. त्याने मार्गदर्शनासाठी जज्जसाहेबांकडेपण पाहिलं; पण त्यांनी काहीच सांगितलं नाही.

"डॅनी कार्टराईटने आपल्या मित्राच्या पोटात सुरा भोसकून डनलॉप आर्म्स या बारच्या मागच्या गल्लीत त्याचा खून केला. तो प्रसंग डोळ्यांनी पाहिल्यावर मी लगेच ९९९ नंबरला फोन केला. त्यानंतर इन्स्पेक्टर फुलर तातडीने घटनास्थळी आले. तेव्हा मी प्रथम त्यांच्या संपर्कात आलो." क्रेग म्हणाला.

"आपल्या मित्राच्या हं?" सर मॅथ्यू घाईने म्हणाले. जज्ज मध्ये पडून काही बोलणार, इतक्यात सर मॅथ्यू यांनी दाखवलेल्या चतुराईमुळे आपोआपच या शब्दांची कोर्टाच्या कामकाजाच्या रेकॉर्डमध्ये नोंद झाली. आपल्या वडिलांची बुद्धिमत्ता आणि धूर्तपणा लक्षात येताच ॲलेक्स हसला.

मि. जस्टिस हॅकेट यांच्या कपाळाला आठी पडली. आता त्यांना एक गोष्ट कळून चुकली. साक्षीदार स्पेन्सर क्रेगने आपल्या साक्षीतून नकळत डॅनीच्या हातून पूर्वी घडलेल्या गुन्ह्याचा विषय या केसमध्ये उपस्थित केला होता. आता तो धागा पकडून तो विषय उकरून काढण्यापासून सर मॅथ्यू यांना कुणीच थांबवू शकत नव्हतं. "आपल्या मित्राच्या," सर मॅथ्यू ज्युरी-सदस्यांकडे बघत परत म्हणाले. अर्नोल्ड पिअरसन उडी मारून उठून आपल्याला हरकत घेतील, अशी त्याची अपेक्षा होती; पण पिअरसन गप्पच राहिले.

"कोर्टाच्या कामकाजामध्ये बर्नार्ड विल्सन याचा उल्लेख डॅनीचा मित्र असाच करण्यात आला आहे." क्रेग आत्मविश्वासाने म्हणाला.

"तो खरोखर होताच डॅनीचा मित्र." सर मॅथ्यू म्हणाले, "त्या कोर्टाच्या कामकाजाची जी संहिता लिखित स्वरूपात उपलब्ध आहे, त्याच्याकडे मी नंतर वळणारच आहे; पण आत्ता मी परत एकदा इन्स्पेक्टर फुलर यांच्याविषयी बोलतो. बर्नार्ड विल्सनच्या मृत्यूनंतर पहिल्यांदा तुम्ही त्यांना भेटलात, तेव्हा तुम्ही एक निवेदन दिलं होतं."

"होय, दिलं होतं."

"खरंतर मि. क्रेग, तुम्ही एकूण तीन निवेदनं दिलीत. पहिलं निवेदन सुरा भोसकल्याची घटना घडल्यानंतर बरोबर सदतीस मिनिटांनी, दुसरं निवेदन तुम्ही

त्याच रात्री घरी लिहून काढलंत, कारण तुम्हाला झोप लागत नव्हती आणि तिसरं सात महिन्यांनंतर, जेव्हा डॅनी कार्टराईटवर खटला उभा राहिला, तेव्हा तुम्ही कोर्टात साक्ष दिली, त्याप्रसंगी. माझ्याकडे तुमची ही तीनही निवेदने आहेत आणि मला एका गोष्टीबद्दल कौतुक करावंसं वाटतं मि. क्रेग, ही सर्व निवेदनं अगदी एकसारखी आहेत. कुठेही, जरासुद्धा विसंगती नाही.'' क्रेग त्यावर काहीच बोलला नाही. विंचवाचा दंश त्याच्या नांगीत असतो, याची त्याला कल्पना होती. ''फक्त जरा एका गोष्टीबाबत मी फार बुचकळ्यात पडलो आहे मि. क्रेग. ती म्हणजे डॅनीच्या पायावरचा व्रण. कारण तुम्ही पहिल्या निवेदनात म्हटलं होतं–'' ॲलेक्सने लगेच एक कागद काढून त्यांच्या हातात ठेवला. ते त्यातून वाचू लागले – ''कार्टराईटने बारमधून सुरी उचललेली मी पाहिली. तो पळत त्या स्त्रीच्या आणि त्या दुसऱ्या माणसाच्या मागे गल्लीत गेला. काही क्षणांनंतर मला किंकाळी ऐकू आली. मग मी लगेच त्या गल्लीत पळत गेलो. कार्टराईट विल्सनला परत परत छातीत भोसकून मारत असल्याचं मी डोळ्यांनी पाहिलं. त्यानंतर मी बारमध्ये परतलो आणि ताबडतोब पोलिसांना फोन केला.'' सर मॅथ्यू यांनी क्रेगच्या नजरेला नजर देऊन पाहिलं. ''तुमच्या या जबाबामध्ये काही बदल करावासा वाटतोय का तुम्हाला?''

''नाही.'' क्रेग ठामपणे म्हणाला, ''हे अगदी सगळं असंच घडलं होतं.''

''वेल, अगदी असंच्या असं घडलं नव्हतं,'' मि. रेडमेन म्हणाले, ''कारण पोलिसांच्या नोंदीनुसार तुम्ही अकरा वाजून तेवीस मिनिटांनी फोन केलात, त्यामुळे अर्थातच असा प्रश्न उपस्थित होतो की, मग त्या मधल्या काळात तुम्ही नक्की काय करत–''

''सर मॅथ्यू,'' जज्जनी त्यांना मध्ये थांबवलं. पिअरसन यांनी उभं राहून हरकत कशी घेतली नाही, याचंच त्यांना खरंतर आश्चर्य वाटलं होतं; पण पिअरसन मात्र हाताची घडी घालून अतिशय शांतपणे बसून होते. ''तुम्ही हे जे सगळे प्रश्न विचारत आहात, त्याचा चालू खटल्याशी काही संबंध असल्याचे तुम्ही दाखवू शकाल का? आत्ता जो खटला चालू आहे, त्यात तुमच्या अशिलावर केवळ तुरुंगातून बेकायदेशीर पळ काढल्याचा आरोप आहे.''

सर मॅथ्यू बराच वेळ काही बोलले नाहीत. ज्युरी-सदस्यांची उत्सुकता पुरेशी ताणू द्यायची होती त्यांना. आपल्याला जज्जसाहेबांनी तो प्रश्न का विचारू दिला नाही, असा प्रश्न ज्युरींच्या मनात उठला, तर तो हवाच होता. ''नाही मिलॉर्ड, पण या खटल्याशी संबंधित असे आणखी काही प्रश्न मी विचारू इच्छितो. ते प्रश्न आरोपीच्या पायावर असलेल्या जखमेच्या व्रणाशी संबंधित आहेत.'' सर मॅथ्यू यांनी परत एकदा क्रेगच्या नजरेला नजर भिडवली. ''मि. क्रेग, डॅनियल कार्टराईटच्या डाव्या पायावरच्या जखमेच्या व्रणाचे फोटो तुम्ही इन्स्पेक्टर फुलर यांच्या हवाली

केलेत, डॅनी कार्टराईटला ओळखण्याचा पुरावा म्हणून. पण तो व्रण, ती जखम त्याला कशी झाली, त्याच्या पायावर तो घाव कुणी घातला, ते तुम्ही पाहिलं नाही, असं तुम्हाला म्हणायचं आहे?''

ॲलेक्सने आपला श्वास रोखून धरला होता. क्रेग तो प्रश्न ऐकून जरा वेळ गप्प झाला. मग सावकाश म्हणाला, ''नाही. मी ते पाहिलं नाही.''

''मग माझ्या मनात उडालेला गोंधळ तुम्हीच जरा स्पष्ट करून सांगा मि. क्रेग. आणि मी तुमच्या डोळ्यांपुढे तीन दृश्यं उभी करण्याचा प्रयत्न करतो. गुन्हेगारी मनोवृत्तीचा इतका मोठा अनुभव तुमच्या गाठीशी आहे. त्यामुळे त्या तीन दृश्यांपैकी सर्वांत बरोबर कोणतं वाटतं, ते तुम्हीच ज्युरी-सदस्यांना सांगा.''

''सर मॅथ्यू, अशा तऱ्हेचे खेळ कोर्टात खेळून त्यामुळे ज्युरींचा काही फायदा होणार आहे, असं जर तुम्हाला खरोखर वाटत असेल ना, तर खुशाल खेळा. माझीपण काही हरकत नाही.''

''या तऱ्हेच्या खेळाचा ज्युरींना नक्कीच फायदा होईल, हे तुमच्यासुद्धा लक्षात येईलच.'' सर मॅथ्यू म्हणाले. दोघं एकमेकांकडे टक लावून बराच वेळ बघत होते. मग सर मॅथ्यू म्हणाले, ''मी पहिल्या दृश्याचं वर्णन करतो. तुम्ही सुचवलंत, त्याप्रमाणे डॅनी कार्टराईट बारवरून सुरी उचलतो आणि स्वतःच्या प्रेयसीच्या मागोमाग गल्लीत पळत जातो, आधी स्वतःच्या मांडीवर त्या सुरीचा घाव घालतो, मग ती उपसून बाहेर काढतो आणि त्याने आपल्या जवळच्या मित्राच्या छातीत वार करून त्याला ठार मारतो.''

कोर्टात जोराचा हशा पिकला. तो मावळेपर्यंत क्रेग शांत राहिला आणि मग म्हणाला, ''हे किती हास्यास्पद आहे, हे तुम्हालाही माहीत आहे.''

''चला, निदान एका बाबतीत तरी तुमचं आणि माझं एकमत आहे, हेही नसे थोडके मि. क्रेग.'' सर मॅथ्यू म्हणाले. ''आता मी माझ्या दुसऱ्या दृश्याकडे वळतो. खरंतर ती सुरी बर्नीच त्या बारमधून उचलतो, मग तो आणि डॅनी गल्लीत जातात, त्यानंतर तो कार्टराईटच्या पायावर त्या सुरीचा घाव घालतो, ती बाहेर काढतो आणि त्या सुरीने स्वतःच्या छातीत वार करून घेऊन मरतो.''

या खेपेला तर इतर प्रेक्षकांबरोबर ज्युरी-सदस्यपण हसू लागले.

''हे तर अधिकच जास्त हास्यास्पद आहे.'' क्रेग म्हणाला. ''हा सगळा पोरखेळ तुम्ही कशासाठी मांडलाय, त्यातून तुम्हाला काय सिद्ध करायचंय, तेच मला कळत नाहीये.''

''या सगळ्या पोरखेळातून मला एकच गोष्ट दाखवून द्यायची आहे मि. क्रेग,'' सर मॅथ्यू म्हणाले,''ती म्हणजे, ज्या माणसाने डॅनी कार्टराईटच्या मांडीत सुरी खुपसली, त्याच माणसाने तीच सुरी उपसून बर्नी विल्सनच्या छातीत खुपसून

त्याला ठार मारलं. याचं कारण, या प्रकरणात फक्त एकाच सुरीचा वापर झाला होता. ती सुरी त्या बारवरून उचलून आणण्यात आली होती. त्यामुळे मी एका बाबतीत तुमच्याशी पूर्णपणे सहमत आहे मि. क्रेग. मी वर्णन केलेली पहिली दोन दृश्यं अत्यंत हास्यास्पद आहेत, पण तिसरं दृश्य आणखी जास्त स्पष्ट करून सांगण्यापूर्वी तुम्हाला केवळ एकच प्रश्न विचारू इच्छितो.'' आता कोर्टरूममध्ये उपस्थित असलेल्या प्रत्येकाची नजर सर मॅथ्यूंवर खिळली होती. ''जर कार्टराईटच्या पायावर कुणी आणि कधी घाव घातला, हे जर तुम्ही डोळ्यांनी पाहिलंच नाही म्हणता, तर मग तुम्हाला त्या व्रणाविषयी माहिती कशी होती?''

आता प्रत्येकाची नजर क्रेगवर खिळली होती. आता मात्र तो मुळीच शांत नव्हता. त्याच्या हाताचे तळवे घामेजलेले होते. त्याने दोन्ही हातांनी साक्षीदाराचा पिंजरा घट्ट पकडून धरला होता.

''मी खटल्याच्या कामकाजाचं टंकलिखित नंतर वाचलं, तेव्हा कदाचित त्यात वाचलं असेल.'' क्रेग आत्मविश्वासाने बोलत असल्याचा आव आणून म्हणाला.

''तुम्हाला एक गोष्ट सांगू? माझ्यासारख्या अनेक युद्धं गाजवलेल्या घोड्याला जेव्हा निवृत्त करण्यात येतं ना, तेव्हा त्याच्यापाशी वेळच वेळ असतो.'' सर मॅथ्यू म्हणाले, ''त्यामुळेच गेले सहा महिने मी केवळ ते टंकलिखित वाचण्यात घालवले आहेत. त्यातलं अक्षर न् अक्षर पाठ झालंय मला.'' असं म्हणून त्यांनी एक कागदाचा जाडजूड गठ्ठा उचलून दाखवला. ''एवढंच नाही, तर त्यातला प्रत्येक शब्द दोनदा वाचलाय मी. मी वकिली व्यवसाय करत असताना एक गोष्ट शिकलो आहे. पुराव्यामध्ये काय सादर करण्यात आलेलं आहे, त्यावरून गुन्हेगार कधीच ओळखता येत नाही. तर पुराव्यातून कोणती गोष्ट गाळण्यात आली आहे, त्यावरून अनेकदा गुन्हेगार पकडला जातो. मी एक गोष्ट अगदी खात्रीपूर्वक तुम्हाला सांगतो, मि. क्रेग. पहिल्या पानापासून शेवटच्या पानापर्यंत कुठेही या खटल्याच्या टंकलिखित संहितेमध्ये एकदासुद्धा डॅनी कार्टराईटच्या मांडीवरच्या जखमेचा उल्लेख आलेला नाही.'' सर मॅथ्यू अत्यंत हलक्या, कुजबुजत्या स्वरात म्हणाले. ''त्यामुळे मी माझ्या मनातल्या तिसऱ्या दृश्याकडे परत वळतो मि. क्रेग. ती सुरी त्या बारवरून तुम्ही स्वतः उचललीत. त्यानंतर ती सुरी घेऊन तुम्ही बाहेरच्या गल्लीत पळत गेलात. ती सुरी डॅनी कार्टराईटच्या मांडीत तुम्हीच खुपसली. बर्नी विल्सनच्या छातीवर तुम्हीच वार केलात आणि त्याला त्याच्या मित्राच्या बाहूंमधे प्राण सोडण्यासाठी तडफडत टाकून तुम्ही निघून गेलात. उर्वरित आयुष्य तुरुंगात तुम्हालाच काढावं लागणार आहे.''

कोर्टात प्रचंड खळबळ माजली.

सर मॅथ्यू अर्नोल्ड पिअरसनकडे वळले; पण त्यांनी उठून अजिबात हरकत

घेतली नाही. ते शांतपणे हाताची घडी घालून आपल्या खुर्चीत बसून राहिले.

पट्टेवाला सर्वांना शांत करण्याचा प्रयत्न करू लागला. तोपर्यंत जज्ज शांत राहिले. अखेर सारा कोलाहल बंद झाल्यावर ते म्हणाले, ''मि. मॅथ्यू यांनी साक्षीदारावर जे गंभीर आरोप केले आहेत, ते तसेच ठेवण्यापेक्षा साक्षीदाराला मी त्यांचं खंडन करण्याची संधी देत आहे.''

''मी आनंदाने त्या सर्वांची उत्तरं देईन मिलॉर्ड,'' क्रेग शांतपणे म्हणाला, ''पण त्याआधी सर मॅथ्यू, मी आपल्याला एक चौथं दृश्य सुचवतो. निदान ते विश्वसनीय तरी आहे.''

''सांगा ना! मलाही खूप उत्सुकता आहे.'' सर मॅथ्यू म्हणाले.

''तुमच्या अशिलाची एकंदर पार्श्वभूमी बघता ती जखम त्याच्या पायावर साधारण त्या रात्री, पण जरा आधी झालेली असण्याची शक्यता नाकारता येत नाही, नाही का?''

''हो, पण तरीही तुम्हाला मुळात त्या जखमेच्या व्रणाविषयी समजलं कसं, हा प्रश्न अनुत्तरितच राहतो ना!''

''ते स्पष्ट करून सांगण्याची मला काहीच आवश्यकता वाटत नाही.'' क्रेग आक्रमक पवित्रा घेऊन म्हणाला. ''तुमचा आरोपी दोषी असल्याचा निर्णय ज्युरींनी आधीच दिलेला आहे.''

''मी तरी इतक्या आत्मविश्वासानं हे बोलण्याचं धाडस करणार नाही.'' असं म्हणत सर मॅथ्यू आपल्या मुलाकडे वळले. त्याने त्यांच्या हातात एक कार्डबोर्डचं खोकं दिलं. सर मॅथ्यू यांनी ते खोकं आपल्या समोरच्या टेबलावर ठेवून उघडलं. मग अत्यंत सावकाश, नाट्यपूर्ण रीतीने ते उघडून त्यातून एक जुनी जीन्सची पँट काढून उघडून ज्युरींसमोर धरली. ''ज्या दिवशी डॅनी कार्टराईटने तुरुंगात गळफास लावून घेतल्याचं जाहीर झालं, त्याच दिवशी त्याचे हे कपडे मिस एलिझाबेथ विल्सन हिच्या हवाली करण्यात आले. ही पँट डाव्या पायावर गुडघ्याच्या वरच्या बाजूला फाटलेली असून त्याला रक्तही लागलेलं आहे. ती जागा डॅनीच्या गुडघ्यावरच्या जखमेच्या जागेशी पडताळून पाहा.''

सर मॅथ्यूंचं पुढचं बोलणं कुणालाच ऐकू गेलं नाही, कारण कोर्टात प्रचंड कोलाहल माजला. सगळे माना वळवून क्रेगकडे पाहू लागले. त्याचं यावर काय उत्तर असेल, याची सर्वांनाच उत्सुकता लागून राहिली होती, पण त्याला उत्तर द्यायची संधीच मिळाली नाही. पिअरसन घाईने उठून उभे राहिले.

''मिलॉर्ड, इथे खटला मि. क्रेग यांच्यावर चाललेला नाही, या गोष्टीची मी सर मॅथ्यू यांना आठवण करून देऊ इच्छितो.'' पिअरसन यांना अक्षरशः घसा ताणून, ओरडून हे वाक्य म्हणावं लागलं. सर मॅथ्यू अजूनही ती फाटलेली पँट हातात घेऊन

उभे होते. पिअरसन म्हणाले, ''या फाटलेल्या पँटचा या चालू खटल्याशी काहीही संबंध नाही. कार्टराईटने तुरुंगातून बेकायदेशीर पलायन केलं की नाही, हा येथे चालू असलेला विषय आहे.''

मि. जस्टिस हॅकेट आता संतप्त झाले होते. त्यांना आपला राग आवरणं शक्य झालं नाही. त्यांच्या चेहऱ्यावरचे नेहमीचे प्रसन्न भाव मावळले होते. त्यांचा चेहरा अत्यंत गंभीर दिसत होता. कोर्टात शांतता पसरल्यानंतर ते म्हणाले, ''मी तुमच्यापाशी पूर्णपणे सहमत आहे मि. पिअरसन. आरोपीच्या अंगातली फाटकी जीन्स या खटल्याशी सुसंगत मुळीच नाही.'' एवढं बोलून ते क्षणभर थांबले. मग साक्षीदाराच्या पिंजऱ्यातील क्रेगकडे पाहून अत्यंत संतापाने म्हणाले, ''परंतु आत्ता या क्षणी तरी हा खटला इथे स्थगित करून ज्युरी-सदस्यांना कोर्टरूमच्या बाहेर जायला सांगण्यावाचून माझ्यापुढे दुसरा कोणताही पर्याय शिल्लक नाही. या खटल्याच्या तसेच यापूर्वीच्या खटल्याच्या टंकलिखित संहिता वरिष्ठांकडे पाठवण्याची आवश्यकता निर्माण झाली आहे. याचं कारण सरकार विरुद्ध डॅनियल कार्टराईट खटल्यामध्ये प्रचंड मोठ्या प्रमाणावर अन्याय झाला असण्याची शक्यता आहे.''

परत एकदा कोर्टात प्रचंड मोठी खळबळ उडाली. वार्ताहर तर कोर्टरूमच्या बाहेर या ताज्या बातमीनिशी पळतच सुटले; पण आता मात्र कोर्टाला शांत करण्याचा जज्जसाहेबांनी जरासुद्धा प्रयत्न केला नाही.

ॲलेक्स आपल्या वडिलांचं अभिनंदन करण्यासाठी त्यांच्याकडे वळला. ते परत एकदा आपल्या खुर्चीत घसरून डोळे मिटून बसले होते. त्यांनी एक डोळा किंचित उघडला आणि आपल्या मुलाकडे पाहत हसून म्हणाले, ''अजून लढाई संपलेली नाही.''

निर्णय

७८

मी जरी माणसांच्या आणि देवदूतांच्या वाणीने बोलत असलो तरीही....

फादर मायकेल यांनी वर-वधूंना शुभाशीर्वाद दिले. निक मॉन्क्रीफच्या थडग्यापाशी सर्व जमा झाले. मि. आणि मिसेस कार्टराईटसुद्धा त्यांच्यात होते.

निकविषयी आपल्या मनात असलेलं अपार प्रेम आणि आदर अशा पद्धतीने व्यक्त करण्याचा निर्णय वधूचा होता. तिच्याच इच्छेने हा विवाह आज मृत निकच्या स्मारकाच्या परिसरात संपन्न होत होता. त्याच्या बलिदानामुळेच आज डॅनीला आपलं निरपराधित्व सिद्ध करता आलं होतं.

डॅनी वगळता आणखी दोनच लोक या परक्या मुलखात येऊन चिरविश्रांती घेत पहुडलेल्या निकला ओळखणारे होते. फ्रेझर मन्रो खास एवढ्या लांबचा प्रवास करून मॉन्क्रीफ कुटुंबाच्या त्या शिलेदाराला अलविदा करण्यासाठी आले होते. फ्रेझर मन्रोंची विद्वत्ता, बुद्धिमत्ता आणि त्यांनी डॅनीच्या पाठीमागे या संकटात उभं राहण्याचा दाखवलेला खंबीरपणा, याबद्दल डॅनीने त्यांचे आभार मानण्याचा कितीतरी प्रयत्न केला; पण मन्रो यांनी फक्त एवढेच उद्‌गार काढले, ''तुम्हा दोघांसाठी काम करण्याचं सद्‌भाग्य मला जर लाभलं असतं, तर किती बरं झालं असतं! पण ईश्वरेच्छा तशी नव्हती.''

लग्नसमारंभापूर्वी सर्व जण 'विल्सन हाउस' या डॅनीच्या नवीन घरात जमले होते. तिथे डॅनीने जमवलेल्या पेंटिंग्जचं फ्रेझर मन्रो यांना खूप अप्रूप वाटलं होतं. ''इतक्या मोठमोठ्या चित्रकारांची पेंटिंग्ज जमवली असशील, याची मला कल्पना नव्हती डॅनी!'' ते म्हणाले.

डॅनी हसला. ''खरं सांगू, तो सगळाच्या सगळा संग्रह लॉरेन्स डेव्हनपोर्टचा आहे. मी फक्त त्यांच्यावर कब्जा केला इतकंच. पण आता इतके दिवस या सर्व पेंटिंग्जच्या सान्निध्यात राहिल्यानंतर या संग्रहात आणखी भर टाकण्याची इच्छा माझ्या मनात निर्माण झाली आहे.''

''अगदी तुझ्या आजोबांसारखाच आहेस.'' फ्रेझर मन्रो अभावितपणे बोलून गेले.

आपण सर अलेक्झांडर यांना एकदाही भेटलेलो नाही, ही गोष्ट डॅनीने मुद्दामच लगेच त्यांच्या नजरेस आणून दिली नाही. फ्रेझर मन्रो जरासे संकोचाने हसत म्हणाले, ‘‘एक गोष्ट आता सांगूनच टाकतो. तू जेव्हा बेलमार्श तुरुंगात होतास ना, तेव्हा तुझ्या एका शत्रूवर अगदी नको त्या जागी मी वार केला बरं का!’’

‘‘कोणता शत्रू?’’

‘‘सर ह्यूगो मॉन्क्रीफ. आणखी एक गोष्ट – हे असं करण्याआधी मी तुझी साधी परवानगीसुद्धा घेतली नाही, हे मात्र जरासं चुकलंच माझं. याचा कबुलीजबाब एकदा तुझ्यासमोर देऊन टाकायचाच होता.’’

‘‘वेल, मग आत्ता तशी संधी चालून आली आहे मि. मन्रो.’’ डॅनी म्हणाला. त्याने चेहरा मुद्दामच न हसता अगदी प्रयत्नपूर्वक गंभीर ठेवला होता. ‘‘मग बोला, माझ्या अनुपस्थितीत काय केलंत तुम्ही?’’

‘‘सर अलेक्झांडर यांच्या त्या दुसऱ्या मृत्युपत्राच्या संदर्भातली सगळीच्या सगळी कागदपत्रं मी मुद्दामच वरिष्ठांकडे पाठवून दिली आहेत. कदाचित या ठिकाणी काही पाणी मुरत असावं, असा संशयही मी व्यक्त केलेला आहे.’’ डॅनी त्यांचं बोलणं शांतपणे ऐकत होता. तो मध्ये काहीही बोलला नाही. मि. मन्रो बोलण्याच्या भरात असताना त्यांना कुणीही मध्ये बोललेलं खपत नसे, याची पूर्ण कल्पना एव्हाना त्याला आली होती. ‘‘बरेच महिने काहीच घडलं नाही, त्यामुळे मला वाटलं, मि. गॅलब्रेथ यांनी हे सगळं प्रकरण मोठ्या शिताफीने दडवून टाकलं असावं.’’ ते क्षणभर थांबून मग म्हणाले, ‘‘पण आज सकाळी मी विमानाने लंडनला येत असताना फ्लाईटमध्ये ‘द स्कॉट्समन’ हे वृत्तपत्र वाचलं.’’ एवढं बोलून त्यांनी सदान्‌कदा जवळ असणारी आपली ब्रीफकेस उघडून वर्तमानपत्राचं एक पान डॅनीच्या हातात ठेवलं.

पहिल्याच पानावर ठळक बातमी होती. ‘‘सर ह्यूगो मॉन्क्रीफ यांना अफरातफर आणि फसवणुकीच्या आरोपाखाली अटक!’’ त्या बातमीसोबत दिवंगत सर निकोलस मॉन्क्रीफ यांचा एक जुना फोटोपण छापण्यात आला होता; पण तो फोटो तितकासा चांगला नाही, असं डॅनीचं मत पडलं. डॅनीने ती सगळी बातमी वाचली आणि तो मन्रोंना म्हणाला, ‘‘तुम्ही मला म्हणालाच होता ना की, त्यांनी मला जर आणखी काही त्रास दिला, तर मग तुम्ही त्याला मी सोडणार नाही!’’

‘‘मी खरंच असं म्हणालो होतो?’’ मन्रो म्हणाले.

डॅनीची नजर थोड्या वेळाने फिरत फिरत आणखी एका व्यक्तीवर जाऊन स्थिरावली. हा निकचा जिवलग मित्र होता. डॅनी किंवा मन्रो यांच्यापेक्षा कितीतरी अधिक जवळून तो निकला ओळखत होता. रे पॅस्को आणि ॲलन जेन्किन्स यांच्या मधोमध बिग अल् अटेन्शनमध्ये उभा होता. आपल्या मित्राच्या अंतिम संस्कारांच्या वेळी उपस्थित राहण्यासाठी गव्हर्नरसाहेबांनी त्याला खास रजा दिली होती. दोघांची

नजरानजर होताच डॅनीने त्याच्याकडे पाहून स्मितहास्य केलं; पण बिग अल्ने मात्र लगेच मान खाली घातली. या परक्या लोकांनी आपल्या डोळ्यांत तरारलेले अश्रू पाहणं त्याला मंजूर नव्हतं.

डॅनीने मग आपलं लक्ष अॅलेक्स रेडमेन यांच्याकडे वळवलं. डॅनी आणि बेथला मुलगा झाला होता. त्याचे गॉडफादर व्हा अशी विनंती बेथने जेव्हा मि. अॅलेक्स यांना केली, तेव्हा त्यांच्या आनंदाला पारावार उरला नव्हता. मि. अॅलेक्स रेडमेन आपल्या वडिलांच्या शेजारी उभे होते. आज त्यांच्यामुळेच डॅनी मुक्त जीवनाचा, स्वातंत्र्याचा आनंद लुटत होता.

खटल्याला अर्ध्यातच स्थगिती मिळाल्यानंतर काही दिवसांतच ते सर्व जण अॅलेक्स रेडमेन यांच्या ऑफिसात भेटले होते; पण त्या खटल्याच्या वेळी सर मॅथ्यू यांनी काढलेले उद्गार डॅनी विसरला नव्हता. ते म्हणाले होते, "अजून लढाई संपलेली नाही." त्याचा नक्की अर्थ काय, असं डॅनीने त्यांना विचारताच त्याला एका कडेला घेऊन जात त्यांनी त्याच्या कानावर एक गोष्ट घातली होती – क्रेग, पेन आणि डेव्हनपोर्ट या सर्वांनाच बर्नी विल्सनचा खून केल्याबद्दल अटक झालेली असली, तरी ते तिघं अजूनही आपण निर्दोष असल्याचाच दावा करत होते. ते तिघं एकत्र येऊन जीव खाऊन लढणार होते, हे निश्चित होतं. कदाचित त्या खटल्याच्या वेळी परत एकदा डॅनी आणि बेथला कोर्टात जाऊन त्या रात्री काय घडलं, ते सांगावं लागणार होतं. अर्थात....

डॅनीचं लक्ष समोर गेलं. समोर एक भलीमोठी पाटी नव्यानेच उभारण्यात आली होती. त्याचा ताजा रंग चमकत होता. 'कार्टराईट्स गॅरेज, अंडर न्यू मॅनेजमेंट!' मॉंटी ह्यूजेसशी सगळे आर्थिक व्यवहार पूर्ण झाले होते. त्यात सगळी मदत मि. मन्रो यांनीच केली होती. रोज सकाळी उठून घरातून बाहेर पडून केवळ रस्ता क्रॉस करून आता डॅनीला कामावर जाता येणार होतं.

डॅनीने रस्त्यापलीकडचं ते गॅरेज फारच जादा किंमत मोजून विकत घेतलं होतं, असं स्वीस बँकर्सचं म्हणणं होतं; परंतु 'किंमत' आणि 'मूल्य' या दोन शब्दांच्या अर्थामधला फरक मि. सेगात यांना समजावून सांगण्याच्या भानगडीत डॅनी पडला नाही.

डॅनीने आपल्या पत्नीचा हात घट्ट पकडला. उद्याच ते रोमला जाणार होते; पण हनिमूनहून परतल्यावर परत एक मोठं अग्निदिव्य त्यांची वाट बघत होतं; पण त्याचा आत्तातरी विचार करण्याची गरज नव्हती. इतक्यात त्यांच्या दहा आठवड्यांच्या बाळाने मोठं भोकाड पसरलं. त्याला या सगळ्या प्रकाराचा कंटाळा आला होता आणि मुख्य म्हणजे भूक लागली होती.

"श्श..." बेथ त्याला गप्प करत म्हणाली. "बाळा, आता आपल्याला लवकरच घरी जायचं हं!" लहानग्या निकची समजूत काढत ती म्हणाली.

७१

"कैद्यांना हजर करा!"

त्या दिवशी सकाळचे दहा वाजायच्या आधीच कोर्टरूम नंबर चार गच्च भरली होती. एक प्रथितयश सरकारी वकील, एक संसद-सदस्य आणि एक लोकप्रिय अभिनेता यांच्यावर खून, मारामारी आणि हेतुपुरस्सर न्यायालयाची दिशाभूल करणे असे आरोप असण्यासारखी सनसनाटी घटना काही रोज रोज घडत नाही!

समोर वकील आपापल्या टेबलांवर कागदपत्रांचा आणि फायलींचा ढीग घेऊन बसले होते. कैद्यांना कोर्टात आणून आरोपींच्या जागी नेऊन बसवण्यात आलं, तेव्हा वकील आपापल्या भाषणाची मनोमन शेवटची उजळणी करत होते.

तीनही कैद्यांनी अत्यंत नामांकित कायदेतज्ज्ञ आपल्या बचावासाठी आणले होते. कोर्टात जमलेल्या लोकांमध्ये एकच चर्चा चालू होती – जर तिघाही आरोपींनी आपल्या पहिल्या कहाणीत जराही बदल केला नाही आणि तिला ते घट्ट चिकटून राहिले, तर त्या खटल्याच्या निकालाबाबत सर्वच्या सर्व बारा ज्युरी-सदस्यांचं एकमत होणं अवघड होतं. स्पेन्सर क्रेग, लॉरेन्स डेव्हनपोर्ट आणि जेराल्ड पेन आपापल्या जागी येऊन बसताच कोर्टरूममध्ये एकदम शांतता पसरली.

क्रेगने अंगात पारंपरिक पद्धतीचा सूट, बूट, टाय, शर्ट घातला होता. त्याच्याकडे पाहिल्यावर तो आरोपी नसून खरं म्हणजे वकीलच असावा आणि चुकून पुढच्या टेबलावर बसण्याऐवजी आरोपीच्या जागी बसला असावा, असं वाटत होतं. कधीही उठून तो भाषणाला सुरुवात करेल, असंच वाटत होतं.

पेनच्या अंगात काळसर करड्या रंगाचा सूट, टाय आणि क्रीम कलरचा शर्ट होता. ग्रामीण भागाचं प्रतिनिधित्व करणारा संसद-सदस्य म्हणून तो छान शोभून दिसत होता. त्याचा चेहरा अत्यंत शांत होता.

डेव्हनपोर्टने आधुनिक, विटक्या रंगाची जीन्सची पँट, उघड्या गळ्याचा शर्ट आणि ब्लेझर कोट असा पेहराव केला होता. त्याने दाढी केली नव्हती. दुसऱ्या दिवशीच्या वृत्तपत्रात त्यावरही काहीतरी छापून आलंच असतं. मुद्दाम वाढू दिलेले सौंदर्यपूर्ण दाढीचे खुंट... वगैरे; पण वृत्तपत्रवाल्यांनी त्याचबरोबर हेही नक्की लिहिलंच असतं की, डेव्हनपोर्ट गेले कित्येक रात्री झोपला नसावा, असा दिसत होता. डेव्हनपोर्टने वार्ताहरांकडे पूर्ण दुर्लक्ष करून आपली नजर वरच्या गॅलरीकडे वळवली. पेन आणि क्रेग मात्र अगदी आरामात गप्पा मारत बसले होते. एखाद्या आलिशान रेस्टॉरंटमध्ये वेटरची वाट बघत बसल्याच्या थाटात! ती गॅलरीत येऊन बसल्याचं डेव्हनपोर्टने पाहिलं आणि त्यानंतर मात्र तो शून्यात नजर लावून गंभीरपणे बसून राहिला.

मि. जस्टिस आर्मिटेज कोर्टात आल्यावर सर्व जण उठून उभे राहिले. सर्वांनी अदबीने झुकून त्यांना अभिनंदन केलं. त्यांनीपण उलटं अभिवादन करत त्याचा स्वीकार केला. अत्यंत हसऱ्या चेहऱ्याने समोरच्या गर्दीकडे बघत ते आपल्या खुर्चीत स्थानापन्न झाले. जणूकाही हे सगळं रोजचंच होतं. आज विशेष खास काही नव्हतंच. कोर्टाच्या पट्टेवाल्याला त्यांनी ज्युरींना कोर्टरूममध्ये घेऊन येण्याची सूचना केली. तो झुकून त्यांना अभिवादन करून बाजूच्या एका दारातून अदृश्य झाला. काही क्षणांतच तो बारा प्रतिष्ठित नागरिकांना बरोबर घेऊन परतला. या खटल्यामध्ये ज्युरी-सदस्य म्हणून काम करण्यासाठी त्यांची निवड झाली होती.

ज्युरी-सदस्यांमध्ये सात स्त्रिया आणि पाच पुरुष असल्याचं पाहताच लॅरी डेव्हनपोर्टच्या वकिलाचा चेहरा खुलला. आता वाइटात वाईट काय होऊ शकेल, तर ज्युरी-सदस्यांचं एकमत न झाल्याने खटला अनिर्णित राहील, त्याच्या मनात आलं.

ज्युरी-सदस्य आपापल्या जागी जाऊन बसले. क्रेगने त्यांच्यातल्या प्रत्येकाचं बारकाईने निरीक्षण केलं. आपलं नशीब संपूर्णपणे त्यांच्या हातात आहे, हे तो जाणून होता. सर्वच्या सर्व स्त्री-ज्युरी-सदस्यांकडे अगदी प्रेमाने, डोळ्यांत डोळे घालून बघण्याचा सल्ला त्याने लॅरी डेव्हनपोर्टला आधीच देऊन ठेवला होता. लॅरी डेव्हनपोर्टला जेलमध्ये खडी फोडायला पाठवण्याच्या नुसत्या कल्पनेने त्यांचा जीव कळवळेल, असे फक्त तीन ज्युरी-सदस्य जरी मिळाले असते, तरी बस होतं. लॅरीने जर एवढी छोटीशी कामगिरी पार पाडली असती, तरी त्या तिघांनाही अभय मिळालं असतं; पण क्रेगने लॅरीकडे लक्षपूर्वक पाहिलं तर काय, तो बेटा दुसऱ्याच कसल्यातरी विचारात गढून गेल्यासारखा शून्यात नजर लावून बसला होता. 'इतकं साधं कामसुद्धा जमत नाही याला!' क्रेग मनातून चिडला.

एकदा ज्युरी-सदस्य आपापल्या जागी स्थिरस्थावर झाल्यावर जज्जनी आपल्या असोसिएटला आरोपींवर ठेवण्यात आलेले आरोप वाचून दाखवण्याची सूचना केली.

"सर्व आरोपींनी उठून उभे राहावे."

तिघंही उठून उभे राहिले.

"स्पेन्सर माल्कम क्रेग, तुमच्यावर असा आरोप ठेवण्यात येतो की, अठरा सप्टेंबर १९९९ रोजी तुम्ही बर्नार्ड हेन्री विल्सन या इसमाचा खून केला आहे. तुम्हाला तुमचा गुन्हा मान्य आहे?"

"मला गुन्हा मान्य नाही." क्रेग म्हणाला.

"जेराल्ड डेव्हिड पेन, तुमच्यावर असा आरोप ठेवण्यात येतो की, अठरा सप्टेंबर १९९९ रोजी तुम्ही एका मारामारीत गुंतला होता आणि त्या मारामारीचं पर्यवसान बर्नार्ड हेन्री विल्सन या इसमाच्या मृत्यूमध्ये झालं. तुम्हाला तुमचा गुन्हा मान्य आहे?"

"मला गुन्हा मान्य नाही." पेन ठामपणे म्हणाला.

"लॉरेन्स अलेक्झांडर डेव्हनपोर्ट, कायद्याची दिशाभूल करण्याचा आरोप तुमच्यावर ठेवण्यात येत आहे. तेवीस मार्च २००० रोजी तुम्ही न्यायालयामध्ये शपथपूर्वक जी साक्ष दिली, ती साक्ष पूर्णपणे खोटी होती आणि याची तुम्हाला जाणीव होती. तुम्हाला तुमचा गुन्हा मान्य आहे?"

कोर्टातल्या प्रत्येक व्यक्तीची नजर या लोकप्रिय नटावर खिळली होती. परत एकदा रंगभूमीवर तो सर्वांच्या कौतुकाचा विषय बनला होता. लॉरेन्स डेव्हनपोर्टने मान वर केली आणि पब्लिक गॅलरीच्या दिशेने पाहिलं. पहिल्या ओळीत शेवटच्या खुर्चीवर त्याची बहीण बसली होती.

सेराने आपल्या भावाला धीर देणारं आश्वासक हास्य केलं.

डेव्हनपोर्टने मान खाली घातली. क्षणभर त्याच्या ओठांतून शब्द फुटेना. तो थोडासा घुटमळला; पण अखेर अगदी हळू, कुजबुजत्या स्वरात म्हणाला, "मला गुन्हा मान्य आहे!"